வானமே எல்லை!

வானமே எல்லை!

கேப்டன் கோபிநாத்

தமிழில் : B.R. மகாதேவன்

கிழக்கு

வானமே எல்லை!
Vaaname Yellai
by Captain Gopinath ©

© First published in Tamil by *New Horizon Media Private Limited*
Originally Published in English as *"Simply Fly - A Deccan Odyssey"*

First Edition: November 2011
432 Pages
Printed in India.

ISBN: 978-81-8493-205-8
Title No: Kizhakku 663

Kizhakku Pathippagam
177/103, First Floor,
Ambal's Building, Lloyds Road
Royapettah, Chennai 600 014.
Ph: +91-44-4200-9603
Email : support@nhm.in
Website : www.nhm.in

Kizhakku Pathippagam is an imprint of New Horizon Media Private Limited

This book is sold subject to the condition that it shall not, by way of trade or otherwise, be lent, resold, hired out, or otherwise circulated without the publisher's prior written consent in any form of binding or cover other than that in which it is published and without a similar condition including this the rights under copyright reserved above, no part of this publication may be reproduced, stored in or introduced into a retrieval system, or transmitted in any form or by any means (electronic, mechanical, photocopying, recording or otherwise), without the prior written permission of both the copyright owner and the above-mentioned publisher of this book.

சமர்ப்பணம்

'கனவு காண்... ஆனால், பொறாமைப்படாதே; செயலில் தீவிரமாக ஈடுபடு... ஒருபோதும் மனம் தளராதே' என்று கற்றுக் கொடுத்த அப்பாவுக்கு

என் 'பைத்தியக்காரத்தனங்கள்' அனைத்தையும் பொறுத்துக்கொண்டு, அசாத்தியத் துணிச்சலுடன் எனக்கு உறுதுணையாக இருந்த மனைவிக்கு

'புகழப்படாத நாயகர்'களான கேப்டன் சாம், கேப்டன் ஜெயந்த், கேப்டன் விஷ்ணு ஆகியோருக்கு. இவர்கள் மட்டும் இல்லை யென்றால் டெக்கான் ஏவியேஷன்... ஏர் டெக்கான் என்பவை உருவாகியிருக்கவே முடியாது.

எளிய மனிதரும் பறக்கும் வகையில் டெக்கான் நிறுவனத்தை வெற்றி கரமாக நடத்திக் காட்டிய என் 4000-க்கும் அதிகமான சக தோழர்கள் அனைவருக்கும்.

உள்ளே

முன்னுரை	/	09
என்னுரை	/	11
1. நதியின் மடியில் வளருதல்	/	17
2. இந்திய ராணுவத்தில் நான்	/	42
3. பண்ணையில் கழித்த நாட்கள்	/	76
4. அரசியல் விளையாட்டுகள்	/	145
5. புதிய தொழிலின் அடித்தளம்	/	165
6. ஹெலிகாப்டர் வாங்குதல்	/	221
7. ஆரம்ப விழாவுக்கான தயாரிப்புகள்	/	242
8. டெக்கானின் சாகசங்கள்	/	266
9. தேர்தல், மத பிரசாரம், ஹெலிகாப்டர்கள்	/	293
10. ஏர் டெக்கான் - குறைந்த கட்டண விமான சேவை	/	313
11. டேக் ஆஃப்	/	345
12. வளர்ச்சி, சவால்கள், மாற்றங்கள்	/	375
13. புதிய சாகசம்	/	418
பின்னுரை	/	425
நன்றியுரை	/	432

முன்னுரை

இந்தியாவின் மலிவுக் கட்டண விமானச் சேவையின் தந்தையான கேப்டன் கோபிநாத்தின் சுய சரிதையான 'வானமே எல்லை!' என்ற நூலுக்கு முன்னுரை அளிப்பதில் பெரு மகிழ்ச்சி அடைகிறேன். வியட்நாம் போர் (1969-1975) முடிந்த பிறகு அங்கு நடைபெற்ற புனரமைப்புப் பணிகளில் தீவிரமாக ஈடுபட்ட வியட்நாமிய பெண் பைலட் ஒருவரைப் பற்றிய செய்தியை கேப்டன் கோபி யதேச்சையாகப் படித்திருக்கிறார். அதில் இருந்து கிடைத்த உத்வேகம் குறைந்த கட்டண விமான நிறுவனமாகப் பரிணமித்திருக்கிறது. 'முன் எப்போதும் இருந்திராத வாடிக்கையாளர் திரளையும் புதிய சந்தையையும் உருவாக்கிச் செல்வம் சேர்ப்பவர் எவரோ அவரே உண்மையான தொழில் முனைவர். அவர் உருவாக்குபவை புதுமையானதாக இருக்கும். சமூகத்தில் அழுத்தமான தாக்கத்தை ஏற்படுத்தும். புதிய மதிப்பீடுகளைக் கொண்டுவரும்' என்று பீட்டர் ட்ரெக்கர் சொல்வதை கோபியின் வாழ்க்கை நிரூபித்துக் காட்டியிருக்கிறது.

கேப்டன் கோபி ஆரம்பித்த குறைந்த கட்டண விமானச் சேவை, இந்திய வான் போக்குவரத்துத் துறையை அடியோடு மாற்றி அமைத்திருக் கிறது. ஆரோக்கியமான போட்டியை உருவாக்கியிருக்கிறது. ராணுவத் தில் பணி புரிந்த காலத்தில் ஆரம்பித்து கோபி செய்துவந்த பல்வேறு பணிகள் அவருடைய மன உறுதியையும் விடா முயற்சியையும் எடுத்துக்காட்டுகின்றன. சாகசங்களையும் சவால்களையும் எடுக்க துளியும் பயப்படாத துணிச்சலான இளைஞர் ஒருவரின் வாழ்க்கைக் கதை இது. இந்திய வான் போக்குவரத்துத் துறைக்குப் புதிய பரிமாணத்தைக் கொடுத்தவரின் கதை இது. வாழ்க்கையில் உயர உயரப் பறக்க வேண்டும் என்ற ஆர்வமே டெக்கான் ஏர்லைன்ஸை உருவாக்க ஆதாரமாக இருந்திருக்கிறது.

என்ன தடைகள் வந்தாலும் அதையெல்லாம் தகர்த்து எறிய வேண்டும் என்ற உத்வேகத்தை இந்த நூலின் ஒவ்வொரு அத்தியாயமும் நமக்குத் தருகின்றன.

அரசியலில் முதன்முறையாக இறங்கி, தேர்தலில் போட்டியிட்டு, மிக அதிக வாக்குகள் வித்தியாசத்தில் தோல்வியைத் தழுவியதைப்பற்றி விவரிக்கப்பட்டிருக்கும் அத்தியாயம் எனக்கு மிகவும் பிடித்திருந்தது. தேர்தலில் போட்டியிட கேப்டன் கோபியிடம் பணம் இருந்திருக்க வில்லை. சமுதாயத்தின் சீர்கேடுகளைப் பார்த்து வருந்திய அவர் எப்படி யாவது மாற்றத்தைக் கொண்டுவரவேண்டும் என்ற ஆர்வத்துடன் களத்தில் குதித்திருக்கிறார். பூஜ்ஜியத்தில் இருந்து ஒரு ராஜ்ஜியத்தை உருவாக்கும் முயற்சி அது. கோபியின் தன்னம்பிக்கைக்கு மிகச் சரியான எடுத்துக்காட்டு அந்த அத்தியாயம்.

ஹெலிகாப்டர் நிறுவனத்தின் தொடக்க விழா பற்றிய அத்தியாயமும் சுவாரசியமான ஒன்றுதான். எதைப் பற்றியும் பயப்படாமல் துணிச்ச லாக முடிவுகளை எடுக்கும் கேப்டன் கோபியின் திறமை அதில் வெளிப்படுகிறது. வெளிநாட்டில் இருந்து ஹெலிகாப்டர் இந்தியா வுக்கு என்றைக்கு வந்து சேரும் என்பதே தெரியாது. இந்திய அரசிடம் இருந்து முழு அனுமதியும் கிடைத்திருக்கவும் இல்லை. இப்படியான ஒரு நிலையில் இன்ன தேதியில் நிறுவனத்தை ஆரம்பித்துவிடுவோம் என்று துணிச்சலாக அறிவித்துவிட்டு வேலைகளை அபாரமாக முடித்துக் காட்டியிருக்கிறார். இந்த இளமைத் துடிப்பும் வேகமும் மிகவும் புதுமையானது.

தொழில் முனைவோருக்கு இருக்க வேண்டிய தன்னம்பிக்கை, விடா முயற்சி, தலைமைப் பண்பு ஆகியவை இந்த நூலில் அபாரமாக விவரிக்கப்பட்டிருக்கின்றன. இது முழுக்க முழுக்க இந்தியர் ஒருவரின் அனுபவம். அந்த வகையில் நம் தேசத்தில் இருக்கும் அனைத்து மேலாண்மை, நிர்வாகவியல், வர்த்தகப் பள்ளி, கல்லூரிகளில் இந்த நூலைப் பாடமாக வைத்தால் மிகவும் பயனுள்ளதாக இருக்கும். வாழ்க்கையில் சவால்களையும் தடைகளையும் சந்திக்கும்போது துணிந்து செயல்பட இந்த நூல் அனைவருக்கும் வழிகாட்டியாக இருக்கும்.

கேப்டன் கோபிநாத், இனி ஈடுபடப்போகும் எதிர்கால சாகசங்கள் அனைத்திலும் வெற்றி பெற வாழ்த்துகிறேன்.

- அப்துல் கலாம்

என்னுரை

வாழ்க்கையில் எப்படி ஜெயிக்கலாம்... எப்படி சாதனையாளர் ஆகலாம்... என்பதைச் சொல்லும் புத்தகம் அல்ல இது. நிச்சயமாக அதைத் தவிர பிற எல்லாவற்றையும் சொல்லும் புத்தகம் என்றுதான் சொல்லவேண்டும். இந்திய கிராமத்து ஏழைச் சிறுவன் ஒருவன் எண்ணற்ற வேலைகளில் ஈடுபட்டு, கடைசியாக இந்தியாவின் மிகப் பெரிய விமான நிறுவனத்தை நிறுவியதை விவரிக்கும் எளிய கதை. கிராமப்புறங்களில் கழிந்த என் ஆரம்ப வருடங்கள்... இந்திய ராணுவத்தில் பணிபுரிந்த நாள்கள்... சொந்தக் கிராமத்துக்கு ஓர் அகதியைப் போலத் திரும்பியது... அதன் பிறகான என்னுடைய செயல்பாடுகள்... என என் சொந்த வாழ்க்கைப் பயணம் பற்றிய கதை தான் இந்தப் புத்தகம்.

இது என் கதை.

சிறு வயதிலேயே சாகசங்களின் பயணத்தை ஆரம்பித்திருந்தேன். 12-வது வயதில் ராணுவப் பள்ளியில் சேர்ந்தேன். சுமார் 15 வருடங்கள் ராணுவத்தில் இருந்தேன். அதன் பிறகு ராணுவ வேலையை ராஜினாமா செய்துவிட்டு கர்நாடகாவின் உள்ளொடுங்கிய கிராமத்தில் பரந்த பொட்டல் காட்டில் கூடாரம் அடித்துத் தங்கினேன். ஹேமாவதி ஆற்றின் குறுக்கே, அரசு அணை கட்டத் தீர்மானித்திருந்தது. அதன் கரையில் இருந்த எங்களுடைய பூர்விக இடத்தை ஏற்கெனவே கைப் பற்றியிருந்தது. அதற்கு நஷ்ட ஈடாக வறண்டுபோன புல்வெளியைத் தந்திருந்தது. ஆரம்பத்தில் கூடாரத்திலும் பிறகு மண் குடிசையிலுமாகப் பல வருடங்களைக் கழித்தேன். நிலத்தைப் பண்படுத்தி விவசாயத்தில் ஈடுபட்டேன். அடுத்த 15 வருடங்களுக்கு என் வாழ்க்கை அந்த நிலத் துடன் பின்னிப் பிணைந்து இருந்தது. இயற்கையின் தாள லயங்கள், மனநிலைகள், அதன் மெல்லிய சுவாசம், இதமான மழைகள்,

பருவகாலங்களின் புதிரான மாயாஜாலங்கள், அதன் விளையாட்டுத் தனமான சேட்டைகள் என அந்தக் காலகட்டம் கழிந்தது. எனக்கு மிகவும் பிடித்த தாகூர் எழுதியதை நினைவுபடுத்திய வாழ்க்கை...

இருளும் ஒளியும் கண்ணாமூச்சி விளையாடும் புவிப் பரப்பு போல்... மேகக்கூட்டத்தை ஆட்டிடையன் மாதிரி மேய்க்கும் காற்றுபோல்... எந்தவொரு திடமான முடிவு எடுக்கவும் தீர்மானமான பதிலைக் கண்டுபிடிக்கவும் யாரையும் எங்கும் அது வழிநடத்துவதே இல்லை. இருந்தும் அது முடிவற்ற ஒளிப்படலத்தை வெளிப்படுத்தியபடி இருக்கிறது. அது நம் இருப்பை நிறைக்கையில் நம்மை மெய்மறக்கச் செய்யும் இசையை மட்டுமே கொண்டதாக இருக்கிறது.

ஓ... அந்தப் பருவ கால மழைகள்! அதன் சீற்றம், பருவம் தவறிய வருகைகள், வராமலேயே இருப்பது போன்றவையெல்லாம் எங்கள் வாழ்க்கையைப் புரட்டிப் போட்டன. எனினும், எல்லாவற்றின் முடிவில் எந்தவிதக் கசப்புணர்வோ நிராசையோ இல்லாத ஒரு மன நிலையையே அது உருவாக்கியிருந்தது. எனினும் விவரிக்க முடியாத மகிழ்ச்சியில் திளைத்திருந்தேன்.

கிராமப்புறத்தில் வாழ்ந்த வாழ்க்கை என்னைப் பக்குவப்படுத்தியது. மேம்படுத்தியது. விவசாயம், வறுமை, கடன்... எப்போதெல்லாம் வாழ்க்கை இங்குமங்கும் நகரவிடாமல் என்னை ஒரு மூலையில் தள்ளியதோ அப்போதெல்லாம் நம்பிக்கையின் வற்றாத ஊற்றில் இருந்து எனக்கான உத்வேகத்தை எடுத்துக்கொள்வேன். ஒவ்வொரு வீழ்ச்சியில் இருந்தும் மீண்டெழுந்து மறுபடியும் முதலில் இருந்து ஆரம்பிப்பேன்.

வாழ்க்கை முழுவதுமே தேடலும் விடா முயற்சியும் கொண்ட வனாகவே இருந்திருக்கிறேன். ஒன்றின்மீது இன்னொன்று அழித்து எழுதப்படுவதுபோல் பல்வேறுவிதமான வாழ்க்கையை வாழ்ந்து வந்தேன். கிராமப்புற வாழ்க்கையின் போதை தலைக்கேறியிருந்தது. தனது நறுமண வாசனையால் தானே மயங்கும் கஸ்தூரிமானைப்போல அலைந்து திரிந்தேன். அதே நேரத்தில் அவ்வப்போது யதார்த்த வாழ்க்கைக்கும் இழுத்துவரப்பட்டேன். என் குடும்பத்துக்குத் தேவை யானதைச் சம்பாதித்துக் கொடுக்க வேண்டிய கட்டாயம் இருந்தது. அதற்காக ஒன்றன் பின் ஒன்றாக எத்தனையோ வேலைகளில் புகுந்து புறப்பட்டேன்.

பசுக்களை வளர்த்தேன். பால் வியாபாரம் செய்தேன். கோழிப் பண்ணை நடத்தினேன். பட்டுப் பூச்சி வளர்த்தேன். மோட்டார் சைக்கிள் டீலராக இருந்திருக்கிறேன். உடுப்பி ஹோட்டல் நடத்தி

யிருக்கிறேன். பங்குச் சந்தை தரகராக, நீர்ப்பாசனக் கருவி விற்பவராக, விவசாய ஆலோசகராக இருந்திருக்கிறேன். பி.ஜே.பி. சார்பில் தேர்தலில் போட்டியிட்டிருக்கிறேன். கடைசியாக, விமான நிறுவனத்தின் தலைவரானேன். போராட்டம், வீழ்ச்சி, எழுச்சி, வீழ்ச்சி மறுபடியும் எழுச்சி என என் வாழ்க்கைப் பயணம் தொடர்கிறது.

ஒருவகையில் என் கதை என்பது புதிய இந்தியாவின் கதையும்கூட. வறுமை, அறியாமை, ஊழல், அதிகார வர்க்கத்தின் கெடுபிடிகள் என என்னதான் பிரச்னைகள் இருந்தாலும் முன்னேற வசதிகளும் வாய்ப்புகளும் கொண்ட இந்தியாவைப் பற்றிய கதை. குழப்பம், கண்மூடித்தனமான வன்முறை, பைத்தியக்காரத்தனமான, முட்டாள்தனமான, பயங்கரமான அரசியல் இந்தியாவில் நிறைந்திருந்தது என்றாலும் அது புதியதொரு சகாப்தத்தை எழுதும் முயற்சியில் வீர நடை போட ஆரம்பித்திருந்தது. அதிகாலை சூரியனின் ஒளி மிகுந்த கதிர்கள் நம் உடலை வருடி ஆன்மாவை நிறைப்பதுபோல் ஒருவித கம்பீரமான, பிரகாசமான மனநிலையில் இருந்தேன்.

முதலில் டெக்கான் ஏவியேஷன், அதன் பிறகு ஏர் டெக்கான் நிறுவனங்களை ஆரம்பித்தபோது, என்னிடம் எல்லாமே இருந்ததுபோலவே செயல்பட்டேன். போட்டியாளர்களுக்கு என்னை எப்படிச் சமாளிப்பது என்று தெரியவில்லை. என் சக ஊழியர்களாலும், குடும்பத்தினராலும் என்னைப் புரிந்துகொள்ள முடியவில்லை. இவ்வளவு ஏன்... எனக்கே என்னை எப்படி கட்டுப்படுத்திக் கொள்வது என்று தெரியவில்லை. சன்னதம் கொண்டு ஆடும் சாமியாடிபோல் இருந்தேன். உடலில் புகுந்த ஆவியை விரட்டி என்னைச் சாந்தப்படுத்த வேண்டியிருந்தது. சில நேரங்களில் மற்றவர்களிடம் மூர்க்கத்தனமாக நடந்து கொண்டேன். அவர்களை நிதானத்தின் விளிம்புக்குத் தள்ளினேன். 'எப்போதுமே கோபமாக இருப்பார். துளிகூடப் பொறுமையே கிடையாது' என்று என்னைப்பற்றி என் சக ஊழியர் பேட்டி ஒன்றில் தெரிவித்திருந்தார். அது உண்மைதான்.

நான் ஒரு லட்சியத் தலைவரோ, கணவரோ, அப்பாவோ கிடையாது. இளம் பிராயத்தில் மிகவும் அராஜகமாகச் செயல்படுவேன். சர்வாதிகாரிபோல் இருப்பேன். அலட்சியமாக நடந்துகொள்வேன். எதையெடுத்தாலும் கேள்வி கேட்பேன். மற்றவர்களுடைய தவறுகளைப் பொறுத்துக்கொள்ளவே மாட்டேன். ஆனால், நான் நிறைய தவறுகள் செய்வேன். சுயநலவாதி. முன்கோபக்காரன். பெரியவர்கள் மட்டுமல்ல, சக வயதினரும்கூட என்னைப் பித்துப் பிடித்தவன் என்றே நினைத்திருப்பார்கள். குடும்பத்தினரிடமும் சர்வாதிகாரி போலவே நடந்துகொண்டிருக்கிறேன். நான் ஈடுபட்ட வர்த்தகங்களில் கண் மண்

தெரியாமல் அலைந்தபோது என் மனைவிக்கும் குழந்தைகளுக்கும் தேவையே இல்லாத அநேக துன்பங்களைக் கொடுத்திருக்கிறேன்.

இன்னும் கொஞ்சம் நல்ல முதலாளியாக, நண்பராக, மகனாக, கணவராக, அப்பாவாக இருந்திருக்கலாம் என்று எனக்குப் பலமுறை தோன்றியிருக்கிறது. எ ரைட்டர்ஸ் நோட் புக் (ஓர் எழுத்தாளனின் கையேடு) என்ற நூலில் சாமர்ஸெட் மாம் சொன்னதுபோல்,

> பிறர் வருந்தும்படியாகப் பல விஷயங்களைச் செய்திருக்கிறேன். ஆனால், அவை என்னை முடக்கிப்போட ஒருபோதும் அனுமதித்த தில்லை. நான் அவற்றைச் செய்யவில்லை. அப்போது இருந்த வேறு ஒரு 'நான்' அதைச் செய்திருக்கிறார். சிலரைக் காயப்படுத்தியிருக் கிறேன். என்னால் அந்தக் காயங்களை ஆற்ற முடியவில்லை. ஆனால், பலருக்கு நன்மை கிடைக்கும் வகையில் செயல்பட்டு அதை ஈடுகட்ட முயன்றிருக்கிறேன்.

இந்தப் புத்தகத்தில் சொல்லப்படாத நண்பர்கள், புதிய நபர்கள் பலர் என் வாழ்க்கையில் 'தேவதைகள்' போல் வந்து எனக்கு உதவி செய்திருக்கிறார்கள். பல துன்பங்கள், சிக்கல்களில் இருந்து எண்ணற்ற தோல்விகளில் இருந்து காப்பாற்றியிருக்கிறார்கள். பொறுமை யின்மை, கர்வம், அற்பத்தனம் அல்லது பெருந்தன்மை இன்மை போன்ற காரணங்களால் வாழ்க்கையிலும் வர்த்தகத்திலும் பல நெருக்கடிகளைச் சந்தித்திருக்கிறேன். அந்த நேரங்களில் எல்லாம் அருமையான நண்பர்களாக இருந்து சிலர் உதவியிருக்கிறார்கள். அந்த நட்புகளையெல்லாம் தக்கவைத்துக்கொள்ளும் அளவுக்கு நான் எதுவும் செய்யவில்லை என்பது குறித்து எனக்கு வருத்தம் இருக்கிறது.

ஏர் டெக்கான் நிறுவனத்தின் வெற்றிக்குப் பிறகு, சில கருத்தரங்குகளில் நான் பேசப் போனபோது எல்லாரும் ஒரே ஒரு கேள்வியைத்தான் கேட்டார்கள்: ஒரு ஏழை ஆசிரியரின் மகனான நான் - ராணுவத்தில் இருந்து வெறும் ரூ 6,000 மட்டுமே செட்டில்மெண்ட் பணமாகப் பெற்ற நான், அதிக மூலதனம் தேவைப்படக்கூடிய விமான நிறுவனத்தை எப்படி ஆரம்பித்தேன்? எப்படிச் சாதித்தேன் என்று நான் சொன்னதைக் கேட்டதும் பலர் அதை ஒரு புத்தகமாக எழுதும்படிச் சொன்னார்கள். இதோ அந்தப் புத்தகம் உங்கள் கைகளில் தவழ்கிறது. என் வார்த்தை களில் ஒருவித கர்வம், திமிர் தொனிப்பதுபோல் தென்படுகிறதா? சற்றுப் பொறுமையுடன் ஈடுபாட்டுடன் தொடர்ந்து படித்தீர்களானால் அதற்கான அர்த்தம் உங்களுக்கே புரியும்.

நீங்கள் இளைஞரா? வித்தியாசமாக ஏதாவது சாதிக்க வேண்டும் என்ற ஆர்வம் இருக்கிறதா? கடுமையாகப் போராடுகிறீர்கள். ஆனால், அடி

மேல் அடி விழுகிறதா? ஏமாற்றப்பட்டதுபோல் உணர்கிறீர்களா? தடைகளையெல்லாம் சிரமப்பட்டுக் கடக்க முயற்சி செய்கிறீர்களா? இனி மேல் முடியாது என்று சோர்ந்துபோய் உட்காரப் போகிறீர்களா? இந்தப் புத்தகம் நிச்சயம் உங்களுக்கு ஓர் உத்வேகத்தைத் தரும். ஆனால், ஒரு விஷயத்தைத் தெளிவாகச் சொல்லிவிட விரும்புகிறேன். இந்தப் புத்தகத்தில் இருக்கும் எல்லாவற்றையும் அப்படியே பின்பற்ற முயற்சி செய்யாதீர்கள். உங்களுக்கென தனி வழிமுறையை உரு வாக்கிக் கொள்ளுங்கள். பிரத்யேகமாக உங்களுடைய சாதனையைச் செய்யுங்கள்.

நீங்கள் வயதானவரா... புத்திசாலியா... சில பல முயற்சிகளில் ஈடுபட்டு எல்லா நெருக்கடிகளையும் சந்தித்து மீண்டவரா? இந்தப் புத்தகத்தை வெறுமனே சந்தோஷமாகப் படித்து மகிழுங்கள்.

- கேப்டன் கோபிநாத்

1

குழந்தைப் பருவத்தில் சொர்க்கம் நம் அருகில் இருக்கிறது

- வில்லியம் வேர்ட்ஸ்வொர்த்

நதியின் மடியில் வளருதல்

ஹேமாவதி ஆறு... அடர்ந்த மேற்குத் தொடர்ச்சி மலையில் முடிகெரே கிராமத்துக்கும் அப்பால் எங்கோ உற்பத்தியாகி ஓடி வருகிறது. கர்நாடகாவின் தென் மேற்கு முனை அது. மலைப் பாதையில் வளைந்து நெளிந்து நூற்றுக்கணக்கான சிறிய கிராமங்களின் ஊடாகப் பாயும் ஹேமாவதி ஆறு இறுதியில் காவிரியின் முதல் துணையாறாகச் சேர்கிறது. கொரூர்... அந்த ஹேமாவதி ஆற்றின் கரையில் அமைந்திருக்கும் சிறு கிராமம். என் பெற்றோரின் மலரும் நினைவுகளையும் என் பால்ய கால நினைவுகளையும் சுமந்த ஊர். இந்தப் பகுதியில் வாழும் மக்கள் நதியைப் புனிதமாக மதித்ததில் எந்த ஆச்சரியமும் இருக்க முடியாது. ஏனென்றால், ஹேமாவதிதான் கொரூரின் உயிர். விளைநிலங்களுக்கு அதுவே நீர்ப்பாசனம் அளிக்கிறது. நதியின் கரையில் வசிக்கும் மக்களுக்கும் இன்ன பிற ஜீவராசிகளுக்கும் அதுவே வாழ்க்கை தருகிறது. என் கடந்த காலத்தைத் திரும்பிப் பார்க்கையில் கொரூர் என் இதயத்தில் விசேஷமான இடத்தைப் பிடித்திருக்கிறது.

என் சிறு பிராயம் முழுவதும் பச்சைப் பசேல் என்று பரந்து விரிந்து கிடந்த கொரூர் கிராமத்தில்தான் கழிந்தது. மாவட்டத் தலைநகரான ஹஸனுக்கு தெற்கே 23 கி.மீ தொலைவில் இருக்கிறது கொரூர். ஏராளமான தென்னந் தோப்புகள், வெற்றிலைத் தோட்டங்கள், நெல்

வயல்கள், மாந்தோப்புகள் நிறைந்தது. மைசூர் மஹாராஜாக்களாலும் உள்ளூர் கிராமத் தலைவர்களாலும் பல நூறு ஆண்டுகளுக்கு முன் பாகவே, உருவாக்கப்பட்ட நீர்பாசன வசதிகளால் கொளூர் இத்தனை வளமாக இருந்தது. ஹேமாவதி ஆற்றின் மேல் பக்கத்தில் நிறையத் தடுப்பணைகளைக் கட்டி ஏராளமான ஏக்கர்களுக்கு நீர்பாசன வசதியை ஏற்படுத்தியிருந்தார்கள். இந்தச் சிறிய தடுப்பணைகள் சுற்றுச்சூழலுக்கு எந்தக் கேடும் விளைவிக்காத எளிய தொழில்நுட்பத்தின் மூலம் கட்டப்பட்டிருந்தன. இதற்காக எந்தக் காட்டையும் அழிக்கவில்லை. உள்ளூர் மக்கள் யாரையும் இடம்பெயர்க்கவும் இல்லை. மனிதர்களுக்கும், விலங்குகளுக்கும் தாவரங்களுக்கும் வாழ்வாதாரத்தைத் தந்தபடி, ஹேமாவதி ஆறு ஆண்டு முழுதும் வற்றாமல் ஓடும் வகையில் அந்தத் தடுப்பணைகள் கட்டப்பட்டிருந்தன.

மலநாடின் விளிம்பில் அமைந்திருக்கிறது கொளூர். மலைகள் நிறைந்த நாடு... மழை நிறைந்த பூமி என்றும் சொல்லலாம். கர்நாடகாவில் இருக்கும் மேற்குத் தொடர்ச்சி மலையின் தெற்குப் பகுதி மலைத் தொடரையும் அதன் அடிவாரப் பகுதிகளையும் இது குறிக்கும். முடிகெரே, சிக்மகளூர், சிருங்கேரி, தீர்த்தஹள்ளி போன்ற முக்கியமான ஊர்களைக் கொண்ட பகுதி இது. காபி தோட்டங்கள், அடர்ந்த மழைக்காடுகள் நிறைந்த மலைப் பகுதியைக் கொண்டது.

பிற இந்திய கிராமங்களைப் போலவே, கொளூரிலும் சமூகக் கட்டமைப்பு தெளிவாகவே வரையறுக்கப்பட்டிருந்தது. பிராமணர்கள், மீனவர்கள், கடைக்காரர்கள், தச்சுத் தொழிலாளிகள், பிற கைவினைஞர்கள்... எல்லாரும் தனித்தனி குடியிருப்புகளில் வசித்து வந்தனர். ஒவ்வொரு சமூகத்தினருக்கும் சாதியினருக்கும் இடையே அதிகாரப் போட்டி மிகவும் நுட்பமாக நடைபெற்று வந்தது. எந்தப் பிரச்னைக்கும் தீர்வு சொல்லவோ முக்கியமான தீர்மானங்கள் எடுக்கவோ கவுடா அல்லது படேல் சாதிக்கு மட்டுமே அதிகாரம் உண்டு. பிராமணர்கள் ஒட்டு மொத்த சமூகத்தின் மரியாதையைப் பெற்றிருந்தார்கள். எனினும், அவர்களுக்கு எந்த உண்மையான அதிகாரமும் கிடையாது.

ஒவ்வொரு சமூகத்தினருக்கும் இடையில் பொருள்களோ சேவைகளோ பரிமாறிக் கொள்வதில் அப்படியொன்றும் பெரிதாக எந்தத் தடையும் கிடையாது. ஆனால், தலித் காலனி ஊரின் எல்லைக்கு வெளியில், தனித்து இருந்தது. கடந்த காலத்தில் இருந்து நீடித்து வரும் மோசமான ஒரு வழக்கம்.

என் அப்பா, அவருடைய அப்பாவைப் போல் ஓர் ஆசிரியராகவும் விவசாயியாகவும் இருந்தார். பக்கத்து கிராமத்தில் இருந்த பள்ளியில்

தான் வேலை பார்த்தார். அந்த வேலையில் அவருக்கு மிகவும் சொற்பச் சம்பளமே கிடைத்தது. எனினும், அந்த வேலைமீது இருந்த ஆர்வத்தினால் அதை விரும்பிச் செய்தார். என் அப்பாவைப் போல் நிறைய பேர் ஆசிரியர் வேலையில் இருந்தனர். சொற்பச் சம்பளம். ஆனால், கடுமையான அர்ப்பண உணர்வுடன் கற்றுக் கொடுப்பார்கள். சிக்கனமாக வாழ்ந்தார்கள். 40 வருடங்கள் என் அப்பா ஆசிரியர் பணியில் இருந்தார். தினமும் அதிகாலையிலேயே எழுந்துவிடுவார். பல மைல் தூரத்தில் இருந்த பள்ளிக்கு நடந்தே செல்வார். மாலையிலும் நடந்தே சூரியன் அஸ்தமிப்பதற்குள் வீடு திரும்பிவிடுவார்.

நான் கொரூர் கிராமத்தில் பிறக்கவில்லை. என் அம்மாவின் பூர்விக வீட்டில் மேலுகொடெ எனும் ஊரில் பிறந்தேன். மைசூருக்கு அருகில் இருக்கும் கோயில் நகரம் அது. மகான் ராமானுஜர் இருபது வருடங்களுக்கும் மேலாக தங்கிச் சிறப்பித்த ஊர் எனும் பெருமை கொண்டது.

என் அம்மா வழித் தாத்தா சமஸ்கிருதத்தில் நல்ல புலமை மிகுந்தவர். புரோகிதராகவும் இருந்தார். என் அம்மா அடிக்கடித் தன் பிறந்த வீட்டுக்குப் போய்வருவார். கூடவே நானும் போவேன். உண்மையில் எங்களுக்கு அம்மா எப்போதெல்லாம் பிறந்த வீட்டுக்குப் போகிறாரோ அப்போதெல்லாம் கோடை விடுமுறைபோல் ஒரே கொண்டாட்டம் தான். தாத்தாவுடனும் பிற உறவினர்களுடனும் கிராமத்து வயல்வெளிகளில் சுற்றித் திரிவேன். குளங்கள், சிதிலமடைந்த கோயில்கள், மலை அடிவாரம், தூரத்தில் தெரியும் அடுக்கடுக்கான மஞ்சள் நிறப் பாறைகள், (ஒன்றன் மேல் ஒன்றாக ஏதோ பிரெட் துண்டுகள் அடுக்கப்பட்டதுபோல் இருக்கும்.) என ஒரு இடம் விடாமல் சுற்றித் திரிவோம். என் தாத்தா சமஸ்கிருத அறிஞர்களின் குழு ஒன்றில் உறுப்பினராகவும் இருந்தார். பல கூட்டங்கள், வாத விவாதங்கள் நடக்கும். நான் அதையெல்லாம் பொறுமையாக உட்கார்ந்து கவனித்துக் கேட்பேன். பாதுகாப்பாக வைக்கப்பட்டிருக்கும் ஓலைச்சுவடிகளைத் தொட்டுப் பார்த்திருக்கிறேன். தாழ்வான மேஜையில் அமர்ந்துகொண்டு அறிஞர்கள் விசேஷமான எழுதுகோலைப் பயன்படுத்திப் பனை ஓலையில் எழுதுவதைப் பார்த்திருக்கிறேன்.

கொரூரில் சமுதாயக் கட்டமைப்பை நிலைநிறுத்துவதற்கு, சாதியையும் வேலைப் பிரிவினைகளையும் முறையாக அனுசரித்தாக வேண்டும் என்ற எண்ணம் இருந்துவந்தது. ஒரு பிராமணச் சிறுவன் என்ற வகையில் எனக்கு எழுதப்படாத நடத்தை விதிகள் நன்கு தெரிந்திருந்தன. தலித்களும் பிற வேலைக்காரர்களும் எங்கள் அக்ரஹாரத்தில் இருந்து தொலைவில் வசிக்க வேண்டும் என்ற நடைமுறை எனக்குத்

தெரிந்திருந்தது. பிராமணர்கள் அப்படி ஒன்றும் செல்வச் செழிப்பில் இருந்திருக்கவில்லை. ஆனால், அவர்கள் தங்களை மற்றவர்களிட மிருந்து வித்தியாசமானவர்களாகக் கருதினார்கள். சமூக அந்தஸ்தைத் தக்கவைத்துக் கொண்டிருந்தார்கள்.

ஒடுக்குபவர்களுக்கும் ஒடுக்கப்பட்டவர்களுக்கும் இடையிலான வித்தியாசம் எனக்கும் புரிந்துதான் இருந்தது. இதற்கு முக்கியமான காரணம் என் அப்பாதான். அவர் எல்லா பிராமணர்களையும் போன்றவர் அல்ல. மேல் சாதி என்று சிலரை உயர்த்தி வைப்பதையும் அவர்கள் தலித்களையும் கைத் தொழில் செய்பவர்களையும் ஏய்த்துப் பிழைப்பதையும் கடுமையாக விமர்சித்தார்.

ஐந்தாம் வகுப்பு வரையில் என் அப்பா என்னைப் பள்ளியில் முறைப் படிச் சேர்த்திருக்கவில்லை. 'பள்ளிக்கூடம் என்பது ஒழுங்கையும் கட்டுப்பாட்டையும் திணிக்கும் வெறும் ஓர் அமைப்புதான். பரிட்சை களின் சுமைகளே இல்லாத திறந்த வெளிக் கல்வியில்தான் குழந்தைகள் சிறப்பாகத் தங்கள் உள்ளார்ந்த திறமையுடன் வெளிப்பட முடியும்' என்று காந்தி, தாகூர், எங்கள் சிவராம் கராந்த் போலவே என் அப்பாவும் நம்பினார். 'பள்ளிக்கூடம் என்பது ஒரு சிறைச்சாலை. உண்மையான கல்வி என்பது வாழ்க்கை அனுபவங்களின் மூலம் பெறப்படுவதே' என்று தாகூர் சொன்னதை அப்பா அடிக்கடி சொல்வார். 'இதோ பாரு கோபி... உனக்கு வீட்டிலேயே பாடம் சொல்லித்தருகிறேன். அது போதும்' என்றார்.

தினமும் அதிகாலையில் என்னை எழுப்பி ஹேமாவதி ஆற்றுக்கு அழைத்துச்சென்று குளிக்க வைப்பார். ஒருநாளும் தவறியதே கிடை யாது. மழை கொட்டோ கொட்டென்று கொட்டும்போதும் ஆற்றுக்கு அழைத்துச்.சென்று குளிக்க வைப்பார்! நன்கு நீச்சலடித்துக் குளித்த பிறகு வீட்டுக்குத் திரும்புவோம். காலை உணவு தயாராக இருக்கும். சாப்பிட்டு முடித்துவிட்டு நெல் வயலின் நடுவே ஒரு தீவுபோல் இருக்கும் தென்னந்தோப்புக்கு அழைத்துச் செல்வார். அவர் சந்தியா வந்தனம் செய்ததே கிடையாது. ஆனால், அதிகாலையில் ஆற்றில் குளிப்பது அவருக்கு ஒரு புனிதமான கடமையாகவே இருந்தது.

எங்களுக்குச் சொந்தமான பாக்குத் தோப்பு வழியாகப் போகும்போது, வயலில் நாற்று நட்டுக் கொண்டிருக்கும் தலித் ஆண்களையும் பெண் களையும் சுட்டிக்காட்டி அப்பா சொல்வார்: 'கோபி... நாமெல்லாம் பிராமணர்கள். வசதியான வாழ்க்கை வாழ்கிறோம். கலைகளில், வித்தையில் தேர்ச்சி பெற்றிருக்கிறோம். ஒருவர் சந்தோஷமாக வாழ இதெல்லாம் கட்டாயம் தேவை என்று நீ நினைக்கலாம். ஆனால்,

வயலில் வேலை செய்பவர்களைப் பார். எந்தப் படிப்பும் கிடையாது. எந்த வசதிகளும் கிடையாது. எனினும் அவர்கள் இனிமையாகப் பாடியபடியே வேலை செய்கிறார்கள். அவர்கள் இதயத்திலும் மகிழ்ச்சி நிரம்பியிருக்கிறது. இப்போது புரிகிறதா சந்தோஷம் என்பது எதில் இருக்கிறது என்று?'.

அவர் சொன்னது உண்மைதான். வாழ்க்கை என்பது நமக்கு என்ன கிடைத்திருக்கிறது என்பதைப் பொறுத்தது அல்ல. அதை எப்படிப் பார்க்கிறோம் என்பதைப் பொறுத்தது. அந்த தலித்துகள் இரண்டு பைகளைக் கொண்டுவருவார்கள். ஒரு பையில் சிறு சிறு நண்டுகளைப் பிடித்துப் போட்டுக்கொள்வார்கள். இன்னொன்றில் வரப்புகளின் ஓரத்தில் முளைத்திருக்கும் 'தரக்குறைவான' கீரைகளைப் பறித்துத் திணித்துக்கொள்வார்கள். அப்பா அந்தத் 'தரக்குறைவான' கீரைகளை எனக்கு அடையாளம் காட்டுவார். அவற்றில்தான் நிறைய சத்து இருப்பதாகச் சொல்வார். இன்று அந்தக் கீரைகள் அனைவரும் விரும்பிச் சாப்பிடும் ஒன்றாக ஆகியிருக்கிறது. அதுபோல் அந்தக் காலத்தில் நண்டுகளைச் சாப்பிடுவது இழிவாகக் கருதப்பட்டது. பிற அசைவ உணவு சாப்பிடுபவர்கள்கூட நண்டு, மாடு போன்றவற்றைச் சாப்பிட மாட்டார்கள். சமூகத்தின் கடைசித் தட்டில் இருக்கும் தலித்துகள் இரண்டையும் சாப்பிடுவார்கள். பல வருடங்களுக்குப் பிறகு நான் ஐரோப்பாவில் சுற்றுப் பயணம் மேற்கொண்டபோது, மிகவும் விலை உயர்ந்த உணவு வகைகளில் ஒன்றாகக் கடல் நண்டு இருப்பது தெரியவந்தது. இந்தியாவில் நகர்ப்புறங்களில் மிகச் சமீப காலம் வரை, ஐந்து நட்சத்திர விடுதிகளில் மட்டுமே காளான் உணவுகள் கிடைத்து வந்தன. இந்திய கிராமப்புறங்களில் அடித்தட்டு மக்கள் ஆயிரக்கணக்கான ஆண்டுகளாக நண்டையும் காளானையும் இலவசமாகவே உண்டு வந்திருக்கிறார்கள்!

என் அப்பா தலித்துகளைச் சுட்டிக் காட்டிச் சொல்வார்: 'அவர்களுடைய உடம்பைப் பார். இரும்பைப் போல் எப்படி உறுதியாக இருக்கிறது!'. மேல் தட்டு மக்கள் அதிகம் சாப்பிடும் அரிசி, எண்ணெய்ப் பலகாரங்கள், சர்க்கரை போன்றவற்றை இன்றைய மருத்துவ உலகம் உடலுக்கு மிகவும் கேடானதாகச் சொல்கிறது. அந்தவகையில் பார்த்தால், அடித்தட்டு மக்கள் கீரை, கேழ்வரகு, கம்பு, காளான், நண்டு போன்ற ஆரோக்கியமான உணவுகளை உண்டு வந்திருக்கிறார்கள். சமூகத்தின் மேல் தட்டில் இருந்தவர்கள் ஆரோக்கியத்துக்கு ஊறு விளைப்பவற்றை உண்டு வந்திருக்கிறார்கள். என்ன ஒரு முரண் நகை!

தான் மிகவும் விரும்பிப் படித்த நூல்களை எனக்கு வாசித்துக் காட்டுவார். அவை என் ஆரம்ப காலகட்டத்திலும் பிற்காலத்திலும் கூட என்

மீது மிகுந்த தாக்கத்தை உருவாக்கியிருந்தன. கணிதம், அறிவியல் பாடத்தைக் காலையிலும் மாலையிலும் ஒரு மணி நேரம் கற்றுத் தருவார். காந்தி, தாகூர், சாக்ரடீஸ், பிளேட்டோ, எமர்ஸன், ஆலிவர் கோல்ட்ஸ்மித் எனத் தலைசிறந்தவர்களின் படைப்புகளை எனக்குப் படித்துக் காட்டுவார்.

என் அம்மா மிகவும் பக்தி சிரத்தையானவர். தாராள மனப்பான்மை கொண்டவர். விருந்தோம்பலில் சிறந்தவர். சமையலில் நிபுணர். பெரும் பாலான நேரத்தைச் சமையலறையிலேயே கழிப்பார். அம்மாவின் உபசரிப்பை அனுபவித்தவர்கள் இன்றும் சந்தோஷத்துடன் அதை நினைவுகூர்வார்கள். ஒருமுறை அமெரிக்காவில், உரை நிகழ்த்தப் போயிருந்தேன். பேசி முடித்ததும் பார்வையாளர்களில் இருந்து ஒருவர் முன்னால் வந்தார். 'கேப்டன் கோபி... இருபது வருடங்களுக்கு முன்பாக கொரூர் கிராமத்துக்கு வந்துபோன உலக வங்கிக் குழுவில் நானும் இருந்தேன். அப்போது நாங்கள் உங்கள் வீட்டுக்கு விருந்துக்கு அழைக்கப் பட்டிருந்தோம். உங்கள் அம்மா எங்களுக்குப் பரிமாறிய அபாரமான விருந்தும் அன்பான உபசரிப்பும் இன்னும் என் நினைவிலி ருக்கிறது.' என்று என் கைகளைக் குலுக்கி உணர்ச்சிவசப்பட்டுப் பாராட்டினார்.

என் அம்மா இறந்து பல வருடங்கள் ஆன பிறகும் அவரைப் பெருமை யுடன் நினைவுகூர்ந்து சொல்லும் பலரைச் சந்தித்திருக்கிறேன். 'உனக்கு ஒன்று தெரியுமா கோபி... உன் அம்மாவின் நற்செயல்களே உன்னைக் காப்பாற்றி வருகிறது' என்று என் குடும்பத்துக்கு நெருக்க மானவர்கள் எப்போதும் சொல்வார்கள்.

அம்மாவின் பரந்த மனப்பான்மைக்கு நேர் எதிராக, அப்பா மிகவும் சிக்கனமானவர். என் அம்மா, விருந்தினரின் முகம் கோணாமல் நடந்து கொள்ள வேண்டும் என்று அதிக அக்கறை எடுத்துக் கொள்வார். அப்பாவோ இது போன்ற விஷயங்களில் மிகவும் கறாராக இருப்பார். அம்மா மிகுந்த தெய்வ நம்பிக்கை உடையவர். அப்பாவோ நாத்திகர். சடங்கு சம்பிரதாயங்களில் நம்பிக்கை இல்லாதவர். ஆனால், அம்மா வின் வழியில் அவர் ஒருபோதும் குறுக்கிட்டதே கிடையாது. அவர் ஒருவகையில் சித்தர் போல் இருந்தார். அம்மா கோயிலுக்குப் போயிருக்கும் நேரங்களில் என்னை மடியில் உட்காரவைத்துக் கொண்டு தாகூர் எழுதியவற்றில் இருந்து அடிக்கடி ஒரு பாடலை வாசித்துக் காட்டுவார்:

இறைவா.. உன்னிடமான என் பிரார்த்தனை...

என் இதயத்தின் வறுமையை அதன் ஆணி வேரோடு வீழ்த்திவிடு

சோகத்தையும் சந்தோஷத்தையும் தாங்கிக்கொள்ளும் வலிமையைக் கொடு

என் ஸ்நேகம் என் சேவையில் நன்கு வெளிப்பட வலிமை கொடு

ஏழ்மையை ஒருபோதும் வெறுக்காமலும் அதிகாரத்துக்கு ஒருபோதும் மண்டியிடாமலும் இருக்கும் வலிமையைக் கொடு.

அன்றாட பிரச்னைகளைத் தாண்டி என் சிந்தனைகள் மேலெழ வலிமை கொடு

அப்படியே, அன்புடன் என் வலிமைகளை உன்னிடம் சரணாகதி அடையச் செய்யும் வலிமையையும் கொடு.

யதார்த்தத் தளத்திலும் புதிரான அம்சங்களினூடாகவும் வாழ்க்கையின் அர்த்தத்தை எனக்கு அப்பா சொல்லிக்கொடுத்தார். விருப்பு வெறுப்பு இல்லாமல், கைவசம் இருப்பதை வைத்து சந்தோஷமாக இரு. நேர்மையாகத் துணிச்சலாக நிமிர்ந்து நில். அன்றாட அற்பப் பிரச்னை களில் இருந்து உன்னை மேலே உயர்த்திக்கொள். யதார்த்தத்தில் வேரூன்றி நில். செய்யும் வேலையில் ஆழ்ந்துவிடு. சந்தோஷத்தையும் துக்கத்தையும் ஒரே மாதிரியாகப் பார் என்றெல்லாம் சொல்வார்.

என் பெற்றோரின் மௌனமான வலிமையை நான் எப்போதுமே வியந்து போற்றுவதுண்டு. அப்பாவின் எட்டுக் குழந்தைகளில், இரண்டாவதாகப் பிறந்தேன். குழந்தைகளுக்கு ஆகச் சிறந்த கல்வியைத் தரவேண்டும்; நல்ல மதிப்பீடுகளைக் கற்றுத் தரவேண்டும் என்பதுதான் அப்பாவின் ஒரே கவலை. பணத்துக்காக மிகவும் சிரமப்பட வேண்டியிருந்தது. ஆனால், அவர் அதை வெளியில் காட்டியதே கிடையாது. எப்போதும் சந்தோஷ மாகவே வாழ்க்கையை நடத்தினார்.

மிகவும் சிரமப்பட்டோம் என்றாலும் எந்தவிதப் பொறாமையும் கொண்ட தில்லை என்பதால் எங்கள் வாழ்க்கை பிரகாசமாகவே இருந்தது. ஆல்பர்ட் காம்யு சொன்னதுபோல், 'வறுமை ஒருபோதும் ஒரு பிரச்னை யாக இருந்ததே கிடையாது. அது சூரிய ஒளியைப் போல் பிரகாசமானது. என் குடும்பத்துக்குத்தான் முதலில் நான் நன்றி சொல்லவேண்டும். அவர்களிடம் எதுவுமே இருந்திருக்கவில்லை. அதே நேரம் அவர்கள் எதைப் பார்த்தும் பொறாமைப்பட்டதும் இல்லை.'

நானும் என் பெற்றோரின் மூலமாக வாழ்க்கையை இப்படி வாழக் கற்றுக் கொண்டேன். ராணுவ வேலையை ராஜினாமா செய்தபோது, நிலையான வருமானம் இல்லாமல் நீண்டகாலம் தவிக்க நேரிட்ட போது, இந்தப் பாடம் பெரிதும் உதவியாக இருந்தது. சில நேரங்களில் கையில் ஒரு நயா பைசாகூட இல்லாமல் இருந்திருக்கிறேன். அப்போ தெல்லாம் என் உள்ளத்தில் வற்றாமல் இருந்த நம்பிக்கை,

அவ்வப்போது கிடைக்கும் சின்னச் சின்ன சந்தோஷங்கள் போன்றவை என்னை உற்சாகமாகச் செயல்பட வைத்தன.

நான் பிறந்த வருடமான 1951-ல் என் அப்பாவுக்கு மாதச் சம்பளமாக ரூ. 40/- கிடைத்தது. அந்த சொற்பச் சம்பளத்தையும் விவசாயத்தில் இருந்து கிடைத்த வருமானத்தையும் வைத்து அப்பா குடும்பச் செலவு களைச் சமாளித்தார். ஏழ்மையில் வாடிய எங்கள் உறவினர் வீட்டுக் குழந்தைகள் அல்லது அக்கம்பக்கத்தில் இருந்த சிறுவர்கள் எங்கள் வீட்டிலேயே சாப்பிடுவார்கள். கர்நாடகாவில் பல இடங்களில் வழக்கத்தில் இருந்த ஒரு விஷயத்தை என் அப்பாவும் பின்பற்றினார். ஏழை பிராமணர்கள் தங்கள் குழந்தைகளுக்குக் கல்வி கொடுக்க மிகவும் ஆர்வத்துடன் இருப்பார்கள். ஆனால், அதற்கான செலவை அவர்களால் சமாளிக்க முடியாமல் இருக்கும்.

சுற்றுவட்டாரத்தில் கொரூரில் மட்டும்தான் பள்ளிக்கூடம் இருந்தது. அந்தக் காலத்தில் ஹாஸ்டல் வசதிகளும் கிடையாது. பள்ளிக்கூடம் இருக்கும் ஊரில் வசிக்கும் உறவினர்களின் வீட்டில்தான் தங்கிப் படித்தாக வேண்டியிருக்கும். எனவே, ஒரே குடும்பத்துக்கு அதிகச் சுமை கொடுக்கக்கூடாது என்று பல உறவினர்களின் வீடுகளில் தங்கிப் படிப்பார்கள். அந்த வழிமுறைக்கு 'வார' அல்லது 'வாரண்ணா' என்று பெயர். அப்பா தன்னால் முடிந்த அளவுக்கு, ஏழ்மையில் வாடும் உறவினர்களின் குழந்தைகளைப் படிக்க வைத்தார். எங்கள் வீட்டில் எப்போதும் ஆறு ஏழு பேர் எங்களுடன் சேர்ந்து தங்கிப் படித்தார்கள். இப்படி அயலார் வீட்டில் தங்கிப் படிக்கப் பெண் குழந்தைகளை அனுப்ப முடியாது என்பதால் அவர்களுக்குக் கல்வி கிடைக்க வழியில் லாமல் போனது. என் அம்மா எந்தப் பாரபட்சமும் பார்க்காமல் எல்லாக் குழந்தைகளையும் பரிவுடன் கவனித்துக் கொள்வார். எனவே, எங்கள் வீட்டில் எப்போதும் ஒரே கொண்டாட்டமாக இருக்கும்.

என் அப்பா யாரும் வெறுமனே தொந்தரவு கொடுப்பதை விரும்ப மாட்டார். ஆனால் உணவு, உடை, கல்வி, தங்க இடம் என நியாயமான தேவை எதுவாக இருந்தாலும் நிச்சயம் உதவுவார். இதுபோல் பரோப காரமாக நடந்துகொள்ள வேண்டுமென்றால் அதற்கு ஒருவர் பணக்கார ராக இருந்தாக வேண்டுமென்று சிறு வயதில் நினைப்பேன். ஆனால், என் அப்பா ஒரு பணக்காரரே அல்ல என்பது பின்னால்தான் தெரிய வந்தது. சொல்லப்போனால் அவருக்குப் பணத்தட்டுப்பாடுதான் எப்போதும் இருந்திருக்கிறது. ஏழ்மையாக இருந்தாலும் பகிர்ந்து உண்டு வாழ முடியும் என்ற பாடத்தை அவரிடம்தான் கற்றுக் கொண்டேன்.

பள்ளிப் பருவம்

என் அப்பா என்னை மிகவும் தாமதமாகவே பள்ளியில் சேர்த்தார். நேராக ஐந்தாம் வகுப்பில் சேர்த்துவிட்டார். எந்தச் சீருடையும் கிடையாது. வெற்றுக்காலுடன்தான் பள்ளிக்குப் போவேன். பள்ளிக் கூடம் மிகவும் பெரியதாக இருந்தது. தரையில் உட்கார்ந்து படித்தேன். இவையே பள்ளிக்கூடம் பற்றி என் மனத்தில் பதிந்த முதல் விஷயங்கள்.

அந்தப் பகுதியில் இருந்த ஒரே நடுநிலைப் பள்ளி அதுதான். அக்கம்பக்கத்தில் இருந்த சுமார் 40 கிராமங்களில் இருந்து அங்கு படிக்க வந்தார்கள். நான் பள்ளியில் முறையாகச் சேர்க்கப்பட்ட பிறகும் அப்பா எனக்கு வீட்டில் பாடம் சொல்லிக் கொடுத்து வந்தார்.

1950-களில், நாற்பது கிராமங்களுக்கு ஒரு நடுநிலைப்பள்ளி இருக்கும். 20 கிராமங்களுக்கு ஓர் ஆரம்பப் பள்ளி இருக்கும். நீண்ட தூரம் நடந்து வந்தே படித்துவிட்டுச் செல்வார்கள். வெய்யில் காலத்தில் வேர்வை யில் குளித்தபடியும் மழைக்காலத்தில் சொட்டச் சொட்ட நனைந்தும் பள்ளிக்கு வந்து சேரும் பல நண்பர்களைப் பார்த்திருக்கிறேன். ஒரு குடை வாங்கிக் கொள்ளக்கூடப் பணம் இருக்காது. முக்கோண வடிவில் மூங்கிலால் செய்யப்பட்ட ‘கோரகா’ என்ற ஒன்றை மழைக் கவசம் போல் அணிந்திருப்பார்கள். தலை நனையாமல் இருக்க, பாக்கு ஓலையால் செய்யப்பட்ட தொப்பி அணிந்திருப்பார்கள்.

ஹேமாவதி ஆறுபோல் யகாட்சி என்றொரு நதியும் கொரூரில் ஓடிக் கொண்டிருந்தது. இரண்டு நதிகள் சங்கமிக்கும் இடம் குறித்து மனத்தில் பசுமையான சித்திரங்கள் பதிந்துள்ளன. நதியில் வெள்ளம் பெருக் கெடுக்காத நேரத்தில் மணல் திட்டுகள் பெரிதாகக் காணப்படும். பெரு வெள்ளம் ஏற்பட்டால் கோயிலைச் சுற்றி வளைத்தபடி நீர் ஓடும். கிராமத்தில் இருக்கும் முதல் வீட்டுக்குள் நீர் புகுந்துவிடும். தொலை தூரத்தில் இருந்து படிக்க வரும் சிறுவர்கள் ஆற்றைக் கடக்கப் பரிசலில் வந்தாக வேண்டியிருக்கும். வெள்ளம் அதிகமாக இருந்தால் பள்ளிக்கு வந்து சேர முடியாது.

பாடங்கள் கன்னட மொழியில்தான் கற்பிக்கப்பட்டன. கணிதம், அறிவியல், சமூகப் பாடம் ஆகியவை கற்றுத் தரப்பட்டன. ஆங்கிலம் இன்னொரு பாடமாக மட்டுமே இருந்தது. பள்ளி வாழ்க்கை மிகவும் உற்சாகமாக இருக்கும். சுற்றுலாக்கள் செல்வோம். சுள்ளி பொறுக்கி வந்து அடுப்பு மூட்டி எப்படிச் சமைப்பது என்று கற்றுக் கொள்வோம். தோப்புகளில் திருட்டுத்தனமாகப் பழங்கள் பறிப்போம். கைக்குக்

கிடைத்தவற்றைச் சட்டை, டிரவுசர் பைகளுக்குள் நிரப்பிக்கொள்வோம். பள்ளி முடிந்ததும் சில நாட்களில் கில்லி விளையாடுவோம்.

என் பள்ளியையும் தலைமை ஆசிரியரையும் மறக்காமல் நினைவில் வைத்துக்கொள்ள எனக்கென்றே தனியாகச் சில அனுபவங்களும் ஏற்பட்டிருந்தன. ஊருக்குள்ளேயே முடங்காமல் உலகைச் சுற்றிப் பார்க்கவேண்டும் என்ற எண்ணம் சிறுவயதிலேயே என் மனத்தில் ஏற்பட்டிருந்தது. 'கோயிலைத்தாண்டி, காடுகளைக் கடந்து, எல்லைகளைக் கடந்து புதிய உலகத்தைக் காணவேண்டும்' என்ற கன்னடக் கவிஞர் பு.தி.திருநாராயண நரசிம்மாச்சாரியார் சொன்னதுதான் நினைவுக்கு வருகிறது. ஒருநாள், 'சைனிக் ஸ்கூல்' என்ற ஒன்றைச் சொல்லி ராணுவப் பயிற்சிக்காக அங்கு சேர யாருக்காவது விருப்பம் இருக்கிறதா என்று தலைமை ஆசிரியர் கேட்டார். ஒரு நொடி கூடத் தாமதிக்காமல் கையை உயர்த்தினேன்.

முன் பின் தெரியாத நிலத்தில் அடி மேல் அடி எடுத்து வைப்பதாகக் கனவு காண ஆரம்பித்தேன். தலைமை ஆசிரியர் எனக்கான விண்ணப்பத்தை நிரப்பி அனுப்பி வைத்தார். ஒரு ஞாயிறன்று நான் ஹஸனுக்குப் போய் பரிட்சை எழுத வேண்டியிருக்கும் என்று சொன்னார். மிலிட்டரி என்றால் என்ன என்று எனக்கு அப்போது எதுவுமே தெரியாது. மிலிட்டரி ஹோட்டல் என்று கேள்விப்பட்டிருக்கிறேன். அங்கு அசைவ உணவு பரிமாறப்படுவதும் தெரியும். எனவே, மிலிட்டரி என்றால் அசைவ உணவு சம்பந்தப்பட்ட ஏதாவது ஒன்றாக இருக்கும் என்றுதான் முதலில் நினைத்தேன்! கர்நாடக கிராமத்தில் சைவ உணவு சாப்பிடுபவர்கள், ஹோட்டலுக்குப் போகவே மாட்டார்கள். வழிப் போக்கர்கள் எல்லாம் உறவினர்களின் வீடுகளில் சாப்பிட்டுக் கொள்வார்கள். பெரும்பாலான கோயில்களில் இறைவனுக்குப் படைக்கப் பட்ட உணவு பிரசாதமாகத் தரப்படுவதுண்டு. என் அப்பாதான் மிலிட்டரி என்றால் என்ன என்று விரிவாகச் சொல்லிக் கொடுத்தார்.

எனக்கு ஒரே உற்சாகம். ஏதோ பரிட்சை எழுதுவதே பெரிய சாதனை என்பதுபோல் மொத்த கிராமமும் மகிழ்ச்சியில் குதித்தது. எனக்குத் தேர்வுக்கான அழைப்பு வந்தபோது என் அப்பா, வேறு ஊருக்குத் தேர்வு கண்காணிப்பாளராகப் போயிருந்தார். பெரியப்பாவைப் போய்ப் பார்த்தேன். எனக்கு ஹஸனில் தேர்வு எழுத அழைப்பு வந்திருக்கிறது என்று சொல்லி அவரிடம் இருபது ரூபாய் வாங்கிக் கொண்டேன். மாற்று உடைகளை ஒரு பையில் எடுத்துக்கொண்டேன். தேர்வுக்கு முந்தின நாள் அதிகாலை ஆறு மணிக்கு ஹஸனுக்குப் போகும் பஸ்ஸைப் பிடிக்கப் பேருந்து நிலையத்துக்கு நடந்தே புறப்

பட்டேன். அன்று மாலை நன்கு இருட்டிய பிறகே ஹஸனுக்குப் போய்ச் சேர்ந்தேன். என் மாமா வீட்டில் தங்கினேன்.

★

எனக்கு நிறைய மாமாக்கள் உண்டு. ஹஸனில் இருந்த மாமா சம்ஸ்கிருத, கன்னட மொழிகளில் அறிஞர். மிகவும் ஆசாரமானவர். குடும்பமே அதிகாலை எழுந்து குளித்துவிட்டு பூஜை புனஸ்காரங்களில் ஈடுபடும். நான் போனபோதும் பூஜை நடந்தது. அது முடிந்ததும் தேர்வு எழுத அரசுப் பள்ளிக்குப் போனேன். ஹஸன் மாவட்டத்தில் இருந்து மொத்தம் 20 பேர் அந்தத் தேர்வில் பங்கெடுத்தார்கள். கேள்வித்தாளைப் பிரித்துப் பார்த்தேன். ஒன்றுமே புரியவில்லை. கேள்விகள் எல்லாம் ஆங்கிலத்தில் இருந்தன. எனக்குத் தெரிந்த ஆங்கிலத்தை வைத்து சின்னக் கேள்விக்குக்கூடப் பதில் எழுத முடியவில்லை. விடைத் தாளில் ஏதோ கிறுக்கியபடியே விளையாடிக் கொண்டிருந்தேன். வினாத்தாள் ஆங்கிலத்தில் இருந்ததால் என்னால் ஒரு வார்த்தையைக் கூடப் புரிந்துகொள்ள முடியவில்லை என்று ஊருக்குத் திரும்பியதும் எங்கள் தலைமை ஆசிரியரிடம் வெளிப்படையாகச் சொன்னேன்.

தலைமை ஆசிரியர் பி.எஸ்.நஞ்சுண்டையா மிகவும் அற்புதமான மனிதர். டில்லியில் இருந்த ராணுவ அமைச்சகத்துக்கு கர்நாடகாவின் குக்கிராமத்தில் இருந்துகொண்டு ஒரு காட்டமான கடிதம் எழுதினார். இந்தியா முழுவதும் நடத்தப்படும் இந்தத் தேர்வு பிராந்திய மொழியில் தான் நடத்தப்படவேண்டும்; ஆங்கிலத்தில் நடத்துவது அவமானகர மான விஷயம். ஏதோ ஆங்கிலம் தெரிந்தால்தான் திறமையானவராக, புத்திசாலியாக இருக்க முடியும் என்று அரசாங்கமே கருதுவதுபோல் இருக்கிறது என்று அதில் சொல்லியிருந்தார். தலைமை ஆசிரியரின் செயல் ஆழ்ந்து யோசித்துச் செய்யப்பட்ட ஒன்றல்ல. உடனடியான, உள்ளுணர்வு சார்ந்த எதிர்வினைதான். ஆனால், அது எனக்கு ஒரு பாடத்தைக் கற்பித்தது. ஒருவர் எப்போதும் துடிப்புடன் இருக்க வேண்டும். காரியங்கள் நடக்க வேண்டுமானால், நம் பங்குக்கு முடுக்கி விடப்பட வேண்டும்.

சில நாள்கள் கழித்துத் தலைமை ஆசிரியர் என்னை அழைத்தார். பாதுகாப்பு அமைச்சகம், தேர்வுகளைக் கன்னட மொழியில் நடத்தத் தீர்மானித்திருப்பதாகச் சொன்னார். தேர்வு எழுத இப்போதும் விருப்பம் இருக்கிறதா என்று கேட்டார். ஆமாம் என்று சொன்னேன். இது 1962-ல் நடந்தது. அப்போது ஏழாம் வகுப்பு படித்துக் கொண்டிருந்தேன். தேர்வு நன்றாக எழுதினேன். என் அம்மா மிகவும் பதற்றத்துடன் இருந்தார். நான் அந்தத் தேர்வு எழுதுவதில் அவருக்கு

விருப்பம் இல்லை. பாஸாவதிலோ துளியும் விருப்பம் இல்லை. 'என்ன ஜெயலட்சுமி என்னாச்சு உனக்கு ? உன் பையனுக்கு 11 வயசுதான் ஆகியிருக்கிறது. அதற்குள் ராணுவத்தில் சேர்க்கப் போகிறாயா?' என்று அக்கம்பக்கத்தில் இருந்தவர்கள் எல்லாம் துக்கம் விசாரித்தார்கள். 'கடவுளே... என்னைக் காப்பாற்று' என்று அம்மா இரவும் பகலும் வேண்டிக் கொண்டார். நான் அந்தத் தேர்வில் தோற்றிருந்தால் மிகவும் சந்தோஷப்பட்டிருப்பார்.

தேர்வு எழுதி முடித்து வெளியே வந்தேன். அப்பா வகுப்பறை வாசலில் காத்துக்கொண்டிருந்தார். உடுப்பி ஹோட்டலுக்கு அழைத்துச் சென்றார். மிகவும் தூய்மையாக இருந்தது. உயர் தர தென்னிந்திய சைவ உணவு வகைகள் சுடச்சுடப் பரிமாறப்பட்டன. வீட்டைத் தவிர வெளியில் சாப்பிட்டதே கிடையாது என்பதால் ஆசையாகச் சாப்பிட்டேன்.

ஒரு மாதத்துக்குப் பிறகு, நான் தேர்வில் பாஸாகிவிட்டதாக தலைமை ஆசிரியர் சொன்னார். பள்ளியில் அந்தத் தகவலை அவர் அறிவித்த போது ஒரே கொண்டாட்டமாக இருந்தது. எல்லாரும் என்னை ஹீரோ போல் பார்த்தார்கள். ஹஸனில் இருந்து தேர்ந்தெடுக்கப்பட்ட ஒரே நபர் நான்தான். வழியனுப்பு விழாவில் நிறைய பேர் என் அப்பாவைப் பாராட்டிப் பேசினார்கள். அப்படியாக ஒரேநாளில் எங்கள் ஊரில் பிரபலமாகிவிட்டேன்.

எனக்கு நேர்முகத் தேர்வுக்கு அழைப்பு வந்தது. ஹஸனில் இருக்கும் துணை கமிஷனர் அலுவலகத்தில் தேர்வு நடக்கும் என்றும் அதை லெப்.கர்னல் ஆர்.என். மல்லிக் நடத்துவார் என்றும் சொல்லப்பட்டது. நேர்முகத் தேர்வு நாளில் எடுப்பானவிதத்தில் ஆடை அணிந்து கொண்டேன். புதிய டிரவுசர்கள் இதற்கென்றே எடுத்திருந்தார்கள். தேங்காய் எண்ணெய் தடவித் தலையை பளபளப்பாக அழகாக வாரிக் கொண்டேன். என் அம்மா மிகவும் கட்டாயப்படுத்திக் காதில் கடுக்கண் போட்டுவிட்டார். ஆனால், இதில் ஒரு பெரிய வேடிக்கை என்னவென்றால், நேர்முகத் தேர்வுக்கும் வெறுங்காலுடன்தான் போனேன். கர்னல் உயரமாக, நல்ல சிவப்பாக, கடுமையான முகத்துடன் இருந்தார். வெற்றுக் கால்களை ஒன்று சேர்த்து அசட்டுத்தனமாக ஒரு சல்யூட் வைத்தேன். குட் மார்னிங் சார் என்று உரத்த குரலில் சொன்னேன். அவர் எந்த அதிர்ச்சியையும் வெளிக்காட்டவில்லை. சில கேள்விகள் கேட்டார். பிறகு என்னைப் போகச் சொல்லிவிட்டார்.

நேர்முகத் தேர்வு முடிந்த சில நாட்களில் ராணுவப் பள்ளியில் சேர்வதற்கு அனுமதிக் கடிதம் வந்தது. அதில் கூடவே அந்தப்

பள்ளியில் சேர இருப்பவர்கள் கொண்டு வரவேண்டிய பட்டியல் ஒன்றும் கொடுக்கப்பட்டிருந்தது. ஷூக்கள், சாக்ஸ்கள், ஷூ பாலிஷ், ஷூ பிரஷ், டூத் பிரஷ், பேஸ்ட், டை, நகவெட்டி, சோப்... இத்யாதிகள். இவற்றில் எந்தவொன்றையும் நான் அதற்கு முன்புவரை பார்த்ததே கிடையாது. என் அம்மா 'நஞ்சன்கூடு' ஆயுர்வேத பல்பொடிதான் கொடுப்பார். விவசாயிகளும் பிற கிராமத்தினரும் வேப்பங்குச்சியால் தான் பல் தேய்ப்பார்கள். என் அம்மா உடனே தன் சகோதரருக்கு ஒரு கடிதம் எழுதி இந்தப் பொருட்களை வாங்கிக் கொடுக்க முடியுமா என்று கேட்டார். அவரும் சந்தோஷமாக ஒப்புக்கொண்டார். மைசூரில் கடைத்தெருவுக்கு அழைத்துச் சென்று பட்டியலில் இருந்த எல்லாவற்றையும் வாங்கித் தந்தார். எனக்கு உற்சாகத்தில் தலை கால் புரியவில்லை. எப்போதுடா அந்தப் பள்ளியில் சேரப் போகிறோம் என்று ஒரே பரபரப்பாக இருந்தது.

மைசூரின் மஹாராஜாவான ஜெயசிம்ம ராஜேந்திர உடையார்தான் அப்போது கர்நாடகாவின் கவர்னராக இருந்தார். நிலத்தையும் தன்னுடைய ஓர் அரண்மனையையும் கொடுத்து அதில் பள்ளிக்கூடம் கட்டச் சொல்லிக் கேட்டிருந்தார். ஆனால், அரசு அதை மறுத்துவிட்டது. கல்வித்துறை அமைச்சரான எஸ்.ஆர்.கந்தி பின்தங்கிய மாவட்டமான பீஜப்பூரைச் சேர்ந்தவர். எனவே, பள்ளியைத் தனது மாவட்டத்தில் கட்டவேண்டும் என்று விரும்பினார்.

எங்கள் கிராமத்தில் இருந்து 24 மணி நேரம் பயணம் செய்துதான் பீஜப்பூருக்குப் போயாக வேண்டும். ஒட்டுமொத்த கிராமமும் என்னை வழியனுப்ப வந்தது. என் அம்மா 'ஓ'வென அழ ஆரம்பித்துவிட்டார். எனக்கும் தொண்டையை அடைத்துக்கொண்டுவிட்டது. அம்மா மிகவும் வருத்தப்பட்டார். கண் காணாத இடத்துக்கு என்னை அனுப்புவதுபற்றி அப்பாவைத் திட்டினார். என் அப்பாவுக்கும் அழுகை முட்டிக்கொண்டு வந்தது. ஆனால், அதை வெளியில் காட்டவில்லை.

ஹஸனில் இருந்து பீஜப்பூருக்கு ரயிலில் சென்றேன். அந்த ஒட்டு மொத்த அனுபவமும் மிகவும் அபாரமாக இருந்தது. ஏனென்றால், நான் அப்போதுதான் முதன் முதலாக ஒரு ரயிலையே பார்க்கிறேன். இதில் வேடிக்கை என்னவென்றால் அதற்குள்ளாகவே வீட்டு நினைவுகள் ஒருபக்கம் என்னை வாட்டத்தொடங்கியிருந்தன.

குதிரை வண்டியில் ஹஸன் ரயில்வே ஸ்டேஷனுக்கு, இரவு 11 மணி வாக்கில் போய்ச் சேர்ந்தோம். குதிரைக் குளம்பொலிகளின் டக் டக் சத்தம்... வண்டிச் சக்கரத்தின் சத்தம்... என அந்தக் குதிரை வண்டிப் பயணம் இன்னும் என் காதில் கேட்டுக் கொண்டிருக்கிறது. பிளாட்

ஃபாரத்தில் அப்பாவுடன் காத்திருந்தபோது கேரேஜ்களை இழுத்தபடி என்ஜின் மெள்ள ஸ்டேஷனுக்குள் நுழைந்தது. ‘ஒரு வானவில்லை வியந்து பார்த்துக்கொண்டிருந்தேன்/ அப்போது குழந்தையாக இருந்தேன்/ வளர்ந்துவிட்டேன், எனினும் இப்போதும் அப்படியே உணர்கிறேன்’ என்று வேர்ட்ஸ்வொர்த் விவரித்தது நினைவுக்கு வந்தது. இப்போதும் தொலைதூரப் பயணம் போகும்போது ரயிலைப் பார்க்கையில் அதே உணர்வு எனக்கு ஏற்படுகிறது.

அந்தப் பயணத்தில் என் மனத்தில் பதிந்த இன்னொரு விஷயம் காந்தி, நேரு, திலகர், கோகலே ஆகியோர் எழுதியவற்றை அப்பா வாசித்துக் காட்டியதுதான்.

அந்த நூல்களில் அதன் ஆசிரியர்கள் தங்கள் வாழ்க்கை, லட்சியங்கள், அதை அடைய மேற்கொண்ட போராட்டங்கள் ஆகியவற்றை விவரித் திருந்தனர். தொரோ, கோல்ட்ஸ்மித், எமர்சன், வேர்ட்ஸ்வொர்த், டென்னிசன் ஆகிய மேலை நாட்டு எழுத்தாளர்களின் படைப்பு களையும் அப்பா வாசித்துக் காட்டியிருக்கிறார்.

நான் அந்த ராணுவப்பள்ளியில் செப்டம்பர் மாதத்தின் நடுவில் சேர்த்துக் கொள்ளப்பட்டேன். ‘விஜயா கல்லூரி’ என்ற ஒன்றில் ஒரு இடத்தை வாடகைக்கு எடுத்து அந்தப் பள்ளி இயங்கியது. அதற்கென்று தனியான கட்டடம் இல்லை. அப்போது எனக்கு 12 வயது ஆகியிருந்தது. எட்டாம் வகுப்பில் சேர்த்துக் கொண்டார்கள். பள்ளிக் கான இடம் மிகவும் பெரிதாக இருந்தது. ஆனால், தற்காலிகக் கூடாரங்களில்தான் வகுப்புகள் நடந்தன. அதில்தான் தங்கவும் செய்தோம். அப்படியாக எனக்கும் கூடாரத்துக்குமான உறவு ஏற் பட்டது. என் வாழ்க்கையில் பல காலகட்டங்களில் பல்வேறு வகையான கூடாரங்களில் வசித்திருக்கிறேன்.

பள்ளியில் சேர்ந்த சில நாட்களுக்கு ஒரே குழப்பமாக இருந்தது. பல்வேறு பின்புலங்களில் இருந்து வந்த மாணவர்கள் அங்கு இருந் தனர். சிலர் வீட்டிலேயே அதுவரைப் படித்து வந்திருந்தனர். சிலர் கிறிஸ்தவ மிஷினரிகள் நடத்திய கான்வெண்டில் படித்துவிட்டு வந்திருந்தனர். கிராமத்துப் பள்ளிகளில் படித்து வந்த என்னைப் போன்றவர்களுடன் அவர்கள் சேரவேமாட்டார்கள். ஆனால், கிராமப்புறங்களில் இருந்து வந்தவர்களே மிகவும் அதிகமாக இருந்தனர். அவர்களுக்கு ஆங்கிலத்தில் ஒரு வார்த்தைகூடத் தெரியாது. நகர்ப்புற நாகரிகமும் தெரியாது. நகர்ப்புற மாணவர் களுக்கும் கிராமத்து விடலைகளுக்கும் இடையில் ஒரு பனிப்போரே நடந்துவந்தது.

அருமையான, நுட்பமான ஆசிரியர்களைப் பெற்றது எங்களுடைய சிறப்பு அம்சம் என்றே நினைக்கிறேன். அவர்கள் இந்தச் சண்டையை எளிதில் புரிந்துகொண்டுவிட்டனர். எங்களுக்கிடையில் நட்புறவு மலர வழி செய்துகொடுத்தனர். சுதந்திர இந்தியாவின் குறுக்குவெட்டுத் தோற்றம்போல் ஆசிரியர் குழு இருந்தது. பள்ளி முதல்வரும் தலைமை ஆசிரியரும் சீக்கியர்கள். ரெஜிஸ்திரார் பெங்காலி. ஆசிரியர்கள் ஹரியானா, குஜராத், ஆந்திரா, தமிழ்நாடு, உத்தரப்பிரதேசம், கர்நாடகா எனப் பல மாநிலங்களில் இருந்து வந்திருந்தனர். மாணவர்களில் சீக்கியர்கள், இந்துக்கள், கிறிஸ்தவர்கள், முஸ்லிம்கள் இருந்தனர். ஒரே ஒரு சமண மத மாணவர் இருந்தார். பெரும்பாலானவர்கள் கர்நாடகாவைச் சேர்ந்தவர்களே.

பள்ளி முதல்வர் கே.டி. சிங் மிகவும் உத்வேகம் ஊட்டக்கூடிய நபர். கடும் ஒழுக்கத்தை வலியுறுத்துபவர். ஆசிரிய, மாணவர்களின் மரியாதைக்குப் பாத்திரமானவர். இந்திய விமானப் படையின் கல்விப் பிரிவு கமாண்டராக இருந்தவர்.

எனக்கு அடிக்கடி வீட்டு ஞாபகம் வர ஆரம்பித்தது. மனத்தில் சுய பச்சாதாபம் பொங்கியது. ஒவ்வொரு நாளும் இரவுகளில் தலையணையில் முகம் புதைத்து அழுவேன். அப்பா அடிக்கடி கடிதம் எழுதுவார். தைரியமாக இருக்கவேண்டும். வாழ்க்கையை நம் கட்டுப் பாட்டுக்குள் கொண்டுவந்து ஏதாவது சாதித்துக் காட்டவேண்டும் என்று உற்சாகப்படுத்துவார். கிராமத்தில் கவலையில்லாமல் சுற்றித் திரிந்த வாழ்க்கை சட்டென்று மறைந்து போனதை நினைத்துத் தினமும் வருந்துவேன். என் சுதந்திரத்தை இழந்ததுபோல் உணர்ந்தேன். புதிய பள்ளிக்கூடம் சிறைபோல் தோன்றியது. கட்டிப் போடப்பட்ட விலங்கு போல் உணர்ந்தேன். எங்காவது ஓடிப்போய்விட வேண்டும் என்று விரும்பினேன்.

தினமும் அதிகாலையில் ஐந்துமணிக்கு எங்களை எழுப்ப ஒரு விசில் ஊதப்படும். படுக்கையில் இருந்து எழுந்ததும் மைதானத்தைச் சுற்றி ஓட வேண்டும். உடற்பயிற்சிகள் செய்ய வேண்டும். 7-8 மணி வரை வேறு சில பயிற்சிகள் இருக்கும். சோர்ந்து களைத்துப்போய்க் குளிக்கப் போவோம். துவைத்த உடைகளை மாட்டிக்கொண்டு கூடாரத்துக்குப் போவோம். அங்கு உணவு பரிமாறப்படும். அங்கிருந்து வகுப்பறை களுக்கு ஓடுவோம். மதியம் 1 மணிவரை வகுப்புகள் நடக்கும். அதன் பிறகு மதிய உணவு. சிறிது நேர இடைவெளிக்குப் பிறகு மீண்டும் ஒரு மணி நேரம் பயிற்சிகள். அதைத் தொடர்ந்து தேநீர் இடைவேளை வரும். பிறகு விளையாட்டு. இரவு எட்டு மணிக்கு உணவு பரிமாறப் படும். சிறிது நேரம் ஆற அமர உட்கார்ந்து கொள்வோம்.

அப்போதுதான் என் வீட்டுக்கும் இந்தப் பள்ளிக்கும் இடையிலான கடும் தொலைவு நினைவில் வந்து மோதும். ஒன்பது மணிக்கு விளக்குகள் அணைக்கப்படும்.

நிறைய அழுதேன். ஆனால், அந்த அழுகையினூடாக என் மனத்தில் ஒரு வைராக்கியம் உருவாகி வலுப்பெறுவதையும் உணர்ந்தேன். எதிலும் தோற்றுப்போய்த் திரும்ப மாட்டேன் என்று எனக்கு நானே சூளுரைத்துக் கொண்டேன். கொரூரில் இருக்கும் என் நண்பர்கள் என்னை ஒரு கதாநாயகன்போல் மதித்தார்கள். பள்ளியில் இருந்து ஓடுவது என்பது அவர்களை அவமானப்படுத்துவதுபோல் ஆகிவிடும். என் அப்பாவுக்கும் பெரும் வருத்தத்தைத் தரும். எனவே, அதைச் செய்யக்கூடாது என்று தீர்மானித்தேன்.

★

பள்ளியிலிருந்த ஆசிரியர்கள் மிகவும் நட்பாக நடந்துகொண்டார்கள். அவர்களில் ஜான் மத்தியாஸ் என்பவர் என்னைத் தன் அரவணைப்பின் கீழ் எடுத்துக் கொண்டார். நகர்ப்புறப் பழக்கவழக்கங்கள், சமுதாய நாகரிகங்கள் ஆகியவற்றைக் கற்றுக் கொடுத்தார். நாகரிகமாக உடை உடுத்திக் கொள்வது, மேற்கத்தியக் கழிவறையைப் பயன்படுத்தும் விதம் போன்ற அடிப்படை அம்சங்களையும் கற்றுக்கொடுத்தார். நாங்கள் ஏதாவது தவறாகச் செய்தால் சும்மா விடமாட்டார். ‘நெஞ்சை நிமிர்த்தி நேராக நில்’ என்று உத்தரவிடுவார். உணவு மேஜையில் எப்படி உட்கார வேண்டும்; கத்தியை எப்படி பிடித்துக்கொள்ள வேண்டும்; ஸ்பூனை எப்படி பிடித்துச் சாப்பிடவேண்டும்; நமக்கு அருகில் அமர்ந்திருப்பவர்களுக்கு எந்தத் தொந்தரவும் கொடுக்காமல் எப்படி எடுத்துச் சாப்பிட வேண்டும் என்றெல்லாம் ஒவ்வொன்றையும் சொல்லிக் கொடுத்தார். ஒவ்வொருமுறை சாப்பிடுவதற்கு முன்பாகவும் பிரார்த்தனை செய்யச் சொல்லிக் கொடுத்தார். எங்கள் கிராமத்தில் எல்லாரும் சேர்ந்து விருந்து சாப்பிடும்போது மட்டுமே வேத மந்திரங்கள் சொல்லிவிட்டுச் சாப்பிடுவோம்.

அது மட்டுமன்றி நாகரிகமாக எப்படி உடை உடுத்திக்கொள்ள வேண்டும்... எப்படி ஷூ பாலிஷ் செய்ய வேண்டும் என்றெல்லாம் செய்து காட்டுவார். அவர் எங்களுக்கு மிகப் பெரிய முன்மாதிரியாக இருந்தார். பள்ளிப் பருவம் முழுவதும் இது போன்ற பயிற்சிகள், பொறுப்புள்ள குடிமகனாக வளர வேண்டும் என்ற நோக்கில் எங்களுக்குக் கற்றுத் தரப்பட்டன. இந்த இடத்தில் எங்களுடைய ஹிந்தி - சமஸ்கிருத ஆசிரியராக இருந்த ஜி.டி.காளேயும் என் நினைவுக்கு வருகிறார். அவர் எங்களுடைய என்.சி.சி. வகுப்புகள், உடற் பயிற்சிகள் ஆகியவற்றைச் சில நேரங்களில் மேற்பார்வையிடுவார். மிகவும்

கறாரானவர். திட சித்தத்துடன் இருக்கவேண்டும் என்று எங்களுக்குக் கற்றுக் கொடுத்தார்.

ஒருநாள் மத்தியாஸ் என்னை வகுப்புத் தலைவராக நியமித்தார். அந்த நாளை என்னால் மறக்கவே முடியாது. உலகின் உச்சிக்கு ஏறியதுபோல் தோன்றியது. என் திறமையை நிரூபிக்க ஒரு வாய்ப்புக் கொடுக்கப் பட்டிருக்கிறது என்று மனத்துக்குள் பெருமிதப்பட்டேன். வகுப்பறை தவிர விளையாட்டு போன்ற பிற விஷயங்களில் எனக்கு மிகுந்த ஆர்வம் இருந்தது. ஆனால், அவற்றில் நான் சோபிக்கவே இல்லை. மத்தியாஸின் வழிகாட்டல் மூலம்தான் எனக்குத் தெம்பும் உற்சாகமும் பிறந்தன.

★

பிற இள வயது சிறுவர்களைப் போலவே எனக்கும் சாகசங்களில் மிகுந்த ஈடுபாடு இருந்தது. ஆனால், கிராமப்புற மனோபாவமும் வீட்டுக்கு அனுப்பிவிடுவார்களோ என்ற பயமும் இருந்ததால் கொஞ்சம் அடங்கியே இருந்தேன். நன்னடத்தை, நாகரிகமாகப் பேசுதல் போன்றவற்றில் பள்ளியில் மிகவும் கண்டிப்புடன் இருந் தார்கள். 'பிளடி' என்ற வார்த்தையை யாராவது பயன்படுத்தினால் எங்கள் பள்ளி முதல்வர் கே. டி. சிங் பயங்கரமாகக் கோபப்படுவார். ஒருமுறை யாரோ எதையோ திருடிவிட்டார்கள். யார் என்று கண்டு பிடிக்கப்பட்டு கடுமையான எச்சரிக்கை தரப்பட்டது. கமாண்டர் சிங் அவனை மேல் வகுப்பில் இருந்து கீழ் வகுப்புக்கு மாற்றிவிட்டார். இதையெல்லாம் பார்த்து மிகவும் பயப்படுவேன். பள்ளி வாழ்க்கையின் நினைவுகளாக இவையே என் மனத்தில் பதிந்திருக்கின்றன.

நாடகம் போன்ற கலைகளில் சிறந்து விளங்கினேன். பரேடில் அணி வகுத்துச் செல்வது எனக்குச் சிறப்பாக வரும். பள்ளி நிர்வாகிகள் என் திறமையைப் பார்த்து மகிழ்ந்து, டில்லியில் நடக்கும் குடியரசு தின அணிவகுப்பில் பங்கெடுக்க என்னை அனுப்பிவைத்தார்கள். சைனிக் பள்ளியில் இருந்த நாட்களில் நான் செய்த மிகப் பெரிய சாதனைகளில் அதுவும் ஒன்று.

மலை ஏற்றமும் எனக்குப் பிடிக்கும். புவனேஷ்வரில் இருந்த பயிற்சி முகாமுக்கும் டார்ஜிலிங்கில் இருந்த இமயமலை ஏறும் பயிற்சி முகாமுக்கும் அனுப்பி வைக்கப்பட்டேன். அந்தப் பள்ளி வாழ்க்கை தான் புதிய உலகத்துக்கும் சாகசங்களுக்கும் என்னை அழைத்துச் சென்றது. ரயிலில் இந்தப் பயிற்சி முகாம்களுக்குப் போனபோது பல மாநிலங்கள் வழியாகப் போனேன். ஒரு கிராமத்துச் சிறுவனாக

வெளியுலகே பார்த்திராத எனக்கு அவை மிகவும் உற்சாகமான அனுபவங்களாக இருந்தன. இந்தியாவின் பன்முகத்தன்மையையும் அதன் பரந்துபட்ட கலாசாரச் செழுமையையும் அந்தப் பயணங்கள் எனக்கு அறிமுகப்படுத்தின.

படிப்பு, விளையாட்டு, நாடகம், பயிற்சி முகாம்கள் என நாள்கள் எப்படிக் கழிந்தன என்றே தெரியவில்லை. என் வாழ்க்கையில் அடுத்த கட்டத்துக்குத் தயாராகிவிட்டேன். *14* வயது ஆனபோது (அந்தப் பள்ளியில் இரண்டே வருடங்கள்தான் கழித்திருந்தேன்) புதிய வார்ப்பில் வார்க்கப்பட்டேன். ஆனால், அப்போது அதை உணர்ந்து கொள்ளும் முதிர்ச்சி இல்லாமலே இருந்தேன். சைனிக் பள்ளியில் படிப்பவர்களின் இலக்குகளில் முக்கியமானது புனேயில் கடக்வாஸ்லாவில் இருக்கும் தேசியப் பாதுகாப்பு அகாடமியில் (என்.டி.ஏ.) சேர்வதுதான். கடினமான பரிட்சையிலும் நேர்முகத் தேர்விலும் தேர்ச்சி பெற்றால்தான் அந்த அகாடமியில் சேர முடியும். உடல் வலிமை, மன வலிமை எனப் பல வகைகளில் தேர்வு நடத்துவார்கள். யு.பி.எஸ்.சி. இந்தத் தேர்வுகளை நடத்தும். ஒவ்வொரு ஆண்டும் ஆயிரக்கணக்கில் தேர்வு எழுதுவார்கள். அந்தக் காலத்தில் ராணுவம் என்றாலே ஒரு தனி மரியாதைதான். வளமான எதிர்காலத்தைத் தரக்கூடியதாகவும் ஐ.ஏ.எஸ்., ஐ.பி.எஸ்ஸுக்கு இணையானதாகவும் மதிக்கப்பட்டது. முன்பும் சரி இப்போதும் சரி தேசியப் பாதுகாப்பு அகாடமியின் பயிற்சி மிகவும் உலகப் புகழ் வாய்ந்தது. சைனிக் பள்ளியில் இருந்த பிற மாணவர்களும் அந்தத் தேர்வுக்குத் தயாரானார்கள். தேர்வில் பாஸாகவில்லையென்றால் பெரும் அவமானமாகிவிடும் என்பது எங்கள் அனைவருக்குமே தெரிந்திருந்தது. எங்கள் எதிர்காலத்துக்கே சாவு மணி அடிப்பது போலத்தான். வாழ்வா சாவா என்பது போன்ற ஒரு சவால்.

கிராமத்து வாழ்க்கையை அப்போதும் பெரிதாக மதித்தேன். ஆனால், எதுவும் சாதிக்காமல் வீடு திரும்பக்கூடாது என்பதில் திடமாக இருந்தேன். மருத்துவராகவோ எஞ்சினியராகவோ ஆக நான் விரும்பியிருக்கவில்லை. எனவே, ராணுவம்தான் எனது இயல்பான இலக்காக இருந்தது. அந்த எண்ணமே என்னை மிகுந்த உற்சாகம் கொள்ளச் செய்தது. அதிக சிரத்தையுடன் படித்தேன்.

★

என்.டி.ஏ. தேர்வு முடிவுகள் அறிவிக்கப்பட்ட நேரத்தில் உறவினர் ஒருவருடைய வீட்டில் இருந்தேன். அங்கு தொலைபேசி கிடையாது. பக்கத்தில் ஐந்து கிலோ மீட்டர் தொலைவில் இருந்த மின்சார வாரியத்

துக்குப் போய்தான் பேச வேண்டும். அங்கு போய் என் பள்ளிக்கு போன் செய்து தேர்வு முடிவு பற்றிக் கேட்டேன். நீண்ட நேரக் காத்திருப்புக்குப் பிறகு பாஸாகிவிட்டேன் என்ற செய்தி கிடைத்தது. அப்போது கிடைத்த சந்தோஷத்துக்கு அளவே இல்லை. உடனே வீடு திரும்பினேன். அடுத்த நாளே என்.டி.ஏ.யில் சேர புனேக்குப் புறப்பட்டேன்.

தேசியப் பாதுகாப்பு அகாடமி (என்.டி.ஏ.)

ராணுவப் பள்ளிக்கு அடுத்ததாக என் வாழ்க்கையில் மிகவும் முக்கிய மான காலகட்டம் தேசியப் பாதுகாப்பு அகாடமியில் படித்ததுதான். உலகில் இருக்கும் மிகவும் அபாரமான ராணுவப் பள்ளிகளில் அதுவும் ஒன்று. 7,000 ஏக்கருக்குப் பச்சை பசேல் என்று பரந்து விரிந்த நிலப்பகுதியில் அமைந்திருந்தது. குதிரைச் சவாரி மைதானங்கள், நீச்சல் குளங்கள், ஸ்குவாஷ் மைதானங்கள், கிளைடிங் மையம், யோகா கிளப், இயற்கை கிளப், புகைப்பட கிளப், உடற்பயிற்சி மையங்கள், படகுப் பயிற்சிப் பள்ளி, துப்பாக்கி சுடும் பயிற்சி மையம், உடல் - மன வலிமையைப் பயிற்றுவிக்கும் ஏராளமான மையங்கள் போன்ற வற்றைக் கொண்ட அகாடமி அது. என்.டி.ஏ.யில் கடுமையான மூன்று வருடப் பயிற்சி முடிந்த பிறகு டேராடூனில் இருக்கும் இந்திய ராணுவ அகாடமியில் ஒரு வருடப் பயிற்சி பெற வேண்டும். அதன் பிறகே இந்திய ராணுவத்தில் அதிகாரியாகச் சேர முடியும். கடற் படை, வான் படை ஆகியவற்றுக்கு வேறு சிறப்புப் பயிற்சிப் பள்ளிகள் இருக் கின்றன. நான் தரைப்படை ராணுவத்தையே தேர்ந்தெடுத்தேன். அடுத்த நான்கு வருடங்கள் கழித்து அதிகாரியானேன். அதுவரை ராணுவப் பயிற்சியில் மிகுந்த ஆர்வத்துடன் ஈடுபட்டு வந்தேன்.

என்.டி.ஏ-வில் அனைத்துப் பிரிவுகளையும் உள்ளடக்கிய, அதி நவீனப் பயிற்சிகள் தரப்பட்டன. சிறப்பான பாடத் திட்டங்களிருந்தன. பிரமாதமான நூலகம் இருந்தது. அங்கிருந்த திரையரங்கில் உலகின் அதி சிறந்த படங்கள் வாரந்தோறும் திரையிடப்பட்டன. அதுமட்டுமல்லா மல் பிற இடங்களில் கிடைக்க வாய்ப்பில்லாத சில வில்லங்கமான பயிற்சிகளும் அங்கு எனக்குக் கிடைத்தன. கேம்பஸில் நாங்கள் பேசும் மொழியில் நான்கெழுத்து ஆங்கிலக் கெட்ட வார்த்தை சகஜமாகப் புழங்கும். கொஞ்சம் கொஞ்சமாக அதற்குப் பழகிக்கொண்டதோடு அவற்றை உபயோகிக்கவும் ஆரம்பித்தேன்!

அங்கு நடக்கும் ராகிங்கும் சாதாரண சமூகத்தால் ஏற்றுக்கொள்ள முடியாத அளவுக்கு இருக்கும். வெளிப்படையாகச் சொல்வதானால் மிகவும் கொடுமையாக இருக்கும். பிற புதிய மாணவர்களைப்

போலவே நானும் ராகிங்கில் மாட்டிக்கொண்டு அவதிப்பட்டிருக்கிறேன். ஒருதடவை நான் போட்டிருந்த சட்டையில் ஒரு பட்டன் இல்லை. அதைப் பார்த்த ஒரு சீனியர், சட்டையில் இருந்த எஞ்சிய பட்டன்களையும் பிடுங்கி எறிந்துவிட்டார். திறந்த சட்டையுடன் வகுப்புக்குப் போக முடியாது. எனவே, என் அறைக்கு வேகமாக ஓடினேன். புதிதாக ஒரு சட்டையை எடுத்து எல்லா பட்டன்களும் இருக்கிறதா என்று சரி பார்த்துப் போட்டுக்கொண்டு வகுப்புக்குப் போனேன். அதில் என்ன கொடுமை என்றால், அந்தச் சட்டையை அயர்ன் செய்திருக்கவில்லை. அயர்ன் பண்ணாத சட்டையுடன் யாரும் என்.டி.ஏ. வகுப்புக்கு வரவே மாட்டார்கள். எனவே, அந்த சீனியர் என்னை மறுபடியும் துரத்தியடித்தார்.

பட்டன்கள் எல்லாம் இருக்கக்கூடிய, நன்கு அயர்ன் செய்த சட்டையை அணிந்துகொண்டு வகுப்புக்கு ஓடினேன். என் சீனியரோ என்னை விடுவதாயில்லை. ஒரு கர்சீஃபை எடுத்துக் கொடுத்து அது முழுவதும் பட்டன் வைத்துத் தைக்கும்படிக் கட்டளையிட்டார். ஒன்று இரண்டு அல்ல... 500 பட்டன்கள்! தைத்து முடிப்பதற்குள் கை விரல்கள் செத்து விட்டன. பட்டன் தைத்து முடித்ததும் கர்சீஃபை அவரிடம் காட்டினேன். இந்த இடைவெளியில் அவருக்கு இன்னொரு அற்புதமான யோசனை தோன்றியிருக்கிறது. கர்சீஃபை வாங்கித் தள்ளி வைத்து விட்டு, அன்று இரவு 11 மணிக்கு நீச்சல் உடையில் அவரது அறைக்கு வரவேண்டும் என்று இன்னொரு கட்டளை பிறப்பித்தார். அதையும் செய்தேன். 11 மணிக்கு இன்னொரு உத்தரவு பறந்தது. அடுத்த நாள் காலை ஐந்து மணிவரை, ஒரு மணி நேரத்துக்கு ஒரு முறை அவருடைய அறைக் கதவைத் தட்ட வேண்டும் என்று சொன்னார். காலையில் ஐந்துமணிக்கு எல்லாரும் பயிற்சிக்குப் போயாக வேண்டும் என்பதால் ஐந்து மணிவரைத் தட்டச் சொன்னார். குளிர் நிறைந்த இரவில், நீச்சல் உடையில், தூங்காமல் ஒருமணி நேரத்துக்கு ஒரு முறை கதவைத் தட்டிக் கொண்டே இருந்தேன். காலையில் ஐந்து மணிக்கு எழுந்த அவர் என்னைப் பார்த்ததும், 'கண் முன் நிற்காமல் ஓடிப் போய்விடு' என்று உத்தரவிட்டார். தப்பித்தோம் பிழைத்தோம் என்று என் அறைக்கு ஓடி, ஷேவ் செய்து, குளித்துவிட்டுப் பயிற்சிக்கு ஓடினேன்! அன்று என் வாழ்க்கையில் ஒரு முக்கியமான பாடத்தை அழுத்தமாகக் கற்றுக் கொண்டேன்: இனி வாழ்நாளில் என்றுமே, பட்டன் இல்லாத சட்டையைப் போடவே கூடாது!

★

எங்கள் அதிகாலைகள் சுறுசுறுப்பான வேலைகளால் நிரம்பியிருந்தன. உடல் பயிற்சி, குதிரை ஏற்றம், ஆயுதப் பயிற்சி, விளையாட்டுகள்,

நீச்சல் என ஏதாவது இருக்கும். காலை உணவுக்கு வெறும் 20 நிமிடங்கள்தான் தரப்படும். அதற்குள் அரக்க பரக்க சாப்பிட்டுவிட்டு எங்கள் அறைகளுக்கு ஓடுவோம். உடைகளை மாற்றிக்கொண்டு வகுப்புக்குத் தயாராவோம். மதிய உணவு 2 மணிக்குத்தான் கிடைக்கும். அது முடிந்ததும் மறுபடியும் மைதானத்துக்குப் பயிற்சிக்காகப் போவோம். பயிற்சிகள், விளையாட்டுகள் முடிந்ததும் குளிப்பதற்கு அரை மணி நேர அவகாசம் தரப்படும். மிகச் சரியாக ஏழு மணிக்கு ஒரு விசில் அடிக்கும். இரவு உணவுக்கான அறிவிப்பு அது. அதற்குள் குளித்து, உடைகளை மாற்றிக்கொண்டு தயாராக அறையில் இருக்கும் டேபிளில் உட்கார்ந்திருக்க வேண்டும். நீண்ட வராந்தாவின் இரு பக்கங்களிலும் அறைகள் வரிசையாக இருக்கும். வராண்டாவைப் பார்த்தபடி ஜன்னல் இருக்கும். ஜன்னலைப் பார்த்தபடி டேபிள் போடப்பட்டிருக்கும். ஒவ்வொரு டேபிளிலும் ரூடியார்ட் கிப்ளிங்கின் 'இஃப்' (ஒருவேளை) என்ற கவிதை ஃபிரேம் செய்து வைக்கப் பட்டிருக்கும்.

ஏழில் இருந்து எட்டு மணி வரையில் நீங்கள் புத்தகங்கள் படிக்கலாம். கனவு காணலாம். அல்லது மேற்கூரையை வெறித்துப் பார்த்தபடியே உட்கார்ந்திருக்கலாம். என்ன செய்தாலும் சரி... என்.டி.ஏ. விதிகளின் படி அந்த நேரத்தில் மேஜையில் மிகவும் அமைதியாக உட்கார்ந்தாக வேண்டும். ஒரு டிவிஷனல் அதிகாரி, டொக் டொக் என பூட்ஸ் கால் ஒலிக்க வராண்டாவில் நடந்தபடியே எங்களைக் கண்காணிப்பார். இரவு எட்டு மணி வாக்கில் அன்று செய்த தவறுகளுக்கான தண்டனை தரப்படும். ஒழுங்காக சல்யூட் அடிக்கத் தவறியிருப்போம். அல்லது உணவு மேஜையில் நாகரிகக் குறைவாக ஏதாவது செய்திருப்போம். சிறிய தவறானாலும் போதும் தண்டனை தயாராகிவிடும். இது போதாதென்று சில சீனியர்கள், மாடிப்படியிலிருந்து உருண்டபடியே கீழே போகச் சொல்வார்கள். இடுப்பெலும்பு ஒடிந்துவிடும்.

★

முதல் காலகட்டம் மிகவும் சவாலானது. வகுப்பில் தூங்காமல் இருப்பதே மிகப் பெரிய சாதனையாக இருக்கும். பாடங்கள் வேறு எக்கச்சக்கமாக இருக்கும். எல்லாவற்றையும் புரிந்துகொண்டு படித்தாக வேண்டும். தேர்வில் தோற்காமல் இருக்க வேண்டுமானால், மிகக் கடுமையாகப் போராட வேண்டியிருக்கும். ஒரு சிலர் தேர்வில் தோற்று விடுவார்கள். சிலர் பயிற்சிகளுக்குத் தாக்குப்பிடிக்க முடியாமல் வீட்டுக்கு ஓடிவிடுவார்கள். சிலருக்குப் பயிற்சியின் போது அல்லது ராகிங்கின் போது காயம் பட்டுவிடும். சில நேரங்களில் ராகிங் மிகவும்

மோசமாக நடக்கும். சாக்ஸைத் தின்னச் சொல்வார்கள். அல்லது பலருக்கு முன்னால் சுய மைதுனம் செய்யச் சொல்வார்கள். சில சீனியர்கள் ராகிங் செய்யத்தான் அகாடமியில் சேர்ந்தது போல், அதில் உச்சபட்ச இன்பத்தை அனுபவிப்பார்கள். ஆசிரியர்களுக்கு இந்த விவரங்கள் தெரிந்தால் ராகிங் செய்பவர்களுக்குக் கடும் தண்டனை கொடுப்பார்கள். அகாடமியில் இருந்து வெளியேற்றிவிடுவார்கள். நல்லவேளையாக எனக்கு அப்படி எதுவும் நடக்கவில்லை.

என்.டி.ஏ-யில் இன்னொரு முக்கியமான விஷயமும் நடக்கும். நள்ளிரவில் கேம்பஸுக்குப் பக்கத்தில் இருக்கும் தோட்டத்தில் திருடப் போவோம். ஏதோ பக்கத்து நாட்டுடன் போருக்குப் போவது போல் மிகவும் ரகசியமாகத் திட்டம் தீட்டுவோம். அந்தத் திருட்டுகள் எங்களிடையே ஒருவித ஒருங்கிணைப்பையும் நட்புறவையும் வளர்க்க உதவின. அது கொடுக்கும் பரபரப்புக்காக நானும் ஒரு சில தடவை போயிருக்கிறேன். பயிற்சி பெறுபவர்களிடையே அது ஒரு மரியாதைக் குரிய விஷயமாக இருந்தது. இது போன்ற திருட்டு நடவடிக்கைகளில் ஈடுபடாமல் வெறுமனே அகாடமி தேர்வுகளில் மட்டும் வெற்றி பெறுபவர்களைச் சக மாணவர்கள் பெரிதாக மதிக்கவே மாட்டார்கள். அது முழுமை பெறாத படிப்பாகவே கருதப்படும்.

அதே நேரம் தோட்டங்களின் உரிமையாளர்கள் இதுபோல் ராணுவக் கொள்ளையில் இருந்து தப்புவதற்காக இரவில் கண் விழித்துக் காவல் காப்பார்கள். கைக்குக் கிடைப்பவர்களைப் பிடித்து நேராகக் காவல் நிலையத்துக்குக் கொண்டுசென்றுவிடுவார்கள். ஒன்றிரண்டு தடவை இப்படிப் பிடிபட்டால் அகாடமியில் இருந்தே துரத்திவிடுவார்கள். இவையெதுவும் எங்களைப் பயமுறுத்தவே செய்யாது. 25-30 பேர் ஒன்றாகக் கூடித் திட்டம் போட்டுக் கொள்ளையடிப்போம். வளாகத் துக்கு அருகில் இருந்த ஆரஞ்சுத் தோட்டம்தான் அடிக்கடித் தாக்கப் படும். பக்கத்தில் என்றால் ஏதோ அகாடமியின் மதிலை ஒட்டியபடி என்று நினைக்காதீர்கள். 7-8 கிலோமீட்டர் தொலைவு இருக்கும். போர்க்களத்துக்குப் போவதென்றால் தடைகளைத் தாண்டித்தானே போயாகவேண்டும். ராணுவ உடையையும் ஷூக்களையும் அணிந்து கொண்டு எதிரி நாட்டுக்குள் ஊடுருவுவதுபோல்தான் போய் வருவோம். சில நேரங்களில் உங்களுடைய சக வீரர்களே எதிரிகளாகி விடுவதும் உண்டு. அந்தப் போரிலும் வென்றாக வேண்டும்.

என்னுடைய முதல் தாக்குதலின்போது எங்கள் குழு முதல் சுற்றில் எந்தப் பிரச்னையும் இல்லாமல் எளிதில் வெற்றி பெற்றுவிட்டது. ஆனால், தோட்டக்காரர்களுக்கு நாங்கள் வந்து போனது தெரிந்து விட்டது. சுறுசுறுப்பாகிவிட்டார்கள். இரண்டாவது சுற்றுத்

தாக்குதலின்போது எங்கள் குழுவில் சிலர் வசமாக மாட்டிக்கொண்டு விட்டார்கள். தள்ளுமுள்ளும் அடி தடியுமாகச் சிறிய போர் நடந்தது. பிடித்துக் கட்டிப் போட்டுவிட்டார்கள். ஓரிரு மாணவர்களுக்கு நல்ல அடி கிடைத்தது. சில விவசாயிகளுக்கும் அடி கிடைத்தது. பிடிபட்டவர்களைக் காவல் நிலையத்துக்கு அழைத்துச் சென்றார்கள். நல்லவேளையாக நான் பல கொள்ளைகளில் பங்கெடுத்தும் அதிர்ஷ்ட வசமாக ஒன்றில் கூடப் பிடிபடவில்லை.

எங்களுக்கு அகாடமியில் எப்போதும் ஏதாவது செய்ய வேண்டும் போல் துறுதுறுவென்றுதான் இருக்கும். இன்னொருமுறை ஓர் உணவு விடுதி மீது தாக்குதல் ஒன்றுக்குத் திட்டமிடப்பட்டது. அதன் உரிமை யாளர் எங்களை ஏய்த்துப் பிழைப்பதாகச் சில சீனியர்களுக்குத் தோன்றி யது. அப்புறமென்ன... நள்ளிரவில் உணவு விடுதியை துவம்சம் செய்வது என்று ஒரு சீனியர் தீர்மானித்தார். கொள்ளைக் கூட்டம்போல் நள்ளிரவில் புகுந்து கண்ணில் பட்டதையெல்லாம் அடித்து உடைத்து, கைக்குக் கிடைத்ததையெல்லாம் தின்று காலியாக்கி ரணகளமாக்கி விட்டார்கள். அதோடு அறைகளுக்கும் கொண்டுவந்து தாராளமாக எல்லாருக்கும் விநியோகமும் செய்தார்கள்.

என்.டி.ஏ-யில் இருந்த மூன்று வருடங்களும் கூத்தும் கும்மாளமுமாகக் கழிந்தன. அங்கிருந்தபோது பல விஷயங்களைக் கற்றுக் கொண்டேன். ஆனால், ஏனோ எனக்கு ராணுவத்தின் இறுக்கமான சட்டதிட்டங்கள் பிடிக்காமல் போனது. இலக்கியத்தில் மன அமைதியைத் தேட ஆரம்பித்தேன். நூலகத்தில் நிறைய நேரத்தைச் செலவிட்டேன். பாரம்பரிய வழியிலான கல்வி முறை மீது எனக்கு ஒருவித வெறுப்பு ஏற்பட்டது. எனினும் என்.டி.ஏ. படிப்பில் பாஸாகிவிட்டேன். டேராடூனில் ஐ.எம்.ஏ. ராணுவப் பயிற்சி பெறப் போனேன்.

★

ஐ.எம்.ஏ. படிப்பு முடிந்த பிறகு காலாட்படை, பீரங்கிப் படை, பொறியியல் பிரிவு என மூன்றில் ஒன்றைத் தேர்ந்தெடுக்கச் சொன் னார்கள். பொறியியலில் எனக்கு விருப்பம் இல்லை. காலாட்படையில் சேர்ந்தால் மலை ஏற்றம் போன்றவற்றில் ஈடுபடும் வாய்ப்புக் கிடைக்கும். ஆனால், பீரங்கிப் படையில் இருந்த பலவித ஆயுதங்கள் என்னை மிகவும் வசீகரித்தன. எனவே, அதில் சேர்ந்துகொண்டேன்.

ஐ.எம்.ஏ-யில் தேர்ச்சி பெற்ற பிறகு நடக்கும் பிரிவு உபசார அணி வகுப்பு மிகவும் விமரிசையாக இருக்கும். ராணுவ உடை தரும் கம்பீரமும் பெருமிதமும் மனத்தில் பொங்கிப் பிரவாகிக்கும்.

என்.டி.ஏ-யில் சேர்ந்த முதல் நாளில் இருந்தே எங்கள் மனத்தில் ஆழமாக ஊன்றப்பட்ட கனவு அது. அந்தப் பெருமிதம், ராணுவத்தை விட்டு நான் வெளியே வந்த பிறகும் நீடித்திருந்தது. அது எனக்கு மிகுந்த சக்தியையும் நம்பிக்கையையும் தந்தது. பிரதான அரங்கில் கீழ்கண்ட வாசகம் பொறிக்கப்பட்டிருக்கும்:

தேசத்தின் பாதுகாப்பு, மரியாதை, நலன் இவையே எப்போதும் எந்நேரமும் பிரதானமானது. அடுத்தது, உங்கள் கட்டுப்பாட்டில் இருக்கும் வீரர்களின் பாதுகாப்பு, மரியாதை, நலன். கடைசியாக, உங்களுடைய பாதுகாப்பு, மரியாதை, நலன்.

தலைமைப் பதவிக்கான இரண்டாவது பாடத்தை கேப்டன் ஜே.எஸ். வர்மாவிடம் இருந்து கற்றுக் கொண்டேன். அவர் என் ஆசிரியராகவும் கிளை உயர் அதிகாரியாகவும் இருந்தார். பின்னாளில் ஜெனரலாகப் பதவி உயர்வு பெற்றார்.

நீங்கள் செய்யும் எந்த ஒரு செயலாக இருந்தாலும், உங்கள் வீரர்களின் பாராட்டைப் பெற விரும்பினால், நீங்கள் அவர் களைவிட நிபுணத்துவம் மிகுந்தவராக இருக்க வேண்டும். அவர் களைவிடக் கடுமையாக உழைக்க வேண்டும். அவர்களைவிடக் கூடுதலாக முயற்சி செய்ய வேண்டும். அலட்சியமாக இருக்கக் கூடாது.

உங்கள் வீரர்களை ஒருபோதும் கைவிட்டுவிடாதீர்கள். குறிப்பாக உங்களை நீங்களே கைவிட்டு விடாதீர்கள். உங்கள் வீரர்களை ஆறு மணி நேரம் உழைக்கச் சொன்னால், நீங்கள் எட்டு மணி நேரம் உழைக்க வேண்டும். அவர்களைப் பத்து மைல் நடக்கச் சொன்னால், நீங்கள் இருபது மைல் நடந்தாக வேண்டும். அவர்களை உணவு சாப்பிட வேண்டாம் என்று சொன்னால், நீங்கள் உணவும் நீரும் கூடச் சாப்பிடாமல் இருக்க வேண்டும். என்ன வேலை செய்தாலும் அதில் அளவிலும் தரத்திலும் நீங்கள் அவர்களைவிட மேலாக இருந்தாக வேண்டும். நீங்கள் செய்வது எதுவாக இருந்தாலும் அவர்கள் நலனை உங்கள் நலனுக்கும் மேலாக வைத்துக் கொள்ளவேண்டும். அவர்களை முன் நிறுத்திச் செயல்படுவதே உங்களின் வெற்றிக்கு வழிகாட்டும். ராணுவத்தில் இருந்தாலும் சாதாரண வாழ்க்கை நடத்தினாலும் உங்களை நம்பியிருப்பவர் களின் நலனை முன்னால் வைத்துச் செயல்படுவதே உங்களுக்கான நன்மையைத் தரும்.

ஒரு ராணுவ அதிகாரி என்றவகையில் நாஸிக் நகருக்கு அருகில் தேவலாலியில் இருக்கும் பீரங்கிப் படைப்பள்ளிக்குப் போனேன். ஓர்

அதிகாரியானதில் மிகவும் பெருமைப்பட்டேன். எனினும், ராணுவத்தில் காணப்பட்ட பதவி அடுக்குகள் எனக்கு, கிராம சமூகக் கட்டமைப்பையே நினைவுக்குக் கொண்டுவந்தன.

ராணுவம் அடிப்படையில் மூன்று அடுக்குகளைக் கொண்டது. அதிகாரிகள் முதல் அடுக்கில் இருப்பார்கள். ஜூனியர் அதிகாரிகள் இரண்டாம் அடுக்கு. ஜவான்கள் கடைசி அடுக்கில் இருப்பார்கள். வெறும் இருபது வயதே ஆன நான் அதிகாரியாகியிருந்தேன். என்னை விட 20-30 வருட அனுபவம் மிகுந்தவர்கள் எனக்குக் கீழே பணி புரிந்தார்கள். அந்த மேலிடம் என்பது வெறும் அடையாளரீதியிலானது; நான் அவர்களைவிட எந்தவிதத்திலும் மேலானவன் அல்ல என்பது எனக்குத் தெரியும். ஆனால், இந்தக் குழப்பத்தை எப்படிச் சமாளிப்பது என்று எனக்குத் தெரியவேயில்லை. உயர் அதிகாரிகள் தங்களுக்கெனத் தனியாக இருந்த உணவு விடுதியில் சாப்பிட்டார்கள். ஜவான்கள் தனி இடத்தில் திறந்தவெளியில் சாப்பிட்டார்கள். ராணுவத்தின் பயிற்சியையும் அதன் ஒழுங்கு, சேவை, தியாகம் போன்ற மதிப்பீடுகளையும் உயர்வாக மதித்தபோதிலும் அதிகாரிகள் அனுபவித்த அதிகப்படியான சலுகைகளில் ஒருவித நியாயமின்மை இருப்பதை நான் உணராமல் இல்லை.

2

> ஒரு ராணுவ வீரரிடம் காணப்படும் தைரியம் என்பது மனித இயல்பின் மிகவும் சாதாரணமான, பொதுவான ஓர் உணர்வு.
> – எட்வர்ட் கிப்பன்

இந்திய ராணுவத்தில் நான்

பிற துறைகளோடு ஒப்பிடும்போது ராணுவ ஜவானின் பணி மிகவும் கடுமையானது. அவர் எதிர்கொள்ள வேண்டியிருக்கும் சிரமங்களை ஒருவரால் நினைத்துப் பார்க்கவே முடியாது. நீண்ட காலத்துக்குக் குடும்பத்தை விட்டுப் பிரிந்துதான் இருக்க வேண்டியிருக்கும். போர் முனையில் அவர்களுக்குத் தங்கும் வசதியெல்லாம் செய்து தரப்படாது. அமைதியான இடத்துக்குத் திரும்பிய பிறகும் பாதி பேருக்குத்தான் நல்ல வீட்டுவசதி கிடைக்கும். என் வீரர்கள் பட்ட கஷ்டங்கள் எனக்கு நன்கு தெரியும். அது என் மனத்தில் ஆழமான குற்றவுணர்ச்சியை ஏற்படுத்தியது. அந்தப் பிரச்னையை எப்படித் தீர்ப்பது என்று எனக்குத் தெரியவில்லை. இந்த மன நெருக்கடிகள் இருந்தபோதிலும் ஓர் இளம் அதிகாரியாக என் வாழ்க்கையை நன்கு வாழ்ந்துவந்தேன். கடின உழைப்பு, நல்ல சாப்பாடு, மது என்று உற்சாகமாக இருந்தேன்.

1971-செப்-அக்டோபரில் ஆர்ட்டிலரி பள்ளியில் இருந்தபோது பங்களாதேஷ் விடுதலைப் போராட்டம் ஆரம்பித்தது. பயிற்சி, பாதியில் நிறுத்தப்பட்டு சிக்கிம் மாநிலத்துக்கு அனுப்பப்பட்டேன். சக வீரர்களான கேப்டன் சாம், கேப்டன் ஜெயந்த் பூவையா, கேப்டன் விஷ்ணு ராவல் ஆகியோர் என் வாழ்க்கையில் ஒரு முக்கியமான உதவியைச் செய்வார்கள் என்று எனக்கு அப்போது தெரிந்திருக்கவில்லை.

தேவ்லாலியில் இருந்து பாக்தோக்ராவுக்கு ரயிலில் போனேன். பிறகு அங்கிருந்து கங்டோக்குக்கு ஜீப்பில் போனேன். முதலில் சீன எல்லையில் எங்கள் படை முகாமிட்டிருந்தது. பிறகு அங்கிருந்து கங்டோக்குக்கு இடம் மாறியிருந்தது. போருக்குத் தயாராகும்படி உத்தரவுகள் தரப்பட்டன. எங்கும் ஒரே பதற்றமும் பரபரப்புமாக இருந்தன. ஒரு நாடு போருக்குப் போகிறதென்றால் அதன் படைகள் மிகுந்த பரபரப்பிலும் பதற்றத்திலும் ஆழ்ந்துவிடும். பரபரப்பு ஏனென்றால், உங்களுக்கு இத்தனை நாட்களும் கொடுக்கப்பட்ட பயிற்சியே அதற்காகத்தான். பதற்றம் ஏனென்றால், போரானது சாகசமும் சவாலும் நிறைந்த ஒன்று. நீங்கள் திரும்பி வராமலே போய் விடக்கூடும். எல்லாருமே உணரும் உணர்வுதான். ஆனால், யாரும் இது பற்றி எதுவும் பேசவும் மாட்டார்கள்.

போருக்கான தயாரிப்புகள் நடந்து கொண்டிருந்தபோது, பத்திரிகைகள் வதந்திகளால் நிரம்பி வழிந்தன. பாகிஸ்தான் அரசு தன் படைகளை கிழக்கு பாகிஸ்தானுக்கு, அதாவது இன்றைய பங்களாதேஷுக்கு அனுப்பி வைத்திருந்தது. பாகிஸ்தானுக்கு எதிராக அங்கு எழுந்த கலகக் குரலை அடக்குவதற்காக அந்தப் படையை அனுப்பியிருந்தது. 'முக்தி பாஹினி' என்ற அமைப்புதான் பாகிஸ்தானிடமிருந்து விடுதலை கேட்டுக் கடுமையாகப் போராடிக் கொண்டிருந்தது. அந்த அமைப்புக்கு மக்கள் ஆதரவு பெருமளவுக்கு இருந்தது.

உண்மையில் கிழக்கு பாகிஸ்தானில் அப்போது நடந்தது ஓர் உள் நாட்டுப் போர்தான். பாகிஸ்தான் ராணுவம் கட்டவிழ்த்துவிட்ட வன்முறையால் ஏராளமான அப்பாவிகள் இந்தியாவுக்கு அகதிகளாக வந்து குவிந்தனர். சுமார் ஒரு கோடிபேர் இந்தியாவின் கிழக்குப் பகுதியில் குடியேறினர். இந்திய ராணுவமும் பாகிஸ்தான் ராணுவத்தை அகற்றுவதற்கு முக்தி பாஹினி அமைப்புக்குத் தேவையான ராணுவப் பயிற்சியைத் தந்துவந்தது. அகதிகளாக வந்தவர்கள் திரும்பவும் தங்கள் நாடான கிழக்கு பாகிஸ்தானில் (பிரிவினைக்கு முன்பாக கிழக்கு வங்காளமாக இருந்தது) போய் அமைதியாக வாழ வழி செய்யும் நோக்கத்தில்தான் அதைச் செய்தது.

எங்கள் படைப் பிரிவிடம் துப்பாக்கிகள் இருந்தன. மருத்துவ வசதி களும் தகவல் தொடர்புக் கருவிகளும் இருந்தன. போர்முனைக்குப் போகும்போது தேவையற்ற பொருள்களையெல்லாம் முகாமிலேயே விட்டுவிட்டுத்தான் செல்லவேண்டும். படைப் பிரிவின் நகர்வு, போர் வியூகத்தில் மிகவும் முக்கியத்துவம் வாய்ந்த ஒன்று. முதலில் படை முகாமுக்கு வீரர்கள் ஆயுதங்களுடன் ரயிலில் அல்லது வாகனங்கள் மூலமாகக் கொண்டுசேர்க்கப்படுவார்கள். ஒரு ரயில் அல்லது

வாகனத்தில் எவ்வளவு ஆயுதங்கள், பொருள்களைக் கொண்டு செல்ல முடியும் என்பது ஓர் அதிகாரிக்குத் தெரிந்திருக்க வேண்டும். அது தெரிந்த பிறகு படைவீரர்களையும் ஆயுதங்களையும் கொண்டு சேர்க்க எத்தனை ரயில் தேவை என்பதைத் தீர்மானிக்க வேண்டும். சில நேரங்களில் கோவேறு கழுதைகள் மூலம்கூடப் பொருள்களைச் சுமந்து செல்ல வேண்டியிருக்கும். இந்த இடத்திலும் எவ்வளவு கோவேறு கழுதைகள் தேவை என்பது அதிகாரிக்குத் தெரிந்திருக்க வேண்டும்.

படை நகர்வதற்கு உத்தரவு போடப்பட்டதும் வீரர்களுக்கு விடுமுறைகள் நிறுத்தப்பட்டுவிடும். வீரர்களின் குடும்பம் வீட்டுக்கு அனுப்பப்பட்டுவிடும். உத்தரவு கிடைக்கப்பட்ட படைப் பிரிவு இப்போது கடிகாரம் போல் அதி துல்லியமாக வேலைகளைச் செய்ய ஆரம்பிக்கும். கைவசம் இருக்கும் ஆயுதங்கள், பொருள்கள், படைப்பிரிவுகள் இவற்றையெல்லாம் சிறப்பாக நிர்வாகம் செய்வதே ஒரு நல்ல ராணுவத்தின் அடையாளம்.

சிக்கிமில் இருந்த என் படை முகாமுக்கு நான் போய்ச் சேர்ந்தபோது நன்கு இருட்டிவிட்டிருந்தது. லெப் கர்னல் கே.எல்.கே. சிங் என்ற கமாண்டிங் அதிகாரியுடன் இணைந்து பணிபுரிய வேண்டும் என்று எனக்கு முன்பே தகவல் கொடுத்திருந்தார்கள். அவர் ஓர் உளவுத்துறை அதிகாரி தேவை என்று கேட்டிருந்தாராம்.

★

உளவுத்துறை அதிகாரியாக என் சீனியரை நிழல்போல் பின் தொடர்ந்தேன். அவருடைய செயல்திட்டத்தைக் கூர்ந்து கவனித்துப் பின்பற்றினேன். காலாட்படை ஒன்றின் அங்கமாக லெப் கர்னல் சிங் இருந்தார். பிரிகேடியர் ஒருவர் அதற்குத் தலைமை தாங்கினார். லெப் கர்னல் சிங் மிகவும் அபாரமான வீரர். நேர்மையானவர். தைரியமானவர். கூர்மையான புத்தி கொண்டவர். உடனடியாகத் தீர்மானங்கள் எடுப்பார். போர் நேரத்தில் கண் இமைக்கும் நேரத்தில் முடிவுகள் எடுத்தாக வேண்டியிருக்கும். ஏனென்றால், உயிராபத்தில் சிக்கிக் கொண்டிருப்பவர்களைக் காப்பாற்றியாக வேண்டியிருக்கும். நாங்கள் இப்போது ஈடுபட்டிருப்பது விளையாட்டுப் போர் இல்லை. மிகவும் பயங்கரமானது என்பதை உடனடியாகப் புரிந்துகொண்டுவிட்டேன்.

அதிகாலையில் ஐந்து மணிக்கு எங்கள் படைப்பிரிவு நகர ஆரம்பித்தது. ஒரு பிரிவில் சுமார் 100 வண்டிகள் இருந்தன. ஒரு போருக்குத் தேவையான அனைத்துப் பொருள்களும் அதில் கொண்டுசெல்லப்பட்டன. பொறியியலாளர்களும் மருத்துவர்களும் கூட அந்த வாகனத்தில்தான்

சென்றாக வேண்டியிருந்தது. முதல் நாளில் எங்கள் படை எல்லைக்கு அருகில் சிலிகுரியில் முகாமிட்டது. '33 கார்ப்ஸ்' படையின் தலைமை யகமாக அது இருந்தது. கமாண்டிங் அதிகாரி எங்கெல்லாம் போனாரோ அங்கெல்லாம் போனேன். ஒரு போர் எப்படி நடக்கிறது என்பதை அதிகாரிகள் மட்டத்தில் இருந்து மிக நெருக்கமாகப் பார்க்கும் வாய்ப்பு கிடைத்தது.

நேரடிப் போரில் ஈடுபடும் வீரர்களுக்கு பக்கபலமாக கன ரக ஆயுதங் களைப் பயன்படுத்தும் பீரங்கிப் படை செயல்படும். போரில் நேரடி யாக ஈடுபடும் வீரர்களுக்குத் தேவையான அனைத்து உதவிகளையும் பிரிகேடியர் செய்து கொடுக்கவேண்டும். எதிரிகளுடன் வீரர்கள் நேருக்கு நேர் மோத ஆர்ட்டிலரி படைகளின் தாக்குதல்கள் உபயோகப் படும்.

ஒவ்வொரு நாளும் அதி வேகத்தில் ஏற்பாடுகள் நடக்கும். படைப் பிரிவை முறையாக நிர்வகித்து, தேவையான பொருள்கள் படைவீரர் களுக்கு உடனடியாகக் கிடைக்கின்றனவா என்று பார்க்க வேண்டி யிருக்கும். 'ஒரு படைப் பிரிவு தன் வயிற்றால் நடக்கிறது' என்று நெப்போலியன் ஒருமுறை சொன்னார். அதாவது வீரர்களுக்கு உணவு, காலணிகள், துப்பாக்கிகள், வாகனங்கள் என அனைத்துப் பொருட் களும் குறிப்பிட்ட நேரத்தில் கிடைத்தாக வேண்டும்.

ஒருநாள் பிரிகேட் கமாண்டரைச் சந்தித்து அன்றைய தகவல்களைச் சொல்ல என் கமாண்டிங் அதிகாரியுடன் போனேன். போர், போர் வியூகம்பற்றி அதற்கு முன்புவரை படித்துத்தான் தெரிந்து கொண்டிருந் தேன். முதல் முறையாக ஒரு போரின் நடுவே உயர் அதிகாரிகளுடன் பூமிக்கு அடியில் இருந்த சுரங்கம் ஒன்றில் போர் வியூகம் குறித்துப் பேசப் போனேன். கிழக்கு பாகிஸ்தானை எப்படி ஆக்கிரமித்து விடுவிப்பது என்று திட்டம் தீட்டினோம். மெள்ள ஒரு வலை விரிக்கப்படுவதுபோல் வியூகம் தீட்டப்படுவதை வியப்புடன் பார்த்தேன். அந்தச் சுரங்கத்தில் பிரிகேட் கமாண்டருக்கும் மேஜர் ஜெனரலுக்கும் அருகில் நின்று கொண்டிருந்தேன். குறிப்புகள் எடுத்துக்கொண்டேன். ஆவணங்களைப் பாதுகாத்தேன். கமாண்டிங் அதிகாரி சொன்ன உத்தரவுகளை அடுத்த கட்ட வீரர்களுக்குக் கொண்டு சென்றேன்.

மூன்று நான்கு நாட்களுக்குள் எங்கள் படைப் பிரிவு கிழக்கு பாகிஸ்தானுக்குள் நுழைந்துவிடும். இரவு நேரங்களில்தான் எதிரிகளின் இடத்துக்குள் ஊடுருவிச் செல்வோம். தரைப்படையின் நேரடித் தாக்கு தலும், கனரக ஆயுதங்களின் பயன்பாடும் ஒரே நேரத்தில் நடக்கும். தரைப்படைக்குப் பின்னால் கன ரக ஆயுதங்கள் அணிவகுக்க

வேண்டும். சிலிகுரியில் இருக்கும் ஒன்பது ஆர்ட்டிலரி படைப் பிரிவுகளில் இருந்தும் ஒவ்வொரு அதிகாரி தரைப்படையினருடன் தாக்குதலில் குதிக்கவேண்டும் என்று தீர்மானிக்கப்பட்டிருந்தது. இதை சம்பந்தப்பட்ட அதிகாரிகளிடம் தெரிவிக்கச் சென்றேன். அங்கே என்னுடன் படித்த பல நண்பர்களை தற்காலிக உணவு விடுதி ஒன்றில் சந்தித்தேன்.

ஆர்ட்டிலரி படையில் 'ஏர் ஆப்ஸ்' எனப்படும் பிரிவு ஒன்று இருந்தது. அதில் சிறிய விமானங்களும் ஹெலிகாப்டர்களும் கூட இருந்தன. வானில் இருந்து கண்காணிக்க அவை பயன்படுத்தப்பட்டன. டெக்கான் ஏவியேஷனுக்கான முதல் விதை அங்குதான் ஊன்றப் பட்டது. தேவைப்படும்போது காலாட்படைக்கு நேர் மேலே விமானம் அல்லது ஹெலிகாப்டர் உதவிக்கு வந்து வட்டமிடும். அங்கிருந்து பைலட்கள் தாக்குதலும் நடத்துவார்கள். எல்லா தாக்குதலிலும் முன்னணி கண்காணிப்பு அதிகாரி (ஃபார்வர்டு அப்சர்வேஷன் ஆபீஸர்) ஒருவர் தலைமைப் பொறுப்பில் இருப்பார். ஆர்ட்டிலரி ஆயுதங்களை இயக்க அவர்தான் உத்தரவு கொடுப்பார். கன் பொசிஷன் அதிகாரி தேவையான ஆயுதங்களைக் கொடுத்து உதவுவார்.

படைகள் முன்னேறிச் செல்வதற்காக இடப்பட்ட உத்தரவை சம்பந்தப் பட்ட அதிகாரிகளிடம் மட்டும் சொல்லிவிட்டு உணவு விடுதியில் இருந்து திரும்பினேன். அந்த உத்தரவு வேறு யாருக்கும் தெரியாது. கமாண்டிங் அதிகாரி வீரர்களிடம் சொல்லும்போதுதான் அவர்களுக்குத் தெரியவரும். லெப் கர்னல் சிங் போர்த் திட்டத்தை விளக்கினார். காலாட்படை முதலில் போகும். நான்கு நாட்களில் தாக்குதலை ஆரம்பிக்கும். அதற்கென துப்பாக்கிகளும் பிற ஆயுதங்களும் வெடி மருந்துகளும் கொண்டு செல்லப்பட வேண்டும். பக்கபலமாக இருந்து உதவ வேண்டிய பிரிவுகளும் தொடர்ந்து செல்ல வேண்டும். தாக்குதலின்போது காலாட்படைப் பிரிவுடன் ஒவ்வொரு ஆயுதப் படைப் பிரிவில் இருந்தும் ஓர் அதிகாரியும் செல்ல வேண்டும். மொத்தம் 9லிருந்து 12 படைப்பிரிவுகள் இருந்தன. அடுத்த நாள் காலையில் அதிகாரிகள் தனித்தனியாகப் பிரிந்து தத்தமது படையுடன் சென்றுவிடுவோம் என்பது எங்களுக்குத் தெரிந்திருந்தது. நாங்கள் எழுதும் எந்தக் கடிதத்திலும் எந்த இடத்தில் இருக்கிறோம், என்ன வியூகம் என்பதை யாருக்கும் தெரிவிக்கக்கூடாது என்று உத்தரவிடப் பட்டிருந்தது. இந்தக் கடிதங்கள் எல்லாம் உளவுப் பிரிவால் பிரித்துப் படிக்கப்பட்ட பிறகே வெளியே அனுப்பப்படும்.

என் அம்மாவுக்குக் கடிதங்கள் எழுதும்போது மிகவும் கவனமாக இருப்பேன். என் அம்மா, கடிதத்தில் மடை திறந்த வெள்ளம்

போல் உணர்ச்சிகளைக் கொட்டி எழுதியிருப்பார். போர் முனையில் இருந்து நான் நல்லபடியாகத் திரும்ப வேண்டும் என்று கோயில், குளங்கள் எல்லாம் சுற்றி, விரதங்கள் இருந்தார். போர்முனைக்கு ரொம்பவும் தள்ளித்தான் இருக்கிறேன். பயப்பட வேண்டாம் என்று எழுதினேன்.

எங்கள் வாழ்க்கையின் மிகவும் முக்கியமான தருணம் அது என்பது போர் முனையில் இருந்த ஒவ்வொருவருக்கும் நன்கு தெரிந்துதான் இருந்தது. நாங்கள் மீண்டும் ஒருவரையொருவர் எப்போது பார்ப்போம் என்பது தெரியாது. சிலரை இனிமேல் பார்க்கவே முடியாமல்கூடப் போகும்.

கிழக்கு பாகிஸ்தானுக்குள் நாங்கள் நுழைவதற்கு முந்தின நாள் நடந்த சம்பவம் இன்னும் என் மனத்தில் ஆழமாகப் பதிந்து இருக்கிறது. அது அக்டோபர் மாதத்து இரவு. உள்ளூர் அரசு அதிகாரிகள் படை வீரர்களுக்கு ஒரு சிறிய வழியனுப்பு விழா ஏற்பாடு செய்திருந்தனர். காவல்துறை அதிகாரிகள், அரசு நிறுவனங்களின் உயர் அதிகாரிகள், எங்கள் கமாண்டிங் அதிகாரி, உளவுத்துறை அதிகாரிகள் அதில் கலந்து கொண்டனர். ஜெனரல் மானேக்ஷா, சிலிகுரியில் இருந்த முகாமுக்கு வந்தார். அவரை சில நிமிடங்கள் பார்க்கும் அரிய வாய்ப்பு எனக்குக் கிடைத்தது. கம்பீரமாக நடந்து வந்து கை குலுக்கினார். அவரது வசீகரமான தோற்றத்தைக் கண்டு அசந்துபோய்விட்டேன்.

★

நிர்ணயித்தபடி தாக்குதல் ஆரம்பித்தது. நாங்கள் முன்னேறிச் சென்று எங்களுக்கு நிர்ணயிக்கப்பட்ட இடத்தில் நின்றுகொண்டோம். தினஜ்பூரில் இருந்த புராங்மாரி என்ற சிறிய கிராமத்தில் முதல் தாக்குதல் ஆரம்பித்தது. பாகிஸ்தான் படைப் பிரிவின் தலைமையகம் அங்குதான் இருந்தது. இரவு பத்துமணிக்கு தாக்குதல் ஆரம்பித்தது. மேஜர் எம்.சி.நஞ்சப்பா, காலாட்படைக்குத் தலைமை தாங்கினார். தாக்குதலின்போது நான் என்னுடைய கமாண்டிங் அதிகாரியுடன் இருந்தேன். எங்கள் கமாண்டிங் அதிகாரியின் சார்பாக மேஜர் நஞ்சப்பாவுடன் தகவல் தொடர்பில் ஈடுபட்டுவந்தேன். லெப் மஞ்சுநாத் என்ற இன்னொரு அதிகாரியுடனும் ஒருங்கிணைப்பு வேலையில் ஈடுபட்டிருந்தேன். நாங்கள் மூவருமே கர்நாடகத்தைச் சேர்ந்தவர்கள் என்பதால் கன்னடத்திலேயே பேசிக்கொள்வோம். ஒரு கட்டத்தில் மஞ்சுநாத் போர் முனையில் தனிமைப்படுத்தப்பட்டுவிட்டார். தீவிரமான போரில் ஈடுபட்டு அவர் படுகாயமடைந்துவிட்டார். இரண்டு நாட்களில் இறந்தும்விட்டார்.

நெருக்கமானவர்களைக் கண் முன்னால் பறிகொடுப்பது ராணுவ வாழ்க்கையின் கசப்பான நிஜங்களில் ஒன்று. இறப்பதற்கு சில மணி நேரங்கள் முன்பாக நானும் மஞ்சுநாத்தும் ஒன்றாக பானங்கள் பருகி ஓய்வு எடுத்திருந்தோம். ஹஸன் மாவட்டத்துக்கு அருகில் இருந்த ஷிமோகாவைச் சேர்ந்தவர் அவர் என்பது அப்போதுதான் தெரியவந்தது. அந்தப் படைப்பிரிவில் நான் நெருங்கிப் பழகிய இன்னொரு அதிகாரியும் படுகாயமடைந்தார். ஷெல் ஒன்று வெடித்து அவரது ஹெல்மெட்டைத் துளைத்து தலையைப் பிளந்துவிட்டது. நல்லவேளையாக உயிர் பிழைத்துவிட்டார். மேஜர் நஞ்சப்பாவுக்கு அவரது வீரத்தைப் பாராட்டி வீர் சக்ரா விருது வழங்கப்பட்டது. அதே போரில் கமாண்டர் ஒருவர் காயம்பட்டதும் முன்னணி கண்காணிப்பு அதிகாரியாக இருந்த கேப் தீரத் சிங் பொறுப்பை எடுத்துக்கொண்டார். சிறிய அளவிலான காலாட்படையினரை வைத்துக்கொண்டு மேஜர் நஞ்சப்பாவுடன் சேர்ந்து புராங்மாரி பகுதியில் இருந்த பாகிஸ்தான் தலைமையகத்தைக் கைப்பற்றினார். அவருக்கும் வீர் சக்ரா விருது வழங்கப்பட்டது.

★

பாகிஸ்தானியர்கள் மிகத் தீவிரமாகப் போரிட்டார்கள். அந்த கிராமத் தில் இருந்த தலைமையகத்தைக் கைப்பற்ற எங்களுக்கு இரண்டு பகல்களும் இரண்டு இரவுகளும் தேவைப்பட்டன. அந்த இடத்தைக் கைப்பற்றியதும் நம் படை வெகு சுலபமாக முன்னேறியது.

வழியில் இருந்த எல்லா கிராமங்களும் வெறிச்சோடிக் கிடந்தன. அங்கிருந்தவர்கள் எல்லாம் அகதிகளாக இந்தியாவில் அடைக்கலம் தேடி வந்திருந்தனர். ஒன்றரை வருடங்களுக்கு மேலாக பாகிஸ்தான் ராணுவம் அங்கு தங்கியிருந்தது. அது ஒருவகையில் பார்த்தால் ஆக்கிர மிப்பு அல்ல. ஆனால், அங்கு இருந்த மக்களையும் முக்தி பாஹினி அமைப்பினரையும் கடும் வன்முறைக்கு உட்படுத்திவந்ததால் அது போன்ற ஒரு தோற்றம் ஏற்பட்டது. பாகிஸ்தான் ராணுவம் அந்த கிராமங்களில் இருந்த பெண்களை பாலியல் பலாத்காரத்துக்கு உட் படுத்தியிருந்தது. அப்படி பாலியல் வன்முறைக்கு உட்படுத்தப் படுபவர்கள் கர்ப்பம் தரிக்காமல் தடுக்க பாகிஸ்தான் ராணுவமே அதன் வீரர்களுக்கு ஏராளமாக ஆணுறைகள் வழங்கிய கொடூரமும் நடந்தது. நாங்கள் போனபோது அங்கு கண்ணில் தென்பட்ட பெண்களின் நிலை மிகவும் பரிதாபமாக இருந்தது. தங்களைச் சுற்றி நடக்கும் எல்லா வற்றையும் பார்த்து மிரண்டுபோயிருந்தனர். மாதக்கணக்கில் அவர்கள் கொடூரமாகச் சிதைக்கப்பட்டிருந்தனர்.

நாங்கள் அந்தப் பெண்களைக் காப்பாற்றி நிவாரண முகாம்களுக்கு அனுப்பிவைத்தோம். போர் இன்னமும் முடிந்திருக்கவில்லை. 'நம் இந்திய அதிகாரிகளில் பலர் காயத்தால் முடக்கப்பட்டுவிட்டனர். இனி களத்தில் நாம் நேரடியாக இறங்கியாக வேண்டும்' என்று கமாண்டரிங் அதிகாரி என்னிடம் தெரிவித்தார். நான் ஆயுத நிர்வாக அதிகாரியாக நியமிக்கப்பட்டேன். அதன் மூலம் போர்முனைக்கு நேரடியாகச் செல்லும் வாய்ப்பு கிடைத்தது.

ஆயுதங்கள் தேவை என்று சொல்லும் படையினருக்கு உடனடியாக அவற்றை அனுப்பித் தரவேண்டிய பொறுப்பு ஆயுத நிர்வாக அதிகாரிக்கு இருந்தது. எங்கு எவ்வளவு ஆயுதம் தேவை... எந்த நேரத்தில் தேவை என்பதைத் துல்லியமாக திட்டமிட்டு அனுப்பி வைக்க வேண்டும். தாக்குதலில் வெற்றி பெறுவதற்கு ஆயுத நிர்வாக அதிகாரியின் பங்களிப்பு மிகவும் அவசியம். அவருக்கு பொறுப்புகள் மிகவும் அதிகம். ஒரு ரெஜிமெண்டில் மூன்று ஆயுதப் பிரிவுகள் இருக்கும். ஒவ்வொன்றிலும் ஆறு பீரங்கிகள் இருக்கும். எந்தவொரு போரிலும் இத்தகைய ஆயுதப் படைகள் எதிரிகளுக்குப் பெரும் சேதத்தைக் கொண்டுவரமுடியும். பீரங்கிப் படை வீரர்கள் சில நேரங்களில் தனிமைப்படுத்தப்பட்டுவிடுவார்கள். எதிரிகளின் தாக்கு தலுக்கு எளிதில் இலக்காகிவிடுவார்கள். அம்மாதிரியான சமயங்களில் மிகவும் கவனமாகப் போரிட்டு அவர்களைக் காப்பாற்ற வேண்டி யிருக்கும். போர் முனையில் 24 மணி நேரமும் பரபரப்பாகவே இருக்கும். சாப்பிடுவது, தூங்குவது போன்ற அடிப்படை விஷயங்கள் கூட மிகுந்த எச்சரிக்கையுடனே நடைபெறும். சரியான தூக்கமும் உணவும் இல்லாமல் நீண்ட நேரத்துக்குத் தொடர்ந்து போரில் ஈடுபடுவது மிகுந்த பதற்றத்தை ஏற்படுத்தும்.

ஷெல் தாக்குதல், துப்பாக்கிச் சூடுகள், வான் தாக்குதல் என பரபரப் பாக இருந்தாலும் கிடைக்கும் நேரத்தில் அனைவரும் சக வீரர்களுடன் ஒன்று சேர்ந்து மது அருந்துவோம். வாழ்க்கையின் நிலையாமை குறித்த எண்ணங்கள் இது போன்ற நேரங்களில் மனத்தில் அலையலை யாக மோதும்.

முதல் கட்டத் தாக்குதலுக்குப் பிறகு நம் படை மின்னல்போல் ஊடுருவியது. எதிரிகள் சுதாரிக்க நேரம் கொடுக்கக்கூடாது என்பதே எங்களுடைய இலக்கு. தினஜ்பூரிலும் சிட்டகாங்கிலும் இப்படி நடந்தது. கே.ஜே.சாமுவேலும் நானும் கிழக்கு முனையில் இருந் தோம். ஜெயந்த் பூவையா போன்ற என் கல்லூரித் தோழர்கள் மேற்கு முனையில் இருந்தனர்.

கிழக்கு பாகிஸ்தானின் ஆறுகளையும் நீரோடைகளையும் மையமாக வைத்து இந்தியத் தாக்குதல் தீர்மானிக்கப்பட்டிருந்தது. ஆறுகளின் மீது கட்டப்பட்டிருக்கும் பாலங்களைத் தகர்ப்பதன் மூலம் எதிரிகளுக்குப் பொருள்கள் கிடைப்பதைத் தடுப்பதே முக்கிய நோக்கமாக இருந்தது. இதன் மூலம் பாகிஸ்தானிய படைப்பிரிவுகள் ஒவ்வொன்றும் தனிமைப்படுத்தப்பட்டன. முதலில் தீவிரமாகத் தாக்கினார்கள். ஆனால், விரைவிலேயே தப்பித்து ஓட வேண்டிய நிலை வந்துவிட்டது. அவர்களுடைய தோல்விக்கு முக்கிய காரணம் தார்மிக வலிமை இல்லாமல் போனதுதான். உள்ளூர் மக்களிடம் இருந்து அவர்களுக்குத் துளிகூட ஆதரவு கிடைக்கவில்லை. நம் ராணுவத்துக்கு கிழக்கு பாகிஸ்தான் மக்களிடம் பெரும் வரவேற்பு இருந்தது. முக்தி பாஹினி அமைப்பில் இருந்தவர்களும் அவர்களுடன் கலந்துவிட்டிருந்த நம் அதிகாரிகளும் இந்திய ராணுவத்துக்குப் பெரிதும் உதவினார்கள். மேற்கு முனையில் இருந்த பாகிஸ்தான் ராணுவத்தினர் மிகுந்த உத்வேகத்துடன் போரிட்டார்கள். ஆனால், கிழக்கு முனை மிகவும் பலவீனமாக இருந்தது.

நம் படை வேகமாக ஒவ்வொரு இடத்தையும் பிடித்தபடி முன்னேறியது. பாகிஸ்தான் படை விழுந்தடித்துக்கொண்டு ஓட அதுவும் ஒரு காரணமாக அமைந்தது. தாக்குதலுக்கு ஆயுதங்கள் கிடைத்த உடனேயே முன்னேற வேண்டும் என்று எங்களுக்கு உத்தரவு கிடைத்திருந்தது. போரின்போது நான் பீரங்கிப் பிரிவில் இருந்தேன். இரவும் பகலும் விடாமல் சுட்டபடி முன்னேறிக் கொண்டிருந்தோம். ஒரே ஒருமுறை எதிரியை வெகு அருகில் சந்திக்க வேண்டிவந்தது. பாகிஸ்தான் படையினர் நாங்கள் இருந்த பகுதிக்குள் ஊடுருவியிருக்கும் தகவலை எங்கள் கமாண்டர் மேஜர் பாக்கர் சிங் சொன்னார். என் படைப்பிரிவுதான் எளிதில் தாக்குதலுக்கு ஆளாகும் நிலையில் இருந்தது. சிறிது காலத்துக்கு முன்பு பாகிஸ்தானிய வீரர்கள் நிறைய கண்ணிவெடிகளை வழியில் பதித்து வைத்திருந்தனர். நம் வீரர்கள் சிலர் அதில் சிக்கிக்கொண்டு இறந்து போயிருந்தனர். ஆயுதங்களும் சிதைந்துபோயிருந்தன.

★

பாகிஸ்தானிய அதிகாரிகள் பேசிக்கொண்ட தகவல் ஒன்று ரகசியமாக ஒட்டுக் கேட்கப்பட்டு எனக்குத் தெரிவிக்கப்பட்டது. நான் படை வீரர்களுடன் தங்கியிருந்த இடத்துக்கு அருகில் அவர்கள் திடீர் தாக்குதலுக்குத் திட்டமிட்டிருப்பது தெரியவந்தது. எனவே, நாங்கள் உடனடியாக நிறையப் பதுங்குகுழிகளை வெட்டி பதுங்கிக்கொண்டு அவர்களுடைய தாக்குதலை முறியடிக்கத் திட்டமிட்டோம். வீரர்கள்

மத்தியில் மதிப்பும் மரியாதையையும் பெற வேண்டுமானால் அவர்களைவிடக் கடுமையாக உழைக்க வேண்டும். உன் நலனைவிட அவர்கள் நலனை முக்கியமாகக் கருதவேண்டும் என்று கேப்டன் ஜே.எஸ் வர்மா சொன்னது நினைவுக்கு வந்தது.

எந்தப் பக்கத்தில் இருந்து பாகிஸ்தானியர் தாக்குவார்கள் என்பது எங்களுக்குத் தெரியாமல் இருந்தது. அவர்களை எப்படியும் தடுத்து நிறுத்திவிட வேண்டும். அதே சமயம் நமது தரப்பில் இழப்பு மிகவும் குறைவாகவும் இருக்க வேண்டும். இதுவே என் உத்தரவாக இருந்தது. இரவின் கறுத்த போர்வையில் ஒவ்வொரு பதுங்கு குழியாகப்போய் வீரர்கள் ஒவ்வொருவரையும் உற்சாகப்படுத்தி வந்தேன். எங்களுக்கு பயம் இல்லாமல் இல்லை. ஆனால், பயத்தின் இன்னொரு முகமே தைரியம். போர் என்றாலும் வர்த்தகம் என்றாலும் பயம் சூழும்போதுதான் தைரியமும் பிறக்கும். பிரபல நடிகர் ஜான் வேய்ன் ஒருமுறை சொன்னார்: 'நீங்கள் பயப்படவில்லை என்று அர்த்தமில்லை. நீங்கள் பயந்துதான் போயிருக்கிறீர்கள். ஆனால், அதை மீறி வெளியே வருகிறீர்கள்.' அவர் சொன்னதுதான் உண்மை. நாங்கள் மிகுந்த விழிப்புடன் இருந்தோம். என் வீரர்கள் எல்லோருடனும் பேசி உற்சாகப்படுத்தி வந்தேன். நல்லவேளையாக, பாகிஸ்தான் வீரர்கள் எந்த திடீர் தாக்குதலிலும் ஈடுபடவில்லை.

அக்டோபர் மாத தொடக்கத்தில் கிழக்குப் பாகிஸ்தானுக்குள் நுழைந்தோம். நிறையத் தாக்குதல்களில் ஈடுபட்டோம். எனினும் பிரதான போர் என்னவோ இரண்டு வாரங்கள் மட்டுமே நீடித்தது. ஒருவழியாக பாகிஸ்தானின் முக்கிய படையைச் சுற்றி வளைத்தோம். ஜெனரல் மானேக்ஷா, பாகிஸ்தான் வீரர்களுடன் ரேடியோவில் பேசினார்: 'பாகிஸ்தான் ராணுவ சகோதரர்களே... உங்களைச் சுற்றி வளைத்து விட்டோம். உங்களுக்குத் தப்பிக்க வழியே கிடையாது. ஆயுதங்களைக் கீழே போட்டுவிடுங்கள். உங்களை நாங்கள் தாக்க மாட்டோம். உங்களுக்குக் கடைசியாக ஒரே ஒரு சந்தர்ப்பம் தருகிறோம். சரணடையுங்கள், சரணடையுங்கள் சரணடையுங்கள் என்று உங்களை நான் வற்புறுத்துகிறேன்.'

அவருடைய வார்த்தைகள் பாகிஸ்தான் ராணுவத்தினரின் முதுகுத் தண்டைச் சில்லிட வைத்திருக்கும். எங்களுக்கு பெரும் உற்சாகமாக இருந்தது. பாகிஸ்தான் ராணுவம் எல்லா பக்கங்களிலும் சுற்றி வளைக்கப்பட்டிருந்தது. அவர்களுடைய மன தைரியம் முற்றாகக் குறைந்துபோயிருந்தது. நாங்கள் மட்டும் தொடர்ந்து தாக்குதலில் ஈடுபட்டிருந்தால் நவீன வரலாற்றிலேயே மிக மோசமான ரத்த ஆறு பெருக்கெடுத்து ஓடியிருக்கும்.

சரணடையும் படலம் வந்தது. திரைப்படத்தில் இடம்பெறும் காட்சி போல் அது நிகழ்ந்தது. கிழக்கு பாகிஸ்தானில் இருந்த பாகிஸ்தானின் ராணுவ கமாண்டர், தன் படைகளுடன் பொது நிகழ்ச்சி ஒன்றில் சரணடைய வைக்கப்பட்டார். அவர்கள் வசம் இருந்த ஆயுதங்கள் பறிமுதல் செய்யப்பட்டன. சரணடைந்த வீரர்களை இந்தியாவின் பல்வேறு இடங்களில் இருந்த போர்க் கைதிகள் முகாம்களுக்கு அனுப்பினோம். உலக வரலாற்றிலேயே மிகப் பெரிய சரணடைவு நிகழ்ச்சி அது. சுமார் ஒரு லட்சம் பாகிஸ்தான் ராணுவத்தினர் இந்திய ராணுவத்திடம் சரணடைந்தார்கள்.

பங்களாதேஷ் என்று பெயர் மாற்றம் பெற்ற கிழக்கு பாகிஸ்தானில் இருந்து அதன் பிறகு நாங்கள் வெளியேறினோம். என்னுடைய படைப் பிரிவு சிக்கிமுக்குப் போனது. தினஜ்பூர், ரங்பூர் வழியாக சிக்கிம் வரையிலான பாதையில் மக்கள் எங்களுக்கு உற்சாக வரவேற்பு கொடுத்தார்கள். இந்திரா காந்தி வாழ்க... இந்திய ராணுவம் வாழ்க... மானேக்ஷா வாழ்க... என்று மக்கள் தெருக்களில் இறங்கி உற்சாகத்துடன் கோஷங்கள் போட்டார்கள். நகரங்கள், ஊர்கள், ஏன் சிறு கிராமங்களில் கூட சுதந்திரத்தை உற்சாகத்துடன் கொண்டாடி மகிழ்ந்தனர். விவசாயிகள், சாதாரண மக்கள், கல்லூரிப் பெண்கள், குழந்தைகள் என எல்லாரும் மாலை மரியாதையுடன் எங்களை வரவேற்றனர். நட்பின் அடையாளமாக எங்களுக்கு இனிப்புகள் வழங்கினார்கள்.

போர் முடிந்த பிறகு ஒன்றரை வருடங்களுக்கு சிக்கிமிலேயே பணி புரிந்தேன். இந்தக் காலகட்டத்தில்தான் என் மனத்துக்குள் ஆன்மிக மலர்ச்சி ஏற்பட்டது. சிக்கிம் ராஜ்ஜியம் அப்போது இந்தியாவுடன் சேர்ந்திருக்கவில்லை. எனினும் இந்தியாதான் அதன் பொருளாதாரம், ராணுவம், உள்கட்டுமானம், அயலுறவு போன்ற விவகாரங்களைக் கவனித்து வந்தது.

அதன் பிறகு இந்திய சீன எல்லையில் 4752 என்று அறியப்படும் முனையில் நியமிக்கப்பட்டேன். 1962-ல் இந்தியா சீனாவுக்கு இடையே கடும் மோதல்கள் நடைபெற்ற நாது லா கணவாய்க்கு அருகில் இந்த இடம் இருந்தது. தலைமையின் சரியான திட்டமிடல் இல்லாத காரணத்தினால் அந்தப் போரில் இந்தியா தோற்றுப்போனது. கடல் மட்டத்தில் இருந்து 4752 மீட்டர் உயரத்தில் இருந்த அந்த முகாம்தான் அந்தப் பகுதியிலேயே மிகவும் உயரமான இடத்தில் அமைந்த முகாம். நான் கண்காணிப்பு அதிகாரியாக அங்கு நியமிக்கப்பட்டேன்.

சீன எல்லையைக் கண்காணித்து தினமும் அறிக்கைகள் தரவேண்டியது என் பொறுப்பு. இங்கு ஒரு காலாட்படைப் பிரிவும் இருந்தது. இமய

மலைச் சாரலுடன் என்னுடைய முதல் அனுபவம் அது. டார்ஜிலிங் ஹெச்.எம்.ஐ-யில் பயிற்சிக்கு வந்திருந்தபோது இமயமலை அடிவாரத் தில்தான் முகாமிட்டிருந்தோம். ஆனால், இது மிகவும் உயரமான இடம். உடம்பு அந்த உயரத்துக்கு பழக வேண்டும் என்பதற்காக வழியில் முகாம்களில் தங்கித் தங்கிச் சென்றோம். 3000 மீட்டர் உயரத்தில் முதல் முகாம் சங்கு ஏரிக்கு அருகில் இருந்தது. அந்த ஏரியின் நீர் அப்படியே நீல நிற ஆகாயத்தைப் பிரதிபலித்தபடி ஸ்படிகம் போல் இருக்கும். பனிக்காலத்தில் அந்த ஏரி முழுவதும் உறைந்துவிடும் என்றும் அதன் மேல் ஜீப்பில் போகலாம் என்றும் சொன்னார்கள்.

அங்கிருந்து சாலை வழியாக நாலைந்து கிலோ மீட்டர் தூரத்துக்குப் போனால், இன்னொரு இளைப்பாறல் முகாம் வரும். அதற்குப் பிறகு சாலை கிடையாது. செங்குத்தான மலையில் நடந்துதான் ஏறியாக வேண்டும். 4752 முகாமை அடைய நான்கு மணி நேரம் ஆகும். சில இடங்களில் நிரந்தரமாக பனி மூடிக் கிடக்கும். ஜம்மு காஷ்மீர் ரைபிள்ஸ் படைப்பிரிவுடன் என் படைப்பிரிவும் இணைக்கப் பட்டிருந்தது. அந்த பங்கரில் நான் ஒருவன் மட்டுமே இருந்தேன். எனது படைப்பிரிவு சுமார் அறுபது அடிக்குக் கீழே முகாமிட்டிருந்தது. எனக்கு உதவுவதற்காக ஆர்ட்டிலரி படைப் பிரிவைச் சேர்ந்த இரண்டு ஜவான்கள் என் பங்கருக்கு சற்றுக் கீழே கூடாரமிட்டுத் தங்கியிருந்தனர்.

★

என் வாழ்க்கையின் மிகவும் அற்புதமான நாட்களில் இவையும் அடங்கும். தினமும் அதிகாலையில் நான் எழுந்திருக்கும்போது கஞ்சன் சங்கா சிகரம் சூரியனின் பொன்னிற கிரணங்களினால் ஒளியூட்டப் பட்டு இருக்கும். வருடம் முழுவதுமே பெரும்பாலும் காலையில் 6 மணி முதல் 9 மணி வரையில் வானம் மிகவும் தெளிவாகக் காணப்படும். அதன் பிறகு பனி மூட்டம் சூழ ஆரம்பித்துவிடும். பனிக்காலத்தில் என் முகாமுக்கு கீழே சரிவில் இருந்த ஏரி உறைந்துபோய்விடும். உறையும் ஏரியை முதன் முதலாக அப்போதுதான் பார்க்கிறேன். அந்தப் பனிப் பாளங்கள் மிகவும் உறுதியானதாக, விலங்குகள் எளிதில் நடந்து செல்லக்கூடியதாக இருந்தது. இந்திய முகாமுக்கும் சீன எல்லைக்கும் நடுவில் எந்தப் பெயரும் சூட்டப்படாத அந்த ஏரி இன்றும் இருந்து வருகிறது.

சீன எல்லையில் இருந்து தினமும் இரண்டு மூன்று மணி நேரத்துக்கு சீன பாட்டுச் சத்தம் காதைப் பிளக்கும். அதைத் தொடர்ந்து கம்யூனிஸ வாழ்க்கையின் மகத்துவம் பற்றிய உரைகள் இடம்பெறும். இந்திய தரப்பில் இருந்தும் இரண்டு மூன்று மணி நேரத்துக்கு இந்தி இசை

இசைக்கப்படும். அதைத் தொடர்ந்து இந்தி, ஆங்கிலம், சீன மொழியில் இந்திய வாழ்க்கை குறித்த பெருமைக்குரிய விஷயங்கள் இடம்பெறும்.

எதிர்தரப்பில் நான் ஒரு சீனப் படைவீரரை உற்றுக் கவனித்து வந்தேன். அதுபோலவே அவரும் என்னைக் கண்காணித்து வந்தார். எங்கள் இருவருக்கும் இடையில் நிஜமாகவே ஒரு பனிப்போர் நடந்து வந்தது. தினசரி நிலைமையை மேலதிகாரிகளுக்கு அறிக்கையாக அனுப்பு வேன். சில நாட்களில் சீனப் பகுதியில் வெடி குண்டு வெடிக்கும் சத்தம் கேட்கும். சாலைகள், பதுங்கு குழிகள், பாதுகாப்பு முகாம்கள் கட்டும் பணிக்கான ஏற்பாடுகளாக இருக்கும் என்று யூகித்துக் கொண்டேன். சில நேரங்களில் கோவேறு கழுதைகள் வரிசையாக அணிவகுத்துச் செல்லும். சில நேரங்களில் பனி மலையில் காட்டு எருதுகளைப் பார்ப்பேன். இமயமலையில் வசிக்கும் பழங்குடி யினருக்கு அது காமதேனுவைப் போன்றது. பால், மாமிசம், தோல், போக்குவரத்து என பல்வேறு வகையில் பயன்படும்.

இயற்கைக் காட்சிகளைப் பார்த்தால் அப்படியே மெய்மறந்துபோய் விடுவோம். ஆனால், சீதோஷ்ணநிலை மிகவும் மோசமாக இருக்கும். வாட்டி எடுக்கும் குளிர், சதைகளை ஊடுருவி எலும்புகளிலும் பரவும். ஆக்ஸிஜன் மிகவும் குறைவாகவே கிடைக்கும். கோடைக்காலத்தில் உச்ச பட்ச வெப்பமே மைனஸ் இரண்டு அல்லது மூன்று டிகிரிதான். இரவுகளில் வெப்பநிலை மைனஸ் இருபது வரையும் போய்விடும்.

அங்கு இருப்பது மிகவும் சவாலானது. நல்ல தண்ணீர் கிடைக்காது. ஷேர்பா பழங்குடியினர் பனிப்பாறையை ஆழமாகக் குடைந்து கரண்டி யால் நீரை முகந்து கேன்களில் நிரப்பி முகாமுக்குக் கொண்டுவந்து தருவார்கள். சாப்பாடும் கேன்களில் அடைக்கப்பட்ட உணவுதான். போக்குவரத்து மிகவும் சிரமம். கங்டோக்குக்கான பொருள்களை வழங்கும் ராணுவ மையத்துக்குப் போய் வரவேண்டு மென்றால் 2, 3 நாள்கள் ஆகும். சில நேரங்களில் பனி காரணமாக புற உலகில் இருந்து முற்றிலும் துண்டிக்கப்பட்டுவிடுவேன். அப்போதெல்லாம் உணவுப் பொருள்கள் விமானங்கள் மூலம் போடப்படும்.

போர் இல்லாத காலத்திலும் ராணுவ வீரர்கள் இதுபோன்ற இடங்களில் மிகுந்த சிரமத்துடன்தான் வாழ்ந்தாக வேண்டியிருக்கும். வாழ்க்கை யின் இயல்பான, அடிப்படையான வசதி வாய்ப்புகள் எதுவுமே இருக் காது. ஆண்கள், பெண்கள், குழந்தைகள் போன்ற சக மனிதர்களுடன் பழகுதல், பச்சைப் பசுமையான காட்சிகளை ரசித்தல், சலசலத்து ஓடும் நீரை கண்டு மெய்மறத்தல் என்பன போன்ற எளிய விஷயங்கள்கூட மறுக்கப்பட்ட வாழ்க்கை அது. வெறித்த கண்களும் உலர்ந்த உள்ளமுமாக நாட்களைக் கழிக்க வேண்டியிருக்கும். அந்த வெற்றுப்

பனி மலையில் ஆசுவாசம் தருவதாக எதுவுமே இருக்காது. எப்போதாவது ஒரு மலை ஆடு துள்ளிக் குதித்து ஓடும். அல்லது பனிச் சிறுத்தை பதுங்கியபடி போகும். வெறுமையான அந்த ஆளரவமற்ற இமயமலை முகாமில் இருந்து நான்கு மாதங்கள் கழித்து கீழே இறங்கி வந்து பாய்ந்தோடும் நதியையும், பச்சைப் பசுமையையும் பார்க்கும் போது மறு பிறவி எடுத்ததுபோல் இருந்தது.

தனிமைப்படுத்தப்பட்ட அந்தப் பனி மலை முகாமில் சில நல்ல அம்சங்களும் உண்டு. டால்ஸ்டாய், தாஸ்தயேவ்ஸ்கி, காம்யு, சாமர்ஸெட் மாம், புஷ்கின், சார்த்தர், ஷோலக்கோவ் என என் அபிமான எழுத்தாளர்கள் அத்தனைபேருடைய படைப்புகளையும் படிப்பதற்கு ஏராளமான நேரம் கிடைத்தது. அடுத்ததாக, பனி மலை வாழ்க்கையின் சிறப்பு அம்சம் என்னவென்றால், அங்கு மட்டுமே காணக்கிடைக்கும் அரிய காட்சிகள். நெடுந்தூர கண்காணிப்பு பயணங் களில் சுயமாக ஆர்வத்துடன் பங்கெடுத்தேன். இந்திய-திபெத் எல்லைப் பகுதியில் 6,000 மீட்டர் உயரத்துக்கெல்லாம்கூடப் போவோம். சீன ஊடுருவல் இருக்கிறதா? எங்கெல்லாம் முகாம் அமைத்துக்கொள்ள முடியும் என்பதைப் பார்ப்பதற்கான பயணங்கள் அவை. முதல்முறை அப்படியான பயணம் மேற்கொண்டபோது தென்பட்ட காட்சிகளைக் கண்டு மெய் சிலிர்த்துப் போனேன். பொங்கிப் பாயும் நீர் வீழ்ச்சிகள், பனி மூடிய சிகரங்கள், தங்கக் கவசம் போல் படரும் சூரியக் கதிர்கள், சுழித்தோடும் மலை ஆறுகள்...

நான் தாகூரின் கவிதைகளில் லயித்துக் கிடப்பேன். ஒட்டு மொத்த அனுபவமும் மாபெரும் ஆன்மிக எழுச்சியை மனத்தில் ஏற்படுத்தும். மோட்டார் வாகனமே பார்த்திராத உள்ளொடுங்கிய தொலைதூர கிராமங் களுக்கெல்லாம் போய்வரும் வாய்ப்புகள் கிடைத்தன. அந்த உயரமான இடத்தில் வசிப்பவர்களுக்கு மருந்து மாத்திரைகள் கொடுத்தோம். 'காமதேனு'க்களின் பால் குடித்தோம். வேறு வழியில்லாத நேரங்களில் அதன் மாமிசத்தையும் உண்டு வாழ்ந்தோம்.

சிக்கிம் பெண்கள் மிகவும் அழகானவர்கள். வீட்டு வேலை, வெளி வேலை என எல்லா வேலைகளையும் செய்வார்கள். ஆண்கள் வீட்டிலேயே தயாரிக்கப்பட்ட தும்பா எனும் கள்ளைக் குடித்துக்கொண்டு வெறுமனே கிடப்பார்கள். சிக்கிமில் இருந்து பூட்டானுக்குப் போனோம். நாங்கள் அங்கு போனபோது அதன் மன்னர் இறந்துவிட்டிருந்தார். 17 வயதே ஆன இளவரசருக்கு முடிசூட்டு விழா நடக்கவிருந்தது. சீன-பூட்டான் எல்லையைக் கண்காணித்தல், முடி சூட்டு விழாவில் பங்கெடுத்தல் என இரண்டு முக்கிய பொறுப்புகளை ஒப்படைத்து ராணுவம் படைப்பிரிவுடன் என்னை அங்கு அனுப்பி வைத்தது.

பூட்டான் ஒரு 'ஷாங்கரி லா' (ஆசீர்வதிக்கப்பட்ட இடம்). புற உலகில் இருந்து முற்றிலும் துண்டிக்கப்பட்ட அற்புதமான நாடு. அந்நாடும் பாரம்பரியமும் புறத்தாக்குதல் இல்லாமல் தனித்தன்மையுடன் இருந்தன. செய்தித்தாள்களோ, பிறவகை தொடர்பு சாதனங்களோ எதுவுமே கிடையாது. பாரம்பரிய உடையை மட்டுமே அணிந்து வந்தனர். பாரம்பரிய வழிமுறைகளையே பின்பற்றி வந்தனர். அவர்களுக்கு ஒரு நல்ல அரசர் இருந்தார். மக்கள் அவர்மீது மிகுந்த மரியாதை வைத்திருந்தனர். பூட்டானைப் பார்த்தபோது அது பவுத்த சொர்க்கம் போலவே எனக்குத் தோன்றியது. சுமார் ஒன்றரை மாதகாலம் அங்கு இருந்தேன். முடிசூட்டு விழாவில் பங்கெடுத்தேன். துப்பாக்கி அணிவகுப்பு மரியாதையை பார்த்தேன். பூட்டானின் உள்ளொடுங்கிய பகுதிகளுக்கும் போய்வந்தேன்.

★

போர் முடிந்த பிறகு ஒருவித அமைதியின்மை என்னைச் சூழ ஆரம்பித்தது. என் அப்பா எனக்கு காந்திய சிந்தனைகளை அறிமுகப் படுத்தியிருந்தார். காந்தியின் படைப்புகள் அனைத்தையும் படித்தேன். அந்தக் காலகட்டத்தில் எல்லாவற்றையும் காந்தியின் கண்கள் வழியாகப் பார்த்தேன். என்னுடைய இடத்தில் காந்தி இருந்தால் என்ன செய்வார் என்ற ஆச்சரியத்துடன் நினைத்துப் பார்ப்பேன். என் மனத்தில் ராணுவ வாழ்க்கைக்கு இருந்த முக்கியத்துவம் மெள்ளக் குறைய ஆரம்பித்தது. 'இனியும் அது என்னை வழி நடத்திச் செல்லும் சக்தியாக இருக்காது' என்று அப்பாவுக்குக் கடிதம் எழுதினேன். சமூக-ஆன்மிகத் தளங்களில் ஏதாவது செய்ய மனம் விரும்புகிறது. அந்தச் செயல்களை ராணுவத்தில் இருந்து செய்யமுடியாது என்று அந்தக் கடிதத்தில் குறிப்பிட்டிருந்தேன். அதே நேரத்தில் என் ராணுவ வேலையை விட்டு விட்டு நான் ஏழைகளுக்கு சேவை செய்யப் புறப்பட்டால், இந்த சமூகத்துக்குக் கூடுதல் சுமையாகத்தான் இருப்பேன். என் அடிப்படைத் தேவைகளைப் பூர்த்தி செய்யவே என்னிடம் எதுவும் இருக்காது. நான் ராணுவ வேலையில் தொடர்ந்து இருக்க வேண்டும் என்று ஆலோசனை சொல்லி என் அப்பா நீண்ட கடிதங்கள் எழுதினார். நான் ஒரு கோழையாகிவிட்டதாகச் சொன்னார். கடமையைச் செய். செயலற்று இருப்பதை விட செயலே மேலானது. செயலற்று இருந்தால் வாழ்க்கையின் இயல்பானவைகூட சாத்தியமில்லாமல் போய்விடும் என்று கீதையை மேற்கோள்காட்டி அப்பா எழுதியிருந்தார். நாம் ஒரு பிறவியில் செய்யும் செயல்களுக்கான பலனை இன்னொரு பிறவியில் அனுபவித்தே ஆக வேண்டும் என்றும் சொல்லியிருந்தார்.

ராணுவ வாழ்க்கை மிகவும் அபாரமானதுதான். அங்கு மதச் சார்பு கிடையாது. மற்ற வசதி வாய்ப்புகளுக்குக் குறைவே கிடையாது. அந்த

ராணுவ வாழ்க்கைதான் எனக்குப் பல விஷயங்களைக் கற்றுக் கொடுத்தது, எல்லாம் சரி. ஆனால், ஏனோ அது மிகவும் இறுக்கமான தாக இருந்தது. என் சாகச எண்ணங்களுக்கு மாறானதாக இருந்தது. அப்பாவின் கடிதத்துக்கு நீண்ட பதில் எழுதினேன். 'உன் கர்மாவும் தர்மமும் உன் செயல்களில்தான் இருக்கின்றன' என்று ஆணித்தரமாக எழுதினார். வேறு என்ன செய்ய என்று திடமான தீர்மானம் எதுவும் இல்லாததால் ராணுவப் பணியிலேயே தொடர முடிவு செய்தேன். இத்தகைய மனநிலையில் இருந்தபோதுதான் காஷ்மீருக்கு அனுப்பப் பட்டேன். அங்கு கிடைத்த அனுபவங்களும் அற்புதமாகவே இருந்தன.

ஒருமுறை மலையேறும் பயணத்தில் இருந்தபோது, பிடிமானம் தவறி 12 மீட்டர் கீழே இருந்த பள்ளத்தில் விழுந்துவிட்டேன். அதில் இருந்து உயிர் தப்பியது உண்மையிலேயே மிகப் பெரிய அதிசயம்தான். நான் விழுந்த இடத்திலிருந்து 25 கி.மீட்டர் தொலைவில் இருந்த சோனாமார்க் வரை என்னைச் சக வீரர்கள் தூக்கிக்கொண்டுபோய் சிகிச்சை கொடுத்தார்கள். கீழே விழுந்ததில் என் கையில் பலமான அடிபட்டிருந்தது. கையை திரும்பவும் உபயோகிக்க முடியுமா என்ற சந்தேகம் இருந்தது. நான்கு பேர் என்னைத் தோளில் சுமந்துகொண்டு போனபோது ஐன்ஸ்டீனின் வரிகளே நினைவில் ஓடின: நமக்குப் பிற மனிதர்களின் உதவி எப்போதும் தேவைப்படுகிறது. நாமெல்லோரும் பரஸ்பர உதவிகளின் மூலமே வாழ்கிறோம்.

★

எனக்கு ராணுவத்தில் இனியும் இருக்க வேண்டாம் என்று திடமாகத் தோன்றிவிட்டது. ஆனால், அடுத்ததாக என்ன செய்ய? ஒன்றும் தெரியவில்லை. எல்லா பந்தங்களையும் விட்டுவிட்டுத் துறவியாகப் போகவேண்டும் என்று ஒரு மனது சொன்னது. ஆனால், அப்படிச் செய்தால் இந்த சமூகம்தான் என் தேவைகளைக் கவனிக்க வேண்டி யிருக்கும். ஏற்கெனவே இருப்பவற்றோடு நானும் ஒரு கூடுதல் சுமையாக இருப்பேன். எனவே என் வாழ்க்கைப் பணிகளினூடாக ஒரு தீர்வைக் கண்டடைய முடிவுசெய்தேன். காயம் பட்டபோது வலி மிகவும் அதிகமாக இருந்தது. மார்ஃபைன் கொடுத்திருந்தார்கள். ஸ்ட்ரெச்சரில் நிராதரவாக, பரந்து விரிந்த வானத்தை வெறித்துப் பார்த்தபடி என் ஆன்மிகத் தேடல்களுக்கு ஒரு பதிலைத் தேடியபடி படுத்துக் கிடந்தேன். அந்த விபத்து, வயின் வேதனை, உடல் ஊனமாகிவிடுமோ என்ற பயம்... இவை அனைத்தும் என்னை ஓர் உறுதியான முடிவெடுக்க வைத்தன. என் மனத்தில் இருந்த குழப்பங் களுக்கு ஒரு விடை கிடைத்தது. சோனாமார்க்கில் இருந்து ஹரிநகரில்

இருந்த மருத்துவமனைக்குக் கொண்டு செல்லப்பட்டேன். நான்கு மாதங்கள் சிகிச்சை பெற்றேன். ஓர் அறுவை சிகிச்சையும் செய்யப் பட்டது. உடல் தேறியதும் சுய தேடலை உற்சாகத்துடன் முன்னெடுக்க ஆரம்பித்தேன்.

பெங்களூருவில் ஒரு வருடகாலம் மெடிக்கல் போஸ்டிங்கில் இருந்தேன். கையில் பலமாகக் காயம்பட்டிருந்ததால் ராணுவப் பணிகளுக்கு லாயக்கில்லாதவனாகிவிட்டிருந்தேன். அதன் பிறகுதான் ஓர் அருமை யான சம்பவம் நடந்தது. உடல் குணமானதும் திருவனந்தபுரத்தில் என்னை நியமித்தார்கள். அந்தப் படைபிரிவுக்கு பிரிகேடியர் என்.எஸ்.ஐ.நரஹரி தலைமை தாங்கினார். அவர் பின்னாளில் ஜெனரல் ஆனார். அதன் பிறகு டெக்கான் ஏவியேஷனின் சேர்மன் ஆனார். திருவனந்தபுரத்தில் என் கமாண்டராக இருந்தார். மிகவும் அற்புதமான வீரர். பொறியாளர், பாரா ட்ரூப்பர், ஆழ் கடல் நீச்சல் வீரர்.

அவர் காலாட்படைப் பள்ளியில் ஆசிரியராகவும் இருந்தார். அவர் பதவி ஏற்ற அன்று ஓர் உரை நிகழ்த்தினார். அதில் அவர் சொன்ன விஷயங்கள் என்னை வெகுவாகக் கவர்ந்தன: 'நான் மிகவும் கடினமாக உழைப்பேன். விளையாட்டுகளில் அதைவிடக் கடினமாக ஈடுபடுவேன். விருந்து கொண்டாட்டங்களிலோ விளையாட்டை விட அதிக ஆர்வத்துடன் கலந்து கொள்வேன். என்னைப் பொறுத்த வரையில் வேலையிலும் விளையாட்டிலும் எந்த விட்டுக் கொடுத்தலுக்கும் இடமே கிடையாது.'

அவர் சொல்லும் ஆலோசனைகளுக்காக அவரைப் பெரிதும் மதித்தேன். அங்கு நடந்த ஒரு சில நிகழ்வுகளின் மூலமாக அவர் மீதான மதிப்பு மேலும் அதிகரித்தது.

திருவனந்தபுரத்தில் உணவு விடுதிச் செயலாளராக இருந்தேன். அப்போது ராணுவ ஜெனரல் கலந்து கொள்ளும் விருந்து ஒன்றை ஏற்பாடு செய்ய வேண்டியிருந்தது. அவர் ஸ்காட்ச் மட்டுமே அருந்து வார் என்று என்னிடம் சொன்னார்கள். ஒரு ஜெனரல் என்னவெல்லாம் விரும்புகிறாரோ அதையெல்லாம் அவருக்குத் தந்தாக வேண்டும். ஆனால், அதற்கான பில் பணத்தை மற்ற அதிகாரிகள்தான் கட்டுவார்கள். இது ராணுவத்தில் இருக்கும் ஒரு நடைமுறை.

இது சரியில்லை என்று எனக்குத் தோன்றியது. எனவே, இதை எதிர்க்கத் தீர்மானித்தேன். 'ஜெனரலுக்கு ஸ்காட்ச் வேண்டுமென்றால் அது நிச்சயம் கிடைக்கும். ஆனால், அதற்கான பணத்தை அவர்தான் தர வேண்டும். நான் ஸ்காட்சுக்கான பில்லை ஜெனரலிடம்தான் கொடுக்கப் போகிறேன்' என்று பிரிகேடியர் நரஹரியிடம் சொன்னேன்.

'வேண்டவே வேண்டாம். நாம் அவருக்கு பில் கொடுக்க வேண்டாம். ஆனால், ஸ்காட்சும் கொடுக்க வேண்டாம். நம்மிடம் எது இருக்கிறதோ அதையே கொடுப்போம்' என்று சொன்னார். 'நம்மிடம் கைவசம் என்ன இருக்கிறது' என்று கேட்டார். 'விஸ்கியும் ரம்மும் இருக்கிறது' என்று சொன்னேன். 'அதையே கொடுங்கள்' என்று சொன்னார்.

ஜெனரல் வந்தார். எங்களுக்கு ஒரே பதற்றமாக இருந்தது. வழக்கமான நடைமுறைகளுக்கு மாறாக நடந்துகொண்டால் மேலதிகாரிகளுக்கு மிகுந்த கோபம் வரும். ஆனால், நாங்கள் அதைப்பற்றி பயப்பட வில்லை. மாலை நேரம் வந்தது. கண்ணாடிக் கோப்பைகளின் இதமான சத்தத்தால் ராணுவ விடுதி நிரம்ப ஆரம்பித்தது. ஜெனரல், தன் இருக்கை யில் வந்து அமர்ந்தார். விஸ்கி கொண்டுவரப்பட்டது. ஜெனரல் கோப்பையை உயர்த்தினார். அவர் சிறந்த ஸ்காட்ச் ப்ரியர். ஒருவகை யில் ஸ்காட்ச் நிபுணர் என்றுகூடச் சொல்லலாம். ஒரு துளி முகர்ந்து பார்த்தாலே அது ஸ்காட்சா இல்லையா என்பதைத் தெரிந்துகொண்டு விடுவார். கோப்பையைக் கைகளால் உருட்டினார். வாசனை லேசாக நாசியைத் தொட்டதும் அது ஸ்காட்ச் இல்லை; இந்திய விஸ்கி என்பது அவருக்குத் தெரிந்துவிட்டது. ஆனால், தன் அதிருப்தியை மறைக்க வெல்லாம் செய்யவில்லை. இதற்கு பதிலாக சூப்பே குடித்துக் கொள் கிறேன் என்று சொன்னார். இப்படியாக வழிவழியாகப் பின்பற்றப் பட்டு வந்த ஒரு ராணுவ நடைமுறை முறிக்கப்பட்டு விட்டது. அடுத்ததாக இன்னொன்றும் மீறப்பட்டது. ஜெனரல் மதுபானம் அருந்தவில்லையென்றால், வேறு யாருமே எதுவும் அருந்தமாட்டார் கள். அதுவும் ஒரு ராணுவ நடைமுறைதான். ஆனால் பிரிகேடியர் நரஹரி, 'எனக்கு ரம் கொண்டு வாருங்கள்' என்று அழுத்தம் திருத்த மாகச் சொன்னார். ஜெனரல் கோபத்தில் விடுதியை விட்டு வேகமாக வெளியேறிவிட்டார்.

பிரிகேடியர் நரஹரி நிறைய மது அருந்துவார். ஆனால், வெகு நிதான மாக இருப்பார். மிகவும் மூத்த அதிகாரியாக இருந்தாலும் எல்லா விளையாட்டுகளிலும் பங்கெடுப்பார். விருந்துகளில் உற்சாகமாகக் கலந்துகொள்வார். சில நாட்களில் அதிகாலைவரை நீளும் நடன நிகழ்ச்சிகளில் கூடப் பங்கெடுப்பார். அவரை கமாண்டராகப் பெற்றது மிகவும் சந்தோஷமான அனுபவம். இதமான நடத்தை, நேர்மையான செயல்பாடுகள், நிதானமான அதேநேரம் வெளிப்படையான பேச்சு கொண்டவர். ஐ.ஏ.எஸ்.ஸில் பதவி உயர்வுகள் சீனியாரிட்டியைப் பொறுத்தவை. இன்ஃபோசிஸ் நாராயண மூர்த்தி ஒரு விஷயம் சொன்னார்: 'ஒரு ஐ.ஏ.எஸ் அதிகாரி தன் நிர்வாக வாழ்க்கையில் ஒரே ஒருமுறைதான் சோதிக்கப்படுகிறார். அதாவது, பணியில் சேரும்போது

மட்டுமே தேர்வுக்கு உட்படுத்தப்படுகிறார்.' ஆனால், ராணுவ அதிகாரியோ தன் பணிக்காலத்தின் ஒவ்வொரு தருணங்களிலும் சோதனைக்கு உட்படுத்தப்படுகிறார். நூறு பேரில் ஒருவர் மட்டுமே கர்னல் பதவிக்கு உயர்த்தப்படுவார். பிரிகேடியர் பதவிக்கான விகிதம் இன்னும் சற்று அதிகமானது. ஆயிரம் பேரில் ஒருவர்தான் ஜெனரலாகத் தேர்ந்தெடுக்கப்படுவார். பெரும்பாலான நிறுவனங்களில், குறிப்பாக ராணுவத்தில், வெளிப்படையாகப் பேசுபவர்கள் உச்சியை எட்ட முடியாது என்று சொல்வார்கள். பிரிகேடியர் நரஹரி அதற்கு விதிவிலக்கானவர். மிகவும் நேர்மையானவர். வெளிப்படையாகப் பேசுபவர். இருந்தும் அவர் உச்சியை அடைந்ததை எதனாலும் தடுக்க முடியவில்லை.

அதுபோலவே என் மனத்தில் ஏற்படும் சஞ்சலங்கள், புதிய சவால்களை எதிர்கொள்வதிலிருந்து என்னைத் தடுக்கவே இல்லை. நீச்சல், மலை ஏற்றம், நடை பயணம் என்று மனத்துக்குப் பிடித்ததில் எல்லாம் ஈடுபடுவேன். மோட்டார் சைக்கிளை எடுத்துக்கொண்டு இன்ன இடம் என்று எந்தத் தீர்மானமும் இல்லாமல் சுற்றித் திரிவேன். சுதந்திரப் போராட்டத்தில் குதிப்பதற்கு முன்பாக இந்தியா முழுவதும் காந்தி சுற்றுப் பயணம் செய்தாரே அதுபோல் நானும் இந்தியா முழுவதையும் சுற்றிப் பார்க்க ஆசைப்பட்டேன். கூடாரம், தூங்க உதவும் பை, பிற பொருள்களை எடுத்துக்கொண்டு என்னுடைய ஜாவா பைக்கில் ராஜஸ்தானுக்குப் பறந்தேன். பிக்கானெர் நகரில் ஆரம்பித்து மூன்று மாதத்துக்குள் சுமார் 4000 கி.மீ தூரம் பயணம் செய்தேன். இந்தியா குறித்து என்னுடைய சொந்தமான அபிப்ராயம் ஒன்றை உருவாக்கிக் கொள்ள விரும்பினேன். ஹோட்டல்களில் தங்குவதைத் தவிர்த்தேன். இரவுகளில் ஆஸ்ரமங்களில் அல்லது ஆற்றோரங்களில் தங்கிக் கொண்டேன். கிராமங்களில் விவசாயிகளின் வீட்டிலோ அல்லது அவர்களுடைய களத்து மேட்டிலோ சொற்ப வாடகை கொடுத்து தங்கினேன். கிராமத்தினர் 15-20 ரூபாய் வாங்கிக்கொண்டு இரவு தங்கிக்கொள்ள அனுமதித்தனர். இரவு உணவாக அவர்களே ஏதாவது தயாரித்துக் கொடுத்துவிடுவார்கள். பிக்கானெரில் இருந்து ஜெய்சால்மெர், ஆஜ்மெர், டில்லி, லக்னோ, கான்பூர், கஜுராஹோ, சாஞ்சி, போபால், உஜ்ஜயினி, மண்டு, அஹமதாபாத் என பயணம் மேற்கொண்டேன். கோயில்கள், அரண்மனைகள், கோட்டைகள் என தேடித் தேடிப் பார்த்தேன். விதவிதமான மனிதர்களைச் சந்தித்தேன். இந்தியாவின் வண்ணமயமான பன்முகத் தன்மை என்னை அசர அடித்தது.

கிராமப்புறங்களில் சுற்றித் திரிந்தபோது ராணுவ வேலையை விட்டு விட வேண்டும் என்று தீர்மானமான முடிவுக்கு வந்தேன். பிரிகேடியர்

நரஹரியிடம் அதுபற்றிப் பேசினேன். 'அதுதான் நல்லது என்று தோன்றுகிறது. ஏனென்றால், நீ செய்யும் வேலையில் உன் மனம் லயிக்கவில்லை. நீ இந்த வேலையைவிட்டுச் செல்வது உனக்கு மட்டுமல்ல, இந்திய ராணுவத்துக்குமே ரொம்பவும் நல்லது. ஆனால், அதற்குப் பிறகு என்ன செய்வதாக உத்தேசம்?' என்று கேட்டார். அது உண்மையிலேயே மிகவும் சிக்கலான கேள்விதான். ஒரு ராணுவ வீரருக்கான திறமைகள் மட்டுமே என்னிடம் உள்ளன. வேறு எதுவும் தெரியாது. 'நானாக என் மனத்தின் உள்ளார்ந்த தேடலின் அடிப் படையில் ஏதாவது ஒன்றைச் செய்வேன். அதுவரையில் கிராமத்தில் விவசாயத்தில் ஈடுபடுவேன்' என்று சொன்னேன். என் மனத்தில் பல்வேறு அதிரடியான கனவுகள் இருந்தன. வெளிநாட்டுக்குப்போய் நேஷனல் ஜியாக்ரஃபிகல் சொசைட்டியில் இரண்டு வருடங்கள் பயிற்சி யாளராகப் பணி புரிய வேண்டும் என்று ஆசைப்பட்டேன். எகிப்து, கிரீஸ், இத்தாலி ஆகிய நாடுகளுக்குப் போக வேண்டும். நேஷனல் ஜியாக்ரபிக்கில் எப்படிச் சேர்வது, எப்படித் தகுதிப்படுத்திக்கொள்வது என்பதையெல்லாம் காலப்போக்கில் கற்றுக்கொள்ள வேண்டியிருக் கும். எதுவானாலும் ஒரே ஒரு விஷயம் மட்டும் என் மனத்தில் உறுதியாக இருந்தது. ராணுவத்தை விட்டுப் போய்விட வேண்டும்; வேறு எந்த அரசு வேலைக்கும் போய்விடக்கூடாது.

இதுவரையில் மிகவும் பாதுகாப்பான வாழ்க்கை வாழ்ந்திருக் கிறோமே. இனிமேல் பொருளாதாரத் தேவைகளை எப்படிப் பூர்த்தி செய்யப் போகிறோம் என்பதை நான் அப்போது யோசித்துப் பார்க்கவே இல்லை. ராணுவ அதிகாரியாக என் முதல் சம்பளம் ரூ 400. கூடவே 223 ரூபாய் அலவன்ஸ். என் சகோதர சகோதரிகளை வளர்க்க அப்பாவுக்குத் தேவைப்படும் என்று ஒவ்வொரு மாதமும் வீட்டுக்கு ரூபாய் 200 அனுப்பிவிடுவேன். என் மாதாந்திர மெஸ் செலவுகள் ரூ.100 வரும். அதற்கு மேல் செலவென்று எதுவும் கிடையாது. எனவே, கணிசமான தொகையை மிச்சம் பிடித்து வாழ்க்கையை சந்தோஷமாக வாழ்ந்தேன். காடுகளைக் கடந்து எல்லைகளைத் தாண்டிப் போக வேண்டும் என்ற உந்துதல் மனத்தில் இருந்துகொண்டே இருந்தது. சாகசங்களைத் தேடி மனம் பரபரத்தது. ஒரு கப்பலுக்கு மிகவும் பாதுகாப்பான இடம் துறைமுகம்தான். ஆனால், துறைமுகத்திலேயே முடங்கிக் கிடப்பதற்காக அது உருவாக்கப்பட்டிருக்கவில்லையே. எனவே, கயிறுகளை அறுத்துக்கொண்டு பாதுகாப்பான வாழ்க்கையில் இருந்து என்னை விடுவித்துக்கொண்டு தேடலைத் தொடர ஆரம் பித்தேன். மடத்தனமான யோசனைதான். ஆனால், அது என்னை முழு வதுமாக ஆக்கிரமித்திருந்தது. இந்தக் காலகட்டத்தில்தான் ஒரு பெண்ணைச் சந்தித்தேன். அது ஒரு விசித்திரமான அனுபவம்.

திருவனந்தபுர ராணுவக் குடியிருப்பில் இளம் ராணுவ வீரர்கள் ஒன்றாகச் சேர்ந்து வசித்தோம். அந்தப் பெண் ஒரு ஹாஸ்டலில் தங்கி யிருந்தாள். நாங்கள் நல்ல நண்பர்களாகிவிட்டோம். பைக்கில் அழைத்துக்கொண்டு பல இடங்களுக்கும் செல்வேன். கேப்டன் ஈ.ஜே.கொச்சேகன், கேப்டன் சுரேஷ் ராவ் என்ற என் இரண்டு நண்பர்கள் அந்தப் பெண்ணின் தோழிகளைக் காதலித்து வந்தனர் .

அந்தப் பெண்ணின் பெற்றோர் வெளிநாட்டில் வசித்துவந்தார்கள். நாங்கள் நல்ல நண்பர்கள் என்றாலும் எங்கள் இருவருக்குமிடையிலான உணர்வுகள் மாறுபட்டதாக இருந்தன. அந்தப் பெண் என்னைக் காதலித்தாள். நான் வெறும் நட்புடன் பழகினேன். இந்த விஷயத்தை ஆரம்பத்திலேயே வெகு தெளிவாகச் சொல்லிவிட்டேன். ராணுவத்தில் இருந்து வெளியேறுவதுதான் என் ஒரே குறிக்கோளாக இருந்தது. எனவே, அந்த நேரத்தில் ஓர் உறவை ஏற்படுத்திக் கொள்ளவோ, திருமணம் செய்துகொள்ளவோ எனக்கு விருப்பமே இல்லை. நாங்கள் அடிக்கடி ஒன்றாக வெளியே போவோம். அது எப்படியோ அந்தப் பெண்ணின் பெற்றோருக்குத் தெரிந்துபோய், மத்திய கிழக்கு நாடுகளில் இருந்து அவர்கள் உடனே விமானத்தில் பறந்து வந்தனர். சொந்தத்தில் அந்தப் பெண்ணுக்குத் திருமணம் நிச்சயித்தனர். அந்தப் பெண்ணுக்கு அவனைத் திருமணம் செய்துகொள்வதைத் தவிர வேறு வழியே இருக்கவில்லை.

ஒருநாள், பிரிகேடியர் நரஹரியுடன் டென்னிஸ் விளையாடிக் கொண் டிருந்தபோது அந்தப் பெண்ணிடமிருந்து அழைப்பு வந்தது. பதினைந்து நாட்களுக்குள் அவளுக்குத் திருமணம் நடக்கப் போவ தாகச் சொன்னாள். அவளது பெற்றோர் அவளை அறையில் பூட்டி வைத்திருப்பதாகவும் உடனே வந்து காப்பாற்றுங்கள் என்றும் கதறினாள். நான் அந்தப் பெண்ணை எந்த வகையிலும் ஏமாற்றவே யில்லை. ஆரம்பத்தில் இருந்தே நேர்மையாக என் நிலையைத் தெளிவாக எடுத்துச் சொல்லியிருந்தேன். இப்போது போனில் அவள் மிகவும் கெஞ்சினாள். ‘என்னை என் பெற்றோரிடமிருந்து விடுவித்து எங்காவது அனுப்பி வைத்துவிடுங்கள். நான் ஒரு வேலை தேடிக் கொள்வதுவரை கொஞ்சம் பணம் கொடுத்து உதவுங்கள் அதுபோதும். இப்போது திருமணம் செய்துகொள்ளும் நிலையில் நான் இல்லை. ப்ளீஸ்! நீங்கள் எனக்கு இந்த ஒரு உதவியை மட்டும் செய்யுங்கள்’ என்று வேண்டினாள். நான் யோசித்துப் பார்த்தேன். அந்தப் பெண்ணைக் காப்பாற்றுவது என்று முடிவு செய்தேன்.

ஒரு நள்ளிரவில், அவளைக் காப்பாற்றி பெங்களூருக்கு அனுப்பி வைப்பது என்று முடிவு செய்தேன். நான் ராணுவத்தில் இருந்து விலகத்

தீர்மானித்திருப்பதையும் என்னைத் திருமணம் செய்து கொள்ளலாம் என்று கனவு காண வேண்டாம் என்பதையும் அவளிடம் மீண்டும் தெளிவாக எடுத்துச் சொன்னேன். மிகவும் தேவையான பொருள்களை மட்டுமே எடுத்துக்கொண்டு தயாராக இருக்கும்படிச் சொல்லி மறக்காமல் கேன்வாஸ் ஷூ போட்டுக் கொள்ளுமாறு அறிவுறுத்தினேன்.

தேசியப் பாதுகாப்பு அகாடமியில் நான் பெற்ற பயிற்சி இந்த சாகசத்துக்குப் பெரிதும் உதவியது. கொச்சேகனிடம் இந்தத் திட்டத்தைச் சொல்லியிருந்தேன். நான் அந்தப் பெண்ணை வீட்டுச் சிறையில் இருந்து மீட்டு ராணுவ ஜீப்பில் கொல்லத்துக்கு அழைத்துக் கொண்டு செல்ல வேண்டும். கொச்சேகன் அங்கிருந்து அந்தப் பெண்ணை கொச்சினுக்கு அழைத்துச் சென்று பெங்களூருக்கு ரயிலில் ஏற்றி விடவேண்டும். பெங்களூருவில் இருக்கும் என் நண்பர்கள் அந்தப் பெண்ணுக்கு அடைக்கலம் கொடுத்து ஒரு வேலையும் தேடிக் கொடுப்பார்கள். இதுதான் திட்டம். இதற்காக இன்னொரு நண்பரிடம் இருந்து ஒரு பைக் இரவல் வாங்கிக்கொண்டு வந்து தயாரானோம்.

★

ஒரு ராணுவ ஆக்கிரமிப்பு போலவே அந்தத் திட்டம் நடத்தப்பட்டது. காலையில் அந்தப் பெண்ணின் வீட்டைச் சுற்றி நோட்டம் விட்டோம். மாடியில் அந்தப் பெண்ணின் அறை இருந்தது. அவளை எந்த வழியாகக் காப்பாற்றி அழைத்துச் செல்வது என்பதைத் திட்டமிட்டுக் கொண்டோம். இரவு பத்துமணிக்கு அந்தப் பெண்ணின் வீட்டுக்குப் போனோம். கொச்சேகன் சுவர் பக்கம் முதுகை வைத்துக்கொண்டு என்னைப் பார்த்தபடி நின்றார். அவருடைய கையில் காலை ஊன்றி மேலே ஏறினேன். ஜன்னலைப் பிடித்துக்கொண்டு வீட்டுக்குள் போனேன். அந்தப் பெண் எல்லா பொருள்களையும் எடுத்துக்கொண்டு தயாராக இருந்தாள். பின் ஒரு கயிறைக் கட்டி அவளைக் கீழே இறக்கினோம். தயாராக இருந்த மோட்டார் பைக்கில் ஏற்றிக்கொண்டு ஒரு நண்பரின் வீட்டுக்குப் போனோம்.

பொறுப்புள்ள ராணுவ அதிகாரியான நான் இம்மாதிரியான காரியத்தில் இறங்குவது தவறுதான் என்றாலும் அதிரடியான சாகச ஈடுபாடு என்னை இதில் செலுத்தியது. இதனால் ஏற்படக்கூடிய அபாயத்தைப் பற்றியெல்லாம் நான் துளியும் யோசிக்கவில்லை. ராணுவ ஜீப்பில் அவளை உட்கார வைத்து நானே ஓட்டிச் சென்றேன். அந்த ராணுவ வாகனத்துக்கான வாடகையை என் கையில் இருந்தே கட்டினேன். அங்கிருந்து கொச்சேகன் அந்தப் பெண்ணை கொச்சினுக்குக் கொண்டு சென்று பெங்களூருக்கு ரயிலேற்றிவிட்டார்.

அடுத்த நாள் எதுவும் நடக்காததுபோல் வேலைக்குத் திரும்பினேன். அந்தப் பெண்ணின் பெற்றோருக்கு அவள் ஓடிப் போய்விட்டது தெரிந்ததும் என் மீதுதான் சந்தேகம் வந்தது. காவல்துறையினர் என்னை விசாரித்தார்கள். எதுவுமே தெரியாது என்று அடித்துச் சொல்லிவிட்டேன். பிறகு பிரிகேடியர் நரஹரி என்னை அழைத்துப் பேசினார். 'பிரச்னை பெரிதாகிவிட்டது. முதலமைச்சரும் எம்.எல்.ஏ.வும் போன் செய்து என்னை மிரட்டுகிறார்கள். உடனே கண்டுபிடித்துக் கொடுக்கவில்லை யென்றால் இந்த விஷயத்தை சட்டசபையில் எழுப்பப் போவதாகச் சொல்கிறார்கள். உனக்கு ஏதாவது தெரியுமா? என்னிடம் தைரியமாகச் சொல். எதுவானாலும் நான் உன்னைக் காப்பாற்றுகிறேன்' என்று சொன்னார்.

அவருக்குக் கிட்டத்தட்ட இதே வயதில் இரண்டு பெண் குழந்தைகள் இருந்தனர். தயங்கியபடி இக்காரியத்தை நான் ஏன் செய்தேன், என்ன வெல்லாம் செய்தேன் என்பதை அவரிடம் விரிவாக எடுத்துச் சொன்னேன். 'அந்தப் பெண் ஒரு வேலை தேடிக் கொண்டிருக்கிறாள். செலவுக்கு அவளிடம் ரூ.5000 கொடுத்திருக்கிறேன். எனவே அவளைப்பற்றி நீங்கள் கவலைப்பட வேண்டாம்' என்று சொன்னேன். ஆனால், அந்தப் பெண்ணின் பெற்றோர் கவலைப்படுவார்களே என்று சொன்னார். வேறுவழியில்லாமல் அதன் பிறகு அந்தப் பெண்ணை மீண்டும் வீட்டுக்கே வரச் சொல்லி ஏற்பாடு செய்தேன். அவளை திருமணத்துக்குக் கட்டாயப்படுத்தக்கூடாது என்று உறுதி வாங்கிக் கொண்ட பிறகே இதைச் செய்தேன். சில நாள்கள் கழிந்த பிறகு பிரிகேடியரிடம் இருந்து அழைப்பு வந்தது. அந்தப் பெண்ணின் பெற்றோர் 5000 ரூபாயைத் திருப்பிக் கொடுத்து நன்றியும் தெரிவித்ததாகக் கூறினார்.

பணத்தைப் பெற்றுக்கொண்டு சல்யூட் அடித்தேன். அந்த இடத்தில் வேறு யாராவது கமாண்டராக இருந்திருந்தால், என்னை போலீஸில் பிடித்துக் கொடுத்திருப்பார்கள். வாழ்க்கையை வெறும் கறுப்பு வெள்ளையாகப் பார்க்காமல் ஒவ்வொரு நிகழ்வையும் மனிதரையும் சந்தர்ப்ப சூழலுக்கு ஏற்ப பார்த்து முடிவெடுக்க வேண்டும் என்ற ஓர் அரிய பாடத்தை பிரிகேடியர் இதன் மூலம் கற்றுக் கொடுத்தார். பொதுவாகவே, நான் தவறு செய்தவர்களை மிகக் கடுமையாக தண்டித்துவிடுவேன். ஆனால், ஒருவர் தவறு செய்தால் திருத்துவதற்கு, அவரைத் தண்டிக்க வேண்டிய அவசியம் இல்லை. இன்னொரு வாய்ப்பு கொடுப்பது அவசியம் என்ற உண்மையை இந்தச் சம்பவம் எனக்குக் கற்றுக் கொடுத்தது.

★

ஜான் ஸ்டைன்பெக் 'ட்ராவல்ஸ் வித் சார்லி' என்ற நூலில், தன்னுடைய நாய் சார்லியுடன் அமெரிக்கா முழுவதும் கேரவேனில் பயணம் செய்த அனுபவங்களை எழுதியிருந்தார். அதைப் படித்த எனக்கு அமெரிக்காவில் வாஷிங்டன் டி.சி.யில் இருந்த என் அக்கா பாக்யா வீட்டுக்குப் போய் சிறிது காலம் தங்கிவிட்டு வரலாம் என்ற எண்ணம் ஏற்பட்டது. புறப்பட்டுச் சென்றேன். அக்காவின் கணவர் அங்கு உலக வங்கியில் பணிபுரிந்து வந்தார். அங்கு இருந்த நண்பர்கள், உறவினர்கள் என ஒவ்வொருவராகப் போய்ப் பார்த்து பொழுதைக் கழித்தேன். ஒருநாள் என் அக்காவின் கணவர், 'யார் யாரோ குப்புசாமியையும் ராமசாமியையும் சந்தித்து இட்லி வடை தின்னத்தான் இந்தியாவில் இருந்து இவ்வளவு தூரம் பயணம் செய்து வந்தாயா?' என்று கேட்டார். அவர் கேட்டது என்னை உலுக்கிவிட்டது.

உடனே கடைக்குப் போனேன். கூடாரத்துக்கான பொருள்கள், ஜீன்ஸ், தூங்க உதவும் பை, பஸ் பாஸ் எல்லாவற்றையும் வாங்கிக்கொண்டு 10,000 கி.மீ.க்கான என் அடுத்த சாகசப் பயணத்தை ஆரம்பித்தேன். வாஷிங்டன் டி.சி.யில் இருந்து என் பயணம் தொடங்கியது. நியூ யார்க் நோக்கிப் போனேன். என் பையில் வெறும் 500 டாலர்தான் இருந்தது. ஒஹையோ, இல்லினாய், தெற்கு டகோட்டா, வடக்கு டகோட்டா, மோண்டானா, உடா, யெல்லோ ஸ்டோன் தேசியப் பூங்கா, கிராண்ட் டெடான் தேசியப் பூங்கா, சீக்யுனோ தேசியப் பூங்கா, கொலராடோ, கிராண்ட் கேன்யான், லாஸ் வேகாஸ், நெவாடா, நெப்ராஸ்கா, லாஸ் ஏஞ்செல்ஸ், சான் ஃப்ரான்சிஸ்கோ என்று சுற்றினேன். அமெரிக்காவின் உள் பாகங்களுக்கும் போக விரும்பினேன்.

குறைவாகச் செலவு செய்தல், நிறைய இடங்களைப் பார்த்தல் என்பது தான் என் பயணத்தின் குறிக்கோள். அதனால் ஹோட்டல்களில் தங்க விரும்பவில்லை. அதற்கான பணமும் இல்லை. எப்போதெல்லாம் தோன்றியதோ அப்போதெல்லாம் பயணத்தை நிறுத்தி ஓய்வு எடுத்துக் கொண்டேன். பொதுவாக ஊருக்கு வெளியில் கூடாரம் அமைத்துத் தங்குவதுதான் என் ஸ்டைல். வழியில் பல நண்பர்களை உருவாக்கிக் கொண்டேன். உணவைப் பகிர்ந்துகொண்டேன். அந்நியர்களிடம் வாழ்க்கைக் கதைகளைப் பரிமாறிக் கொண்டேன். நினைவுப் பொருள் களாக நிறைய சேகரித்துக்கொண்டேன். ஒரு ஸ்டவ், பானை, பிற சமையல் பொருள்கள், கூடாரம் ஆகியவை என்னிடம் இருந்தன. வழியில் ஒரு டேனிஷ் நாட்டு ராணுவ மேஜரைச் சந்தித்தேன். அவர் டி.வி., மைக்ரோவேவ் ஓவன், டைனிங் டேபிள் என எல்லா வசதிகளும் கொண்ட ஒரு சொகுசான கேரவேனில் என்னைப்போல் ஊர் சுற்றிக் கொண்டிருந்தார். சிறிது நாள்கள் நாங்கள் இருவரும் சேர்ந்து பயணம் செய்தோம். அதன் பிறகு தனித்தனியே பிரிந்து சென்றோம்.

நியூ யார்க்கில் ஒருவரைச் சந்தித்தேன். இந்தியர்போல இருந்தார். ஹிந்தியில் பேசினேன். அவர் ஹிந்தியிலும் பஞ்சாபியிலும் பதில் சொன்னார். ஆனால், அவர் பாகிஸ்தானைச் சேர்ந்தவர் என்பது தெரிந்ததும் இன்ப அதிர்ச்சி எற்பட்டது. அவர் ஒரு கால்நடை மருத்து வர். அங்கு ஓர் உணவு விடுதியில் வெயிட்டராகப் பணிபுரிந்துவந்தார். நல்ல வேலையும் கிரீன் கார்டும் தேடிக் கொண்டிருந்தார். நான் அமெரிக்காவைச் சுற்றிப் பார்க்கப் புறப்பட்டிருக்கிறேன் என்பது தெரிந்ததும், தானும் கூடவே வந்து நியூ யார்க்கைச் சுற்றிக் காட்டு வதாகச் சொன்னார். ப்ரூக்ளினில் ஒற்றை அறை கொண்ட வீட்டில் தங்கியிருந்தார். என்னையும் அவருடனே தங்கிக் கொள்ளும்படிக் கேட்டுக் கொண்டார். அருமையான இரவு விருந்து கொடுத்தார். மறுநாள் என்னை நியூ யார்க்கை சுற்றிப் பார்க்க அழைத்துச் சென்றார்.

பஞ்சாபிகளின் விருந்தோம்பலைப் பார்த்து மிகவும் சந்தோஷ மடைந்தேன். பிக் ஆப்பிளின் (நியூ யார்க்கின் பட்டப்பெயர்) இரவு வாழ்க்கையைப் பார்க்க 42-ம் தெருவுக்கு அழைத்துச் சென்றார். 1970-களில் அந்த இடம்தான் பிரதான இரவு நேரக் கேளிக்கை மையமாக இருந்தது. அங்கு நடுத்தர வயது இந்திய தம்பதிகள், அரசு அதிகாரிகள் மற்றும் பல்வேறு தரப்பு மனிதர்களைச் சந்தித்தேன். ஹரே ராமா ஹரே கிருஷ்ணா இயக்கத்தைச் சேர்ந்தவர்கள், சேவ் ஜீசஸ் இயக்கத்தைச் சேர்ந்தவர்கள், விபச்சாரிகள், மதுபான விடுதிகள், செக்ஸ் கடைகள் என என்னவெல்லாமோ இருந்தன. சில திரையரங்கு களில் இடைவிடாமல் புளூ பிலிம்கள் திரையிடப்பட்டன. செக்ஸ் காட்சிகள் மேடையில் நேரடியாக நிகழ்த்திக் காட்டப்பட்டன. அதைப் பார்த்ததும் நான் உணர்ந்தது வெறும் கலாசார அதிர்ச்சி மட்டுமல்ல.

பிறகு, கிரான்ட் கேன்யனுக்குப் போனேன். அங்கு உச்சியில் பிரைட் ஏஞ்செல் தேசியப் பூங்காவிலும் கீழே கொலராடோ பள்ளத்தாக்கிலும் கூடாரம் அடிக்க அதிகாரிகளிடம் அனுமதி பெற்றுக் கொண்டேன். இரவைச் சமாளிப்பதற்குத் தேவையான எல்லா பொருள்களும் என்னிடம் இருந்தன. மேலே இருந்து கீழே போய்ச் சேர 51 கி.மீ நடந்து செல்ல வேண்டும். பலர் கூட்டம் கூட்டமாகப் போனார்கள். நான் தனியாகவே போனேன். ஆனால், என்னை ஒரு பெண் பின்தொடர்ந்து வருவது தெரிந்தது. வழியில் நின்று நின்று போனேன். அவரும் நின்று நின்று வந்தார். அதன் பிறகு இருவரும் சேர்ந்து நடந்தோம். அவர் ஒரு நர்ஸ். நெப்ராஸ்காவில் இருந்து வந்த அவர், பகுதி நேர மாணவியும் கூட. நான் கேன்யானில் இரவு கூடாரமடித்துத் தங்கப் போவதாகச் சொன்னதும், 'நானும் கூடத் தங்கலாமா?' என்று கேட்டார். சம்மதம் சொன்னேன்.

பள்ளத்தாக்கில் இறங்குவது மிகவும் சவாலான செயல். வெப்பம் மிகவும் அதிகமாக இருக்கும். கோடையில் சில நேரங்களில் 41-42 டிகிரியைக் கூடத் தொடும். எனினும் அங்கிருந்த வசதிகள் மிகவும் அருமையானவை. பொதுப் பயன்பாட்டுக்கு டாய்லெட்களும் உண்டு. ஆங்காங்கே சின்னதாகத் தீயை மூட்டிக்கொண்டு பள்ளத்தாக்கில் நிறைய பேர் இருந்தனர். ஒரு நல்ல இடம் தேடிக் கண்டுபிடித்து நாங்கள் கூடாரம் அமைத்தோம். அமெரிக்க செவ்விந்தியப் பழங் குடிகளின் ஜீவாதாரமான கொலராடோ நதி சில அடி தொலைவில் பாய்ந்து கொண்டிருந்தது. தண்ணீர் ஐஸ் போல் குளிர்ந்தது. வெளியே அனல் அடித்துக் கொண்டிருந்தது. எனவே, ஆடைகளைக் கழட்டி விட்டு நீருக்குள் பாய்ந்தேன். சிறிது நேரம் கழித்துப் பார்த்தால் என் பயணத் தோழியும் நீந்த வந்தார் நிர்வாணமாக!

பிறகு கூடாரத்துக்குத் திரும்பினோம். உணவு தயாரித்தோம். அந்த இரவு என் மனத்தில் ஆழமாகப் பதிந்திருக்கிறது. இரவில் கண் விழித்துப் பார்த்தபோது, நிலவொளியில் நூற்றுக்கணக்கான மான் கூட்டம் எங்கள் முகாமுக்கு அருகாக முண்டியடித்துக்கொண்டு செல்வது தெரிந்தது. சூட்டின் காரணமாக ஒவ்வொரு கூடாரத்தில் இருந்த ஜோடிகளும் நிர்வாணமாகப் படுத்திருந்தனர். அவர்களுடைய உடல் நிலவொளியில் குளித்துக் கொண்டிருந்தது. எப்போது கண்ணை மூடி நினைத்துப் பார்த்தாலும் நதியும் நிலவொளியும் மான் கூட்டமும் கூடாரத்து மனிதர்களுமாக அந்தக் காட்சி ஓர் ஓவியம் போல மனத்தில் ஆழமாகப் பதிந்துவிட்டது. அடுத்த நாள் எஞ்சிய 29 கி.மீ தூரத்தை ஒரே மூச்சில் கடந்தோம். அந்தப் பெண்ணிடம் வோக்ஸ் வேகன் இருந்தது. சில நாள்கள் இணைந்தே பிரயாணம் செய்தோம். பிறகு 'குட் பை' சொல்லியபடி பிரிந்தோம். நான் இந்தியா திரும்ப வேண்டிய நேரம் வந்துவிட்டது.

இந்தியாவுக்குத் திரும்புதல்

இந்தியா திரும்பியதும் நேராக பிரிகேடியர் நரஹரியைப் போய்ப் பார்த்தேன். ராணுவத்தை விட்டுச் செல்ல முடிவு செய்துவிட்டேன் என்று சொன்னேன். இப்போதும் 'அதற்குப் பிறகு என்ன செய்யப் போகிறேன்?' என்று எந்தத் தெளிவும் இல்லாமல்தான் இருந்தேன். 'முதலில் கிராமத்துக்குத் திரும்பிச் செல்வோம். பின் என்ன செய்வது என்பதை அங்கிருந்தபடி யோசிக்கலாம்' என்று தீர்மானித்தேன். பிரிகேடியர் அனுமதி கொடுத்தார். ராஜினாமா கடிதம் எழுதிக் கொடுத்தேன். கொரூருக்குத் திரும்பினேன்.

வயதான பெற்றோரையும் என் சகோதரர்களையும் கவனித்துக் கொள்ள வேண்டியிருப்பதால் ராணுவத்தை விட்டு விலகுவதாகக் காரணம் சொல்லியிருந்தேன். இந்தச் சமயத்தில் எனக்கு பதவி உயர்வு தரப்படலாம் என்கிற சூழல் இருந்தது. ராணுவத்தின் உயர் பதவிக்கு உயர்ந்து ஜெனரலாவதும் நல்லதுதான் என்றே தோன்றியது. என் நண்பர்களும் உயர் அதிகாரிகளும், 'கேப்டன் கோபிநாத், நீங்கள் ஒன்று ஜெனரல் ஆகலாம். அல்லது கோர்ட் மார்ஷியல் (ராணுவ நீதிமன்றத்தால் விசாரிக்கப்படுதல்) செய்யப்படலாம். எங்களுக்கென்னவோ இரண்டா வது நடப்பதற்குத்தான் அதிக வாய்ப்பு இருப்பதுபோல் தெரிகிறது' என்று என்னைக் கேலி செய்தார்கள்.

ராணுவத்திலிருந்து விலக எனக்கு அனுமதியளிக்கப்பட்டது. ஓய்வூதியம் கிடைக்கும் வகையிலான சேவையில் நான் இருந்திருக்க வில்லை. எனவே வேலையை ராஜினாமா செய்ததும் சேம நல நிதி யிலிருந்து ரூபாய் 6,350/- கைக்குக் கிடைத்தது. எதிரியிடமிருந்து கைப்பற்றப்பட்ட பாகிஸ்தான் ரைபிள் ஒன்று ராணுவத்தில் இருந்த போது என்னிடம் தரப்பட்டிருந்தது. அது போனஸாக எனக்கே தரப் பட்டது. மனம் சந்தோஷத்தில் சிறகடித்துப் பறந்தது. விடுதலை உணர்வை உணர்ந்தது. எதிர்காலம் என்ன என்பது தெரியாமலேயே இருந்தது. ஆனால், என் மனத்தில் இருந்த கொந்தளிப்புகள் அடங்கி விட்டிருந்தன. எதிர்காலத்தை என்னால் திறமையாக உருவாக்கிக் கொள்ள முடியும் என்ற தன்னம்பிக்கை எனக்கு இருந்தது.

கொரூர் கிராமத்துக்குப் போனதும் ஒட்டு மொத்த கிராமமும் என் முடிவைக் கேட்டு அதிர்ந்தது. என் அப்பா உடைந்து போய்விட்டார். என் சகோதர சகோதரிகள், உறவினர்கள் எல்லாம் அமெரிக்காவுக்கு அல்லது இந்தியாவின் முன்னணி நகரங்களுக்கு இடம் பெயர்ந்து கொண்டிருந்தனர். நானோ கிராமத்துக்குத் திரும்பியிருந்தேன்! ஒரே ஒருவருக்கு மட்டுமே நான் திரும்பி வந்தது மிகவும் சந்தோஷமாக இருந்தது. அதுதான் என் அம்மா. எந்த உணர்வையும் வெளிக்காட்ட வில்லை என்றாலும் நான் ராணுவத்தில் இருந்து விலகியது அவருக்கு மிகவும் சந்தோஷமாக இருந்தது.

அப்போது ஹேமாவதியும் யகாட்சியும் சங்கமிக்கும் இடத்தில் ஓர் அணை கட்ட அரசு தீர்மானித்திருந்தது. 20 வருடங்களுக்கு முன்பே அது திட்டமிடப்பட்டிருந்தது. அரசு மிகவும் மெதுவாகத்தானே இயங்கும். ஆனால், நான் கிராமத்துக்குத் திரும்பியபோது அணை கட்டும் வேலைகள் முடியப் போகும் நேரம். எங்கள் கிராமத்துக்கு எந்த அபாயமும் இல்லை. ஆனால், அக்கம் பக்கத்தில் இருந்த அறுபது

கிராமங்கள் நீரில் மூழ்கும் அபாயத்தில் இருந்தன. கூடவே எங்களுக்குச் சொந்தமான நிலங்களுக்கும் அந்த ஆபத்து சூழ்ந்திருந்தது.

எங்களுக்குச் சொந்தமான நிலத்தில் பெரும் பகுதி குத்தகைக்கு விடப்பட்டிருந்தன. உழுபவர்களுக்குக் கொஞ்சம் கிடைக்கும். எங்களுக்கு மீதி கிடைக்கும். ஆனால் அணை வேலைகள் முடிவடையும்போது விளைநிலங்கள் எல்லாம் அணை நீரில் மூழ்கிவிடும் என்பதே ஊரெல்லாம் பேச்சாக இருந்தது. அணை மேம்பாட்டுப் பணிகள் அந்தப் பகுதி மக்களை ஒரே இரவில் அடியோடு இடம்பெயர்த்து விடும். நூற்றாண்டுகளாக அந்த இடமே அவர்களுக்கு எல்லாமுமாக இருந்திருந்தது. இப்போது பறிபோவதில் நிராதரவும் கோபமும் பொங்கியது. என்ன செய்வதென்று தெரியாமல் தவித்தனர். அரசாங்கத்தின் நஷ்ட ஈடு எந்தவகையிலும் போதுமானதாக இருந்திருக்கவில்லை. உள் நாட்டிலேயே அகதிகளாக, எதிர்காலம் என்னவென்று தெரியாமல் அலையும் நிலைக்குப் பெரும்பாலானோர் தள்ளப்பட்டார்கள்.

எங்கள் முழுக் குடும்பமும் பெரும் அதிர்ச்சியில் ஆழ்ந்தது. ஆனால், எங்களை நாங்களே தேற்றிக்கொண்டோம். எங்கள் வீடு பெரிய பாதிப்புக்கு உள்ளாகாமல் தப்பிவிட்டது. கிராமத்தில் எத்தனையோ ஏழைகளுக்கு நிலமும் போய் வீடும் போய்விட்டிருந்தது. எங்கள் வீட்டிலாவது நிறைய பேர் நல்ல கல்வி கற்றிருந்தார்கள். எங்கு வேண்டுமானாலும் போய் பிழைக்க முடியும். ஆனால், கிராமத்தில் நிறைய பேர் அடிப்படைக் கல்விகூட இல்லாதவர்கள். அவர்களோடு ஒப்பிடுகையில் எங்கள் நிலை எவ்வளவோ மேலானதாகவே இருந்தது.

பேளூர், ஹாலேபிட் கோயில்களுக்கு அப்பால் எங்கள் அப்பாவுக்கும் அவருடைய மூன்று சகோதரர்களுக்கும் ஆளுக்கு பத்து ஏக்கர் நிலம் நஷ்ட ஈடாகக் கிடைத்தது. இவை கிராமத்தில் இருந்து வெகு தொலைவில் இருந்தன. அந்த இடத்தை எங்கள் குடும்பத்தில் யாருமே அதற்கு முன் பார்த்ததேயில்லை. கொரூரில் இருந்த பூர்விக வீட்டை விட்டு வேறெங்கும் போக நாங்கள் தயாராக இருந்திருக்கவில்லை. புதிய இடத்தில் வாழ்க்கையை நல்லபடியாக வாழ முடியாது என்பது எங்களுக்கு நன்கு தெரிந்திருந்தது. நஷ்ட ஈடாகக் கிடைத்த நிலம் பெரிதும் தரிசாகவே இருந்தது. ஆங்காங்கே கொஞ்சம்போல புதர் செடிகள் இருந்தன. நிலத்தைச் சென்றடைய சரியான பாதையும் கிடையாது. மின்சாரம், நல்ல தண்ணீர், மருத்துவமனை, பள்ளிக்கூடம் என அங்கு எந்த அடிப்படை வசதியும் கிடையாது. எனவே, அதை விற்க அப்பா முடிவு செய்தார்.

பூஜ்ஜியத்தில் இருந்து ஒன்றைக் கஷ்டப்பட்டு உருவாக்குவதில் உள்ள சவாலை எதிர்கொள்ளும் தைரியம் என் அப்பாவுக்கு என்றுமே இருந்ததேயில்லை. நானும் உடனடியாக எந்தத் திட்டத்திலும் குதித்து விடவில்லை. ஆறு, குளங்களில் குளித்தும் வயல் வெளிகளில் அலைந்து திரிந்தும் நாட்களைக் கழித்தேன். இந்தச் செயல்கள் பிரச்னையில் இருந்து என்னைக் கொஞ்ச தூரம் விலக்கி வைத்தன. அதனால் எல்லாவற்றையும் பதற்றமின்றி அலசிப் பார்க்க முடிந்தது.

எங்களுக்கு அரசு ஒதுக்கிய நிலத்தைப் பற்றி சில தகவல்கள் எனக்குக் கிடைத்தது. முன்னொரு காலத்தில் மஹாராஜாக்களின் ஆட்சியின் போது அரண்மனைக் கால்நடைகளை மேய்ப்பதற்கு ஒதுக்கித் தரப்பட்ட புல்வெளியாக அது இருந்திருக்கிறது. கால்நடைகள், வரையறுக்கப்பட்ட எல்லைக்குள் பசுமையான புல்வெளிகளைத் தேடி ஒவ்வொரு பருவத்துக்கும் ஒவ்வொரு இடத்துக்கு நகர்ந்து செல்லும். கர்நாடகாவில் இத்தகைய நிலங்கள் 'அம்ரித் மஹால் காவால்' (அம்ரித் மஹால் மேய்ச்சல்) நிலங்கள் என்று அழைக்கப்பட்டன. படை வீரர்களின் ஆயுதங்கள், பொருள்களைச் சுமந்து செல்ல அம்ரித் மஹால் வகைக் காளைகள் பயன்படுத்தப்படும். இந்தவகைப் பசுக்களின் பாலையும் கறந்து எடுத்துக் கொள்வார்கள். அவை அமைதியாக எந்தப் பயமும் இல்லாமல் அந்த நிலங்களில் மேயும். சேவாதார் என்ற பதவியில் ஒருவரை மஹாராஜா நியமித்திருப்பார். அதிலிருந்துதான் கொஞ்சம் நிலம் எங்களுக்கு நஷ்டஈடாகத் தரப்பட்டிருந்தது.

★

ஒருநாள் காலையில் திடீரென்று நான் பஸ்ஸில் ஏறி அந்த நிலம் இருந்த ஊருக்குப் போனேன். ஜவகல் என்ற கிராமம்வரைதான் பேருந்து போனது. எங்களுக்குத் தரப்பட்ட நிலமோ அதிலிருந்து இன்னும் எட்டு கி.மீ தொலைவில் இருந்தது. ஜவகல் கிராமத்துக் கணக்காளரைப் பார்த்தேன். அவர் நிலத்தைக் காட்ட என்னுடன் கூடவே வந்தார். வழியில் ஒரு நீரோடை குறுக்கிட்டது. அதிக ஆழம் இல்லாததால் அதில் இறங்கி எளிதில் நடந்து போனோம். ஆனால், எதிர்கரையில் ஏற முடியாத அளவுக்கு செடி கொடிகள் மண்டிக் கிடந்தன. எனவே உள்ளூர் கால்நடை மேய்ப்பவர்கள் நடந்துபோன வழித்தடத்தைப் பின்பற்றிப்போய் ஒரு மேடான பகுதியில் ஏறினோம். கையில் மேப்பை வைத்துக்கொண்டு நீரோடையின் ஓரமாக எங்கள் நிலம் இருந்த இடத்தைப் பார்த்தேன். அந்த நிமிடத்தில் என் மனம் உணர்ச்சிவசப்பட்டு விம்மியது. என் மனத்தில் புதிதாக ஒரு கனவு முளைத்தது.

அந்த இடத்திலேயே தங்கி விவசாயம் செய்து வாழ்வது என்று தீர்மானித்தேன். உண்மையில் அது வெகு துரிதமாக எடுக்கப்பட்ட ஒரு முடிவு. ஒரு பண்ணையை உருவாக்க வேண்டும் என்ற எண்ணம் மனத்தில் அப்போது தெளிவாக வேர்விட ஆரம்பித்தது. பச்சைப் பசுமையான புல்வெளியில் கால்நடைகள் வாலை ஆட்டியபடி, கழுத்து மணிகள் குலுங்க மேயும் காட்சி என் மனக்கண்ணில் விரிந்தது. காளைகள் வண்டியை இழுத்தபடி செல்கின்றன. வயலில் பயிர்கள் செழித்து வளர்ந்து கிடக்கின்றன. தென்னந்தோப்பில் இருந்து இதமான தென்றல் வீசுகிறது. காலையிலும் மாலையிலும் இதமான சூரிய ஒளியில் நனைந்தபடி நான் இங்குமங்கும் நடந்துகொண்டிருக்கிறேன். அந்தப் பரந்து விரிந்த பசுமைப் புல்வெளி தன் கரங்களை எட்டி தூரத்துக் காட்டைத் தொட்டுக் கொண்டிருக்கிறது. என்னை வசீகரிக்கும் இந்த நிலம் மறக்கப்பட்ட நூற்றாண்டு கால ராஜ பரம்பரையைச் சேர்ந்தது. கடந்த காலத்தின் புதிர் தன்மையை என் எதிர்காலத்துடனும் நிகழ்காலத்துடனும் இணைத்து ஏக்கப் பெருமூச்சுவிட்டேன்.

புதிய தொழில் குறித்த ஆர்வமும் பரபரப்பும் என்னைத் தொற்றிக் கொண்டன. ஈரமான மண்ணில் இருந்து கிளம்பிய வாசனை முதல் கோடைக்கால மழைகளை நினைவுபடுத்தியது. வசியம் செய்யப் பட்டவனாக மயங்கி நின்றேன். குனிந்து ஒரு மண் கட்டியைக் கையில் எடுத்தேன். மெள்ளக் கைகளுக்கு இடையில் வைத்துப் பிசைந்தேன். அதன் வாசத்தை எனக்குள் நிரப்பிக் கொண்டேன். மன நிறைவுடன் வீட்டுக்குத் திரும்பினேன். என் குடும்பத்தாரிடம் நான் எடுத்துள்ள முடிவைத் தெரிவித்தேன். 'அரசாங்கம் அளித்துள்ள பண்படுத்தப்படாத ஆனால், வளமான நிலத்தில் நான் ஒரு பண்ணையை உருவாக்கிக் கொண்டு வாழப் போகிறேன்' என்று சொன்னேன். அப்பா பேச்சு மூச்சு இல்லாமல் நான் சொல்வதைக் கேட்டுக்கொண்டிருந்து விட்டு, ஆச்சரியத்துடன் 'உனக்கு என்ன பைத்தியம் பிடித்துவிட்டதா' என்றார்.

அன்று இரவு குளிர் ஊடுருவும் கிராமத்து சாலையில் நிலா வெளிச் சத்தில் நானும் அப்பாவும் காலாற நடந்தோம். அவர் என்னிடம் விவசாய வாழ்க்கையில் இருக்கும் கஷ்டங்களைப் பட்டியலிட்டார். வீரியமான விதைகள் கிடைக்காது. வேலைக்கு நல்ல ஆட்கள் கிடைக்க மாட்டார்கள். மழை ஒழுங்காகப் பெய்யாது. அல்லது அறுவடையின் போது பெய்து எல்லாம் கெட்டுப் போய்விடும். இவை எல்லாவற்றுக்கும் மேலாக விவசாயத்தில் வரவுக்கும் செலவுக்குமே சரியாகப் போய்விடும் என்று வரிசைக்கிரமமாக வர்ணித்தார். அத்தனை பிரச்னைகளையும் விவரித்தார். எனக்குள் திடீரென்று தோன்றியிருக்கும் இந்த உற்சாகம் கலைந்த பிறகு, பிரச்னைகளைச்

சமாளிக்க முடியாமல் முடங்கிப் போய்விடக்கூடாதே என்ற நல்லெண்ணத்தில் அப்படிச் சொன்னார். இப்படியான உணர்வுகள் நீண்ட காலம் நீடிக்காது. விவசாய வாழ்க்கை வெளியில் இருந்து பார்க்கும்போது கவர்ச்சிகரமாகத் தோன்றும். ஆனால், அதில் இறங்கிப் பார்த்தால்தான் உண்மை நிலை தெரியும் என்றெல்லாம் சொல்லி என் மனத்தை மாற்றப் பார்த்தார்.

ஆனால், நான் தீர்மானமாக இருந்தேன். ஒருவர் தன் மனத்துக்குப் பிடித்தது எதுவோ அதைத்தான் செய்ய வேண்டுமே தவிர மற்றவர்கள் விரும்பும்படி வாழ ஏன் முயற்சி செய்ய வேண்டும்? அது தேவையே யில்லை. ராணுவம் என்னை எந்தச் சவாலையும் சமாளிக்கும் அளவுக்கு உரமேற்றியிருந்தது. என் மனத்தில் பண்ணையும் தோப்பும் ஏற்கெனவே முளைத்துவிட்டிருந்தன. எண்ணற்ற சாத்தியங்கள் அந்த வாழ்க்கையில் இருப்பதாக என் மனம் முடிவு கட்டியிருந்தது. எனவே எனது முடிவில் நான் தீர்மானமாக இருந்தேன்.

என் உறுதியைப் பார்த்ததும் அப்பாவின் மனது மாறியது. விவசாய வாழ்க்கையில் இருக்கும் நன்மைகள், சூட்சுமங்கள் பற்றியெல்லாம் சொல்ல ஆரம்பித்தார். அப்போது பொழுது விடிய ஆரம்பித்திருந்தது. இரவுமுழுக்க பேசிக்கொண்டே இருந்திருக்கிறோம். சேவல் கூவியது. அதிகாலை சூரியன் தன் பொன்னிறக் கரங்களால் பூமியைத் தழுவியபடி உதித்தது. உலகமே துயில் கலைந்து உயிர் பெறத் தொடங்கியது.

பகலில் அலைந்து திரிந்து இரவிலும் தூங்காமல் இருந்ததால் மிகவும் களைப்பாக இருந்தது. போய் படுத்துக்கொண்டேன். எழுந்தபோது மனமும் உடலும் புத்துணர்ச்சி பெற்றிருந்தது. அப்பா என் முடிவை ஏற்றுக்கொண்டார் என்பது மனத்துக்கு புதுத் தெம்பைக் கொடுத்திருந் தது. அவரும் நமது நிலத்தில் என்னென்ன பயிரிடலாம், எப்போது நடலாம், பண்ணையை எப்படி நிர்வகிக்கலாம் என்றெல்லாம் ஆலோசனை சொல்ல ஆரம்பித்துவிட்டார்.

'உலகில் எத்தனையோ தொழில்கள் இருக்கின்றன. அவற்றில் உழவுத் தொழிலே உயர்வானது' என்று கன்னடக் கவிஞர் சர்வக்ஞர் சொன்னது நினைவுக்கு வந்தது. 'மனித மனத்தின் முதல் தேடல் விவசாயமே... அதுவே இந்த இனத்தின் உண்மையான இயல்பான அழைப்பு. உருவாக்கும் உணவுக்காக அல்ல... இந்த உலகின் எல்லா தொழில் களுமே அந்த ஆதித் தொழிலையே சார்ந்திருக்கின்றன. விவசாயிதான் முதல் மனிதன்' என்று எமர்ஸன் சொன்னதும் நினைவுக்கு வந்தது.

ஒரு திடமான முடிவுக்கு வந்ததும் நேராக என் சித்தப்பாவைப் போய்ப் பார்த்தேன். அண்ணன் தம்பிகள் மூன்று பேருடைய பங்கும் சேர்ந்து 30

ஏக்கர்கள் வரும். விவசாயம் செய்ய தாராளமாக அது போதுமானது. என் அப்பாவைப்போலவே அவருடைய சகோதரர்களுக்கும் அந்த நிலத்தில் விவசாயம் செய்ய விருப்பம் இருந்திருக்கவில்லை. அதை விற்றுப் பணத்தை வங்கியில் போட்டுவைக்க விரும்பியிருந்தார்கள். என்னிடம் வெறும் 6000 ரூபாய்தான் இருந்தது. நிலத்தில் விளையும் பயிரை விற்று பணத்தைக் கொடுப்பதாகச் சொன்னேன்.

நிலத்தில் இருந்து நிறைய வருமானத்தைப் பெற்றுவிட முடியும் என்ற நம்பிக்கை எனக்கு இருந்தது. ஆனால், அந்த நிலத்தை வாங்கும் அளவுக்கு பணம்தான் இருந்திருக்கவில்லை. ஆனாலும் ஒரு பிசினஸ் மேனுக்குரிய திறமையை முதன் முதலாக வெளிப்படுத்தி என் சித்தப்பாக்களைச் சம்மதிக்க வைத்தேன். விற்றால் என்ன கிடைக்குமோ அதைவிடக் கூடுதல் தொகையைக் கொடுப்பதாக வாக்குக் கொடுத்தேன். அதுமட்டுமில்லாமல் வங்கிகள் கொடுக்கும் வட்டியைவிடக் கூடுதல் வட்டி கொடுப்பதாகச் சொன்னேன். ஆனால், ஒரே ஒரு நிபந்தனை: நிலத்தில் விவசாயம் செய்து அறுவடை ஆனபிறகு அதை விற்றுவரும் பணத்தில் இருந்துதான் இவற்றை யெல்லாம் கொடுப்பேன். எனவே, அதற்குக் கொஞ்ச காலம் ஆகும் என்று சொன்னேன். விவசாயம் மூலம் நிறைய பணத்தை சம்பாதித்து விட முடியும் என்பதில் எனக்கு மிகுந்த நம்பிக்கை இருந்தது. என் திட்டம் வெற்றியடைந்தது. என் சித்தப்பாக்கள் நிலத்தை என்னிடம் ஒப்படைக்க சம்மதம் தெரிவித்தனர். அப்படியாக, நிதியைத் திரட்டு வது எப்படி என்ற தொழில் முனைவோர்களின் முதல் பிரச்னையைத் தீர்த்துவிட்டேன்.

பெங்களூருக்குப் போனேன். பழைய என்ஃபீல்ட் பைக் ஒன்றையும் கூடாரத் துணியையும் வாங்கிக் கொண்டேன். பண்ணையில் எனக்குத் துணையாக இருக்க டாபர்மேன் நாய் ஒன்றையும் வாங்கிக் கொண் டேன். ராணுவத்தில் இருந்து கிடைத்த துப்பாக்கி என் வசம் இருந்தது. ஹஸனில் விவசாயக் கருவிகள், கூடாரம் அடிக்கத் தேவை யான பொருள்கள் போன்றவற்றுடன் ஒரு மாதத்துக்குத் தேவையான உணவு, சோப்பு, சீப்பு போன்ற பொருள்களையும் வாங்கிக் கொண்டேன்.

சொந்த நிலத்தில் உழுது அதிலேயே வசிப்பது என்பது எவ்வளவு குதூகலமான யோசனை! என் மனம் உற்சாகத்தில் துள்ளிக் குதித்தது. நான் என் நிலத்துக்குப் புறப்பட்டுச் செல்ல ஒரு நல்ல நாளை அம்மா குறித்துக் கொடுத்தார். எல்லாமே நினைத்ததுபோல் நல்லபடியாக நடக்கத் தொடங்கியது.

நான் கிராமத்துக்குத் திரும்பி வந்தபோது அங்கு நடைமுறையில் இருந்த ஒரு விஷயம் எனக்கு மிகுந்த அதிர்ச்சியைத் தந்திருந்தது. பிணைத் தொழிலாளிகள் (கொத்தடிமைகள்) என்பது சுதந்தரத்துக்குப் பிறகு சட்டரீதியாகத் தடை செய்யப்பட்ட ஒன்று. மீறுபவர்களுக்கு கடுமையான தண்டனை உண்டு. ஆனால், கிராமப்புறங்களில் மிகவும் சர்வ சாதாரணமாக அது நடைமுறையில் இருந்துவந்தது. எனக்கு அது மிகுந்த அதிர்ச்சியையும் ஆச்சரியத்தையும் அளித்தது. என் இளமைப் பருவத்தின் பெரும்பகுதியை தொலைதூரத்தில், தனித்து இருந்த பள்ளியிலும் அகாடமியிலும் கழித்திருந்ததால், நடைமுறையில் இப்படியான பழக்கம் இருந்தது எனக்குத் தெரிந்திருக்கவில்லை. கிராமத்தில் அது ஒரு சமூக ஒப்பந்தம். யாரும் அதை எதிர்த்து எதுவும் பேசமாட்டார்கள். பேசினால் ஊரைவிட்டு ஒதுக்கிவைத்து விடுவார்கள்.

ராஜு என்ற 15 வயதுப் பையன் எங்கள் வீட்டிலும் அக்கம் பக்கத்து வீடுகளிலும் வேலை செய்து வந்தான். அவனுடைய அப்பா கிராமத்தில் சிலரிடமிருந்து கடன் வாங்கியிருந்தார். எனவே, அப்பா வாங்கிய கடனை அடைக்க அவருடைய பையன் வேலை செய்து வந்தான். கால்நடைகளை மேய்த்தல், விறகு வெட்டுதல், தோட்ட வேலை என்று ஏதாவது வேலை செய்து தருவான். ஒருவகையில் பிணைத் தொழிலாளியாகத்தான் இருந்தான். அவனை என் கூட்டாளியாக்கிக் கொள்ள விரும்பினேன். என்னோடு வந்து தங்கி எனது புதிய நிலத்தில் விவசாயம் செய்ய உதவ முடியுமா என்று கேட்டேன். நாங்கள் செய்து கொண்ட ஒப்பந்தம் என்னவென்றால், நான் வேலை செய்யும்போது அவன் சமைக்க வேண்டும். அவன் வேலை செய்யும்போது நான் சமைக்க வேண்டும். இந்தப் புதிய திட்டத்தில் இருந்த பரந்த சுதந்தரம் அவனுக்கு மிகவும் பிடித்திருந்தது. மனப்பூர்வமாக சம்மதித்தான்.

நாங்கள் புறப்படும் நாளன்று ஹஸனில் இருந்து வாடகைக்கு ஒரு வண்டியை எடுத்திருந்தோம். எல்லாப் பொருள்களையும் அதில் ஏற்றிக்கொண்டோம். கூடவே ஒரு மாதமே ஆகியிருந்த நாய்க்குட்டி திப்புவையும் ஏற்றிக் கொண்டோம். கிராமத்தினர் மீண்டும் ஒன்று கூடி இந்தப் புதிய அசாதாரணமான சாகசப் பயணத்துக்கு வழியனுப்பி வைத்தார்கள். மீண்டும் ஒரு புதியதொரு வாழ்க்கையை அறியாத தளங்களில் இருந்து ஆரம்பித்தேன். எனது நிலத்துக்குச் சென்று மனித சஞ்சாரமே இல்லாத வனாந்திரத்தில் கூடாரமடித்து வாழப் போகிறேன். இனி என்ன சோதனைகள் எல்லாம் காத்துக்கொண்டிருக் கின்றன என்பது யாருக்குத் தெரியும்? ஆனால், என் அம்மாவின் கண்களில் எல்லாவிதமான பயங்களும் மீண்டும் சூழ்ந்திருந்தன.

புதிய தொடக்கத்தின் திசையை நோக்கி மதிய நேரத்தில் பயணித்தோம். எங்கள் நிலத்தைச் சென்று சேர்ந்தபோது லேசாக இருட்டத் தொடங்கியிருந்தது. நீரோடைக்கு அருகில் பாதை முடிவடைந்ததால், வண்டியை அங்கேயே நிறுத்தி, பொருள்களைத் தலையில் சுமந்து கொண்டு நீரோடையைக் கடந்தோம். நாலைந்து ஃபர்லாங் தொலைவில் இருந்த நிலத்தைச் சென்றடைந்தபோது முற்றிலும் இருட்டிவிட்டு இருந்தது. கூடாரம் அடிப்பதற்குத் தோதான மிக உயரமான பகுதி ஒன்றைத் தேர்ந்தெடுத்தேன். அப்போதுதான் நிலம் முழுவதையும் அந்த இடத்தில் இருந்து பார்க்க முடியும்.

நானும் ராஜுவும் கூடாரம் அடிக்க வேண்டிய இடத்தைச் சுத்தம் செய்து, குழி தோண்ட ஆரம்பித்தோம். புழு, பூச்சிகள், பாம்புகள், மற்றும் மழை நீர் கூடாரத்துக்குள் புகுந்துவிடக்கூடாது என்று ஒரு அடி ஆழத்தில் சுற்றி கால்வாய்போல் வெட்டினோம். கூடாரத்தை எழுப்பி விட்டு, அக்கம் பக்கத்தில் இருந்து சுள்ளிகளைப் பொறுக்கி வந்தோம். நெருப்பு மூட்டிக்கொண்டு எங்கள் முதல் சமையலைச் சமைக்க ஆரம்பித்தோம். என் அம்மா மசாலா பொடிகள் தயாரித்துக் கொடுத்திருந்தார். கொண்டு வந்திருந்த காய்களை நறுக்கிப் போட்டு அரிசியை வேக வைத்து எளிய, ஆனால், சுவையான சாப்பாட்டைச் செய்து முடித்தோம். கோரைப் புல் பாயை விரித்து போர்வையை அதன் மேல் போட்டுப் படுத்துக்கொண்டோம்.

வானில் நட்சத்திரங்கள் அமைதியாக ஒளிர்ந்து கொண்டிருந்தன. ஆழ் மனத்தின் அழைப்பைக் கேட்டுப் புதியதோர் வாழ்க்கையை ஆரம்பித்து விட்ட சந்தோஷம் மனத்தில் நிறைந்திருந்தது. பயணத்தாலும் அதன் பிறகு செய்த வேலைகளாலும் களைத்துப் போயிருந்தேன். ஆனால், மனம் அமைதியாக இருந்தது. சுற்றியுள்ள செடிகொடிகள், சற்றுத் தள்ளி ஓடும் நீரோடை, அந்த நிலம், வானம், நட்சத்திரங்கள் என எல்லாவற்றுடனும் ஓர் ஆழமான பிணைப்பை உணர்ந்தேன். அந்தச் சூழலின் ஓர் அங்கமாகவே ஆகிவிட்டிருந்தேன். அந்தப் பரந்தவெளியில் நானும் ராஜுவும் நிலவின் கீழே நிம்மதியாகத் தூங்கினோம். மறுநாள் அதிகாலையில் பெயர் தெரியாத பறவைகளின் கீச் கீச் குரல்கள் கேட்க, புதியதொரு உலகில் கண் விழித்தோம்.

3

> மனிதனுக்குத் தேவைப்படுவது எல்லாம்
> அன்பும் கடின உழைப்பும்தான்.
> - சிக்மண்ட் ஃப்ராய்டு

பண்ணையில் கழிந்த நாட்கள்

ஒரு பறவையியலாளர் என்று என்னை நான் ஒருபோதும் நினைத்தது கிடையாது. அதனால், அந்தப் பறவைகளின் பெயர் தெரியவில்லை என்பது என்னை எந்தவகையிலும் பாதிக்கவில்லை. ரிச்சர்ட் ஃபெயின்மென் சொன்னதுபோல், ஒன்றின் பெயரைத் தெரிந்து கொள்வதற்கும் அதைப் புரிந்து கொள்வதற்கும் இடையில் நிறைய வித்தியாசம் இருக்கிறது. அதை வெகு சீக்கிரத்திலேயே புரிந்து கொண்டுவிட்டேன். பறவைகளின் இசை என் ஆன்மாவை நிரப்பியது. அந்த அனுபவத்தின் அழகும் புதிருமே மிகவும் முக்கியமானது. முன்பு ராணுவத்தில் நடை பயணங்களில் ஈடுபட்டபோது அதிகாலை, மாலை வேளைகளின் இது போன்ற மயக்கும் தன்மையை அனுபவித் திருக்கிறேன். அனைத்துவிதக் களைப்புகளில் இருந்தும் அவை என்னை விடுவித்துவிடும்.

வேர்ட்ஸ்வொர்த் சொன்னது போல்,

இதைவிட அழகை இதற்குமுன் பூமி வெளிப்படுத்தியதில்லை;
கம்பீரத்துடன் மிளிரும் இந்த அழகைக் கடந்து சென்றுவிட முடியுமா?
இத்தனை ரம்மியமாகக் கதிரவன் இதற்குமுன் ஒளிர்ந்தது இல்லை;

பள்ளத்தாக்கின் மீதும், மலையின் மீதும், கற்களின் மீதும்

அதிகாலைக் கதிர்கள் படர்ந்து விரிகின்றன.

இந்த ஆழமான அமைதியை நான் இதுவரை கண்டதில்லை,

உணர்ந்ததும் இல்லை.

மனத்தின் ஆழத்தில் இத்தகைய பேரமைதி ஒன்றை உணர்ந்தேன். என் கர்ம பூமியில் உற்சாகமான நடையுடன் புதிய பயணத்தைத் தொடங்கினேன். அங்கு இருந்த எண்ணற்ற பறவைகள், தேனீக்கள், பூச்சிகள், பேரழகுடன் விளங்கும் காட்டு மலர்கள், புதர்ச்செடிகள் ஆகியவற்றைப் பார்த்து மெய்சிலிர்த்து நின்றேன். பூக்கள், தாவரங்கள் பற்றி நன்கு தெரிந்த ஒருவரிடம் இவற்றைக் கேட்டுத் தெரிந்துகொள்ள வேண்டும் என்று நினைத்துக் கொண்டேன். நானும் ராஜுவும் எளிய வாழ்க்கையை வாழ்ந்தோம். வேலைகளைப் பகிர்ந்துகொண்டோம். வருடம் முழுவதும் ஒரேவிதமான உணவைச் சாப்பிட்டு வந்தோம். காலையில் சுவையான சத்து நிறைந்த வெஜிடபிள் உப்புமா (என் பாட்டியிடம் கற்றுக் கொண்டது). சமைப்பது எளிது. வேகமாகவும் முடிந்துவிடும். மதிய, இரவு வேளைகளில் சாதம், சாம்பார், தயிர். மாலையில் இருட்டத் தொடங்கியதும் தீ மூட்டிக் கொள்வோம். நாள் தவறாமல் ரம்முடன் இளநீர் கலந்து அருந்துவேன். வார இறுதியில் அவ்வப்போது ஆர்ப்பாட்டமாகக் கோழி அல்லது ஆட்டு இறைச்சி யுடன் விருந்துச் சாப்பாடு!

காலம் வெகு வேகமாகப் பறந்து கொண்டிருக்கிறது; செய்ய வேண்டியது எவ்வளவோ இருக்கிறது என்ற எண்ணம் ஆரம்ப நாளில் இருந்தே மனத்தில் இருந்துவந்தது. பண்ணையில் என்னவெல்லாம் செய்யலாம் என்று ஒவ்வொருமுறையும் புதிய கண்ணோட்டத்துடன் சிந்தித்தேன்.

'செவன் பில்லர்ஸ் ஆஃப் விஸ்டம்: எ டிரையம்ப் (1926)' என்ற தன் நூலில் டி.ஈ.லாரன்ஸ் (லாரன்ஸ் ஆஃப் அரேபியா) சொல்வார்: 'எல்லா மனிதர்களுமே கனவு காண்பார்கள். ஆனால், ஒரேமாதிரியாக இருக் காது. இரவு நேரத்தில் மனம் சோர்ந்து உள்ளொடுங்கும்போது கனவு காண்பவர்கள் காலையில் எழும்போது அதை பிரயோஜனமில்லாத ஒன்றாக உணர்வார்கள். ஆனால், பகல் கனவு காண்பவர்கள் அபாயகர மானவர்கள். ஏனென்றால், அவற்றை நனவாக்குவதற்காகக் கண் விழித்தபடி செயலாற்றுவார்கள்.'

நானும் கண்களைத் திறந்தபடியே பல கனவுகள் கண்டேன். பண்ணை தொடர்பான யோசனைகள் மனத்தில் முண்டியடித்துக் கொண்டிருந்தன. சாண எரிவாயுதான் என் மனத்தில் முதலிடத்தில் இருந்தது. நவீன

விஞ்ஞானத்தின் அற்புதமான, பயனுள்ள கண்டுபிடிப்பு அது. எளிய தொழில்நுட்பத்தால் இயங்கக்கூடியது. ஒரு குழியை வெட்டி, அதில் சாணத்தைக் கொட்டி, திறந்து மூடும்படியாக ஒரு மூடியைப் போட்டால் போதும். உள்ளே நொதித்தல் வினை நடந்து மீத்தேன் வாயு உருவாகும். எல்.பி.ஜி.யைப் போல் (சிலிண்டர்களில் அடைக்கப்பட்டு நமக்குக் கிடைக்கும் சமையல் எரிவாயுவைப் போல்) சக்தி வாய்ந்த எரிபொருளாகும். நீல நிறச்சுடருடன் பிரமாதமாக எரியும். ஒரு பர்னரை மேலே வைத்து அப்படியே சமைக்க ஆரம்பித்துவிடலாம். வீடுகளில் மஞ்சள் நிற ஒளி உமிழும் விளக்காகப் பயன்படுத்திக் கொள்ளலாம். கடைசியில் சாணம் நன்கு காய்ந்து உரமாகிவிடும். கிராமப்புறச் சுற்றுச்சூழலுக்கு மிகவும் உகந்தது சாண எரிவாயு நிலையம்.

பச்சைப் புல்வெளியில் ஏராளமான பசுக்களை மேய்ப்பது போல் கனவு கண்டேன். அவை தேநீருக்குத் தேவையான பாலைக் கொடுக்கும். தயிர் கிடைக்கும். அதைக் கடைந்து வெண்ணெய் எடுப்பேன். மண்ணெண் ணெய் அடுப்பில் சமைக்கிறேன் என்பதால் எனக்கு வேறு எரிபொருளும் தேவைப்படும். எனக்குப் பால், நிலத்துக்கு உரம் கால்நடைகளே மிகவும் சரியான தீர்வாக இருந்தன. விழித்திருக்கும் போதெல்லாம் என் பண்ணை குறித்த கனவுகளில் லயித்துவிடுவேன். அருகில் ஓடும் நீரோடையில் குளித்து, பூக்களின் நறுமணத்தை முகர்ந்து களிப்பேன். இந்த உலகையே வென்றுவிட முடியும் என்ற நம்பிக்கை நாளாக நாளாக அதிகரித்தது.

பகல் நேரத்தில் உடலுழைப்பில் ஈடுபடுவேன். மாலை நேரத்தில் திட்டங்கள் குறித்துச் சிந்தித்தல், புத்தகங்கள் படித்தல் என்று நேரத்தைக் கழிப்பேன். பால் பண்ணை என்றால் தினமும் வருமானம் கிடைக்கும். கோழிப்பண்ணை, பட்டுப் பூச்சி வளர்ப்பு மூலம் மாத வருமானம் கிடைக்கும். பயிர் விவசாயம் செய்து முப்போகம் விளைவித்தால் அதில் நிறைய வருமானம் கிடைக்கும். வாழை நடுவது ஆண்டுக்கு ஒருதடவை நல்ல பலன் தரும். ஏழெட்டு வருடங்கள் தென்னையை நன்கு பராமரித்தால் சுமார் நூறு வருடங் களுக்கு கவலையே இல்லாமல் இருக்கலாம். கற்பக விருட்சம் என்று தென்னை மரம் புராணங்களில் புகழப்பட்டிருக்கிறது. நீண்ட காலம் வாழக்கூடியது. எல்லாத் தேவைகளையும் நிறைவேற்றித் தரக் கூடியது. ஒரு பத்து வருட காலத்தைச் செலவழித்து முழுமையான ஒருங்கிணைக்கப்பட்ட பண்ணை ஒன்றை உருவாக்க வேண்டும் என்று திட்டமிட்டேன்.

என் பண்ணைக்கு அருகில் ஆண்டு முழுவதும் வற்றாமல் ஓடும் நீரோடை இருந்தது. மழைக்காலத்தில் அது நிறைந்து ஓடும். கோடை

யில் மெல்லிய கோடுபோல் ஓடும். அப்படி மாறி மாறி இருந்ததால் அக்கம் பக்கத்தில் நிறைய செடிகொடிகள் செழித்து வளர்ந்திருந்தன. ஊர்வன, பறப்பன மட்டுமல்லாமல் முயல்கள், நரிகள், காட்டுப் பூனைகள், புலிகள், காட்டு நாய்கள் என எல்லாவகையான விலங்கு களும் அந்தக் காட்டுப் பகுதியில் இருந்தன. கானகத்துக்கு இயற்கை அரணாகவும் அந்த நீரோடை இருந்தது.

புதர்கள், களைகளை வெட்டிச் சுத்தம் செய்ய ஆரம்பித்தேன். வேலை முடித்ததும் தினமும் நீரோடையில் ஒரு குளியல் போடுவேன். கொஞ்சம் கொஞ்சமாக அந்த நிலம் எனக்குப் பரிச்சயமாக ஆரம் பித்தது. முட் செடிகள், புதர் செடிகளை வெட்டும்போது அதனடியில் சில நல்ல செடிகள் முளைத்திருப்பதைப் பார்த்தேன். அனுபவம் மிகுந்த விவசாயியை அழைத்து அவையெல்லாம் என்ன என்று கேட்டேன். வேப்பங் கன்றுகள், சந்தன மரக் கன்றுகள், புளியங் கன்றுகள், அத்தி மரக்கன்றுகள் என்று அடையாளம் காட்டினார். பறவைகளின் எச்சத்தில் இருக்கும் பழ விதைகள் மண்ணில் விழுந்து புதைந்து கிடக்கும். மழை பெய்ததும் முளைவிட்டு வளர ஆரம்பிக்கும். அப்படி முளைத்த செடிகள்தாம் அவை.

பொதுவாக, நவீன விவசாயிகள் பெரிய பெரிய இயந்திரங்களைக் கொண்டுவந்து இதுபோல் தானாகவே வளர்ந்திருக்கும் செடி கொடி களை வெட்டி எறிவார்கள். புல்டோஸரால் நிலத்தை ஆழமாகத் தோண்டி அதில் இருக்கும் சிறு செடி கொடிகளை வேரோடு அப்புறப் படுத்திவிடுவார்கள்.

ஏன் என்று சொல்லத் தெரியவில்லை. எனக்கு ஏனோ இந்த அணுகு முறை பிடிக்கவில்லை. மனிதன் ‘தூய்மை’யாக வைத்திருக்கும் தோட்டத்தைவிட இயற்கை குப்பை கூளமாக வைத்திருக்கும் காடு தானே செழித்துக் காணப்படுகிறது. எனவே, என் நிலத்தையும் அப்படியே விட விரும்பினேன். என் விவசாயத்தின் முதல் பாடம்: நிலத்தைச் சுத்தம் செய்யாதே.

பண்ணையில் என்னென்ன மரங்களை வளர்க்க வேண்டும் என்று யோசித்தேன். விதைகளை எப்படிச் சேகரிப்பது என்ற கவலை எனக்கு இருந்திருக்கவில்லை. ஏனென்றால், கனிகள் நிறைந்த வீரியமான மரங் களின் விதைகளைப் பறவைகள் தாமாகவே கொண்டுவந்து சேர்க்கும் என்ற நம்பிக்கை இருந்தது. பறவைகளுக்கு எது பயனளிக்குமோ அது பண்ணைக்கும் பலனளிக்கவே செய்யும். மரங்கள் பல்வேறுவிதமான உயிரினங்களின் வாழ்க்கைக்கு உதவிகரமாக இருக்கும். குறிப்பாக, நிறைய பறவைகள் அங்கு வாழ முடியும்.

குறைவான அதிகாரம் கொண்டதே நல்ல அரசாக இருக்க முடியும் என்று சொல்வார்கள். அதற்கு இணையாகக் குறைவான விவசாயமே சிறந்த விவசாயம் என்ற ஒன்றைக் கண்டுகொண்டேன். தானாக முளைக்கும் எதையும் ஒன்றும் செய்யக்கூடாது என்று ஓர் உத்தரவைப் பிறப்பித்தேன். மரக்கன்றுகளை இனம் கண்டு அவை நன்கு வளர வழி செய்து கொடுத்தேன். தேவையான இடங்களில் மட்டும் நிலத்தைச் சுத்தப்படுத்தினேன்.

நல்ல லாபம் கிடைக்கும் வகையில் சில ஏற்பாடுகளைச் செய்யப் பணம் தேவையாக இருந்தது. என் நிதி ஆதாரம் மிகவும் சொற்பமானது. ராணுவத்தில் இருந்து கிடைத்த இறுதி செட்டில்மெண்ட் பணமும் சேர்ந்து ரூ 40,000 என்னிடம் இருந்தது. வங்கிக் கடன் கிடைத்ததும் திருப்பிக் கொடுத்துவிடுவேன் என்ற உத்தரவாதத்தின் பேரில் நண்பர்களிடம் சுமார் 35,000 கடனாக வாங்கியிருந்தேன்.

மழைக்காலம் ஆரம்பிக்க ஆறு மாதங்கள் இருந்தன. எனவே, பயிரேற்றும் காலம் வருவதற்குள் தேவையான எல்லாவற்றையும் முடித்தாகவேண்டிய கட்டாயத்தில் இருந்தேன். தினமும் ஹஸனுக்கு மோட்டார் சைக்கிளில் போவேன். எனது தொழில் திட்டம் பற்றிக் கேட்கும் வங்கி அதிகாரிகளிடம் என் கனவை விளக்கிச் சொல்வேன். திட்டத்தைக் கைப்பட எழுதிக் கொடுத்தேன். என் பங்காக முதலீடு செய்யத் தீர்மானித்திருக்கும் தொகை பற்றியும் தெளிவாகக் குறிப்பிட்டேன். ஆனால், எந்தக் காலகட்டத்துக்குள் கடனைத் திருப்பிக் கொடுப்பேன் என்ற உத்தரவாதம் மட்டும் தர முடியாமல் இருந்தது. ஹஸனில் ஏழெட்டு அரசு வங்கிகள் இருந்தன. அனைத்திலும் ஏறி இறங்கினேன். கனரா வங்கி, சிண்டிகேட் வங்கி, விஜயா வங்கி போன்ற தேசியமயமாக்கப்பட்ட வங்கிகளுக்கும் போனேன். 'நாங்களே உங்களைத் தொடர்பு கொள்கிறோம். இப்போது போய்வாருங்கள்' என்று எல்லா மேனேஜர்களும் ஒரேமாதிரி அன்பாகச் சொல்லி அனுப்பினார்கள்.

ஒருமுறை ஒரு வங்கி மேனேஜர் எனக்கு போன் செய்தார். ரொம்பவும் ஆர்வத்துடன் எடுத்துப் பேசினேன். ஆனால், அவரோ, 'தான் மிகவும் பிஸியாக இருப்பதால் உதவ முடியும் என்று தோன்றவில்லை. வேறு இடத்தில் முயற்சி செய்து கொள்ளுங்கள்' என்று சொன்னார். எனக்கு பயங்கரக் கோபம் வந்தது. நேராக வங்கிக்குச் சென்று அவருடைய அறைக்குள் புயல் போல் நுழைந்தேன். கடுமையாகத் திட்டினேன். எனது பள்ளி முதல்வர் அதைக் கேட்டிருந்தால் என்னை வெளுத்து வாங்கியிருப்பார். அந்த அளவுக்கு என் கோபத்தைக் கொட்டித் தீர்த்தேன்.

மேனேஜர் அதிர்ச்சியில் உறைந்துபோய்விட்டார். 'உங்களுடைய ஃபைலை எடுத்துக்கொண்டு செல்லுங்கள், என்னால் எதுவும் செய்ய முடியாது' என்று உதறிவிட்டார். அவருடனான அனைத்து பரிமாற்றங்களும் அதோடு முடிவுக்கு வந்தன. ஆனால், நான் அத்துடன் விட்டுவிட விரும்பவில்லை. மேலதிகாரிகளுடன் தொடர்பு கொள்ளத் தயாரானேன்.

அப்போது ஜனார்தன் பூஜாரி நிதி அமைச்சராக இருந்தார். அவர் கடன் வாங்குபவர்களுக்கு சாதகமாக நடந்து கொள்ளக்கூடியவர். அதுவும் விவசாயிகளுக்குக் கடன் தர மறுக்கும் வங்கி அதிகாரிகளைப் பலர் முன்னால் வெளிப்படையாகத் திட்டக்கூடியவர். அரசாங்கமும் விவசாயிகளுக்கு ஆதரவாகவே நாள் முழுவதும் முழங்கிக் கொண்டிருந்தது. 'விவசாயத்துறைதான் நம்பர் ஒன் தொழில் துறை… விவசாயிகளுக்கு எல்லா வசதிகளும் செய்து கொடுக்க வேண்டும்… கடன் தரவேண்டும்…' என்றெல்லாம் சொல்லிக்கொண்டிருந்தது. ஆனால், நடைமுறையோ முற்றிலும் மாறுபட்டதாக இருந்தது.

வங்கி அதிகாரிகள் பக்கமும் நியாயம் இருக்கத்தான் செய்கிறது. அவர்களுக்கான முன்னுரிமைகள், இலக்குகள் இருக்கும். பொது மக்களின் பணத்தை நிர்வாகம் செய்பவர்கள் என்ற அளவில் அவர்கள் மிகவும் எச்சரிக்கையுடனே நடந்துகொண்டார்கள். வாங்கிய கடனைத் திருப்பிக் கொடுக்கும் வாய்ப்புகள் குறைவாக இருப்பதால் விவசாயிகளுக்குக் கடன் கொடுக்க மிகவும் தயங்கினார்கள். ஆனால், என் பக்கமும் நியாயம் இருக்கத்தானே செய்கிறது. எனவே, நான் வெறுங்கையுடன் திரும்பத் தயாராக இல்லை. அரசாங்கம் விவசாயத் துக்கு ஆதரவாக இருக்கிறது என்ற விஷயம் எனக்கு மிகுந்த நம்பிக்கை யைக் கொடுத்தது. நிகழ்காலத்துக்குத் தேவையான எல்லாம் என்னிடம் இருந்தன. ஆனால், எதிர்காலத்தில் பல விஷயங்கள் செய்யத் திட்ட மிட்டிருந்தேன். அதற்கான நிதியைத் தேடித்தான் வங்கிகளுக்கு அலைந்துகொண்டிருந்தேன்.

★

அரசு நஷ்டஈடாகக் கொடுத்த புதிய நிலத்தில் தங்கிப் பிழைப்பை நடத்த எனது நிலத்துக்கு அருகிலேயே ஐந்தாறு விவசாயிகள் வந்திருந் தார்கள். அவர்களுக்கு முறையான கல்வியோ உலக அனுபவமோ இருந்திருக்கவில்லை. ஒரே ஒருவருக்குத்தான் புதிய நிலத்தில் ஏதாவது செய்யலாம் என்ற யோசனை இருந்தது. அவர் தனது நிலத்தில் ஒரு குடிசை போட்டுக்கொண்டு குடியேறியிருந்தார். ஒருநாள் இரவில்

பெரும் கூச்சலும் குழப்பமும் கேட்டது. எழுந்துபோய்ப் பார்த்தேன். விஷயம் என்னவென்றால், அந்த நிலப்பகுதி எங்களுக்கு அளிக்கப் படும்வரை யாருக்கும் சொந்தமில்லாமல் இருந்ததால், அக்கம் பக்கத்துக் கிராமத்தினர் தங்கள் கால்நடைகளை அங்கு மேய்ச்சலுக்கு விட்டு வந்திருந்தனர். இப்போது புதிதாக நாங்கள் வந்துவிட்டதால் அவர்கள் கால்நடைகளை மேய்க்க முடியாமல் போய்விட்டது. எனவே, அவர்கள் புதிதாகக் குடியேறியவர்களைத் தாக்கி பிரச்னை செய்தார்கள். குடிசைகளைத் துவம்சம் செய்து, சட்டி பானைகளை உடைத்து, ஆடு மாடுகளைத் தாக்கி கலாட்டா செய்தார் கள். அந்த நிலத்தின் மீது கிராமத்தினருக்கு சட்டபூர்வ உரிமை கிடையாதே தவிர ஒருவகையில் அவர்களுடைய கோபம் நியாயமா னதுதான். ஓர் இடத்தில் புதிதாகக் குடியேறுபவர்கள் இது போன்ற பிரச்னைகளைச் சமாளித்துத்தான் ஆக வேண்டும்.

ஆதிகாலத்திலிருந்தே இடத்தைப் பகிர்ந்து கொள்வது என்பது மனித சுபாவத்தில் இல்லை. ரயிலில் போகும்போது பாதி வழியில் யாராவது ஏறித் தனக்கு அருகில் உட்காருவதை யாரும் விரும்புவதில்லை. அருகில் வந்து உட்காருபவரை ஆக்கிரமிப்பாளர் என்று மனத்துக்குள் திட்டுகிறோம். உள்ளூர் மக்கள் புதிதாக வந்து குடியேறிய எங்களையும் அப்படியே நினைத்தனர். அந்த நிலத்தில் கால்நடையை மேயவிடும் தங்கள் 'உரிமையை' அவர்கள் விட்டுக்கொடுக்கத் தயாராக இல்லை. பதற்றம் அதிகரித்தது.

ஒருநாள் கூடாரத்தில் தூங்கிக் கொண்டிருந்தேன். அதிகாலையில் வாசலில் ஏதோ கடாமுடாவென்று சத்தம் கேட்டது. வெளியே வந்து பார்த்தபோது அதிர்ச்சியில் உறைந்துவிட்டேன். நிலத்தில் அப்போது தான் முளைத்திருந்த செடிகளை நிறைய பேர் பிடுங்கி எறிந்து கொண்டிருந்தார்கள். கைக்குக் கிடைத்ததையெல்லாம் வெட்டி வீசிக் கொண்டிருந்தார்கள். எனக்கு நிலைமையின் தீவிரம் உடனே புரிந்து விட்டது.

அவர்களில் தலைவர் போல் இருந்த ஒருவரைப் பார்த்து உறுதியாகச் சொன்னேன்: 'இதோ பாருங்கள், எனக்குச் சொந்தம் இல்லாத நிலத்தில் ஓர் அங்குலம்கூட எடுத்துக்கொள்ள மாட்டேன். அதே நேரம் எனக்குச் சொந்தமான ஒரு பிடி மண்ணைக்கூட விட்டுக் கொடுக்க மாட்டேன்.'

எனக்கு ஒரு விஷயம் அப்போது தெரிந்தது. இந்த மனிதர்கள் மிகவும் நல்லவர்கள்தான். தவறெல்லாம் அரசாங்கத்தின் மீதுதான். அது தவறான திட்டம் தீட்டி, பெரிய அணையைக் கட்டியதால்தான் நிறைய பேர்

நிலத்தை இழந்துவிட்டார்கள். அதற்கு ஈடாக இவர்களுடைய மேய்ச்சல் நிலத்தை எடுத்துக் கொடுத்தால் பாவம் இவர்களும் என்னதான் செய்வார்கள். நிச்சயமாக இவர்கள் மீது எந்தத் தவறும் இல்லை.

நான் அவர்களுடன் நிதானமாகப் பேசி புரியவைத்தேன். அரசாங்கத் துடன் பேசி எஞ்சிய நிலத்தை அவர்களுக்குக் கொடுக்க ஏற்பாடு செய்வதாகச் சொன்னேன். சர்வேயரை அழைத்து வந்து என் நிலத்தின் அளவைக் குறித்துத் தரச் சொல்கிறேன். அதுவரையில் நான் எந்த உழவு வேலையோ வேறு எதுவுமோ செய்யமாட்டேன் என்று அவர்களுக்கு வாக்குறுதி கொடுத்தேன். அவர்களும் நான் சொன்னதை ஏற்றுக் கொண்டு கை குலுக்கி நண்பர்களானார்கள்.

சர்வேயர் வந்து என் நிலத்தை அளந்து குறித்துக்கொடுத்தார். அதோடு மீதமிருந்த நூற்றுக்கணக்கான ஏக்கர் மேய்ச்சல் நிலத்தை யாரும் உரிமை கோராத புறம்போக்கு நிலமாக அறிவித்தார். உள்ளூர்வாசிகள் அரசாங்கத்துக்குக் கடிதம் எழுதி அந்தப் புறம்போக்கு நிலத்தைத் தங்கள் பெயருக்குப் பதிவு செய்துகொள்ளலாம். நிலத்தில் குத்தகையாகப் பயிர் செய்பவர்களுக்கு அந்த நிலம் சொந்தமாகக் கொடுக்கப்படும் என்று அறிவித்தார். கிராமத்தினர் அந்தச் செய்தியைக் கேட்டதும் இன்ப அதிர்ச்சியில் ஆழ்ந்தனர். அதைத் தொடர்ந்து அரசாங்கம் அவர்களுடைய உரிமையைச் சட்டபூர்வமாக்கிக் கொடுத்தது.

கிராமத்து மக்களுடனான என் முதல் அனுபவம் அது. உள்ளூர் மக்களுடன் இணைந்து செயல்படும் கலையைக் கற்றுக்கொண்டு விட்டேன். இரு தரப்புக்கும் நன்மை தரக்கூடிய தீர்வுகளைக் கண்டு பிடிக்க ஆரம்பித்தேன். பிறருடைய கோணத்தில் இருந்து விஷயங் களைப் பார்க்கும் திறமை எனக்கு இருந்தது. என் அப்பா மூலமாக அது எனக்கு வந்திருந்தது. இது பல பிரச்னைகளைத் தீர்க்க எனக்கு உதவியிருக்கிறது.

உள்ளூர் மக்களுடன் சண்டையில் இறங்கியிருந்தால் என்னைப்போல் முட்டாள் இந்த உலகத்தில் யாருமே இருந்திருக்க முடியாது. அந்தச் சுற்றுச்சூழலே பகைமையில் ஆழ்ந்திருக்கும். அவர்களுடைய பிரச்னையைப் புரிந்துகொண்டு பொறுமையாகப் பேசினால் என் பக்கம் இருக்கும் நியாயத்தைப் புரிந்துகொள்வார்கள் என்று நம்பினேன். அப்படியே நடந்தது. இப்போது அவர்கள் என் நல்ல நண்பர்களாக என் நிலத்தில் வேலை செய்ய முன்வந்தார்கள். அந்த கிராமத்தின் உள் கட்டமைப்பைப் பலப்படுத்த உதவுவதாக வாக்குக் கொடுத்தேன். சாலை வசதி, மின்சார வசதி எல்லாம் கொண்டு வருவதாகவும் சொன்னேன்.

கிராமத்தில் ஏற்கெனவே இருந்தவர்களுக்கும் புதிதாகக் குடியேறியவர்களுக்கும் இடையில் ஓர் எல்லைக்கோடாக நீரோடை இருந்தது. புதிதாக வந்தவர்களுக்கு சுமார் 2,000 ஏக்கர் புறம்போக்கு மேய்ச்சல் நிலம் நீரோடையின் மேற்கு மற்றும் வடக்குப் புறத்தில் தரப்பட்டது. தெற்கிலும் கிழக்கிலும் இருந்த நிலம் கிராமத்தினருடையது. ஒருவகையில் நடுவில் இருந்தேன்.

மகாராஜாவின் தொலைநோக்கின் சிறந்த எடுத்துக்காட்டு அந்த மேய்ச்சல் நிலம். எதிர்காலத் தலைமுறையைக் கணக்கில் கொண்டு தான் பொருளாதார வளர்ச்சித் திட்டங்களைக் கொண்டு வந்திருக்கிறார். சாலைகள், நெடுஞ்சாலைகள், குளங்கள், தடுப்பணைகள், அரசு பொறுப்பில் இருந்த தோட்டங்கள், பொதுவான மேய்ச்சல் நிலம் ஆகியவையே அந்தக் காலப் பொருளாதார மேம்பாட்டுத் திட்டத்தில் அடங்கியிருந்தன. சாலையோரத்திலும் குளங்களின் கரையோரத்திலும் நடப்பட்ட மரங்கள் கனி தரும் மரங்களாக அல்லது விறகு தரும் மரங்களாக இருந்தன. அந்த மரங்கள் நிழலும் அடைக்கலமும் தந்தன. சுற்றுச்சூழலை மதிப்பது, எல்லாருக்கும் பலன் தரும்வகையில் வளர்ச்சித் திட்டங்களைத் தீட்டுவது போன்றவற்றில் இன்றைய 'மகாராஜா'க்கள் கடந்த கால மகாராஜாக்களிடமிருந்து நிறையக் கற்றுக் கொள்ள வேண்டியிருக்கிறது.

நான் என் நிலத்தில் முதன் முதலாகக் குடியேறியபோது ஒரு விஷயம் என்னை மிகவும் ஆச்சரியப்பட வைத்தது. பக்கத்துக் குடிசையில் தங்கியிருந்தவரைப் பார்க்க நிறைய உறவினர்களும் விருந்தினர்களும் வந்து போய்க் கொண்டிருந்தார்கள். வந்தவர்களெல்லாம் வெறுமனே உட்கார்ந்து சாப்பிட்டுவிட்டுப் போகவில்லை. மிகவும் ஆர்வத்தோடு அதிகாலையில் எழுந்து விவசாயப் பணிகளில் அவருக்கு உதவி செய்தார்கள். பாலைக் கறந்து கொடுத்தார்கள். சாணி பொறுக்கினார்கள். சுவரில் வறட்டி தட்டினார்கள். வீட்டைப் பெருக்கிச் சுத்தம் செய்தார்கள். சமைக்க உதவினார்கள். என்ன பயிரிடப்பட்டிருக்கிறதோ அதற்குத் தேவையான எல்லா வேலைகளையும் பங்கு போட்டுக் கொண்டு செய்தார்கள். ஆனால் எங்கள் வீட்டுக்கு வரும் விருந்தினர்கள் எல்லாம் நன்கு மூக்கு முட்டச் சாப்பிடுவார்கள். மது அருந்துவார்கள். மட்ட மல்லாக்கப் படுத்துக் கொண்டுவிடுவார்கள். வீட்டு வேலையில் ஒரு துரும்பைக் கூட எடுத்துப் போட்டதில்லை.

ஒருநாள் நிலத்தைச் சுத்தம் செய்துகொண்டிருந்தபோது கறுப்பான, களையான மனிதர் ஒருவர் என்னை நோக்கி வந்தார். சுமார் 45 வயதிருக்கும். திடகாத்திரமாக இருந்தார். தும்பைப் பூ போல் வெள்ளை வெளேர் என்று வேட்டி உடுத்தியிருந்தார். நிமிர்ந்து கம்பீரமாக நடந்து

வந்தார். 'மஞ்சே கவுடா' என்று தன் பெயரைச் சொல்லி அறிமுகப் படுத்திக்கொண்டார். நான் கைகளைக் குவித்து 'நமஸ்தே' சொன்னேன். இருவரும் கை குலுக்கிக் கொண்டோம். அவருடைய கைகள் பல வருட விவசாயப் பணிகளால் காய்த்து உரமேறியிருந்தன. அவரைப் பற்றி அரசல் புரசலாகக் கேள்விப்பட்டிருந்தேன். திறமையான விவசாயி. நீரோடையின் தென் கிழக்கில் அவருடைய குடிசை இருந்தது. முப்பது வருடங்களுக்கு முன்பாக அவருடைய குடும்பச் சொத்து, பாகம் பிரிக்கப்பட்டிருக்கிறது. இந்தப் பண்படுத்தப்படாத நிலம்தான் மஞ்சே கவுடாவுக்குத் தரப்பட்டிருக்கிறது. திருமணமான கையோடு மனைவியுடன் அந்த நிலத்துக்கு வந்து கூடாரம் போட்டுத் தங்கியவர்தான் இப்போது குடிசை கட்டி வசித்து வருகிறார்.

மஞ்சே கவுடா காட்டை அழித்துத் தோட்டமாக ஆக்கிய கதை, சிங்கம் புலிகளுடன் சண்டையிட்ட கதை, கொள்ளைக்கூட்டத்துடன் போரிட்ட கதை என அவரைப் பற்றிப் பல கதைகள் அங்கு உலவின. கிராமத்தில் இருந்து விலகி வந்து தன்னுடைய கடும் உழைப்பினாலும் மன வலிமையினாலும் வென்று காட்டியவர்.

அவருடன் கையைக் குலுக்கியபோது அவரைப்பற்றிச் சொன்ன கதைகள் உண்மையாகத்தான் இருக்குமென்று தோன்றியது. ஒருவகை யில் அவருடனான சந்திப்பு என் கர்வத்தைக் கொஞ்சம் மட்டம் தட்டியது என்றுதான் சொல்லவேண்டும். அவரைப் பார்ப்பதற்கு முன்னால் வரை என் வாழ்க்கைதான் ஏதோ அசாதாரணமானது; சவால் நிறைந்தது என்று நினைத்துக் கொண்டிருந்தேன். ஆனால், அவரோ என்னைவிடப் பல மடங்கு அபாயங்களைச் சந்தித்திருக்கிறார். அவரைப் பார்த்ததும் என் பண்ணை விவசாயத்தில் நிச்சயம் வெற்றி பெறுவேன் என்ற நம்பிக்கை பிறந்தது.

மஞ்சே கவுடா மிகவும் தீவிரமான விவசாயி. அவருக்கு ஐந்து குழந்தை கள். ஐவரும் வளர்ந்துவிட்டார்கள். பொதுவாக இந்திய கிராமங்களில் நடப்பது போலவேதான் அங்கும் நடந்தது. உழுதல், விதைத்தல், களை எடுத்தல், பயிர்களைக் கால்நடைகளிடமிருந்து காப்பாற்றுதல், அறுவடை செய்தல் என எல்லா வேலைகளிலும் குடும்பத்தினர் அவருக்கு உதவியாக இருந்தனர்.

மஞ்சே கவுடா, நான் பண்ணையில் செய்யும் வேலைகளைப் பார்த்திருக் கிறார். சமையலையும் நானே செய்வதையும் கவனித்திருக்கிறார். என்ன காரணத்தினாலோ என்னை அவருக்குப் பிடித்துப்போய் விட்டது. நாளடைவில் நல்ல நண்பர்களாகிவிட்டோம். அது உண்மை யிலேயே ஆத்மார்த்தமான நட்பு. மஞ்சே கவுடா வீட்டில் இருந்து எனக்கு அடிக்கடி கேப்பை ரொட்டியும் சட்னியும் வந்து சேரும்.

அவருடைய மனைவி ரொட்டிகளை வாழையிலையில் பொதிந்து, இரண்டு கி.மீ நடந்து வந்து கொடுத்துவிட்டுப் போவார். 'இந்தச் சின்னப் பையன் பண்ணையில் வேலை செய்து வருகிறான். கூடாரத்தில் தங்கியிருக்கிறான். திருமணம் ஆகவில்லை. தனியாக வேலையும் செய்து சமைத்தும் சாப்பிட்டுக் கொள்கிறான். ஏன் நீ போய் அவனுக்கு உணவுகொடுத்துவிட்டு வரக்கூடாது' என்று சொல்லி மஞ்சே கவுடாதான் அனுப்பி வைத்திருக்கிறார். அவர்களுடைய தூய அன்பைக்கண்டு மெய்சிலிர்த்துவிட்டேன். அவர்கள் இருவரும் சொந்த மகன்போல் என்னை கவனித்துக் கொண்டனர்.

கிராமத்தில் திருவிழா என்றால் என்னை விருந்து சாப்பிட வீட்டுக்கு அழைத்துவிடுவார்கள். வாழ்க்கையில் நான் பங்கெடுத்த மிகச் சிறப்பான விருந்துக் கொண்டாட்டங்களில் அவையும் அடங்கும். விழாக் காலங்களில் பிற எல்லா வேலைகளையும் நிறுத்திவிட்டு விருந்துக்கான தயாரிப்புகளில் இறங்கிவிடுவார்கள். பாரம்பரிய பதார்த்தங்கள், பாயசம் போன்றவற்றைச் செய்து கொண்டாடுவார்கள்.

மஞ்சே கவுடாவும் அவருடைய மனைவி ஜெயா அம்மாவும் தசரா சமயத்தில் அவர்களுடைய வீட்டில் நடந்த விருந்துக்கு அழைத்திருந் தார்கள். முன்னோர்களின் ஆத்மா சாந்தியடைய அன்று பிரார்த்தனை கள் செய்யப்படும். ஆடு வெட்டிப் படைப்பார்கள். ஆட்டுக்கறியை விறகு அடுப்பில் சமைப்பார்கள். குழம்பின் வாசனை தொலைதூரத்தில் இருக்கும் ஆளையும் சுண்டி இழுக்கும்.

விருந்துக்கு முந்தின நாள் லேசாக மழை தூறியது. இரவில் மழை பெரியதாகி நீரோடையில் வெள்ளம் பெருக்கெடுத்து ஓடியது. மஞ்சே கவுடா இப்போது எனக்கு ஆருயிர் நண்பராக ஆகிவிட்டிருந்தார். ஆற்றை நீந்திக் கடந்தாவது விருந்துக்குப் போய்விடுவது என்று தீர்மானித்தேன். இந்தக் கரையில் இருந்து அந்தக் கரைக்கு சுமார் 20 மீட்டர் நீளம் இருக்கும். கரையை ஒட்டிய பகுதிகளில் கொஞ்சம் ஆழம் குறைவாக இருக்கும். ஆனால், நடுவில் ஐந்து-ஆறு மீட்டர் ஆழம் இருக்கும். எனக்கு நன்கு நீச்சல் தெரியும் என்பதால், ஆழம் குறைந்த பகுதியை நடந்து கடந்து எஞ்சிய தொலைவை நீந்திக் கடந்தேன். உடையெல்லாம் நனைந்து போய்விட்டது. குளிர் வேறு உடலை நடுக்கி உதறவைத்தது.

ஈரம் சொட்டச் சொட்ட ஒரு கி.மீ தூரம் நடந்து சென்று அவர் வீட்டை அடைந்தேன். மஞ்சே கவுடாவுக்கும் ஜெயம்மாவுக்கும் நம்பவே முடியவில்லை. உற்சாகத்தில் தலைகால் தெரியாமல் துள்ளினார்கள். கவுடா உடனே வீட்டுக்குள் சென்று துண்டு கொண்டுவந்து கொடுத்துத்

துடைத்துக்கொள்ளச் சொன்னார். வேறு ஆடைகளைக் கொடுத்து உடுத்திக்கொள்ள வைத்தார். இளநீர் கலந்த ரம் கொடுத்தார்.

இரவு விருந்து பரிமாறப்பட்டது. ஏகப்பட்ட வகைகள் இருந்தன. ஆட்டுக் கறி அருமையாக சமைக்கப்பட்டிருந்தது. அந்த உணவு, ரம், குளிர் நிறைந்த இரவு எல்லாம் என்னைப் பெரும் மயக்கத்தில் ஆழ்த்தின. இரவு அவர்கள் வீட்டிலேயே அடித்துப் போட்டதுபோல் தூங்கினேன். என் வாழ்க்கையில் நான் சாப்பிட்ட விருந்துகளிலேயே அதுதான் மிகவும் சிறந்தது.

மஞ்சே கவுடா குடும்பத்தினருக்கு சொத்து என்று பெரிதாக எதுவும் கிடையாது. ஆனால், அவர்களுடைய பரந்த மனப்பான்மைக்கு ஈடு இணையே கிடையாது. அடுத்தவர்களுக்கு உதவுவதற்கு உன்னிடம் நிறைய இருக்க வேண்டிய அவசியமே இல்லை என்ற பாடத்தை என் அப்பாவும், மஞ்சே கவுடாவும் கற்றுக் கொடுத்தார்கள்.

அவர்கள் குறைவானதை வைத்து நிறைவாக வாழும் கலையில் தேர்ச்சி பெற்றிருந்தனர். இல்லாதவற்றை நினைத்தோ, நிச்சயமில்லாத எதிர்காலத்தைக் குறித்தோ எந்தவிதக் கவலையும் படவில்லை. நிகழ்காலத்தில் ஆழமாகக் காலை ஊன்றி அன்றாடக் கடமைகளைச் சிறப்பாகச் செய்து வாழ்ந்தார்கள். ஒரு பழமொழியை அடிக்கடிச் சொல்வார்கள்: மரம் வைச்சவன் தண்ணி ஊத்தாமலா போவான்?

★

ஒருநாள் மதியம், பண்ணை வேலையில் மும்முரமாக ஆழ்ந்திருந்தேன். அப்போது யாரோ வருவதாக என் உள்ளுணர்வு சொன்னது. திரும்பிப் பார்த்தபோது, மேற்கத்திய உடை அணிந்த ஒருவர் நின்று கொண்டிருந்தார்.

'ஹலோ' என்று வரவேற்றேன்.

அவர் தன்னை சந்திரசேகர் என்று அறிமுகப்படுத்திக் கொண்டார். ஜவகல் கிராமத்தில் விஜயா வங்கியின் கிளை மேலாளராகப் பணி புரிவதாகச் சொன்னார். என் பண்ணையில் அவருக்கு என்ன வேலை என்று யோசித்தேன். முதலில் அந்த இடத்துக்கு அவர் எப்படி வந்து சேர்ந்தார் என்பதே பெரிய ஆச்சரியமாக இருந்தது. நீரோடையைக் கடந்து வந்தாரா?

'யாரோ ஒரு பைத்தியக்கார ராணுவ அதிகாரி கூடாரம் அடித்து இங்கு தங்கி விவசாயம் செய்வதாகக் கேள்விப்பட்டேன். அவரைப் பார்க்க

வேண்டும் என்று இங்கு வந்தேன். உங்களுக்கு அவரைத் தெரியுமா?' என்றார். செய்து கொண்டிருந்த வேலையை நிறுத்திவிட்டு, 'நான்தான் அந்தப் பைத்தியக்கார ராணுவ அதிகாரி' என்றேன். மேனேஜருக்குத் தூக்கிவாரிப்போட்டது. தர்ம சங்கடத்தில் நெளிந்தார். சிரித்தபடியே சகஜமாகப் பேச்சுக் கொடுத்தேன். அவர் என்னுடைய தைரியத்தையும் உத்வேகத்தையும் பாராட்டினார்.

வங்கியில் கடன் கேட்டு விண்ணப்பித்திருப்பதாகவும் அது கிடைக்க வில்லையென்றால் ராணுவ அதிகாரி மூட்டையைக் கட்டிக்கொண்டு புறப்பட்டுவிடுவார் என்றும் ஊருக்குள் பேசியிருக்கிறார்கள். அதைத் தடுக்கத் தன்னால் முடியுமா என்று பார்க்க வந்திருப்பதாகச் சொன்னார்.

என் கையால் தயாரித்த மதிய உணவை என்னுடன் சாப்பிடும்படி அவரைக் கேட்டுக்கொண்டேன். சாதம், காய்கள் நறுக்கிப் போடப் பட்ட சாம்பார், தயிர் இதுதான் அன்றைய மெனு. கூடுதலாக வெள்ளரிக்காய், கேரட் நறுக்கிப் போட்டு உப்பும் மிளகும் தூவப்பட்ட சாலட் ஒன்றும் அன்று தயாரித்திருந்தேன். எளிமையான ஆனால், மிகவும் சுவையான உணவு. எனக்கு அந்த நாளை மறக்கவே முடியாது. இருண்ட குகையில் நடந்து கொண்டிருந்த எனக்கு லேசாக ஓர் ஒளிக்கீற்று தென்பட்ட நாள் அது. வங்கிக் கடன் தருவது தொடர்பாக விரிவாகப் பேச அவருடைய வீட்டுக்கு அழைத்தார்.

மறுநாள் சொன்ன நேரத்துக்கு அவர் வீட்டுக்குச் சென்றேன். வங்கியின் மாடியில்தான் தங்கியிருந்தார். எனது திட்டங்களை அழகான வெள்ளைத் தாளில் கைப்பட எழுதியிருந்தேன். அவர் என் கனவுகள் முழுவதையும் பழங்கால டைப்ரைட்டரில் தட்டச்சு செய்தார்.

என் திட்டத்தை மேலும் விளக்கிச் சொன்னேன். பண்ணைக்கு வேலி போட வேண்டும். அடி பம்பு குழாய் அமைக்க வேண்டும். சாண எரிவாயு நிலையம் ஒன்றை அமைக்க வேண்டும். பசுக்கள் வாங்கி பால் பண்ணை ஒன்று ஆரம்பிக்க வேண்டும். பட்டுப்பூச்சி வளர்க்க வேண்டும். இவை போதாதென்று வாழைத்தோட்டமும் தென்னந் தோப்பும் உருவாக்க வேண்டும்.

என் சொந்தத் தேவைகளை எவ்வளவு முடியுமோ அவ்வளவு குறை வாக வைத்துக் கொள்ளத் தீர்மானித்திருந்தேன். நிறைய கடன் வாங்கவும் விருப்பம் இருந்திருக்கவில்லை. கொஞ்சமாக வாங்கி அதை எல்லாத் திட்டத்துக்கும் பிரித்துச் செலவு செய்யத்தான் விரும்பினேன். செலவைக் குறைப்பதுதான் என் தாரக மந்திரம். ஏர் டெக்கான் ஆரம்பித்தபோதும் இதே வழிமுறையைத்தான் பின்பற்றி

னேன். ஒருவகையில் பார்த்தால் குறைந்த கட்டண விமானப் போக்கு வரத்தின் விதைகள் என் பண்ணையில்தான் முதலில் ஊன்றப்பட்டன.

லாபத்தைக் கொண்டுவராத எல்லாச் செலவுகளுமே வீண் என்பதுதான் என் கோட்பாடு. அந்த வகையில் வீடு என்பது என்னுடைய செலவுப் பட்டியலில் கடைசி இடத்தில் இருந்தது. ஏனென்றால், அதில் இருந்து எந்த வருமானமும் வரப்போவதில்லையே. எனக்கு இயற்கையை மிகவும் பிடிக்கும். என் தேவைகள் மிக மிகக் குறைவானவை. எனவே கூடாரத்தில் வாழ்வதில் நான் மிகுந்த சந்தோஷம் அடைந்தேன். ஆனால், ஒரு கூடாரம் இரண்டு ஆண்டுகளுக்கு மேல் தாக்குப் பிடிக்காது என்பதால் குடிசை கட்டிக்கொள்ள ரூ 5,000 தனியே எடுத்து வைக்க விரும்பினேன்.

எனது யோசனைகளையெல்லாம் வங்கி மேனேஜர், வர்த்தக மொழியில் ஏழு வருடத் திட்டமாக வடிவமைத்தார். வரவு செலவுகளைக் கணக்கிட்டுக் கடனை எத்தனை வருடத்துக்குள் திருப்பி அடைப்பேன் என்று ஒரு வழிமுறையையும் அதில் சொன்னார். முதலீடு என்றால் என்ன; பணப் புழக்கம் என்றால் என்ன; வட்டி எவ்வளவு; தவணை எவ்வளவு என்பதையெல்லாம் தெரிந்துகொண்டேன். சுருக்கமாகச் சொல்வதானால், வங்கியின் அடிப்படைக் கலைச் சொற்களைப் புரிந்து கொண்டேன்.

அடுத்த நாள் எனது திட்டத்தை மேலதிகாரிகளிடம் காட்டி வங்கிக் கடனை வாங்கித் தரும் நோக்கில் சந்திரசேகர் பிராந்திய மேலாளரிடம் கொண்டு சென்று காட்டினார். என்னுடைய அடிப்படைச் சூத்திரமாக, உத்வேகமூட்டும் அம்சமாக எது இருக்கிறதோ அதை மறுபடியும் மறுபடியும் சொல்லவே விரும்புகிறேன். தொழில் முனைவோர்களின் பொன் விதி அது:

> உங்கள் சக்தி, ஆர்வம், தகுதி, பிற முழுமையான அம்சங்கள் இவையே மிகவும் முக்கியமானவை. முதலீடு என்பது அவ்வளவு முக்கியமே இல்லை. சிந்தனைதான் முதலீடு. ஈடுபடும் தொழில்தான் ஒரே இலக்கு. கடுமையான முயற்சிதான் அதற்கான ஒரே தீர்வு.
>
> - அப்துல் கலாம்

நான் பண்ணையில் கால் வைத்ததில் இருந்து வெளியேறியதுவரையிலான 10 வருட காலகட்டத்தில், பண்ணையும் அதன் வெற்றியும் மட்டுமே என் ஒரே குறிக்கோளாக இருந்தன.

என் பண்ணை விவசாயம் ஒருவகையில் வேதாந்த தத்துவத்தைப் போன்றதுதான். தொழில் முனைவர் வேறு... திட்டம் வேறு... என்று

கிடையாது. ஞானிகள் தாங்கள் பார்க்கும் எல்லாவற்றிலும் இறைவனைக் காண்பார்கள். நான் என் தொழிலையே எல்லாவற்றிலும் கண்டேன். உடல், பொருள், ஆவி அனைத்தையும் அதற்காகவே அர்ப்பணித்தேன். அது ஒருவகையான ஆன்மிகப் பயணம்தான். மிகப் பெரிய இசை மேதையான லியோனார்ட் பெர்ன்ஸ்டைன் ஒரு முறை சொன்னது: 'நீங்கள் ஒரு கலைஞராக இருந்தால், வயலின் துறையில் ஈடுபடவா... வேண்டாமா என்று கேட்டுக் கொண்டு நிற்கமாட்டீர்கள். வயலினை எடுத்து இசைக்க ஆரம்பித்துவிடுவீர்கள்.' விவசாயப் பண்ணையை ஆரம்பிப்பதில் என் அனுபவமும் அப்படித்தான் இருந்தது.

ஒரு வாரம் கழித்து மேனேஜர் மறுபடியும் என் பண்ணைக்கு வந்தார். மிகுந்த நம்பிக்கையுடனும் ஒருவித எச்சரிக்கை உணர்வுடனும் அவரை வரவேற்றேன். நல்ல செய்தியை முதலில் சொன்னார். எனக்கு 1,47,000 ரூபாய் கடன் வழங்க வங்கி தீர்மானித்திருந்தது. ஆனால், அதைத் தொடர்ந்து ஒரு கெட்ட செய்தியைச் சொன்னார். வங்கி ஒரு நிபந்தனை விதித்தது. யாராவது ஒரு கேரண்டாரை (ஜாமீன் கொடுப்பவர்) நான் அழைத்துவரவேண்டும். நான் அப்போதுதான் அந்த வார்த்தையை முதன் முதலாகக் கேள்விப்படுகிறேன். அதாவது நான் கடனை ஒழுங்காகத் திருப்பிச் செலுத்துவேன் என்று செல்வச் செழிப்பில் இருக்கும் ஒருவர் என்னைப் பற்றி வங்கிக்கு உத்தரவாதம் தரவேண்டும். எனது நிலத்துக்கு வங்கி 90,000 ரூபாய் மதிப்பு நிர்ணயித்திருந்தது. தரவிருந்த கடன் தொகை அதைவிட அதிகம் என்பதால் வேறு ஒருவருடைய உத்தரவாதம் தேவைப்பட்டது. பொதுவாக விவசாயிகள் எப்போதுமே வங்கிகளில் வாங்கும் கடனைத் திருப்பித் தர முடியாமல்தான் இருப்பார்கள். எனவேதான் வங்கிகள் விவசாயிகளுக்குக் கடன் கொடுக்க யோசிக்கின்றன.

நான் மனம் தளரவில்லை. அடுத்த நாளே என் பைக்கை எடுத்துக் கொண்டு நண்பர்கள், உறவினர்களைத் தேடிப் புறப்பட்டேன். என் திறமைகள் மீது எனக்கு மிகுந்த நம்பிக்கை இருந்தது. ஆனால், ஜாமீன் கையெழுத்துப் போடச் சொல்லி ஒவ்வொரு வீடாக ஏறி இறங்கிய போது வியாபாரத்தில் என்னுடைய திறமைகள் குறித்து மற்றவர்கள் யாருக்கும் அவ்வளவு நம்பிக்கை இல்லை என்பது தெரியவந்தது. யாரும் முடியாது என்று முகத்துக்கு நேராக மறுக்கவில்லை. 'கட்டாயம் உதவுகிறோம். இது தொடர்பாக நாங்களே அழைத்துப் பேசுகிறோம்' என்று நாசூக்காகச் சொல்லிஅனுப்பினார்கள். ஆனால், யாரும் அதன் பிறகு தொடர்புகொள்ளவில்லை. நாள்கள் போய்க்கொண்டிருந்தன. உண்மை நிலவரத்தைப் புரிந்துகொள்ளத் தவறிவிட்டிருக்கிறேன் என்று உணர்ந்தேன். ஒருவருக்குப் பணம் தேவையாக இருக்கும்போது யார் உடன் இருந்து உதவுகிறாரோ அவரே உண்மையான நண்பர் என்று

அப்பா சொல்வார். பெங்களூரு, மைசூர், ஹஸன் என்று எல்லா இடத்துக்கும் அலைந்து பார்த்தேன். யாருமே உதவவில்லை.

அப்படி ஒருநாள் ஜாமீன் தருவதற்காக ஒருவரைப் பார்க்கப் போய்விட்டு மனச்சோர்வுடன் பைக்கில் திரும்பி வந்தபோது வீட்டு வாசலில் மஞ்சே கவுடா நின்று கொண்டிருந்தார். 'கேப்டன் சாஹிப். கடன் கிடைக்காததால் நீங்கள் ஊருக்குத் திரும்பிப் போகப் போவதாகச் சொல்கிறார்கள். கேரண்டார் கிடைக்காததால்தான் கடனும் கிடைக்காமல் இருப்பதாகக் கேள்விப்பட்டேன். உண்மையா?' என்று தயக்கத்துடன் கேட்டார். 'ஆமாம்' என்று சொன்னேன். 'கவலைப்படாதீர்கள். நான் உங்களுக்கு ஜாமீன் கையெழுத்துப் போடுகிறேன். என் நிலங்களை அடமானம் வைக்கத் தயாராக இருக்கிறேன். நீங்கள் என் குழந்தைகளுக்கு மிகப் பெரிய உந்து சக்தியாக இருக்கிறீர்கள். நீங்கள் தோற்றுப்போக விடமாட்டேன். நீங்கள் இங்கு இருப்பது எங்களுக்கும் நன்மையே' என்று சொன்னார். அதைக் கேட்டதும் பேச்சு மூச்சற்றுப் போனேன்.

மஞ்சே கவுடா ஒரு விவசாயி. அவரை எனக்குக் கடந்த மூன்று மாதங்களாகத்தான் தெரியும். ஆனால், அவரோ எனக்காகத் தன் நிலத்தையே அடகு வைக்கத் தயாராக இருக்கிறார். கடவுள்தான் அவரை எனக்கு உதவும்படி அனுப்பி வைத்திருப்பதாகத் தோன்றியது. மனத்துக்குள் பெரும் போராட்டத்தில் ஈடுபட்டிருந்த நேரம். ஒருவேளை கடன் கிடைக்காமல் அந்த நிலத்தில் இருந்து வெளியேறியிருந்தால் மிகவும் தளர்ந்து போயிருப்பேன். சரியான நேரத்தில் செய்யப்பட்ட மஞ்சே கவுடாவின் உதவி, மனிதர்கள் மீதான என் நம்பிக்கையைப் புதுப்பித்தது.

மஞ்சே கவுடா செய்த உதவி எனக்கு பி.ஜி.உட்ஹவுஸின் கதை ஒன்றை நினைவுபடுத்தியது. ஒரு நண்பர் உட்ஹவுஸை சந்திக்கப் போயிருக்கிறார். அப்போது உட்ஹவுஸ் ஒரு கடிதம் எழுதிக் கொண்டிருந்திருக்கிறார். கடிதத்தை எழுதி, ஒட்டி, மேலே முகவரி எழுதி முடித்தார். பிறகு மூன்றாவது தளத்தில் இருந்த தன் வீட்டின் ஜன்னல் ஒன்றைத் திறந்து கடிதத்தை அங்கிருந்து தெருவில் வீசி எறிந்தார். நண்பருக்கு அதைப் பார்த்ததும் ஒரே அதிர்ச்சி. 'என்ன இப்படிச் செய்கிறீர்கள்?' என்று கேட்டார். உட்ஹவுஸ் சொன்னார்: 'இந்த உலகில் எவ்வளவு நல்ல மனிதர்கள் இருக்கிறார்கள் என்பது தெரிந்தால் நீ அதிசயித்து விடுவாய். அந்தக் கடிதத்தை எடுப்பவர் அதை யாரோ தவற விட்டு விட்டதாக நினைத்து தபால் பெட்டியில் போட்டுவிடுவார்' என்றார். நண்பர் அதை நம்பவில்லை. ஜன்னலருகில் நின்று என்ன நடக்கிறது என்று பார்த்தார். உட் ஹவுஸ் சொன்னதுபோலவே நடந்தது. அந்த வழியாகப் போன ஒருவர் கடிதத்தை எடுத்தார். பத்திரமாக மார்போடு அணைத்தபடிகொண்டுபோய் தெருமுனையில் இருந்த தபால்

பெட்டியில் போட்டுவிட்டுப் போனார். தாகூர்கூட ஒரு விஷயம் சொன்னார்: மனிதன் மிகவும் நல்லவன்தான். மனிதர்கள்தான் மிக மோசமானவர்கள்.

★

மஞ்சே கவுடாவின் உதவியை ஏற்றுக் கொள்வதா வேண்டாமா என்று குழப்பமாக இருந்தது. ஆனால், அவர் வங்கிக்குக் கையைப் பிடித்து இழுத்துக்கொண்டு போய்விட்டார். தன்னுடைய பத்து ஏக்கர் தென்னந் தோப்பின் பத்திரங்களை வங்கியில் கொடுத்தார். 1,47,000 கடன் தொகை எனக்குத் தரப்பட்டது.

மஞ்சே கவுடா செய்த உதவியினால், என் திட்டங்களை அமல்படுத்தத் தேவையான பணம் கிடைத்திருந்தது. பால் பண்ணைதான் முதல் திட்டம். கறவை மாடுகளைத் தேடி அக்கம் பக்கம் கிராமங்களில் அலைந்து திரிந்தேன். சாண எரிவாயு நிலையமும் அமைத்தேன். அது இன்றும் முப்பது வருடங்களாக நன்கு செயல்பட்டுவருகிறது. பட்டுப் பூச்சி வளர்ப்பு மையம் ஒன்றையும் அமைத்தேன். காளைமாட்டு வண்டி ஒன்று வாங்கினேன். உள்ளூர் காண்ட்ராக்டர் ஒருவரிடம் 3,000 ரூபாய் கொடுத்து ஒரு வீடு கட்டித் தரச் சொன்னேன்.

என் சகோதரன் சம்பத், இண்டஸ்ட்ரியல் கெமிஸ்ட்ரி துறையில் முதுகலை பட்டம் பெற்றிருந்தான். முதல் வகுப்பில் தேர்ச்சி பெற்றிருந்த அவனுக்கு என்னுடைய பண்ணை வேலைகள் மிகவும் பிடித்துப் போயிற்று. தினமும் காலையில் அரக்கப் பரக்கப் புறப்பட்டு, காலை 9 மணியிலிருந்து மாலை 5 மணிவரை வேலை பார்க்கும் ஜெயில் போன்ற அலுவலக வாழ்க்கை அவனுக்குப் பிடிக்கவில்லை. அதனாலேயே பண்ணையில் சுதந்தரமாக வேலை செய்ய வந்து விட்டான்.

திட்டப்படி கொஞ்சம் கொஞ்சமாகவே பணத்தை முதலீடு செய்தேன். ஆனால், செலவீனங்களை மிகவும் தவறாக மதிப்பிட்டிருந்தேன். நான் நினைத்ததை விட எல்லாத் திட்டங்களுக்குமே அதிகம் செலவானது. பால் பண்ணைக்கு 8,000 ரூபாய் திட்டமிட்டிருந்தேன். ஆனால், அதற்கு 12,000 தேவைப்பட்டது. பட்டுப் பூச்சித் திட்டத்துக்கும் அதேபோல் தான். கிடைத்த வருவாயைத் திரும்பவும் வேறு திட்டங்களில் முதலீடு செய்தேன். கடனை அடைக்க எதுவும் மிஞ்சவில்லை. நான் மட்டும் இன்னும் கொஞ்சம் நிறைய பணத்தைக் கடனாகப் பெற்றிருந்தாலோ ஓரிரு திட்டங்களை மட்டும் செயல்படுத்தியிருந்தாலோ விரை விலேயே நிறைய லாபம் கிடைத்திருக்கும்.

திருமணம் – விவசாயம்

பண்ணையில் வேலைகள் சூடுபிடிக்க ஆரம்பித்தன. நாள்கள் பறந்தன. ஒருநாள் அப்பா திடீரென்று கொரூருக்கு வரும்படிச் சொன்னார். 'உனக்குத் திருமணம் செய்ய நிச்சயித்திருக்கிறேன். பெண்ணும் பார்த்தாகிவிட்டது. ஒரு குடும்பத்தைத் தனியே நிர்வகிக்கும் அளவுக்கு உனக்கு வருமானம் இல்லை என்பது எனக்குத் தெரியும். ஆனால், உனக்கு 27 வயதாகிவிட்டது. திருமணம் செய்துகொள்' என்று சொன்னார். அடுத்த நொடி எதுவும் யோசிக்காமல் சட்டென்று சொன்னேன்: 'நான் ஒன்றும் பெரிய பண்ணையார் கிடையாது. பங்களா, தோட்டம் எதுவும் கிடையாது என்று பெண் வீட்டாரிடம் சொல்லுங்கள். நான் இப்போது ஒரு ராணுவ அதிகாரியும் இல்லை. அவர்கள் என்னைப் பற்றி ஏதோ தவறாக நினைத்துக் கொண்டிருக் கிறார்கள் போலிருக்கிறது. உண்மையை நீங்கள் எடுத்துச் சொல்லுங் கள். அது மட்டுமல்லாமல், பண்ணை விவசாயம் இப்போதுதான் ஆரம்பித்திருக்கிறது. நிறைய கடன் வேறு வாங்கியிருக்கிறேன். வரவை விடச் செலவுதான் அதிகமாக இருக்கிறது என்பதையெல்லாம் விளக்கிச் சொல்லுங்கள்.'

இவையெல்லாம் தெரியவந்தால், எந்தக் குடும்பத்தினரும் பெண் கொடுக்க முன்வரமாட்டார்கள் என்று நினைத்தேன். எனக்கும் அப்போது திருமணத்தில் ஆர்வம் இருந்திருக்கவில்லை.

ஒரு மாதம் கழித்து அப்பாவைப் பார்க்கப் போனேன். அந்தப் பெண்ணுக்கு என்னைப் பற்றிய விவரமெல்லாம் தெரியும் என்றும் என்னைச் சந்திக்க ஆர்வத்துடன் இருப்பதாகவும் சொன்னார். எனக்கு ஆச்சரியமாக இருந்தது. ஆனால், அப்போது திருமணம் செய்து கொள்வதில் இருக்கும் நடைமுறைச் சிக்கல்கள் பற்றி யோசித்தேன். எனக்கு வேலையில்லை என்பதை அழுத்தம் திருத்தமாகத் தெரிவித்து பெண் வீட்டாருக்கு ஒரு கடிதம் எழுதும்படி அப்பாவிடம் சொன்னேன். என் அப்பாவும் பெண்ணின் அப்பாவும் இரண்டாம் கட்டக் கடிதப் போக்குவரத்தில் ஈடுபட்டனர். அந்தப் பெண்ணோ எதையும் கேட்பதாக இல்லை. என்னைத்தான் திருமணம் செய்து கொள்வேன் என்று மிகவும் பிடிவாதமாக இருந்தார்.

அவள் பெயர் பார்கவி. கொரூரில் எங்கள் வீட்டில் வைத்து பெண்ணைப் பார்த்தேன். அவளுடைய சகோதரி, பெற்றோர், கிராமத்து ஜோதிடர் ஆகியோரும் வந்திருந்தனர். பெற்றோர் நிச்சயிக்கும் திருமணத்தில் இது போன்ற நிகழ்வுகள் சகஜம்தான். திருமணம் செய்துகொள்ளப் போகும்

ஆண்-பெண் இருவரின் பொருத்தம் பற்றி ஜோதிடர் எடுத்துச் சொல்வார். ஐயங்கார் குடும்பங்கள் சிலவற்றில் பெண் வீட்டுக்குப் போய் சம்பந்தம் பேசுவது வழக்கம். ஆனால், பெரும்பாலான குடும்பங்களில் மாப்பிள்ளை வீட்டுக்குப்போய் சம்பந்தம் பேசுவதே வழக்கமாக இருக்கிறது. கல்வித் தகுதி, வேலை ஆகியவற்றின் அடிப்படையில்தான் திருமணம் நிச்சயிக்கப்படும். இவை எதுவும் இல்லையென்றால், பூர்விகச் சொத்து நிறைய இருந்தாலும் வரனாகத் தேர்ந்தெடுக்கப்படும் பாக்கியம் கிடைக்கும். பெண்களைப் பொறுத்தவரையில், பாடத் தெரிந்திருக்க வேண்டும். வீணை வாசிக்கத் தெரிந்திருக்க வேண்டும். சமையல், தையல் வேலைகள் தெரிந்திருக்க வேண்டும். பெண்ணுக்குக் கலைகளில் திறமை இருக்க வேண்டும் என்ற விஷயத்துக்கு அதிக முக்கியத்துவம் தரப்படும். குடும்ப நிர்வாகம், எல்லோருடனும் இதமாக நடந்து கொள்ளுதல் போன்ற வற்றுக்கும் உரிய மதிப்பெண்கள் உண்டு. இதில் எதிலாவது குறைகள் இருந்தால் அதற்கு ஏற்ப வரதட்சணைப் பணம் அதிகமாகும்!

பார்கவி ஒரு பாட்டுப் பாடினாள். அருமையான மயக்கும் குரல். இதமான, மனத்துக்கு சந்தோஷத்தைத் தரும் புன்னகை. நான் மெய் மறந்துவிட்டேன். திருமணம் பெரும் கஷ்டங்களைக் கொண்டுவரக் கூடும் என்று உள்ளுணர்வு அப்போதும் எச்சரித்தது. ஆனால், இப்போது என் மனத்தில் இரண்டு வலுவான எண்ணங்கள் மோத ஆரம்பித்தன. இதற்கு ஒரு தீர்வைக் கண்டடைந்தாக வேண்டும். பார்கவியுடன் தனியாகப் பேச வேண்டும் என்று சொன்னேன்.

எங்கள் கிராமத்து வீட்டில் ஒரு பால்கனி உண்டு. அங்கு போனோம். என்னுடைய பொருளாதார நிலையை வெகு தெளிவாக எடுத்துச் சொன்னேன். நிலையான வருமானமோ வீடு வாசலோ எதுவும் இல்லை என்று சொன்னேன். நான் சொன்னதையெல்லாம் பொறுமை யாகக் கேட்டுக் கொண்டிருந்தவள் புத்திசாலித்தனமாக ஒரே ஒரு கேள்விதான் கேட்டாள்: 'சரி, இப்போது எதுவும் இல்லை. ஆனால், எதிர்காலத்தில் எவ்வளவு வரும்... எப்படி வரும்?' என்று கேட்டாள். வங்கியில் கடன் வாங்கியிருப்பதை நேர்மையாக, வெளிப்படையாகக் கூறினேன். என்னென்ன திட்டங்கள் ஆரம்பித்திருக்கிறேன் என்பதை விளக்கிச் சொன்னேன். பயிர் வளர்ப்பு, பட்டுப்பூச்சி வளர்ப்பு, பால் பண்ணை இவற்றில் இருந்துதான் வருமானம் வரும் என்று விலாவாரியாகத் தெரிவித்தேன். உடனே அவள், என்னைத் திருமணம் செய்து கொள்ள பூரண சம்மதம் என்று சொன்னாள்.

பார்கவியின் அப்பாவும் ஓர் ஆசிரியர்தான். ஆனால், மாவட்டத் துணை கல்வி இயக்குநராகவும் இருந்தார். அவர்களின் குடும்பம் ஷிமோகாவில்

வசித்தது. மலநாடில் வட முனையில் இருக்கும் ஊர். மாவட்டத் தலைநகரமாகவும் இருந்தது. என் குடும்பத்தைப் போலவே பார்கவியின் குடும்பமும் எளிய கிராமப்புறப் பின்னணியைக் கொண்ட, மத்திய தர மதிப்பீடுகளையே பின்பற்றிய ஒன்றுதான். பார்கவி நிதானமான சிந்தனை உடையவள். என் குடும்பத்தினருடன் சுமுகமாகப் பழக முடியும் என்ற நம்பிக்கை எனக்கு இருந்தது. ஏராளமான கனவுகளுடன் என்னைத் தன் விருப்பத்துக்கு ஏற்ப இழுத்துச் செல்ல நினைக்கும் பெண்ணைத் திருமணம் செய்துகொள்ள எனக்கு என்றுமே ஆர்வம் இருந்ததில்லை. பார்கவி எனக்கு மிகவும் பொருத்தமானவளாக இருந்தாள். எங்கள் குடும்ப வாழ்க்கை வெற்றிகரமாக இருக்கும் என்று எனக்கு அப்போதே தெரிந்துவிட்டது.

என்னுடைய தன்னந்தனியான போராட்டத்தில் இப்போது ஒரு துணை கிடைக்கப் போகிறது என்பதை உணர்ந்துகொண்டேன். எனினும், இரண்டு பேரும் கொஞ்சம் கால அவகாசம் எடுத்து யோசித்துக் கொள்வோம் என்று கூறினேன். இறுதி முடிவெடுப்பதற்கு முன்னால் ஒருமுறை என் பண்ணை நிலத்தை வந்து பார்க்கும்படி பார்கவியிடம் கேட்டுக் கொண்டேன். அதெல்லாம் தேவையில்லை. எல்லாம் நல்லபடியாக நடக்கும் என்று நம்புவதாகச் சொன்னாள். எனினும் என் நிலத்துக்கு வந்து ஒரு தடவை பார்க்க வேண்டும் என்று அவளை வற்புறுத்தினேன். ஏனென்றால், பண்ணை வாழ்க்கை என்று அவள் வேறு எதையாவது கற்பனை செய்து வைத்திருக்கலாம். எனவே, எல்லாவற்றையும் தெளிவுபடுத்திவிட விரும்பினேன். அவளுடைய குடும்பத்தினர், என் பண்ணை நிலத்தை வந்து பார்ப்பதற்கென ஒருநாள் நிச்சயிக்கப்பட்டது.

எங்கள் பண்ணைக்கு பஸ் வசதி கிடையாது. மஞ்சே கவுடா தன்னுடைய காளை வண்டியைக் கொடுத்து உதவினார். பரம சாதுவான ராமா, பீமா என்ற 'அனுபவம் மிகுந்த' ஜோடி காளைகளை நன்கு குளிப்பாட்டி வண்டியில் பூட்டினார். வண்டியை நன்கு சுத்தம் செய்து ஒரு புதிய போர்வையை விரித்தார். மஞ்சே கவுடாவின் மகன் ஷீனா வண்டியை ஓட்டி வர, நான் என் பைக்கில் ஏறி பஸ் ஸ்டாண்டுக்குப் புறப்பட்டுப் போனேன். பஸ் வந்ததும் பார்கவியையும் குடும்பத்தின ரையும் காளை வண்டியில் ஏற்றிவிட்டேன். பைக்கில் முன்பாகப் புறப்பட்டுப்போய் மஞ்சே கவுடா வீட்டில் செய்யவேண்டிய ஏற்பாடு களை செய்துவிட்டு காளை வண்டியின் வருகைக்காக ஆவலுடன் காத்து நின்றேன்.

கிராமத்து சாலைகளுக்கு அந்தக் காளை வண்டியை விட்டால் வேறு சிறந்த வாகனம் எதுவுமே கிடையாது. சக்கரங்கள் தேக்கு மரத்தால்

ஆனவை. ஐந்தடி விட்டம் கொண்டவை. சக்கரத்தின் உருளும் பகுதி இரும்பால் ஆனது. மிகவும் அருமையான தொழில்நுட்பத்தில் உருவாக்கப்பட்ட வண்டி. காளைகள் வெகு சுலபமாக இழுத்துச் சென்றுவிடும்.

காளைகளின் கழுத்து மணி சத்தம், சாட்டைக் கம்பால் வண்டியில் அடிக்கும் சத்தம் எனத் தொலைவிலேயே எங்களுக்கு அவர்கள் வருவது தெரிந்து விட்டது. பார்கவி இதைப் பற்றியெல்லாம் என்ன நினைப்பாளோ... என்று எனக்கு வியப்பாக இருந்தது. அவளுடைய பெற்றோருக்கு இவையெல்லாம் பிடித்திருக்க வாய்ப்பு இல்லை. ஆனால், தூரத்தில் வரும் வண்டியைப் பார்த்தபடி நாங்கள் நின்று கொண்டிருந்த போது மஞ்சே கவுடா திடீரென்று பெரும் சப்தத்துடன் வண்டியை நோக்கி ஓடினார். 'ஐய்யோ ஷீனா... வண்டியோட அச்சாணி கழண்டு விழப்போகிறது... வண்டியை அப்படியே நிறுத்து' என்று கத்தியபடியே வண்டியை நோக்கி ஓடினார். எனக்கு என்ன நடக்கிறது என்று ஒன்றுமே புரியவில்லை. நல்லவேளையாக மிகவும் மோசமான சாலையில் சுமார் எட்டு கி.மீ தூரத்தைக் கீழே விழாமல் கடந்துவிட்டார்கள். எந்த நிமிடத்திலும் சக்கரங்கள் கழண்டு போயிருக்க வாய்ப்பு இருந்தது. அப்படி மட்டும் நடந்திருந்தால் அது மோசமான சகுனமாகக் கருதப்பட்டுத் திருமணமே நின்று போயிருக்கும்.

வண்டியில் இருந்து நல்லபடியாக எல்லாரும் இறங்கினார்கள். பார்கவியின் பெற்றோர் தன் வீட்டில் சாப்பிடுவார்களா என்று மஞ்சே கவுடா பதற்றத்துடன் இருந்தார். ஆனால், அவர்கள் மஞ்சே கவுடாவின் விருந்தோம்பலை மகிழ்ச்சியுடன் ஏற்றுக் கொண்டனர். மதிய உணவு முடிந்த பிறகு ஒரு கி.மீ தொலைவில் இருந்த என்னுடைய பண்ணையை நோக்கி நடந்தோம். என் பண்ணைக்கு வர விரும்புபவர்கள் அந்த நீரோடையைக் கடந்துதான் வந்தாக வேண்டும். அவர்கள் வந்தபோது கொஞ்சம்போலத்தான் தண்ணீர் ஓடிக் கொண்டிருந்தது. நான் நீரில் கால் நனையாமல் இருக்க கற்களை படி போல் போட்டு வைத்திருந்தேன்.

என் பண்ணை நிலத்தைப் பார்த்ததும் மாமியாருக்குப் பெரும் ஏமாற்றமாக இருந்திருக்கிறது. என்ன இங்கு வெறும் முள்ளுச் செடி மட்டுமே இருக்கிறது என்று முகத்தைச் சுளித்தார். எனக்கு முகத்தில் அறைந்ததுபோல் இருந்தது. எடுத்த தீர்மானத்தை மறுபரிசீலனை செய்யும்படித் தன் மகளை அவர் மறைமுகமாக எச்சரித்ததுபோல் தோன்றியது. இந்த விசித்திர விதியின் பிடியில் சிக்குவதில் இருந்து தப்பிக்க இதுவே கடைசி வாய்ப்பு. அவருடைய மகள் இப்போதுகூட மிகவும் பணிவாக, இந்தத் திருமணம் வேண்டாம் என்று சொல்ல அவகாசம் இருக்கிறது.

நான் மெள்ள சுதாரித்துக்கொண்டு விஷயங்களை விளக்க ஆரம்பித்தேன். நான் விவசாயம் செய்யத் தேர்ந்தெடுத்த நிலம் கிட்டத்தட்ட காடு போன்றது. துளியும் பண்படுத்தப்படாதது. அதைச் செழுமைப்படுத்துவதைத்தான் என் சவாலாகவே எடுத்துக் கொண்டிருக்கிறேன். அதில் இருந்து எதையாவது உருவாக்கிக் காட்டுவேன். கொரூரில் என் அப்பாவுடனே நான் தங்கியிருந்திருக்கலாம். ஆனால், நான் அதை விரும்பவில்லை. முடியாததை முடித்துக் காட்ட விரும்புகிறேன் என்று சொன்னேன். நான் சொன்னதையெல்லாம் கேட்டதும் என் வருங்கால மாமியாருக்கு கொஞ்சம் நம்பிக்கை வந்தது. என்னுடைய உத்வேகத்தைப் புரிந்துகொண்டதாகவும் அதைப் பாராட்டுவதாகவும் தெரிவித்தார். நான் வெற்றி பெற வாழ்த்துகளும் தெரிவித்தார்.

அவர்கள் அன்று இரவு அங்கேயே தங்கினார்கள். எங்கள் அனைவருக்கும் உணவு சமைத்துக்கொடுத்தார்கள். அவர்களை நேசிப்பது மிகவும் சுலபமாகத்தான் இருந்தது. நான் பார்கவியை அழைத்துக் கொண்டு பண்ணையைச் சுற்றிக் காட்டினேன். ஒரு ஆலமரத்தினடியில் நின்று கொண்டு சுமார் மூன்று நான்கு மணி நேரம் பேசினோம். அந்த மரம் இப்போதும் பண்ணையில் இருக்கிறது. என் கடந்த காலம், ஆசைகள், கனவுகள் எல்லாவற்றையும் அவளிடம் சொன்னேன். குறைந்தது பத்து வருடங்களாவது அந்தப் பண்ணையில் இருக்கத் தீர்மானித்திருக்கிறேன். அதன் பிறகு என்ன செய்யப்போகிறேன் என்று எந்தத் திட்டமும் இப்போது என்னிடம் இல்லை. ஒரு நல்ல பண்ணையை உருவாக்க வேண்டும் என்ற எண்ணம் மட்டுமே இப்போது மனத்தில் இருக்கிறது. விவசாயம் செய்வதிலும் ஆள் நடமாட்டமே இல்லாத இடத்தில் வசிப்பதிலும் உனக்கு ஆசையிருந்தால் இந்த இடத்தில் ஒரு நல்ல வாழ்க்கை உனக்குக் கிடைக்க வாய்ப்பு இருக்கிறது. நீ நிச்சயம் உற்சாகமாக இங்கு இருக்க முடியும் - என்று சொன்னேன். நான் சொல்வதைப் புரிந்து கொள்வாள் என்ற நம்பிக்கை எனக்கு இருந்தது. விவசாய வாழ்க்கையில் இருக்கும் கஷ்டங்களைப் பற்றியும் தெளிவாக எடுத்துச் சொன்னேன்.

பார்கவி தீர்மானமாகச் சொன்னாள்.'நான் ஒரு முடிவு எடுத்து விட்டேன். அதில் இருந்து பின்வாங்க மாட்டேன்'. அவள் என்னைத் திருமணம் செய்துகொள்ள மிகவும் விரும்பினாள். புத்தருடைய வாழ்க்கையில் மரத்துக்கு முக்கிய பங்கு உண்டு. அதுபோல் எங்கள் வாழ்க்கையிலும் ஆலமரத்துக்குப் பெரும் முக்கியத்துவம் உண்டு. என்ன, ஒரே ஒரு சிறிய வித்தியாசம்... புத்தர் அந்த மரத்தினடியில் எடுத்த தீர்மானத்தின்படி ஆசைகளைத் துறந்தார். நாங்களோ ஆசைகளின் விளை நிலமான குடும்ப வாழ்க்கைக்குள் நுழைந்தோம்!

பார்கவியும் பெற்றோரும் அடுத்த நாள் விடைபெற்றுச் சென்றார்கள். 'காளை வண்டியில் அச்சாணி நல்ல முறையில் அழுத்தமாகப் பொருத்தப்பட்டுவிட்டது; தைரியமாக ஏறலாம்' என்று மஞ்சே கவுடா உறுதி அளித்தார். அக் 26 அன்று திருமணம் நடத்துவதாக நிச்சயிக்கப் பட்டது. ஏப்ரல்-மே மாதம்தான் ஆகியிருந்தது. தேவையான ஏற்பாடுகள் செய்ய எனக்குப் போதிய அவகாசம் இருந்தது.

★

அடுத்த ஆறு மாதங்களில், பண்ணை மெள்ள உருவெடுக்க ஆரம்பித்தது. பலர், போகிற போக்கில் சொன்ன ஆலோசனைகளை மனத்தில் பதிய வைத்துக்கொண்டேன். ஒருவர் சொன்ன ஆலோசனை மிகவும் அபாரமாக இருந்தது. மேல் மண்ணை எக்காரணம் கொண்டும் அரித்துக் கொண்டு போக விட்டுவிடாதே. மேல் மண்தான் இந்த உலகையே தாங்கிப் பிடித்துக் கொண்டிருக்கிறது என்று சொன்னார். அதை நான் என் பண்ணையில் அப்படியே அமல்படுத்தினேன். விவசாய நுட்பங்கள் தெரிந்தவர்களிடமிருந்து ஆலோசனைகள் பெற வாய்ப்புக் கிடைத்ததைப் பெரும் பாக்கியமாகவே கருதினேன். எல்லாவகையான விவசாயிகளையும் சந்தித்திருக்கிறேன். சிலர் பாரம்பரிய வழிமுறையைப் பின்பற்றினார்கள். சிலர் நவீன வழிமுறையைப் பின்பற்றினார்கள்.

அதிகம் செலவு செய்து அதிகம் உற்பத்தி செய்யும் நவீன முறைக்கும் குறைவாகச் செலவு செய்து குறைவாக உற்பத்தி பெறும் பாரம்பரிய முறைக்கும் இடையில் பெரிய இடைவெளி இருப்பதைக் கவனித்தேன். ரசாயன உரங்களைப் பயன்படுத்துவதில் எனக்கு நிறைய தயக்கங்கள் இருந்தன. எந்திர உழவுக் கருவிகள், டிராக்டர்கள், அறுவடை எந்திரங்கள் போன்றவை மிகவும் கடுமையானவை போல் தோன்றின. பாரம்பரிய அணுகுமுறையே சூழலுக்கு மிகவும் இசை வானதாகத் தோன்றியது.

சரியான பருவத்தில், சரியான நாளில், சரியான நேரத்தில், சரியான வெப்பநிலையில், சரியான ஈரப்பதத்தில், சரியான மண் பதத்தில் விதை விதைக்க வேண்டும்; அறுவடை செய்யவேண்டும். இதுதான் பாரம் பரிய வழிமுறையின் அடிநாதம். அந்த விவசாயிகளுக்கு விவசாயம் மிகவும் இயல்பாகவே கைவந்திருந்தது. பெரும்பாலும் உள்ளுணர்வு சார்ந்தே அதைச் செய்தார்கள். அவர்களுடைய விவசாயம் இயற்கை யோடு இசைந்து செயல்படும் ஒன்றாகவே இருந்தது.

நவீன விவசாயம், இயற்கையை எதிர்த்து வெல்வது போன்றது. இரண்டில் எது சரி என்று எனக்குச் சொல்லத் தெரியாது. பாரம்பரிய அறிவு, நவீன விஞ்ஞான அறிவு இரண்டுமே மேல் மண் மிகவும்

முக்கியமானது என்றே சொல்கின்றன. எனவே, ஒரு மருத்துவர் நோயாளியின் உடல் தோலை நளினமாகக் கையாளுவதுபோல் மேல் மண்ணைக் கையாண்டேன். நில அரிப்பைத் தடுக்கவும் மழை நீரைச் சேகரிக்கவும் ஆங்காங்கே குட்டைகள், கால்வாய்கள் வெட்டினேன். எக்கச்சக்கமான பயிர்களை விதைத்தேன். பாரம்பரிய விவசாயிகள் மண், களைகளின் தன்மை எப்படிப்பட்டது, எந்த நீர்ப்பாசன வழிமுறை சிறந்தது, செடிகள் எவ்வளவு மழை நீரை உறிஞ்சிக் கொள்ளும் போன்றவற்றையெல்லாம் உள்ளுணர்வின் மூலமாகவே புரிந்து கொண்டிருந்தார்கள். அவர்களைக் கூர்ந்து கவனித்தேன். அவர்களுடன் பேசினேன். அவர்களிடமிருந்து கற்றுக்கொண்டேன்.

அதே சமயத்தில் நவீனத் தொழில்நுட்பங்களை நான் அறவே ஒதுக்கவும் இல்லை. சாண எரிவாயு நிலையம் அமைத்தேன். பால் பண்ணை, கோழிப்பண்ணை, பட்டுப் பூச்சி வளர்த்தல் எனப் பல விஷயங்களில் ஈடுபட்டேன். விரைவிலே பிற விவசாயிகள் போலவே கடனிலும் ஆழ்ந்தேன். என்னவெல்லாமோ செய்தேன் என்பது உண்மைதான். ஆனால், என்னால் வாங்கிய கடனைத் திருப்பி அடைக்க முடியவில்லை. எங்கோ தவறு நடக்கிறது என்று தெரிந்தது. விவசாயத்தில் விசேஷமான பல சிக்கல்கள் இருந்தன. விதை நன்றாக இருக்கும். ஆனால், சரியாக முளை விடாமல் போய்விடும். சரியாக முளைத்தால் போதுமான நீர் கிடைக்காமல் போய்விடும். அல்லது நிறைய மழை பெய்துவிடும். இயற்கையின் தாறுமாறான செயல்பாடு களினாலோ இயற்கை நிகழ்வுகளைச் சரியாகப் புரிந்துகொண்டு அதற்கு ஏற்ப நடக்கத் தெரியாததினாலோ என்னவோ மிகவும் கடுமையாகப் பாதிக்கப்பட்டேன். இயற்கை ஒருபக்கமென்றால் மறுபக்கம் சந்தை சக்திகளும் பிரச்னை ஏற்படுத்தின. நல்ல விளைச்சல் இருந்தால் நல்ல விலை கிடைக்காமல் போய்விடும். நல்ல கிராக்கி இருக்கும்போது விளைச்சல் படுத்து விடும். மேலும் மேலும் கடனாளி ஆனேன். அரசாங்க விவசாயத்துறை என்னவெல்லாம் சொன்னதோ அதை யெல்லாம் செய்தேன். ஆனால், அவை எந்தப் பலனையும் தரவில்லை.

பூச்சிகளின் தாக்குதல், களைகள் எனப் பல பிரச்னைகள் முளைத்துக் கொண்டேதான் இருந்தன. பசுமை மாறாப் பயிரான வாழையை நட்டிருந்தேன். முதல் அறுவடை நன்றாக இருந்தது. இரண்டாவது முறை நட்டபோது வைரஸ் பூச்சிகள் கடுமையாகத் தாக்கின. அந்தப் பூச்சியைத் தடுக்கும் மருந்து உலகில் எங்குமே கிடையாது என்ற ஓர் உண்மையை மிக மோசமான முறையில் கற்றுக்கொள்ள நேர்ந்தது.

விவசாயிகள் எப்படிக் கடன் சுழலுக்குள் சிக்கிக் கொள்கிறார்கள் என்பது நன்கு புரிந்தது. உள்ளூர் வட்டிக் கடைக்காரருக்கு மூன்று

வழிகளில் பெரும் அதிர்ஷ்டம். விதைகள், கன்றுகள் வாங்கக் கடன் கொடுப்பார். அதற்கான வட்டியையும் பெற்றுக் கொள்வார். உரங்கள், பூச்சிக்கொல்லிகளைக் கடனுக்குக் கொடுப்பார். அதில் லாபமும் கிடைக்கும். வட்டியும் கிடைக்கும். அறுவடைப் பயிர்களை சந்தை விலையைவிட வெகு குறைவாக வாங்கிக் கொள்வார். அதிலும் கொள்ளை லாபம் சம்பாதிப்பார். விவசாயி தன் உற்பத்திப் பொருளைச் சந்தைக்குக் கொண்டு வருவதற்கு முன்பாகவே வட்டிக் கடைக்காரர் எல்லா வகைகளிலும் லாபம் சம்பாதித்துவிடுவார். விதைகள், உரங்கள், பூச்சிக் கொல்லிகள், அறுவடை என நான்கு முனைகளிலும் விவசாயி தோற்கடிக்கப்பட்டுவிடுகிறார். சந்தையில் ஒரு பொருளின் விலை என்னவாக இருக்கிறது... எவ்வளவு உயரும் என்பதெல்லாம் அவர்களுக்குத் தெரிவதே இல்லை. கிடைத்த விலைக்கு விற்றுவிடுகிறார்கள். எனவே, பெரும்பாலான விவசாயிகள் கடனிலேயே இருக்கிறார்கள். வட்டிக்காரர் பிடித்துக்கொண்டு கொடுக்கும் அசல், எகிறிக் கொண்டிருக்கும் வட்டி போன்றவற்றால் விவசாயிக்கு எதுவுமே மிஞ்சாமல் போய்விடுகிறது. இந்தக் கடன் சுழலில் இருந்து விவசாயி வெளியே வர வழியே இல்லை.

அந்தக் காலகட்டத்தில் எதுவுமே எனக்குச் சாதகமாக இருக்கவில்லை. இயற்கை முறையில் விவசாயம் செய்து அதிக மகசூல் பெறுவது எப்படி என்று தெரிந்துகொள்ள நான் பெரிதும் போராடிக் கொண்டிருந்தேன். சந்தை செயல்பட்டவிதமோ மிகவும் கொடூரமாக இருந்தது. எல்லாப் பொருள்களின் விலையும் ஏறிக்கொண்டே இருந்தன. ஆனால், விவசாயிக்குக் கிடைக்கும் விலை மட்டும் குறைந்துகொண்டே இருந்தது. வணிகர்கள், செலவுகள் எல்லாம் போக மாதா மாதம் சம்பளம் எடுத்துக் கொள்கிறார்கள். அப்படி இருந்தும் அவர்களுக்கு வருட முடிவில் கணக்குப் பார்க்கும்போது நல்ல லாபமே கிடைக்கிறது.

ஆனால் விவசாயி, சம்பளம் என்று எதையுமே எடுத்துக் கொள்வதில்லை. ஒரு வருடம் வெற்றிகரமாக இருந்ததா இல்லையா என்பதை அவரால் கணிக்கவும் முடிவதில்லை. அதிகாலையில் எழுந்து சூரியன் மறையும்வரை வேலை செய்கிறார். இந்த உலகில் எந்த இடத்திலாவது ஏதாவது ஒரு விவசாயியாவது தேவையில்லாத சதையோடு இருப்பதைப் பார்த்திருக்கிறீர்களா? எனது நகரத்து நண்பர்கள் உடற்பயிற்சி பற்றியும் ஜிம் பற்றியும் நிறையப் பேசுவார்கள். ஒரு விவசாயியைப் பார்த்து நீ உடற்பயிற்சி செய்ய வேண்டும் என்று யாராவது சொல்ல முடியுமா? அவரைப் பொறுத்தவரையில் அது நேர விரயம்தான். வீட்டில் இருந்து வயலுக்கு, அங்கிருந்து வேறு இடத்துக்கு எனத் தினமும் மைல் கணக்கில் நடக்கிறார். உழுதல், விதை நடுதல், களை பறித்தல், நீர் பாய்ச்சுதல், பறவைகளைத் துரத்துதல்,

அறுவடை செய்தல், தூற்றுதல் என எக்கச்சக்க வேலையைச் செய்கிறார். விளை பொருள்களைச் சந்தைக்குக் கொண்டு செல்கிறார். உடம்பின் ஒவ்வொரு அணுவையும் வேலை வாங்குகிறார். ரத்தமும் வியர்வையும் சிந்தித்தான் வேலை செய்கிறார்.

இந்த உண்மையோடு கூடவே இன்னொன்றையும் புரிந்துகொண்டேன்: நவீன விவசாயி, அதிகம் செலவழித்துக் குறைவாகப் பெறுகிறான்.

இயற்கை பற்றியும் பல பாடங்களைக் கற்றுக் கொண்டேன். என் பண்ணையில் லட்சக்கணக்கான உயிரினங்கள் இருந்தன. அவை இறந்ததும் மண்ணில் மட்கி உரமாகிவிடுகின்றன. ரசாயன உரங்களும் பூச்சிக்கொல்லிகளும் ஆரம்பகட்டத்தில் குறுகிய காலகட்டத்துக்கு நிறைய விளைச்சலைக் கொடுக்கும். ஆனால், அது இருபுறமும் கூரான கத்தி போன்றது. தீவிரமாக, இடைவிடாமல் உழுவதால் நிலமானது இயற்கையின் எல்லா சக்திகளாலும் பாதிக்கப்பட ஆரம்பிக்கும். எளிதில் அரிக்கப்பட்டுவிடும். ரசாயன உரங்களும் வேதிப் பொருள்களும் மேல் மண்ணில் படிந்து இயற்கையான சத்துகளை இல்லாமல் ஆக்கிவிடுகின்றன. சுருக்கமாகச் சொல்வதானால், செயற்கை உரங்கள் மண்ணை மலடாக்கிவிடுகின்றன.

விவசாயம் என்பது வெறும் பாஸ்பரஸ்-நைட்ரஜன் மூலக்கூறுகளோ, பூச்சிக் கொல்லியோ, களைக் கொல்லியோ பற்றியதல்ல. நமது குறைவான புரிதலினால் இவற்றைப் பயன்படுத்த ஆரம்பித்திருக்கிறோம். விவசாயம் என்பது இயற்கையான உறவுகளை உருவாக்கி அவற்றை நிலைபெறச் செய்வதாகும்.

நவீன வேளாண்மையோ பயிரிடுதலின் எல்லா நிலைகளிலும் வேதிப் பொருள்களைத் தீவிரமாகப் பயன்படுத்தும்படிச் சொல்கிறது. அப்படிச் செய்வதனால், மண்ணில் இருக்கும் சத்து முழுவதும் வெளியேற்றப்பட்டுவிடுகிறது. செயற்கையாகப் போடப்பட்ட உரத்தினால் முதல் பருவப் பயிர் வேண்டுமானால் செழித்து வளரலாம். ஆனால், அதன் பிறகு மேலும் மேலும் அதிக உரங்கள் போடவில்லை யென்றால் போதிய உற்பத்தி கிடைக்கவே செய்யாது. பூஞ்சைகள், மண்புழுக்கள் போன்றவற்றைச் செயற்கையாக வளர்த்து நிலத்தைச் செழுமைப்படுத்தும்படி விவசாயிகளிடம் கேட்டுக் கொள்வதைப் பார்த்திருக்கிறேன். இதில் நாம் கவனிக்கத் தவறும் ஒரு விஷயம் என்னவென்றால், மண் புழுக்கள் இயற்கையின் ஓர் அங்கமானவை. அவற்றைத் தனியாகக் கொண்டு வந்து போட வேண்டியதில்லை. இது நகரை முடிந்த அளவுக்கு மாசுபடுத்திவிட்டு, ஆக்ஸிஜன் நிலையத் துக்குப் போய் நல்ல காற்றைச் சுவாசித்துவிட்டு வருவதைப் போன்றது.

இயற்கையின் படைப்புகளை ஒழுங்குபடுத்தும் பொறுப்பை அத்துமீறிக் கையில் எடுத்துக் கொள்கிறோம். என்ன ஒரு மடத்தனமான முயற்சி! காட்டில் கரையான்களைக் கட்டுப்படுத்த எந்த அமைப்பு முயற்சி செய்கிறது? காடுகளில்தான் மரங்களும் செடி கொடிகளும் புதர்ச் செடிகளும் செழித்து வளர்கின்றன. காட்டில் இருக்கும் செடிகளை எந்தப் பூச்சியாவது தாக்கியதாகக் கேள்விப்பட்டதுண்டா? ஒரு ராணி கரையான் ஒரு நாளுக்கு 15,000 முட்டையில் இருந்து 20,000 முட்டை வீதம் பத்து வருடங்களுக்கு இடுகிறது. அவற்றின் எண்ணிக்கையைக் கட்டுப்படுத்த வழியே கிடையாது. எறும்புகளைப் போலவே கரையான்களும் இயற்கையின் ஓர் அங்கமே. அவற்றை எதற்காகக் கொல்ல வேண்டும்? அவை கடினமான மரங்களை அரித்து மீண்டும் மண்ணுக்கே தந்துவிடுகின்றன. இயற்கை தன் சமநிலையைத் தக்கவைக்க அதை உருவாக்கியிருக்கிறது.

ஒரு சம்பவத்தை நான் மாபெரும் கண்டுபிடிப்பாகவே சொல்ல முடியும். பந்திபூர் வன விலங்கு சரணாலயத்துக்குப் போயிருந்தபோது ஏதோ ஒன்று என் பார்வையைக் கவர்ந்தது. உயிருள்ள மரங்களை கரையான் எதுவுமே செய்யவில்லை. இலை தழைகள், பழுத்து விழுந்த கனிகள், உதிர்ந்த மலர்கள், சருகுகள், குப்பைகள், ஒடிந்து விழுந்த கிளைகள், இறந்த விலங்குகள், பூச்சிகள் என ஏராளமான உணவு எளிதில் கிடைத்ததால் எந்த உயிருள்ள மரத்தையும் அவை தாக்கவே இல்லை!

நாம் தோட்டங்களில் பொதுவாக என்ன செய்கிறோம்? தரை சுத்தமாக இருக்கவேண்டும் என்று இலைகள், தழைகள், கிளைகள், சருகுகள், மரக் கட்டை, குச்சி, ஓலை, இறந்த விலங்குகள், பூச்சிகள் என எல்லாவற்றை யும் பெருக்கிச் சுத்தம் செய்துவிடுகிறோம். இதனால் கரையான்களுக்கு தரையில் உணவாக எதுவும் கிடைப்பதில்லை. எனவே, அவை உயிருடன் இருக்கும் மரங்களைத் தாக்க ஆரம்பித்துவிடுகின்றன. நாம் உடனே பென்ஸீன் ஹெக்ஸா குளோரைடைத் தெளித்து கரையான்களைக் கொல்கிறோம். மழை பெய்யும்போது அந்த வேதிப் பொருள் நீரில் கரைந்து மண்ணில் கலக்கிறது. தோப்பில் இருக்கும் மண் மாசுபடுகிறது. அந்த நீர் வழிந்து ஓடிச் செல்லும் கால்வாய்கள், நீரோடைகள், நிலத்தடி நீர் என எல்லாமே மாசுபடுகின்றன. அந்த வேதிப்பொருள் மண்ணிலும் நீரோடையிலும் இருக்கும் எல்லா உயிரினங்களையும் கொன்றுவிடு கிறது. நாம் மட்டும் இலை தழை, குப்பைக் கூளங்களை நிலத்தில் அப்படியே இருக்கவிட்டிருந்தால் இந்தப் பிரச்னை வந்திருக்கவே செய்யாது.

விவசாய வேலைகள் என் வாழ்க்கைக்கு ஒருவித ஆன்மிகப் பரிமாணத்தைத் தந்தன. இயற்கையோடு ஒன்றிவிட்ட உணர்வைப்

பெற்றேன். அதிகாலையில் சூரிய உதயத்தின்போது கிடைக்கும் இனம் புரியாத சந்தோஷத்தை முழுவதுமாக அனுபவித்தேன். உழுதுபோட்ட நிலத்தில் நடந்து செல்லும்போது மண்ணில் இருந்து கிளம்பும் இதமான நறுமணத்தை ஆழமாக ஆன்மாவுக்குள் நிறைத்துக் கொண்டேன். பயிர்கள், பருவங்கள், மண் ஆகியவை பற்றி இயற்கையான முறையில் ஒரு புரிதலை அடைய விரும்பினேன். ஒரு பாரம்பரிய விவசாயி யாகவே வாழ்க்கையைக் கழிக்க விரும்பினேன். பயிர்களை விளை வித்துச் சந்தையில் விற்று, கிடைத்த பணத்தை வைத்து அடுத்த சுழற்சிக்குப் போனேன். வங்கிக் கடனை அடைக்க வேண்டும் என்ற பயமும் மனத்தில் இருந்தது. தவிர அன்றாடப் பிரச்னைகள் எத்தனையோ இருந்தன. ஆனால் மண், பயிர், விவசாயி என்ற இயற்கையின் தாள லயத்தோடு இணைந்து இருப்பதில் இருந்து என்னை எதுவும் எந்தவகையிலும் தடுக்கவேயில்லை. அது ஒரு பிரமாதமான ஆரம்பம். எனக்கு விவசாயம் பற்றி அவ்வளவாக எதுவும் தெரியாது என்பது மட்டும் நன்கு தெரிந்திருந்தது.

★

என் திருமண நாள் நெருங்க ஆரம்பித்தது. நல்ல வருமானம் கிடைக்கும் விவசாயப் பணிகளில் மட்டுமே கைவசம் இருக்கும் பணத்தைப் போட விரும்பினேன். 20க்கு 30 அடியில் வீடு ஒன்றைக் கட்டினேன். ஒரு மூலையில் குளியலறை. இன்னொரு மூலையில் சமையலறை. நானும் மனைவியும் தூங்க ஒரு படுக்கையறை. ராஜூ கூடாரத்திலேயே தூங்கிக் கொள்வான்.

ஹஸனுக்குப்போய் ஆறு பிரம்பு நாற்காலிகளும் வீட்டுக்குத் தேவையான சில பொருள்களும் வாங்கிக் கொண்டுவந்தேன். அதை மிகப் பெரிய ஆடம்பரமாகவே கருதினேன். வீட்டுக்கு 3,000 ரூபாய் செலவிடத் திட்டமிட்டிருந்தேன். 1,200 ரூபாய் கூடுதலாகிவிட்டது. ஆனால், பின்னாளில் யோசித்துப் பார்த்தபோது என் மனைவியை நிறையக் கஷ்டப்படுத்திவிட்டேன் என்பது தெரிந்தது. இன்னும் கொஞ்சம் வசதியான வீடு ஒன்றைக் கட்டியிருக்கலாம். அந்த நேரத்தில் பண்ணை வேலைகளிலேயே அதிக கவனம் செலுத்திவந்ததால் வீட்டுக்குச் செலவிடுவது தேவை இல்லாததாகவே தோன்றியது.

இப்போது இருப்பதுபோலவே அன்றும் வரதட்சணை இருந்தது. நேரடிப் பணப் பரிமாற்றமாக இருக்காது. வேறு பல வடிவங்களில் இருக்கும். என் அப்பா தனது திருமணத்தின்போது எதுவுமே வாங்க வில்லை என்பது எனக்கு மிகுந்த மகிழ்ச்சியைத் தந்தது. எனக்கும் அதில் எந்த விருப்பமும் இல்லை. எனவே, மாமியாரிடம் எதுவும் கொடுத்து விடவேண்டாம் என்று கறாராகச் சொல்லிவிட்டேன். பொதுவாகத்

திருமணத்துக்கு எடுத்துக் கொடுக்கும் பாரம்பரிய கூரைப்பட்டுப் புடவை கூட வேண்டாம் என்று சொல்லிவிட்டேன். மிக எளிமையான திருமணத்தையே விரும்பியிருந்தேன். எனது அம்மா, சகோதர சகோதரி களுக்குப் பெண் வீட்டார் எந்த விசேஷப் பரிசும் கொடுப்பதையும் விரும்பவில்லை. அவர்களுக்குத் தேவையான புதிய உடைகளை நானே வாங்கித் தருவதாகச் சொல்லிவிட்டேன்.

திருமணம் என்பது இந்தியாவைப் பொறுத்தவரையில் வெளிவேஷம் போடும் நிகழ்ச்சிதான். எல்லாருமே தங்கள் நிலைக்கு மேலாக இருப்பதுபோல் தங்களைக் காட்டிக் கொள்ளவே விரும்புகிறார்கள். பெண்ணின் தந்தைக்குத்தான் நெருக்கடிகள் மிகவும் அதிகம். என் குடும்பத்தில் இதைப் பார்த்திருக்கிறேன். என் சகோதரிக்குத் திருமணம் ஆனபோது என் அப்பா சந்தித்த கஷ்டங்களைப் பார்த்திருந்தேன். அந்தக் கஷ்டத்தை இன்னொருவருக்குக் கொடுக்க நான் விரும்ப வில்லை. எனவே, ஆடம்பரங்கள் எதுவுமே தேவையில்லை என்று தீர்மானித்திருந்தேன்.

ஆனால், இந்த ஆடம்பரங்கள் என்னுடைய ஹெலிகாப்டர் பிஸினஸுக்குப் பின்னாளில் உதவின என்பதையும் நான் சொல்லித் தான் ஆகவேண்டும். மணமக்கள் மீது வானில் இருந்து ரோஜா இதழ்களைத் தூவ ஒரு வர்த்தகர் ஹெலிகாப்டரை ஏற்பாடு செய்தார். இன்னொருவர் மாப்பிள்ளை அழைப்புக்கு, வீட்டில் இருந்து திருமண மண்டபத்துக்கு மணமகனைக் குதிரைக்குப் பதிலாக ஹெலிகாப்டரில் அழைத்துவர ஏற்பாடு செய்திருந்தார்! இப்படி, பெண் வீட்டார் தாமாகவே விரும்பி அதிகப்படியாகச் செலவு செய்வதில் எந்தத் தவறும் இல்லைதான். ஆண் வீட்டார் கட்டாயப்படுத்தினால்தான் அது தவறு.

கொரூர் கிராமக் கோயிலில் ஒரு விருந்து கொடுத்தேன். அங்கு நதிக்கரையில் யோக நரசிம்மர் கோயில் இருக்கிறது. அதைவிட இயற்கை அழகு கொஞ்சும் இடத்தைத் தேர்ந்தெடுக்கவே முடியாது. ஒட்டு மொத்த கிராமமும் அழைக்கப்பட்டிருந்தது. உறவினர்கள், கிராம நண்பர்கள், ராணுவ நண்பர்கள் எனப் பெரும் படையே திரண்டு வந்திருந்தது. நான் முழு விவசாயியாக மாறிவிட்டதைப் பார்த்து ராணுவ நண்பர்கள் கேலி செய்தார்கள். பிரம்மச்சாரி வாழ்க்கையின் கடைசி மதுபான விருந்துக்கு என்னை அழைத்துச் சென்று கொண்டாடினார்கள்.

திருமணம் ஹஸனில் நடந்தது. 'ஏழைகளின் ஊட்டி' என்று அழைக்கப் படும் ஊர். எப்போதுமே இதமான சூழ்நிலை நிலவும். செலவும் குறைவாகவே ஆகும். ஐயங்கார் திருமணம் எப்படி நடக்குமோ அப்படியே துல்லியமாக நடந்தது. விழா மூன்று நாள்கள் நடந்தது.

எளிமையான சடங்குகளையே பெரிதும் பின்பற்றினோம். சமஸ்கிருத மந்திரங்கள் ஒலிக்கத் தாலி கட்டினேன்.

பார்கவி, ஐயங்கார் பாணியில் பிரமாதமாக மடிசார் புடவை உடுத்தி யிருந்தாள். அந்த உடையில் மிகவும் குள்ளமாகத் தெரிந்தாள் (ஏதோ நான் ரொம்ப உயரம் என்று அர்த்தமில்லை). என் மாமா கொரூர் ராமசாமி ஐயங்கார், திருமணத்துக்கு வந்திருந்தார். திருமணம் முடிந்த பிறகு அனைவரும் வட்டமாக உட்கார்ந்துகொண்டு கதை பேசி, ஜோக்கடித்து சந்தோஷமாக இருந்தோம். ‘இந்த நாள்தான் உன் வாழ்க்கையிலேயே ராஜ உபசாரம் கிடைக்கும் நாள். நன்கு பயன் படுத்திக் கொள்’ என்றார் என் மாமா.

ஒரு கிளுகிளு கதை சொன்னார். அதன் உள்ளர்த்தத்தை வெகு தாமதமாகவே புரிந்துகொண்டேன். சபர்மதி ஆஸ்ரமத்தில் அந்தச் சம்பவம் நடந்ததாகச் சொன்னார். பலுசிஸ்தான் அல்லது பகுத்தன் பகுதியைச் சேர்ந்த ஒருவரைப் பற்றியது. மாமா சொன்னது பின்னாளில் ‘எல்லை காந்தி’ என்று அழைக்கப் பட்ட கான் அப்துல் கஃபார் கானையா என்று தெரியவில்லை. கான் மிகவும் உயரமானவர். மாமா சொன்ன கதையில் வரும் நபரும் மிகவும் உயரமானவர். மனைவியோ மிகவும் குள்ளம். அந்த மணமகனைப் பற்றி ஆஸ்ரமவாசிகள் நிறைய கேலி செய்வார்கள். அவருக்கு அவர்கள் ‘பூசும்பி’ (பூமியை முத்தமிடுபவர்) என்று பட்டப் பெயர் கொடுத்திருந்தார்கள். அதாவது, தன் மனைவிக்கு முத்தம் கொடுக்க வேண்டுமானால் ரொம்பவும் குனிந்து பூமிக்கு முத்தம் கொடுப்பதுபோல்தான் மனைவிக்குக் கொடுக்க வேண்டி யிருக்கும் என்ற அர்த்தத்தில் அந்தப் பெயரைச் சூட்டியிருந்தனர். அது ஒரு ஜோக்தான். எல்லாரும் அதைக் கேட்டு விழுந்து விழுந்து சிரித்தனர். முதலில் எனக்கு அது புரியவில்லை. என் மனைவி குள்ளம் என்பதை மிகைப்படுத்திச் சொன்ன நகைச்சுவை என்பது மெதுவாகத்தான் புரிந்தது. லேசாகப் புன்னகைத்தபடியே அந்த இடத்தை விட்டு நகர்ந்துவிட்டேன்.

திருமணத்துக்கு மறுநாள் 35 பேரை என் பண்ணைக்கு அழைத்துச் சென்றேன். அங்கு ஒரே ஒரு அறைதான் இருந்தது. அதற்குள்தான் அனைவரும் நெருக்கியடித்துப் படுத்துக் கொள்ளவேண்டும் என்று சொல்லியிருந்தேன். வெளியில் தீ மூட்டிச் சுற்றி அமர்ந்து கொண்டோம். ரம் அருந்தினோம். இரவு நீண்ட நேரத்துக்கு விருந்து தொடர்ந்தது. நள்ளிரவு இரண்டு மணி வாக்கில் மழை பெய்ய ஆரம்பித்தது. வீட்டுக்குள் முண்டியடித்து உட்கார்ந்து கொண்டோம். ஒருவரை ஒருவர் தொட்டுக் கொண்டபடிப் படுத்துத் தூங்கினோம். இந்தச் சுவரில் இருந்து அந்தச் சுவர் வரை கிட்டத்தட்ட 35 உடல்களைக் கிடத்தி வைத்த மார்ச்சுவரிபோல் இருந்தது அந்த அறை.

அடுத்த நாள் ஒவ்வொருவராக விடை பெற்றுச் செல்ல ஆரம்பித் தார்கள். என் மனைவிக்கு அழுகை பொத்துக்கொண்டு வந்தது. திருமணம் என்பது சந்தோஷமும் கண்ணீரும் கலந்த ஒன்றுதானே. எங்கோ ஒரு வனாந்திரத்தில் குடிசை ஒன்றில் தன் மகளை விட்டு விட்டுச் செல்கிறோமே என்று என் மாமனார், மாமியாருக்குக் கவலை யாக இருந்தது. துணைக்கு நான் மட்டுமே இருக்கப்போகிறேன். அக்கம் பக்கத்தில் யாருமே கிடையாது என்ற கவலை. இன்னொரு விதத்தில் பார்த்தால் பார்கவி, புதியதொரு வாழ்க்கையை ஆரம்பிக்கப் போகிறாள் என்ற மனநிறைவும் அவர்களுக்கு இருந்தது. 'எம் பொண்ணை பத்திரமா பாத்துக்கோங்கோ' என்று மாமியார், தொண்டை கரகரக்கச் சொன்னார். கண்களில் இருந்து நீர், தாரை தாரையாக வழிந்தது. எனக்கு அவையெல்லாம் புதுமையாக இருந்தன. ஒரு புதிய வாழ்க்கையை ஆரம்பிக்கப் போகிறேன் என்பது எனக்குள்ளும் ஒரு புத்துணர்ச்சி ஏற்படுத்தியிருந்தது. கூடவே ஒரு சந்தேகமும் வந்தது. இந்த வாழ்க்கையை பார்கவியால் சமாளிக்க முடியுமா? குழாயைத் திறந்தால் தண்ணீர் கொட்டாது. மின்சாரம் கிடையாது. ஒரே ஒரு ரேடியோ மட்டும்தான் என்னிடம் இருந்தது. நகர்ப்புற வாழ்க்கையில் கிடைக்கும் வேறு எந்தப் பொழுதுபோக்கு அம்சத்துக்கும் அங்கு இடமில்லை. சமையல் பாத்திரங்களும் நாலைந்து பிரம்பு நாற்காலி களும் மட்டும்தான் அங்கு இருந்தன. பூஜ்ஜியத்தில் இருந்துதான் எல்லாவற்றையும் உருவாக்க வேண்டியிருந்தது. பார்கவி இனிமேல் இந்தச் சூழலில்தான் தன் புதிய வாழ்க்கையை ஆரம்பித்தாக வேண்டும்.

பண்ணையில் ஒவ்வொரு நாளும் ஓர் அதிசயம் நடக்கும். மாலை நேரத்தில் சூரியன் மறையும்போது அந்தப் பண்ணை பொன்னிறத்தில் தகதகவென மின்னும். பார்ப்பவர்கள் மனத்தில் இனம் புரியாத பேரின்பத்தை அது தரும். திருமணத்துக்குப் பிறகு அதைப் பார்த்த போது ஒரு ரகசியமான செய்தியை அது எனக்குச் சொன்னது: எனக்கும் பார்கவிக்கும் மட்டும் அல்ல; ஒட்டுமொத்த பண்ணைக்குமே ஒரு புதிய வாழ்க்கை தொடங்கப்போகிறது!

அடுத்துக் கழிந்த சில வருடங்கள் என் வாழ்க்கையின் மிகவும் அருமை யான வருடங்கள். திருமணமான எங்கள் இருவருக்கும் ஏராளமான ஓய்வு நேரம் கிடைத்தது. அதிகம் பேசிக் கொள்ளவில்லை. ஆனால், எங்களிடையே இருந்த மௌனம், ஆயிரம் வார்த்தைகளாலும் சொல்ல முடியாத விஷயங்களைச் சொன்னது. எப்போதாவது நண்பர்கள் வந்து பார்த்துவிட்டுச் செல்வார்கள்.

என் மனைவி மிகவும் அருமையாகச் சமைப்பாள். மூன்று வேளையும் சேர்ந்தே சாப்பிடுவோம். மாலைகளில் சேர்ந்தே பானங்கள் அருந்து

வோம். சில நேரங்களில் அவளைத் தூரத்தில் இருந்து பார்த்து ரசிப்பேன். தோட்டத்தில் இருந்த பூக்களைப் போலவே வசீகரமாக இருந்தாள். அந்த இடத்தின் ஓர் அங்கமாக ஆனாள். அப்படியே என் வாழ்க்கையின் அங்கமாகவும் ஆனாள்.

பண்ணை வேலை அதற்குரிய பிரச்னைகளைக் கொடுக்க ஆரம்பித்தது. வாங்கிய கடனைத் திருப்பிக் கொடுக்க முடியாமல், வருமானம் முழு வதையும் மீண்டும் பண்ணையிலேயே போட வேண்டியிருந்தது. உண்மையில் நாங்கள் பஞ்சப் பரதேசி போல்தான் வாழ்ந்தோம். பொருளாதார அடிப்படையில்தான் அப்படிச் சொல்ல முடியும். ஆனால், ஆன்மிகத் தளத்தில் நாங்கள் பெரும் பாக்கியவன்களே. வாழ்க்கையின் ஒவ்வொரு துளியையும் நின்று நிதானமாக ரசித்து வாழ்ந்தோம்.

வருமானத்தைப் பெருக்க வேறு என்னவெல்லாம் வழிகள் இருக்கின்றன என்று எப்போதும் தீவிரமாகச் சிந்தித்து வந்தேன். மனச்சோர்வோ பயமோ விரக்தியோ இவை எதுவுமே பிரச்னையில் இருந்து தப்ப ஒருபோதும் உதவாது. இயற்கை நம் காதில் ரகசியமாகச் சொல்லும் நுட்ப மான விஷயங்களை எப்போதுமே கேட்கத் தயாராக இருக்கவேண்டும்.

இயற்கை எப்படிச் செயல்படுகிறது, அதை எப்படிப் புரிந்துகொள்வது என்பது பற்றியெல்லாம் நிறைய பேர் எழுதியிருப்பதைப் படித்தேன். ரேசல் கேர்சன், டேவிட் ஓர், ஹென்றி டேவிட் தொரோ, ரால்ஃப் வால்டோ எமர்ஸன், டேவிட் அட்டன்பரோ, ஆல்பர்ட் ஐன்ஸ்டீன், ரிச்சர்ட் ஃபெய்ன்மேன், மசனொபு ஃபுகோவோகா, எட்வின் ஸ்கார்டிங்கர், லூயி தாமஸ் எனப் பலருடைய படைப்புகளைப் படித்தேன்.

உயிரியலாளரும் மருத்துவருமான லூயி தாமஸ், நியூ யார்க்கில் இருக்கும் மெமோரியல் ஸ்லோஅன்-கெட்டரிங் கேன்சர் செண்டரின் தலைவராக இருந்தவர். *'லைவ்ஸ் ஆஃப் அ செல்' (1975), 'தி மெடூஸா அண்ட் தி ஸ்னெய்ல்' (1986)* ஆகியவை அவருடைய மிகச் சிறந்த படைப்புகள். இயற்கைக்கும் உயிர்களுக்கும் இடையிலான சிக்கலான உறவுகளையும் ஒவ்வொரு உயிரினத்துக்கு இடையிலான உறவையும் அவருடைய படைப்புகள் வெளிப்படுத்துகின்றன. இயற்கையின் செயல்பாடுகளில் ஒருவிதப் புதிர்த்தன்மை இருக்கிறது. அதே நேரம் அதில் ஒரு விஞ்ஞானமும் இருக்கிறது. விஞ்ஞானிகள் இயற்கைக்கும் புதிரான தன்மைக்கும் இடையில் வேற்றுமை எதையும் காணவில்லை. உயிர்களுக்கும் பொருள்களுக்கும் இடையில் ஒரு பொதுவான அம்சம் ஓடுகிறது என்றே சொல்கிறார்கள். விவசாயம் பற்றித் தனியாக அவர்கள் சொல்லவில்லையென்றாலும் அது குறித்த உள்ளொளிகளை அந்த நூல்களில் இருந்து பெற்றேன்.

வானம் பார்ப்பவர்:
பண்ணையில் இருந்து மேலும் சில தகவல்கள்

பண்ணையில் இருந்த ஆரம்ப கட்டத்தில், அதாவது பயிர்களை யெல்லாம் நடுவதற்கு முன்னால் அங்கு என்ன செய்தேன் என்று பலரும் கேட்பார்கள். வானத்தைப் பார்த்துக் கொண்டிருப்பேன் என்று பதில் சொல்வேன். அவர்களுக்குப் புரியாது. உண்மையிலேயே அதைத்தான் செய்தேன். எல்லா விவசாயிகளுமே வானத்தைப் பார்ப்பவர்கள்தான். நேரங்காலம் தவறாமல் மழை பெய்ய வேண்டும் என்பதில் பிறரை விட விவசாயிகள் அதிக ஆர்வத்துடன் இருப்பார்கள். ஏனென்றால், அவர்களுடைய வாழ்க்கை அதைத்தான் சார்ந்திருக்கிறது. நானும் அப்படித்தான் இருந்தேன். மழை மேகங்கள் ஏதேனும் தென் படுகின்றனவா என்று மேற்குத் திசையில் கண்களைச் சுழலவிடுவேன். என் பண்ணையில் மின்சாரம் கிடையாது. மின்வாரியத்திடம் மனு கொடுத்திருந்தேன். விரைவில் இணைப்புக் கிடைத்துவிடும் என்ற நம்பிக்கை இருந்ததால் டீசல் மோட்டார் வாங்கவில்லை. பக்கத்து நீரோடை அல்லது பிற நீர்நிலைகளில் இருந்து நீர் கொண்டுவர ஏற்றம் இறைக்கும் பாணியையே பின்பற்றினேன். அது இப்போது அரிதாகவே பயன்பாட்டில் இருக்கிறது. அந்தக் காலத்தில் எல்லா வயல்களிலும் பண்ணைகளிலும் இப்படி ஒரு பெரிய கிணறு இருக்கும். ஏற்றமும் இருக்கும். ஒவ்வொரு வீடுகளிலும்கூடக் கிணறுகள் இருக்கும்.

என்னிடம் பணம் குறைவாகத்தான் இருந்தது. டீசல் பம்ப் செட் வாங்குவது பயனுள்ளதும் அல்ல. ஏனென்றால், மின்சார இணைப்பு கிடைத்ததும் அதை விற்க வேண்டியிருக்கும். நான், எது நடந்தாலும் எல்லாம் நன்மைக்கே என்று தீவிரமாக நம்புபவன். விஷயங்கள் தனக்கெனத் தனியான வழியில் நடக்க வாய்ப்பு இருக்கிறது என்பதை நம்பவே மாட்டேன். மடத்தனமான நம்பிக்கையையும் நேர்மறையான நம்பிக்கையையும் பெருமளவுக்குக் குழப்பிக் கொண்டிருந்தேன். இந்த என் அசட்டுத்தனமான தன்னம்பிக்கை என்னைப் பல இக்கட்டுகளில் இருந்து காப்பாற்றியிருக்கிறது. பல சிக்கல்களில் மாட்டியும் விட்டிருக்கிறது. அப்படியான நம்பிக்கை நல்லதா கெட்டதா என்று என்னால் தீர்மானிக்கவே முடியவில்லை.

தோட்டக்கலைத்துறை அதிகாரிகளைப் போய்ப் பார்த்தேன். ஆயிரம் தென்னங்கன்றுகளை வாங்கிக் கொண்டுவந்தேன். எனது பண்ணை இருந்த இடத்தில் அதிக மழை பெய்யாது. ஆனால், இந்தியாவில் விவ சாயம் மழையை நம்பியதாகவே இருந்தது. இந்தியாவில் நூற்றாண்டு களாக மழை நீர் சேகரிப்பு வழிமுறைகளும் அதி சிறப்பான நீர்ப்பாசன

வழிமுறைகளும் உருவானதற்கு இதுவே காரணம். நமது ஒட்டு மொத்தத் துணைக்கண்டத்தின் தட்ப வெப்பத்துக்கு மிகவும் பொருத்தமான வழிமுறைகள் அவையே. மழை குறைவான பகுதியில் இருந்த விவசாயிகள் மழை நீர் சேகரிப்பு வழிமுறைகளில் ஈடுபட்டனர். ஒரு சொட்டு நீரைக்கூட வீணாக்காமல் பயன்படுத்த அவர்களுக்கு நன்கு தெரிந்திருந்தது. நாட்டுப்புறப்பாடல்கள், செவிவழிக்கதைகள் வழியாக அந்த அறிவு, தலைமுறை தலைமுறையாகக் கைமாறப்பட்டு வந்திருந்தது.

காலம் மாறிவருவதாக, எனது விவசாய நண்பர்களும் பிறரும் சொன்னார்கள். சுற்றுச் சூழல் மாற்றத்தால் பருவ மழைகளும் தவற ஆரம்பித்துள்ளதால் அப்படிச் சொல்கிறார்கள் என்று நினைக்கிறேன். எப்போதாவது வரும் பஞ்சத்தைத் தவிர பெரும்பாலும் பருவ மழைகள் முன்பெல்லாம் பொய்க்காமல் இருந்துள்ளன. மேகம் என்ற வரைபடத்தைப் பார்த்துப் பருவ கால மாற்றத்தை நன்கு புரிந்து கொண் டிருந்த விவசாயிகள் எந்தப் பருவத்தில் என்ன விதைக்க வேண்டும், எப்போது விதைக்க வேண்டும், அறுவடை செய்ய வேண்டும் என்பதையெல்லாம் புரிந்துவைத்திருந்தார்கள். நான் அவர்களுடைய பாரம்பரிய ஞானத்தின் மீது மிகுந்த நம்பிக்கை வைத்திருந்தேன். அது நிச்சயம் என்னைக் கைவிடாது என்ற நம்பிக்கை எனக்கு இருந்தது. எனவே, நானும் தினமும் காலையிலும் மாலையிலும் வானத்தைக் கவனித்துப் பார்த்துக்கொண்டிருந்தேன். மழை மேகம் என்றைக்கு வரும் என்று ஆவலுடன் காத்திருப்பேன். அப்படியாக வானம் பார்ப்பவனாக ஆனேன்.

அப்படியே பருவகாலங்களின் மாயா ஜாலத்தாலும் கவரப்பட்டேன். வானத்தின் நிற மாற்றங்கள், விதை ஒன்றில் உயிர் உருவாகும் அழகு, பயிர்கள் வளர்வதை அங்குலம் அங்குலமாகப் பார்ப்பதில் கிடைக்கும் மகிழ்ச்சி, சுதந்திரமாகச் சுற்றித் திரியும் விலங்குகள், பறவைகள், தேனீக்கள் என ஒவ்வொரு காட்சியும் பேரானந்தத்தைத் தந்தன. ஒரு முழு விவசாயியாக இயற்கையோடு இசைந்து வாழ்ந்தேன்.

கோடை முடிந்து பெய்யும் முதல் மழை, வசந்த காலத்தின் வருகையை அறிவிக்கும். திடீரென்று ஓர் அமைதி வந்து சூழும். கரு மேகங்கள் வானில் நிறைவதால் பகலிலும் இருள் வந்து சேரும். அதிரடியாக இடியும் மின்னலும் மாறி மாறி வந்து போகும். உடம்பின் அனைத்து நாடி நரம்புகளிலும் மழை ஊடுருவிச் செல்ல வேண்டும் என்று ஒரு பேராவல் மனத்தில் நிறையும். முதல் மழைத்துளிகள் மண்ணில் விழும்போது ஏற்படும் நறுமணம் இருக்கிறதே அதை அனுபவித்தால் தான் தெரியும். மழை, தன்னோடு கூடவே கொண்டு வரும் உற்சாகம் அபரிமிதமானது. அதை இப்போது நினைத்தாலும் உடல் சிலிர்க்கிறது.

இப்போது சொல்வது என் திருமணத்துக்கு முன் நடந்த சம்பவம். மழைக்கான அறிகுறி தென்பட்டதும் நாங்கள் எட்டு பத்து பேர் ஒரு குழுவாக ஒன்று சேர்ந்தோம். மழை வந்ததுமே மண்ணைக் கிளறி விட்டோம். ஆழமாகத் தோண்டி தென்னங்கன்றுகளை நட்டோம். இயற்கை உரமும் மண்ணும் போட்டு மூடினோம். இரண்டு நாட்களில் 20 ஏக்கர் நிலத்தில் சுமார் 800 கன்றுகளை நட்டுவிட்டோம். நிலத்தில் மேடான இடத்தில் நின்றுகொண்டு முதன் முதலாக நாங்கள் நட்ட செடிகளைப் பெருமிதத்துடன் பார்த்தேன். இரண்டு அடி உயரத்தில் இருந்த கன்றுகள் மெள்ள வளர்ந்து பெரிய தென்னை மரமாக ஆவது என் மனக்கண்ணில் தெரிந்தது.

நாள் முழுவதுமான கடுமையான வேலைக்குப் பிறகு, கூடாரத்துக்குத் திரும்பினேன். மிகவும் களைத்துப் போயிருந்தாலும் மனத்தில் மிகுந்த மன நிறைவு இருந்தது. மழை தூற ஆரம்பித்தது. 'தென்னங்கன்றுகளை நட்டதுமே மழையும் வந்துவிட்டதே... சபாஷ் கோபி, வெல்டன்' என்று மனத்துக்குள் தட்டிக் கொடுத்துக்கொண்டேன். சிறிது நேரத்தில் ஆழ்ந்து உறங்கிவிட்டேன்.

மறுநாள் காலையில் அக்கம்பக்கத்தில் ஏதோ சத்தம் கேட்டு எழுந்தேன். ராஜுவும் பிற விவசாயிகளும் கால்நடை மேய்ப்ப வர்களும், 'ஐய்யோ... என்ன அநியாயம் இது. வந்து பாருங்களேன்' என்று உரத்த குரலில் என்னைக் கூப்பிட்டனர். நான் பாய்ந்து வெளியே ஓடிப்போய்ப் பார்த்தேன். மாங்கு மாங்கென்று இடுப்பெலும்புகள் ஒடிய, தென்னங்கன்றுகள் நட்ட ஒட்டுமொத்த 20 ஏக்கர் நிலமும் நீரில் மூழ்கியிருந்தது. நீரோடை வழக்கமான நீர் மட்டத்தில் இருந்து சுமார் நான்கு ஐந்து மடங்கு உயர்ந்துவிட்டிருந்தது. மேடான இடத்தில் ஏறிக்கொண்டு அழிவின் அளவைப் பார்வையிட்டேன். என்னுடைய, ராஜுவினுடைய, சக விவசாயிகளுடைய உழைப்பு முழுவதும் நாசமாக்கப்பட்டு இருந்தது. ஒரு தென்னங்கன்றுகூட மிஞ்சவில்லை.

மிகப் பெரிய அதிர்ச்சி அது. அடுத்த மூன்று நாட்களுக்கு நீர் வடியவே இல்லை. அதன் பிறகு பார்த்தபோது அந்த இடம் நான் முதன் முறை யாக வந்தபோது எப்படி இருந்ததோ அந்த நிலைக்குத் திரும்பி யிருந்தது. ஆனால், அந்தப் பெருமழையால் ஒரு நல்லதும் நடந் திருந்தது. அருமையான வண்டல் மண்ணை அந்த மழை நீர் கொண்டு வந்து சேர்த்திருந்தது. போனதை நினைத்துக் கவலைப்பட்டு முடங் காமல், அந்த வண்டல் மண் படுகையை நல்ல முறையில் பயன்படுத்திக் கொள்ள முடிவு செய்தேன். ஒருவகையில் அது பெரிய பின்னடைவு தான். ஆனால், அதனால் என் நிலத்துக்கு வளமான மண்ணும் கிடைத் திருக்கிறது. பெரும்பாலான நாகரிகங்களின் பெரு வளர்ச்சிக்கு இது

போன்ற வெள்ளங்கள் கொண்டுவரும் வளமான மண் படுகைகளே ஆதாரமாக இருந்திருக்கின்றன என்று நிறையப் படித்திருக்கிறேன்: சிந்து நதிச் சமவெளி, கங்கைச் சமவெளி, நைல் நதிச் சமவெளி.

ஏதோ அது போன்ற பெரு வெள்ளங்கள் வருடா வருடம் வந்து போகும் என்பதுபோல் வண்டல் மண்ணைப் பிடித்து வைக்க என்ன செய்யலாம் என்று யோசித்தேன்.

மண் அரிப்பைத் தடுக்க வேண்டுமென்றால், நதியின் கரையோரத்தில் இருக்கும் செடிகொடிகளையும் மரங்களையும் வெட்டக்கூடாது என்று அப்பா எப்போதும் சொல்வார். நீரோடையில் இருந்து முப்பது நாற்படி அடி தொலைவுக்குச் செடி கொடிகளை இஷ்டம் போல் வளரும்படி விட்டுவைத்தேன். பெரு மழைகள் வரும் இடங்களில் அதைத் தாக்குப் பிடித்து வளரும் மரங்களைத் தேடிக் கண்டுபிடித்து நட்டேன். அந்தப் புதர் பகுதியில் எந்த மனிதக் குறுக்கீடும் இருக்கக்கூடாது என்று எல்லாரிடமும் சொல்லிவைத்தேன். நீரோடையை ஒட்டி அந்தப் புதர்ச் செடிகள் வேலிபோல் செயல்படும். மழை நீர் அடித்துக் கொண்டுவரும் வளமான மண் அந்த இடத்தில் படிந்து நிற்கும். ஆழமாக ஊன்றப்பட்ட கல் தூண்களில் தென்னங்கன்றுகளைக் கட்டிப் போடவேண்டும் என்று தீர்மானித்தோம். மரக்கம்புகளை நட்டுவைத்தால் பெரு மழை வரும்போது அவை உடைந்து போய்விடும். அதோடு கரையான்களும் அரித்துவிடும்.

தென்னை மரத்துக்கு நிறைய தண்ணீர் தேவைப்படும். வெள்ளம் எங்களுக்கு ஒருவகையில் சாதகமாகவே இருந்தது. நீர்ப் பாசனத்துக் கான கால்வாய்களை எளிதில் வெட்ட முடிந்தது. அந்தக் கால்வாய்கள் வண்டல் மண்ணைச் சேகரித்து வைத்ததோடு, மழை நீர்ச் சேகரிப்புப் பள்ளங்களாகவும் இருந்தன. ஏராளமான காட்டுச் செடிகள் வளர வழி செய்தன. பரஸ்பரம் ஒன்றுக்கொண்டு உதவிக் கொள்ளும் ஓர் அருமை யான சுற்றுச் சூழல் அங்கு உருவானது.

இரண்டாவது தடவையாகத் தென்னங்கன்றுகளை நட்டோம். அடுத்த மழைக்காலம் வரையில் வெள்ளம் வராது என்பதால் தென்னைகளுக்கு நிறைய நீர்ப்பாசனம் செய்து தரவேண்டியிருந்தது. மின்சாரத்துறையை முடுக்கிவிட்டு உடனடியாக மின்சார இணைப்பு வாங்கியாக வேண்டும் என்று தீர்மானித்தேன்.

மின் இணைப்புக் கிடைக்கப் பல கதவுகளைத் தட்ட வேண்டியிருந்தது. நாளெல்லாம் அரசாங்க அலுவலகத்திலேயே கழிக்க வேண்டி யிருந்தது. ‘கவலைப்படாதீர்கள். சீக்கிரமே கிடைத்துவிடும். நாங்கள் அதைத்தான் பார்த்துக் கொண்டிருக்கிறோம்’ என்ற ஒரே மாதிரியான

பதில்தான் எப்போதும் கிடைத்தது. விஷயம் என்னவென்றால், எங்கள் பண்ணையில் இருந்து 15 கி.மீ தொலைவில்தான் மின்சார டிரான்ஸ்ஃபார்மர் இருந்தது. அவ்வளவு தூரத்துக்கு ஒயர்கள், போஸ்ட்டுகள் நட்டு மின்சாரம் தரவேண்டுமானால் குறைந்தது 300 ஹார்ஸ் பவராவது பயன்படுத்தப்பட்டாக வேண்டும். என் பண்ணைக்கு அதிக பட்சம் 20 ஹார்ஸ் பவர்தான் தேவைப்படும். எஞ்சிய 280 ஹார்ஸ் பவரைப் பயன்படுத்த நான் என்ன செய்ய முடியும்?

இந்தப் பிரச்னையைத் தீர்க்க ஒரு வழி கண்டுபிடித்தேன். அக்கம் பக்கத்தில் இருந்த வேறு விவசாயிகளிடம் பேசினேன். மஞ்சே கவுடா பத்து ஹார்ஸ் பவரைப் பயன்படுத்திக் கொள்வதாகச் சொன்னார். மின் இணைப்பை எந்த வழியாகக் கொண்டு வர முடியுமோ அங்கிருந்த வர்களையெல்லாம் ஒன்று சேர்த்து 300 ஹார்ஸ் பவரையும் பயன்படுத்த ஆட்களைத் திரட்டிவிட்டேன். யாராவது முயற்சி எடுத்தால் அவர் பின்னால் அணிதிரள நிறைய பேர் தயாராக இருப்பது எனக்குப் புரிந்தது. அந்தப் பகுதியில் நிறைய விவசாயிகள் மழை நீரை நம்பியே விவசாயம் செய்து வந்தனர். அவர்களுக்கு மோட்டார் பம்பு மிகப் பெரிய வரப் பிரசாதம்தான். அவர்களிடம் கையெழுத்துப் பெற்று எல்லா விண்ணப்பங் களையும் எடுத்துச்சென்று மின்வாரியத்தில் கொடுத்தேன்.

ஆனால், அவர்கள் அந்தத் திட்டத்தில் பெரிய அக்கறை எதுவும் காட்டவில்லை. லஞ்சம் கொடுக்காமல் எந்த வேலையும் அரசு அலுவலகத்தில் நடக்க வாய்ப்பே இல்லை. அவர்களைப் பொறுத்த வரையில் அவர்கள் ஏதோ நமக்கு சலுகை காட்டுவதுபோல் நினைத்தார்கள். நான் அவர்களை ஒரு விருந்துக்கு அழைத்து நிறைய ரம் ஊற்றிக் கொடுத்தால் வேலை முடிந்துவிடும். ஆனால், எனக்கு லஞ்சம் என்றாலே முகம் கோபத்தில் சிவந்துவிடும்.

மின்சார வாரியத்தின் செகரட்டரியைப் பார்க்க பெங்களூருக்குப் போனேன். அப்பாயிண்ட்மெண்ட் எதுவும் வாங்கியிருக்கவில்லை. நேராக அலுவலகத்துக்குப் போனேன். வரவேற்பறையில் உட்காரச் சொன்னார்கள். என்னிடம் விசிட்டிங் கார்டு எதுவும் இல்லாததால் 'கேப்டன் கோபிநாத்' என்று ஒரு சிறு துண்டு காகிதத்தில் எழுதிக் கொடுத்தேன். அதைப் பார்த்த செகரட்டரி உள்ளே வரச் சொன்னார்.

என்னை அறிமுகப்படுத்திக் கொண்டேன். 'சார், நான் ஒரு ராணுவ அதிகாரி. இப்போது என் பண்ணையில் கூடாரம் அடித்துத் தங்கியிருக்கிறேன். விவசாயத்துக்குப் பெரும் உதவிகள் செய்வதாக அரசாங்கம் சொல்லிக் கொள்கிறது. என் நிலத்துக்கு மின்சாரம் கேட்டு விண்ணப்பித்திருக்கிறேன். கடந்த ஒரு வருட காலமாக நான் ஏறாத அலுவலகம் இல்லை. முறையிடாத அதிகாரி கிடையாது. ஆனால்,

எதுவும் நடக்கவில்லை. எனக்குத் தேவை வெறும் 20 ஹார்ஸ் பவர்தான். 300 ஹார்ஸ் பவருக்குக் கீழே பயன்பாடு இருந்தால் தர முடியாது என்று சொன்னார்கள். நானாகவே பலரைச் சந்தித்து 300 ஹார்ஸ் பவருக்கான ஆட்களை ஒன்று சேர்த்துவிட்டிருக்கிறேன். ஆனால், மின் வாரியத்தில் இருந்து எந்த நடவடிக்கையும் எடுப்பதாகத் தெரியவில்லை. நான் நட்ட தென்னங்கன்றுகள் ஒவ்வொன்றாகச் செத்துக் கொண்டிருக்கின்றன. மின்சார இணைப்பு கிடைத்து ஒரு மோட்டாரைப் பொருத்தி அதன் மூலம் நீர்ப்பாசனம் செய்துகொள்ளலாம் என்றுதான் தீர்மானித்திருந்தேன். அது நடக்கவில்லை. தினமும் காலையில் ஐந்து மணியிலிருந்து மாலை ஆறு மணி வரை சற்று தொலைவில் இருக்கும் நீரோடையில் இருந்து கஷ்டப்பட்டு நீர் இறைத்துப் பாய்ச்சுகிறேன். தயவுசெய்து நீங்கள் ஏதாவது உதவி செய்யுங்கள்' என்று அவரிடம் எல்லாவற்றையும் விலாவாரியாகச் சொன்னேன்.

தனக்குத் தானே உதவிக் கொள்பவர்களுக்கு கடவுள் உண்மையிலேயே உதவத்தான் செய்கிறார். நீங்கள் வெறுமனே உங்கள் வீட்டில் உட்கார்ந்துகொண்டு, அதிகாரிகள் லஞ்சம் வாங்குகிறார்கள் என்று புகார் சொல்லிக் கொண்டிருப்பதில் அர்த்தமில்லை. உங்களுடைய உரிமைகளுக்காக நீங்கள் போரிட்டுதான் ஆகவேண்டும். உங்களுக்கு என்ன தேவையோ அதைக் கேட்டுப் பெற்றாக வேண்டும். இதுவும் ஒரு விதியாக மதிக்கத் தக்கதுதான்: உங்களுக்கு ஏதாவது அநீதி நடந்ததென்றால், வெறுமனே சோர்ந்துபோய் உட்கார்ந்துவிடாதீர்கள். அதை எதிர்த்துப் போராடுங்கள்.

எல்லாருமே ஊழல் பேர்வழிகள் அல்ல. நான் சொன்னதை செகரட்டரி பொறுமையாகக் கேட்டார். என் நிலம் எங்கு இருக்கிறது என்று கேட்டார். அந்த மாவட்டத்தின் மின்வாரியச் செயல் பொறியாளருடன் உடனே தொலைபேசியில் பேசினார். 'முப்பது நாட்களுக்குள் கேப்டன் கோபிநாத்தின் நிலத்துக்கு மின் இணைப்பு தரப்படவில்லையென்றால் உங்களைப் பதவி நீக்கம் செய்துவிடுவேன்' என்று சீறினார். என் பக்கம் திரும்பிப் பார்த்தார். 'இன்னும் முப்பது நாட்களுக்குள் இணைப்புக் கிடைக்கவில்லையென்றால் தயவுசெய்து என்னை வந்து பாருங்கள்' என்று சொன்னார். பெங்களூருவில் இருந்து ஒரு பஸ் பிடித்து என் பண்ணைக்குத் திரும்பினேன். அடுத்த நாள் எழுந்து பார்த்தால் உள்ளூர் வாரியம், தாலுகா வாரியம், மாவட்ட வாரியம் என எல்லா மின்வாரியத் திலிருந்தும் சுமார் 20 பேர் வந்து குழுமிவிட்டார்கள். உண்மையிலேயே குகையின் மறு முனையில் வெளிச்சத்தைப் பார்த்துவிட்டேன்.

அப்போதெல்லாம் நான் அடிக்கடி ஹஸனுக்குப் போய்வருவேன். என் பைக் பழுதாகியிருக்கும் நாட்களில் பக்கத்து கிராமத்தில் இருந்து

சுமார் ஐந்து கி.மீ தூரம் இயற்கைக் காட்சிகளை ரசித்தபடி நடந்து என் பண்ணைக்கு வந்து சேருவேன். ஒருமுறை அப்படி வந்து கொண்டிருந்த போது ஒரு கழுதை மந்தைக்குள் மாட்டிக் கொண்டுவிட்டேன். உள்ளூர் சலவைத் தொழிலாளி ஒருவர் அதை ஓட்டிக்கொண்டு சென்றார். நிறைய பொதிகளைச் சுமந்தபடி கழுதைகள் போய்க்கொண்டிருந்தன. மிகவும் சிறிய உருவத்துடன் இருந்த அவை மிகப் பெரிய சுமைகளைச் சுமந்து கொண்டிருந்தன. அதிகச் சுமையினால் அவற்றின் வயிறுகள் கிட்டத்தட்ட தரையைத் தொட்ட வண்ணம் இருந்தன.

அந்த சலவைத் தொழிலாளியுடன் பேச்சுக் கொடுத்தேன். அவரது குடும்பம் பரம்பரை பரம்பரையாக அந்தத் தொழிலைச் செய்து வருவதாகச் சொன்னார். துணிகளைத் துவைப்பதற்காக ஊரில் இருந்த குட்டையை நோக்கிப் போய்க்கொண்டிருந்தார். கடினமான வேலைதான் என்றாலும் அவர்களுடைய வாழ்க்கையில் எத்தனையோ சுவாரசியமான, சந்தோஷமான அம்சங்கள் இருந்தன. சிறு சிறு விஷயங்களில் மிகுந்த சந்தோஷத்தை அடைந்தனர். அவர்களுடைய திருவிழா ஒட்டு மொத்த சமூகத்தால் மிகவும் உற்சாகமாகக் கொண்டாடப்பட்டது.

விவசாய சமூகங்களும் விழாக்களை விமரிசையாகக் கொண்டாடு வதுண்டு. திருநாளுக்கு முன்னும் பின்னுமான நாளில் விடுமுறை எடுத்துக் கொண்டுவிடுவார்கள். தங்களிடம் இருக்கும் சொற்ப சேமிப்பை வைத்து புதிய துணி வாங்கி உடுத்திக் கொள்வார்கள். பூக்கள், இனிப்புகள் வாங்கிக் கொள்வார்கள். மாமிச உணவு அனுமதிக்கப்பட்ட விழாக்களில் கோழி, ஆடு அறுத்து குடும்பத் தினரும் நண்பர்களும் பகிர்ந்து உண்பார்கள். அவர்களுடைய கொண்டாட்டத்தில் ஆடலும் பாடலும் நிச்சயமாக இருக்கும். தவறாமல் உள்ளூர் தெய்வத்தைச் சென்று வழிபடுவார்கள்.

ஒரு டிராக்டரையோ ஜீப்பையோ விட சலவைத் தொழிலாளர்களுக்குக் கழுதைகள் மிகவும் பயனுள்ளதாக இருப்பதைத் தெரிந்துகொண்டேன். ஒரு கழுதையின் விலை ரூ 65-75 மட்டும்தான் இருக்கும். அந்த நேரத்தில் என் மனத்தில் ஒரு யோசனை பளிச்சென மின்னியது. மின்சாரம் என்பது இன்னுமே ஒரு கனவாகத்தான் இருக்கிறது. ஏன் நீர் இறைக்கக் கழுதைகளைப் பயன்படுத்திக் கொள்ளக்கூடாது? அப்போது மொத்தப் பண்ணைக்கும் நீர் இறைக்க என் ஒருவனால் மட்டுமே முடியாது என்பதால் கூலியாட்களைப் பயன்படுத்தி வந்தேன். அவர்களுக்கு சம்பளமாக நிறைய பணம் தரவேண்டியிருந்தது. கழுதைகளைப் பயன்படுத்தினால் நிறைய மிச்சம் பிடிக்க முடியும். அதுவும் போக, கூலி வேலைக்கு ஆட்கள் கிடைப்பது சிரமமாகவே இருந்தது. கொஞ்சம் போல நிலம் இருந்தவர்களும் தங்கள் நிலத்தில் வேலை

செய்வதில்தான் ஆர்வத்துடன் இருந்தனர். ராஜுவிடம் 700 ரூபாய் கொடுத்து 10-12 கழுதைகள் வாங்கி வரச் சொன்னேன். அப்படியாகக் கழுதை முதலாளி ஆனேன்!

ராஜு ஏழெட்டு கழுதைகளைப் பத்திக் கொண்டு வந்து சேர்ந்தான். என் பண்ணையில் கழுதைகள் இருக்கும் விஷயம் காற்றுவாக்கில் பரவ ஆரம்பித்தது. எல்லாருக்கும் ஒரே ஆர்வம். நான் சலவைத் தொழிலில் ஈடுபட நிச்சயித்திருக்கிறேனா... கழுதைப் பால் கறந்து விற்கப் போகிறேனா? அதைத் தெரிந்து கொள்ள வேண்டும் என்று எல்லாரும் புறப்பட்டு வந்துவிட்டார்கள். கழுதைக்கு என்ன உணவு கொடுக்க வேண்டும் என்று சலவைத் தொழிலாளியிடம் கேட்டிருந்தேன். அவிழ்த்துவிட்டால் போதும், அதுவே உணவைத் தேடிக் கொள்ளும் என்று சொல்லியிருந்தார். வைக்கோல், காய்கறி கழிவுகள், மிஞ்சிய உணவு எனக் கிடைத்ததையெல்லாம் சாப்பிடும். ரொம்பவும் இழிவாகச் சொல்லப்படும் கழுதைகள் உண்மையில் மிகவும் புத்திசாலி என்பதைத் தெரிந்துகொண்டேன். ஒவ்வொரு நாளும் இதற்கான நிரூபணம் எனக்குக் கிடைக்கும். கழுதைகள் சீக்கிரம் ஒரு விஷயத்தைக் கற்றுக் கொள்ளவும் செய்யும். நமக்கு ஒரு பாடத்தை எளிதில் கற்றுக் கொடுக்கவும் செய்யும்.

பண்ணையில் இருந்த யாருக்கும் கழுதையை எப்படிச் சமாளிப்பது என்று தெரியவில்லை. விலங்குகளை வைத்து வேலை வாங்குவதற்கு நிபுணத்துவம் தேவைப்படத்தான் செய்கிறது. யானைகளைப் பாகன் களால்தான் சமாளிக்க முடியும். கால்நடைகளை இடையர்களால்தான் மேய்க்க முடியும். பன்றிகளை அதை மேய்ப்பவர்களால்தான் புரிந்து கொள்ள முடியும். குதிரை சவாரி செய்பவர்கள் ஒவ்வொருவரும் தங்க ளுடைய குதிரையில் போய் வந்தால்தான் அவர்களுக்கு நல்லது. ஏனென்றால், குதிரைகள் ஒவ்வொருவரிடமும் ஒவ்வொருவிதமாக நடந்துகொள்ளும். அதுபோலவே, கழுதைகளையும் ஒரு சலவைத் தொழிலாளியால் மட்டுமே பராமரிக்க முடியும் என்பது முதல் நாளிலேயே தெரிந்துவிட்டது. கழுதைகளின் மன ஓட்டத்தை எங்களால் புரிந்துகொள்ள முடியவில்லை. இதனால், பல நகைச்சுவையான சம்பவங்கள் நடந்தன.

நீர் நிறைந்த வாளிகளைக் கழுதையின் முதுகில் ஏற்றி இருபக்கமும் தொங்கவிட்டோம். சில கழுதைகள் காலைத் தரையில் அழுத்தமாக ஊன்றிக்கொண்டு ஒரு அடி கூட நகர மாட்டேன் என்று அடம்பிடித்தன. சில கழுதைகள் பின்னங்கால்களால் ஓங்கி ஒரு உதைவிட்டன. சில விழுந்தடித்து ஓடின. ஒற்றைச் சுருதியில் உரத்த குரலில் ராகம் போட்டுக் கத்தின. வேடிக்கை பார்த்தவர்களுக்கு இது மிகப் பெரிய நகைச்சுவைக் காட்சியாக இருந்தன.

விலங்குகளை விற்கும் மிகப் பெரிய கிராமத் திருவிழாக்கள் என் நினைவுக்கு வந்தன. மாநிலம் முழுவதிலும் இருக்கும் விவசாயிகள் தங்கள் விலங்குகளுடன் வந்து சேருவார்கள். ஒரு பெரிய மைதானத்தில் முகாமிட்டுத் தங்குவார்கள். என் உறவினர்கள் கூடத் தங்கள் வளர்ப்பு மிருகங்களுடன் இது போன்ற விழாக்களுக்குப் போவார்கள். மைதானத் திலேயே சமைத்து மாட்டு வண்டிக்கு அருகில் படுத்துத் தூங்கிக் கொள்வார்கள். இந்தத் திருவிழாவில் ஒவ்வொரு விவசாயியும் அங்கு வந்திருக்கும் மிருகங்களின் லட்சணங்களைச் சோதித்துப் பார்ப்பார்கள். அதற்கென்று சில வழிமுறைகள் இருக்கின்றன. வயதைத் தெரிந்து கொள்ளப் பல்லைப் பரிசோதித்துப் பார்ப்பார்கள். பசு நன்கு பால் தருமா, காளை கடுமையாக உழைக்குமா என்றெல்லாம் பார்ப்பார்கள். கழுதைகளைப் பரிசோதிக்கவும் ஏதாவது வழிகள் இருக்கக்கூடும். சலவைத் தொழிலாளிகளுக்கு இது நன்கு தெரிந்திருக்கும். எனக்குத் தெரியாது. ராஜுவுக்கும் அவற்றை வாங்கியபோது எதுவுமே தெரியாது. கழுதைகள் நடந்துகொண்ட விதத்தில் இருந்து அதன் இயல்பு பற்றித் தெரிந்துகொண்டோம்.

கழுதைகளில் பல ரகங்கள் இருக்கின்றன. வேலை செய்ய மறுப்பவை ஒரு ரகம். விஷமங்கள் செய்பவை இன்னொரு ரகம். கூட்டாக உழைக்க மறுப்பவை இன்னொரு ரகம். சுருக்கமாகச் சொல்வதானால், எல்லாமே வேலை செய்யாத கழுதைகள்தான்! இதில் இன்னொரு கொடுமை என்னவென்றால், எந்தவொரு கழுதையையும் வழிக்குக் கொண்டுவரவும் முடியவில்லை. குதிரைகளுக்குக் கடிவாளம் போடலாம். மாடுகளுக்கு மூக்கணாங்கயிறு போடலாம். ஆனால், கழுதைகளுக்கு எதுவும் போட முடியாது. பண்ணையில் இருந்தவர்கள் பொறுமையின் உச்சத்துக்கே போக ஆரம்பித்தார்கள். அந்த யோசனை என்னுடையது என்பதால் எதையும் வெளிக்காட்டிக்கொள்ளாமல், கஷ்டப்பட்டுப் பொறுமை காத்துவந்தேன்.

நாளுக்கு நாள் புதிய புதிய வழிமுறைகளை கழுதைகள் கற்றுக் கொண்டன. முதலில் அருகில் செல்பவர்களை உதைத்தன. அதன் பிறகு உணவு கொடுத்த கைகளைக் கடித்தன. வாளியில் நீரை முகர்ந்து முதுகில் ஏற்றுவது வரை சாதுவாக நிற்கும். ஏற்றியதும் இப்படியும் அப்படியுமாக உலுக்கி எல்லா நீரையும் கீழே கொட்டிவிடும். எல்லாரும் விழுந்து விழுந்து சிரித்தார்கள். நான் மனம் தளரவில்லை.

அதிகாலையில் அவை போடும் காட்டுக் கத்தல் சகிக்க முடியாததாகிக் கொண்டிருந்தது. முதலில் பண்ணைக்கு வந்தபோது மிகவும் சாதுவாக இருந்தன. நாள்கள் போகப்போக எங்களை ஒருவழியாக்கிவிட்டன. எந்தவொரு பிரச்னைக்கும் நூதனமான தீர்வுகளைக் கண்டுபிடிப்பவன் என்ற என்னுடைய ஈகோவுக்கு இது ஒரு பலத்த அடி. இந்த விலங்குகள்

| 116 |

என்னை மண்ணைக் கவ்வ வைத்துவிட்டன. சுதந்திரமாக மேயும் அவற்றைப் பிடித்துக் கழுத்தில் கயிறு கட்டி, நுகத்தடியில் பூட்டி, மூக்கணாங்கயிறு கட்டி வேலைகளுக்குப் பயன்படுத்த முடியும். ஆனால், அவற்றைப் பிடிப்பது அவ்வளவு சுலபமாக இல்லை. அதை நெருங்கினாலே நாங்கள் ஏதோ செய்யப் போகிறோம் என்பது தெரிந்துவிடும். விழுந்தடித்து ஓட ஆரம்பித்துவிடும்.

மயிற்பீலியென்றாலும் அளவாக ஏற்றினால்தானே அச்சு தாங்கும். ஒருநாள் அச்சு முறியும் படியாக ஒரு சம்பவம் நடந்தது. வேலையெல்லாம் முடிந்து சாப்பிட்டுவிட்டு இரவில் நானும் பார்கவியும் வானத்து நட்சத்திரங்களைப் பார்த்தபடித் திறந்தவெளியில் படுத்துத் தூங்கிக் கொண்டிருந்தோம். அன்று காலையில்தான் உளுந்து அறுவடை செய்து கட்டுக் கட்டாக அடுக்கியிருந்தோம். அடுத்த நாள் வண்டியில் ஏற்றிச் சந்தைக்குக் கொண்டு செல்லத் திட்டமிட்டிருந்தோம்.

கோடையில் வெய்யில் அதிகமாக இருக்கும்போது நாங்கள் திறந்த வெளியில்தான் படுத்துக்கொள்வோம். அசந்து தூங்கிக்கொண்டு இருந்தேன். அப்போது பார்கவி என்னை அவசரமாக எழுப்பினாள். ஏதோ சத்தம் கேட்பதாகச் சொன்னாள். காதைத் தீட்டிக்கொண்டு கேட்டேன். இருளுக்குள் யாரோ எதையோ அசை போடுவது போன்ற சத்தம் கேட்டது. உருவம் எதுவும் தென்படவில்லை. டார்ச் அடித்துப் பார்த்தால், கழுதைகள் எல்லாம் பறித்துவைத்த உளுத்தந்தட்டைகளை வெளுத்துக் கட்டிக் கொண்டிருந்தன. விழுந்தடித்து ஓடிப்போய் எல்லாவற்றையும் அடித்து விரட்டினேன். படுத்துக் கொஞ்ச நேரம்கூட ஆகியிருக்காது. மீண்டும் அதே சத்தம். நாலு கால் நண்பர்கள் மறுபடியும் வேலையைக் காட்ட ஆரம்பித்திருந்தனர். மறுபடியும் எழுந்துபோய் விரட்டியடித்தேன். அதோடு போயிற்றா... விடிவது வரை இதே கூத்துதான். இனிமேல் இந்தக் கழுதைகளை இங்கு வைத்திருக்கக்கூடாது என்று அந்த நிமிடம் முடிவு செய்தேன். அவை இல்லாமல் போவதால் எனக்கு மிகவும் வருத்தமாகத்தான் இருக்கும். அவற்றில் சில இப்போதும் ரொம்பவும் சாதுவாகவே இருந்தன. ஆனால், வேறு வழியில்லை. கழுதைகளை மேய்ப்பதைவிடப் பண்ணையில் செய்ய வேண்டிய வேறு பல வேலைகள் இருந்தன.

நிலத்தடி நீர் மற்றும் பல விஷயங்கள்

ஒரு வருடம் மிகப் பெரிய பஞ்சம் வந்துவிட்டது. மழையே இல்லை. நீரோடை வற்றிவிட்டது. நிலத்தடி நீரை போர்வெல் போட்டு எடுப்பது

தான் ஒரே வழி. எந்த இடத்தில் நீர் இருக்கும் என்று பூகோளவியல் நிபுணர் ஒருவரை அழைத்து வந்து கேட்குமாறு நண்பர்கள் அறிவுரை சொன்னார்கள். அப்படியான ஒருவரை அழைத்து வந்தேன். அவர் தன்னுடன் கொண்டுவந்த வரைபடத்தைப் பார்த்து சிறிய கொடிகளை ஆங்காங்கே நட்டுவைத்து சோதித்தார். பிறகு சில இடங்களைக் குறித்துக் கொடுத்தார். இந்த இடத்தில் தோண்டுங்கள். உங்களுக்குத் தண்ணீர் கிடைக்கும் என்று சொன்னார். தோண்டினோம். 60 மீட்டர் தோண்டிய பிறகும் ஒரு சொட்டு நீர் கூடக் கிடைக்கவில்லை. ஜியாலஜிஸ்ட் சொன்னது பொய்யாகிப் போனதும் ஜியோ பிசிஸிஸ்ட் ஒருவரை அழைத்து வந்தேன். அவர் அல்ட்ரா சவுண்ட் கருவிகளைக் கொண்டுவந்து பூமியின் நாடியைப் பரிசோதித்துப் பார்த்தார். ஒலி அலைகளை அளவெடுத்துக் கொண்டார். ஒரு இடத்தைச் சுட்டிக் காட்டினார். தோண்டினால் அந்த இடத்தில் மிகக் கடுமையான பாறை தான் இருந்தது. அதற்கு மேலே தோண்டவே முடியவில்லை.

எனக்கு என்ன செய்வதென்றே தெரியவில்லை. கூடிய சீக்கிரம் நீர் கிடைக்கவில்லையென்றால் இத்தனை மாதமும் நாங்கள் பாடுபட்டு நட்டு வைத்த செடிகள், தென்னங்கன்றுகள் எல்லாம் பட்டுப்போய் விடும். விஞ்ஞானம் கைவிட்டுவிட்டது. உள்ளூரில் இருந்த சிலர், நீரோட்டம் பார்க்கத் தெரிந்த கிராமத்து நபர் ஒருவரைப் பற்றிச் சொன்னார்கள். அவர் பூமிக்குள் நீர் எங்கே இருக்கிறது என்று கண்டுபிடித்துச் சொல்லிவிடுவார் என்று கூறினார்கள். அவரை வரச் சொன்னேன். அவர் வந்த தினத்தன்று பார்த்து மழை கொட்டோ கொட்டு என்று கொட்டியது. நீரோடையில் வெள்ளம் வேறு அதிகரித்து விட்டது. அவரால் கடந்து வரவும் முடியவில்லை. நாங்கள் சிறு கற்களைப் போட்டு உருவாக்கியிருந்த வழித்தடம் நீருக்குள் மூழ்கி விட்டிருந்தது. நீரோட்டம் பார்ப்பவருக்கு நீச்சல் தெரியவில்லை. எனவே, அவரை நீரோடையின் மறுபக்கம் கொண்டுவர யோசித்தோம்.

நீரோடையின் குறுக்கே கயிறு ஒன்றைக் கட்டி அதைப் பிடித்துக் கொண்டு வரச் சொல்லலாம் என்று தீர்மானித்தோம். அது பெரிய வடம் போன்ற கயிறு. அதைப் பலமுறை மறுகரைக்கு வீசி எறிய முயன்றோம். ஒவ்வொரு முறையும் அந்தக் கயிறு நீரிலேயே விழுந்தது. நீரில் தொடர்ந்து விழுந்து ஈரமாகிக்கொண்டே போனதால் எடையும் கூடிக்கொண்டே வந்தது. கடைசியாக அந்தக் கயிறைப் பிடித்துக் கொண்டு நீந்திச் சென்று மறுகரையில் இருந்த மரத்தில் கட்டினேன். பிறகு அந்த மனிதரின் இடுப்பில் ஒரு கயிறைக் கட்டினோம். நாங்கள் தந்த உற்சாகத்தினால் மிகவும் சிரமப்பட்டு ஒருவழியாக கரையைக் கடந்து எங்கள் நிலத்துக்கு வந்து சேர்ந்தார்.

பூமிக்கடியில் இருக்கும் நீரைக் கண்டுபிடிப்பதில் பலர் பலவகையான வழிகளைப் பயன்படுத்துகிறார்கள். அதில் ஒன்று ஓர் உலோகச் சட்டத்தில் பொருத்தப்பட்ட உலோக பெண்டுலத்தைப் பயன் படுத்துவது. உலோகச் சட்டத்தைக் கிடைமட்டமாகப் பிடித்தபடி அந்த நபர் நிலத்தில் குனிந்தபடி நடந்து செல்வார். பூமிக்கடியில் நீர் இருக்கும் இடத்தில் அந்த பெண்டுலம் வட்டவடிவில் வேகமாகச் சுற்றும். அந்தப் புள்ளிக்குக் கீழே தோண்டினால் நீர் கிடைக்க வாய்ப்பு இருக்கிறது.

ஆனால் நாங்கள் அழைத்து வந்த நபர் இப்படியானவர் அல்ல. எங்கள் பண்ணையில் இருந்த மரம் ஒன்றில் இருந்து ஒரு மரக்கிளையை வெட்டி எடுத்துக்கொண்டார். பிறகு அதை ஆங்கில எழுத்து 'ஒய்' வடிவில் வெட்டிக்கொண்டார். கவண் எறிதலுக்குப் பயன்படும் கவட்டையை விடக் கொஞ்சம் பெரியதாக இருந்தது அது. கிளையில் இருந்த இலைகளையெல்லாம் வெட்டிவிட்டு அந்தக் கவட்டையை எடுத்துக்கொண்டு புறப்பட்டார். இரண்டு கைகளாலும் அதை நீட்டிப் பிடித்துக் கொண்டு, எனது பண்ணையைச் சுற்றி வந்தார். மெதுவாக, ஏதோ தியானத்தில் இருப்பதுபோல் நிதானமாக நடந்தார்.

என் முகத்தில் தெரிந்த உணர்ச்சிகளை வைத்து, எனக்கு இதிலெல்லாம் நம்பிக்கை கிடையாது என்பதைப் புரிந்து கொண்டிருந்தார். தண்ணீரைக் கண்டுபிடித்துத் தர ஆயிரம் ரூபாய் கேட்டிருந்தார். அது மிகவும் அதிகமான தொகையாகவே எனக்குப்பட்டது. ஆனால், ஓர் உத்தரவாதம் தந்தார். ஒருவேளை தன் கணிப்பு பொய்யாகிவிட்ட தென்றால், பணத்தைத் திருப்பித் தந்துவிடுவதாகச் சொன்னார்.

எப்படிக் கண்டுபிடிப்பீர்கள் என்று கேட்டேன். கையில் கம்பைப் பிடித்தபடிப் போகும்போது திடீரென்று ஓர் இடத்தில் முன்னும் பின்னுமாகக் கம்பு அசையும். எவ்வளவு விசையுடன் கம்பு அசை கிறதோ அந்த அளவுக்கு அதிகமாகவும் குறைந்த ஆழத்திலும் நீர் இருக்கும் என்று சொன்னார்.

அவர் பின்னாலேயே போனேன். நடந்து சென்றவர் சட்டென்று ஓரிடத்தில் நின்றார். பல வருடப் பயிற்சியினால் அவரால் அப்படிச் செய்ய முடிந்திருந்ததா அல்லது, விஞ்ஞானிகளால் கண்டுபிடிக்க முடியாத ஒரு சக்தி அவரது கைகளை ஆட்டுவித்ததா தெரியவில்லை. அவர் கையில் இருந்த கம்பு சுழன்றது! அவர் பாதி மோனநிலையில் அந்த இடத்தில் மண்டியிட்டு அமர்ந்தார். அந்த இடத்தைப் பரிசோதித்துப் பார்த்தார். ஆழ்ந்த பெருமூச்சுவிட்டார். இந்த இடத்தில் தோண்டுங்கள், தண்ணீர் கிடைக்கும் என்றார்.

அதன் பிறகு மேலும் சிறிது நேரம் நடந்து சென்று இரண்டு மூன்று இடங்களைக் குறித்துக்கொடுத்தார். அவர் குறித்துக் கொடுத்த ஒரு இடத்தில் தோண்டிப் பார்த்தோம். ஒன்றும் கிடைக்கவில்லை. இன்னொரு இடத்தில் தோண்டிப் பார்த்தோம். அங்கும் எதுவும் கிடைக்கவில்லை. மூன்றாவது இடத்தில் தோண்டிப் பார்த்தோம். 60 மீட்டர் ஆழத்தில் கொஞ்சம்போல் நீர் கிடைத்தது. ஒரு மணி நேரம் இறைத்தால் ஒரு கேலன் தண்ணீர் மட்டுமே கிடைத்தது. சமைக்கவும் குளிக்கவும் தேவையான நீர் கிடைத்தது. மற்ற இருவரைவிடவும் இவர் கணிப்பு கொஞ்சம் சரியாக இருந்தது. துல்லியமான கணிப்பு இல்லை தான். ஆனால், எதிர்பாராதவிதமாக அந்த இடத்தில் இருந்து நாளாக நாளாக நிறைய நீர் கிடைக்க ஆரம்பித்தது. ஒரு வருட முடிவில் கிட்டத்தட்ட ஒரு மணி நேரத்தில் 2000 கேலன் நீர் கிடைத்தது! மூவருமே குருட்டாம்போக்கில் ஏதோ சொல்லியிருக்கிறார்கள் என்றே இன்றும் நினைக்கிறேன். அதன் பிறகு பின்னாளில் ராஜுவை விட்டுச் சுமார் பத்து இடங்களில் தோண்டச் சொல்லியிருக்கிறேன். அதில் நான்கு இடங்களில் எங்களுக்கு நீர் கிடைத்தது. 40% வெற்றி!

★

பொருளாதார நெருக்கடிகள்தான் கழுதையை வைத்து நீர் இறைப்பது போன்ற பல நவீன வழிகளை மேற்கொள்ள நிர்பந்தித்தன. தீர்வுகளைத் தேடும் நம்முடைய மனோபாவம்தான் பிரச்னையான காலகட்டங் களில் வெற்றி பெற வைக்கிறது. 'புதிதாக ஒன்றைச் செய்ய முயலும் போது தோற்க வாய்ப்பு இருக்கிறது. தவறுகளை உடனே ஒப்புக் கொண்டு உங்களுடைய பிற கண்டுபிடிப்புகளைச் செழுமைப்படுத்த ஆரம்பித்துவிடுங்கள்' என்று ஸ்டீவ் ஜாப்ஸ் சொன்னார். எனது பணியாளர்களுக்கும் அடிக்கடி என்னைப் போலவே நிறைய யோசனைகள் தோன்றிக்கொண்டே இருக்கும். சில பயன் அளிக்கும். சில அப்படி இருக்காது. கால்நடை வளர்ப்பு, அறுவடை, பயிரிடுதல் என எல்லாவற்றிலும் பல பரிசோதனை முயற்சிகள் செய்து பார்த் தோம். பண்ணையில் இருந்த நாட்களில் புதிதாக யோசிப்பதே வாழ்க்கை என்று ஆகிப் போனது. ஒருவழியாக மின்சாரம் வந்து சேர்ந்தது. பம்பு செட் செயல்பட ஆரம்பித்ததும் கழுதைகளை விற்று விட்டேன்.

நீரோடையின் கரையோரத்தில் நான் எதுவும் செய்யாமல் விட்ட இடம் ஐந்து வருடங்களில் காடுபோல் வளர்ந்துவிட்டது. மரங்களில் ஆந்தைகள் குடியேறின. சிறுத்தை ஒன்றும் அந்தப் பகுதியில் அலைய ஆரம்பித்தது. தேனீக்களும் குளவிகளும் நிறைய வந்தன. ஒருநாள் நூற்றுக்கணக்கான வவ்வால்கள் அந்த மரங்களில் வந்து குடியேறின.

விதவிதமான பறவைகள் வந்து சேர்ந்தன. ஒரு புதிய புதிரான உலகம் பண்ணையில் உயிர் பெற்றது.

வயலில் எந்த அளவுக்குப் பூச்சிகள் அதிகமாக இருக்கிறதோ அந்த அளவுக்கு விளைச்சல் அதிகமாக இருக்கும் என்ற உண்மையைப் புரிந்துகொண்டேன். 80 சதவிகித உணவுப் பயிர்கள், அயல் மகரந்தச் சேர்க்கை மூலம்தான் உற்பத்தி செய்யப்படுகின்றன என்று பள்ளியில் படித்திருப்போம். பூச்சிகள்தான் அயல் மகரந்தச் சேர்க்கைக்கு உதவக்கூடியவை. தேன், மகரந்தத் தூள் ஆகியவற்றைத் தேடி அவை ஆயிரக்கணக்கான பூக்களில் அமர்ந்து எழுகின்றன. அவைதான் அவற்றின் உணவு. அப்படிச் செய்வதன் மூலம் பயிர்களுக்கிடையில் அயல் மகரந்தச் சேர்க்கை நடக்க உதவுகின்றன. உலகில் கோடிக் கணக்கான பூச்சிகள் இருக்கின்றன. கோடிக்கணக்கான மலர்களும் இருக்கின்றன. ஒவ்வொரு பூச்சியும் ஒவ்வொரு பூவுக்கு இசைவாகச் செயல்படுகின்றன. அப்படியாக இயற்கையில் ஒரு சமநிலை அழகாக உருவாக்கப்பட்டிருக்கிறது.

விவசாயிகள் இந்தச் சமநிலையை எந்தவகையிலும் குலைக்கக்கூடாது. விவசாயி நட்டு வளர்க்கும் செடியானது தற்செயலாகத்தான் சூல் தரிக்கிறது. பூச்சிகளின் பிரதான இலக்கு தனக்குத் தேவையான பூவைக் கண்டுபிடித்து தேனை உறிஞ்சுவதுதான். எனவே, இதுபோன்று ஏற்கெனவே இருக்கும் பூச்சிகளைக் கொல்லும் ஒரு விவசாயி ஒருவகையில் தான் பயிரிட்டிருக்கும் பயிர்களின் வளர்ச்சியைத் தானே குறைத்துக் கொள்கிறார். ஒவ்வொரு பூச்சிக்கும் ஒவ்வொரு பயிருக்கும் இடையிலான ஒற்றுமை குறித்து விஞ்ஞானிகள் இன்றும் ஆராய்ச்சி மேற்கொண்டுவருகின்றனர்.

பூச்சிக் கொல்லிகளை அதிகம் பயன்படுத்துவதால் ஏற்படும் பின்விளைவுக்கு ஓர் உதாரணம் சொல்கிறேன். அவற்றைத் தெளித்தால் வயலில் இருக்கும் சிலந்திகளும் இறந்துவிடும். சிலந்திகள் வயலில் ஏராளமான உதவிகளைச் செய்து தரக்கூடியவை. செடிகளுக்கும் பூச்சிகளுக்கும் எமனாக விளங்கும் பல உயிரினங்களை அவை பிடித்துத் தின்றுவிடும். சிலந்தியைக் கொல்வதன் மூலம் சூழலுக்கு நட்பார்ந்த உயிரினத்தைக் கொன்றுவிடுகிறோம்.

பூச்சிகளின் சாதகமான பங்களிப்பைத் தெரிந்துகொண்ட ஒரு விவசாயி, அவை விரும்பும் அளவுக்கு உண்ண அனுமதிக்க வேண்டும். எது எளிதில் கிடைக்கிறதோ அதைப் பூச்சிகள் தின்னும். பயிர்களின் இலையைத் தின்னும். கூட்டுப் புழுக்கள் செடிகளின் இலையைத் தின்னும். நூற்றுக்கணக்கான கூட்டுப் புழுக்கள் இருக்கின்றன. இவைதான் பிறகு

வண்ணத்துப் பூச்சியாகவும் பிற பூச்சிகளாகவும் ஆகின்றன. வண்ணத்துப் பூச்சிகளோ மகரந்தச் சேர்க்கைக்கு உதவக் கூடியவை. இலைகளைத் தின்னும் புழுக்களைக் கொல்ல பூச்சிக்கொல்லியைப் பயன்படுத்தினால் வண்ணத்துப் பூச்சியையும் இழக்க நேரிடும்! எனவே, பூச்சிகளைக் கொன்று நல்ல விளைச்சலை ஒருபோதும் பெற முடியாது.

ஒரு காலத்தில் கொரூர் மக்கள் அசைவ உணவுக்கு ஆற்று மீன்களைப் பிடித்து உணவாக்கிக்கொண்டனர். இப்போதோ ஆற்றில் மீன்கள் இல்லை. முன்பு ஒவ்வொரு கிராமத்திலும் உள்ளூர் பயன்பாட்டுக்காக மீன்கள் குட்டைகளில் வளர்க்கப்பட்டன. இன்று வியாபார நோக்கில் செயல்படும் மீன் பண்ணைகள் வர ஆரம்பித்துவிட்டன. இதனால் ஏழைகளுக்கு இன்று சுலபமாக மீன் கிடைப்பதில்லை. களைக் கொல்லி, பூச்சிக் கொல்லி போன்று நாம் பயன்படுத்தும் வேதிப் பொருள்கள் ஆற்று நீரில் வாழும் உயிரினங்களை அடியோடு கொன்றுவிட்டன. ஆயிரக்கணக்கில் மீன்கள் ஏரிகளிலும் குளங்களிலும் செத்து மிதப்பதாகச் செய்திகள் அடிக்கடி வந்து கொண்டிருக்கின்றன. ஒவ்வொரு சிறு துண்டு நிலமும் ஏராளமான உயிரினங்களின் வாழ்க்கைக்கு ஆதாரமாக இருந்துவந்திருக்கிறது. காடுகள், வெட்ட வெளிகள், புல்வெளிகள், புதர்ச் செடிகள், சதுப்பு நிலங்கள், பண் படுத்தப்பட்ட நிலங்கள் என எல்லாமே பல நூறு உயிரினங்களுக்கு வீடாக இருந்து வருகின்றன. விலங்குகள், தாவரங்களின் இருப்பை மனித வசிப்பிடங்கள் மெள்ள அழித்து வருகின்றன. காடுகள் பெருமளவுக்கு அழிக்கப்படும்போது பல உயிரினங்கள் ஒரேயடியாக அழிந்துபோய்விடக்கூடும்.

1984-ல் அமெரிக்காவில் ஒரு ஸ்காலர்ஷிப்புக்கு ரோட்டரி இண்டர் நேஷனல் விண்ணப்பங்களை அனுப்பச் சொல்லியிருந்தது. மருத்து வர், வங்கியாளர், வக்கீல், விவசாயி என நான்கு துறைகளுக்கான அந்த ஸ்காலர்ஷிப்பில் நான் விவசாயியாகத் தேர்ந்தெடுக்கப்பட்டேன். அந்தத் திட்டத்தின் ஓர் அங்கமாக அமெரிக்காவில் பின்பற்றப்படும் விவசாயத் தொழில்நுட்பங்களை நேரடியாகப் பார்க்க ஏற்பாடு செய்யப்பட்டிருந்தது. அமெரிக்காவில் ஆறு வாரங்கள் தங்கியிருந் தேன். வெர்மாண்ட், நியூ ஹேம்ஷையருக்குப் போனேன். விவசாயம் தொடர்பாகச் சில முக்கியமான விஷயங்களைக் கற்றுக் கொண்டேன். ஆனால், அங்கு பின்பற்றப்பட்ட ஒரு விஷயம் எனக்குப் பெரும் அதிர்ச்சியைத் தந்தது. இயற்கை விவசாயத்தின் அருமையை அது எனக்கு ஆணித்தரமாக எடுத்துரைத்தது. அந்த நொடியிலேயே நான் இனி எந்தக் காரணம் கொண்டும் எனது நிலத்தில் வேதிப் பொருள் களைப் பயன்படுத்துவதில்லை என்று முடிவுசெய்தேன்.

அங்கு ஓர் அமெரிக்க விவசாயி, அவரது பண்ணை நிலத்தில் தோண்டி எடுக்கப்பட்ட நீரை அல்லது அதற்கு அருகில் இருக்கும் நீரோடையின் நீரை ஒருபோதும் தான் அருந்தமாட்டேன் என்று கூறினார். கிணறு அல்லது நதியின் நீரைப் பற்றி ஒருவர் இந்த அளவுக்கு இழிவாகப் பேச முடியுமா என்று எனக்கு ஆச்சரியமாக இருந்தது. அவர் அஞ்சும் அளவுக்கு நீரானது நஞ்சாக்கப்பட்டிருக்கும் என்பதை என்னால் நம்பவே முடியவில்லை. இந்தச் சந்திப்பு சுமார் 25 வருடங்களுக்கு முன்பாக நடந்தது. இந்தியாவில் பாட்டில் குடிநீர் என்ற ஒன்று அப்போது வந்திருக்கவே இல்லை. 100-150 அடி ஆழத்தில் இருக்கும் நீர் கூட மாசுபடுத்தப்பட்டுவிட்டதாகச் சொன்னார் அந்த அமெரிக்க விவசாயி. இதற்கான முக்கியமான காரணம் 'உழாமல் செய்யும் விவசாயம்' என்ற வழிமுறையை அவர்கள் மிகவும் தவறாகப் பின்பற்றுவதுதான் என்று புரிந்துகொண்டேன்.

மசனாபு ஃபுகோவோகோ சொன்னதுபோல் நிலத்தை உழாமல் பயிர் செய்வது சரிதான். ஆனால், அமெரிக்காவில் இந்த வழிமுறையில் கூடுதலாக ஒரு அம்சத்தைச் சேர்த்திருந்தார்கள். அதாவது, அறுவடை முடிந்த பிறகு வயல் முழுவதும் களைக்கொல்லி மருந்தை, நிலத்தில் ஒரு போர்வைபோல் அடித்து நிரப்பினார்கள். களை என்றால் என்ன என்பது புரியாததால் வந்த குழப்பம் இது. ரால்ஃப் வால்டோ எமர்சன் சொன்னார்: 'எந்தச் செடியின் பயன் நமக்கு இன்னும் தெரிய வில்லையோ அதையே நாம் களை என்று சொல்கிறோம்.'

அதுதான் உண்மை. களை என்பது இயற்கையின் ஓர் அங்கம். சமநிலை யைத் தக்கவைக்க இயற்கை அதை உருவாக்கியிருக்கிறது. அந்தக் களையை மீண்டும் இயற்கைக்குத் திருப்பிக் கொடுத்தாக வேண்டும். ஆனால், இதைத் தவறாகப் புரிந்துகொண்டு களையை ஒரேயடியாக அழித்துவிடும் வழிமுறையை அமெரிக்க விஞ்ஞானிகள் பரிந்துரைத்திருக் கிறார்கள். கோதுமையோ மக்காச்சோளமோ பயிரிடுபவர் அதற்கு முன்னால் களைக்கொல்லியை நிலம் முழுவதும் அடிப்பார். அதைத் தொடர்ந்து வேதி உரங்கள் போடுவார். பிறகு வேதி பூச்சிக் கொல்லிகள் தெளிப்பார். வேதிப் பொருள்கள் மிகவும் அபாயமான வடிவிலேயே மண்ணில் கலக்கும். அங்கிருந்து கரைந்து அருகில் இருக்கும் நீர் நிலைகளுக்குச் செல்லும். கால்வாய்கள், நீரோடைகள், ஆறுகள் என அது பாயும் இடம் முழுவதும் நஞ்சாகிக்கொண்டே செல்லும். அமெரிக்க விவசாயிகள் அபாரமான விளைச்சலைக் காட்டுகிறார்கள் என்பது உண்மைதான். ஆனால், அதற்கு அவர்கள் கொடுக்கும் விலை என்ன என்று யாருக்காவது தெரியுமா? உண்மையில் அது தன்னிறைவு பெற்ற விவசாயம் அல்ல.

ஆறுகளைப் புனிதமாக மதித்துப் போற்றிய பாரம்பரியத்தில் இருந்து நான் வந்திருந்தேன். பொருளாதாரத் தேவைகளையும் சமூக ஒழுக்கம் சார்ந்த அம்சங்களையும் அது பூர்த்தி செய்துவந்ததால் அதைப் பெரிதும் மதித்தேன். தூய்மையின் பேருருவமாக ஆறுகளைக் கருதினேன். ஒருமுறை முங்கி எழுந்தால் போதும் புத்துணர்ச்சி பெற்றுவிடுவேன். உடல் அளவில் மட்டுமல்ல. மனதளவிலும்தான். என் சிறு வயதில் கொளூரில் இருந்த ஆறு என்னை சதா இழுத்துக்கொண்டே இருக்கும். அதுதான் என் வாழ்க்கையின் ஆதார அம்சமாகவே இருந்தது. சிறுவர்களாகிய நாங்கள் வாய்ப்புக் கிடைக்கும்போதெல்லாம் விழுந்தடித்து ஆற்றை நோக்கி ஓடிவிடுவோம். தாகமாக இருந்தால் இலைகளைக் கோப்பையாக மடித்து ஸ்படிகம் போன்ற ஆற்று நீரை எடுத்துப் பருகுவோம். என் அப்பா இறை நம்பிக்கை இல்லாதவர்தான். அவரும் கூட ஆற்றுடன் இனம் புரியாத ஆன்மிகப் பிணைப்பைக் கொண்டிருந்தார். என் அம்மாவும் பிற பெண்களும் நதியைத் தெய்வமாகவே மதித்தனர். அதேநேரம் அன்றாட அலுவல்கள் சார்ந்து அதைப் பயன்படுத்தியும் வந்தனர். ஒவ்வொரு நாள் காலையிலும் மாலையிலும் பாத்திரம், பண்டங்களை ஆற்று நீரில் கழுவிக் கொள்வார்கள். குளிப்பார்கள். துணிகளைத் துவைத்துக்கொள்வார்கள். ஆற்றோரம் அமர்ந்து கதை பேசுவார்கள். சமையலுக்கும் குடிப்பதற்கும் ஆற்று நீரையே எடுத்துக்கொண்டு வீடு திரும்புவார்கள்.

நம் நீர் நிலைகளை எந்த அளவுக்கு வீணடித்து விட்டிருக்கிறோம் என்பது இரண்டு விஷயங்களில் எனக்குத் தெரியவந்தது. சில வருடங்களுக்கு முன்பாக டில்லிக்குச் சென்றிருந்தேன். அங்கிருந்த நண்பர் ஒருவருக்குப் பண்ணை வீடு இருந்தது. அங்கு போவோமா என்று கேட்டார். கொஞ்சம் தயங்கினேன். அது ஆற்றோரம் அமைந்திருக்கிறது என்று சொன்னார். உடனே, சரி என்றேன். ஏனென்றால், எனக்கு ஆறு என்றால் அவ்வளவு இஷ்டம். காரில் போய் இறங்கினோம். பண்ணை வீட்டின் முன்பக்கம் அமர்ந்து சிறிதுநேரம் பேசிக் கொண்டிருந்தோம். ஆற்றைப் பார்க்க வேண்டும் என்று மிகவும் ஆர்வத்தில் இருந்தேன். ஆற்றுக்குப் போகும் பாதை எது என்று கேட்டு அந்தத் திசையில் நடக்க ஆரம்பித்தேன்.

என் மனத்தில் பல கற்பனைக் காட்சிகள் வழக்கம் போல் விரிந்தன. ஆறு கம்பீரமாக நீர் நிறைந்து ஓடிக் கொண்டிருக்கும். கரையோரங்களில் ஏராளம் மரங்கள் இருக்கும். ஆறு சில இடங்களில் வளைந்து நெளிந்து ஓடும். பறவைகள், பூச்சிகள், தாவரங்கள் என அந்த இடமே உயிர்த்துடிப்புடன் ததும்பும். சூரியன் அழகாக மறுகரையில் மறைந்து கொண்டிருக்கும். மெள்ளச் சூழும் இருளில் ஒட்டு மொத்த காட்சியும் ஓவியமாக மிளிரும் என்றெல்லாம் நினைத்தபடி போனேன். ஆனால்,

அங்கு நான் பார்த்த காட்சி என்னை அப்படியே நிலைகுலைய வைத்து விட்டது. அது ஆறு போலவே இல்லை. மிகப் பெரிய சாக்கடை போல இருந்தது. பிளாஸ்டிக் பொருள்கள், குப்பைகள், துணிகள் என திடக் கழிவுகள் மிதந்தபடித் தேங்கிக் கிடந்தன. மரணம் மற்றும் நோய்களின் பிறப்பிடம் போலத்தான் அது இருந்தது. அது என்ன நதி என்று கேட்டேன். 'யமுனை' என்று உற்சாகத்துடன் நண்பர் சொன்னார். என் இதயம் அப்படியே ஒரு கணம் நின்றுவிட்டது. நதிகளைத் தெய்வமாக மதித்து வந்த எனக்கு அது மிகப் பெரிய அதிர்ச்சியைத் தந்தது. நமது புனித பாரம்பரிய நதிகளை இப்படிக் கேவலமாக நடத்துகிறோம் என்றால் நம் எதிர்காலம் என்ன ஆகுமோ?

★

ஆதிகாலக் காடுகளைப் பார்க்கும்போதும் வயதான விவசாயிகளுடன் பேசும்போதும் மசனாபு ஃபுகோவோகோ போன்றோருடைய எழுத்து களைப் படிக்கும்போதும் நாம் செய்த ஒரு தவறு எனக்குப் புரிந்தது. நவீன விவசாயி என்ற வகையில் நாம் பூச்சிகளை நம் எதிரிகளாகப் பார்க்கிறோம். நம் கையில் இருக்கும் அனைத்து உபகரணங்களையும் வழிகளையும் பயன்படுத்தி அவற்றைக் கொல்ல முயற்சி செய்கிறோம். ஆனால், பூச்சிகளைக் கொன்று சமப்படுத்த இயற்கையே சில உயிரினங் களை உருவாக்கியிருக்கிறது. இயற்கை நமக்குக் கொடுத்திருக்கும் அற்புதமான பூச்சிக் கொல்லி எறும்புகள்தான். இயற்கையான முறையில் உற்பத்தியைப் பெருக்க இது ஒரு நல்ல வழி என்பது எனக்குப் புரிந்தது.

அக்கம் பக்கத்து கிராமங்களுக்குப்போய் அங்கு என்னெவெல்லாம் விவசாய வழிகள் பின்பற்றப்படுகின்றன என்று தெரிந்துகொள்வதை வழக்கமாக வைத்திருந்தேன். கோலார், சம்ம ராஜநகர், குனிகல் போன்ற இடங்களில் பட்டுப் பூச்சி வளர்ப்பு பிரதானமாக இருந்தது. நான் போய்ப் பார்த்த இடங்களில் எல்லாம் பொதுவான அம்சம் ஒன்றைப் பார்த்தேன். எவ்வளவுதான் வேதி உரங்களைப் போட்டாலும் நல்ல தரமான முசுக்கொட்டை (மல்பரி) இலைகளை உற்பத்தி செய்யவே முடியவில்லை. இதனால் பட்டுப் பூச்சிகள் செழித்து வளர முடியவில்லை. காலகாலமாக கர்நாடகாவுக்குப் பெருமை தேடித் தந்த பட்டுப் பூச்சிகள் மல்பரி இலைகளை உண்டுதான் வாழ்ந்தன. தொடர்ந்து வேதி உரங்களைப் பயன்படுத்தி வந்ததால் மண் மலடாகிப் போய், மரம் செடிகளின் வளம் குன்றிப்போய்விட்டது. அது ஏராளமான விவசாயிகளை ஏழ்மையில் தள்ளிவிட்டது.

யூரியா மூலமாக மண்ணுக்குள் நைட்ரஜனைச் செலுத்தும்படி விவசாயி களுக்கு அறிவுரை சொல்லப்படுகிறது. பொட்டாஷ் உரம் மூலம்

பொட்டாஷியத்தையும் பாஸ்பேட்கள் மூலம் பாஸ்பரஸையும் மண்ணில் சேர்க்கும்படிச் சொல்லித் தருகிறார்கள். பிற சிறு உரங்களோடு இந்தப் பிரதான மூன்று உரங்களும் மண்ணுக்கு மிகவும் அவசியம். இந்தப் பொருள்களின் குறிப்பிட்ட கலவையாக மண் இருக்க வேண்டும். அது பழங்கால விவசாயிகளுக்கு உள்ளுணர்வு மூலமாகத் தெரிந்திருந்தது. ஒரு மரமே அதற்கான உணவு என்பது அவர்களுக்குத் தெரிந்திருந்தது. மரத்தில் இருந்து உதிர்ந்து விழும் இலைகளையும், கிளைகளையும் அந்த மரமே உண்டு செரித்துக் கொள்கிறது. இதுதான் இயற்கை. இதில் எந்தக் கொடூரமும் இல்லை.

ஒரு தென்னை மரம் இருக்கிறதென்றால், அதன் இலைகள், பூக்கள், காய்கள், காயின் மேல் இருக்கும் ஓடுகள், சவுரிகள் எனப் பல இருக்கின்றன. விவசாயி செய்ய வேண்டியதெல்லாம் தேங்காய் பருப்பை மட்டும் எடுத்துக் கொண்டு எஞ்சியவற்றையெல்லாம் மரத்துக்கே திரும்பத் தந்துவிட வேண்டும். இது விஞ்ஞானம் சம்பந்தப்பட்டதே அல்ல. வீணானவை என்று கருதுபவற்றை விற்கவோ எரிக்கவோ செய்யாமல் இருந்தால் போதும். காட்டில் இருப்பதுபோல் எல்லாவற்றையும் மரத்தினடியிலேயே மட்கிப் போகும்படி விட்டுவிட்டால் போதும். அவையே மண்ணை வளப்படுத்திவிடும்.

நாம் என்ன செய்கிறோம்... தென்னை ஓலைகள், மட்டைகள், சவுரி என எல்லாவற்றையும் விற்றுவிட்டு, தென்னை மரத்துக்கு உரத்தைத் தேடி அலைகிறோம்! தென்னந்தோப்பில் கீழே விழும் எதையும் அகற்ற வேண்டாம் என்று என் பணியாளர்களிடம் ஒருநாள் சொன்னேன். எங்கு விழுந்து கிடக்கிறதோ அங்கேயே விட்டுவிடும்படிச் சொன்னேன். அப்படிச் செய்ததால், இன்னொரு லாபமும் கிடைத்தது. கரையான்கள் தென்னை மரத்தைத் தாக்குவதை அடியோடு நிறுத்திவிட்டன. தரையில் கிடக்கும் பொருள்களையே உண்டு வாழத் தொடங்கின!

எலி, அணில் போன்ற ஊர்வனதான் தென்னை விவசாயியின் மிகப் பெரிய சாபக்கேடு. அவை தென்னம் பூக்களைச் சாப்பிட்டுவிடும். அவற்றை விஷம் வைத்துக் கொல்வது எளிதுதான். ஆனால், விஷம் அருந்தி இறந்த விலங்கைக் கழுகோ ஆந்தையோ தின்றால் அவையும் இறந்து போகும். இதில் இன்னொரு விஷயம் என்னவென்றால், காலப் போக்கில் எலிகளுக்கு விஷத்தைச் சமாளிக்கும் வலிமை வந்துவிடும். பழையபடியே எக்கச்சக்கமாகப் பல்கிப் பெருகும். ஆனால், ஆந்தைகள் அவ்வளவு வேகமாக இனப்பெருக்கம் செய்வதில்லை. அப்படியாகப் பறவைகளுக்கும் எலிகளுக்கும் இடையிலான சமநிலை கெட்டுவிடும். எனவே, ஒரு குறிப்பிட்ட பகுதியைப் பூச்சிகளுக்கும், எலிகளுக்கும் உணவாகக் கொடுத்துவிடுவதன் மூலம் சொற்ப

இழப்பை மட்டுமே எதிர்கொள்ள நேரிடும். நீண்ட கால அளவில் இயற்கையின் சமநிலை தக்கவைக்கப்படுவதால் உங்களுக்கு நிறைய நன்மைகளே கிடைக்கும்.

தென்னங்கன்றுகள், முசுக்கொட்டைச் செடி போன்றவற்றின் எண்ணிக்கையைப் படிப்படியாக அதிகரிக்கத் தீர்மானித்தேன். 'சயன்ஸ்', 'நேச்சர்', 'நேஷனல் ஜியாக்ரபிக்' போன்ற பத்திரிகைகளில் தாவரவியலாளர்கள், உயிரியலாளர்கள், இயற்கை விஞ்ஞானிகள் போன்றோர் எழுதியவற்றைப் படித்து என் பண்ணைக்கான செயல் முறை ஒன்றை உருவாக்கிக் கொண்டேன். பண்ணை மிகவும் மெதுவாக ஆனால், உறுதியாக மாறத் தொடங்கியது. என் செலவுகள் குறைந்து விளைச்சல் அதிகரிக்க ஆரம்பித்தது. இந்தக் கட்டத்தில் பட்டுப் பூச்சி வளர்ப்பை அதிகரிக்க விரும்பினேன். முசுக்கொட்டைச் செடி பயிரிடுவதில் பல சோதனைகள் செய்து பார்த்தேன். மழை நீர் சேமிப்பு, குட்டைகளில் நீரைச் சேகரித்தல், களைகளைக் கட்டுப்படுத்துதல், ஈரப்பதத்தைத் தக்க வைத்தல், சில இடங்களில் மட்டும் உழுதல், உயிரியல் உரங்களைத் தேர்ந்தெடுத்துப் பயன்படுத்துதல் எனப் பல வழிகளைப் பின்பற்றினேன்.

பாரம்பரியமாக பட்டுப் பூச்சி வளர்ப்பவர்களிடமிருந்து ஆலோசனை கேட்டு நிறைய கற்றுக் கொண்டேன். எனக்குச் சில விஷயங்கள் புரிய ஆரம்பித்தன. அவற்றுக்கெல்லாம் நன்கு ஆராயப்பட்ட தரவுகளை என்னால் தர முடியாதுதான். இவை பெரும்பாலும் என் அனுபவங்கள், கவனிப்பு இவற்றின் மூலம் கிடைத்திருந்தன. சூழலுக்கு உகந்ததாக இல்லாமல் இருக்கும் ஒன்று நீண்ட கால அளவில் பொருளாதார ரீதியாக லாபகரமாக இருக்கவே செய்யாது என்பது நன்கு புரிந்தது.

பட்டு நூல் சேகரிப்பில் சில புதிய வழிமுறைகளைப் பின்பற்றினேன். பொதுவாக விவசாயிகள் மூங்கில் கம்புகளையும் கிளைகளையும் பட்டுப் புழுக்களின் வசிப்பிடமாகப் பயன்படுத்துவார்கள். அனைவருமே மூங்கிலையே பயன்படுத்துவதால் அது கிடைப்பது அரிதாக இருக்கும். பட்டுப்பூச்சிகளில் இருந்து நூல் சேகரிக்கப்பட்டு மூங்கில் தட்டிகளில் நோய்த்தொற்று ஏற்படாமல் பாதுகாப்பாக வைக்கப்பட வேண்டும். விவசாயிகள் பூச்சிக் கொல்லிகளைப் பயன்படுத்துவார்கள். அது பணியாளர்களுக்கும் கெடுதல். அந்தப் பூச்சிக்கொல்லிகள் கரைந்து மண்ணில் கலப்பதால் நிலமும் கெட்டுப் போகும்.

வைக்கோலைப் பயன்படுத்தலாம் என்று தீர்மானித்தேன். இது மிகவும் பழமையான, பெரிதும் மறக்கப்பட்ட ஒரு வழிமுறை. அதை மறுகண்டுபிடிப்பு செய்து சில அடிப்படை மாற்றங்கள் செய்தேன்.

இதில் வருமானம் குறைவாகவே இருந்தது. ஆனால், செலவும் மிக மிகக் குறைவாக இருந்ததால் அது எனக்கு லாபமாகவே அமைந்தது. அந்த வழிமுறை தொடர்ந்து எனக்கு நல்ல பலனைத் தந்தது. ஒரு பூச்சி கூட வீணாகவில்லை. அதோடு கிடைத்த நூலும் அதிகமாக இருந்தது. வேதிப் பொருள்களைப் பயன்படுத்தினால் என்ன கிடைக்குமோ அதைவிட அதிக மாகவே கிடைத்தது. சூழலுக்கும் பொருளாதார வெற்றிக்கும் இடையில் இருந்த தொடர்பின் மூலம் ஓர் அரிய உண்மையைக் கண்டுகொண்டேன். குறைந்த செலவில் செய்ய முடிந்தவை எல்லாம் சூழலுக்கு உகந்தவையாக இருக்கின்றன. சூழலுக்கு உகந்தவை எல்லாம் குறைந்த செலவு கொண்டவையாக இருக்கின்றன!

வைக்கோலைப் பயன்படுத்தி பட்டு நூலைச் சேகரித்ததால் மூங்கில்கள் தேவைப்படவே இல்லை. இந்த வழிமுறை மட்டும் மாநிலம் முழுவதும் பயன்படுத்தப்பட்டால் ஏராளமான மூங்கில் மரங்களைப் பாதுகாக்க முடியும். மூங்கில் மீது மீண்டும் மீண்டும் வேதிப் பொருள்களைப் பயன்படுத்துவதையும் தவிர்க்க முடியும். கான்க்ரீட் கட்டடத்தில் பட்டுப் பூச்சி வளர்ப்பு மையத்தை வைத்திருப்பதற்குப் பதிலாக ஒரு குடிசையிலேயே நடத்தினேன். இதனால் கான்க்ரீட் கட்டடத்துக்கு ஆகும் செலவில் அதை விட நான்கு மடங்கு விசாலமான இடத்தைப் பயன்படுத்திக் கொள்ள முடிந்தது. இடம் விசாலமாக இருந்ததால் வெப்ப நிலையைக் கட்டுப்படுத்துவதும் லகுவாக இருந்தது. குடிசையின் உள்பகுதி குளிர்காலத்தில் பட்டுப்பூச்சிகளுக்கு இதமான சூட்டில் இருக்கும். வெய்யில் காலத்தில் இதமாகக் குளிர்ச்சியாக இருக்கும். குறைவான செலவில் பட்டுப் பூச்சிகளும் அருமையாக வளர்ந்தன.

கால்நடை உணவுச் சந்தையில் என்ன நடக்கிறது தெரியுமா? கால்நடை உணவு நிறுவனங்கள் விவசாயிகளிடமிருந்து வாங்கிய தானியங்களை பாக்கெட்டுகளில் அடைத்து அவர்களிடமே திருப்பி விற்பனை செய் கின்றன! பேக்கிங் செய்ததற்கும், பிராண்ட் பெயரின் பிரபல்யத்துக்காக வும் விலையைக் கூட்டி வைத்திருந்தார்கள். இது ஒரு விபரீதமான சுழல். விவசாயிகள் தாங்கள் உற்பத்தி செய்ததையே காசு கொடுத்து வாங்கிக் கொண்டார்கள். அது என்னைச் சிறிது யோசிக்க வைத்தது. இது போன்ற நிறுவனங்களில் இருந்து வாங்குவதற்குப் பதிலாக நேரடியாக விவசாயிகளிடமிருந்தே வாங்கிவிடலாமே. சிலவற்றை நாமே உற்பத்தியும் செய்து கொள்ளலாமே என்று எனக்குத் தோன்றியது. அதையே அமல்படுத்தினேன்.

அதோடு நான் சில நாட்டுக் கோழிகள் வளர்த்து வந்தேன். அவற்றைக் கால்நடைகள் அடைக்கப்பட்டிருக்கும் தொழுவத்தில் இஷ்டத்துக்கு

மேயவிடுவேன். கால்நடைகள் மேல் இருக்கும் உண்ணிகளைக் கட்டுப்படுத்த அது சிறந்த வழியாக இருந்தது. சிறு வயதில் பார்த்திருப்போமே... எருமை மாட்டின் மேல் காகமோ மைனாவோ ஹாயாக சவாரி செய்து கொண்டிருக்கும். அப்போது எதற்காக இப்படி ஊர்வலம் போகின்றன என்பது தெரியாது. பிறகுதான் உண்மை புரிந்தது. காகங்கள், கொக்குகள், மைனாக்கள் போன்றவை கால்நடை களின் மேல் இருக்கும் உண்ணிகளை ஒன்றுவிடாமல் கொன்றுவிடும். இன்றைய நவீன பால் பண்ணைகளில் கால்நடைகளை மூடிய கட்டடத்தில் வைத்திருக்கிறார்கள். அங்கு உண்ணிகளின் எண்ணிக்கை வெகுவாக அதிகரித்துவிடுகிறது. ஏனென்றால் அங்கு கொக்குகளோ மைனாக்களோ நுழைய முடிவதில்லை. உண்ணிகளைக் கொல்ல விவசாயிகள் வேதி மருந்துகளைத் தேடி அலைகிறார்கள்! நான் கோழி, பறவைகளைச் சுதந்தரமாக உலவவிட்டுப் பிரச்னையைச் சமாளித்தேன்.

★

இதுபோன்ற படைப்பூக்கம் மிகுந்த யோசனைகள் பண்ணையில் பல புதுமைகளைப் புகுத்த உதவின. ஒருவகையில் புதியதொரு உலகத் தைத் திறந்துவிட்டன என்றே சொல்லலாம். பொருளாதாரரீதியாக விரைவிலேயே நல்ல நிலையை அடைந்தேன். கடன்கள் எல்லா வற்றையும் அடைத்துவிட்டேன். பெரும் பணக்காரராக ஆகிவிட வில்லை. ஆனால், நாலைந்து வருடங்களில் நல்ல நிலைக்கு வந்து விட்டேன்.

பலர் என் பண்ணையைப் பார்க்க பேருந்துகள், மோட்டார் சைக்கிள் கள், கார்கள் எனப் பல வாகனங்களில் வந்தார்கள். விவசாயிகள் வண்டி கட்டிக் கொண்டு வந்தார்கள். பட்டுப் பூச்சி வளர்ப்பில் என்னவெல்லாம் புதுமைகள் புகுத்தியிருக்கிறேன் என்பதைப் பார்க்க கர்நாடகா, ஆந்திரா, தமிழ்நாடு என நம் தேசத்தின் பல பகுதிகளில் இருந்து வந்தார்கள்.

உள்ளூர் பத்திரிகைகள், செய்தித்தாள்களில் நான் செய்த பரி சோதனை முயற்சிகள் பற்றிய கட்டுரைகள் வெளியாகின. உள்ளூர் வானொலிகளில் என் முயற்சிகள் பற்றி நிகழ்ச்சிகள் ஒலிபரப் பாகின. என் புதிய வழிமுறைகள் பற்றி விவாதங்கள் நடை பெற்றன. மெள்ளப் பிரபலமடைந்தேன். பல்கலைக்கழகங்களில் கருத்துரை நிகழ்த்தினேன். பட்டுப் பூச்சி வளர்ப்பு கருத்தரங்கு களில் பேசினேன். ஒரு விவசாயியாக என் அனுபவங்களைப் பத்திரிகைகளில் எழுத ஆரம்பித்தேன்.

சர்வதேச ரோலக்ஸ் கமிட்டி மூன்று துறைகளில் புதுமையான, முன்னோடியான சாதனைகள் செய்தவர்களுக்கு விருதும் பண முடிப்பும் கொடுத்தது. முதலாவதாக, மக்களின் வாழ்க்கையை மாற்றி அமைத்த தொழில்நுட்பக் கண்டுபிடிப்புகள். இரண்டாவதாக, உலகம் குறித்த நம் புரிதலை மேம்படுத்திய சாகசங்கள், கண்டுபிடிப்புகள். மூன்றாவதாக, உள்ளூர் சுற்றுச் சூழலைப் பாதுகாத்து மக்களின் வாழ்க்கைத் தரத்தை உயர்த்த உதவிய களப்பணிகள். மூன்று வருடங்களுக்கு ஒருமுறை அந்த விருது வழங்கப்பட்டது. அதன் பெயர் ரோலக்ஸ் லாரியேட் விருது.

நான் செய்த செயல்களைப் பட்டியலிட்டு என் பெயரை அந்த விருதுக்கு அனுப்பலாமா என்று ஒருவர் அனுமதி கேட்டார். சரி என்று சொன்னேன். ரோலக்ஸ் கமிட்டியில் இருந்து என் பண்ணையைப் பார்வையிட ஒரு குழு வந்தது. என்னைச் சந்தித்தார்கள். என் பணியை மாநிலத்தில் பிற சாதனையாளர்களுடைய பணிகளோடு ஒப்பிட்டுப் பார்த்தார்கள். இந்திய அறிவியல் கழகத்தில் பேராசிரியராக இருந்த டாக்டர் உடுப்பி சீனிவாசனைப் பார்த்தார்கள். அவர் சுற்றுச் சூழல் தொடர்பான ஆராய்ச்சிகள், புதிய கண்டுபிடிப்புகள் ஆகியவற்றுக்காக மிகவும் புகழப்படுபவர். பட்டுப் பூச்சி வளர்க்கும் தொழிலில் ஈடுபட்ட பலரையும் அந்தக் குழுவினர் சந்தித்தார்கள். 'ஆயிரக்கணக்கான விண்ணப்பங்கள் வந்திருக்கின்றன. அதில் 100 பேரை முதல் கட்டமாகத் தேர்ந்தெடுத்திருக்கிறோம். உலகம் முழுவதிலும் இருந்து வந்துள்ள அந்த விண்ணப்பங்களில் இருந்து சிறந்த நபரைக் கடைசியாகத் தேர்ந்தெடுத்து ஸ்டீல்-தங்கம் கலந்த ரோலக்ஸ் வாட்சும் பண முடிப்பும் பரிசாக அளிப்போம்' என்று சொன்னார்கள். 1996-க்கான ரோலக்ஸ் விருது எனக்குத் தரப்பட்டது. இந்த என் முயற்சிகள், சூழலுக்கு உகந்த முறையில் விவசாயம் செய்வதில் இருக்கும் நன்மைகளை எல்லாருக்கும் எடுத்துச் சொல்லி மக்களிடையே விழிப்பு உணர்வை ஏற்படுத்தும் என்ற சந்தோஷம் எனக்குக் கிடைத்தது. பரிசுப் பணத்தைவிட அதுவே எனக்கு மிகவும் மகிழ்ச்சியைத் தந்தது.

நவீனத் தொழில்நுட்பங்கள், நவீன விவசாய வழிமுறை ஆகியவற்றுக்கு எதிராக ஒருவர் பேசினால் உடனே அவரைப் பழமை வாதியாக முத்திரை குத்தும் வழக்கம் இருக்கிறது. விவசாயிகள் இந்த உணர்வுகளைக் கண்மூடித்தனமாகப் பின்பற்ற வேண்டாம் என்றே சொல்கிறேன். புத்திசாலித்தனமாக சிந்திக்க வேண்டும். நவீன வழிமுறைகள் வாங்கிய கடனை அடைக்கக்கூட வழி காட்டப் போவதில்லை. அதோடு அவை கடனுக்கு மேல் கடன் என்ற குழியில் தள்ளிவிடும். சூழலுக்குக் கேடு விளைவிக்கும். விளைச்சல் மோசமாக

இருக்கும். நிறைய உரம், நிறைய பூச்சிக் கொல்லிகள் என்பவை மண்ணையும் சூழலையும் மேலும் மோசமாக்கவே செய்யும். மண்ணையும் அதில் கலந்திருக்கும் சத்தையும் அது அழிக்கும். விவசாயம் என்பது ஒரு தொழிற்சாலையல்ல. அதில் பங்கு பெறும் அனைத்துமே உயிருள்ளவை. இந்த எண்ணம் ஒருவருக்கு இருக்க வேண்டும்.

இயற்கையோடு இணைந்து செயல்படுதல், உள்ளுணர்வைப் புரிந்து கொள்ளுதல், பூச்சிகளின் செயல்பாடுகள் போன்றவை என் எதிர்கால வர்த்தகத்துக்கு நல்ல அடித்தளம் அமைத்துக் கொடுத்தன. வியாபாரம் செழிப்பாக வளர வேண்டுமென்றால், சரியான சூழலை உருவாக்கிக் கொள்ள வேண்டும். பிற்காலத்தில் நான் ஆரம்பித்த குறைந்த கட்டண விமானப் போக்குவரத்து போன்ற பிற வர்த்தகங்களின் விதைகள் அங்குதான் ஊன்றப்பட்டன.

★

பண்ணை ஓரளவுக்குத் தன்னிறைவு பெற்றதும் ஹஸனுக்கு இடம் மாறினேன். அங்கிருந்து பண்ணைக்கு அடிக்கடி வந்து போனேன். ஹஸனுக்குப் போனதற்கு ஒரு முக்கிய காரணம் இருந்தது. என் மகள். திருமணமான இரண்டு வருடங்கள் கழிந்த பிறகு மூத்த மகள் பல்லவி பிறந்தாள். பண்ணையில் வளரும் பிற குழந்தைகளைப் போலவே அவளும் வளர்ந்தாள். கிராமத்துக் குழந்தைகள் பசுக்கள் கன்று ஈனுவதையும் காளைகள் பசுவுடன் இணைவதையும் இயல்பாகப் பார்த்தபடியே வளர்ந்தனர். இயற்கையின் வழிமுறைகளை மிகவும் இயல்பான முறையில் சுதந்தரமாக அவர்கள் தெரிந்துகொண்டு வளர்ந்தனர். இப்போது அவளுக்கு அடுத்தகட்டக் கல்வியைக் கொடுக்க வேண்டிய கடமை எனக்கு உருவானது.

பால் பண்ணைத் தொழிலைத் தொடருவதில் எனக்கு ஒரு குழப்பம் ஏற்பட்டது. டாக்டர் குரியன் ஆரம்பித்து வைத்த வெண்மைப் புரட்சி, பால் பண்ணையாளர்களை வெகுவாகக் கவர்ந்திருந்தது. ஆனால், அந்த சாதனைக்கு ஓர் இருண்ட மறு பக்கமும் உண்டு.

பசுக்கள் எல்லாமே செயற்கை முறையில் கருத்தரிக்கப்பட்டன. இந்தியாவில் இருந்த பசுக்கள் இந்திய சூழலுக்கு வெகுவாகப் பழக்கப்பட்டுவிட்டிருந்தன. ஆனால், அவை அப்படி ஒன்றும் அதிக அளவில் பால் சுரக்காது. அதிக பலம் கொண்டவையும் அல்ல. பராமரிப்பு அதிகம் தேவைப்படாது. வறட்சியை நன்கு தாங்கும் வலிமை கொண்டவை. இந்தியாவில் பசுக்களை வளர்த்து வந்தவர்கள் அதற்கெனப் பெரிதும் செலவழிக்க வேண்டிய அவசியம் இருந்திருக்க

வில்லை. ஊரில் இருக்கும் புறம்போக்கு நிலங்களில் மேயவிடுவார்கள். இழை தழைகளை வெட்டிக் கொண்டு வந்து போடுவார்கள். அவ்வளவுதான். இதில் வேடிக்கையான ஒரு விஷயம் என்னவென்றால், பால் பண்ணை ஆரம்பித்த பல விவசாயிகள் நஷ்டத்திலேயே விழுந்திருக்கின்றனர். செயற்கை முறையில் கருத்தரிக்கப்பட்ட பசுக்களைக் கொண்டு ஆரம்பிக்கப்பட்ட பண்ணைகள் எல்லாமே தோல்வியிலேயே முடிந்திருக்கின்றன. அதிக பால் கறக்கப்படுவதால் ஏற்படும் கால்சியம் இழப்பை ஈடுகட்ட அந்தப் பசுக்களுக்கு அடிக்கடி கால்சியம் ஊசிகள் போடப்பட்டன. பராமரிப்புச் செலவுகளும் அதிகப்படியாக இருந்தன. இதனால், பால் பண்ணை நடத்துபவருக்குக் கிடைக்கும் வருமானம் செலவுகளுக்கே போதாமல் இருந்தது. இதுதான் பால் பண்ணை ஆரம்பித்தவர்களின் கதி.

ஆனால், பால் மாடு வளர்ப்பவர்களைக் கூட்டுறவு சங்கத்தின் கீழ் ஒன்றிணைத்ததில் டாக்டர் குரியனின் பணி மிகவும் பாராட்டத் தகுந்ததுதான். இடைத்தரகர்கள் இல்லாமல் மாடு வளர்ப்பவர்களே நேரடியாக விற்பனை செய்து லாபத்தைப் பெற வழி செய்து கொடுத்தார். நாட்டின் ஒட்டு மொத்த பால் வளத்தையும் ஒருங்கிணைக்கும் சாதனையையும் அது செய்தது. குரியனின் சாதனைக்கு ஈடு இணையாக வேறு எதையுமே சொல்ல முடியாது. ஆனால், தேசிய பால் அபிவிருத்திக் கழகம், இது தொடர்பான மாநில அமைப்புகள் எல்லாம் செயற்கைக் கருத்தரிப்பு முறையைக் கண் மூடித்தனமாகப் பரப்பின. இதனால் நம் நாட்டின் பாரம்பரியக் கால்நடைகள் இல்லாமல் போய்விட்டன.

உள்ளூர் பசு வகைகள் தினமும் 2-3 லிட்டர் பால் மட்டுமே கொடுத்தன. ஆனால், இறக்குமதி செய்யப்பட்ட கலப்பினப் பசுக்கள் 25-30 லிட்டர் பால் கறந்தன. உள்ளூர் பசுக்கள் ஊரெல்லாம் அலைந்து திரிந்து கிடைத்ததையெல்லாம் உண்ணும். அது தரும் இரண்டு மூன்று லிட்டர் பால் அவருக்கு முழுவதுமே லாபம்தான். ஏனென்றால், அவர் அதற்கு ஒரு பைசா கூடச் செலவழிப்பது கிடையாது. தேசிய பால் அபிவிருத்திக் கழகத்தின் தீவிர நடவடிக்கைகளால் இன்று உலகிலேயே அதிக பால் உற்பத்தி செய்யும் நாடாக இந்தியா இருக்கிறது. ஆனால், இது என்னவெல்லாம் பின்விளைவுகளை ஏற்படுத்தப்போகிறது என்று யாருக்கும் தெரியாது.

'ஆனந்த்' என்ற அமைப்பை உருவாக்கிய டாக்டர் வர்கீஸ் குரியனின் சாதனையால் நம் நாட்டு விவசாயிகளின் வாழ்க்கை முறை அடியோடு மாறிவிட்டது. ஆனந்த் கூட்டுறவு ஒரு பிராண்ட் பெயரை உருவாக்கிவிட்டது. விநியோகத்துக்கும் அருமையான கட்டமைப்பை உருவாக்கிவிட்டிருக்கிறது. பால் மாடு வளர்ப்பவர்களுக்கு சொந்தக் காலில்

நிற்கும் பலத்தையும் தந்துவிட்டிருக்கிறது. ஆனால், செயற்கைக் கருத்தரித்தலை அளவுக்கு அதிகமாகச் செய்துவிட்டார்கள். உள்ளூர் பசுக்கள் அனைத்தையுமே அந்த முறையிலேயே கருத்தரிக்கச் செய்து விட்டனர். வெளிநாட்டுக் காளைகள் மீது இருந்த அதீத ஆர்வத்தினால் உள்ளூர் காளைகள் புறக்கணிக்கப்பட்டுவிட்டன. அம்ரித்மஹால், ஹாலிக்கர், ஓங்கோல், காங்கேயம் போன்ற காளை வகைகளை நாம் மெள்ள இழந்துவிடும் அபாயம் ஏற்பட்டுள்ளது.

புதிய பரிசோதனை ஆரம்பம்

நான் பல்வேறு தொழில்களில் மிகுந்த ஆர்வத்துடன் ஈடுபட்டேன். அப்போதெல்லாம் ஒவ்வொரு இடத்துக்கும் என்ஃபீல்ட் மோட்டார் பைக்கில் போய் வருவேன். ஒருமுறை என் பைக் பழுதடைந்து விட்டது. ஹஸனுக்குப் பழுது பார்க்க எடுத்துச் சென்றேன். வழக்கமாகப் பழுது பார்க்கும் கடையை மூடிவிட்டார்கள். என்ன விஷயம் என்று கேட்டபோது டீலர்ஷிப்பை ரத்துசெய்துவிட்டதாகத் தகவல் கிடைத்தது. என் மனத்தில் உடனே ஒரு கேள்வி எழுந்தது. டீலர்ஷிப்பை ஒரு நிறுவனம் என்ன காரணத்துக்காக வேண்டுமா னாலும் நிறுத்திக் கொள்ளலாம். ஆனால், வாடிக்கையாளர்களுக்கு சேவையை எந்தவகையிலாவது தந்துதானே ஆகவேண்டும். ஹஸனில் பலர் என்ஃபீல்ட் வாங்கியிருந்தார்கள். அன்றைய இளைஞர்களின் கனவு வாகனமாக அது இருந்தது. உதிரி பாகங்களுக்கும் பழுது நீக்கவும் இப்போது அவர்கள் யாரைத் தேடிப் போவார்கள் என்ற கேள்வி எழுந்தது. என் மகள் பல்லவியையும் அப்போது ஹஸனில் இருந்த கேந்திரிய வித்யாலயத்தில் சேர்க்கவிருந்தேன். என்னுடைய பைக்கை வேறு அவ்வப்போது சரி செய்ய வேண்டியிருந்தது. பைக் டீலர்ஷிப் எடுக்கும் முடிவை அப்போதுதான் எடுத்தேன்.

ஆனால், பண்ணையை விட்டுவிட்டு ஹஸனில் குடியேற எனக்கு விருப்பம் இருந்திருக்கவில்லை. பண்ணையில் நடக்கும் வேலைகளை நான் பக்கத்தில் இருந்து கவனித்தாக வேண்டும். யாரையாவது நியமித்துப் பார்த்துக்கொள்ள அது ஏதோ ஒரு வேலை அல்ல. என் வாழ்க்கையின், உயிரின் ஓர் அம்சம் அது. நான் நட்ட தென்னைகள் காய்க்கத் தொடங்கும்வரை அங்கேயே இருந்தாக வேண்டும். எனவே, நண்பர்கள் யாரையாவது பைக் டீலர்ஷிப்புக்குக் கூட்டு சேர்த்துக் கொள்ளலாம் என்று முடிவு செய்தேன். ரவி கண்டிகேயின் ஞாபகம் வந்தது. அவர் ஹஸனில் நடமாடும் உணவு விடுதி நடத்தி வந்தார். தாஜ் ஹோட்டல்களில் பணிபுரிந்த அவர் தனியாக வந்து உணவகம் நடத்தி வந்தார். அடிக்கடி அவருடைய கடைக்குப் போவேன். என்

அனுபவங்கள், யோசனைகளைப் பகிர்ந்து கொள்வேன். அவரிடம் பைக் டீலர்ஷிப் பற்றிப் பேசினேன். கூட்டு வர்த்தகம் என்ற வகையில் அன்றாடப் பணிகளை அவர்தான் பார்த்துக் கொள்ளவேண்டும் என்று சொன்னேன். ஒருநாள் மாலை ஐந்துமணி வாக்கில் அந்த வர்த்தகத் திட்டம் முடிவானது.

பொதுவாக, எந்தத் தொழிலிலும் நல்ல அனுபவம் இருந்தால்தான் டீலர்ஷிப் எடுக்க வேண்டும் என்று சொல்வார்கள். ஆனால், எனக்கு எந்த அனுபவமும் கிடையாது. அதை ஒரு பிரச்னையாக நினைத்ததும் இல்லை. என்ஃபீல்ட் பைக்கை நாலைந்து வருடங்களாகப் பயன்படுத்தி வருகிறேன். ஒரு வாடிக்கையாளர் அதில் என்ன விரும்புவார் என்பது எனக்குத் தெரியும். ஏனென்றால் நானே ஒரு வாடிக்கையாளர் தானே! இதைவிட வேறு என்ன அனுபவம் தேவை. வாடிக்கையாளர் நலன் சார்ந்த அணுகுமுறையை டீலர்ஷிப்பில் கொண்டுவந்தாலே போதும்... வெற்றி பெற்றுவிடுவேன் என்று நம்பினேன்.

எனவே, பண்ணைக்கு பஸ் பிடித்துத் திரும்புவதற்குப் பதிலாக, அன்று மாலையிலேயே நானும் ரவியும் சென்னைக்குப் புறப்பட்டோம். என்ஃபீல்ட் கார்ப்பரேட் அலுவலகத்துக்கு மறுநாள் காலையில் போனோம். விஷயத்தைச் சொன்னோம். விற்பனை அலுவலகம், பட்டறை, வொர்க்ஷாப் எல்லாவற்றுக்கும் இடம் வேண்டும் என்று சொன்னார்கள். இருக்கிறது என்று சொன்னோம். 24 மணி நேரத்துக்குள் பைக் டீலர்ஷிப் கைக்குக் கிடைத்துவிட்டது. ரவியால் நம்பவே முடியவில்லை.

என் பாணி அதுதான். வாய்ப்பு கதவைத் தட்டும்போது உடனே பயன்படுத்திக் கொண்டுவிடுவேன். போதிய நிதி ஆதாரமோ வேறு வசதி வாய்ப்புகளோ இல்லையே என்று யோசிக்கவே மாட்டேன். நாம் ஒரு விஷயத்தைச் செய்யத் தீர்மானித்து உறுதியாக இறங்கிவிட்டால் உதவிகள், வசதிகள் தானாக வந்து சேரும்.

பெங்களூரு - ஹஸன் - மங்களூர் நெடுஞ்சாலையில் ஒன்பதுக்கு ஆறு மீட்டர் அளவிலான இடத்தை வாடகைக்குப் பிடித்தோம். 600 ரூபாய் வாடகை. 10,000 முன் பணம். வங்கிக் கணக்கில் இருந்த பணத்தைக் கொடுத்து விஷயத்தை முடித்தேன். முன் பாகத்தில் விற்பனை மையம். நெடுஞ்சாலை என்பதால் ரிப்பேருக்கு வரும் வாகனங்களைத் திறந்த வெளியிலேயே போட்டுக் கொள்ளலாம். வொர்க்ஷாப்புக்கான வாடகை மிச்சம்.

அந்நாள்களில் பைக்குகளின் தேவை அதிகமாக இருந்தது. ஆனால், குறைவான எண்ணிக்கையில்தான் சப்ளை இருந்தன. வாடிக்கையாளர்கள் முன்பணம் கொடுத்து வாங்கிக் கொள்வார்கள். எனினும்

எங்களுக்கும் கொஞ்சம் கூடுதல் முன்பணம் தேவையாக இருந்தது. எனவே, வங்கியில் கடன் கேட்டோம். நாங்கள் ஏற்கெனவே கொஞ்சம் முதலீடு செய்திருப்பதைப் பார்த்ததும் கேட்ட கடனை வங்கி உடனே கொடுத்துவிட்டது.

அந்தப் பணத்தை வைத்து 10,000 மதிப்பிலான இரண்டு பைக்குகளை வாங்கினோம். ஷோ-ரூமை அழகாக அலங்கரித்தோம். முந்தைய ஏஜென்ஸியில் பணிபுரிந்த மெக்கானிக் வேலை கேட்டு வந்தார். அவரைத் தலைமை மெக்கானிக் ஆக்கினோம். அவருக்கு 500 ரூபாய் சம்பளம். அலுவலகத்தைக் கவனித்துக் கொள்ள ஒருவரை நியமித்தோம். அவருக்கு ரூ 250 சம்பளம்.

கடைக்குப் பெயர் வைக்க ரொம்பவெல்லாம் சிரமப்படவில்லை. இப்போது அதற்கென்றே பல லட்சங்களைச் செலவு செய்து ஆலோசகர்கள், நிபுணர்களின் உதவியை நாடுகிறார்கள். டாடா, பஜாஜ், ஃபோர்ட் எல்லாம் அப்படியா செய்தார்கள். அவையெல்லாம் அவர்களுடைய அப்பா வைத்த பெயர்கள். அந்தப் பெயரா வெற்றிக்குக் காரணம்... டாடாவும் ஃபோர்டும் உழைத்த உழைப்புதானே காரணம். எனவே, நான் பெயர் வைக்க ரொம்பவும் சிரமப்படவில்லை. மலநாடில் அந்தக் கடை இருந்தது. எனவே, 'மலநாடு மொபைக்ஸ்' என்று பெயர் வைத்துவிட்டேன். இன்றும் அது செயல்பட்டு வருகிறது.

உள்ளூர் எம்.எல்.ஏ, காவல்துறை அதிகாரி ஆகியோரைத் திறப்பு விழாவுக்கு அழைத்தோம். பத்திரிகைகளில் செய்தி கொடுத்தோம். முதல் நாளில் இருந்தே நல்ல வரவேற்பு கிடைத்துவிட்டது. ரிப்பேருக்கும், உதிரிபாகங்கள் வாங்கவும் பலர் வந்தனர். புதிதாக பைக் வாங்கவும் பலர் வந்தனர். எங்களிடம் போதிய முதலீடு இல்லை. முன் பணம் கொடுத்தால்தான் வாங்கித் தரமுடியும் என்று வெளிப்படையாகச் சொன்னோம். அதை ஏற்றுக்கொண்டு பலர் முன்பணம் கொடுத்துப் பதிவு செய்துகொண்டார்கள்.

பள்ளிக்குப் போகாமல், திருட்டுத்தனங்களில் ஈடுபடும் குழந்தைகளைப் பெற்றோரே மெக்கானிக் ஷாப்பில் சேர்த்துவிடுவது வழக்கம். 'பையனை நன்றாகத் தொழில் கற்றுக்கொள்ள வையுங்கள். படிப்பு ஏறமாட்டேன் என்கிறது. சம்பளமெல்லாம் தரவேண்டாம். சாப்பாடு போட்டால் போதும்' என்று சொல்வார்கள். பையன் வம்பு தும்புக்குப் போகாமல், ஒரு தொழில் கற்றுக் கொண்டால் பின்னாளில் ஒரு பெரிய கடை வைக்கும் அளவுக்கு வளர்ந்துவிடுவான் என்ற நம்பிக்கையில் பெற்றோர் அப்படிச் செய்வார்கள். எங்கள் கடைக்கும் அப்படிச் சில சிறுவர்கள் கிடைத்தனர். சிறுவர்களை வேலைக்கு வைப்பதில்

வருத்தமும் இருந்தது. ஆனால், அவர்களுக்கு அந்த வேலையைக் கொடுக்கவில்லையென்றால் தப்பான வழியில் போய் சீரழிந்து விடுவார்கள். அதற்கு நம்மிடம் இருந்தால் தொழிலாவது கற்றுக் கொள்வார்களே என்று நினைத்துச் சேர்த்துக் கொண்டேன்.

நம் நாட்டில் ஒரு வழக்கம் உண்டு. தலைமை மெக்கானிக் எந்த வேலையும் செய்யமாட்டார். நாலுக்கு ஆறு ஸ்பேனரை எடு... எட்டுக்கு பத்து ஸ்பேனரை முறுக்கு... என்று இருந்த இடத்தில் இருந்தே உத்தரவு போடுவார். இந்தச் சிறுவர்கள்தான் உடம்பெல்லாம் கிரீஸ் கறை படிய வேலை செய்வார்கள். அந்த கிரீஸுடனே எல்லா இடத்துக்கும் போய்வருவார்கள். அவர்களை 'கிரீஸ் குரங்குகள்' என்று செல்லமாக அழைப்பார்கள். காலையில் எட்டு மணிக்கு வேலைக்கு வந்தால் மாலை ஐந்து வரை வேலை. மாதத்துக்கு 100 ரூபாய் சம்பளம். வாடிக்கையாளர்கள் டிப்ஸ் கொடுப்பதும் உண்டு. மாதத்துக்கு சுமார் 200-300 ரூபாய் சம்பாதித்துவிடுவார்கள். அன்றைக்கு அது பெரிய தொகைதான்.

★

நாளடைவில் எங்கள் மொபைக்ஸ் நிறுவனம் பெரிதாகிவிட்டது. சிக்மகளூர், கடூர், திப்தூர் எனப் பல இடங்களில் கிளைகள் ஆரம்பித்தோம். லூனா மொபெட்கள், ஹோண்டா ஸ்கூட்டர்கள் எனப் பல வண்டிகளின் டீலர்ஷிப்பையும் எடுத்தோம். ரவி அன்றாட வேலைகளைக் கவனித்துக்கொண்டார். நான் பண்ணையையும் கடையையும் கவனித்துக்கொண்டேன். ரவி ஓய்வு பெற்றதும் ஒரு மேனேஜரை நியமித்தேன்.

என் மகள் பல்லவியின் படிப்புக்காக ஹஸனுக்கு இடம்பெயர்ந் திருந்தோம். அங்குதான் இரண்டாவது மகள் கிருத்திகா பிறந்தாள். பல்லவி அடுத்த கட்டப் படிப்புக்கு பெங்களூருக்குப் போய் அங்கு ஹாஸ்டலில் தங்கிப் படித்தாள். கிருத்திகாவுக்கு மூன்று வயதுதான் ஆகியிருந்தது. பள்ளியில் சேர்க்க இன்னும் ஓரிரு வருடங்கள் இருந்தன. அப்போது பார்கவியிடம் கேட்டேன்: 'நாம் ஏன் திரும்பவும் பண்ணைக்குப் போய்த் தங்கக்கூடாது?' என் மனத்தில் பண்ணையை விட்டு வந்ததில் இருந்தே ஒரு மிகப் பெரிய ஏக்கம், துக்கம் எல்லாம் மனத்தில் இருந்து வந்தது. பார்கவி உடனே கேட்டாள்: 'எப்போது போகவேண்டும்?' 'நாளை காலையிலேயே' என்றேன். உடனே எல்லாவற்றையும் பேக் செய்து புறப்பட்டுவிட்டாள். அவளுக்கும் பண்ணையை விட்டு வந்தது பெரிய வேதனையைத் தந்திருந்தது.

பசுக்கள், செடி கொடிகள், இயற்கைச் சூழல், சூரியன், நிலா, நட்சத்திரங்களோடு நேரடிப் பரிமாற்றம் எனப் பண்ணை வாழ்க்கை

எங்களை வெகுவாக வசீகரித்திருந்தது. ஆனால், ராஜுவுக்கு போன் செய்து, 'நாங்கள் வருகிறோம்' என்று சொன்னதும் அதிர்ந்துபோய் விட்டான். 'சார், இங்கு ஒன்றுமே இல்லையே' என்றான். 'பரவா யில்லை. நாங்கள் கொண்டுவருவதை வைத்து சமாளித்துவிடுவோம். நீ ஒரே ஒரு ராணுவக் கழிப்பறையை மட்டும் தயார் செய்துவை' என்று சொன்னேன். அது வேறொன்றும் இல்லை. நெகிழ்வான மண்ணில் கொஞ்சம் ஆழமான குழி. சுற்றிலும் ஒரு தடுப்பு. அவ்வளவுதான். சொன்னதுபோலவே ராஜு ரெடி செய்தான். கிருத்திகா பிறந்தபோது ஒரு கார் வாங்கியிருந்தேன். 1950-களிலும் 60-களிலும் ஹாலிவுட் கதாநாயகர்கள், 'சர்... சர்...' என்று பறந்த டாட்ஜ் கிங்ஸ்வே செடான் கார். மாட்டுத் தீவனங்கள், நெல்லு மூட்டைகள் இவற்றைச் சுமந்து செல்ல உதவியாக இருந்தது. அதன் முன்னாள் உரிமையாளர் பெட்ரோல் விலை அதிகம் என்பதால் பி-4 டீசல் எஞ்சினைப் பொருத்தியிருந்தார். எனக்கு அதை ஓட்ட மிகவும் பிடிக்கும்.

முதலில் அடுத்த நாள் காலையில்தான் புறப்படுவது என்று தீர்மானித்திருந்தோம். ஆனால், பண்ணை பற்றிய நினைவுகள் வெகுவாக மனத்தை ஆக்கிரமித்ததும் ஏதோ பிளேக் நோய் வந்தால் பயந்து அலறிக் கையில் கிடைத்ததை எடுத்துக் கொண்டு ஓடுவார்களே அதுபோல் அன்றே புறப்பட்டுவிட்டோம். வழியில் இருந்த குக்கிராமங்களில் இருந்தவர்கள் அவ்வளவு பெரிய காரை அதற்கு முன் பார்த்திருக்கவே மாட்டார்கள். அங்கிருந்த சிறுவர்கள் காரைப் பார்த்து 'ஏரோப்பிளேன் காரூ' என்று உற்சாகத்தில் துள்ளிக் குதித்தார்கள். அவர்கள் ஏரோப்பிளேன் என்று சொன்னது ஒரு மிகப் பெரிய தீர்க்க தரிசனம்தான் என்று இப்போது நினைக்கத் தோன்றுகிறது.

அகதி ஒருவர் சொந்த நாட்டுக்குத் திரும்பியது போன்ற மன நிறைவு பண்ணையை அடைந்ததும் கிடைத்தது. எனக்கு மூட நம்பிக்கைகள் கிடையாது. ஆனால், பண்ணை வேலைகளில் ஈடுபடும்போது, ஏதோ ஒரு மிகப் பெரிய வேலைக்கு நாம் தயாராகிக் கொண்டிருக்கிறோம் என்று என் உள்ளுணர்வு சொல்லிக்கொண்டே இருந்தது. ராணுவத்தை விட்டு வெளியே வரும்போது ஏதாவது சாதிக்க வேண்டும் என்ற எண்ணம் மட்டுமே இருந்தது. என்னைப் பொறுத்தவரையில் இலக்கைவிடப் பயணமே சாகசமானது. சவாலானது. எங்கு போய்ச் சேருகிறோம் என்பது முக்கியமே இல்லை. வாழ்க்கையின் மகிழ்ச்சி என்பது ஒவ்வொரு நொடியையும் ரசித்து வாழ்வதில் இருக்கிறது.

★

டைபக் டீலர்ஷிப் கடைக்கு இடம் கொடுத்தவர் பிரபல ஹோட்டல் உரிமையாளர் கஸ்தூரி. தன் பெயரிலேயே ஹோட்டலை நடத்தி

வந்தார். அங்கு கிடைக்கும் செட் தோசை மிகவும் பிரபலம். வெகு தூரத்தில் இருந்தெல்லாம் வந்து சாப்பிட்டுவிட்டுப் போவார்கள். சமூக சேவைகள், கோயில் திருப்பணிகள் ஆகியவற்றிலும் ஆர்வத்துடன் ஈடுபடுவார். ஹஸனில் விநாயகர் சதுர்த்தியை விமரிசையாகக் கொண்டாடுவார்.

மும்பையைப் போலவே கர்நாடகாவிலும் விநாயகர் சதுர்த்தி உற்சாகத்துடன் கொண்டாடப்படும். எனக்கு அதையொட்டி நடக்கும் கலாசார விஷயங்களில் மிகுந்த ஈடுபாடு உண்டு. ஹரி கதா காலட்சேபம் சிறப்பாக நடக்கும். கதாகாலட்சேபம் நடத்துபவராக ஆக வேண்டும் என்பதுதான் சிறுவயதில் என்னுடைய லட்சியமாக இருந்தது. ராமாயண, மகாபாரத காவியங்களில் இருந்து கதைகள் ஆடலும் பாடலுமாகச் சேர்த்துச் சொல்லப்படும். அந்தக் காலத்தில் ஆண் குழந்தைகளுக்கு சம்ஸ்கிருதமும் பெண் குழந்தைகளுக்கு ஆடல் பாடலும் கட்டாயம் கற்றுக் கொடுக்கப்பட்டுவிடும். கோயிலுக்குப் போவதுபோல், பள்ளிக்கு அனுப்புவதுபோல் தவறாமல் இதுவும் நடந்தேறிவிடும். என் அம்மாவுக்கு சங்கீதத்தில் மிகுந்த ஈடுபாடு உண்டு. அவரிடமிருந்து எனக்கும் அந்த ஆர்வம் ஏற்பட்டது. செம்மங்குடி சீனிவாச ஐயர், எம்.எஸ்.சுப்புலட்சுமி, மஹாராஜபுரம் சந்தானம், பீம்ஸென் ஜோஷி, மல்லிகார்ஜுன் மன்சூர் எனப் பலருடைய பாடல்களை விரும்பிக் கேட்பேன்.

ஹோட்டல் பிஸினஸ்

ஹோட்டல் உரிமையாளர் கஸ்தூரி சுமார் எழுபது வயதானவர். வெள்ளைவெளேரென்ற வேட்டியும் சட்டையும் அணிந்திருப்பார். தோளில் ஒரு துண்டும் இருக்கும். ‘கோபி... எல்லாரும் பம்பரம் விடறதுன்னா அதைச் சாட்டையால இறுக்கமா சுற்றி அப்பறம் வீசுவாங்க. நீ என்னடான்னா சாட்டை இல்லாமலே பம்பரத்தைச் சுத்த வைக்கிறாயே’ என்று என்னைப் புகழ்ந்து பேசுவார். ஆனால், உண்மையில் அவர்தான் என்னைவிட சாமர்த்தியசாலி. எனக்காவது நல்ல கல்வி இருந்தது. என் அப்பா என்னை அரும்பாடுபட்டு வளர்த்திருக்கிறார். ராணுவத்தில் பணி புரிந்த அனுபவமும் எனக்கு இருக்கிறது. ஆனால், கஸ்தூரியோ எந்த அடிப்படை வசதிகளும் வாய்ப்புகளும் இல்லாதவர். ஹோட்டலில் க்ளீனராகச் சேர்ந்து மிகப் பெரும் செல்வந்தராக உயர்ந்தவர். அடிக்கடி என் கடைக்கு வருவார். அவருடைய வாழ்க்கையைப் பற்றிச் சொல்லுங்கள் என்று கேட்பேன். உற்சாகத்துடன் சொல்வார்.

ராகவாச்சாரி என்ற அவருடைய உறவினர் ஒருவர் வெகுகாலத்துக்கு முன்பாகவே ஹோட்டல் வைத்து நடத்தி வந்தார். ஹஸனில் மிகவும் பிரபலமான ஹோட்டல் அது. என் அப்பா 75 வருடங்களுக்கு முன் அங்கு சாப்பிட்டதை ஏக்கத்துடன் நினைவுகூர்வார். ராகவாச்சாரி ரயில்வே கேண்டீனும் நடத்தினார். அவர் பிறப்பால்தான் பிராமணரே தவிர நடத்தையால் ரொம்பவும் வித்தியாசமானவர். மது அருந்துவார். சிகரெட் குடிப்பார். ஆசை நாயகி வைத்திருந்தார். அவருடைய ஹோட்டலில் கஸ்தூரி க்ளீனராக சேர்ந்தார். பிறகு வெயிட்டர் ஆனார். ஒருநாள் ராகவாச்சாரியாரையும் அந்தப் பெண்ணையும் பற்றி கஸ்தூரி ஏதோ கிசுகிசு பேசியிருக்கிறார். அது ராகவாச்சாரியாருக்குத் தெரிந்ததும் 'பளார்' என்று அடித்து விட்டாராம். அப்போது கஸ்தூரி கையில் இட்லியும் சாம்பாருமாக யாரோ ஒரு வாடிக்கையாளருக்குப் பரிமாறப் போய்க் கொண்டிருந் தாராம். எல்லாம் கஸ்டமர் மீதும் தரையிலும் கொட்டி ஒரே களே பரமாகிவிட்டதாம். அன்றோடு அடுத்தவரைப் பற்றித் தவறாகப் பேசுவதை நிறுத்திவிட்டாராம் கஸ்தூரி.

ராகவாச்சாரி இறந்ததும் கஸ்தூரி தனியே வந்து 2 மீட்டர் நீளமும் 2 மீட்டர் அகலமும் கொண்ட மிகச்சிறிய இடத்தில் ஹோட்டல் ஆரம்பித் தார். க்ளீனர், சர்வர், சமையல் மாஸ்டர், கல்லாவில் உட்காருபவர் எல்லாமே அவர்தான். இட்லி, தோசை, பொங்கல் என இவரே சமைத்து வாழையிலையில் பரிமாறுவார். படிப்படியாக உழைத்து இரண்டு பெரிய ஹோட்டல்கள் வைக்கும் அளவுக்கு உயர்ந்தார். அந்த மாவட்டத்திலேயே மிகவும் பிரபலமான ஹோட்டல்கள் அவை. ஒரு பெரிய வணிக வளாகமும் அவர் பெயரில் இருந்தது. அவருடைய இடத்தைத்தான் எனக்கு ஷோ-ரூம் வைக்கக் கொடுத்திருந்தார்.

கஸ்தூரியைப் போன்றவர்கள் வெற்றி பெற்றதற்கு அவர்களுடைய தைரியம், திட சித்தம், உற்சாகம், இன்னும் சிறப்பாக, இன்னும் மேலே என்ற சளைக்காத உழைப்பு இவையே காரணம். அதி மேதைகளுக்குக் கூடக் குறுக்கு வழி என்று ஒன்று கிடையாது என்று எமர்சன் சொல்வார். ஆற்றல், ஆர்வம், தைரியம் இவற்றோடு அனுபவமும் சேரும்போது தான் ஒருவர் இலக்கை அடைய முடியும். ஆனால், அதைவிட உண்மையில் அந்த பயணம்தான் மிகப் பெரிய பரிசு.

ஒருநாள், என் ஷோ-ரூமுக்குப் பக்கத்தில் இருந்த இடத்தில் 'இன்னொரு ஹோட்டல் தொடங்க விரும்புகிறேன். உனக்கு விருப்பம் இருக்கிறதா' என்று கேட்டார். நான் ராணுவத்தில் இருந்தபோதே மெஸ், மதுபான விடுதியின் பொறுப்பைக் கவனித்து வந்திருக்கிறேன். எனக்கு உடுப்பி ஹோட்டல்களை மிகவும் பிடிக்கும். அதுவும் போக

என் கடைக்குப் பக்கத்தில் இருக்கும் இடத்தை என் கட்டுப்பாட்டி லேயே வைத்திருக்க விரும்பினேன். ஹோட்டல் நடத்தத் தயார் என்று சொல்லிவிட்டேன்.

ஹஸனில் இருந்த பெரும்பாலான இடங்கள் உடுப்பி ஹோட்டல் காரர்களுக்குத்தான் சொந்தமாக இருந்தது. அந்த ஹோட்டல்களின் உரிமையாளர்களில் பெரும்பாலானவர்கள் க்ளீனராக, சர்வராக தங்கள் வாழ்க்கையை ஆரம்பித்து, அந்த உயர்ந்த நிலையை அடைந்திருக் கிறார்கள். எனவே, ஒரு உடுப்பி ஹோட்டல் ஆரம்பிப்பது மிகவும் சாகச மான விஷயமாக இருக்கும் என்று தீர்மானித்து அதில் இறங்கிவிட்டேன். என்னுடைய பண்ணைக்கு 'ஹேமாவதி' என்று எங்கள் கிராமத்தில் ஓடிய ஆறின் பெயரை வைத்திருந்தேன். அதன் கிளை நதிகளில் ஒன்று 'யகாச்சி.' அதையே ஹோட்டலுக்கு பெயராகச் சூட்டினேன்.

ஹோட்டல் ஆரம்பிக்கப் போகிறேன் என்று தெரிந்ததும் வேறோரு உடுப்பி ஹோட்டலில் பணி புரிந்த சமையல்காரர் வந்து வேலை கேட்டார். தேவையான பணியாளர்களையும் தானே அழைத்து வந்து நிர்வகித்துக் கொள்வதாகச் சொன்னார். எனக்கு ஒரே சந்தோஷம். ஹோட்டலை நிர்வகிப்பது சர்க்கஸ் நடத்துவதைப் போன்றது என்று கஸ்தூரி அடிக்கடிச் சொல்வார். அனுபவம் வாய்ந்த ஒருவர் கிடைத் தால் எளிதில் அந்தப் பிரச்னையில் இருந்து தப்பிவிட முடியும் என்று தோன்றியது. எனவே, அவரிடம் பொறுப்பை விட்டுவிட்டு பிற விஷயங்களில் கவனம் செலுத்தினேன். 'ஹோட்டல் திறக்கும் நாளுக்கு ஐந்து நாள் முன்னதாக ஆட்களை அழைத்துவருகிறேன். உணவுப் பண்டங்களை அன்றிலிருந்தே செய்து பார்க்க ஆரம்பித்துவிடுவோம். ஹோட்டல் திறக்கும் நாளுக்குள் எல்லாவற்றையும் ஒரு ஒழுங்குக்குள் கொண்டுவந்துவிடுவோம்' என்று சொன்னார். அவரை நம்பி நானும் எல்லா ஏற்பாடுகளையும் செய்தேன். உள்ளூர் எம்.எல்.ஏ., கவுன்சிலர் எனச் சிறப்பு விருந்தினர்களை அழைத்தேன். என் நண்பர்கள் உறவினர்கள் அனைவரிடமும் தகவல் தெரிவித்தேன். உற்சாகமாகப் பாராட்டினார்கள்.

ஆனால், சொன்னபடி ஐந்து நாட்களுக்கு முன்னதாகச் சமையல்காரர் வந்து சேரவில்லை. அவரிடமிருந்து ஒரு தகவலும் வரவில்லை. அவரைத் தேடிக் கண்டுபிடிக்கவும் முடியவில்லை. நிச்சயித்த தேதியோ நெருங்கிக் கொண்டிருந்தது. இன்னும் ஓரிரு நாளில் கடை திறந்தாக வேண்டும். பணியாட்கள் ஒருவருமே வந்திருக்கவில்லை. திறப்புவிழாவைத் தள்ளிப் போடும்படி எல்லாரும் சொன்னார்கள். உயிரைக் கொடுத் தாவது நிச்சயித்த தேதியில் கடையை ஆரம்பித்தே தீருவேன் என்று சபதம் செய்தேன்.

என்னிடம் வருவதாகச் சொன்ன சமையல்காரர் வராமல் போனதற்குப் பக்கத்தில் இருந்த ஹோட்டலின் முதலாளி செய்த சதியே காரணம் என்பது தெரியவந்தது. உடனே என் ஆவேசம் இன்னும் அதிகரித்தது. அந்த நேரத்தில் சட்டென்று ஒரு யோசனை தோன்றியது.

என் சகோதரர்கள், சித்தப்பா பெரியப்பா பையன்களை அழைத்தேன். என் 'ஏரோபிளேன்' காரைக் கொடுத்து, 'கல்யாணத்துக்குச் சமைக்கும் நபர்களைத் தேடிப் பிடித்து அழைத்து வாருங்கள். சம்பளம் எவ்வளவு வேண்டுமானாலும் தரத் தயார். ஒரு மாதத்துக்குப் பேசி அழைத்து வாருங்கள். பிறகு பார்த்துக் கொள்ளலாம்' என்று சொல்லி அனுப்பினேன். அதன்படியே கிராமம் கிராமமாகச் சுற்றி அலைந்து ஒருவரைப் பிடித்தார்கள். அவர் தன் குழுவினரைத் திறப்புவிழாவுக்கு முந்தின நாள் இரவில் அழைத்து வந்தார். மள மளவென வேலையை ஆரம்பித்தார்கள். அப்படியாக நிச்சயித்த நாளில் நிச்சயித்த நேரத்தில் ஹோட்டல் ஆரம்பிக்கப்பட்டது.

உடுப்பி ஹோட்டல் நடத்துவது என்பது உங்கள் மகளுக்குத் தினமும் திருமணம் செய்து வைப்பதைப் போன்றது! காலையில் ஐந்து மணிக் கெல்லாம் எழுந்தாக வேண்டும். 100-150 பேருக்கான சாப்பாட்டைத் தயாரித்தாக வேண்டும். இட்லி, தோசை என்றால் நான்கு வகை சட்னி, சாம்பார் இருந்தாக வேண்டும். மதிய உணவு என்றால் பாயசத்தில் ஆரம்பித்து கூட்டு, பொரியல், பச்சடி, ஊறுகாய், சாம்பார், ரசம், மோர், தயிர் என ஒன்றுவிடாமல் இலை நிறையப் பரிமாறியாக வேண்டும். நீங்கள் நேற்றுத்தான் கடையை ஆரம்பித்தவரா... பல வருட அனுபவம் பெற்றவரா... என்பது வாடிக்கையாளருக்கு முக்கியமே இல்லை. அவர்களைப் பொறுத்தவரையில் சாப்பிட உட்காரும்போது உணவு சுவையாக, விதவிதமாகப் பரிமாறப்பட வேண்டும். அதற்காகத்தான் அவர்கள் உணவு விடுதிக்கே வருகிறார்கள். எனவே, அவர்களைத் திருப்திப்படுத்தினால்தான் ஹோட்டல் வெற்றி அடைய முடியும்.

அங்கு இன்னொரு சம்பவமும் நடந்தது. பொதுவாக டேபிள் துடைக்க, தட்டுகள் கழுவ என்று சிறுவர்கள்தான் வேலைக்கு அமர்த்தப்படு வார்கள். அவர்களில் மூன்று பேர் ஒருநாள் திடீரென்று ஓடிவிட்டார் கள். என்ன விஷயமென்றால் பொதுவாக அவர்களைப் போன்றவர்கள் பரீட்சையில் தோற்பதாலோ பெற்றோர் அடிப்பதாலோ கிராமத்தை விட்டு நகரத்துக்கு வந்துவிடுவார்கள். நகரத்தில் அவர்களுக்கு யாரையும் தெரியாது என்பதால் அவர்களுக்கெல்லாம் உடுப்பி ஹோட்டல்கள்தான் முதலும் கடைசியுமான சரணாலயம். தங்கும் இடமும் உணவும் கிடைத்துவிடும். ஆனால், அவர்களுடைய கிராமத்தில் இருந்து யாராவது அந்த ஹோட்டலுக்குச் சாப்பிட வந்து

விட்டால் இந்தச் சிறுவர்களின் கதி அவ்வளவுதான். அவர் உடனே கிராமத்துக்குப்போய் முதல் வேலையாக அந்தச் சிறுவர்களின் பெற்றோரிடம் விஷயத்தைச் சொல்லிவிடுவார். அவர்களும் அந்த ஹோட்டலுக்கு முண்டாசு கட்டிக்கொண்டு அடையாளம் தெரியாத படிக்கு நைஸாக வந்து உட்கார்ந்து, இந்தச் சிறுவன் கண்ணில் தென்படும்வரை எதையாவது ஆர்டர் செய்து காத்திருப்பார்கள். அவன் வந்ததும் சட்டென்று பிடித்து அடித்து வீட்டுக்கு இழுத்துச் சென்று விடுவார்கள். இது பொதுவாக நடக்கும் விஷயம்தான். என் கடையில் இருந்த சிறுவர்களையும் அப்படி யாரோ பார்த்திருக்கிறார்கள் போலிருக்கிறது. ஓடிவிட்டார்கள். ஹோட்டலில் இருந்து அந்த மூன்று சிறுவர்களும் ஓடியபோது பத்து பாத்திரங்களை நானே கழுவினேன். வேறு யாரும் அதற்குத் தயாராக இல்லை.

இந்த மாதிரிச் சிறுவர்களை வேலைக்கு எடுத்தால் இதுதான் பிரச்னை என்று பலர் சொன்னார்கள். ஆனால், அந்தச் சிறுவர்கள் கையில் சிறிய மூட்டையுடன், அழுக்கு ஆடையுடன் ஹோட்டல் வாசலில் வந்து நின்று ஏக்கத்துடன், 'ஏதாவது வேலை இருக்கா சாரே' என்று கேட்கும்போது முடியாது என்று சொல்ல எனக்கு மனம் வராது. இருக்கும்வரை இருந்துவிட்டுப் போகட்டும் என்று சொல்லி விடுவேன். சிலர் அப்படி ஆரம்பித்துச் சொந்தமாக ஹோட்டல் வைக்கும் அளவுக்கு முன்னேறியிருக்கிறார்கள். சிலர் வாழ்க்கை யைத் தொலைத்தும் இருக்கிறார்கள்.

★

பண்ணை வேலைகள்தான் என்னுடைய பிரதான விருப்பமாக இருந்தன. பிற வேலைகளையெல்லாம் வாய்ப்புக் கிடைத்தபோது செய்தேன், அவ்வளவுதான். என் நண்பன் ஒருவன் அமெரிக்காவில் எம்.பி.ஏ. படித்து முடித்திருந்தான். அவன் பெங்களூருவில் பங்குச் சந்தை நிறுவனம் ஒன்றை ஆரம்பித்திருந்தான். ஹஸனில் ஒரு கிளையை ஆரம்பித்து என்னைப் பார்த்துக்கொள்ளச் சொன்னான். ஒரு அலுவலகத்துக்குத் தேவையான எல்லா உள்கட்டமைப்பு வசதியும் என்னிடம் இருந்தன. ஓரளவுக்குச் செல்வாக்கும் பெற ஆரம்பித்திருந் தேன். எனவே உற்சாகமாக பங்குச் சந்தை புரோக்கராக ஓரிரு வருடங்கள் செயல்பட்டேன். பங்குச் சந்தை நுணுக்கங்களைத் தெரிந்து கொள்ள மும்பை பங்குச் சந்தை தலைவர், பெங்களூரு பங்குச் சந்தை தலைவர் ஆகியோரை அழைத்துக் கருத்தரங்கம் நடத்தினேன். செய்தித் தாள்களில் அது பற்றிய தகவல்கள் வெளியாகின. மக்கள் பங்குகளைக் கொண்டு வந்து கொடுத்து விற்கச் சொல்வார்கள். புதிதாக வாங்கித் தரவும் சொல்வார்கள். எனினும், எனக்கு புரோக்கராக இருப்பதில்

விருப்பம் இல்லை என்பதால் ஒருநாள் சட்டென்று எல்லாவற்றையும் இழுத்து மூடிவிட்டேன்.

விவசாய ஆலோசனை மையம்

பட்டுப் பூச்சி வர்த்தகம் வெற்றிகரமாக நடந்துவந்தது. நான் எல்லாருக்கும் தெரிந்த விவசாயியாகிவிட்டேன். தவிர பிற தொழில்கள் செய்ததன் மூலமும் நல்ல செல்வாக்குக் கிடைத்திருந்தது. ரோலக்ஸ் விருது கிடைத்துவிட்டிருந்தது. பத்திரிகைகளில் கட்டுரைகள் எழுதச் சொன்னார்கள். என்னைப் பேட்டி கண்டு வெளியிட்டார்கள். இந்நிலையில் நீர்ப்பாசனம், நீர் மேலாண்மை, தோட்டக்கலை என இந்தத் துறையில் எதிர்காலத்தில் என்னவெல்லாம் செய்ய முடியும் என்று யோசிக்க ஆரம்பித்தேன். ஏற்கெனவே எனக்கு விவசாயத்தில் ஈடுபட்ட நல்ல அனுபவம் இருந்தது. அமெரிக்காவுக்கும் போய்வந்திருந்தேன். எனவே என்ன செய்ய வேண்டும்... என்ன செய்யக் கூடாது என்பது நன்கு தெரிந்திருந்தது. ஓர் ஆலோசனை மையம் ஆரம்பிக்கலாம் என்று தீர்மானித்தேன். நீர்ப்பாசனக் கருவிகளை விற்பதோடு ஒவ்வொரு விவசாயிக்கும் தேவையான ஆலோசனைகளை வழங்குவது அதன் நோக்கம்.

அப்போது 'ஜெயின் இரிகேஷன்' என்றொரு நிறுவனம் செயல்பட்டுவந்தது. நீர்பாசனக் கருவிகள் விற்பனையில் முன்னோடியான நிறுவனம். பாவர் லால் ஜெயின் என்பவர்தான் அதைப் பூஜ்ஜியத்தில் இருந்து ஆரம்பித்து 100 கோடி ரூபாய் வர்த்தகமாக ஆக்கியிருந்தார். மோட்டார் பைக் டீலர்ஷிப் வாங்கியதுபோல் நேராக பாவர் லால் ஜெயினை அவருடைய ஊரான ஜல்காவுக்குப் போய்ப் பார்த்தேன். என்னைப் பற்றி எடுத்துச் சொல்லி ஹஸனுக்கும் பெங்களூருக்குமான டீலர்ஷிப்பை வாங்கிக்கொண்டேன். அவருடைய வாழ்க்கை வரலாற்றை அவருடைய மகன்களிடம் கேட்டுத் தெரிந்து கொண்டேன். விவசாயிகள், பொறியாளர்கள், தோட்டக்கலை பட்டதாரிகள் எனப் பலரையும் ஒன்றிணைத்து ஓர் அமைப்பை உருவாக்கினேன்.

ஜல்காவுக்குப் போகும்போது என் ராணுவ நண்பர் ஹர்ஷா காவோன்கரையும் அழைத்துச் சென்றேன். அவரும் விவசாயத்தில்தான் ஈடுபட்டுவந்தார். புதிய கூட்டமைப்பில் அவரையும் சேர்த்துக் கொண்டேன். 'எஸ்பக் ஆக்ரோ' என்று புதிய ஆலோசனை நிறுவனத்துக்குப் பெயர் சூட்டினேன். ஹஸனிலும் பெங்களூரிலும் இருந்து தொழில்நுட்பப் பிரிவையும் பிறவற்றையும் கவனித்துக் கொள்ள 40-45 பேரைப் பணிக்கு நியமித்தேன். புதிய தொழிலில் கூடுதல் ஆர்வத்துடன்

ஈடுபடுவதற்காக ஹோட்டல், பங்கு வர்த்தகம், பைக் டீலர்ஷிப் என என்னுடைய பிற தொழில்களை ஒவ்வொருவரிடமும் விற்றேன்.

தினமும் காரை எடுத்துக்கொண்டு கிராமம் கிராமமாகப் போவேன். நீர் மேலாண்மை, தோட்டக்கலை தொடர்பான ஆலோசனைகளை விவசாயிகளுக்குக் கொடுத்து ஆர்டர் பிடிப்பேன். என் மேனேஜர் அடுத்த கட்ட வேலைகளைப் பார்த்துக் கொள்வார். ஒரு சேல்ஸ்மேன் போல் சுமார் இரண்டு வருடங்கள் ஒருநாள் கூட விடாமல் ஊர் ஊராகச் சுற்றினேன். ஆல்பர்ட் காமு எழுதிய 'மித் ஆஃப் தி சிசிஃபஸ்' கதை நினைவுக்கு வந்தது. கடவுள் சிசிஃபஸுக்கு தண்டனை கொடுத்தார். ஒரு பெரிய பாறாங்கல்லை மலை உச்சிக்குக் கொண்டு சேர்க்க வேண்டும். அதுதான் தண்டனை. சிசிஃபஸ் கஷ்டப்பட்டு மலைக்கு மேலே கொண்டு சேர்த்ததும் பாறாங்கல் உருண்டு பூமிக்கு வந்துவிடும். மீண்டும் மேலே உருட்டிச் செல்வார். இப்படியே நடந்து கொண்டிருக்கும். அர்த்தமற்ற வேலையைத் தினமும் செய்வதில் இருக்கும் அபத்தத்தைச் சுட்டிக்காட்டும் கதை அது.

இன்றைய நவீன வாழ்க்கையில் எல்லாருமே ஒருவகையில் சிசிஃபஸ் போல்தான் ஆகிவிட்டிருக்கிறார்கள். செய்யும் வேலையில் பலருக்கு விருப்பமே இல்லை. ஆனால், அதில் இருந்து கிடைக்கும் பணத்துக்காகச் செய்து வருகிறார்கள். ஒரு வேலையைச் செய்யும் போது அதில் தன்னால் கொண்டுவர முடிந்த மாற்றம் பற்றி யாரும் சிந்திப்பதில்லை. கண் பட்டை கட்டி வண்டியில் பூட்டிய குதிரை போல் ஒரே பாதையில் மிகுந்த சலிப்புடன் கீழும் மேலுமாகப் போய் வருகிறார்கள். எந்தவொரு வேலையையும் வெறும் வேலை என்று செய்தால் அப்படித்தான் இருக்கும். எதையும் படைப்பூக்கத்துடன் புதிதுபுதிதாகச் செய்து பார்த்தால் அது வெறும் வேலையாக, சுமையாக இருக்காது. இது அனுபவரீதியாக நான் உணர்ந்த உண்மை.

ஒவ்வொரு கிராமம் கிராமமாகப் போனபோது ஒவ்வொரு விவசாயிக்கும் நீரை எப்படிச் சிக்கனமாகப் பயன்படுத்த வேண்டும்... என்ன உரம் போடவேண்டும்... என்ன பயிர் நடவேண்டும் என்று ஆலோசனை சொன்னேன். வேதி உரங்களின் தீமைகள் பற்றித் தெளிவாக எடுத்துச் சொன்னேன். உண்மையில் நான் என் நிறுவனத்தின் கருவிகளை மட்டுமே விற்கவில்லை. அந்த விவசாயிக்கு உதவுவதன் மூலம் ஒட்டுமொத்த சமூகத்தின் நலனுக்குப் பங்காற்றிவந்தேன். செய்யும் வேலையின் முழுச் சித்திரத்தைப் புரிந்துகொண்டு செய்தால் எந்த வேலையும் சுமையாக இருக்காது. இந்தப் புரிதல்கள் என் வாழ்க்கையில் எனக்குப் பெரிதும் உதவின.

4

உலகிலேயே மிகவும் பழமையான தொழில்களில் இரண்டாவது இடம் அரசியலுக்குத்தான் என்று நினைக்கிறேன். முதல் தொழிலுக்கும் அதற்கும் நெருங்கிய தொடர்பு இருப்பதாகவும் எனக்குத் தோன்றுகிறது.

– ரானல்ட் ரீகன்

அரசியல் விளையாட்டுகள்

விவசாயம் தொடர்பான வர்த்தகத்தில் நான் மேலும் தீவிரமாக ஈடுபடலானேன். விவசாயிகள், பண்ணையாட்கள், பால் பண்ணை ஆட்கள், கழுதை மேய்ப்பவர்கள், பட்டுப் பூச்சி வளர்ப்பவர்கள், விவசாய விஞ்ஞானிகள், தொழில்நுட்பத்தினர், உள்ளூர்-மாநில அரசு அதிகாரிகள், பத்திரிகையாளர்கள், சாதாரண மனிதர்கள் என அனைத்துத் தரப்பினருடனும் பழக வாய்ப்புக் கிடைத்தது. சரியாகச் சொல்வதானால் வாழ்க்கையை அதன் எளிமையுடனும் உண்மைத் தன்மையுடனும் தரிசிக்கும் வாய்ப்புக் கிடைத்தது. கடுமையான வறுமை, அதிகாரவர்க்கத்தின் மெத்தனம், லஞ்சம், சாதாரண மனிதர்களின் கடுமையான போராட்டம் என எல்லாவற்றையும் பார்த்தேன். என்ன நடந்தாலும் எளிய மனிதர்களுடைய வாழ்க்கை மிகவும் வேதனை நிறைந்ததாகவே நீடித்து வருவதைப் பார்த்தேன்.

கிராமங்கள் சாலை வசதி இல்லாமல் இருந்தன. பெரும்பாலான சாலைகளை சாலை என்றே சொல்ல முடியாதுதான். சுகாதாரமும் கிடையாது. அதிகப் பணப்புழக்கமும் அரசியல் செல்வாக்கும் நிறைந்த மாவட்டத் தலைநகரங்களிலும் சுகாதாரம் என்பது சுத்தமாகக் கிடையாது.

இந்தக் காலகட்டத்தில்தான் மக்களுக்கு இலவச மின்சாரம் கொடுக்கப் போவதாக அரசாங்கங்கள் சொல்லிக் கொண்டிருந்தன. எனினும்

போதிய மின்சாரம் இருக்கவும் இல்லை. அரசாங்கம், அரசியல்வாதிகள், இடைத்தரகர்கள் என ஒரு பக்கம் ஊழலில் திளைத்தனர். அதற்கு மறு முனையில் வரி கட்டும் சாதாரண மனிதர்கள், அரசின் சேவைகளை எதிர்நோக்கி நிற்பவர்கள், மத்திய-கடைத்தர வர்க்கத்தினர், விவசாயிகள், விவசாயக் கூலிகள் எனப் பலர் இருந்தனர். ஆனால், மக்கள் மீதும் தவறு இருக்கிறது என்று உறுதியாக நம்புகிறேன். சமூகம் சீரழிந்து கிடக்கிறது என்றால் அதை மாற்ற நீங்களும் நானும் என்ன முயற்சி எடுத்திருக்கிறோம்?

வேலை ஆக வேண்டுமென்றால் எல்லாருமே லஞ்சம் கொடுக்கத் தயாராகவே இருக்கிறோம். காசு கொடுத்து வேலை முடிந்துவிட்டால் சந்தோஷம். அதன் பிறகும் முடியாமல் போனால்... என்ற பயம் வேறு வந்துவிட்டது. எனவே, லஞ்சம் வாங்காமல் இருப்பவரே நல்லவர் என்ற நிலைபோய், லஞ்சம் வாங்கி வேலையை முடித்துக் கொடுத்துவிடுபவரே நல்லவர் என்ற நிலை வந்துவிட்டது. இந்தப் பிரச்னையைத் தீர்க்கப் பெரிதாகவெல்லாம் போராட வேண்டிய தேவையில்லை. ஒவ்வொருவரும் லஞ்சம் கொடுக்க மாட்டேன் என்று தீர்மானித்தாலே போதும்.

இந்த நேரத்தில் எனக்கு பாரதிய ஜனதா கட்சியில் இருந்து கட்சியில் சேருகிறீர்களா என்று அழைப்பு வந்தது. காங்கிரஸுக்கு மாற்றாக வர அந்தக் கட்சி முயற்சி செய்துகொண்டிருந்தது. கர்நாடகாவில் காங்கிரஸும் ஜனதாதளமும்தான் வலுவாக இருந்தன. எனவே, பி.ஜே.பி. புதிய நபர்களை நியமித்துக் கட்சியை காலூன்றச் செய்ய முடிவு செய்திருந்தது. நான் ஹஸனில் கொஞ்சம் பிரபலம் என்பதால், அந்த மாவட்டக் கிளைக்குத் தலைவராக இருக்கும்படிக் கேட்டுக் கொண்டார்கள்.

கட்சியில் சேருவதா... வேண்டாமா என்று எனக்குள் குழப்பமாக இருந்தது. எனக்கு மக்கள் சேவை செய்வதில் ஆர்வம் உண்டு. ஆனால், அரசியல்வாதியாகித்தான் செய்ய வேண்டுமா என்ற தயக்கம் இருந்தது. பண்ணை வேலையில் நிறைய ஓய்வு நேரம் கிடைக்கும். எனவே, கட்சிப் பணியில் நாளொன்றுக்கு இரண்டு மூன்று மணி நேரம் செலவிடுவதில் எந்தச் சிக்கலும் இருக்காதுதான். ஆனால், மாற்றத்தைக் கொண்டுவருகிறேன் என்று அரசியலில் இறங்கி நானே மாறிப் போய்விடுவேனோ என்று பயமாகவும் இருந்தது. 'சாக்கடை என்று குறை கூறிக்கொண்டிருப்பதில் எந்தப் பலனும் இல்லை, கேப்டன். இறங்கிச் சுத்தம் செய்யுங்கள்' என்று கட்சியில் இருந்த சில ஆர்.எஸ்.எஸ். தலைவர்கள் சொன்னார்கள். 'உங்களுக்கு மனத்தில் அழுத்தமான ஆர்வம் இருந்தால் ஒருமுறை முயற்சி செய்து பாருங்கள்' என்று பேராசிரியர் திருநாராயணன் சொன்னார். நானும் அந்தச் சவாலை ஏற்றேன். ஆக்கபூர்வமான மாற்றத்தைக் கொண்டுவர முயற்சி செய்வோம் என்று தீர்மானித்தேன்.

ஆனால், வேறு சில விஷயங்களைப் பேசிவிட விரும்பினேன். ஆர்.எஸ்.எஸ்ஸுக்கும் பி.ஜே.பிக்கும் இடையில் நெருங்கிய தொடர்பு இருந்தது. ஆர்.எஸ்.எஸ்ஸின் இந்துத்துவ சார்பு எனக்குப் பிடிக்காத ஒன்று. காந்தி, தாகூர், நேரு ஆகியோர் கனவு கண்ட பன்முகத் தன்மை கொண்ட இந்தியாவையே நேசித்தேன். பல்வேறு மதங்கள், மொழிகள், இனங்கள் எல்லாம் முழு மரியாதையுடனும் சுதந்தர மாகவும் இயங்கும் இந்தியா. அதுபோல், எனக்குக் கடவுள் நம்பிக்கை கிடையாது. கோயிலுக்குப் போகமாட்டேன். கட்சியில் சேர்ந்த பிறகு இதையெல்லாம் மாற்றிக் கொள்ளச் சொல்லி வற்புறுத்தக் கூடாது. என் விருப்பப்படி சுதந்தரமாகச் செயல்பட அனுமதிக்க வேண்டும் என்று கட்சியில் சேர்வதற்கு முன் தெளிவாகச் சொன்னேன். ‘பி.ஜே.பி. எல்லோருடனும் இணைந்து வாழவே விரும்புகிறது. இந்தியாவின் நலனை மட்டுமே அது கருத்தில் கொண்டிருக்கிறது’ என்று அவர்களும் சொன்னார்கள். அப்படியாக ஹஸன் மாவட்டத்தில் இருந்த காந்த்ஸி ஹோப்ளி தொகுதிக்கான பி.ஜே.பி. தலைவராக நியமிக்கப்பட்டேன். கட்சியில் அப்போது எடியூரப்பா, சிவப்பா, அனந்த குமார் என்று சொற்பத் தலைவர்கள் மட்டுமே இருந்தனர்.

காந்த்ஸிதான் என் தொகுதி என்று முடிவு செய்தேன். காந்தி தென் ஆப்பிரிக்காவில் இருந்து வந்ததும் முதல் வேலையாக இந்தியா முழுவதும் பயணம் மேற்கொண்டார். அதுபோல் நானும் என் தொகுதி முழுவதும் சுற்றுப் பயணம் மேற்கொள்வது என்று முடிவு செய்தேன். ஒவ்வொரு கிராமம் கிராமமாக, வீடு வீடாகப் போய்ப் பார்த்துப் பேச வேண்டும். அப்போதுதான் மக்களின் பிரச்னைகள் தெரியவரும். வெறுமனே தேர்தல் நேரத்தில் தெரு ஓரத்தில் மேடை போட்டு முழங்கினால் யாரும் ஏற்றுக் கொள்ள மாட்டார்கள். அதே நேரத்தில் ஒருவர் சமூகத்துக்கு நன்மை செய்ய விரும்பினால் தனியாக இருந்து எதுவும் செய்யவும் முடியாது. ஏதாவது ஒரு கட்சியில் சேர்ந்துதான் செயல்பட வேண்டும். கட்சியில்லாத சமூக சேவகர் ஓடு இல்லாத நத்தையைப் போன்றவர் என்று நினைத்தேன்.

நான் வீடு வீடாகப் போனால் மட்டும் போதாது. மக்களையும் என்னுடன் அழைத்துச் செல்ல வேண்டும். எல்லாரும் அன்றாட வேலைகளில் பரபரப்பாக இருப்பார்கள். நான் கூப்பிட்டால் யார் வருவார்கள்? கிராமங்களில் சும்மா இருக்கும் நபர்கள் என்று பார்த்தால் வயதானவர்கள், நோயாளிகள்தான் கிடைப்பார்கள். கிராமங்களில் பெரும்பாலும் கட்டப் பஞ்சாயத்துகளிலும் அடிதடிகளிலும் ஈடுபடும் சண்டியர்களே தலைவர்களாக இருப்பார்கள். அவர்களுடைய கடைசிப் புகலிடம் அரசியலாகத்தான் இருக்கும். நாடாளுமன்றத்தில் இருப்பவர்களில் பெரும்பாலானவர்கள் இது போன்ற கிராமப்

பின்னணி கொண்டவர்களே. அவர்கள்தான் அரசியலில் ஆர்வத்துடன் ஈடுபடுவார்கள். இதனால் படித்தவர்கள் அரசியலில் இருந்து விலகியே இருக்கிறார்கள்.

வேலை வெட்டி இல்லாத ஒருவர் கிராமத்தில் ஒரு கட்சிப் பணியில் ஈடுபடுவதற்கு என்ன காரணம் என்று யோசித்துப் பார்க்க வேண்டும். கட்சிப் பணி என்பது அவருக்கு வேளா வேளைக்கு உணவு தருவதோடு, சமூகத்தில் ஓர் அடையாளத்தையும் தருகிறது. எதிர்காலம் குறித்த நம்பிக்கையைத் தருகிறது. பெரும்பாலான எம்.எல்.ஏ., எம்.பி.கள் இது போன்ற வழியில் வந்தவர்களாகத்தான் இருப்பார்கள். பட்டப்படிப்புப் படித்து, அரசியல் வரலாறுகளைத் தெரிந்துகொண்டு அரசியலுக்கு விரும்பி வருபவர்களின் எண்ணிக்கை மிக மிகக் குறைவுதான்.

சமீபகாலங்களில் அதிகாரமானது தாகூர்கள், ராஜ்புத்திரர்கள், பிராமணர் கள், கவுடாக்கள் ஆகியோரிடமிருந்து இடை நிலை சாதியினர் வசம் போய்விட்டிருக்கிறது. இந்த வர்க்கமே இந்தியாவில் பெரும்பான்மை யாக இருக்கிறது.

இந்த அரசியல்வாதிகளுக்கு இன்னொரு சாதகமான அம்சமும் இருக்கிறது. இவர்களுக்குக் கிராமத்து வாழ்க்கை மிகவும் நன்றாகத் தெரியும். சட்டை அழுக்காகாமல், அலுங்காமல் குலுங்காமல் வேலை பார்த்துப் போகும் மேல் தட்டினரைவிட இவர்களுக்கு நாட்டு நடப்பு நன்கு தெரியும். எந்தவொரு பிரச்னை என்றாலும் இந்தக் கிராமத்துப் பிரமுகர்கள்தான் தெருவில் இறங்கிப் போராடுகிறார்கள்.

மக்களை ஒன்றிணைப்பதன் மூலமே புதிய வலுவான சமுதாயத்தை உருவாக்க முடியும் என்பதைப் புரிந்து கொண்ட சமீப காலத் தலைவர் களில் நெல்சன் மண்டேலாவே முதலாமவர். இந்தியாவிலும் அந்தப் புரிதல் அரசியல்வாதிகள் மத்தியில் ஏற்பட ஆரம்பித்துள்ளது.

கிராமங்களுக்கு முதலில் என்னுடைய நகர்ப்புற ஆடைகளையே அணிந்து போனேன். அங்கு இருந்தவர்களுக்கு அது அந்நியமானதாகத் தோன்றியது. அதை உணர்ந்ததும் என் ஆடையை மாற்றிக்கொண்டேன். அதற்காகப் பக்கா அரசியல்வாதி போன்ற ஆடைய அணிய ஆரம்பித்துவிடவில்லை. அது என்னை மேலும் அந்நியப்படுத்திவிடும். எனவே, சாதாரண கதர் ஆடைகள், டீ ஷர்டுகள் அணிந்தேன்.

நமது சமுதாயம் பல்வேறு அடுக்குகளையும் பிரிவுகளையும் கொண்டது. பிராமணர்கள் என்றால் அதில் நாலைந்து பிரிவுகள் இருப்பார்கள். லிங்காயத்துகள் என்றால் அதில் ஏழெட்டு பிரிவுகள் இருப்பார்கள். ஆடு மேய்பவர்களில்கூட அவர்களுக்கென்று பல பிரிவுகள் இருக்கும். இவர் கள் அனைவரையும் ஒருங்கிணைத்துச் செயல்பட வேண்டியிருக்கும்.

நூற்றுக்கணக்கான ஆண்டுகளாக இந்தச் சாதிய வாழ்க்கை முறை நீடித்து வந்திருப்பது குறித்து எனக்கு ஆச்சரியமாக இருந்தது. இப்போது நவீனச் சிந்தனையாலும் மதிப்பீடுகளினாலும் அந்த அமைப்பு லேசாக மாற்றத்துக்கு உள்ளாகி வருகிறது.

பொதுவாக ஒரு சாதியைச் சேர்ந்தவர்கள் இன்னொரு சாதியினர் சமைத்ததைச் சாப்பிடமாட்டார்கள். ராஜு, பட்டியல் சாதியைச் சேர்ந்தவன். கட்சிப் பணிக்காக எங்கள் பண்ணைக்குச் சில ஆசாரி, கவுடா சாதியைச் சேர்ந்தவர்கள் வந்திருந்தனர். அவர்கள் ராஜுவின் ஜாதி தெரிந்ததும் சாப்பிட மாட்டோம் என்றார்கள். நான் ராணுவப் பின்புலம் கொண்டவன். இந்தியாவில் சாதி, மதம், வர்க்கம், இனம் என எந்தப் பாகுபாடும் இல்லாமல் இந்தியர் என்ற ஒரே உணர்வால் இணைந்து செயல்படும் இடம் ராணுவம் மட்டும்தான். அந்த சமத்து வத்தைக் கட்சியிலும் என் தொடர்பான செயல்களிலும் கொண்டுவர விரும்பினேன். ராஜு சமைத்த உணவை அவனுடன் அருகில் அமர்ந்து சாப்பிட்டேன். மற்றவர்களும் அதைப் பார்த்துத் தங்கள் மனத் தயக்கத்தை உதறிவிட்டு வெளியே வந்தார்கள். மஞ்சே கவுடாவும் முதலில் ராஜு சமைத்ததைச் சாப்பிடத் தயங்கினார். நாளடைவில் அவரும் அந்தப் பாகுபாட்டில் இருந்து வெளியே வந்துவிட்டார்.

வேலை எதுவும் இல்லாத இளைஞர்களை என்னுடன் அழைத்துக் கொண்டு கிராமம் கிராமமாகப் போனேன். அவர்களுக்குச் சாப்பாடு என் செலவில் தந்தேன். கிராமத்துக்குப்போய் ஊர் மக்கள், பூசாரி, பஞ்சாயத்துத் தலைவர், ஊர்த் தலைவர் என அனைவருடனும் பேசினேன். காங்கிரஸ், ஜனதா தளம் ஆகிய கட்சிகள்தான் நீண்ட காலமாக அங்கு வேரூன்றி இருந்தன. பி.ஜே.பி. மிகவும் புதியதொரு கட்சிதான். நான்தான் முதல் முறையாக பி.ஜே.பி. சார்பில் களமிறங்கி யிருந்தேன். கிராமவாசிகள் அவர்களுடைய வேதனைகளையும் எதிர் பார்ப்புகளையும் பகிர்ந்துகொண்டனர். கூரை வேய்பவர்கள், கால் நடை மேய்ப்பவர்கள், பால் கறந்து விற்பவர்கள், ஆசாரிகள், அரவை மில் நடத்துபவர்கள், விவசாயிகள், விவசாயக் கூலிகள், தேனி வளர்ப்பவர்கள் எனப் பல்வேறு தொழில்களில் ஈடுபடுபவர்கள்தான் தேசத்தின் இயந்திரத்தை உரசல் இல்லாமல் இயங்க வைக்கிறார்கள். ஆனால், அரசாங்கமோ இந்த மனிதர்களின் கடும் உழைப்பையும் அர்ப்பண உணர்வையும் மதிப்பதே கிடையாது. அவர்கள் ஆற்றும் சமூகப் பொருளாதாரப் பங்களிப்பை அங்கீகரிப்பதே கிடையாது.

கிராமங்களில் வேறு வகையான வேலை வாய்ப்புகளை உருவாக்குவது மிகவும் பெரிய, சிரமமான காரியம். அமெரிக்க, ஐரோப்பிய விவசாயி களைப் போல இந்திய விவசாயிகளுக்கு பெரும் லாபம் கிடைக்க

வழியில்லை. அங்கெல்லாம் மூன்று அல்லது நான்கு சதவிகித மக்கள் மட்டுமே விவசாயத்தில் ஈடுபடுகிறார்கள். அதோடு பெரிய பெரிய பண்ணைகளாக (ஆயிரம் ஏக்கர் கணக்கில்) இருக்கும். மனித உழைப்பு என்பது மிகவும் குறைவாக இருந்தாலே போதும். நவீன எந்திரங்களை வைத்துத்தான் எல்லாமே செய்கிறார்கள். நான் அமெரிக்காவுக்குப் போயிருந்தபோது 3000-4000 ஏக்கருக்குக் குறைவான நிலம் கொண்ட வர்களைப் பார்க்கவே முடியவில்லை. போதாத குறையாக அரசாங்க மும் விவசாயிகளுக்கு ஏராளம் மானியங்கள் கொடுத்துவந்தது.

இந்தியா ஒரு விவசாய நாடு. சுமார் 60-70 சதவிகிதம் பேர் விவசாயம் சார்ந்த தொழில்களையே நம்பி இருக்கின்றனர். ஆனால், இங்கு எந்த நவீனத் தொழில்நுட்பமும் கிடையாது. பெருமளவிலான உழைப்பு வீணாகத்தான் போகிறது. 80 சதவிகித விவசாயம் இன்றும் மழையை நம்பியே இருக்கிறது. உற்பத்தி அதிகமாகும்போது விவசாயிகளுக்கு நஷ்டம்தான் ஏற்படுகிறது. கொள்முதல் விலை மிகவும் குறைந்து போய்விடுகிறது. பதப்படுத்தி வைக்கும் வசதிகளும் கிடையாது. வெள்ளம், வறட்சி போன்றவற்றுக்கு எந்த முன் தயாரிப்புத் திட்டங் களும் கிடையாது. உற்பத்தி செய்தவற்றை வெளியிடங்களுக்கு எளிதில் கொண்டு செல்லப் போதிய சாலை வசதியும் கிடையாது.

கரும்புக்கு அதிக நீர் தேவைப்படும். நட்டு அறுவடை செய்ய ஒன்றரை வருடம் ஆகும். சில நேரங்களில் கரும்பை அறுத்து விற்பனைக்கு அனுப்புவதற்கு ஆகும் செலவைவிடக் குறைவான விலையே கிடைக்கும். நஷ்டத்தைக் குறைப்பதற்காக நட்ட கரும்பை அப்படியே எரித்துவிடுவதும் நடக்கும்.

சில நேரங்களில் எல்லா இடங்களிலும் அமோக விளைச்சலாக இருக்கும். அதனாலும் நல்ல விலை கிடைக்காமல் போய்விடும். சந்தைக்கும் விவசாயத்தில் ஈடுபடுபவர்களுக்கும் இடையில் எந்த ஒத்திசைவோ புரிதலோ கிடையாது. அதிகமாக உற்பத்தியான மிளகாயைச் சாலையில் போட்டு அழிப்பதைப் பார்த்திருக்கிறேன். மிளகாய் நெடி காரணமாக அந்தச் சாலை பக்கமே போக முடியாமல் ஆகிவிடும். சிலர் பதுக்கி வைத்து விலை அதிகமாகும்போது விற்று நல்ல காசு சம்பாதிப்பார்கள். அவர்களைக் குற்றம் சொல்ல முடியாது. ஒருவர் எதற்காக நஷ்டத்தில் விற்பனை செய்ய வேண்டும்?

கிராமப்புறத்தில் வாழ்க்கை நசிந்து கொண்டிருந்தது. அரை ஏக்கர், ஒரு ஏக்கர் வைத்திருப்பவர்கள், மழை பெய்யும்போது மட்டும் விவசாயம் செய்வார்கள். மீதி நாட்களில் நிலம் தரிசாகவே கிடக்கும். எந்த வேலையும் இல்லாமல் இருப்பார்கள். குழந்தைகள் பள்ளிக்குச்

சரியாகப் போகமாட்டார்கள். குடும்ப வறுமை காரணமாகப் படிப்பைப் பாதியில் நிறுத்திவிடுவார்கள். படித்து முடித்தாலும் வேலை கிடைக்காது. நான் தேர்ந்தெடுக்கப்பட்டால் இதையெல்லாம் எப்படி மாற்றுவேன் என்று என் மனத்தில் கேள்விகள் எழும்.

விவசாயத்தில் அர்த்தமுள்ள மாற்றத்தை எப்படிக் கொண்டுவருவது? விவசாயிகள் நல்ல வாழ்க்கை வாழ எப்படி வழி செய்து கொடுப்பது? சுகாதாரமான வாழ்க்கையை அவர்களுக்கு எப்படிக் கொடுப்பது? தூய்மையான நீரும், மின்சாரமும் கிடைக்க என்ன செய்யவேண்டும்? இந்தக் கேள்விகள் என் மனத்தை ஆக்கிரமித்தன.

ஆனால், கிராமங்களில் நிலைமை என்னதான் மோசமாக இருந்தாலும் கிராமத்தினரின் உற்சாகமான மனநிலை என்னை மிகவும் ஆச்சரியப்பட வைக்கும். கடனில் சிக்கும் ஒரு சில விவசாயிகள் தற்கொலை செய்து கொள்வது உண்மைதான். ஆனால், பெரும் பாலான விவசாயிகள் மிகவும் உறுதியானவர்கள். திருவிழாக்கள், கேளிக்கைகள் என வாழ்க்கையைக் கொண்டாடுவார்கள். எப்படியும் நல்ல நிலைக்கு வந்து விடுவோம் என்ற அசைக்க முடியாத நம்பிக்கை கொண்டிருப்பார்கள். அவர்கள் உழைப்புக்கு அஞ்சவே மாட்டார்கள். இயற்கையின் தாள லயங்களுடன் மிகவும் இசைவான வாழ்க்கையை வாழ்வார்கள். கிராமத்தில் ஒருவருக்கொருவர் ஒற்றுமையாக உதவிக் கொள்வார்கள்.

இந்தியா ஏன் பிற சில நாடுகளைப்போல் சீரான வளர்ச்சியைப் பெற வில்லை என்ற கேள்வி என் மனத்தில் இருந்துகொண்டே இருக்கிறது. கிராமம் பின்தங்கி இருக்கிறது. நகரம் வளர்ந்துகொண்டே செல்கிறது. இப்படியே நீடித்தால் அமைதியான, நிலையான சமுதாயத்தை உருவாக்க முடியாது.

கிராமம் கிராமமாகப் போனபோது மக்களிடம் அவர்களுடைய மனத்தில் என்ன இருக்கிறது... என்ன பிரச்னை இருக்கிறது என்று கேட்பேன். எனக்கு ஆர்.கே.லட்சுமணன் வரைந்த ஒரு கார்ட்டூன் நினைவுக்கு வந்தது. அதில் எல்லாத் தேவைகளும் பூர்த்தியான ஒரு கற்பனை கிராமத்தைப் பார்த்து ஒரு அரசியல்வாதி அதிர்ந்துபோய்ச் சொல்வார்: 'ஒரு கிராமத்துக்கு எல்லாமே கிடைத்துவிட்டால் நான் என்ன வாக்குறுதிதான் தருவது... எப்படித்தான் தேர்தலில் ஜெயிப்பது?' நல்லவேளையாக எனக்கு அப்படியான எண்ணம் எதுவும் இல்லை. என் கிராமப் பயணத்தை வெறும் வாக்குகளுக்காகச் செய்யவில்லை. தேர்தல் இன்னும் நான்கு வருடம் கழித்துத்தான் வரப்போகிறது. நான் தொடர்ந்து என் பயணங்களை மேற்கொண்டேன்.

ஒருமுறை அடல் பிஹாரி வாஜ்பாய் ஹஸனுக்கு வந்தார். அந்தப் பகுதியின் தலைவர் என்ற வகையில் வாஜ்பாயின் கூட்டத்துக்குப் பெரும் மக்கள் திரளை ஒருங்கிணைக்கும் பொறுப்பு என் வசம் விடப்பட்டது. பிற அனைத்து ஏற்பாடுகளையும் நானேதான் செய்தாக வேண்டும். கட்சியின் மாநிலத்தலைவர் அழைத்துப் பேசினார். 'போதிய நிதி நம்மிடம் இல்லை. எனவே, இருப்பதை வைத்துத்தான் எல்லாம் செய்தாக வேண்டும். பேனர்கள், போஸ்டர்கள், துண்டு அறிக்கைகள் என எல்லாம் தயாரித்தாக வேண்டும். பல்வேறு கிராமங் களில் இருந்து ஆட்களை டிராக்டரிலும் வேன்களிலும் அழைத்து வரவேண்டும்' என்று சொன்னார். தேசியத் தலைவர் பேச வரும்போது மைதானம் காலியாக இருந்தால் நன்றாக இருக்காதே. இதற்காகத்தான் அரசியல் தலைவர்கள் நடிகர்களை உடன் அழைத்துக் கொள்கிறார்கள்.

அதிக மக்கள் கூட்டத்தை அழைத்துவரும் சவாலை ஏற்றுக் கொண்டேன். நிதி ஆதாரங்களையும் நான் திரட்டியாக வேண்டும். பி.ஜே.பியில் இருக்கும் பல்வேறு செல்வந்தர்களைச் சந்தித்தேன். யாரும் கட்சிக்கு நன்கொடை கொடுக்க முன்வரவில்லை. எனவே, லட்சக்கணக்கான ஆட்களை லாரிகளிலும் வேன்களிலும் அழைத்துவரும் திட்டத்தைக் கைவிட்டேன். வாஜ்பாய் மீதும் கட்சியின் மீதும் நம்பிக்கையும் மதிப்பும் உள்ளவர்கள் மட்டும் வந்தால் போதும் என்று தீர்மானித்தேன்.

ஆனால், விளம்பரத்தை மட்டும் முழு வீச்சில் செய்துவிடுவது என்று தீர்மானித்தேன். திறமை வாய்ந்த உள்ளூர் ஓவியர்களை அழைத்து வந்து கிராமம் கிராமமாகப்போய் வரையச் சொன்னேன். அவர்களுக்குப் போகவரச் செலவும் சாப்பாடும்தான் சம்பளம். உள்ளூர் வர்த்தகர்களும் சிறிய அளவில் உதவி புரிந்தார்கள். நாளை நான் அதிகாரத்துக்கு வந்தால் அவர்களுக்குப் பலன் கிடைக்கும் என்ற ஆர்வத்தில் செய்தார்கள். மத்திய மாநில அரசுகள் கொடுக்கும் பணமானது பஞ்சாயத்துகளுக்கு வரும். நலத்திட்டப் பணிகளுக்கு அந்தப் பணத்தைச் செலவிடும்போது காண்ட்ராக்ட்கள், ஒப்பந்தங்கள் எல்லாம் கட்சிக்காரர்களாகப் பார்த்தே தரப்படும். அதில் சொற்பமே வளர்ச்சிப் பணிகளுக்குச் செலவிடப்படும். இதுதான் நம் நாட்டில் வழக்கம். எனக்கு ஆதரவு தந்த பெரும்பாலானவர்கள் இந்த எண்ணத்துடனே உதவினார்கள். ஆனால், நான் அவர்களுடைய செயலுக்கு ஒருபோதும் ஆதரவு தரமாட்டேன் என்று தெளிவாகச் சொல்லிவிட்டேன். ஆனால், பிற அரசியல்வாதிகள் அப்படிச் செயல்படும்போது நான் மட்டும் நேர்மையாக எப்படி இருக்க முடியும்... இப்படி இருந்தால் என்னால் வெற்றி பெற முடியுமா என்ற கேள்விகள் முளைத்தன. தவறான வழியில் போய் ஜெயிப்பதைவிட நேர் வழியில் போய்த் தோற்பதே மேல் என்பதே என் கொள்கை.

வாஜ்பாய் குறிப்பிட்ட நேரத்தில் வந்து சேர்ந்தார். அலை கடலென மக்கள் திரண்டு வந்து என் மானத்தைக் காப்பாற்றினார்கள்.

இந்தத் தேர்தலின் மூலம் நடந்த நல்ல விஷயம் என்னவென்றால், என் கன்னட மொழி மேம்பட்டது! ஒவ்வொரு கிராமத்திலும் புதிது புதிதாக உரை தயாரித்துப் பேசினேன். என் தாய்மொழிப் புலமை நன்கு வளர்ந்தது. அரசாங்கத்தையும் பிற கட்சிகளையும் அனல் பறக்க விமர்சித்தேன். கையை உயர்த்தி, காற்றில் குத்தி கோஷங்கள் போட்டேன். என் கனவுகளை உற்சாகத்துடன் முன்வைத்தேன். கூட்டங் களை முடித்துவிட்டுத் தனியறையில் படுத்துக் கொள்ளும்போது நானும் வழமையான அரசியல்வாதியாகிக் கொண்டிருக்கிறேனோ என்ற பயம் லேசாக வந்து போகும். ஆனால், என் மன வலிமை மீதும் நேர்மை மீதும் நம்பிக்கை இருந்தது. எத்தனை ஆண்டுகள் நீரின் அடியில் இருந்தாலும் கல்லின் இயல்பு மாறாது. எத்தனை சமரசங்கள், ஊழல்களுக்கு மத்தியில் நான் இருந்தாலும் என் ஆன்மா கறை படாது. அந்த நம்பிக்கை எனக்கு இருந்தது.

திரு வாஜ்பாய், ஹஸனுக்கு வந்தபோது இரவு உணவுக்கு என் வீட்டுக்கு வந்தார். ராமச்சந்திர கவுடா, அனந்த குமார், எடியூரப்பா, வி.எஸ்.ஆச்சார்யா போன்ற மாநில பி.ஜே.பி. தலைவர்கள் அவருடன் வந்திருந்தார்கள். அந்த நாட்களில் அரசு சார்பில் நடத்தப்பட்ட தூர்தர்ஷன் மட்டுமே ஒளிபரப்பாகிக் கொண்டிருந்தது. இரவு உணவின் போது காரசாரமாக விவாதித்தோம். ‘வாஜ்பாய்ஜி... இன்றைய அரசாங்கம் ஊடகத் துறையைத் தவறாகப் பயன்படுத்துவதாகக் குற்றம்சாட்டுகிறீர்களே... நீங்கள் அதை மாற்றிக் காட்டவேண்டியது தானே? நீங்கள் பிரதமரானால் நூற்றுக்கணக்கான தொலைக்காட்சி சேனல்கள், ரேடியோ நிலையங்களை ஒளிபரப்ப அனுமதிப்பேன் என்று அறிவிக்க வேண்டியதுதானே?’ என்று கேட்டேன். வாஜ்பாய் அதிர்ந்துவிட்டார். பிறகு சுதாரித்துக்கொண்டு மெதுவாகக் கேட்டார்: ‘இளைஞனே, நீ சொல்வதுபோல் அனுமதிப்பதாக வைத்துக்கொள். தீவிரவாதிகளின் கைக்கு டி.வி. ஸ்டேஷன் போய்விட்டால் என்ன ஆகும் என்று யோசித்துப் பார்’ என்றார். உடனே பதில் சொன்னேன்: ‘ஆயிரம் ஸ்டேஷன்களைக் கைப்பற்றுவதைவிட இப்போது இருக்கும் ஒன்றைக் கைப்பற்றுவது அவர்களுக்கு மிகவும் சுலபம்.’

விவாதம் சூடுபிடித்தது. அவருக்குக் கோபம் வந்தது. என் குரலும் உயர ஆரம்பித்தது. அப்போது யாரோ ஒருவர் என் சட்டையை நாசூக்காகப் பிடித்து இழுத்து, பேச்சை மாற்றும்படி சமிக்ஞை செய்தார். சாப்பிட்டு முடிந்த பிறகு வாஜ்பாயிடம் போய், ‘என்னை மன்னியுங்கள். உங்களைப் புண்படுத்துவது அல்ல என் நோக்கம். முரண்பட்ட கருத்தைத் தெளிவாகச்

சொல்ல விரும்பினேன். அவ்வளவுதான்' என்று சொன்னேன். அவரோ என் தோளில் தட்டிக் கொடுத்தபடி, 'இது போன்ற விவாதங்களையும் கருத்து மோதல்களையும் பெரிதும் விரும்புகிறேன்' என்று சொல்லி வாய்விட்டுச் சிரித்தார். ஒரு தேர்ந்த அரசியல்வாதியின் மனத்தை நெருக்கமாகப் பார்க்கும் வாய்ப்பு அன்று கிடைத்தது. அவர்களும் எல்லாத் துறையில் இருக்கும் நபர்களைப் போலவே நல்ல அம்சங்களும் அல்லாதவையும் கலந்தவர்கள்தான் என்பது புரிந்தது.

அந்த அரசியல் பிரசாரமும் வாஜ்பாயுடனான சந்திப்பும் எனக்குள் தன்னம்பிக்கையை ஊட்டின. பஞ்சாயத்து, தாலுகா, மாவட்டம் என அரசியல் பற்றிய பல்வேறு மட்டங்களிலான புரிதலை அது எனக்குக் கொடுத்தது. தேசிய அளவில், பல்வேறு கட்சிகளைச் சேர்ந்தவர்களையும் சந்திக்கும் வாய்ப்புக் கிடைத்தது. பி.ஜே.பி. அப்போது வளர்ந்து வரும் நிலையில் இருந்தது. தேசிய, மாநில கவுன்சில்களில் உறுப்பினராக இருந்தேன். எனவே, தேசிய அளவில் எனக்கு நல்ல பரிச்சயம் கிடைத்தது. பிரமோத் மகாஜன், வெங்கையா நாயுடு, எல்.கே.அத்வானி எனப் பலரைச் சந்திக்கும் வாய்ப்புக் கிட்டியது.

கொள்கை எதுவாக இருந்தாலும் இந்திய அரசியல் கட்சிகள் எல்லாம் ஒரே அடிப்படையான பிரச்னையைக் கொண்டவையாகவே இருக்கின்றன. அதாவது, எந்தக் கட்சியிலும் உட்கட்சி ஜனநாயகம் சுத்தமாகக் கிடையாது. உலகிலேயே மிகப் பெரிய ஜனநாயக நாட்டில் கட்சிகளுக்குள் ஜனநாயகம் இல்லை என்பது மிகவும் வருந்தத்தக்க விஷயம்தான். வாக்கெடுப்பின் மூலம் இந்திய அரசாங்கம் தேர்ந்தெடுக்கப்படுகிறது. ஆனால், கட்சிகளுக்குள் இந்த வழிமுறை பின்பற்றப்படுவதில்லை.

உட்கட்சிச் செயல்பாடுகள் குறித்து சட்டபூர்வமாக ஓர் அறிக்கையை அரசியல் கட்சிகள் தயாரித்துள்ளன. அதில் உட்கட்சி ஜனநாயகத்துக்கு முக்கியத்துவம் தந்துள்ளன. அதில் கட்சித் தலைவர்கள் தேர்தலின் மூலமே தேர்ந்தெடுக்கப்படவேண்டும் என்றுதான் சொல்லப்பட்டிருக்கிறது. கிராமத் தலைவர்கள் மாவட்டத் தலைவரைத் தேர்ந்தெடுக்க வேண்டும். மாவட்டத் தலைவர்கள் மாநிலத் தலைவரைத் தேர்ந்தெடுக்க வேண்டும். அவர்கள் தேசியத் தலைவரைத் தேர்ந்தெடுக்க வேண்டும். ஆனால், இது நடைமுறையில் பின்பற்றப்படுவதில்லை. கட்சிக்குள் நடக்கும் தேர்தல்களில் சண்டை சச்சரவுகள் ஏற்பட்டுக் கட்சியின் ஒற்றுமையே குலைந்துவிடும் என்று எல்லாக் கட்சிகளும் பயப்படுகின்றன. ஓர் அரசியல் கட்சி தேர்தலில் பெரும்பான்மை வாக்குப் பெற்றால், அந்தக் கட்சியின் பிரதிநிதிகள் வாக்கெடுப்பு முறையில் தங்கள் தலைவரைத் தேர்ந்தெடுப்பதில்லை. யாருக்கு ஆதரவு தருவார்கள் என்று கட்சியின் டில்லி மேலிடத்தால் நியமிக்கப்படும் நபர்கள், தேர்ந்

தெடுக்கப்பட்ட பிரதிநிதிகளைத் தனிப்பட்ட முறையில் சந்தித்துக் கேட்பார்கள். உட்கட்சி ஜனநாயகம் என்பது கிடையாது என்பதால், ஓரங்கட்டப்படுவதாக நினைக்கும் ஒரு தலைவர் நேராகக் கட்சி மேலிடத்துக்கு ராஜினாமா கடிதமொன்றைத் தட்டிவிட்டால் போதும். மேலிடத்தில் இருந்து அழைத்து சுமுகமாகப் பேசி எண்ணெய் தடவி, சோப்பு போட்டு, தேவையான கட்சிப் பதவியைக் கொடுத்து அவருடைய ஆசையை நிறைவேற்றுவார்கள். தேசிய அளவில் ஜனநாயகத்தின் காவலராக வீர முழக்கம் செய்யும் நபர்கள் கட்சிக்குள் சர்வாதிகாரிகளாகச் செயல்படுவது மிகப் பெரிய வேடிக்கைதான்.

★

மாநில சட்டசபைத் தேர்தல் தேதிகள் அறிவிக்கப்பட்டன. காந்த்ஸி தொகுதியில் நிற்கும்படிக் கட்சி என்னைக் கேட்டுக் கொண்டது. மக்கள் தொகை, தாலுகா ஆகியவற்றின் அடிப்படையில் தொகுதிகள் வரையறுக்கப்பட்டிருந்தன. காந்த்ஸி தொகுதியில் 410 கிராமங்கள் இருந்தன. காங்கிரஸும் ஜனதா தளமும் மட்டுமே அங்கு வலுவாக இருந்தன. காங்கிரஸ் எம்.எல்.ஏ. சிவராம் இரண்டாவது முறையாக அந்தத் தொகுதியில் தேர்ந்தெடுக்கப்பட்டிருந்தார். காங்கிரஸ் அந்தத் தொகுதியில் நல்ல செல்வாக்குப் பெற்றிருந்தது. ஜனதா தளத்துக்கு ராமகிருஷ்ண ஹெக்டே, தேவே கவுடா ஆகியோர் தலைமை தாங்கினர். இருவருமே வலிமையானவர்கள். செல்வாக்கு மிகுந்தவர்கள். என் தொகுதியில் கவுடா சாதியினர்தான் அதிகம் என்பதால் தேவே கவுடாவுக்கு நல்ல செல்வாக்கு இருந்தது. அவருடைய மகன்களும் அரசியலில் அவருக்குத் துணையாக இருந்தனர். அடிமட்டம் வரையில் அவர்களுக்கு நல்ல ஆள் பலம் இருந்தது. உண்மையில் போட்டி என்பது அந்த இரண்டு கட்சிகளுக்கு மத்தியில் மட்டுமே இருந்தது.

பி.ஜே.பி-க்கு அப்போது செல்வாக்கு மிகவும் குறைவுதான். பிராமணர்கள் கணிசமாக இருக்கும் மல்லேஸ்வரம் அல்லது பஸவன்குடி அல்லது ஹஸன் போன்ற இடங்களில் போட்டியிடும்படிப் பலரும் எனக்கு ஆலோசனை சொன்னார்கள். ஜாதி வோட்டுகளைப் பெறும் நோக்கம் எனக்கு இருந்திருக்கவில்லை என்பதால் நான் அந்த யோசனையை ஏற்றுக் கொள்ளவில்லை. நான் முன்னாள் ராணுவ வீரன். நன்கு படித்தவன். கடுமையாக உழைக்கக்கூடியவன். ஒரு விவசாயியாகப் பிரபலமடைந்தவன். என் கட்சியைச் சேர்ந்தவர்கள், ‘லட்சிய விவசாயி... லட்சிய ராணுவ வீரர்’ என்று எனக்கான தேர்தல் முழக்கத்தை உருவாக்கியிருந்தார்கள். அதைப் பார்த்ததும் எனக்கு மிகுந்த மகிழ்ச்சி ஏற்பட்டது. என் பக்கம் மக்கள் ஆதரவைத் திரட்ட அது பெரிதும் உதவும் என்று நம்பினேன்.

விவசாயிகள், கிராமத்தினர் ஆகியோரின் மிகச் சரியான தேர்வு நானாகத்தான் இருக்கவேண்டும். காந்த்ஸி தொகுதியில் எனக்கு நல்ல செல்வாக்கு இருந்தது. என் மீது எந்தப் புகாரும் கிடையாது. எனவே, அந்தத் தொகுதியிலேயே நிற்க முடிவு செய்தேன். மிகுந்த உற்சாகத்துடன் தேர்தல் பிரசாரத்தை ஆரம்பித்தேன்.

ஹஸனில் இருந்து வெளியாகும் உள்ளூர் பத்திரிகைகளில் நிறைய செய்திகள் நல்லமுறையில் என்னைப் பற்றி வெளியாகின. ஆனால், கிராமத்தில் இருந்தவர்களுக்கு என்னைத் தெரிந்திருக்கவில்லை. பி.ஜே.பி என்றொரு கட்சி இருப்பதே அவர்களுக்கு அப்போது தெரியாது. அவர்கள் மத்தியில் கட்சிக்குச் செல்வாக்கை ஏற்படுத்தும் பெரும் சவாலை ஏற்றுக்கொண்டேன். ஒரு விவசாயியாக நான் செய்த தீவிரமான பணிகளைப் பற்றி மக்களுக்குத் தெரியவந்தால் என் மீது நல்ல அபிப்ராயம் ஏற்படும் என்று உறுதியாக நம்பினேன். தேர்ந்தெடுக்கப்பட்டால் என்னவெல்லாம் செய்ய முடியும் என்பதை நினைத்து மிகவும் சந்தோஷப்பட்டேன்.

சராசரியாக ஒவ்வொரு வேட்பாளரும் தேர்தல் பிரசாரத்துக்கு சுமார் 15-20 லட்சம் செலவிட்டார்கள். நான் பணத்தைக் குறைவாகச் செலவிட முடிவு செய்தேன். அதை ஈடுகட்ட என் சக்தி, கடின உழைப்பு, குரல் வளம் ஆகியவற்றைப் பயன்படுத்துவது என்று முடிவு செய்தேன். என் தொகுதியில் மூலைமுடுக்கெல்லாம் பிரயாணம் செய்து ஒவ்வொரு வருடனும் தனிப்பட்ட முறையில் பேசினேன். தேர்தலுக்கு மூன்று மாதங்கள் முன்னதாக இரண்டாவது சுற்றுப் பயணத்தை ஆரம்பித்தேன். இன்னொரு பழைய காரை வாங்கிக் கொண்டேன். சில ஆதரவாளர்களைக் கூட்டுச் சேர்த்துக்கொண்டு கிராமம் கிராமமாகப் போனேன். ‘முன்மாதிரி விவசாயியில் இருந்து முன்மாதிரி தலைவர்’ என்ற வாசகம், அதன் பக்கத்தில் என் புகைப்படம் என்று விளம்பரச் சுவரொட்டிகள் அச்சிட்டிருந்தார்கள். தொப்பி, காகித பேட்ஜ்கள் ஆகியவற்றில் என் புகைப்படத்தைப் பொறித்து விளம்பரம் செய்தேன்.

அப்போது நம் நாட்டில் தூர்தர்ஷன் மட்டுமே இருந்தது. ஹஸனில் ஒரு டி.வி டவர் இருந்தது. 15-20 கிலோ மீட்டருக்குள் மட்டும் தெரியும். அதாவது மாவட்டத்தின் எஞ்சிய 90% பகுதி எந்தத் தொலைக்காட்சி ஒளிபரப்பும் இல்லாமல் இருந்தது. எனவே என் வாழ்க்கை, செயல்பாடுகள் குறித்த ஆவணப்படம் ஒன்றைத் தயாரிக்க முடிவு செய்தேன். சில தொலைகாட்சிப் பெட்டிகள், வீடியோ கேஸட் பிளேயர்களை வாடகைக்கு எடுத்துக்கொண்டேன். கிராமங்களில் இந்த ஆவணப்படம் நல்ல பலனைத் தரும் என்று நம்பினேன்.

இரவு பத்து மணிக்குப் படம் காட்டப்போகிறோம் என்று ஒரு கிராமத்தில் அறிவிப்புக் கொடுப்போம். ஒட்டு மொத்தக் கிராமமும் படம் பார்க்கத் திரண்டுவந்துவிடும். ஒரு பெரிய மேடையில் டி.வியை வைப்போம். படம் தொடங்குவதற்கு முன்பாக என்னுடைய ஆவணப் படம் காட்டப்படும். ஒட்டுமொத்தக் கூட்டமும் திரைப்படம் பார்க்கத் தான் வந்திருக்கும். தேர்தல் பிரசாரத்துக்கு அனுமதிக்கப்பட்டிருந்த 20 நாட்களுக்குள் என்னால் எல்லாக் கிராமங்களுக்கும் போய்வர முடிய வில்லை. எனவே, ஆவணப்படத்தையும் ஏதாவது ஒரு திரைப்படத்தை யும் பல கிராமங்களுக்கு அனுப்பி வைத்தேன்.

நிறைய பேர் வந்து பார்க்கிறார்களா என்று என் கட்சியினரிடம் கேட்டேன். 'ஓ...! ஒட்டு மொத்தக் கிராமமும் திரண்டு வந்துவிடும். வயதானவர்கள், நோயாளிகள்கூடப் படுக்கை பாயுடன் வந்து பார்க்கிறார்கள்' என்று சொன்னார்கள். எனக்கு ஒரே சந்தோஷம். எனது ஆவணப்படத்தைப் பார்க்கும் வயதானவரும் நோயாளியும் படுக்கையில் இருந்து துள்ளி எழுந்து, தேசத்துக்காக வீறு கொண்டு களத்தில் குதிப்பதுபோல் கனவெல்லாம் கண்டேன். ஆனால், உண்மையில் அங்கு என்ன நடந்ததென்றால் என் கட்சிக்காரர்கள் ரொம்பவும் சமத்தாக, என் ஆவணப்படம் இல்லாமல் வெறும் படத்தை மட்டுமே பல இடங்களில் விமரிசையாகக் காட்டியிருக்கிறார்கள். ஆவணப்படம் போட்ட இடத்தில் எல்லாம் கிராமத்தினர் அது எவ்வளவு நேரம் ஓடும் என்று கேட்டுத் தெரிந்துகொண்டு, வீட்டு வேலைகளை முடித்துவிட்டு சரியாகப் படம் தொடங்கும் நேரத்துக்கு வந்திருக்கிறார்கள். அப்படியாக என் ஆவணப்படத்தைக் கிராமத்து நாய்கள், ஆடு மாடுகள் ஆகியவையே அசை போட்டபடி முழுவதுமாக உட்கார்ந்து பார்த்திருக்கின்றன!

தேர்தல் பிரசாரத்தின்போது கிராமங்களில் உற்சாகம் கரைபுரண்டு ஓடும். மனைவியுடன் சுமார் 200 கிராமங்களுக்குச் சென்றேன். ஒவ்வொரு கிராமத்திலும் எனக்குப் பாரம்பரிய முறையில் மாலை போட்டு, ஆரத்தி எடுத்து வரவேற்றார்கள். ஊரின் நடுவில் இருக்கும் மைதானத்தில் உரையாற்றினேன். பேசி முடித்ததும் சர்பத் கொடுப் பார்கள். மதிய நேரத்தில் போயிருந்தால் உணவு கொடுப்பார்கள். சில இடங்களில் எங்களுக்குப் பூர்ண கும்ப மரியாதை தரப்பட்டது. 15-20 பெண்கள் தலையில் ஒரு கலசத்துடன் வரவேற்றார்கள். மாவிலை களும் அதன் மேலே தேங்காயும் வைக்கப்பட்டிருக்கும். நாட்டுப்புறப் பாடல் இசைக்கப்படும். இளம் பெண்கள் ஒய்யாரமாக ஆடி வரவேற் பார்கள். வயதில் சிறியவர்கள் என் காலைத் தொட்டுக் கும்பிடுவார்கள். என்னைப் புகழ்ந்து பாடுவார்கள். மிகப் பெரிய கதாநாயகனைப்போல் உணர்ந்தேன்.

பொதுவாக ஒவ்வொரு கட்சியும் பெரிய பேரணிகளை நடத்துவது வழக்கம். கட்சியின் நட்சத்திரப் பேச்சாளர்கள் கிராமங்களில் உரையாற்றி, அடிமட்ட உறுப்பினர்கள் மத்தியில் உற்சாகத்தை ஏற்படுத்துவார்கள். பி.ஜே.பி-யின் சத்ருகன் சின்ஹா என்னுடன் பிரசாரம் செய்ய ஹஸனுக்கு வந்தார். கன்னட நடிகர் ஒருவரும் உடன் வந்தார். மக்கள் பெருந்திரளாகக் கூடும் சந்தைக்கு அருகில் காலை 11 மணிக்குக் கூட்டம் நடக்கவிருந்தது. பெரும் கூட்டம் வரும் என்று எங்களுக்கு நம்பிக்கை இருந்தது.

அப்போது டி.என்.சேஷன் தேர்தல் ஆணையராக இருந்தார். விதிமுறைகளைக் கடுமையாக அமல்படுத்தினார். சத்ருகன் சின்ஹா, ஹஸனில் இரண்டு மூன்று நாள்கள் தங்குவதாகத் தீர்மானிக்கப்பட்டிருந்தது. காலையில் ரொம்ப நேரம் தூங்கும் பழக்கம் உடையவர். அது அனைவருக்கும் தெரிந்திருந்தது, என்னைத் தவிர. ஹஸனில் இருந்த ஐ.டி.டி.சி. ஹோட்டலில் இரவைக் கழித்தார். அங்கிருந்து கூட்டம் நடக்கும் இடத்துக்கு வந்து சேர ஒரு மணி நேரம் ஆகும். காலையில் ஒன்பது மணிக்கு சத்ருகன் சின்ஹாவை அழைத்துவரப் போன நபர்கள் பத்தரை வரை காத்திருந்தும் அவர் புறப்பட்டபாடில்லை. எனக்கோ ஒரே பதற்றமாகிவிட்டது. சத்ருகன் சின்ஹாவும், கன்னட நடிகரும் கூட்டத்தில் பேசுவார்கள் என்று ஏற்கெனவே அறிவித்திருந்தோம்.

கூட்டத்தினர் கோபத்தின் விளிம்புக்குப் போக ஆரம்பித்துவிட்டனர். சத்ருகன் சின்ஹாவோ மதுபான ப்ரியர். முந்தின நாள் இரவில் எக்கச்சக்கமாகக் குடித்துவிட்டிருந்தார்.

ஹோட்டல் கதவை எவ்வளவு தட்டியும் எந்தப் பதிலும் இல்லை என்று எனக்குத் தகவல் வந்தது. கதவை உடையுங்கள் என்று கோபத்தில் சொன்னேன். 11.30 வாக்கில் பிரமாதமாகத் தலைவாரிக்கொண்டு சத்ருகன் சின்ஹா வெளியே வந்திருக்கிறார். நடிகர்கள் எந்த நிலையிலும் தங்கள் அழகும் கவர்ச்சியும் போய்விடக்கூடாது என்று விரும்புவார்களே. ‘இதோ பாருங்கள்... இப்போது ரொம்பவும் நேரமாகிவிட்டது. முதல் இரண்டு கூட்டங்களில் பங்கெடுக்க முடியாது என்று நினைக்கிறேன்’ என்று சொல்லியிருக்கிறார். என் கூட்டத்தைத் தவிர்க்கத் தீர்மானித்திருந்தார். ஆனால், அவர் சொன்ன காரணங்கள் ஏற்புடையதாக இல்லை. நீங்கள் வந்தே தீரவேண்டும் என்று சொல்லச் சொன்னேன். ‘என்னை மன்னித்துவிடுங்கள். என்னால் வரமுடியாது. எனக்கு உடம்பு சரியில்லை. நானும் மனிதன்தானே. என்னாலும் எத்தனை கூட்டங்களில் ஒரே நாளில் பேச முடியும்’ என்று பதிலுக்குக் கேட்டார்.

என் சகோதரர்களிடமும் கட்சிக்காரர்களிடமும் ஒரு விஷயத்தை உறுதியாகச் சொன்னேன். ‘சத்ருகன் சின்ஹாவை வேறு எங்கும் போகவிடாதீர்கள். தரதரவென இழுத்துக்கொண்டு வந்துவிடுங்கள்.

கூட்டத்துக்கு வருவதாக வாக்குக் கொடுத்திருக்கிறார். எனவே, எப்படியானாலும் வந்தாக வேண்டும். தாமதமாக வந்தால் தாமதமாக முடிக்கட்டும்' என்று சொன்னேன். சின்ஹா கடைசியில் வர ஒப்புக் கொண்டார். ஜவகலில் கூட்டம் நடக்க இருந்த மேடையில் நகைச் சுவைத் துணுக்குகள் சொல்லி, பாட்டுப் பாடிக் கூட்டத்தைச் சமாளித்து வந்தோம். சத்ருகன் சின்ஹா மதியம் வாக்கில் வந்து சேர்ந்தார். கன்னடத்தில் மிகவும் வீராவேசமாகப் பேசினேன். நான் பேசியதில் இருந்த பல கன்னட வார்த்தைகள் சமஸ்கிருத வேர் கொண்டவை என்பதால் சத்ருகன் சின்ஹாவுக்கு நன்கு புரிந்தது. 'நீ இவ்வளவு நன்றாகப் பேசுவாய் என்பது தெரிந்திருந்தால் நான் வந்திருக்கவே மாட்டேன்' என்று என்னைப் பாராட்டினார்.

சின்ஹாவும் மிகவும் அருமையாகப் பேசக்கூடியவர். உயரமானவர். திடகாத்திரமான உருவம் கொண்டவர். பார்ப்பவர்களை மயக்கும் தோற்றம் கொண்டவர். தன்னுடைய கம்பீரமான குரலால் கூட்டத் தினரைக் கட்டிப் போடுவதில் வல்லவர். சரளமாக, அட்சர சுத்தமான இந்தியில் வெளுத்துக் கட்டினார். கூட்டம் மெய்மறந்து ரசித்தது.

'உன் ஆட்கள் உண்மையிலேயே என்னைச் சிறைப்பிடித்து இங்கு கொண்டுவந்து சேர்த்திருக்கிறார்கள். உன் துணிச்சலையும் நேர்மையை யும் பாராட்டுகிறேன். உனக்குத் தலை வணங்குகிறேன்' என்று சத்ருகன் சின்ஹா கடைசியில் என்னைப் பார்த்துச் சிரித்தபடியே சொன்னார். கன்னட நடிகரும் உடன் இருந்தார். கூட்டம் நல்லபடியாக முடிந்தது. பேரணி சிறப்பாக முடிந்தது. சத்ருகன் சின்ஹாவும் நானும் நெருங்கிய நண்பர்கள் ஆகிவிட்டோம். எங்கள் நட்பு இன்றும் தொடர்கிறது.

★

இன்னொரு முறை கன்னட நடிகர் ராஜேஷுடன் பிரசாரத்துக்குப் போனேன். காலை 11 மணிக்கூட்டத்தில் பேசவிருந்தேன். காந்த்ஸி கிராமத்தில் அனைவரும் கூடிவிட்டிருந்தோம். ஜவகலில் கால தாமதம் ஆனாலும் கூட்டத்தை எங்களால் நடத்த முடிந்திருந்தது. ஏனென்றால், அன்று அங்கு வேறு பேரணி எதுவும் கிடையாது. ஆனால், காந்த்ஸியில் அப்படி இல்லை. கூட்டத்தைக் குறிப்பிட்ட நேரத்தில் முடித்தாக வேண்டிய கட்டாயம் இருந்தது. அரசியல் தலைவர்கள் கால தாமதமாக வந்து கூட்டத்தை நீண்ட நேரம் நடத்தி மக்களுக்குத் தொந்தரவு கொடுப்பதைத் தேர்தல் கமிஷன் துளியும் விரும்பவில்லை. எந்தச் சலுகையும் யாருக்கும் வழங்க அது தயாராக இல்லை. அப்படி இருந்ததால்தான் எல்லாத் தலைவர்களுக்கும் போதிய பாதுகாப்பும் கொடுக்க முடிந்தது. அரசியல்வாதிகள் காலில் வெந்நீர் கொட்டியது போல் இங்குமங்கும் பறக்க வேண்டியிருந்தது.

நானும் கன்னட நடிகர் ராஜேஷும் பேசி முடித்த பிறகு அதே இடத்தில் கர்நாடகத்தின் மாபெரும் தலைவர் தேவே கவுடாவின் கூட்டம் நடக்க விருந்தது. எங்களுக்குப் பேசுவதற்கு 11லிருந்து 12 மணி வரை நேரம் ஒதுக்கப்பட்டிருந்தது. அவருக்கு 12 மணிக்கு மேல் பேச அனுமதி தரப் பட்டிருந்தது. 'கேப்டன் கோபிநாத்தும் நடிகர் ராஜேஷும் 11 மணிக்குப் பேசுவார்கள்' என்று துண்டுப் பிரசுரங்கள் கொடுத்துவிட்டிருந்தோம். மேடையைச் சுற்றிலும் ஆட்கள் வந்து குவிந்துவிட்டார்கள். அது வட்ட வடிவமான மேடை. நடுவில் ஒரு துணியாலான திரையைக் கட்டியிருந் தார்கள். ஒரு கட்சியின் தலைவர்கள் பேசி முடிப்பது வரை இன்னொரு கட்சித் தலைவர்கள் அந்தத் திரைக்கு மறுபக்கத்தில் இருப்பார்கள்.

எங்கள் கூட்டம் ஆரம்பித்தது. சில தலைவர்கள் என்னை ஆதரித்துப் பேசினார்கள். நான் பேச ஆரம்பித்தேன். அறிமுக உரையை முடிக்கக் கூட இல்லை. படபடவென பட்டாசு சத்தம் காதைப் பிளந்தது. கூட்டம் அதைக் கேட்டதும் ஸ்தம்பித்தது. நான் பேசிக் கொண்டிருந்த மேடையை நோக்கித் திமுதிமுவென தேவே கவுடாவின் ஆதரவாளர் கள் கூட்டம் வந்தது. பின்னால் டிராக்டர்களிலும் மாட்டு வண்டிகளிலும் பெரும் கூட்டம் வேறு வந்து கொண்டிருந்தது. அந்தப் பேரணியின் மேளச் சத்தமும் டிரம்ஸ் சத்தமும் காதைப் பிளந்தன. அந்தக் கூச்சலில் பக்கத்தில் இருப்பவர் பேசுவதுகூட உங்களுக்குக் கேட்காது. அந்தப் பேரணியில் பல கண் கொள்ளாக் காட்சிகளும் இருந்தன. பெரிய மாட்டு வண்டிச் சக்கரம் ஒன்று மஹாவிஷ்ணுவின் சக்கரத்தைப்போல் சுற்றிக் கொண்டிருந்தது. ஏதோ மஹாவிஷ்ணுவே தேவே கவுடாவுக்கு அந்த சக்கரத்தைக் கொடுத்ததுபோல் அதன் நேர் முன்னால் கூப்பிய கரங்களுடன் அவர் பெருமிதத்துடன் நின்று கொண்டிருந்தார். அவருடைய மகன் ரேவண்ணாவும் உடன் இருந்தார். அவரும் ஒரு தொகுதியில் போட்டியிட்டிருந்தார்.

ஹஸன், தேவே கவுடாவின் தொகுதி. மிகப் பெரிய தொண்டர் படை அவருக்கு உண்டு. பொதுப்பணித்துறை அமைச்சராக இருந்திருக்கிறார். கவுடா சாதியினரின் மிக முக்கியமான தலைவர். சக்தி வாய்ந்த அரசியல் பிரமுகர். அதுவரை என்னைப் புகழ்ந்து கோஷங்கள் போட்டுக் கொண்டிருந்த மக்கள் கூட்டம் அவரைப் பார்த்ததும் ஒரு நொடியில் அவர் பக்கம் பாய்ந்துவிட்டது. பி.ஜே.பி கட்சியினர்கூட அந்தப் பக்கம் ஓடிவிட்டனர்! தேவே கவுடாவின் வசீகரம் அந்த அளவுக்கு அனைவரை யும் மயக்கியிருந்தது. மிகவும் தேர்ந்த அரசியல்வாதியான அவருடைய பேச்சைக் கேட்க மைதானம் முழுவதும் கூட்டம் நிரம்பி வழிந்தது. ஆட்டம், பாட்டம், கொண்டாட்டம் என அந்த மைதானமே உற்சாகத்தில் ததும்பியது. உள்ளே போயிருந்த மது பலரை ஆட வைத்தது. அவரது வசீகரம் எஞ்சியவர்களைக் கொண்டாட வைத்திருந்தது.

கன்னட நடிகர் ராஜேஷின் முகம் பேயறைந்ததுபோல் ஆகிவிட்டது. என் காதருகில் குனிந்து 'கூட்டத்தை முடித்துக்கொண்டு போய் விடுவோமா... இங்கேயே இருந்தால் அடி தடியில் போய் முடிந்து விடும்' என்று சொன்னார். ஆனால், நான் அதை மறுத்துவிட்டேன். பொது வாழ்க்கையில் முதல் சவாலை நான் எதிர்கொண்ட நேரம் அது. பயந்து அலறி அடித்து ஓடினால் என் அரசியல் வாழ்க்கை அதோடு அஸ்தமித்துவிடும். என்னுடன் இருந்த நடிகர், திரையில் மட்டுமே சாகசங்கள் புரியக்கூடியவர் என்பது எனக்குப் புரிந்துவிட்டது. அதோடு மிகப் பெரிய அரசியல் தலைவர் ஒருவரை எதிர்க்கப்போகிறேன் என்பதும் எனக்குப் புரிந்தது. டி.என்.சேஷன் மிகவும் நேர்மையான கறாரான அதிகாரி என்பது எனக்குத் தெரியும். அது எனக்கு மிகுந்த தைரியத்தைத் தந்தது.

என் முன்னால் காலியாக இருந்த மைதானத்தைப் பார்த்து நான் பேச ஆரம்பித்தேன். தேவே கவுடாவைக் கிழி கிழியென்று கிழிக்க ஆரம் பித்தேன். என் ஆதரவாளர்களைப் பார்த்து அறைகூவல் விடுத்தேன்: 'திரும்பி வாருங்கள். இது முறையல்ல. தேவே கவுடா அதிகாரத்தில் இருந்து நீக்கப்படவேண்டும் என்பதற்கான மிகச் சரியான காரணமே இதுதான். இந்த அதிகார துஷ்பிரயோகம் தான் எல்லா மட்டத்திலும் நடக்கிறது.'

நான் ஆவேசமாகப் பேசிக்கொண்டே போனேன். தேவே கவுடா எங்கள் மேடைக்குப் பின்புறம் இருந்த ஓய்வு அறைக்கு வந்து சேர்ந்துவிட்டார் என்பது எனக்குத் தெரிந்திருக்கவில்லை. சர்க்கிள் இன்ஸ்பெக்டர் மெதுவாக என்னை நோக்கி வந்தார். ஒரு 20 நிமிடங்கள் மட்டும் உங்கள் பேச்சை நிறுத்துங்கள். தேவே கவுடா பேசி முடித்ததும் நீங்கள் தொடர்ந்து உங்கள் கூட்டத்தை நடத்திக் கொள்ளுங்கள். மக்கள் அனைவரும் உங்கள் பக்கம் வந்துவிடுவார்கள் என்று சொன்னார். தேவே கவுடாவின் கட்சியினரோ என்னைக் கோபத்துடன் முறைத்துப் பார்த்தபடிச் சற்று தள்ளி நின்றுகொண்டிருந்தனர். அவர் கட்சியில் இருந்த சிலருக்கு என்னை நன்கு தெரியும். என் அருகில் வந்து பேச்சை நிறுத்தும்படிப் பணிவாகக் கேட்டார்கள்.

என் முன்னால் மைக் இருப்பதை மறந்து கோபமாகப் பதில் சொன்னேன்: 'என் உயிர் இருக்கும்வரை இந்த மேடையை விட்டு இறங்கமாட்டேன். டி.என்.சேஷனிடம் புகார் கொடுப்பேன். தேவே கவுடாவைத் தேர்தலில் போட்டியிட முடியாமல் செய்துவிடுவேன். தேர்தல் விதிமுறைகளை மீறி நடக்கிறார். காலை 11 மணியில் இருந்து 12 மணிவரை எனக்கு இந்த மேடையில் பேச அனுமதி தரப்பட்டிருக் கிறது. அவர் 12 மணிக்குத்தான் தன் பேச்சை ஆரம்பிக்க முடியும். நான்

இந்த மேடையை அதற்கு முன்பாக விட்டுக் கொடுக்க மாட்டேன். ஒன்று, அவரை 12 மணிவரைக் காத்திருக்கச் சொல்லுங்கள். அல்லது இங்கிருந்து போய்விடச் சொல்லுங்கள்' என்று கத்தினேன்.

'எவரு அவரு?' என்று தன் கட்சியினரிடம் தேவே கவுடா கேட்பது என் காதில் விழுந்தது. பி.ஜே.பி வேட்பாளர் என்று யாரோ பதில் சொன்னார்கள். அவருக்கு நான் ஒரு பொருட்டே இல்லை. அவருடைய போட்டி காங்கிரஸுடன்தான். ஆனால், அவரால் என்னை மீறி அங்கு பேசிவிட முடியாது. நான் துணிச்சலாகப் பேசியதைக் கேட்டதும் கூட்டத்தில் இருந்த பலர் என் பக்கம் வர ஆரம்பித்தனர். அதில் காங்கிரஸ் கட்சியினரும் இருந்தனர். ஒருவர் உற்சாக மிகுதியில், 'நீங்கள் ஒரு புலி... யாருக்கும் அஞ்சாதவர். தொடர்ந்து பேசுங்கள்' என்று கூவினார். இன்னொருவர், 'உண்மையான ஆம்பளை நீங்கதான். நாங்க உங்க பக்கம்தான் இருக்கோம். நீங்க பேசறதைக் கேட்கத்தான் வந்திருக்கோம்' என்று கத்தினார்.

எனக்கு அவை மிகுந்த உற்சாகத்தைத் தந்தன. நான் தொடர்ந்து பேச ஆரம்பித்தேன். 'அவரைப் பேசவிடுங்கள். நான் வேறொரு நேரத்தில் வந்து பேசுகிறேன்' என்று தேவே கவுடா சொன்னார். கட்சியினரோ மிகுந்த கோபத்தில் இருந்தனர். என்னைப் பேச விடாமல் பட்டாசுகளைச் சரமாரியாகக் கொளுத்திப் போட்டனர். தேவே கவுடா நாகரிகமாகத் தன் ரதத்தில் ஏறிப் புறப்பட்டுப் போய்விட்டார். அரசியலில் யாருமே யாருக்கும் தாழ்ந்தவர் அல்ல என்பதை அன்று புரிந்துகொண்டேன். என்னை ஒரு சாதாரணமானவனாக நினைத்து நான் ஒதுங்கிப் போயிருந்தால், தேவே கவுடா போன்ற வலிமையான ஒருவருக்கு முன்னால் என் சட்டபூர்வ உரிமையை என்னால் வென்றெடுத்திருக்க முடியாது.

தேர்தல் முடிந்து வாக்கெடுப்பு ஆரம்பித்தது. அது ஓர் அபாரமான அனுபவம். தேவே கவுடாவின் மகன் ரேவண்ணா உட்படப் பல்வேறு கட்சிகளின் தலைவர்களுடன் வாக்குகள் எண்ணும் மையத்தில் இருந்தேன். மாபெரும் வெற்றி பெறுவேன் என்று திடமாக நம்பினேன். என் ஆதரவாளர்களும் நம்பினார்கள். அவர்கள் அப்படித் திடமாக நம்பியதற்கு ஒரு காரணம் உண்டு.

கிராமங்களுக்கு நான் பிரசாரத்துக்குப் போனபோது மக்கள் என்னை வரவேற்றுக் கோயிலுக்கு அழைத்துச் செல்வார்கள். தலைமைப் பூசாரி எனக்காகப் பிரார்த்தனை செய்ததாகச் சொல்வார். நீங்கள் கட்டாயம் வெற்றி பெறுவீர்கள் என்பார். எப்படி இவ்வளவு உறுதியாகச் சொல்கிறீர்கள் என்று கேட்பேன். சிவலிங்கத்தின் உச்சியில் ஒரு மலரை வைத்தேன். அது வலது பக்கம் விழுந்தது. உங்களுக்கு வெற்றி நிச்சயம் என்பதற்கு இதைவிட ஆதாரம் வேறென்ன வேண்டும் என்பார். வழக்கையான

பரப்பில் பூவை வைத்தால் கீழே விழத்தானே செய்யும் என்று என் தர்க்க மனம் பதில் சொல்லும். அதை நான் சொன்னால், 'வலது பக்கம்தானே விழுந்தது... இடது பக்கம் ஏன் விழவில்லை' என்று அதற்கும் ஒரு பதில் அவரிடம் இருக்கும். இது போன்ற விஷயங்களில் எனக்கு நம்பிக்கை கிடையாது. இருந்தாலும் பூசாரி சொன்னது உண்மையாக இருக்குமோ என்ற எண்ணம் லேசாக மனத்துக்குள் வந்து போனது நிஜம்தான்.

'ஜோதிடரின் தினம்' என்ற ஆர்.கே. நாராயணனின் கதை என் நினைவுக்கு வந்தது. ஒரு கிராமத்தான் தன் கிராமத்தைச் சேர்ந்த இன்னொருவரைக் கொன்றுவிடுகிறார். தண்டனைக்குப் பயந்து நகரத்துக்குத் தப்பி ஓடிவிடுகிறார். அவருக்கு எந்த விசேஷத் திறமையும் கிடையாது என்பதால் பிழைப்புக்காக ஜோதிடம் பார்க்கத் தொடங்குகிறார். அவருடைய வாழ்க்கையில் அடுத்த நிமிடம் என்ன நடக்கும் என்பதே அவருக்குத் தெரியாது. இந்த நிலையில் அடுத்தவர்களின் எதிர்காலத்தைப் பற்றி அவருக்கு என்ன தெரிந்திருக்கும்? நட்சத்திரங்களின் விசித்திரமான செயல்பாடு பற்றி அவருக்கு ஒன்றுமே தெரியாது. ஆனால், அவரை நம்பி வருபவர்களுக்கும் ஒன்றும் தெரியாது என்பதால் அவருடைய பிழைப்பு அமோகமாக நடந்தது. கொஞ்ச நாள்களிலேயே பிரபலமாகிவிடுகிறார். ஒருநாள் அவரைப் பார்க்க ஒருவர் வருகிறார். அவரைப் பார்த்ததும் நம் ஜோதிடருக்கு ஒரே அதிர்ச்சி. வந்தவர் வேறு யாருமில்லை. அவர் கொன்ற நபர்தான்! அதாவது, அந்த ஜோதிடர் யாரையும் கொல்லவில்லை. உண்மையில் குடிபோதையில் நடந்த ஒரு சண்டையில், தான் அடித்து வீழ்த்தியவர் இறந்துவிட்டதாக இவராகவே நினைத்து பயந்துகொண்டு கிராமத்தை விட்டே ஓடிவிட்டிருக்கிறார். வந்தவருக்கு ஒரே ஆச்சரியம். ஜோதிடர் தன்னுடைய வாழ்க்கையில் கடந்த காலத்தில் நடந்ததையெல்லாம் அப்படியே பிட்டு பிட்டு வைக்கிறாரே என்று பிரமித்துப்போய் விட்டார். ஆனால் என்ன... எதிர்காலம் பற்றித்தான் ஜோதிடருக்கு எதுவுமே சொல்லத் தெரியவில்லை!

டெக்கான் ஏர்லைன்ஸ் நெருக்கடியில் தத்தளித்தபோது ஒரு ஜோதிடரின் ஆலோசனையைக் கேட்டுப் பெறும்படி எனக்கு அறிவுரை சொல்லப்பட்டது. எனக்கு இன்றும் ஒரு விஷயம் புரியவே இல்லை. நன்கு படித்த, வெற்றிகரமான அரசியல்வாதிகள் எப்படி இந்த ஜோதிடர்களை நம்பிப் போகிறார்கள். அரசியல் ஓர் அபாயமான விளையாட்டு. கடலில் தத்தளிப்பதைப் போன்றது. இதில் ஒருவர், கைக்குக் கிடைப்பதையெல்லாம் பிடித்துக் கொள்கிறார். அது வெறும் ஓலைப்பாயாக இருந்தாலும். நானும் அந்த வலையில் சிக்கிவிட்டேன். அந்தப் பூசாரி சொன்னது உண்மையாக இருக்கும் என்று நம்பினேன். தெய்வீக சக்தியின் மீதான என் ஆதரவாளர்களின் அசாத்திய நம்பிக்கை

என்னையும் நம்ப வைத்தது. அதாவது, நான் என் அவநம்பிக்கையை வெளிப்படுத்தினால் என் ஆதரவாளர்களின் மனத்தைப் புண்படுத்துவது போல் ஆகிவிடும் என்பதால் நம்பினேன்.

ஆனால், ஜோதிடம் பலிக்கவில்லை. வாக்கெடுப்பு ஆரம்பிக்கும்வரை நான்தான் வெற்றி பெறுவேன் என்று நம்பிக் கொண்டிருந்தேன். அப்படியே தோற்றாலும் மிகச் சொற்ப வாக்குகள் வித்தியாசத்தில்தான் தோற்பேன் என்று நினைத்தேன். ஆனால், தேர்தல் முடிவுகள் பெரும் அதிர்ச்சியைத் தந்தன. மொத்தம் பதிவான வாக்குகள் 1,40,000. எனக்குக் கிடைத்தவையோ வெறும் 7,000. காங்கிரஸுக்கும் ஜனதா தளத்துக்கும் இடையில் வாக்குகள் பங்கிடப்பட்டுவிட்டன. தேவே கவுடா வெற்றி பெற்று முதலமைச்சரானார்.

நான் பண்ணைக்குத் திரும்பினேன். தேர்தல் பிரசாரத்துக்காக மூன்று மாதங்கள் வெளியில் தங்க நேர்ந்தது. என் பண்ணையைவிட்டு அதிக நாள்கள் வெளியில் தங்கியது அப்போது மட்டும்தான். காலையில் எட்டு மணிக்குப் பிரசாரத்தை ஆரம்பிப்பேன். ஊர் ஊராகப் போய்க் கொண்டே இருப்பேன். சில நேரங்களில் இரவு இரண்டு-மூன்று மணிக்குத்தான் அறைக்குத் திரும்புவேன். பல்வேறுவிதமான மனிதர்களைச் சந்திக்க முடிந்தது. அது மிகப் பெரிய அனுபவமாக இருந்தது.

தோற்றது தெரிந்ததும் சோகம் ஏற்பட்டது உண்மைதான். ஆனால், ஒருவித உத்வேகமும் பிறந்தது. எனக்குள் ஒரு புதிய சக்தியைக் கண்டுபிடித்துவிட்டேன். ஒரு சூழலை அல்லது செயலை முழுவதும் என் கட்டுக்குள் எடுத்துக்கொண்டு அதை நிறைவேற்ற அனைத்தையும் செய்ய என்னால் முடியும் என்ற நம்பிக்கை பிறந்தது. என்னிடம் பணம் இருந்திருக்கவில்லை. ஆனால், நண்பர்களிடமிருந்தும் ஆதரவாளர்களிடமிருந்தும் பணத்தைச் சேகரித்து தேர்தலில் போட்டியிட்டுவிட்டேன்.

பிறகு, என் கவனம் பண்ணைக்குத் திரும்பியது. நான் நட்ட பயிர்கள் அறுவடைக்குத் தயாராக நின்றன. பருவ காலம் ஆரம்பித்துவிட்டிருந்தது. மரங்கள் காய்த்துக் குலுங்கின. மழை பொழிந்தது. பண்ணை புத்துணர்ச்சி பெற்றது. என் மனம் இயற்கையின் இசையால் நிரம்பியது. தென்னை ஓலைகளைத் தழுவியபடித் தென்றல் வீசியது. தேனீக்கள் ரீங்காரமிட்டன. பறவைகள் பாடித் திரிந்தன. நான் ஆனந்த வெள்ளத்தில் மிதந்தேன். என் கைகளால் நான் நட்டு நீரூற்றி வளர்த்த செடிகள் கனி கொடுக்க ஆரம்பித்திருந்தன. தானாக முளைத்த காட்டுக் கனிகள், பருப்புகள் எல்லாம் இயற்கை கொடுத்த போனஸ்! சில நேரங்களில் அந்த மரங்களுக்கு நடுவே நானும் ஒரு மரமாக என்னை உணர்வேன். பறவைகளுக்குள் பறவையாக, தேனீக்களுக்குள் தேனீயாக உணர்வேன். அது ஒரு பேரின்ப அனுபவமாக இருந்தது.

5

> நீங்கள் கண்ணுக்குத் தெரிவதைப் பார்க்கிறீர்கள். ஏன்... என்று கேட்கிறீர்கள். நான் இல்லாத விஷயங்களைக் கனவு காண்கிறேன். ஏன் முடியாது என்று கேட்கிறேன்.
>
> - ஜார்ஜ் பெர்னார்ட் ஷா

புதிய தொழிலின் அடித்தளம்

என் மனம் புதிய ஆரம்பமொன்றைக் கருத்தரிக்க ஆரம்பித்திருந்தது. பண்ணை உருவாக்கப்பட்டுவிட்டது. பண்ணையாளாக இருந்த ராஜு இன்று நிர்வாகி ஆகிவிட்டான். அவனுக்கு ஒரு குடிசை கட்டிக் கொடுத்திருந்தேன், மோட்டார் சைக்கிளும் டி.வியும் வாங்கிக் கொடுத்திருந்தேன். அவனுக்குத் திருமணமும் ஆகிவிட்டது. தம்பதியினர் அந்தக் குடிசையில்தான் வாழ்ந்தார்கள். அவர்களுக்கு ஒரு குழந்தையும் உண்டு. பண்ணையில் நான் நட்டு வளர்த்தவற்றைப் போலவே அந்தக் குடும்பமும் பண்ணையின் ஓர் அங்கமாக ஆகிவிட்டது.

ராஜு பள்ளிக்குப் போனதில்லை. ஆனால், பண்ணையை அவன்தான் நிர்வகித்து வந்தான். நிதி நிர்வாகமும் அவன் வசம்தான் இருந்தது. ஒவ்வொரு வாரமும் கணக்கு வழக்குகளைக் காட்டுவான். தானாகவே கணக்குகளைப் படித்துக் கொண்டான். தேவைப்படும்போது எழுதப் படிக்கத் தெரிந்தவர்களின் உதவியைப் பெற்றுக் கொள்வான். ஏதாவது ஒரு திறமை குறைவாக இருந்தால் இன்னொன்றில் அதிகத் திறமை இருப்பது வழக்கம். அதுபோல் பள்ளிக் கல்வி அறிவு இல்லாத ராஜுவுக்கு நிர்வாக அறிவு கூர்மையாக இருந்தது.

பண்ணையில் ஒரு மூலையில் இருந்து இன்னொரு மூலைவரை தென்னை மரங்கள், வாழை மரங்கள், பாக்கு மரங்கள் என வரிசையாக இருக்கும். அவை நன்கு வளர்ந்து பலன் தரத் தொடங்கின. பல்லவி பெங்களூருவில் இருந்த போர்டிங் பள்ளியில் தங்கிப் படித்து வந்தாள். கிருத்திகா பள்ளியில் சேரும் வயதை எட்டியிருந்தாள். நான் பெங்களூரு வுக்கு இடம்மாறத் தீர்மானித்திருந்தேன். பாதி நேரத்தை பெங்களூரு விலும் மீதியைப் பண்ணையிலும் கழிப்பது என்று முடிவு செய்திருந் தேன். ஏனென்றால், பண்ணைக்கு இப்போது குறைவான கவனம் செலுத்தினாலே போதும். மூன்று வருடங்களுக்கு முன்பாக நான் அங்கு ஆரம்பித்திருந்த விவசாய ஆலோசனை மையம் நல்ல முன்னேற்றத்தை அடைந்திருந்தது. பெங்களூரிலும் ஹஸனிலும் பிரதான மையங்கள் இருந்தன. கர்நாடகாவின் பிற பகுதிகளில் கிளை கள் இருந்தன.

பெங்களூருக்கு இடம் பெயர்ந்தேன். என் வர்த்தகக் கூட்டாளியுடன் பொறுப்புகளைப் பகிர்ந்துகொண்டேன். ஹஸனுக்கும் பெங்களூருவுக் கும் மாறி மாறி வந்து போய்க் கொண்டிருந்தேன். 1993 வாக்கில் முழுவதுமாக பெங்களூருவில் செட்டில் ஆகிவிட்டேன். பிஷப் காட்டன் பெண்கள் பள்ளிக்கு அருகில் சிறு அபார்ட்மெண்டில் குடியேறினோம். பல்லவி அந்தப் பள்ளியில்தான் படித்தாள். கிருத்திகா வும் அதே பள்ளியில் சேர்ந்துகொண்டாள். கப்பன் பூங்காவுக்கு தொட்டடுத்ததாக எங்கள் அபார்ட்மெண்ட் இருந்தது. தினமும் காலையிலும் மாலையிலும் பூங்காவில் வாக்கிங் போவேன். ராணுவ கிளப்பும் அருகில்தான் இருந்தது. மீண்டும் ஸ்குவாஷ் விளையாட ஆரம்பித்தேன். கிராண்ட் ரோடில் (இப்போது விட்டல் மால்யா சாலை) எங்கள் அபார்ட்மெண்ட் இருந்தது. அன்றும் சரி இன்றும் சரி, பெங்களூரின் மிகவும் அழகான இடங்களில் அதுவும் ஒன்று. அந்த இடத்தில் நூற்றாண்டுகளைக் கடந்த ஏராளமான மரங்கள் இருக்கின்றன. குல்மோஹர், வேம்பு, ஜகரண்டா வயலட் பூ மரம், மஞ்சள் கொன்றை என ஏராளமான மரங்கள் அங்கு இருந்தன. பெங்களூருக்கு மேலாக ஹெலிகாப்டரில் பறந்து பார்த்தால் மரங்களின் பச்சைக் கம்பள விரிப்பும் அதில் பூக்களின் வண்ணக் கோலங்களும் மனத்தை அப்படியே மயக்கும்.

மர நிழல் படர்ந்த சாலையில் காலாற நடப்பேன். இரு மருங்கிலும் பழைய கால பாணியில் கட்டப்பட்ட பங்களாக்கள் இருக்கும். பிரிட்டிஷ் காலகட்டத்திலும் சுதந்திரம் கிடைத்த பிறகும் அந்த பங்களாக்கள் ராணுவ அதிகாரிகளுடைய குடியிருப்பாக இருந்தன. மெட்ராஸ் எஞ்சினியரிங் க்ரூப், பயோனியர் கார்ப்ஸ், ஏ.எஸ்.சி. மையம், சர்வீஸ் செலக்ஷன் போர்டு, ஆர்.எஸ்.ஐ. கிளப், பல்வேறு

ராணுவ உணவு விடுதிகள் என ஏராளமானவை அங்கு இருக்கின்றன. இந்த பிரமாண்ட வளாகங்களே நகரின் நுரையீரலாக விளங்குகின்றன.

நான் ஹெலிகாப்டரில் பறந்து பார்த்த அந்த நாட்களிலேயே பச்சைக் கம்பளத்தில் பொத்தல்கள் தோன்ற ஆரம்பித்திருந்தது. பெங்களூரின் புகழ் பெற்ற ஏரிகள் ஒரு காலத்தில் நீர்பாசன வசதிக்காக வெட்டப் பட்டிருந்தன. நகரைக் குளிர்ச்சியாக ஆக்கியதோடு மழை நீர்த் தேக்க மாகவும் இருந்தன. உலகிலேயே மிகவும் அழகான சுற்றுலா மையங் களாக விளங்கின. ஆனால், இன்று அவை சாக்கடைபோல் நாறிக் கிடக்கின்றன. மரங்களின் பச்சையான போர்வை பெருமளவுக்கு அழிந்துவிட்டது. அந்த நீர்நிலைகள் பாதுகாக்கப்பட்டிருந்தால் அதன் முன்னால் அலுவலகங்கள், வீடுகள் என இயற்கை எழில் கொஞ்சும் கட்டடங்கள் எனப் பலவற்றைக் கட்டியிருக்கலாம். கட்டுமானப் பொறியாளர்களுக்கும் வடிவமைப்பாளர்களுக்கும் மிகப் பெரிய வரப்பிரசாதமாக இருந்திருக்கும். மேற்கத்தியக் கட்டுமானவியலில் நகர்ப்புற அழகு மிகவும் முக்கியமானது. வர்த்தகக் கட்டுமானங்கள், நகர்ப்புற வீடுகள் ஆகியவற்றை இயற்கை எழிலும் பாரம்பரியமும் மிளிர வடிவமைப்பதில் அங்குள்ள பொறியியலாளர்கள் மிகுந்த ஆர்வத்துடன் ஈடுபடுவார்கள். பெங்களூருவில் இருக்கும் நீர்நிலை களோ குப்பை கூளங்கள் மண்டி அழுகி, நாறிப் போய்க் கிடக்கின்றன. பெங்களூருவின் அழகு வேக வேகமாக அழிவை நோக்கிப் போய்க் கொண்டிருக்கிறது. இன்று பெங்களூருவின் 95 சதவிகித மரங்களும் புல்வெளிகளும் அழிந்துவிட்டன. ராணுவக் கட்டுப்பாட்டிலும் அரசின் கட்டுப்பாட்டிலும் இருக்கும் சில பகுதிகளில் மட்டுமே கொஞ்சம் போல் பசுமை எஞ்சியிருக்கின்றன. பழங்காலக் கட்டடங் கள் இடிக்கப்பட்டுவிட்டன. சரித்திர, கலாசார முக்கியத்துவம் வாய்ந்த பகுதிகளை அழிக்காமல்தான் நகர விரிவாக்கமும் வளர்ச்சியும் நடக்க வேண்டும். இந்த அடிப்படை அறிவு கூட நமக்கு இல்லை.

பழைய பெங்களூரை எனக்கு ரொம்பவும் பிடிக்கும். பசவன்குடி, சங்கராபுரம், மல்லேஷ்வரம் ஆகிய இடங்களை மிகவும் பிடிக்கும். சிவாஜி நகரில் இருக்கும் ரஸல் சந்தையைப் பிடிக்கும். இந்த இடங் களைச் சுற்றி சரித்திரத்தின் புதிர் வளையங்கள் படர்ந்திருக்கும். அவற்றின் பழங்காலப் பெருமைகளும் அழகுகளும் அபாரமானவை. காவிபுரம் கோயிலை எடுத்துக்கொள்ளுங்கள். சுமார் 2,000 ஆண்டுகள் பழமையான கோயில். குகைக்குள் அமைந்திருக்கும் கோயில். உலகில் வேறு எங்குமே இது போன்ற ஒன்றை நீங்கள் பார்க்க முடியாது. இதற்கு மாறாகக் கண்ணைப் பறிக்கும் இன்றைய மிகப் பிரமாண்ட வணிக வளகத்தை எடுத்துக்கொள்ளுங்கள். அவை பாரிஸ், சிங்கப்பூர், நியூ யார்க் என எந்த ஊரில் இருந்தாலும் ஒரே மாதிரித்தான் இருக்கும்.

எந்தவிதத் தனித்தன்மையும் கிடையாது. அர்மானி அவுட்லெட் அல்லது லூயி விட்டன் என எல்லாமே ஒரே மாதிரியாகத்தான் இருக்கும். ஒரேவிதமான பொருள்களைத்தான் அங்கு விற்கிறார்கள். எந்த இடத்தில் இருந்து ஒரு பொருளை வாங்கினீர்கள் என்று யாராலும் பிரித்துச் சொல்லவே முடியாது. வளர்ந்து வரும் நாடுகளின் மிகப் பெரிய அபாயம் என்னவென்றால் அவை தங்களுடைய தனித்தன்மையையும் பாரம்பரியத்தையும் இழந்து வருகின்றன. பாரம்பரிய அழகை இழக்காமல் புதிய, தூய்மையான நகரங்களை உருவாக்குவது எப்படி? இதுதான் நகர வடிவமைப்பாளர்கள் தற்போது எதிர்கொள்ளும் மிகப் பெரிய பிரச்னை. துபாய் போலவோ சிங்கப்பூர் போலவோ இந்தியா ஆக வேண்டிய அவசியம் இல்லை. 'வளர்ச்சி என்பது வெறும் கண்ணாடி கோபுரங்களோ பிரமாண்ட வணிக வளாகங்களோ மொத்த உள்நாட்டு உற்பத்தி அதிகரிப்போ, தனி நபர் வருமான உயர்வோ அல்ல. தனித்தன்மை வாய்ந்த கலாசாரமும் பாரம்பரியமும் கலைகளும் செழித்து இருப்பதுதான் உண்மையான வளர்ச்சி' என்று வி.எஸ்.நைப்பால் சொன்னது நினைவுக்கு வருகிறது.

கர்நாடகாவின் தனித்தன்மை என்றதும் சில விஷயங்கள் நினைவுக்கு வருகின்றன. திருவிழாக்காலங்களில் பசவன்குடி கோலாகலமாக இருக்கும். வண்ணங்கள், நறுமணம், இன்னிசை எனக் காலகாலமாகச் செழுமை அடைந்திருந்த ரசனையின் பெரு வெள்ளம் உங்களை மூழ்கடிக்கும். கர்நாடகாவின் இன்னொரு சிறப்பம்சம் அங்கு ஆரம்பிக்கப்பட்ட ஐயங்கார் பேக்கரி. 55 வருடங்களுக்கு முன்பாக, ஓர் ஐயங்கார் பெங்களூருக்கு வந்தார். பசவன்குடியில் விஸ்வேஷ்வர புரத்தில் ஒரு பேக்கரியை நிறுவினார். அது மிகவும் பிரபலமடைந்தது. வி.பி.பேக்கரி என்று அதற்குப் பெயர் சூட்டினார். பழங்கால மைசூரின் பாரம்பரிய பலகாரங்களைத் தயாரித்து விற்றார். புதுமையாகவும் நிறைய உருவாக்கினார். காய்கள் சேர்க்கப்பட்ட பன்கள், பஃப்கள், மிளகாய் சேர்த்த பன்கள், தேங்காய் தூவல் போடப்பட்ட பன்கள், பால் பன்கள், சாதாரண பன்கள், சூடான, குளிரான பானங்கள் எனப் பலவற்றைத் தயாரித்து விற்றார். சஜ்ஜன் ராவ் கோட்டையில்தான் அந்த பேக்கரி இருக்கிறது. ஆனாலும் அங்கு தயாராகும் பொருள்களின் நறுமணம் காற்றில் வெகு தூரத்துக்கு அலை அலையாகத் தவழ்ந்து செல்லும். பசி வந்தாலே வி.பி.பேக்கரிதான் நினைவுக்கு வரும். அந்த அளவுக்கு அது மக்களை மயக்கி வைத்திருந்தது. அந்த பேக்கரியை நிறுவியது வேறு யாருமில்லை... என் மைத்துனரின் அப்பாதான்.

ஹஸன் மாவட்டத்தின் கடைக்கோடி கிராமங்களில் இருந்து பல்வேறு ஐயங்கார் குடும்பத்தினர் பெங்களூரு நோக்கி இடம் பெயர்ந்து

வந்திருக்கிறார்கள். இந்த இடப்பெயர்வு நூற்றுக்கணக்கான ஆண்டுகளாக நடைபெற்று வந்திருக்கிறது. இன்றும் தொடர்கிறது. ஐயங்கார் பேக்கரிக்கு என்று விசேஷமான பல குணங்கள் உண்டு. அங்கு பணி புரிபவர்கள் அனைவருமே பிராமணர்கள்தான். மிகவும் தூய்மையாக, சுகாதாரத்துடன் செயல்பட வேண்டும். தரமான பொருள்கள் மட்டுமே பயன்படுத்த வேண்டும். அபாரமான சுவையுடன் தயாரிக்க வேண்டும். சீக்கிரமே விற்றுவிட வேண்டிய பொருள்களையும் நீண்ட நாள்கள் நீடித்து இருக்கும் பொருள்களையும் தனித்தனியே வைத்துக்கொள்ள வேண்டும். இவை எல்லாவற்றுக்கும் மேலாக ஐயங்கார் பேக்கரியின் சிறப்பு என்னவென்றால் மிகவும் சுவையான, சத்தான உணவுப் பொருள்களைக் குறைந்த விலையில் கொடுப்பதுதான். இன்று பெங்களூருவில் சுமார் நூற்றுக்கும் அதிகமான ஐயங்கார் பேக்கரிகள் இருக்கின்றன. தமிழ்நாடு, ஆந்திராவிலும் கிளைகள் இருக்கின்றன. பேக்கரி என்பது காலனிய காலத்தில்தான் இந்தியாவுக்கே அறிமுகமானது. மிகவும் ஆசாரமான ஐயங்கார் குடும்பத்தைச் சேர்ந்த சிலர் அவர்களுக்குச் சற்றும் சம்பந்தமே இல்லாத பேக்கரி வியாபாரத்தில் எப்படித்தான் ஈடுபட்டார்கள் என்பது மிகவும் ஆச்சரியமான விஷயம்தான்.

திப்பு சுல்தானால் 1776-ல் கட்டப்பட்ட லால்பாக், புகழ் பெற்ற உடுப்பி ஹோட்டல்கள், எம்.டி.ஆர் உணவகம், ஐயங்கார் பேக்கரி இங்கெல்லாம் போகாமல் ஒருவருடைய பெங்களூரு பயணம் ஒருபோதும் நிறைவடையாது.

பின்னாளில் என் நிறுவனத்தின் இயக்குநராக ஆன என் நண்பர் பி.திருநாராயணாவுடன் (இந்தியன் இன்ஸ்டிட்யூட் ஆஃப் மேனேஜ்மெண்ட்) லால்பாக்கில் வாக்கிங் போவேன். காலையில் ஆறு மணிக்கு நடக்க ஆரம்பிப்போம். சுமார் ஒன்றரை மணி நேரம் நடந்த பிறகு நேராக எம்.டி.ஆர். ஹோட்டலுக்குப் போய் சுவையான இட்லி, தோசை சாப்பிடுவோம். அந்த நாட்களை இன்று நினைத்துப் பார்த்தாலும் சொர்க்கம் போல் இருக்கிறது. சந்தோஷம் என்பது எங்கோ தூரத்தில் இருக்கும் இலக்கு அல்ல. போகிற போக்கில் அனுபவிக்கும் ஒன்றுதான். ஒவ்வொரு வேலையையும் ரசித்து உற்சாகத்துடன் மனம் லயித்துச் செய்தால் வாழ்க்கை முழுவதுமே ஆனந்தமயம்தான்.

காலாற நடப்பது மிகவும் அருமையான விஷயம். காந்தி இதை மிகத் திறமையாக ஒரு கலை போலவே ஆக்கினார். வக்கீல் தொழிலில் இருந்தபோதே நடையை ஒரு அற்புதமான கருவியாகப் பயன்படுத்திக் கொண்டார். நிம்மதியாக யோசிக்க அது வாய்ப்புத் தரும். உடலுக்கு

நல்ல பயிற்சியும் கூட. அதுவும் காலை நேரத்தில் சூரியன் மெள்ள உதிக்கும் போது இந்த உலகம் மிகவும் ரம்யமாக இருக்கும். எந்தவொரு உயிரினத்தை எடுத்துக் கொண்டாலும் குழந்தைப் பருவத்தில் மிக அழகாக இருக்கும். அதுபோல் ஒரு நாளின் ஆரம்பப் பருவமான அதிகாலை மிக அற்புதமாக இருக்கும். இருளுக்குள் இருந்து ஒவ்வொரு பொருளாக உயிர் பெற்றுவரும். அடிவான மேகக்கூட்டம், தொலைதூர மரங்கள், கட்டடங்கள் என ஒவ்வொன்றாக ஒளி பெற ஆரம்பிக்கும். பறவைகளின் மெல்லிய கீச்சொலிகள், இதமான காற்று, மெல்லிய குளிர், வாகனங்கள் இல்லாத சாலை, நெரிசல் இல்லாத நடைபாதை என உலகம் பேரழகுடன் இருக்கும் நேரம் அது.

நான் வாழ்க்கையின் ஒவ்வொரு நொடியையும் முழு மூச்சுடன் அனுபவித்து வந்தேன். குடும்பத்துடன் இருக்கும் நேரம், வேலையில் ஈடுபடும் நேரம், கடைத்தெருவில் பேரம் பேசும் நேரம் என எல்லா வற்றையும் ரசித்துச் செய்து வந்தேன். இலக்கு என்ற ஒன்றை வைத்துக் கொள்வதைவிட மனத்தில் ஒரு தணியாத தாகம் இருக்க வேண்டும். ஒன்றை அடைந்ததும் அடுத்தது... அதை அடைந்ததும் அதற்கு அடுத்தது என ஓடிக் கொண்டிருக்க வேண்டும். அதுதான் என் இயல்பு. அதனால்தான் புதிய திசைகளை நோக்கி என் சிறகுகளை விரித்துப் பறந்தேன்.

பெங்களூருவுக்கு இடம் பெயர்ந்தது என் வாழ்க்கையில் முக்கிய விளைவுகளை ஏற்படுத்தியது. ராணுவ நண்பர்களுடன் நட்பு புதுப்பிக்கப்பட்டது. அதில் குறிப்பாக கேப்டன் கே.ஜே.சாமுவேலுட னான நட்பு மீண்டும் துளிர்த்தது. நானும் சாமும் என்.டி.ஏ.யிலும் ஐ.எம்.ஏ.யிலும் ஒன்றாகப் படித்திருந்தோம். தேவ்லாலி முனையில் அறைத் தோழராகவும் பதுங்குகுழி நண்பர்களாகவும் இருந்திருக் கிறோம். சாம் மிகவும் அற்புதமான மனிதன். மறுபடியும் சந்தித்துக் கொண்டபோது மிகுந்த உற்சாகமாக இருந்தது.

சாமுக்கு ரம் என்றால் உயிர். ஒரு பாட்டிலை அப்படியே குடிப்பான். ஒட்டுமொத்த போதையும் உடலுக்கு மட்டுமே கிடைக்க வேண்டும் என்பதுபோல் எந்த ஆர்ப்பாட்டமும் செய்யாமல் துளியும் நிலை குலையாமல் இருப்பான். ஆனால், அவனைச்சில வருடங்கள் கழித்துப் பார்த்தபோது ஆள் அப்படியே மாறிவிட்டிருந்தான். குடிப்பதை அடியோடு நிறுத்திவிட்டிருந்தான். 'நண்பா... இப்போது என்னை நம்பி ஒரு மனைவியும் மூன்று குழந்தைகளும் இருக்கிறார்கள்... குடிப்பது பாவம்... நீ குடித்தால் உன் குடும்பம் தள்ளாடும்...' என்று போப் போல் பிரசங்கம் செய்ய ஆரம்பித்தான். எனக்கு அந்த

விஷயத்தில் உடன்பாடில்லை. ஒரேயடியாக ஒன்றில் மூழ்குவது பிடிக்காது. ஒரேயடியாகத் தலைமுழுகுவதும் பிடிக்காது. எதிலுமே நிதானம் தேவை. எனவே, அளவோடு குடித்தால் வளமோடு வாழலாம் என்று எவ்வளவோ அறிவுரை சொல்லிப் பார்த்தேன். அவன் கேட்கவே இல்லை. அவன் அப்படி அடியோடு மாறியிருந்தாலும் என் ஆருயிர் நண்பனாகவே இருந்தான்.

ராணுவத்தை விட்டுக் கிராமத்துக்குத் திரும்பியதில் ஆரம்பித்து என் கதைகள் அனைத்தையும் சொன்னேன். என் இரண்டு பெண் குழந்தை கள் நான்காம் வகுப்பிலும் எல்.கே.ஜியிலும் படிப்பதைச் சொன்னேன். சாமுக்கு எனக்கு முன்பாகவே திருமணம் முடிந்து மூன்று குழந்தைகள் இருந்தார்கள். அவனுடைய வாழ்க்கையில் நடந்தவற்றைச் சொன் னான். ராணுவத்தில் இருந்து ராஜினாமா செய்துவிட்டு நிறுவனம் சாராத ஹெலிகாப்டர் பைலட்டாகப் (ஃப்ரீலான்ஸ் பைலட்டாக) பணிபுரிந்து வந்தான். எண்ணெய், எரிவாயு கழகத்துக்காக வட கிழக்கில் ஆரம்பித்து வர்த்தகர்களுக்கான மேற்கு இந்தியப் பயணம் வரை இந்தியாவை வலம்வந்து கொண்டிருந்தான். அடுத்தது எங்கு போகவேண்டும் என்பது அவனுக்குத் தெரியாது. குடும்பத்தைக் கவனித்துக்கொள்ள ஒரு வேலை செய்தாக வேண்டியிருந்தது. ராணுவத்தினரின் சாபக்கேடு அது.

என்.டி.ஏ. படிப்பு முடிக்கும் ஒருவர் 19-20 வயதில் ராணுவ அதிகாரி ஆகிவிடுவார். இருபது வருட சேவை முடித்து ஓய்வு பெறும்போது அவருக்கு 40 வயதுதான் ஆகியிருக்கும். ஜவான்களின் நிலைமை வேறு. பதவி உயர்வுகள் கிடைக்காத ஜவான்கள் பொதுவாக 35 வயதில் ஓய்வு பெறுவது வழக்கம். அதன் பிறகு அவர்களுக்கு செக்யூரிட்டி கார்டு வேலைதான் கிடைக்கும். வாழ்க்கையின் துடிப்பான இளம் பருவத்தைத் தேசத்துக்காக அர்ப்பணிக்கும் ஒருவர் அதன் பிறகு தன் வாழ்க்கையைத் தானே தேடிக்கொள்ள வேண்டியிருப்பது உண்மை யில் மிகப் பெரிய சோகம்தான்.

ஜவான்களுக்கு வெறும் 300-400 ரூபாய் பென்ஷன்தான் கிடைக்கும். ஆனால், அவர்கள் உண்மையில் மிகவும் அர்ப்பண உணர்வு உடைய வர்கள். தங்களுக்குக் கிடைக்கும் கடுமையான பயிற்சியை வைத்து எந்த வேலையையும் திறமையாக முடிக்கும் சாமர்த்தியம் பெற்ற வர்கள். கடின உழைப்பாளிகள். கடுமையான ஒழுங்குக்கு உட்பட்டு நடப்பவர்கள். இந்த அபரிமிதமான மனித வளத்தை நல்ல முறையில் பயன்படுத்திக்கொள்வது மிகவும் அவசியம். 40 வயதுக்கு முன்பாகவே ராணுவத்தில் இருந்து சாம் ராஜினாமா செய்திருந்தான். ராணுவ வாழ்க்கை போதும் என்று அவனுக்குத் தோன்றிவிட்டிருந்தது.

சீனப் பயணம்

ஒவ்வொரு நாடும் பிற நாடுகளில் இருந்து நிபுணர்களைத் தனது நாட்டுக்கும், தன் நாட்டு நிபுணர்களைப் பிற நாட்டுக்கும் அனுப்பி அறிவுப் பரிமாற்றம் செய்து கொள்வது வழக்கம். அந்த வகையில் நம் அரசு, சீனாவில் பட்டுப் பூச்சி வளர்ப்பு எப்படி நடக்கிறது என்பதைத் தெரிந்துகொள்ள என்னை அனுப்பியது. பட்டுப் பூச்சி வளர்ப்பில் மிகவும் பிரபலம் அடைந்திருந்தேன். பக்கத்து கிராமத்தைச் சேர்ந்த விவசாயிகளானாலும் சரி... அமெரிக்கா, சீனாவைச் சேர்ந்த விவசாயிகளானாலும் சரி... பல்வேறு விவசாயிகளைச் சந்திப்பதில் எனக்கு மிகுந்த விருப்பம் உண்டு. தாய்லாந்து, சீனா ஆகிய இரு நாட்டு விவசாயிகளைச் சென்று சந்திக்க ஏற்பாடு செய்யப்பட்டிருந்தது.

'வாழ்க்கை, எதிர்பாராத சம்பவங்களால் வழிநடத்தப்படும் ஒன்றுதான்' என்று சாமர்ஸெட் மாம் சொன்னது நினைவுக்கு வந்தது. அது உண்மை தான். இதை விதி என்று சிலர் சொல்கிறார்கள். அப்படியும் இருக் கலாம். யதேச்சையாகச் சந்தித்தவரின் மூலம் வாழ்க்கை முழுவதுமாக மாற்றி அமைக்கப்பட்ட ஒருவருடைய கதையை உதாரணமாகச் சொல்லியிருந்தார். அது எனக்கும் பொருந்தும். நான் கேப்டன் சாமை அந்தக் குறிப்பிட்ட நாளில் சந்தித்ததை எப்படித்தான் விளக்குவது? சீனாவுக்குப் போகும் வாய்ப்பு கிடைத்ததை எப்படி விளக்குவது? இந்த இரண்டு நிகழ்வுகள் மட்டும் நடந்திருக்காவிட்டால் அதற்குப் பிந்தைய என் சாதனைகள் சாத்தியமாகியிருக்காது.

'ஏன் ஒரு நிலையான வேலைக்குப் போகவில்லை' என்று சாமை மறுபடியும் பார்த்த பிறகு அடிக்கடி கேட்டேன். ஃப்ரீலான்ஸ் பைலட்டாக அவன் இருந்தது என்னை மிகவும் வருத்தமடையச் செய்தது. போதாத குறைக்கு அவனை நம்பி ஒரு குடும்பமும் இருந்தது. ஒருவர் ஃப்ரீலான்ஸ் வேலை செய்கிறார் என்றால் அவர் கொஞ்சம் கலக அம்சம் கொண்டவர்தான். ஒரே மாதிரியான வாழ்க்கைக்குள் உட்பட்டு வாழ்வது அவர்களுக்குச் சிரமமாகத்தான் இருக்கும். இத்தனைக்கும் சாம் பல வேலைகளுக்கு முயற்சி செய்துதான் வந்தான். ஏனோ ஒன்றுமே கிடைக்கவில்லை. சாம் மிகவும் நேர்மறையாகச் சிந்திப்பவன்தான். ஆனாலும் எல்லாவற்றிலும் ஏதோ ஒரு அசௌகரி யத்தை அனுபவித்து வந்தான். குடும்பத்தை நிர்வகிக்கப் பணம் தேவையாக இருக்கிறது. பணம் சம்பாதிக்க வேண்டுமானால் ஏதோ ஒரு வேலை பார்த்தாகத்தான் வேண்டும். ஆனால், பணம் மட்டுமே கிடைத்தால் சிலருக்குப் போதுமானதாக இருப்பதில்லை. வாழ்க்கை யில் ஏதாவது சவாலை எதிர்கொள்ள வேண்டும் என்ற உந்துதல் அவர்களுக்குள் இருந்துகொண்டே இருக்கும்.

நானும் சாமும் காலையில் ஸ்குவாஷ் விளையாடி வந்தோம். சாம் கொஞ்சம் கொஞ்சமாக வேதனையின் பள்ளத்துக்குள் விழுவதுபோல் தெரிந்தது. அவனைச் சுற்றி அதிருப்தியின் வளையம் இறுக ஆரம்பித்தது. இதுபோன்ற நெருக்கடியின்போதுதான் ஒருவருக்குள் இருக்கும் படைப்பூக்கம் திமிறிக்கொண்டு வெளியே வரும். அபாயம் தான் அட்ரீனலை முடுக்கிவிடும். எதிர்காலம் இப்படியே கழிந்து விடுமோ என்ற சாமின் பயம் அவனைத் தூண்டிவிட்டது. அவனைக் கட்டிப்போட்டிருக்கும் விலங்குகளை உடைத்தெறிய விரும்பினான். 'கோபி... ஹெலிகாப்டரை வைத்து நாம் ஏதாவது செய்து பார்ப்போமே?' ஒருநாள் என்னைப் பார்த்துக் கேட்டான். 'என்ன செய்யலாம்' என்று கேட்டேன். 'தெரியவில்லை. ஆனால், ஏதாவது செய்ய வேண்டும். நாம் இருவரும் ஹெலிகாப்டரை வைத்து ஏதாவது செய்வோம். அதாவது, சொந்தமாக நம் வழியில் ஏதாவது செய்வோம்' என்று சொன்னான். இந்த உரையாடல்தான் என் வாழ்க்கையை மாற்றி அமைத்தது.

நான் விவசாயத்தில் ஈடுபட்டு வந்தது சாமுக்குத் தெரியும். 'பயிர்களுக்குப் பூச்சிக்கொல்லி மருந்து தெளிக்க ஹெலிகாப்டரைப் பயன்படுத்தலாமே?' என்றான். உடனே மறுத்தேன். பூச்சிக்கொல்லிகளை மிகக் கடுமையாக எதிர்த்தேன். என் பண்ணையில் இயற்கை வழியில் தான் விவசாயம் செய்தேன். உலகமும் இப்போது இயற்கை விவசாயத்துக்குத்தான் திரும்பிக் கொண்டிருக்கிறது. ஒரு விவசாயி என்ற வகையில் இதுதான் என் நிலைப்பாடு. 'வியாபார நோக்கில் நான் சொல்வதை யோசித்துப் பார்' என்று சாம் சொன்னான். அதையும் செய்து பார்த்தேன். தேயிலைத் தோட்டங்கள், காபி தோட்டங்கள் போன்ற வற்றுக்கு ஹெலிகாப்டரைப் பயன்படுத்தலாம். ஆனால், அவற்றுக்கு மேலாக வளர்ந்திருக்கும் மரங்கள், பூச்சிக்கொல்லி மருந்தைக் கீழே போகாமல் தடுத்துவிடும். அதோடு அப்போது தேயிலையின் விலை கடுமையாகக் குறைந்துவிட்டிருந்தது. ரப்பர் மரங்களுக்கு பூச்சிக் கொல்லி தெளிக்கலாம். ஆனால், அந்த இடம் மிகவும் அபாயமானதாக இருக்கும். ஹெலிகாப்டரில் போய்த் தெளிப்பது மிகவும் சிரமம். கூட்டிக் கழித்துப் பார்த்தால் ஹெலிகாப்டரில் போய் மருந்து தெளிக்கும் வேலை அவ்வளவு சரியாக எனக்குப்படவில்லை. ஆனால், அந்த யோசனையை மனத்தின் ஒரு மூலையில் வைத்திருந்தேன்.

இதனிடையில், 'எனக்கு வேலை கிடைத்துவிட்டது...' என்று ஒருநாள் சாம் என்னைப் பார்த்து உற்சாகத்துடன் சொன்னான். ஹெலிகாப்டர் சம்பந்தமாக ஏதாவது வேலையாக இருக்கும் என்று சந்தோஷப்பட்டேன். ஆனால், அவன் சொன்னதைக் கேட்டதும் அதிர்ந்து விட்டேன். கொரியர் கம்பெனி ஒன்றில் அலுவலக நிர்வாகம் மற்றும்

பாதுகாப்பு அதிகாரியாக வேலை கிடைத்திருந்தது. மாதச் சம்பளம் 10,000. முந்தின நாள்தான் வேலையில் சேர்ந்திருந்திருக்கிறான்.

அதைக் கேட்டதும் நொறுங்கிப் போய்விட்டேன். பல போர்களில் பங்கெடுத்திருக்கிறான். வீரதீரத்துடன் போரிட்டதற்காக சேனா மெடல் வாங்கியிருக்கிறான். பாகிஸ்தான் ராணுவத்துக்கு எதிராக காஷ்மீர் போரில் ஹெலிகாப்டர் ஓட்டிச் சென்று மீட்புப் பணிகளில் ஈடுபட்டிருக்கிறான். இப்படி நாட்டுக்காகத் துணிச்சலுடன் அர்ப்பண உணர்வுடன் போரிட்ட ஒருவருக்கு கொரியர் கம்பெனியில் வேலை! மிகப் பெரிய அவமானம் இது. ஏதாவது செய்தாக வேண்டும் என்று மனத்துக்குள் நினைத்துக் கொண்டேன்.

சீனாவில் இருந்து சில பாடங்கள்

1995-96-ல் தாய்லாந்து, சீனாவுக்கான என் பயணம் ஆரம்பித்தது. தாய்லாந்தில் இரண்டு வாரமும் சீனாவில் 20 நாட்களையும் கழித்தோம். அனுபவம் மிகுந்த சீன விவசாயத்தின் பலவகைகளின் மாதிரிகளைப் பார்த்தோம். வறுமை, சுகாதாரமின்மை, அறியாமை என இந்திய கிராமங்களுக்கும் சீன கிராமங்களுக்கும் நிறைய ஒற்றுமை இருப்பதைப் பார்த்தேன். கிராமத்தினரின் பிரதான தொழில் அங்கும் விவசாயம்தான். முதலாளித்துவ அதிர்ச்சி அலைக்கு கம்யூனிஸ அதிர்ச்சி அலை மெள்ள வழிவிட்டுக் கொண்டிருந்தது.

ஆங்காங்கே சில கடைகள் இருந்தன. முன்பு அரசின் உடமையாக இருந்த நிலங்களை இப்போது விவசாயிகளுக்குப் பிரித்துக் கொடுத் திருந்தார்கள். அரை ஏக்கரில் இருந்து இரண்டு ஏக்கர் வரை சொந்தமாக வைத்துக் கொள்ள அனுமதி தரப்பட்டிருந்தது. சீனாவில் பெரும் புரட்சிகர மாற்றம் ஏற்பட்டுக் கொண்டிருந்தது. நகரங்கள் அதிவேகமாக வளர்ந்துவந்தன. கிராமங்களால் அந்த வளர்ச்சிக்கு ஈடுகொடுக்க முடிய வில்லை.

சீனாவில் பட்டுப்பூச்சியை வளர்த்து அரசுக்குக் கொடுத்துவிட வேண்டும். அரசாங்கம் அதற்கான விலை கொடுத்து வாங்கிக் கொள்ளும். விவசாயிகள் உற்பத்தி செய்து கொடுக்கும் அளவைப் பார்த்து அதிசயித்துவிட்டேன். உலகிலேயே முதலில் பட்டு நெய்யப்பட்ட இடம் சீனாதான் என்று சொல்லப்படுகிறது. இந்தியாவுக்கு எப்படி வந்தது என்பது தொடர்பாக ஒரு கதை சொல்லப்படுகிறது. ஒரு பவுத்த துறவி 2,000 ஆண்டுகளுக்கு முன்பாக, ஒரு சில பட்டுப்பூச்சிகளைத் திருட்டுத்தனமாக இந்தியாவுக்குக் கொண்டுவந்தாராம். அவை

முட்டையிட்டுப் பல்கிப் பெருகியதாம். அதன் பிறகே இந்தியாவில் பட்டு நெய்யப்பட்டதாம்.

பட்டுப்பூச்சிகளை அறைகளுக்குள் வளர்க்கும் வழிமுறையைச் சிறப்பாக உருவாக்கியிருக்கிறார்கள். பட்டுத் தொழிலில் சீனர்கள் பல விஷயங்களை உலகுக்கு அறிமுகப்படுத்தி இருக்கிறார்கள். மிக அருமையான பட்டு நூலை உருவாக்கும் புழுக்களை வளர்த்து வருகிறார்கள். எதிலுமே மிகச் சிறந்ததைத் தேடும் மேற்கத்தியர்கள் சீனா, ஜப்பானில் இருந்து கிடைக்கும் பட்டையே மிகவும் விரும்புவார்கள்.

இந்தியாவில் பட்டுத் தொழில் 2,000 ஆண்டுகளுக்கு மேலாக நடந்து வருகிறது. பல தரப்பட்ட பட்டுப் பூச்சிகள் வளர்க்கப்படுகின்றன. இந்தியாவில் மைசூர் பட்டுதான் மிகவும் பிரசித்தி பெற்றது. குனிகல், சம்மராஜநகர், மைசூர், பெங்களூரு, ராமனகரம், கோலார் ஆகிய இடங்களில் இருக்கும் பட்டுப் புழுக்கள் மிகவும் சிறந்த பட்டு நூலை உற்பத்தி செய்கின்றன. பனாரஸ், காஞ்சிபுரம் பட்டுகள் இதில் இருந்தே உருவாக்கப்படுகின்றன. இந்தப் பட்டு மிகவும் உறுதியாக மொட மொடவென்று இருக்கும். புடவை நெய்வதற்கு மிகவும் உகந்தவை. காஞ்சி, பனாரஸ், தர்மாவரம் பட்டுகள் பல்வேறு வேலைப்பாடு களுடன் நல்ல கனமாக இருக்கும்.

காடுகளில் வளரும் பட்டுப் பூச்சிகளில் இருந்தும் பட்டு நூல்கள் சேகரிக்கப்படுவதுண்டு. இந்தப் பூச்சிகளைக் கொல்லாமலேயே இவற்றில் இருந்து பட்டு நூலை எடுக்க முடியும். அந்தப் பூச்சிகள் சவுக்கு இலைகள், ஆமணக்குச் செடிகள் போன்றவற்றை உண்டு தானாகவே வளரும். அந்தப் பட்டு நூல்கள் வித்தியாசமான நிறத்துடன் இருக்கும். மோகா, எரி, டஸர் எனப் பலவகை பட்டுகள் அந்தப் புழுக்களில் இருந்துதான் கிடைக்கின்றன. இந்தியாவிலேயே இருந்த இந்தப் பட்டுப் பூச்சிகளில் இருந்து ஆரம்பத்தில் இந்தியப் பட்டு நெய்யப்பட்டிருக்கும். அதன் பிறகு அவற்றை வளர்க்க ஆரம்பித்திருக்கலாம். சீனாவை விட இந்தியாவில் பலவிதமான பட்டு வகைகள் இருக்கின்றன. இந்தியாவில் நகைத்தொழில் தலைமுறை தலைமுறையாகக் காலத்தை வென்று வாழ்ந்து வருவதுபோல் சீனாவில் பட்டு நெசவுத் தொழில் இருந்து வருகிறது. சீனாவில் பேரரசர்கள் மட்டுமே பட்டு ஆடைகளையும் காலணிகளையும் அணிந்து வந்திருக்கிறார்கள். மாறாக, இந்தியாவில் பணக்காரர்களும் சாதாரணமானவர்களும் பயன்படுத்தும் வகையில் பலதரப்பட்ட பட்டு வகைகள் தயாரிக்கப்பட்டுள்ளன.

விவசாயியாக இருந்தபோது நானாகவே சில வழிமுறைகளைக் கற்றுக் கொண்டிருந்தேன். சீனாவுக்குப் போனபோது அங்கிருக்கும் பல

வழிமுறைகளைப் பற்றித் தெரிந்துகொள்ள விரும்பினேன். பட்டுக்குப் பழங்காலத்தில் இருந்த மரியாதை கம்யூனிஸ ஆதிக்கம் வந்த பிறகு கொடுக்கப்படவில்லை. அதனால் ஜப்பான் பட்டு உற்பத்தியில் முதலிடத்துக்கு வந்துவிட்டது. இந்தியா இரண்டாவது இடத்தைப் பிடித்திருந்தது. சீனாவும் தாய்லாந்தும் அடுத்த இடத்துக்குப் போய் விட்டன. ஆனால், பொருளாதாரச் சீர்திருத்தத்தை ஆரம்பித்த சீனா தனக்கே உரிய பாணியில் மிகப் பிரமாண்டமான பட்டு நெசவுத் தொழிற்சாலைகளை உருவாக்கியுள்ளது. கண் மூடிக் கண் திறப்ப தற்குள் சீனா எக்கச்சக்கமான பட்டு நூலை உற்பத்தி செய்து உச்சிக்கு மறுபடியும் போய்விட்டது. அதோடு இந்தியாவில் வண்டி வண்டியாக பட்டு நூலை இறக்குமதியும் செய்கிறது. இந்தியப் பட்டு நெசவாளர் களால் இந்தத் தாக்குதலைச் சமாளிக்க முடியவில்லை. நான் சீனாவுக்குப் போனபோது நம் தேசத்தின் நிலை இதுதான்.

பட்டு உற்பத்தித் தொழிற்சாலைகளையும் முகாம்களையும் பார்வை யிட்டேன். அவர்களிடம் அதி நவீனக் கருவிகள் இருந்தன. அவர் களுடைய தரமும் உற்பத்தி அளவும் பிரமிக்க வைத்தன. இத்தாலி, ஃப்ரான்ஸ், ஸ்விட்சர்லாந்து போன்ற இடங்களில் பழங்காலத்தில் மென்மையான பட்டுத் துணி உற்பத்தி செய்யப்பட்டன. அந்த நாடுகளில் பட்டு நூலை மிகவும் மென்மையாக ஆக்கும் கருவிகள் இருக்கின்றன. பட்டுப் பூச்சிகளுக்கு வரும் நோய், பணியாளர் தட்டுப்பாடு போன்ற காரணங்களினால் ஐரோப்பாவில் பட்டுத் தொழில் பின்னடைவைச் சந்தித்துள்ளது. எனவே, அது பட்டுப் பூச்சி வளர்ப்பைக் குறைத்துக்கொண்டு துணிகளை மென்மையாக்கும் சேவையில் ஈடுபட்டது. எனினும் இன்று ஐரோப்பாவில் பட்டு நெசவுத் தொழில் நலிவடைந்துவிட்டது. ஜப்பான், இந்தியா, சீனா, தாய்லாந்து போன்றவை முன்னணிக்கு வந்துவிட்டன. சீன அரசு பட்டுப் பூச்சி வளர்ப்பவர்களுக்கு நிறைய சலுகைகள் தருகிறது. மேற்குலகின் தேவையைப் பூர்த்தி செய்ய நவீன கருவிகளையும் இறக்குமதி செய்து வருகிறது. இது போன்ற செயல்களால், கண் மூடிக் கண் திறப்பதற்குள் சீனா பட்டு உற்பத்தியில் முதலிடத்துக்கு வந்துவிட்டது. அரசின் முழு கட்டுப்பாட்டில் இயங்கும் ஒரு கம்யூனிஸ நாடு என்றாலும் முதலீடுகளுக்குப் பெரும் முக்கியத்துவத்தை அளித்து முன்னேறி வருகிறது. ஜப்பான் பின்னுக்குப் போய்விட்டது. சீனாவை ஒப்பிடும்போது இரண்டாவது இடத்தில் இருக்கும் நாமும் வெகுவாகப் பின்தங்கி இருக்கிறோம்.

கர்நாடகத்திலும் ஆந்திராவிலும் இருக்கும் பட்டுப்பூச்சி உற்பத்தி யாளர்கள் நொடிந்துபோய்விட்டார்கள். அரசாங்கம் முறையாகச் செயல்பட்டுத் தங்கள் தொழிலைக் காப்பாற்ற வேண்டும் என்று

போராடி வருகிறார்கள். சீன அரசு, அந்நாட்டில் பட்டு இறக்குமதியை வெகுவாகக் கட்டுப்படுத்தி இருக்கிறது. அதுபோல் இந்தியாவிலும் செய்ய வேண்டும் என்று கோரிக்கை விடுத்திருக்கிறார்கள்.

புதிய பொருளாதாரக் கோட்பாடுகள் அமலுக்கு வந்துள்ளன. பொருளாதாரத் தடைகள் தகர்க்கப்பட்டுவிட்டன. எல்லாவற்றிலும் சர்வதேசப் போட்டிகள் ஊக்குவிக்கப்படுகின்றன. நான் ஒரு பொருளாதார நிபுணர் அல்ல. ஆனால், ஒரு விவசாயியாகவும் தொழில் முனைவராகவும் இருக்கும் காரணத்தால் உலக வர்த்தகத்தின் சிக்கல் எனக்குப் புரிகிறது. சீனாவில் இருந்து பட்டு நூலை இறக்குமதி செய்தபடியே இந்திய விவசாயிகளைப் பாதுகாப்பது நடைமுறையில் சாத்தியமே கிடையாது. சீனாவின் பிரமாண்ட தொழிற்சாலைகளைப் பார்த்தபோது என் மனத்தில் அதுதான் தோன்றியது. சீனாவிலும் அது ஏற்படுத்திவரும் மாற்றங்களைப் பார்த்தபோது வேதனையாகத்தான் இருந்தது. நகரங்களில் பொருளாதார வளர்ச்சி அதிவேகமாக ஏற்பட்டு வருகிறது. குவாங்டாங்கில் இருந்து 150 கி.மீ தொலைவில் இருந்த ஒரு கிராமத்துக்குப் போனோம். வழியில் ஒரு துண்டு நிலம் கூடக் காலியாகக் கிடக்கவில்லை. சாலையின் இரு பக்கங்களிலும் கிரானைட், மார்பிள் தொழிற்சாலைகள் வரிசைகட்டி நிற்கின்றன. பீஜிங், ஷாங்காய், குவாங்டாங் போன்ற நகரங்களின் கட்டுமான வளர்ச்சிப் பணிகளுக்கான பொருள்கள் இங்கிருந்துதான் உற்பத்தியாகிக் கொண்டிருந்தன.

சீன அரசு அந்நிய முதலீடுகளை இருகரம் கூப்பி வரவேற்றுக் கொண்டு இருந்தது. நாங்கள் தங்கியிருந்த ஹோட்டலுக்கு எதிரில் இருந்த விளம்பரப் பலகையில் குவாங்டாங் பகுதியில் ஆரம்பிக்கப்பட்டுள்ள சிறப்புப் பொருளாதார மண்டலத்தைப் பற்றிச் சொல்லப்பட்டிருந்தது. சிறப்புப் பொருளாதார மண்டலத்தில் ஆரம்பிக்கப்படும் தொழில்களுக்கு வரிச் சலுகைகள் உண்டு. தொழில் தொடங்க உடனடியாக அனுமதியும் தரப்படும்.

அயல் நாட்டு முதலீடு குவிய ஆரம்பித்தால் அயல்நாட்டினர் சீனாவில் தங்க வேண்டிய நிலை வரும். எனவே, அவர்களுக்காக ஐந்து நட்சத்திர விடுதிகள் கட்டும் பணியையும் முடுக்கிவிட்டிருந்தது. இவ்வளவு பெரிய பிரமாதமான ஹோட்டல்களை லாஸ் வேகஸில்தான் இதற்கு முன் பார்த்திருக்கிறேன். இந்தியாவில் 300-400 அறைகள் கொண்ட ஐந்து நட்சத்திர ஹோட்டல்கள்தான் இருக்கின்றன. லாஸ் வேகஸில் இருக்கும் ஹோட்டல்களில் சுமார் 5,000 அறைகள் இருக்கும். சீனாவில் அதைவிடப் பெரிய ஹோட்டல்கள் உருவாகிக் கொண்டிருந்தன.

மருத்துவமனைகள், பள்ளிகள், பூங்காக்கள், இரவு விடுதிகள் என சீனாவின் முகமே மாறிக் கொண்டிருந்தது.

அந்நிய முதலீட்டாளர்கள் வந்து குவிய வேண்டுமென்றால், இரவு கொண்டாட்டங்களுக்கான வாய்ப்புகள் அதிகரிக்க வேண்டும் என்பது சீனர்களுக்குப் புரிந்திருந்தது. லாஸ் வேகஸிலோ ஆம்ஸ்டர்டாமிலோ இருப்பதுபோல் பாலியல் தொழிலுக்கு சட்டபூர்வ அங்கீகாரம் கொடுக்க வேண்டும் என்று சொல்லவில்லை. ஆனால், நல்ல உணவு விடுதிகள், பப்கள், தீம் பார்க்குகள், இசை அரங்கங்கள் எனப் பல பொழுதுபோக்கு மையங்கள் தேவை. பகல் முழுவதும் மிகவும் கடினமான வேலை செய்த பிறகு, ஓய்வெடுக்கவும் மனத்துக்குத் தெம்பூட்டவும் இது போன்ற பொழுது போக்கு அம்சங்கள் மிகவும் தேவை. இரவுக் கொண்டாட்டங்கள் என்றால், இந்த வசதிகள் விடிய விடியக் கிடைக்க வேண்டும் என்று அர்த்தம். ஏனென்றால் குடும்பம், நண்பர்கள் ஆகியோரிடமிருந்து பிரிந்து வந்திருக்கும் அயல்நாட்டினருக்கு அது மிகவும் அவசியம். சீனாவில் ஒட்டு மொத்தமாக மிகப் பெரிய வளர்ச்சி ஏற்பட்டு வருவது உண்மைதான். என்றாலும் ஒரு விஷயம் என்னை மிகவும் வருத்தமடையச் செய்தது. விவசாய நிலங்களும், காடுகளும் வளர்ச்சி என்ற பெயரில் ஒரேயடியாக அழிக்கப்பட்டு வருகின்றன.

பிற நாடுகள் பொறாமைப்படும் வகையில் சீனாவில் முன்னேற்றங்கள் அதி வேகத்தில், பிரமாண்டமாக நடைபெற்றுக் கொண்டிருக்கின்றன. இந்தியாவை விடப் பல வகைகளில் முன்னேறிவிட்டிருக்கிறது. ஆனால், சீனாவைப் போன்ற ஒரு வளர்ச்சியை நாமும் பெற முயற்சி செய்ய வேண்டாம் என்றே உள் மனது சொல்கிறது. இதுபோன்ற அசுரத்தனமான தொழில்மயமாக்கல் இந்தியாவுக்குத் தேவை இல்லை. நான் என் பண்ணையில் செய்த விஷயங்களில் இருந்து கற்றுக் கொண்ட விஷயம் இது. ஆனால், சீனாவின் இந்தப் பரிசோதனை முயற்சி இந்தியாவிலும் உலகம் முழுவதிலும் முக்கியமான தாக்கத்தை ஏற்படுத்தும். பூமியின் மேல் மண்ணை அகற்றிவிட்டுக் கட்டடங்கள் கட்டி எழுப்புவது என்றால் உலகை அழிப்பதற்குத்தான் சமம். சீனா அழிவை நோக்கிப் போய்க் கொண்டிருப்பதாகத்தான் எனக்குத் தோன்றுகிறது. ஊர்கள், நகரங்கள், தூங்கும் கிராமங்கள் பரபரப்பான நகரங்கள் என எங்கும் இதே நிலைதான் பரவிக் கொண்டு இருக்கிறது. ஆனால், அதன் மறுபக்கத்தில் சீனாவின் இந்த அசுரத்தனமான தொழில் மயம்தான் நம்மைவிட 20 வருடங்கள் முன்னிலைக்கு அதைக் கொண்டு சென்றிருக்கிறது. இன்று இருக்கும் உயர்ந்த நிலையை எட்ட சீனா என்னவெல்லாம் செய்தது என்ற கேள்வி என் மனத்தில் முளைத்தது.

டெக்கான் ஏவியேஷனின் தொடக்க விதை

அந்தக் கேள்வி என் மனத்தில் நீண்டகாலம் இருந்து ஒரு புழுவைப் போல் மூளையைக் குடைந்து கொண்டிருந்தது. சட்டென்று ஒரு யோசனை மின்னல் வெட்டியது. ஷாங்காயிலா... குவாங்டாங்கிலா.. சிங்கப்பூரிலா... நினைவில்லை. ஒரு வியட்நாம் பெண்ணைப் பற்றிய செய்தியைச் செய்தித்தாளில் வாசித்துக் கொண்டிருந்தேன். வியட்நாம் போரில் அந்த நாடு கிட்டத்தட்ட தரைமட்டமாக்கப்பட்டுவிட்டது. கட்டடங்கள், தொழிற்சாலைகள், கிராமங்கள், வீடுகள் எல்லாம் தீக்கிரையாக்கப்பட்டுவிட்டன. நெல் வயல்கள், காடுகள், எல்லாம் அழிக்கப்பட்டுவிட்டன. லட்சக்கணக்கானோர் அகதிகளாக அலைய நேர்ந்தது. ஆயிரக்கணக்கானோர் கட்டுமரப் படகுகளில் தப்பி ஓடினர். அமெரிக்காவும் ஃப்ரான்ஸும் நூற்றுக்கணக்கானோரை மீட்டன. உடம்பு தீப்பற்றி எரிய நிர்வாணமாக ஓடும் சிறுமியின் புகைப்படம் நம்மெல்லோருக்கும் நினைவில் இருக்கும்.

போரினால் அநாதையாக்கப்பட்ட இன்னொரு சிறுமி பற்றிய செய்தி அன்றைய செய்தித்தாளில் வெளியாகியிருந்தது. ஒரு ஃப்ரெஞ்சு தம்பதி அந்தச் சிறுமியைத் தத்தெடுத்துத் தங்கள் நாட்டுக்குக் கொண்டு சென்றிருந்தனர். அந்தச் சிறுமி அங்கு வளர்ந்து பெரியவளாகி ஹெலிகாப்டர் பைலட்டாக ஆகியிருந்தாள். வியட்நாம் சுதந்திரம் அடைந்த பிறகு, தெற்கும் வடக்கும் இணைந்துவிட்டது. மேற்கத்திய நாடுகள் குறிப்பாக அமெரிக்காவும் ஃப்ரான்ஸும் போர்க் கால கட்டத்தில் செய்த செயல்களுக்காக மிகுந்த குற்ற உணர்ச்சியுடன் இருந்தன. வியட்நாமின் மறு சீரமைப்புக்குத் தங்களால் முடிந்த பணிகளைச் செய்ய வேண்டும் என்று முடிவு செய்திருந்தன. பொது சேவையில் ஈடுபட்டபடியே தங்கள் தேவைகளையும் பூர்த்தி செய்து கொள்ள ஒரு வாய்ப்பு நிவாரண உதவிகளில் ஈடுபட்டவர்களுக்குக் கிடைத்தது. மறு சீரமைப்புப் பணிகள் அமெரிக்க, ஃப்ரெஞ்சு வர்த்தகர் களுக்கு மிகப் பெரிய வாய்ப்பாக அமைந்தது. மிகப் பெரிய அளவில் முதலீடுகள் செய்யப்பட்டன. அமெரிக்க, ஃப்ரெஞ்சு கம்பெனி களுக்குத்தான் கட்டமைப்பு ஒப்பந்தங்கள் தரப்பட வேண்டும் என்று ஒரு நிபந்தனை விதிக்கப்பட்டது. ஒரு நாட்டில் இருந்து மருத்துவ மனை கட்ட நன்கொடை பெறப்பட்டால் அந்த நாட்டுக் கட்டுமான நிறுவனத்துக்குத்தான் அதன் காண்டிராக்ட் விடப்படவேண்டும். மருத்துவமனைக்கான மருந்துகள், உபகரணங்கள் அனைத்துமே நன்கொடை கொடுத்த நாட்டில் இருந்துதான் பெறப்படவேண்டும் என்று சொல்லப்பட்டது. வியட்நாமில் வேலை வாய்ப்புகள் உருவாக்கப் பட்டன. அதன் மூலம் கிடைக்கும் லாபங்கள் முதலீட்டாளர்களுக்குக்

கிடைத்தன. இவை நடந்தேறும் நேரத்தில் வியட்நாமுக்கு மிகவும் தேவையான விஷயங்களும் கிடைத்தன. இரு தரப்புக்குமே வெற்றி என்ற ஒரு நிலை. சர்வதேச அரசியல் வட்டாரத்தில் இது அங்கீகரிக்கப் பட்ட வழிமுறைதான். இந்தியா இந்த விஷயத்தில் பாடம் கற்றுக் கொள்ளவேண்டும்.

ஃப்ரெஞ்சு நாட்டில் வளர்ந்த வியட்நாமியச் சிறுமி மறுசீரமைப்புப் பணியில் தன்னை ஈடுபடுத்திக்கொண்டார். போரினால் வியட்நாம் தரைமட்டமாக்கப்பட்டிருந்தது. பாலங்களோ சாலைகளோ எதுவும் கிடையாது. ரயில்கள், வாகனங்கள், விமானங்கள் எனப் போக்கு வரத்துக்குத் தேவையான எதுவும் இல்லை. அது மட்டுமல்லாமல் போரின் கரிய நிழலாக நாடு முழுவதும் கண்ணி வெடிகள் புதைந்து கிடந்தன. அந்த நாட்டில் சாத்தியமான பாதுகாப்பான ஒரே போக்கு வரத்து ஹெலிகாப்டர் பயணம்தான்! இந்தப் பெண் அதைத்தான் செய்தார். முதலீட்டாளர்கள், நிவாரணப் பணியாளர்கள் ஆகியோரை நாட்டின் மூலை முடுக்குகளுக்கெல்லாம் ஹெலிகாப்டரில் கொண்டு செல்லும் வேலையைச் செய்தார். வியட்நாமின் தேசிய அடையாள மாகவே ஆகிவிட்டார்.

அந்தச் செய்தியைப் படித்ததும் என் மனத்தில் ஒரு யோசனை சட்டென்று தோன்றியது. உள்கட்டுமானம் மோசமாக இருக்கும் நாட்டில் ஹெலிகாப்டர் சேவை மிகவும் பயனுள்ளதாகவும் லாபகர மானதாகவும் இருக்கும். நம் தேசத்தில் ஹெலிகாப்டர் பயணத்துக்கு நிறைய வாய்ப்புகள் இருப்பது எனக்குப் புரிந்தது. ஒரு 500 சதுர கி.மீ பரப்பளவுள்ள கனிம வளப் படுகையை சர்வே செய்ய ஒரு வருடம் பிடிக்கும். ஆனால், அதையே ஹெலிகாப்டரில் ஒரே நாளில் செய்து விட முடியும். புவி காந்த ஆய்வு போன்ற அனைத்து ஆய்வுகளையும் ஹெலிகாப்டரில் தாழ்வாகப் பறந்தபடி வெகு எளிதில் நடத்திவிட முடியும். இதற்குச் சிறப்புப் பயிற்சி பெற்ற விமானி இருந்தாலே போதும்.

ஹெலிகாப்டரை சுற்றுலாவுக்குப் பயன்படுத்தலாம். பெட்ரோலிய, எரிவாயு நிறுவனங்கள் தங்கள் பணிகளுக்குப் பயன்படுத்தலாம். நகர்ப்புற, கிராம வரைபடங்கள் தயாரிக்க பயன்படுத்தலாம். வானில் இருந்து புகைப்படம் எடுக்கவும் வீடியோ எடுக்கவும், 3-டி வரைபடம் தயாரிக்கவும், திரைப்படங்கள் எடுக்கவும் பயன்படுத்த முடியும். வெள்ளம், நோய் ஏற்படும்போது மீட்புப் பணிகளுக்குப் பயன்படுத்த முடியும்.

இந்தியா திரும்பியதும் நேராக சாமைச் சந்தித்து இது குறித்துப் பேசவேண்டும் என்று தீர்மானித்தேன். ஹெலிகாப்டரை வைத்து

என்னவெல்லாம் செய்ய முடியும் என்பதையெல்லாம் அவருக்கு விரிவாகச் சொல்ல வேண்டும் என்று முடிவுசெய்தேன். அப்படியாக என் கனவும் அதைச் செயல்படுத்துவதற்கான தீர்மானமும் ஒரே நேரத்தில் எடுக்கப்பட்டன.

★

இந்தியாவில் அது மறுமலர்ச்சி காலகட்டம். ராஜீவ் காந்தி படுகொலை செய்யப்பட்டதைத் தொடர்ந்து பி.வி. நரசிம்ம ராவ் ஆட்சிக்கு வந்திருந்தார். ராஜீவ் காந்தி மிகவும் இளமையான வலிமை யான தலைவராக இருந்தார். இந்தியாவின் எதிர்காலத்துக்குத் தொழில் நுட்பம் மிகவும் அவசியம் என்பதைப் புரிந்துகொண்டிருந்தார். நல்ல வேளையாக ஒரு தலைவர் ஆரம்பித்து வைத்த சீர்திருத்த முயற்சிகள் அவரது மறைவோடு அழிந்துபோகாமல் தொடர்ந்து நடைபெற்றன.

பி.ஜே.பி ஒரு தீவிர வலதுசாரிக் கட்சி. மத ஈடுபாட்டிலும் முதலாளித் துவ சீர்திருத்தத்திலும் அது வலதுசாரிக் கட்சியாகவே செயல்பட்டது. காங்கிரஸ் இடது சார்புள்ள கட்சியாகத்தான் ஆரம்பித்தது. காலப்போக்கில் அது மையத்துக்கு வந்துவிட்டது. பிரதமராக நரசிம்ம ராவும் நிதி அமைச்சராக மன்மோகன்சிங்கும் பொருளாதாரத்துறை அமைச்சராக ப.சிதம்பரமும் இருந்து பொருளாதாரச் சீர்திருத்தங்களை வேகமாக முன்னெடுத்தனர். எனினும், ஒற்றைப் பெரும்பான்மை கட்சி என்ற மரியாதையை காங்கிரஸ் இழக்க ஆரம்பித்திருந்தது. சுமார் நாற்பது ஆண்டுகள் எந்தப் பெரிய எதிர்ப்பும் இல்லாமல் அது ஆட்சி செய்து வந்தது. சோஷலிச சார்புடனே இருந்தும் வந்தது. அதன் பிறகு, அது வலதுசாரிப் பாதைக்கு நெருங்கிவர ஆரம்பித்தது. தன் வாக்கு வங்கியையும் இழக்க ஆரம்பித்திருந்தது. பிராந்தியக் கட்சிகளின் வளர்ச்சிக்கு ஈடுகொடுக்க முடியாமல் பின்தங்க ஆரம்பித்திருந்தது.

புதிய சரித்திரம் ஒன்று எழுதப்படும் நேரம் வந்துவிட்டதை உணர்ந் தேன். மிகவும் விசேஷமான சில தருணங்களில் எதிர்காலத்தில் என்ன நடக்கும் என்பது என் மனக்கண் முன் நன்கு தெரிய ஆரம்பிக்கும். எந்த இடத்தில் தொடங்குவது என்ற கேள்வி மட்டும்தான் மனத்தில் இருக் கும். ஆசியாவில் பல மாற்றங்கள் ஆரம்பித்திருந்தன. கம்யூனிஸத்தைத் துறக்காமலேயே சீனா முதலாளித்துவத்தைத் தழுவியிருந்தது. 1989-ல் டியான்னமென் சதுக்கத்தில் நிகழ்ந்த வன்முறைச் சம்பவம் சீனா மீது கரிய நிழலாகப் படிந்திருந்தது. ஆனால், பொருளாதார சீர்திருத்தத்தை சீனா அதிவேகமாக முன்னெடுத்தது. 80-களில் சீனா மிக மோசமான நிலையின் உச்சத்தில் இருந்தது. சீனாவின் பொருளாதார முன்னேற்றம் என்பது ஜனநாயகத்தின் கல்லறை மீது கட்டப்பட்டதுபோல் இருந்தது.

அந்தக் காலகட்டத்தில் நடந்த இன்னொரு முக்கியமான நிகழ்வு சோவியத் குடியரசின் வீழ்ச்சி. சுதந்தரத்துக்குப் பிறகு இந்தியா, ரஷ்யாவைப் பெருமளவுக்கு சார்ந்திருந்தது. இந்திய சீனச் சமன்பாட்டை எப்படிப் பார்ப்பது? இந்தியா எப்போதுமே சீனாவை எதிரி நாடாகவே பார்த்து வந்திருக்கிறது. இசைவான விஷயங்களும் இருக்கின்றன. முரண்பாடுகளும் இருக்கின்றன. சீனாவும் ரஷ்யாவும் கம்யூனிசப் பாதையைக் கைவிட்டுவிட்டு முதலாளித்துவப் பாதையில் நடக்க ஆரம்பித்திருந்தன. சீனா அதில் அபார வெற்றிகளை எட்டிவிட்டிருந்தது. இந்தியா தன் சோஷலிஸப் பாதையில் இருந்து விலகி முதலாளித்துவத்தை நோக்கி மெள்ள அடியெடுத்து வைக்க ஆரம்பித்திருந்தது. இந்தியாவிலும் இடதுசாரித் தத்துவம் பலவீனமடைந்திருந்தது. தனியார், கார்ப்பரேட் நிறுவனங்களுக்கு ஆதரவு கொடுத்து பல்வேறு வேலை வாய்ப்புகளை உருவாக்க உதவினால் ஒழிய இடதுசாரிக் கட்சிகளால் அதிகாரத்துக்கு வரமுடியாது என்ற நிலை உருவாகிவிட்டது. தமிழ்நாடு, ஆந்திரா, கர்நாடகா, மஹாராஷ்டிரா போன்ற காங்கிரஸ் அல்லாத அரசுகள் அந்நிய முதலீடுகளைக் கவர்ந்து வேலை வாய்ப்புகளைப் பெருக்கத் திட்டமிட்டிருந்தன. முதலீடுகளைக் கவர்வது ஒரு கௌரவப் பிரச்னைபோல் ஆகி அந்த மாநிலங்களுக்கு இடையே கடும் போட்டியே ஆரம்பித்துவிட்டது. டொயோட்டா, ஹுண்டாய், வோல்வோ போன்ற அந்நிய நாட்டு நிறுவனங்களுக்குப் பெரும் வரவேற்பு அளித்துத் தங்கள் மாநிலத்தில் உற்பத்தி மையங்கள் ஆரம்பிக்கப் பல சலுகைகளும் தந்தன. வரி விலக்குகள், முதலீட்டுச் சலுகைகள் எனப் பல வசதிகள் செய்துதரப்பட்டன. வளர்ச்சிக்கு உகந்த சூழல் உருவாக ஆரம்பித்திருந்தது நன்கு தெரிந்தது.

என் எண்ணத்துக்கு வேறு இரண்டு விஷயங்களும் ஊக்கம் தந்தன. முதலாவதாக, நம் நாட்டில் பொது மக்கள் பயன்பாட்டுக்காக ஹெலிகாப்டர்கள் கிடையாது. இருந்த சிலவும் மிகப் பெரிய நிறுவனங்களால் சொந்தப் பயன்பாட்டுக்காகப் பயன்படுத்தப்பட்டு வந்தன. அல்லது அவை அதை அரசியல் ஆதாயம் பெறப் பயன்படுத்திக் கொண்டுவந்தன. 'பவன் ஹான்' நிறுவனம் மட்டுமே அரசுப் பணிகளுக்காக இயங்கிவந்தது. எனவே, எனக்கு எந்தப் போட்டியும் கிடையாது என்பது தெரிந்தது. இரண்டாவதாக ராணுவம், கடற்படை, வான்படைகளில் இருந்து ஓய்வு பெற்ற இளம் பைலட்கள் இந்தியாவில் சரியான வேலை கிடைக்காமல் இருந்து வந்தனர். என் மூளைக்குள் சட்டென்று ஒரு மின்னல் வெட்டியது. கடவுளே... என்ன ஓர் அருமையான வாய்ப்பு. சாதகமான விஷயங்கள் எல்லாம் ஒன்றுகூடி நிற்கின்றனவே. இது நிச்சயம் வெற்றியடையும். சாமுக்கு ஏன் வேலை

கிடைக்கவில்லை என்பது உடனே புரிந்தது. இந்தத் தொழில் துறையில் முதன் முதலாக இறங்கப் போகிறேன். இதற்கு முன் வேறு யாரும் இதில் ஈடுபட்டதும் இல்லை. இந்த யோசனை வெற்றி பெற வேண்டுமானால், நாடு முழுவதும் இது தொடர்பான சிந்தனை வலுப்பட வேண்டும். மக்களுக்கு இந்த யோசனை பிடிக்க வேண்டும்.

புதிய தொழில் முனைவுக்கு மார்க்கெட்டிங் மிகவும் அவசியம். தொழிலை ஆரம்பிக்க வேண்டுமானால் அதற்கு முன்பாக நல்ல அங்கீகாரம் கிடைத்திருக்க வேண்டும். புதிய பொருள்கள், சேவைகளின் கூட்டத்தில் நீங்கள் தனித்துத் தெரியவேண்டும். புதுமை, மாறுபட்ட தன்மை, போட்டியின்மை இவையெல்லாம் தேவை.

பீட்டர் டிரெக்கர் சொல்கிறார்:

> புதிய சந்தையையும் புதிய வாடிக்கையாளரையும் உருவாக்கி அதன் மூலம் செல்வச் செழிப்பை அடைபவர் எவரோ அவரே உண்மையான தொழில் முனைவர். அவர் சமூகத்தின் மீது தாக்கத்தை ஏற்படுத்தும் வகையில் புதிதாக, வித்தியாசமாக ஒன்றைத் தொடங்குவார். புறநகர்ப் பகுதி ஒன்றில் கூடுதலாக ஓர் உணவு விடுதி ஆரம்பிப்பவர் உண்மையிலேயே சவாலான வேலையைத்தான் ஆரம்பிக்கிறார். ஆனால், அவரைத் தொழில் முனைவர் என்று சொல்ல முடியாது. முன்பு என்ன செய்யப்பட்டதோ அதையே செய்கிறார். வாடிக்கையாளருக்குப் புதிய சந்தோஷத்தையோ புதிய வாடிக்கையாளர் திரளையோ அவர் உருவாக்குவதில்லை.

இதைக் கொஞ்சம் விரிவுபடுத்திப் புரிந்துகொண்டேன். சமூகத்தின் மேம்பாட்டுக்காகவும் அந்தத் தொழில் பங்களிக்க வேண்டும். அதாவது, அந்தத் தொழிலானது முன்பு எப்போதும் இருந்திராததாக இருக்க வேண்டும். சமுதாயத்துக்குப் பெரும் நன்மையைத் தரவேண்டும். நிறைய பேருக்கு உதவுவதாக இருக்க வேண்டும். நான் பீட்டர் டிரெக்கர் பற்றியும் அவருடைய 'இன்னொவேஷன் அண்ட் எண்டர்பிரைஸ்' என்ற நூல் பற்றியும் கேள்விப்பட்டிருந்தேன். படித்த தில்லை. ஆனால், சாம் வால்டன் சிறிய அளவில் ஆரம்பித்த மளிகைக் கடை இந்த உலகிலேயே மிகப் பெரிய வால் மார்ட் சாம்ராஜ்ஜியமாக வளர்ந்த கதையைப் படித்திருந்தேன்.

ஒரே ஒரு விஷயம் மட்டுமே எனக்கு எதிராக இருந்தது. என்னிடம் அந்த வர்த்தகத்துக்குத் தேவையான பணம் இல்லை. யோசனைகள், கருத்துகள், ஆர்வம், சக்தி எனச் சாதகமான அம்சங்கள் இருந்தன. அந்த யோசனை மிகவும் வலிமையானது. ஹெலிகாப்டர் வைத்திருந்த யாரும் அதன் முழு வலிமையை உணர்ந்திருக்கவில்லை. மேலும், அது

பற்பசை போலவோ சோப் போலவோ எங்கும் கொட்டிக் கிடக்கும் ஒன்று அல்ல. இதுதான் என்னுடைய புரிதலாக இருந்தது.

நாளைய உலகில் ஹெலிகாப்டர்கள்தான் போக்குவரத்துக்குப் பெரிதும் பயன்படும் என்று திடமாக நம்பினேன். ஹெலிகாப்டர் வைத்திருப்பவர்கள் பொது மக்களின் பயன்பாட்டுக்கு அதைப் பயன்படுத்துவது பற்றிச் சிந்திக்கவே இல்லை. ஏனென்றால் அவர்கள் மக்களைச் சார்ந்திருக்கவும் இல்லை. ராகுல் பஜாஜுக்கு ஸ்கூட்டர்களை விற்றாலே போதும். ஆனந்த் மஹிந்திராவுக்கு டிராக்டர்களை விற்றாலே போதும். விஜய் மால்யாவுக்கு பீர் பாட்டில்கள் விற்றாலே போதும். அவர்களுடைய விமானங்கள் பொது மக்களின் நேரடிப் பணத்தின் மூலம் பறக்கவில்லை. தேசம் பொருளாதார வளர்ச்சியின் பாதையில் வீர நடைபோட ஆரம்பித்துள்ளது. ஆனால், இங்கு ஒரு ஹெலிகாப்டர் நிறுவனம் கூட இல்லை என்பது எனக்கு மிகுந்த ஆச்சரியத்தைத் தந்தது.

எல்லா விஷயங்களும் சாதகமாகவே இருக்கின்றன. என்றாலும் மனத்தில் ஒரே ஒரு கேள்வி மட்டும் எழுந்தது. நாம் துணிந்து இறங்கினாலும் அதற்குத் தகுந்த பலன் கிடைக்குமா? இப்போது ஆரம்பித்திருக்கும் பொருளாதாரச் சீர்திருத்தங்களுக்கு இடதுசாரிக் கட்சிகள் கடும் எதிர்ப்பைத் தெரிவித்து வருகின்றன. அந்நிய சக்திகளின் புதிய ஏகாதிபத்திய ஆக்கிரமிப்பாக தாராளமயமாக்கத்தைப் பார்த்தார்கள். ஆனால், நான் என் முடிவில் திடமாக இருந்தேன். ஒரு ஹெலிகாப்டருக்கு என்ன விலை ஆகும் என்பதுகூட எனக்குத் தெரிந்திருக்கவில்லை. அதுவும் ஒருவகையில் நல்லதுக்குத்தான்.

★

சீனாவிலிருந்து திரும்பும்போது என் திட்டங்கள், யோசனைகள் முழுமை அடைந்துவிட்டன. சாமை என்னுடன் சேர்த்துக் கொள்ள வேண்டும். நண்பர் ஜெயந்த் பூவையாவைச் சேர்த்துக் கொள்ளவேண்டும். அவர் ராணுவத்தில் தொடர்ந்து ஹெலிகாப்டர் பைலட்டாகப் பணியாற்றிவருகிறார். வேறு பல ஹெலிகாப்டர் விமானிகளையும் எனக்குத் தெரியும். எனவே, அவர்களையும் சேர்த்துக்கொள்ள முடிவுசெய்தேன். ஆனால், யாரிடம் பணம் கேட்பது என்ற கேள்வி மட்டும் என் மனத்தில் இருந்திருக்கவே இல்லை. அப்படி மட்டும் சிந்தித்திருந்தால் ஒரு வேளை ஹெலிகாப்டர் நிறுவனத்தை என்னால் ஆரம்பித்திருக்கவே முடியாது.

ஊர் திரும்பியதும் சாமைப் போய் பார்த்தேன். நாளைக்கு ஸ்குவாஷ் விளையாடுவோம் என்றேன். மறுநாள் மைதானத்தில் வைத்து கேட்டேன், 'சாம்... வேலையெல்லாம் எப்படிப் போய்க் கொண்டிருக்

கிறது?' 'எனக்கு என் வேலையைப் பிடிக்கவில்லை. ஆனால், வேறு வழியில்லை. எனக்கு மறுபடியும் ஃப்ரீலான்ஸராக விமானம் ஓட்டவும் பிடிக்கவில்லை' என்றான். உண்மையில் அந்தப் புதிய வேலையில் அவனுக்கு இன்னொரு பிரச்னையும் இருந்தது. அந்த நிறுவனத்தில் அவனுடைய மேலதிகாரிக்கு வயது வெறும் 28. எம்.பி.ஏ முடித்திருக் கிறார். அந்தச் சின்னப் பையனிடம்தான் சாம் தினமும் கை கட்டி வேலை பார்க்க வேண்டியிருந்தது. என் திட்டத்தைச் சொல்வதற்கான சரியான நேரம் அது என்பது தெரிந்தது. 'நாம் ஒரு ஹெலிகாப்டர் நிறுவனத்தை ஆரம்பிப்போம். முதல் கட்டமாகப் பிரபலமானவர்கள், வி.ஐ.பி-கள், செல்வந்தர்களைக் கொண்டு செல்வோம். நாட்டில் ஹெலிகாப்டர் நிறுவனம் எதுவுமே இல்லை. நாம் நிச்சயம் வெற்றி பெற முடியும். நீ உன் வேலையை ராஜினாமா செய்துவிடு. எனக்கு ஹெலிகாப்டர் பற்றி எதுவுமே தெரியாது. உனக்கு வியாபாரம் பற்றி எதுவுமே தெரியாது. நீ ஹெலிகாப்டர் தொடர்பான விஷயங்களைப் பார்த்துக்கொள். நான் முதலீடுகளைப் பெற்று பிராண்ட் ஒன்றை உருவாக்குகிறேன். நான் அந்த நிறுவனத்தை நடத்துகிறேன். யோசித்து ஒரு பதில் சொல்' என்றேன்.

ஒரு விஷயத்தில் தெளிவாக இருந்தேன். சாம் என் நெருங்கிய நண்பன் தான். அவன் என் நிறுவனத்தில் சேர வேண்டும் என்று மிகவும் விரும்பினேன். ஆனால், அவன் வராவிட்டாலும் என் நிறுவனத்தை ஆரம்பித்துவிடுவது என்று முடிவு கட்டியிருந்தேன். ஹஸனில் இருந்த சார்டர்ட் அக்கவுண்டன்டும் என் நண்பருமான பாலகிருஷ்ண ஆச்சார்யார் ஒருமுறை சொன்னது நினைவுக்கு வந்தது. 'பெரும் பாலான நிறுவனங்கள் பார்ட்னர்களிடையே ஏற்படும் மோதலினால் அழிந்து போயிருக்கின்றன. மிக நெருங்கிய நண்பர்களாக இருந்தாலும் வியாபாரம் என்று வந்துவிட்டால் மோதல் உருவாகிவிடும். வியாபார மும் போய்விடும். நட்பும் சிதைந்துவிடும். மனைவியிடமிருந்து விவாகரத்துக்கூட எளிதில் பெற்றுவிட முடியும். பார்ட்னரிடமிருந்து விடுதலை பெறுவது மிகவும் கடினம்' என்று சொல்லியிருந்தார். எந்த வியாபாரமானாலும் ஒரே ஒருவருடைய தலைமையின் கீழ்தான் நடந்தாக வேண்டும். இன்னொருவர் அடுத்த இடத்தில் இருந்துதான் செயல்பட வேண்டும். சாம் மிகவும் நல்லவன். நான் முன்னின்று நடத்த சாம் அனுமதிப்பான் என்பது எனக்கு நன்கு தெரியும். நாங்கள் பிரிந்து வேறு பாதையில் போனாலும் நிறுவனத்துக்கு எந்தப் பிரச்னையும் வராத வகையில் அதை வடிவமைத்தேன். ஹென்றி மிண்ட்ஸ்பர்க் சொன்ன இன்னொரு விஷயமும் நினைவுக்கு வந்தது. 'ஒரு வியாபாரம் வெற்றி பெற வேண்டுமானால் இரண்டு விஷயம்தான் வேண்டும். முதலாவதாக, நல்ல யோசனை. இரண்டாவதாகத் திறமையான நபர்கள் உங்களைச் சுற்றி இருக்க வேண்டும்.'

அதோடு மூன்றாவது ஒரு விஷயமும் தேவை என்று சொல்வேன். நல்ல நபர்களைத் தக்க வைக்கும் திறமையும் மிகவும் அவசியம். தொழில் முனைவர் என்பவர் மகுடி இசைப்பவரைப் போன்றவர். அவருடைய இசைக்கு அனைவரும் மயங்கிப் பின்னால் வரவேண்டும். சரித்திரம் முழுவதும் பார்த்தால் ஒரு விஷயம் நன்கு புரியும். ஒரு தலைவர் தன் யோசனையையோ கனவையோ முன்வைத்திருப்பார். மக்கள் கூட்டம் அவரைப் பின்தொடர்ந்து சென்றிருக்கும்.

சாம் என்னுடைய யோசனையில் முழு ஈடுபாட்டுடன் பங்கெடுக்க விரும்பினேன். 'இதோ பார் சாம். நான் உனக்கு வேலை தருகிறேன். இவ்வளவு சம்பளம் தருகிறேன்' என்று சொல்ல விரும்பியிருக்க வில்லை. அப்படிச் செய்திருந்தால் அந்தத் தொழில் தொடங்கி யிருக்கவே முடியாது. 'பிரேஸிலில் 400 ஹெலிகாப்டர்கள் இருக் கின்றன. இந்தியாவில் வெறும் 25தான் இருக்கின்றன. நமக்குப் போட்டியே கிடையாது. மிகப் பெரிய சந்தை ஒன்று நமக்காகக் காத்துக் கொண்டிருக்கிறது. நாம் முட்டாள்தனமாக எதுவும் செய்யாத வரையில் இந்த முயற்சி தோற்க வாய்ப்பே இல்லை. வெற்றிக்கும் நமக்கும் இடையில் ஒரே ஒரு விஷயம்தான் இருக்கிறது. நம் கனவுக்கு எந்த அளவுக்கு நம்மை அர்ப்பணிக்கத் தயாராக இருக்கிறோம் என்பதுதான் அது' என்று சொன்னேன். சீனாவிலும் வியட்நாமிலும் பார்த்ததைச் சொன்னேன்.

அடுத்த இரண்டு மூன்று மாதங்கள் அடிக்கடி சந்தித்தோம். ஆனால், ஹெலிகாப்டர் நிறுவனம் பற்றி சாம் எதுவுமே பேசவில்லை. நானும் பெரிதாக எதுவும் கேட்கவில்லை. அவனுக்கு அந்த யோசனை பிடிக்க வில்லையென்றால் நிச்சயம் அவன் அந்த நிறுவனத்தில் சேரவேண்டிய அவசியமே இல்லை. பலர் என்னிடம் வந்து ஒரு விஷயம் சொல் வதைக் கவனித்திருக்கிறேன். 'ஒரு வர்த்தகத்தை ஆரம்பித்திருக்கிறேன். என் முதலாளிக்குத் தெரியாது. என் பழைய நிறுவனத்தில் இருக்கும் வேறு யாருக்குமே தெரியாது. என் வர்த்தகம் வெற்றி பெற ஆரம்பித்த பிறகுதான் வேலையை ராஜினாமா செய்வேன். அதற்கு முன்னால் எந்த ரிஸ்க்கும் எடுக்க மாட்டேன்' என்று சொல்வார்கள். நான் பட்டென்று பதில் சொல்வேன், 'உன் வியாபாரம் வெற்றி அடையவே செய்யாது.' அதிர்ந்துபோய், 'என்ன இப்படிச் சொல்கிறீர்கள்' என்று கேட்பார்கள். 'ஒரு தொழில் தொடங்குவதென்றால், பல்வேறு சவால்களை எதிர்கொள்ள வேண்டிவரும். ரொம்பவும் பாதுகாப்பாக யோசித்துக் கொண்டிருந்தால் எதுவும் நடக்காது. வாடகை கொடுக்க முடியாமல் தவிக்க வேண்டும். சம்பளம் கொடுக்க முடியாமல் திணற வேண்டும். மனைவிக்கு ஒரு புடவை எடுக்க முடியாமல் போகவேண்டும். குழந்தையின் படிப்புக்குப் பணம் இல்லாமல் போக வேண்டும்.

அப்படியான நெருக்கடிகள் இருந்தால்தான் வியாபாரம் வெற்றி பெற முடியும். அப்போதுதான் புதிய யோசனைகள் வரும். கடுமையாக உழைப்பாய். நெருக்கடிகள் ஒருபோதும் சொகுசாக கால் நீட்டி அமரவிடாது. நிம்மதியாகத் தூங்கவிடாது. அப்படி உழைத்தால்தான் ஒரு வியாபாரம் வெற்றி அடையும். ரொம்பவும் பயந்துபோய் இறங்கினால் தோல்விதான் கிடைக்கும்' என்று சொல்வேன்.

இது நடந்தது 1995-ல். அந்த வருடம் ஏப்ரலில் ஒருநாள் சாம் என் அலுவலகத்துக்கு வந்தான். இன்ஃபேண்டரி சாலையில் ஒரு சிறிய அலுவலகத்தில் இருந்து விவசாய வர்த்தகத்தை நடத்தி வந்தேன். மாலை நேரத்தில் நண்பர்களை வரச் சொல்லி ஜாலியாகப் பேசிப் பொழுதைப் போக்குவது என் வழக்கம். காலை நேரத்தில் மிகவும் பொறுமையிழந்துதான் காணப்படுவேன். எனவே, அப்போது என்னைப் பார்க்க யாரும் வரமாட்டார்கள். அன்று வழக்கத்துக்கு மாறாக, காலையிலேயே அலுவலகத்துக்கு வந்த சாம் புறப்படுவதாகத் தெரியவில்லை. 'சரி, எனக்கு வேலை இருக்கிறது. வெளியே போகிறேன்' என்று எழுந்துகொண்டேன். 'ஒரு நிமிடம் கோபி. நான் விட்டுவிட்டேன்' என்றான். எனக்கு என்ன சொல்கிறான் என்பது புரியவில்லை. 'கோபி... நீ வேலையை ராஜினாமா செய்யச் சொன்னாய். நான் செய்துவிட்டேன்' என்றான்.

மிகவும் தீவிரமான விஷயங்களைச் சொல்லும்போதும் அவனுடைய முகம் விளையாட்டுத்தனமாகவே இருக்கும். ஜோக்கடிக்கிறானா உண்மையைச் சொல்கிறானா என்று கண்டுபிடிக்கவே முடியாது. ஆனால், உண்மையிலேயே வேலையை விட்டுவிட்டான் என்பது தெரிந்ததும் அதன் தீவிரத்தைப் புரிந்துகொண்டேன். என் கனவை நிறைவேற்றத் தன் வேலையை ராஜினாமா செய்துவிட்டிருக்கிறான். தன் எதிர்கால வாழ்க்கையை என் கைகளில் ஒப்படைத்துவிட்டிருக் கிறான். எங்கள் இருவர் தோளிலும் ஏற்றப்பட்ட பெரும் பாரத்தை அந்த நொடியிலேயே உணர்ந்துவிட்டேன். என் முதுகுத்தண்டு சில்லிட்டது. கொஞ்சம் சுதாரித்துக்கொண்டு நகைச்சுவை கலந்த தொனியில் அறிவித்தேன்: 'இதனால் சகல பொதுஜனங்களுக்கும் தெரிவிப்பது என்னவென்றால்... ஹெலிகாப்டர் நிறுவனம் ஆரம்பித்தாகிவிட்டது.'

சாமைக் கட்டிப் பிடித்தேன். 'சாம்... நல்ல காரியம் செய்தாய். இங்கேயே இரு. உட்காரு. இதுவரை நடந்த நாம் இனிமேல் பறக்கப் போகிறோம்' என்றேன்.

அந்தச் சிறிய இன்ஃபேண்டரி சாலை அலுவலகத்தில்தான் டெக்கான் ஏவியேஷன் ஆரம்பித்தது. என் மனத்தில் உருவாக்கியிருந்த

கற்பனைக்கு சாமிடமிருந்து உந்துதலைப் பெற்றேன். 'இதோ பார் சாம். எனக்கு சந்தோஷத்தில் என்ன செய்வதென்றே தெரியவில்லை. ஒரு மிகப் பெரிய பயணத்தின் ஆரம்பம் இது. வா... இருவரும் மிகச் சரியாக இதை ஆரம்பிப்போம். ஹெலிகாப்டர் பற்றிப் பல விஷயங்களைத் தெரிந்துகொள்ள விரும்புகிறேன். என்னென்ன வகைகள் இருக்கின்றன... எந்தெந்த கம்பெனிகள் தயாரிக்கின்றன... அவற்றின் விலை என்ன... உடனே செயல் திட்டத்தை உருவாக்குவோம்' என்று சொன்னேன்.

டெக்கான் ஏவியேஷனுக்கான ஆரம்பகட்டத் திட்டத்தைத் தயாரித்தோம். அப்போதும் இந்தத் திட்டத்துக்கு எவ்வளவு செலவு ஆகும் என்று நான் கேட்டுக் கொள்ளவேயில்லை. எப்படியானாலும் அதைச் சேகரித்தாகவேண்டும் என்ற முடிவில்தான் இருந்தேன். உடனடியாகச் செய்ய வேண்டியவை என்று ஒரு பட்டியலைத் தயாரித்தேன். யாரையெல்லாம் குழுவில் சேர்த்துக்கொள்வது என்பது பற்றித் தீர்மானிக்க வேண்டியிருந்தது. ஒரு முழு நிறுவனத்தை ஆரம்பித்தாக வேண்டியிருந்தது. பணம் எங்கிருந்து, எப்படித் திரட்டுவது என்பதைப் பற்றிப் பேச வேண்டியிருந்தது. பணம் என்பது கடைசிப் பிரச்னையாகத்தான் இருக்கும் என்பது எனக்கு நன்கு தெரிந்தது. அரசாங்கத்திடமிருந்து லைசன்ஸ் பெறுதல், பிற சான்றிதழ்கள் பெறுதல், பணியாளர்களை ஒன்று திரட்டுதல் இவையே உண்மையில் சவாலானவை.

குதிரைக்கு முன்பாக வண்டியைக் கட்டும் மடத்தனத்தைச் செய்துவிடக் கூடாது என்று முடிவு செய்தேன். முதலில் லைசன்ஸ் வாங்குவோம் என்று சாமிடம் சொன்னேன். அது லைசன்ஸ் ராஜ் காலகட்டம். இந்திய வான் போக்குவரத்துத் துறை மிகவும் இறுக்கமான விதிகளைக் கொண்டதாக இருந்தது. அது உண்மையில் ஒரு விசித்திரமான போராட்டமாகவே இருந்தது. எளிதில் திறந்து சென்றுவிட முடியும் என்று நான் நினைத்த சில கதவுகள் சுவர்போல் இறுகிக் கிடந்தன. உடைத்துக் கொண்டுதான் போக வேண்டியிருக்கும் என்று நினைத்த இடங்கள் கதவு போல் எளிதில் திறந்துகொண்டன.

★

என் பழைய அலுவலகத்தையே புதிய நிறுவனத்துக்கும் பயன்படுத்த முடிவு செய்தேன். என்னிடம் கம்ப்யூட்டர் இருந்தது. ஃபேக்ஸ் இயந்திரம் இருந்தது. தேவையான அலுவலகக் கட்டமைப்பு இருந்தது. ஆரம்பகட்டத் திட்டங்களை வடிவமைக்கும்படி சாமிடம் கேட்டுக் கொண்டேன்.

சாமும் ரொம்பவும் உற்சாகமாகிவிட்டான். அது மிகவும் கடினமான ஒன்றுதான். இருபது வருடங்களுக்கு முன்னால் கையில் ஒரு காசும் இல்லாமல் இப்படி ஒரு முடிவை எடுத்தேன். சாம் இப்போது எடுத்திருக்கிறான். ஆனால், அவனுக்கு மனைவியும் மூன்று குழந்தை களும் இருந்தனர். 7,000 ரூபாய் பென்ஷன் கிடைத்தது. பெங்களூருவில் ஒரு குடும்பத்தை நிர்வகிக்க அது போதாது. இதையெல்லாம் யோசித்துப் பார்த்தேன். ஆனாலும் இருவரும் கையில் இருக்கும் பணம் முழுவதையும் இந்தப் புதிய நிறுவனத்துக்குச் செலவிட முடிவு செய்தோம்.

லைசன்ஸ் பெறுதல், பிற அடிப்படைக் கட்டமைப்பைப் பூர்த்தி செய்தல் போன்ற பொறுப்புகளை சாமிடம் கொடுத்தேன். என்னென்ன செய்ய வேண்டும், என்னென்ன தேவைப்படும், என்னென்ன இருக் கின்றன, யார் யாரை எல்லாம் பார்க்க வேண்டும் என்பதையெல்லாம் சாம் கவனித்துக் கொள்ளவேண்டும். லஞ்சம் கொடுக்காமல் வேலையை முடிப்பது எப்படி என்பது எனக்குத் தெரியும். அதிகாரத்தில் இருக்கும் எல்லாருமே லஞ்சம் வாங்கமாட்டார்கள். அந்த நம்பிக்கை எனக்கு இன்றும் உண்டு. லட்சியப் பிடிப்புடன் தேச பக்தியுடன், திடமான கொள்கைகளுடன் எத்தனையோ பேர் இருக்கத்தான் செய் கிறார்கள். ஒருவர் உதவ மறுத்தால் நிச்சயம் இன்னொருவர் உதவுவார். தெளிந்த சிந்தனையும் நேர்மையும் கொண்டவரை நிச்சயம் சந்திப்பீர்கள். உங்கள் லட்சியத்தில் உறுதியாகத் தொடர்ந்து போராடி னால்தான் அவர்களைக் கண்டடைய முடியும். விஷயம் ரொம்ப எளிதுதான். லஞ்சம் கொடுக்க ஒருவர் தயாராக இல்லையென்றால், அவரிடமிருந்து யாரும் லஞ்சம் வாங்கிவிட முடியாது. சேற்றில் நீங்கள் இறங்காமல் உங்கள் உடம்பில் சேறு ஒட்டாது. நானும் சாமும் அடிப்படைத் திட்டங்களை வகுத்துக்கொண்டு விடைபெற்றோம். அதன் பிறகு சில மாதங்கள் கழித்தே சந்தித்தோம்.

சாம் டெல்லிக்குச் சென்றான். லைசன்ஸ்களைக் கொடுக்கும் டி.ஜி.சி.ஏ. (டைரக்டரேட் ஜெனரல் ஆஃப் சிவில் ஏவியேஷன்) அலுவலகத்துக்குச் சென்றான். லைசன்ஸ் பெற என்னவெல்லாம் தேவை என்பதைத் தெரிந்துகொண்டான். அதற்கு வேண்டியவற்றைத் தயார் செய்தான். நாங்கள் ஒரு தீர்மானம் எடுத்துக் கொண்டோம். சாம் கீழிருந்து மேலாகச் செல்ல வேண்டும். நான் மேலிருந்து கீழாக வர வேண்டும். அமைச்சரகங்கள், அரசு அலுவலகங்களின் கடைமட்ட நிலைகளில் செயல்பட்டுத் தேவையான ஆவணங்களைத் தயார் செய்தான். நான் அமைச்சர்கள், மேலதிகாரிகள் என மேலிடத்துப் பிரமுகர்களைப் பார்த்துத் தேவையான விஷயங்களைச் செய்து முடிக்க ஆரம்பித்தேன். லைசன்ஸ் கிடைப்பதுவரை ஓயக்கூடாது என்று

முடிவெடுத்தோம். எந்தக் காலக்கெடுவும் வைத்துக் கொள்ளவில்லை. இலக்கை அடைய வேண்டும். அதுதான் லட்சியம்.

ஒரு செயல்திட்டத்தை அணுகுவதற்கான நல்ல வழிமுறை இது. ஒன்றை அடைவதுவரை முயற்சியைக் கைவிடுவதில்லை என்று முடிவு செய்தால் அந்த விஷயம் நடந்தே தீரும். தொடர்ச்சியான முயற்சியே உங்களுக்கான வழியை உருவாக்கிக் கொடுக்கும். பாயும் நதிக்கு ஒரே ஒரு லட்சியம்தான்: கடலில் சேர்வது. அதுபோல் நீங்களும் ஒரே திசையில் தொடர்ந்து முன்னேற வேண்டும். பாறையோ வேறு வகை தடையோ குறுக்கிட்டால் வேகமாகப் பாய்ந்து அதை நகர்த்த வேண்டும். அல்லது சுற்றி வளைந்துபோய்விட வேண்டும். எப்படி யானாலும் முன்னோக்கிய நகர்வை நிறுத்தவே கூடாது.

ஒரு விஷயத்தை முதன் முறையாக ஆரம்பிக்கும்போது இத்தனை நாளுக்குள் முடிக்க வேண்டும் என்று காலக்கெடு எதுவும் வைத்துக் கொள்ள முடியாது. ஆறு மாதத்துக்குள் நடக்கவில்லையென்றால் விட்டுவிடுவேன் என்றெல்லாம் நினைக்கக்கூடாது. தொடர்ந்து முயற்சி செய்ய வேண்டும். சாம் அதைத்தான் செய்தான். டெல்லி என்பது இந்தியாவின் மிகப் பெரிய அதிகார மையம். ஏராளமான இடைத்தரகர்கள் ஆட்சி செய்யும் இடம். வேறொரு ஊரில் இருந்து வந்து டில்லி போன்ற இடத்தில் காரியத்தைச் சாதிக்க முயல்வது மிகவும் சிரமமான காரியம். காலையில் ஓர் அதிகாரியைப் பார்க்க வேண்டும். மதியம் இன்னொருவரைப் பார்க்கவேண்டும். மாலையில் வண்டி பிடித்து ஊருக்குத் திரும்பிவிட வேண்டும் என்றெல்லாம் திட்டமிட்டுச் செயல்பட முடியாது. எனவே, சாம் மாதத்துக்குப் பல நாள்கள் அங்கேயே தங்கிவிடுவான்.

துணிகர முதலீடு (வென்ச்சர் கேப்பிடல்) என்ற ஒன்று இப்போது பரவ லாக அறிமுகமாகியிருக்கிறது. நாங்கள் ஹெலிகாப்டர் தொழிலை ஆரம்பித்தபோது, இந்தியாவில் அது அவ்வளவாகப் பரிச்சயம் ஆகியிருக்கவில்லை. அமெரிக்கத் தொழில்துறையின் வளர்ச்சிக்கு அதுதான் பெரும் பங்காற்றியிருக்கிறது. சிலிக்கான் பள்ளத்தாக்கை அதுவே உருவாக்கியது. தொடர்ந்து நீடிக்கவும் வைத்து வருகிறது. நான் அந்தத் துணிகர முதலீட்டைத் தேட ஆரம்பித்தேன்.

ஐசிஐசிஐ வங்கியின் கிளையான டிடிஐசிஐ என்றொரு நிறுவனம் விஜய் அங்காடியின் தலைமையில் செயல்பட்டுவந்தது. 'என்னிடம் ஓர் அபாரமான யோசனை இருக்கிறது. உங்களை நேரில் சந்தித்துப் பேச விரும்புகிறேன்' என்று சொன்னேன். அப்பாயிண்ட்மெண்ட் கொடுத் தார். போய்ப் பார்த்தேன். ஆரம்பகட்ட உபசரிப்புகள் முடிந்ததும்

நேரடியாக விஷயத்துக்கு வந்தேன்: 'நான் ஒரு ஹெலிகாப்டர் நிறுவனம் ஆரம்பிக்க விரும்புகிறேன். இந்தியா மிகப் பெரிய தேசம். ஆனால், இங்கு பதிவு செய்யப்பட்ட ஹெலிகாப்டர்கள் 40 தான் இருக்கின்றன. அதிலும் சில, மிகவும் பழமையானவை. மலேசியா நம்மை விடச்சுமார் பத்து மடங்கு சிறிய நாடு. ஆனால், அங்கு இருக்கும் ஹெலிகாப்டர்களின் எண்ணிக்கை நம்மைவிட இரண்டு மடங்கு அதிகம்! பிரேஸிலில் 500 ஹெலிகாப்டர்கள் இருக்கின்றன' என்று சொன்னேன். நான் வேண்டுமென்றேதான் ஜெர்மனி, இங்கிலாந்து, ஃப்ரான்ஸ் அல்லது ஜப்பானைப் பற்றிச் சொல்லவில்லை. இந்தியா வைப் போல் வளர்ந்துவரும் நாடுகளின் நிலையை மட்டுமே எடுத்துச் சொன்னேன். 'இந்தத் தேசங்கள் சமீப காலத்தில் முன்னேற ஆரம்பித்து நம்மைத் தாண்டிச் சென்றுவிட்டிருக்கின்றன. நீங்கள் ஒரு துணிகர முதலீட்டாளர். எனவே, இந்தியா இந்தத் துறையில் சாதிக்க நிறைய இருக்கிறது' என்று சொல்லி முடித்தேன்.

விஜய்க்கு என் திட்டம் மிகவும் பிடித்துவிட்டது. அவருடைய சக ஊழியர் ஒருவர் ஐ.ஏ.எஃப் அதிகாரியின் மகன். 'கேப்டன் கோபி. எனக்கு ஹெலிகாப்டர்கள் பற்றி நன்கு தெரியும். இந்தியாவுக்கு இதுபோன்ற திட்டங்கள் மிகவும் அவசியம். தலைமை அலுவலகத் திடம் பேசிவிட்டு இரண்டு வாரத்தில் உங்களைத் தொடர்புகொள் கிறேன்' என்று உற்சாகமாகப் பேசினார்.

ஜாக்பாட் அடித்ததுபோல் சந்தோஷப்பட்டேன். ஆனால், அது நீடிக்க வில்லை. 15 நாள் கழித்து விஜய்யைச் சந்தித்தேன். அன்பாக, நட்பாகப் பேசினார். காபி கொடுத்தார். எதை எதையோ பேசினோம். என் திட்டம் பற்றிய பேச்சு எழவே இல்லை. நானோ பொறுமையிழந்து கொண் டிருந்தேன். அதைப் புரிந்துகொண்ட விஜய், நிதானமாகச் சொன்னார்: 'உங்கள் திட்டத்தை மேலிடத்தில் சொன்னேன். அவர்களுக்கும் ரொம்பவும் பிடித்திருக்கிறது. ஆனால், இப்போதைக்கு ஐ.டி. துறை யில் மட்டுமே முதலீடு செய்யும்படி அறிவுரை சொல்லியிருக்கிறார்கள். ஓரளவுக்கு பயோடெக்னாலஜி துறையிலும் கவனம் செலுத்தச் சொல்கிறார்கள்' என்று சொல்லி முடித்தார்.

நான் ஏமாற்றமடைந்தேன். துணிகர முதலீடு அப்போதுதான் இந்தியா வில் காலூன்ற ஆரம்பித்திருந்தது. அரசு பல்வேறு கெடுபிடிகளை விதித்தது. டிடிஐசிஐ சிறிய அளவில் முதலீடுகள் செய்ய ஆரம்பித் திருந்தது. விஜய்யின் நிலைமை எனக்குப் புரிந்தது. ஆனால், மார்கழி மாத அதிகாலையில் ஒரு வாளி குளிர்ந்த தண்ணீரை என் மீது ஊற்றியது போல் அதிர்ச்சியில் உறைந்தேன். சிறிது நேரம் நிதானமாக அமர்ந்து கொண்டிருந்தேன். 'விஜய்... நீங்கள் சொல்வது சரிதான். உங்கள்

நிலைமை எனக்குப் புரிகிறது. எனக்கு ஓர் உதவி செய்ய முடியுமா? தொழில் முனைவோர்கள், நிதி ஆலோசகர்கள் ஆகியோரைச் சந்தித்துப் பேசுவதுதானே உங்கள் வேலை. உங்களுக்குத் தெரிந்த நிதி ஆலோசகர் யாரையேனும் எனக்கு அடையாளம் காட்ட முடியுமா? என்னிடம் ஹெலிகாப்டர் எஞ்சினியர்கள் இருக்கிறார்கள். பைலட்கள் இருக்கிறார்கள். எனக்கு ஒரு நிதி ஆலோசகரின் உதவி தேவைப்படு கிறது. ஆரம்பகட்டத்தில் நிறைய சம்பளம் கொடுக்க முடியாது. ஆனால், நிச்சயம் விரைவிலேயே நல்ல தொகை கிடைக்கும்' என்று சொன்னேன்.

ஒரு நல்ல நிதி ஆலோசகரைத் தேடிக் கண்டடைய என்னால் முடியாது என்ற உண்மையைச் சீக்கிரமே உணர்ந்துகொண்டதுதான் என் பிந்தைய வெற்றிகளுக்கு ஆதாரமாக விளங்கியது.

விஜய், இரண்டு நாள்கள் அவகாசம் கேட்டார். இரண்டு நாள் கழித்து அவரே போன் செய்தார். உங்களுக்கு உதவக்கூடிய ஒரு நபரைக் கண்டுபிடித்துவிட்டேன். அவர் பெயர் மோகன் குமார். கூர்மையான புத்தி உடையவர். உங்களைப் போலவே வித்தியாசமாகச் சிந்திக்கக் கூடியவர். அந்த ஒரு விஷயத்துக்காகவே அவரை உங்களுக்கு சிபாரிசு செய்கிறேன். அதோடு புதிய தொழில்முனைவுக்கு உதவி செய்தும் வருகிறார் என்று சொன்னார்.

நான் விஜய்க்கு நன்றி சொன்னேன். ஒருவகையில் டிடிஐசிஐ என் னுடைய திட்டத்துக்கு நிதி தராதது நல்லதுதான். அப்படி அவர்கள் மட்டும் நான் கேட்டபோது தந்திருந்தால், இன்று என் கையில் என் நிறுவனத்தின் பங்குகள் எதுவுமே இருந்திருக்காது. அந்தத் திட்டத்துக்கு என் தரப்பில் இருந்து முதலீடு என்பது பெரிதாக எதுவுமே இருந் திருக்கவில்லை. எனவே, முழுப் பங்குகளையும் அவர்களே எடுத்துக் கொண்டிருப்பார்கள்.

உடனடியாக மோகன் குமாரைத் தொடர்புகொண்டேன். எங்களிடம் போதிய நிதி ஆதாரம் எதுவும் இல்லை. ஆனால், எங்களிடம் இருக்கும் அனைத்தையும் அடகு வைக்கத் தயார் என்று சொன்னேன். உண்மை என்னவென்றால் எங்களிடம் இருக்கும் அனைத்தையும் விற்றாலுமே சுமார் 25 லட்சம் ரூபாய்தான் தேறும். அதைவைத்து ஹெலிகாப்டரின் இரண்டு காத்தாடியைக் கூட வாங்க முடியாது. 'பெங்களூருக்காக மட்டும் அந்த நிறுவனத்தை ஆரம்பிக்க விரும்பவில்லை. இந்தியா முழுவதும் வான் போக்குவரத்து சேவை செய்ய வேண்டும் என்றுதான் விரும்புகிறேன். அதன் மூலம் நிறைய வேலை வாய்ப்பை உருவாக்க முடியும். நிறைய பேருக்கு சேவை செய்ய முடியும். என் பங்குதாரர்

களுக்கு நிறைய லாபம் ஈட்டிக்கொடுக்க முடியும்' என்று சொன்னேன். எல்லாவற்றையும் பொறுமையாகக் கேட்ட மோகன் குமார், 'நீங்கள் சொல்வதைப் புரிந்துகொள்கிறேன். நான் உங்கள் பக்கம் எப்போதும் இருப்பேன்' என்றார்.

★

என் தொழில் வெற்றிக்கு முக்கிய காரணமாக யாராவது ஒருவரைச் சொல்ல வேண்டுமென்றால் அது மோகன் குமார்தான். பிறருடைய பங்கைக் குறைவாக மதிப்பிடுவதாக இதற்கு அர்த்தம் இல்லை. அவர்கள் எல்லாம் ஒரு பிரமாண்ட கட்டடத்தின் தூண்கள் போன்றவர்கள். நிறுவனத்தின் ஒவ்வொரு கட்ட வளர்ச்சியிலும் அவர்களின் பங்கு மிகவும் அவசியமானதுதான். ஆனால், மோகன் குமார் கட்டடத்துக்கு அஸ்திவாரம் போன்றவர். அவர் இந்த நிறுவனத்தின் ஆரம்பகட்டத்தில் இருந்தே இருக்கிறார். நிதித் திட்டங்களை வகுத்தார். முதலீடுகளைச் சேகரித்துக் கொடுத்தார். இருந்தும் முதல் நான்கு வருடங்களுக்கு சம்பளமாக ஒரு பைசா கூட வாங்கிக் கொள்ளவில்லை!

இரவு-பகல், வெப்பம்-குளிர், இனிப்பு-கசப்பு என உலகம் இரட்டைத் தன்மையை அடிப்படையாகக் கொண்டது. அதுபோல் மிகப் பெரிய தலைவர்கள்-மிக மோசமானவர்கள் என்றும் இரண்டு பிரிவினர் உண்டு. சமூகத்துக்குப் பெரும் உதவி புரிந்த மிகப் பெரிய வர்த்தக மேதைகள் இருக்கிறார்கள். தவறான வழியில் போனவர்களும் இருக்கிறார்கள். சிறிய நிறுவனங்களும் இருக்கின்றன. பெரிய நிறுவனங்களும் இருக்கின்றன. ஒரு தேசத்தின் பொருளாதாரம், சிறிய பெரிய நிறுவனங்களின் கூட்டு முயற்சியால் உருவாவதுதான். அதுபோல் அரசுத்துறை நிறுவனங்கள் இருக்கின்றன. தனியார் துறை நிறுவனங்கள் இருக்கின்றன. தனியார் துறை என்பது தேசத்தின் மிகப் பெரிய உழைக்கும் சக்தி. தனியார் துறை வெற்றிகரமாக நடக்க வேண்டுமானால் அது லாபகரமாக இருக்க வேண்டும். லாபம் என்பது மிகவும் புனிதமான வார்த்தை என்று பீட்டர் ட்ரெக்கர் சொல்வார். ஒரு தொழிலை நடத்துவதன் முக்கிய நோக்கமே லாபம் ஈட்டுவதுதான். இந்தியாவின் அரசுத்துறை முதலீடு 2,00,000 கோடி. அதில் இருந்து கிடைக்கும் வருமானமோ வெறும் இரண்டு சதவிகிதத்துக்கும் குறைவுதான். அந்தவகையில் தனியார் நிறுவனம்தான் ஒரு நாட்டின் முதுகெலும்பு போன்றது. தனியார் துறை செழித்து வளர வேண்டுமென்றால் அரசு அதற்கு உகந்த சட்ட திட்டங்களை வகுத்துத் தரவேண்டும். அரசு எதையும் தானாகச் செய்ய வேண்டிய அவசியம் இல்லை. எல்லாவற்றையும் ஒழுங்குபடுத்தினாலே போதும். எந்த நிறுவனமும்

ஏகபோக உரிமையை எடுத்துக் கொள்ளாமல் பார்த்துக் கொண்டாலே போதும்.

பூமியின் தட்பவெப்பத்தைச் சீராக வைத்திருக்கக் காடுகள் எப்படி உதவுகின்றனவோ அதுபோல்தான் தொழில் சிறப்பாக நடப்பதற்கு உகந்த சூழலை தேசம் அதாவது அரசு உருவாக்கித் தரவேண்டும். காட்டில் இருக்கும் மரம் செடி கொடிகளை யாரும் வளர்ப்பதில்லை. இயற்கையே ஒரு சமநிலையை நிலைநிறுத்தி வருகிறது. அதுபோல் தொழில்களுக்கும் ஒரு சமநிலையை அரசு உருவாக்கிக் கொடுத்தால் போதும். சட்டச் சீர்திருத்தங்கள், உள்கட்டுமானம், அனைவருக்குமான பொருளாதார முன்னேற்றம் போன்றவற்றைக் கவனித்துக் கொண்டாலே போதும்.

ஆனால், நம் தேசத்தில் பொருளாதாரச் சீர்திருத்தங்கள் தவறான திசையில் நடக்கின்றன. ஏகபோக உடமையைத் தடுப்பதற்குப் பதிலாக அரசாங்கம் பெரிய நிறுவனங்களுக்கு ஆதரவு தருகிறது. அல்லது ஒரு குறிப்பிட்ட துறையின் மையத்திலேயே எல்லாம் குவிகின்றன. சிற்றூர் களில் ஆரம்பித்துப் பெரு நகரங்கள் வரை எல்லா மக்களுக்கும் நன்மை பயக்கும் வகையில் சீர்திருத்தம் பரவலாக்கப்பட்டிருக்க வேண்டும். அப்போதுதான் நாடு முழுவதிலும் இருக்கும் எண்ணற்ற தொழில் முனைவர்கள் தங்களுக்கும் சமூகத்துக்கும் நன்மை கிடைக்கும் வகையில் தீவிரமாகப் பாடுபட முடியும். ஆனால், அது நம் தேசத்தில் நடக்கவில்லை.

மோகன் தனியாக ஒரு நிறுவனம் நடத்தி வந்தார். சார்டர்ட் அக்கவுண்டன்டாகவும் கம்பெனி செகரட்டரியாகவும் வழக்கறிஞராக வும் இருந்தார். அவர் பொதுவாக, தொழில் முனைவர்களுக்குப் புதிய நிறுவனத்தை உருவாக்க உதவுவார். அது முடிந்ததும் அடுத்த நிறுவனத்தை உருவாக்கப் போய்விடுவார்.

★

எங்களுக்கு நிறுவனத்தை உடனே ஆரம்பிக்க வேண்டியிருந்தது. அதற்கு ஒரு பெயரும் வைக்க வேண்டியிருந்தது. சாமிடம் ஆலோசனை கேட்டேன். 'கோபி ஏர்' என்று பெயர் வைக்கலாம் என்று சொன்னான். ஏன் 'சாம் ஏர்' என்று கூட வைக்கலாமே என்றேன். கொரூர் ஏர், சில்க் ஏர் (நான் பட்டுப் பூச்சி வளர்ப்புடன் தொடர்புடையவன் என்பதால்), கார்டன் ஏர், டெக்கான் ஏவியேஷன் என்றெல்லாம் பல பெயர்கள் சொன்னான். டெக்கான் ஏவியேஷன் என்ற பெயர் எனக்குப் பிடித்திருந் தது. அதையே நிறுவனத்துக்குச் சூட்டுவதென்று முடிவு செய்தேன். அந்தத் தீர்மானத்தை எடுக்க எனக்கு ஐந்து நொடிகள்தான் ஆனது.

தென் இந்தியா முழுவதையும் அந்தப் பெயர் குறித்தது. பூகோள, கலாசார, வரலாற்று தொடர்புகள் அனைத்தையும் அது சுட்டுவதாகவும் இருந்தது. அந்தப் பெயரையே பதிவு செய்தோம்.

நான் மேனேஜிங் டைரக்டராக நியமனம் பெற்றேன். சாம் எக்ஸிக்யூட்டிவ் டைரக்டர் ஆனான். தலைவர் என்பவர் உறுதியாகவும் தெளிவாகவும் செயல்படவேண்டும். முன்னால் இருந்தும் பின்னால் இருந்தும் இயங்குபவராக இருக்க வேண்டும். ஒரு நல்ல தலைவர் பல தலைவர்களை உருவாக்குபவராக இருக்க வேண்டும். நிறுவனத்துக்குள் ஜனநாயகத்தை வளர்த்தெடுக்க வேண்டும். மகாத்மா காந்தி, ஆப்ரகாம் லிங்கன், நெல்சன் மண்டேலா என பலரை அதற்கு உதாரணமாகச் சொல்ல முடியும்.

தம்மைவிடத் திறமைசாலிகளையும் இணைத்துக் கொள்ளும் மனப் பக்குவமும் தைரியமும் ஒரு தலைவருக்கு இருக்க வேண்டும்.

டேவிட் ஆகில்வி தன் புத்தகத்தில் ஒரு விஷயம் சொல்லியிருப்பார். தான் பணிபுரிந்த நிறுவனத்தில் தலைவராக ஒருவர் நியமிக்கப் பட்டபோது அவருக்கு ஆகில்வி, ஒரு ரஷ்ய மாட்ரியோஷ்கா பொம்மை யைப் பரிசாக அனுப்பினார். அந்தப் பெரிய பொம்மைக்குள் ஒரு சிறிய பொம்மை இருந்தது. அந்தச் சிறிய பொம்மைக்குள் இன்னொரு சிறிய பொம்மை இருந்தது. அதற்குள் இன்னொரு சிறிய பொம்மை என்று அது வடிவமைக்கப்பட்டிருந்தது. கடைசி குட்டி பொம்மையின் கையில் ஒரு சிறு குறிப்பு: நாம் ஒவ்வொருவரும் நம்மைவிடச் சிறிய வரைப் பணிக்கு நியமித்தால், கடைசியில் நம் நிறுவனம் குள்ளர்களால் நிரம்பிவிடும். நாம் அனைவரும் நம்மைவிடப் பெரியவர்களைப் பணிக்கு நியமித்தால் பிரமாண்ட உருவத்தை எட்டிவிடுவோம்.

ஆகில்வி சொன்னது விளம்பரத்துறைக்கு மட்டுமல்ல. எல்லா வர்த்தகத்துக்கும் பொருந்தும். ஒரு தலைவரின் முக்கியமான பண்பு பணிவு. அதோடு அராஜக மனோபாவம் இல்லாமல் இருக்க வேண்டும். தன்னுடைய பங்கு என்ன என்பதை உணர்ந்து கொள்வதோடு பிறருக்கும் நிறைய வாய்ப்புகளைக் கொடுக்க வேண்டும்.

எங்கள் நிறுவனத்தின் முழுக் குழுவையும் உருவாக்க வேண்டியிருந்தது. முதலில் ஜெனரல் நரஹரி என் ஞாபகத்துக்கு வந்தார். ராணுவத்தில் இருந்த நாட்களில் எங்களுக்கு கமாண்டிங் அதிகாரியாக இருந்த அவர் என் மீது மிகுந்த தாக்கத்தைச் செலுத்தியிருந்தார். அவர் மீது எனக்குப் பெரும் மரியாதை இருந்தது. நேர்மையாக நடந்துகொள்பவர். தார்மிக உணர்வுகளுக்கும் மனச்சாட்சிக்கும் கட்டுப்பட்டவர். வர்த்தகத்தில்

குறுக்கு வழியில் போக வேண்டும் என்று ஆர்வம் வரத்தான் செய்யும். நரஹரி போன்ற ஒருவர் பக்கத்தில் இருந்தால் அந்தத் தவறை நிச்சயம் செய்ய மாட்டோம் என்று திடமாக நம்பினேன். எனவே, அவரை நிறுவனத்தின் சேர்மன் ஆக்க விரும்பினேன். அவரது வீட்டுக்குச் சென்று, சேர்மனாக இருக்கச் சம்மதமா என்று கேட்டேன். உடனே சரி என்றார். 'ஆனால், ஒரே ஒரு நிபந்தனை. பணத்துக்காக உன் நிறுவனத்தில் சேரவில்லை. வெறும் 3,000 ரூபாய்க்கு அதிகமாக ஒரு பைசா கூடச் சன்மானமாகப் பெறமாட்டேன்' என்று சொன்னார். அவருடைய அணுகுமுறை என்னை நெகிழவைத்தது.

அவரை சேர்மனாக நியமித்ததும் வேறு இருவருடைய பெயரைப் பரிந்துரைத்தார். அவர்களில் ஒருவர் ஏர் வைஸ் மார்ஷல் சத்ய பால். இவர்தான் இந்திய விமானப் படையில் ஜாகுவார் போர் விமானத்தை அறிமுகப்படுத்தினார். கட்டுப்பாடு மிகுந்தவர். கீழ்நிலையில் இருந்து ஆரம்பித்து இந்திய விமானப் படையில் உயர் பதவியை எட்டியவர். ஏ. டி. சின்ஹாவையும் ஜெனரல் நரஹரியே பரிந்துரைத்திருந்தார். பல்வேறு நிறுவனங்களில் ஆலோசனைக் குழுவில் இருந்திருக்கிறார். பல்வேறு பன்னாட்டு நிறுவனங்களிலும் பணியாற்றியிருக்கிறார்.

நரஹரியைப் போன்ற ஒருவரை சேர்மனாகப் பெற்றிருப்பது நமக்கு நாமே போட்டுக் கொள்ளும் சத்திய விலங்கு. குறுக்கு வழியில் போகவிடாமல் அது நம்மைத் தடுக்கும். நம்முடைய பலவீனங்களை வெல்வதற்கு இதுபோல் நல்லவர்களைப் பக்கத்தில் வைத்துக் கொள்வது மிகவும் அவசியம்.

விமானப் போக்குவரத்து என்பது நாட்டின் பாதுகாப்பு சம்பந்தப்பட்ட ஒரு விஷயமும் கூட. எனவே, நிறுவனத்தின் அனைத்து இயக்குநர்களையும் சி.பி.ஐ, ஐ.பி, ரா, உள்ளூர் காவல் அமைப்பு என அனைத்துப் புலனாய்வுத் துறைகளும் துருவித் துருவி விசாரிப்பார்கள். பொதுவாக அதற்கு ஆறேழு மாதங்கள் ஆகும். எனவே, என் இயக்குநர் குழுவை மிகவும் சிறியதாகவும் சந்தேகத்துக்கு இடமே இல்லாத நபர்களைக் கொண்டும் உருவாக்கினேன். பின்னாளில் வேண்டுமானால் வேறு நபர்களைச் சேர்த்துக் கொள்ளலாம்.

அப்படியாக டெக்கான் ஏவியேஷனை மே 1995-ல் இன்ஃபேண்டரி சாலையின் சிறிய அலுவலகத்தில் ஆரம்பித்தோம். நான் விவசாயியாக இருந்தபோது தென்னங்கன்றின் முதல் தளிர் பூமியில் இருந்து முளைத்து வந்ததை அதிகாலையில் விழுந்தடித்து ஓடிப்போய்ப் பார்த்திருக்கிறேன். வாழை மரம் முதன் முதலாகக் குலை தள்ளிய போதும் அப்படித்தான் அதிகாலையில் எழுந்து நானும் என்

மனைவியும் ஓடிப்போய்ப் பார்த்தோம். டெக்கான் ஏவியேஷனின் ஒவ்வொரு கட்ட வளர்ச்சியையும் நானும் சாமும் அப்படியே ஆர்வத்துடன் பார்த்து வந்தோம்.

★

டெக்கான் ஏவியேஷன் தொடங்கப் போவது குறித்து பத்திரிகைகளுக்கு ஓர் அறிக்கை கொடுத்தேன். அதில், மக்களுக்கு டாக்ஸி கிடைப்பதைவிட எளிதில் ஹெலிகாப்டர் கிடைக்கவேண்டும் என்பதே எங்கள் இலக்கு என்று சொன்னேன். பொதுவாக, மக்கள் ஹெலிகாப்டர் பயணம் என்றால் விலை அதிகம் இருக்கும் என்றே நினைத்தார்கள். பெரும் பணக்காரர்களும் அரசியல்வாதிகளும் மட்டுமே உபயோகிக்க முடியும் என்று நினைத்தார்கள். அந்த எண்ணத்தை மாற்ற விரும்பினேன்.

டெக்கான் ஹெரால்டு, எகானமிக் டைம்ஸ் என எல்லாப் பத்திரிகைகளிலும் டெக்கான் ஏவியேஷன் பற்றித் தினமும் செய்திகள் வெளியாகின. ஹெலிகாப்டர் சேவை ஆரம்பிப்பதற்கு முன்பாகவே மக்களுக்கு அது நன்கு பரிச்சயமாகிவிடவேண்டும் என்று ஆரம்ப கட்டத்தில் இருந்தே நிறைய செய்திகளைப் பத்திரிகைகளுக்குத் தந்துவந்தேன். போட்டி குறித்து எந்தப் பயமும் எனக்கு இருந்திருக்கவில்லை. தனியாக விளம்பரம் கொடுப்பதைவிடப் பத்திரிகைகளில் செய்தியாக வருவதற்கு நல்ல வரவேற்பு இருந்தது. நிறுவனத்தின் மீது நம்பகத்தன்மை அதிகரிக்கவும் அது உதவியது.

செய்தித்தாளில் வெளியான செய்திக்கு வேறொரு பலனும் கிடைத்தது. பெல் ஹெலிகாப்டர்ஸ் (ஆசியா) நிறுவனத்தின் நிர்வாக இயக்குநர் மைக் ராபின்ஸிடம் இருந்து போன் வந்தது. எங்களைச் சந்திக்க விரும்புவதாகத் தெரிவித்தார். எனக்கு உற்சாகத்தில் தலைகால் புரியவில்லை. பெல் ஹெலிகாப்டர்ஸ் நிறுவனம் சிங்கப்பூரில் இருந்தது. அங்கிருந்து என்னைச் சந்திக்க இந்தியா வந்தார். தாஜ் வெஸ்ட் எண்ட் ஹோட்டலில் சந்தித்தோம். நகரின் மையத்தில் அமைந்திருந்த அந்த அருமையான ஹோட்டல் என்னுடைய விருப்பத்துக்குரிய ஹோட்டல். என்னுடைய பல வியாபார முடிவுகள் அந்த ஹோட்டலில் வைத்துத்தான் எடுக்கப்பட்டன.

மைக் என்னைச் சந்தித்தபோது ஒரு பவர் பாயிண்ட் பிரசண்டேஷன் காண்பித்தார். எம்.ஐ.டி. (மாசாசூசெட்ஸ் இன்ஸ்டிட்யூட் ஆஃப் டெக்னாலஜி) மாணவர்களால் தயாரிக்கப்பட்ட ஒன்று. பத்தே பத்து ஸ்லைடுகள் மட்டுமே இருந்தன. 300 பக்க அறிக்கையால் சாதிக்க முடியாததை அந்தப் பத்து ஸ்லைடுகளும் சாதித்தன. இந்தியாவில்

ஹெலிகாப்டர் மார்க்கெட்டுக்கு என்னென்ன வாய்ப்புகள் இருக்கின்றன. பெல் நிறுவனம் என்னவெல்லாம் செய்யவேண்டும் என்பதை அருமையாக விளக்கியது. அதுபோன்ற ஒரு பிரசண்டேஷனை என் வாழ்நாளில் எங்குமே பார்த்ததில்லை.

பட்டிக்காட்டான் மிட்டாய்கடையைப் பார்த்ததுபோல் வாய் பிளந்து பார்த்தேன். எனினும் கடைசியில் கேள்விகள் கேட்காமல் விடவில்லை. பெல் நிறுவனம் இந்தியாவில் ஒரு கிளையை ஆரம்பிக்க வேண்டும் என்று அந்த ஸ்லைட் ஷோவில் சொல்லப்பட்டிருந்தது. பெல் நிறுவனமும் அதற்கு நிறைய முயற்சி செய்திருந்தது. ஆனால், இந்தியச் சந்தைக்குள் நுழைய முடிந்திருக்கவில்லை.

இந்தியாவில் ஹெலிகாப்டர்கள் எல்லாம் செல்வச் செழிப்பில் இருந்தவர்களிடம் மட்டும்தான் இருந்தது. யாரும் பொதுமக்கள் போக்குவரத்துக்கு அதைப் பயன்படுத்தியிருக்கவில்லை. முதல் முறையாக நான்தான் அப்படியான லைசன்ஸ் பெற்று ஒரு நிறுவனத்தை ஆரம்பிக்கப் போகிறேன் என்பது மைக்குக்கு நன்கு தெரிந்தது. போதுமான பயணிகள் வரவில்லை என்றால் நிறுவனம் முடங்கிவிடும் என்பதும் அவருக்குத் தெரிந்திருந்தது. நான் ஹெலிகாப்டரை விலைக்கு வாங்க விரும்பியிருக்கவில்லை. வாடகைக்கு அல்லது குத்தகைக்கு எடுப்பதென்று தீர்மானித்திருந்தேன். புதிய ஹெலிகாப்டரை விற்றால்தான் அதிக லாபம் கிடைக்கும் என்று லாப நோக்கில் மைக் சிந்திக்கவில்லை. நிகழ் காலத்தைத் தாண்டி எதிர்காலத்தில் இந்தத் தொழிலுக்கு இருக்கும் நல்ல வெற்றி வாய்ப்புகளைப் புரிந்துகொண்டிருந்தார். என்னுடைய திட்டத்தில் மிகுந்த ஆர்வம் காட்டினார். இரண்டு மாதத்துக்கு ஒருமுறை என்னை வந்து சந்திப்பார். ஆலோசனை வழங்குவார். கடைசியில் அவருடைய உதவியுடன் ஹெலிகாப்டரைக் குத்தகைக்கு எடுக்கும் பல நிறுவனங்களின் தொடர்பு எனக்குக் கிடைத்தது.

உடனே, ஏராளமான ஹெலிகாப்டர்களை வாங்கி வரிசையாக அடுக்கி வைப்பதில் வேகம் காட்டவில்லை. முதலில் அரசாங்கத்திடம் இருந்து அனுமதி பெற வேண்டும். ஒரு வலிமையான குழுவை அமைக்க வேண்டும். சரியான நேரத்தில் சரியான ஆட்களைப் பணிக்கு நியமிக்க வேண்டும் என்று தீர்மானித்திருந்தேன்.

டிஜிசிஏ-வினரும் சிவில் ஏவியேஷன் அமைச்சகத்தினரும் என் திட்டத்தின் முழு வடிவத்தை எழுதிக் கொடுக்கச் சொன்னார்கள். நான் திட்டத்தின் நடைமுறை சாத்தியம் பற்றித் தீர்மானிப்பதற்கு ஆலோசகரின் உதவியை நாடியிருக்கவில்லை. ஆய்வாளர்கள், ஆலோசகர்கள் எல்லாம் ஒரு குறிப்பிட்ட அளவுவரைதான் சிந்திக்கமுடியும். அதற்கு மேல்

தொழில் முனைவர்தான் துணிச்சலாக, உள்ளுணர்வின் உந்துதலுக்கு ஏற்பக் களமிறங்க வேண்டியிருக்கும். ஆனால், பல்வேறு வங்கிகள், அமைச்சகங்களுக்கு எங்கள் திட்டத்தைப் புரிய வைக்க சந்தையை ஆய்வு செய்து யதார்த்த நிலையைத் தெளிவாக்க வேண்டியிருந்தது.

பொதுவாக, பல மாதங்கள் கஷ்டப்பட்டு, சுமார் 300 பக்கம் தகவல்கள், தரவுகளைச் சேகரித்து ஓர் ஆய்வு அறிக்கையை முகப்புக் கடிதத்துடன் சமர்ப்பிக்கிறோம் என்று வைத்துக் கொள்ளுங்கள். அந்த முகப்புக் கடிதத்தை மட்டும் படித்துவிட்டு அறிக்கையை அப்படியே பரணில் போட்டுவிடுவார்கள். இருந்தாலும் இதைச் செய்துதான் ஆக வேண்டும். எனவே, நான் என் தொழில் குறித்த அறிக்கை ஒன்றை எழுதுவதற்கு ஓர் நிறுவனத்தின் உதவியை நாட முடிவு செய்தேன். மெக்கின்ஸி, கெ.பி.எம்.ஜி., பிரைஸ் வாட்டர் ஹவுஸ் கூப்பர்ஸ் அல்லது எர்னஸ்ட் அண்டு யங் என மிகப் பெரிய நிறுவனங்களைத் தேடி ஓடாமல் இந்திய நிறுவனமான டாடா கன்சல்டன்ஸி சர்வீசஸின் (டி.சி.எஸ்.) துணையை நாடினேன். அதற்கான முதல் காரணம் டி.சி.எஸ்.ஸின் கட்டணம் குறைவாக இருக்கும். அதோடு இந்திய நிறுவனம் என்பதால், இந்திய சூழல் குறித்த மிக முக்கியமான தகவலை எனக்கு அளிக்க முடியும். டாடா நிறுவனத்துக்கென்று ஒரு பெருமையும் மரியாதையும் இருக்கத்தான் செய்கிறது. என்றாலும் அவர்களும் ஹெலிகாப்டர் கிடைக்கிறது என்பதனாலேயே ஒருவர் அதில் பயணம் செய்ய முன்வந்துவிடுவாரா என்று கேட்கத்தான் செய்வார்கள். இந்தியா போன்ற வளரும் நாடு ஒன்றில், நடைமுறையில் இல்லாத தொழில் பற்றிய சந்தை ஆராய்ச்சி என்பது அந்த அளவுக்கு முக்கியமில்லாத ஒன்றுதான். ஆறு மாத காலம் ஆய்வு நடத்தி 200 பக்க அறிக்கை ஒன்றைக் கொடுத்தார்கள். உள்ளூர், அயல் வாழ் இந்தியர்களில் ஹெலிகாப்டர் சேவைக்கு என்ன வரவேற்பு இருக்கும் என்று ஆய்வுசெய்தார்கள்.

★

இதனிடையில் இன்னொரு சம்பவம் நடந்தது. என் ராணுவ நண்பர் கேப்டன் விஷ்ணு ராவலைச் சந்தித்தேன். அவர் என்னுடன் என்.டி.ஏ., ஐ.எம்.ஏ-யில் பணிபுரிந்திருந்தார். அவருக்கு 'பறக்கும் தட்டு' என்று ஒரு பட்டப் பெயர் கூட உண்டு. அவர் இந்த உலகில் விரும்பிச் செய்யும் ஒரே செயல் பறப்பதுதான். 15-20 வருடம் வான்படையில் பணியாற்றும் ஒருவர் சுமார் 1500-2000 மணிநேரங்கள் வானில் பறந்திருப்பார். ஆனால், விஷ்ணுவோ அதே காலகட்டத்தில் 6000 மணி நேரம் பறந்திருந்தார்! வான் படையில் யாராவது சொந்தக் காரணத்துக்காகவோ வேறு காரணத்தினாலோ பறக்கத் தயங்கினால் உடனே

விஷ்ணு அந்த விமானத்தை ஓட்டிச் சென்றுவிடுவார். ராணுவத்தில் இருந்து ஓய்வு பெற்ற பிறகு, உத்தரபிரதேச அரசு சார்பில் ஹெலிகாப்டர் பைலட்டாகப் பணியாற்றி வந்தார்.

ஒருநாள் அவரிடமிருந்து போன் வந்தது. உத்தரபிரதேச அரசின் சார்பில் பெங்களூருக்கு வந்திருக்கிறேன். ஜாலியாக கொஞ்சம் நேரம் பறக்கலாம் வா என்று அழைத்தார். அவருடைய அழைப்பை அப்படியே ஏற்பதற்குப் பதிலாக, ஊருக்குத் திரும்பிப் போகும்போது எந்த வழியாகப் போவீர்கள் என்று கேட்டேன். முதலில் மங்களூருக்குப் போவேன். பிறகு கோவா, புனே, நாக்பூர் வழியாக லக்னோ போவேன் என்று சொன்னார். அவர் சொன்ன பாதையில்தான் என் பண்ணையும் இருந்தது. என் பண்ணைக்கு அழைத்துச் செல்ல முடியுமா என்று கேட்டேன்.

பண்ணை எங்கு இருக்கிறது என்று கேட்டார். ஹஸனுக்கு அருகில் ஜவகல் கிராமத்தில் இருப்பதைச் சொன்னேன். விஷ்ணுவிடம் ராணுவ வரைபடம் இருந்தது. அந்தக் கிராமம் இருக்கும் இடத்தைப் பார்த்தார். என் பண்ணை மிகச் சரியாக எந்த இடத்தில் இருக்கிறது என்று கேட்டார். ஜவகலுக்கு வடக்கே பிடாரே கிராமத்துக்கு அடுத்ததாக இருப்பதைச் சொன்னேன். மேப்பில் அதைப் பார்த்து உறுதிப்படுத்திக் கொண்டார். சரி போகலாம் என்று சொன்னார். என் மனைவி பார்கவி, கேப்டன் ஜெயந்த், அவருடைய மனைவி ஆகியோரையும் உடன் அழைத்துவரலாமா என்று கேட்டேன். ‘வரலாம். அவர்களும் வந்தால் மிகவும் நன்றாக இருக்கும். ஆனால், ஹெச்.ஏ.எல். விமானநிலையத் துக்குக் காலையில் 9.00 மணிக்கு முன்பாக வந்துவிடவேண்டும்’ என்று சொன்னார்.

ஒருவகையில் என்னுடைய மனம் என்பது எக்கச்சக்க எண்ணங்கள் விதைக்கப்பட்ட தோட்டம் போன்றது. சரியான நேரத்தில் ஏதாவது ஒரு விதை மௌனமாகத் துளிர்விடும். விஷ்ணுவுடன் பேசியபோதும் அப்படியான ஒரு விதை முளைவிட்டது. கர்நாடகத்தின் அற்புதமான இடங்களுக்கு மக்கள் ஹெலிகாப்டரில் இன்பச்சுற்றுலா போவது போல் ஒரு கற்பனை மனத்தில் உதித்தது. பிரமாண்டக் கோயில்கள், ஹம்பி கோட்டைகள், சிரவணபெலகோலாவில் இருக்கும் பாஹுபலி சிலை, ஜோக் அருவி இவற்றின் மேலாகப் பயணம் செய்வது மனக் கண்ணில் விரிந்தது. முன்பெல்லாம் பணக்காரர்கள் மட்டுமே தங்கள் ஹெலிகாப்டர்களில் இதுபோல் பறப்பார்கள். அவர்களும் கூடச் சுற்றுலா என்று போவது கிடையாது. அதுவும் போக ஒரு செல்வந்தர் விமானப் பயணம் மேற்கொள்ளப் போகிறார் என்றால் அவருடைய உதவியாளர்கள் நெடு நாட்களுக்கு முன்பே திட்டம் போட்டுப் பல

ஏற்பாடுகள் செய்ய வேண்டியிருக்கும். நாம் ஏன் இதை மாற்றக் கூடாது? விரும்பிய இடத்துக்குக் குறுகிய நேரத்தில் பறந்து போவது போல் வசதி செய்துகொடுத்தால் நிறைய பேர் ஹெலிகாப்டர் பயணத்தை விரும்புவார்களே என்று என் மனத்தில் யோசனை முளைத்தது.

பண்ணையில் ஹெலிகாப்டரைத் தரையிறக்குவதற்குத் தேவையான ஏற்பாடுகளைச் செய்துவைக்கும்படி விஷ்ணு சொல்லியிருந்தார். இறங்கும் இடத்தைக் கண்டுபிடிக்க அருகில் பந்தம் ஒன்றை எரிய வைக்கச் சொன்னார். ராஜுவை அழைத்து அதையெல்லாம் செய்து வைக்கச் சொன்னேன்.

காலையில் 9.30-க்குப் புறப்படுவதாகத் தீர்மானிக்கப்பட்டிருந்தது. விஷ்ணு தன்னுடைய 'சேட்டக்' ஹெலிகாப்டரை நகர்த்திக்கொண்டு வந்தார். அது ஃப்ரெஞ்சு யூக்ரியல் ஹெலிகாப்டரைப் போன்றதுதான். 180 டிகிரிக்குப் பார்க்க முடியும். மிகவும் கடினமான மலைகளுக்கும் காடுகளுக்கும் மேலாகக் கூடப் பறக்க முடியும். இந்திய வான்படையின் முதுகெலும்பாக இந்த சேட்டக் ஹெலிகாப்டர்தான் இருக்கிறது. ஜவகல் கிராமத்தை அடையாளம் காட்டித் தர விஷ்ணு என்னை காக்ஃபிட்டில் அமர்ந்து கொள்ளச் சொன்னார். ஒரு வரைபடத்தை மடியில் விரித்து வைத்துக்கொண்டு அமர்ந்தேன்.

எஞ்சின் ஸ்டார்ட் செய்யப்பட்டது. ஹெலிகாப்டர் பிளேடுகள் சுழல ஆரம்பித்தன. பெரும் சத்தத்துடன் தரையில் இருந்து மேலெழும்பியது. மெள்ள வானில் மிதக்க ஆரம்பித்தோம். நாமே இறக்கைகளை விரித்துப் பறப்பதுபோல் ஒரு பேரானந்தம். பறவையாகப் பிறந்திருக் கலாமே என்று மனம் ஏங்கியது.

ராணுவத்தில் இருந்தபோது தரையில் இருக்கும் இடங்கள், கட்டு மானங்களை வரைபடத்தில் துல்லியமாகக் கணித்துவிடுவேன். ஆனால், வானில் 200 கி.மீ வேகத்தில் பறக்கும்போது நிலைமை முற்றிலும் வேறாக இருந்தது. ஒவ்வொரு இடமும் நான் அடையாளம் காண்பதற்கு முன்பாகவே கடந்துவிட்டன. தெருக்கள், கட்டடங்கள், வயல்வெளிகள், தோட்டங்கள், ஏரிகள், மலைகள் எனக் கண் மூடித் திறப்பதற்குள் கடந்துவிட்டன. ஏதோ ஒரு தெய்வீகக் கரம் ஒன்று என்னைத் தூக்கிச் செல்வதுபோல் உணர்ந்தேன். தரை இறங்கியதும் நிச்சயமாக வான் சுற்றுலா நிறுவனம் ஒன்றை ஆரம்பித்துவிட வேண்டும் என்று தீர்மானித்தேன்.

சிரவணபெலகோலாவை அடைந்தோம். உலகிலேயே மிகப் பெரிய ஒற்றைக் கல்லில் செதுக்கப்பட்ட பாஹுபலியின் சிலை மேற்கு

வானில் எங்கள் முன்னால் மெள்ள எழுந்தது. ஆயிரம் ஆண்டு கால அந்தச் சிலையை அருகில் சென்று பார்ப்போமா என்று விஷ்ணுவைக் கேட்டேன். ஹெலிகாப்டரை 600 மீட்டர் தாழ்வாகக் கொண்டு சென்றார். பிரமாண்ட சிலையைச் சுற்றி வந்தோம். அந்தக் காட்சி மிகவும் அற்புதமாக இருந்தது. திறந்த வெளியில், நிராயுதபாணியாக, அதே சமயம் யாராலும் வெல்ல முடியாதவராக பாஹுபலி நின்று கொண்டிருந்தார்.

சென்னராயப் பட்டணம், அர்சிகெரே வழியாக ஜவகலை அடைந்தோம். மெதுவாக என் பண்ணை கண்ணுக்குத் தெரிந்தது. தரையில் இருந்து பார்ப்பதைவிடப் பிரமாதமாக இருந்தது. என் மனக்கண்ணில் பல காட்சிகள் ஓடின. கூடாரம் அடித்து அங்கு தனியாகத் தங்கியது, வெள்ளம் அந்த இடத்தைச் சூழ்ந்தது, கழுதைகளை வளர்த்தது, முதல் மழை, பட்டுப் பூச்சி வளர்ப்பு, மஞ்சே கவுடாவின் குடும்பம், பார்கவி, என் திருமணம் எனப் பல நினைவுகள் ஓடின. சொன்னபடியே ராஜு தீப்பந்தத்தைக் கொளுத்தியிருந்தான். ஹெலிகாப்டர் இறங்கத் தேவையான ஏற்பாடுகளைச் செய்திருந்தான். கூடவே சொல்லாத ஒன்றையும் செய்திருந்தான். ஒட்டு மொத்தக் கிராமத்தையும் அந்த அதிசய நிகழ்ச்சியைப் பார்க்க அழைத்திருந்தான். அந்தக் கிராமத்தினரில் யாருமே அதற்கு முன் ஹெலிகாப்டரைப் பார்த்தது இல்லை. அவர்களுக்கு அது ஏதோ ஒரு புராண காலப் பறவை அல்லது புஷ்பக விமானம் தரை இறங்குவதுபோல்தான் இருந்திருக்கும். தரையை நெருங்க நெருங்கப் புழுதிப் படலம் கிளம்ப ஆரம்பித்தது. அருகில் நிற்பவர்களின் உடைகள் புயலில் அலை பாய்வதுபோல் பதறத் தொடங்கியது. தேவ தூதர்கள் போல் கதவைத் திறந்துகொண்டு பண்ணையில் கால் வைத்தோம்.

ராஜு எங்களுக்கு இளநீர் கொண்டுவந்து கொடுத்தான். பண்ணையைச் சுற்றிப் பார்த்தோம். விஷ்ணுவை எங்கள் நிறுவனத்தில் சேர்ந்து கொள்ளச் சொல்லிக் கேட்டேன். உடனேயே மிகுந்த சந்தோஷத்துடன் சரி என்றார். மதியம் மிகவும் எளிமையான உணவு உண்டு முடித்தோம். பிறகு விஷ்ணு விடைபெற்றுச் சென்றார்.

பண்ணையில் இருந்து பெங்களூருக்கு டாடா பிக் அப் டிரக்கில் திரும்பி வந்தோம். ஹெலிகாப்டரில் 55 நிமிடத்தில் போய்ச்சேர்ந்து விட்டிருந்தோம். ஆனால், அதே தூரத்தை டிரக் வண்டியில் கடக்கச் சுமார் ஆறுமணி நேரத்துக்கு மேல் ஆனது. அதுவும் அந்த டிரக் பயணம் ஏதோ அறுபது மணி நேரப் பயணம் போல் தெரிந்தது. வரும் வழியில் ஏராளமான கனவுகள், காட்சிகள், திட்டங்கள்... என மனது நிரம்பி வழிந்தது.

கர்னல் ஜெயந்த் பூவையா, சாம், விஷ்ணு ஆகியோர் என்.டி.ஏ-யிலும் ஐ.எம்.ஏ-யிலும் என் சக மாணவர்களாக இருந்தனர். ஜெயந்த் அபாரமான பைலட். 1971 பங்களாதேஷ் போரிலும் எல்.டி.டி.ஈ-க்கு எதிரான போரிலும் பங்குபெற்றிருக்கிறார். காஷ்மீரிலும் ஹெலிகாப்டர் சேவையில் இருந்திருக்கிறார். ஜெயந்தும் விஷ்ணுவும் போர்காலங்களிலேயே திறமையாக விமானங்களைச் செலுத்தியிருக்கிறார்கள். எனவே, பயணிகள் போக்குவரத்துக்கு ஹெலிகாப்டரை இயக்குவதில் அவர்களுக்கு எந்தச் சிரமமும் இருக்காது என்பது எனக்குத் தெரியும். விமானம் ஓட்டும் திறமை நீங்கலாக இருவரும் மிகச் சிறந்த நிர்வாகிகளும்கூட. ராணுவத்தில் பயிற்சி பெற்றவர்களுக்குச் சாதாரண வாழ்க்கையில் பொருந்திப் போவது சிரமமாக இருக்கும். ஆனால், கொஞ்சம் போல முயற்சியும் அனுசரித்துப் போகும் குணமும் இருந்தால் அவர்களால் மிகவும் சிறப்பாகவே பணிபுரிய முடியும்.

ஜெயந்த் அப்போது பி.ஏ. படித்துக் கொண்டிருப்பதாக சொன்னார். ராணுவ அதிகாரிகள் ராணுவ அறிவியல் துறையில் பட்டம் பெற்றிருப்பார்கள். ராணுவத்தில் இருந்து ஓய்வு பெற்ற பிறகு பி.ஏ. படிப்பு என்பது அவசியமில்லாத ஒன்றுதான். ஜெயந்த் பி.ஏ. படித்துக் கொண்டிருப்பதைக் கேள்விப்பட்ட நான் அதற்குப் பதிலாக வானூர்தி ஓட்டுவதற்கான லைசன்ஸ் ஒன்றை வாங்கிக் கொள்ளச் சொன்னேன். என் திட்டத்தை விளக்கிச் சொன்னேன். ஒரு ஹெலிகாப்டர் நிறுவனம் ஆரம்பிக்கப் போகிறேன். ஒரு லைசன்ஸ் வாங்கிக்கொண்டு என் நிறுவனத்தில் சேர்ந்துவிடுங்கள் என்று சொன்னேன். அவர் உடனே எதுவும் சொல்லவில்லை. மௌனமாகவே வந்தார். நான் சொன்னவை அவர் மனத்தில் ஒரு கனவை உற்பத்தி செய்திருக்கும். வெறும் கிளார்க்காக, நிர்வாகியாக வாழ்வதைவிடச் சவால்களை எதிர் கொள்வது எப்போதுமே அற்புதமானதுதானே. தரை இறங்கும்போது கனவில் இருந்து வெளிப்பட்டவர்போல் உற்சாகத்துடன் சொன்னார்: *மீண்டும் பறக்க ஒரு வாய்ப்பு! என்ன ஒரு அருமையான அதிர்ஷ்டம்!*

நான் கேட்டுக்கொண்டதற்கு இணங்க ஜெயந்த் விரைவிலேயே பெங்களூருக்கு மாற்றல் வாங்கிக்கொண்டு வந்தார். சாம், நான், ஜெயந்த் என மூவர் கூட்டணி உருவானது. ராணுவ உணவு விடுதிக்குப் போய்ச் சாப்பிட்டோம். பதினைந்து வருடங்களுக்குப் பிறகு அந்த விடுதிக்குப் போனோம். இரவு சாப்பிட்டுவிட்டுப் பொழுது விடியும்வரை அங்கேயே இருந்து பேசிக் கொண்டிருந்தோம்.

ஜெயந்தின் மைத்துனர் டாக்டர் அசோக் பாண்டே ஒரு ஐ.ஏ.எஸ். அதிகாரி. லோக் சபா செக்ரட்டரியாக இருந்தார். அவருடைய மனைவி ரீனா பாண்டே (ஜெயந்தின் சகோதரி) இந்திய வெளியுறவுத்துறையில்

பணியாற்றிவந்தார். மூன்று பிரதமர்களுக்குக் கீழே பணிபுரிந்த அனுபவம் மிகுந்தவர். இப்போது வெளியுறவுத் தூதராக இருக்கிறார். அவர்களுடைய உதவி மட்டும் இல்லையென்றால் அரசாங்கத்தின் குழப்பம் நிறைந்த புதிர்ப்பாதையில் என் நிறுவனத்தின் கோப்புகள் சிக்கித் தொலைந்தே போயிருக்கும். இதையெல்லாம் கடவுள் எனக்குச் செய்த உதவியாகவே நாத்திக அம்சம் என் மனத்தில் குறைவாக இருக்கும் தருணங்களில் நினைத்துக்கொள்வேன். பண்ணை ஆரம்பித்த போது மின்சார வாரியத்திலும் இதுபோல் எனக்கு உதவிகள் கிடைத் திருந்தன. டில்லியிலும் என்னால் அதுபோல் எளிதில் சாதித்துவிட முடியும் என்ற இறுமாப்பிலேயே இருந்தேன். ஆனால், டில்லி வித்தியாசமான அதிகாரமையம். என் ஜம்பம் அங்கு பலிக்கவில்லை. சுமார் இரண்டு வருடங்கள் பெங்களூருக்கும் டில்லிக்குமாக அலைந்து பார்த்தேன். எனது விண்ணப்பம் ஓர் அங்குலம்கூட நகரவில்லை.

இணை செயலர்தான் எனது விண்ணப்பத்தை முதலில் பரிசீலிக்க வேண்டியவர். அவர்தான் என் விண்ணப்பத்தை ஒரு ஃபைலில் போடுவார். அதன் பிறகே அனைவரது பார்வைக்கும் அது அனுப்பப் படும். அவர்தான் என்.ஓ.சி. சான்றிதழ் தரவேண்டும். அரசாங்கச் செயலர் கண்ணுக்குத் தெரியாத கடவுளைப் போன்றவர். அவரைப் பார்ப்பதே பெரிய பரவச நிகழ்வாக இருக்கும். ஒருவழியாக எப்படியோ இணை செயலரைப் பார்த்தேன். 'உங்கள் விண்ணப்பம் வந்திருக்கிறது. பார்த்துச் செய்கிறோம்' என்று சொல்லி என்னை அனுப்பினார். அதன் பிறகு நான் மாதா மாதம் அவரைப் போய்ப் பார்க்கும்போதும் இதே பதில்தான். மாதங்கள் உருண்டதே தவிர என் ஃபைல் ஒரு அங்குலம் கூட உருளவில்லை. இதனிடையில் மூன்று செயலர்கள் மாறிவிட்டார்கள். எப்போது யாரைப் போய்ப் பார்த்தாலும் ஒரே பதில்தான்: 'பார்த்துச் செய்கிறோம்.' மூன்றாவதாக வந்த செயலரை ஒருநாள் சந்தித்து விஷயத்தைச் சொன்னேன். என்னால் அடிக்கடி டில்லிக்கு வந்து போய்க் கொண்டிருக்க முடியவில்லை என்று சொன்னேன். சரி... அப்படியானால் வராதீர்கள் என்றார். எனக்கு என்.ஓ.சி. கொடுத்துவிடுங்கள். அதன் பிறகு இங்கு வரவே மாட்டேன் என்று சொன்னேன். அவருக்குக் கோபம் வந்துவிட்டது. சட்டென்று எழுந்து நின்றார். கையில் கட்டியிருந்த கடிகாரத்தைக் காட்டி உங்களுக் கான நேரம் முடிந்துவிட்டது. நீங்கள் போகலாம் என்று கதவைக் காட்டினார். எதுவும் பேசாமல் வந்துவிட்டேன். சுமார் இரண்டு வருடங்களாக இந்தக் கூத்து நடந்தது.

நான் சிறிதும் மனம் தளரவில்லை. தொடர்ந்து அவரை நச்சரித்துக் கொண்டே இருந்தேன். ஒரு கட்டத்துக்கு மேல் தொல்லை தாங்க முடியாமல் தன்னுடைய மேலதிகாரிக்கு ஃபைலை அனுப்பி

வைத்தார். ஒரு டேபிளில் இருந்து இன்னொரு டேபிளுக்குத்தான் என் ஃபைல் நகர்ந்திருந்தது. ஆனால், அதுவே ஒரு இமாலய வெற்றிபோல் எங்களுக்குத் தெரிந்தது.

அரசு அதிகார வர்க்கத்தினர் ஒவ்வொரு விஷயத்தையும் எப்படிக் கையாள வேண்டும் என்பதில் கரைகண்டவர்கள். என் ஃபைலைப் பொறுத்தவரையில் ஒரு தெளிவான திட்டம் வைத்திருந்தார்கள்: 'தள்ளிப் போடு… காத்திருக்க வை… அதட்டி விரட்டு… முகத்தைத் திருப்பிக்கொள்…'

செயலர் என்னைப் பார்த்துச்சொன்னார்: 'இதோ பாருங்கள் உங்கள் ஃபைலை மந்திரிக்கு அனுப்பி இருக்கிறேன். இனிமேல் என்னை வந்து எதுவும் கேட்க வேண்டாம். அவர் உங்கள் ஃபைலை நிராகரிக்கவும் இல்லை. அனுமதி கொடுக்கவும் இல்லை. எடுத்துத் தனியே வைத்திருக்கிறார். எனவே, எதுவானாலும் மந்திரியைப் போய்ப் பாருங்கள்.'

எனக்கு எதுவுமே புரியவில்லை. நீங்களே மந்திரியிடம் சீக்கிரம் கையெழுத்துப் போடச் சொல்லி நினைவுபடுத்துங்களேன் என்று கேட்டேன். செயலர் சிரித்தார். 'இதோ பாருங்கள். ஒரு ஃபைலை மந்திரிக்கு அனுப்புவதுதான் என் வேலை. நினைவுபடுத்துவதெல்லாம் என் வேலை இல்லை. அவரிடம் வந்திருக்கும் ஃபைலில் கையெழுத்துப் போட வேண்டும் என்பது அவருக்குத் தெரியும். அவர் ஃபைலை நிராகரித்துத் திருப்பி அனுப்பவில்லை. அப்படியென்றால் நீங்கள் போய் அவரைச் சந்திக்க வேண்டும் என்று விரும்புகிறார் என்று அர்த்தம்' என்றார்.

பொதுவாக யாரும் நேராக மந்திரிகளைப் பார்க்கப் போகமாட்டார்கள். அவர் எதுவும் செய்யமாட்டார் என்று தாங்களாகவே நினைத்துக் கொண்டுவிடுவார்கள். இடைத்தரகர்கள் மூலம் போனால்தான் வேலை நடக்கும் என்று நம்புவார்கள். நான் சிறுவயதில் இருந்தே இது போன்ற குறுக்குவழிகளில் ஈடுபட்டதே கிடையாது. எனவே, இப்போதும் அப்படியே நடந்துகொள்ள விரும்பினேன். அப்போது குலாம் நபி ஆஸாத் விமானப் போக்குவரத்து அமைச்சராக இருந்தார். அவரை நேரடியாகச் சந்திக்க முடிவு செய்தேன்.

அபாயிண்ட்மெண்ட் கிடைத்தது. நான் ஒரு முன்னாள் ராணுவ அதிகாரி என்பதையும் ஹெலிகாப்டர் நிறுவனம் ஒன்று ஆரம்பிக்க விரும்பு கிறேன் என்பதையும் சொன்னேன். என் விண்ணப்பம் அவர் மேஜையில் நீண்ட காலமாகக் காத்துக் கிடக்கிறது. எங்களிடம் இருக்கும் பணமோ

காலியாகிக்கொண்டே இருக்கிறது. இரண்டு வருடங்களாக டில்லி வந்து போவதற்கே என் சேமிப்பில் பெரும்பகுதி கரைந்திருந்தது. நான் பொறுமையின் உச்சிக்குப் போய்விட்டேன். அவர் எனக்கு லைசன்ஸ் தந்தே ஆக வேண்டும்.

பெரும்பாலானவர்களுக்கு அவர்கள் விரும்புவது கிடைப்பதில்லை. ஏனென்றால், அவர்கள் கேட்பது இல்லை! பெரும்பாலான அரசு அலுவலக வேலைகள் லஞ்சம் கொடுக்காமலேயே நடந்து முடிவதுண்டு. ஆனால், அதற்கு நீங்கள் நேர் வழியில் போக வேண்டும். நியாயமாக உங்களுக்கு வேண்டியதைத் துணிச்சலாகக் கேட்கலாம். அப்படிச் செய்தால் அரசாங்க, அதிகார வர்க்கம் உங்களுக்குச் செய்யும் உதவியைப் பார்த்து ஆச்சரியப்பட்டுப் போய்விடுவீர்கள்.

நான் என் கஷ்டத்தைச் சொல்லி முடிப்பதுவரைப் பொறுமையாகக் கேட்ட குலாம் நபி ஆஸாத், ஒரு முன்னாள் ராணுவ அதிகாரிக்கு இப்படியான பிரச்னைகள் வருவதைத் தன்னால் புரிந்துகொள்ளவே முடியவில்லை என்று சொன்னார். செகரட்டரியிடம், கேப்டன் கோபி என்ற பெயரில் ஃபைல் ஏதாவது வந்திருக்கிறதா என்றுகேட்டார். அவர் என் ஃபைலை எடுத்துக்கொண்டுவந்து கொடுத்தார். படித்துப் பார்த்துவிட்டு இன்றே உங்கள் ஃபைலில் கையெழுத்துப் போடுகிறேன் என்று சொன்னார். நான் அவர் சொன்னதை நம்பவில்லை. ஆனால், சொன்னபடியே செய்தார். ஹெலிகாப்டர் போக்குவரத்து ஆரம்பிக்கக் கொள்கைரீதியிலான அனுமதியைக் கொடுத்தார். டி.ஜி.சி.ஏ-வை அடுத்தகட்டச் செயல்பாடுகளில் ஈடுபடும்படி உத்தரவிட்டார். 'நீங்கள் ஹெலிகாப்டர் நிறுவனம் ஆரம்பிப்பதில் அரசுக்கு எந்த ஆட்சேபணையும் இல்லை' என்ற அந்த இரண்டு வரி வாக்கியத்தைப் பெற எனக்கு இரண்டு வருடங்கள் ஆனது! அரசியல்வாதிகளை ஒட்டுமொத்தமாகப் பார்த்தால் ஊழல் மலிந்தவர்கள் போல்தான் இருக்கும். வர்த்தகர்களும் அப்படித்தான். ஆனால், தனி நபர்கள் என்ற வகையில் அவர்கள் அப்படி அல்ல என்பதை நான் புரிந்துகொண்ட நேரம் அது.

டில்லியில் எனக்கு இரண்டு நண்பர்கள் இருந்தனர். ஒருவர் கேப்டன் டி.வி.சிங். அவர் பின்னாளில் என் நிறுவனத்தில் சேர்ந்துகொண்டார். டில்லிக்குப் போகும்போது அவருடன்தான் தங்குவோம். இன்னொரு வர் கேப்டன் ஆப்ரஹாம் பென். புது டில்லியில் 'நிருலாஸ் ஹோட்டல்ஸு'டன் தொடர்பு உடையவர். மதிய உணவை அவர்தான் வாங்கித் தருவார். கடிதங்கள் அனுப்புதல், நகல் எடுத்தல் போன்ற வேலைகளைச் செய்துகொடுத்தார். எங்களுக்கு டில்லியில் தனியாக அலுவலகம் தொடங்க வசதி இருந்திருக்கவில்லை.

பறவைக் குஞ்சு முட்டையில் இருந்து வெளிவந்துவிட்டது. தத்தித் தத்தி நடந்து, பறக்க வேண்டியதுதான் பாக்கி. சாம் பத்திரிகைகளை அலசி ஆராய்ந்து ஹெலிகாப்டர் விற்பனையாளர்களின் முகவரி, தொலைபேசி எண்களைச் சேகரித்தான். குத்தகைக்கு ஹெலிகாப்டர் தரமுடியுமா என்று கேட்டு அனைவருக்கும் கடிதம் எழுதினான். இடைத்தரகர்கள் பத்தாயிரம் டாலர் கொடுத்தால் வேலையைச் சீக்கிரம் முடித்துத் தருவதாகச் சொன்னார்கள். அதை நாங்கள் விரும்பவில்லை. ரிசர்வ் வங்கியின் பணப் பரிமாற்ற விதிகள் மிகவும் கடுமையாக இருந்தன. எனவே, வங்கிகளின் உத்தரவாதத்தை அயல்நாட்டு நிறுவனத்தினர் கேட்டார்கள். வங்கியில் போய்க் கேட்டாலோ உத்தரவாதம் தர முடியுமென்றால் பணத்தையே கூடக் கொடுத்துவிடுவோமே என்றனர்.

தேசியமயமாக்கப்பட்ட இந்திய வங்கிகள் இதற்கு முன் வான் போக்குவரத்து நிறுவனங்களுக்கு நிதி உதவி கொடுத்ததே இல்லை. கடன் முறையாகச் செலுத்தப்படவில்லையென்றால், ஹெலிகாப்டரை எப்படிக் கையகப்படுத்துவது என்பதெல்லாம் அவர்களுக்குத் தெரிந்திருக்கவில்லை. ஹெலிகாப்டரைக் கைப்பற்றினாலும் வெறுமனே வைத்திருக்க முடியாது. தினமும் அதைப் பராமரித்து வரவேண்டும். இல்லையென்றால் நாசமாகிவிடும். இது போன்ற சிக்கல்கள் விமானப் போக்குவரத்து நிறுவனங்களுக்கு நிதி உதவி செய்வதில் இருந்து வங்கிகளைத் தடுத்துவந்தன.

நாங்கள் வங்கி வங்கியாக ஏறி இறங்கினோம். நான், சாம், ஜெனரல் நரஹரி, மோகன் குமார் எல்லாரும் ஜோராக கோட் சூட் அணிந்து கொண்டு புறப்படுவோம். ராணுவத்தை விட்டு விலகியதில் இருந்து நான் இதுபோல் டிப்டாப்பாக உடை அணிந்ததே கிடையாது. நாங்கள் சந்தித்த வங்கி மேனேஜர்கள் எல்லாருமே ஒரே பதிலைத்தான் சொன்னார்கள்: 'நாங்களே மறுபடியும் அழைக்கிறோம்.'

விவசாயியாக இருந்த நேரத்தில் கடன் கேட்டு அலைந்தபோது என்ன அனுபவம் கிடைத்ததோ அதேதான் ஹெலிகாப்டர் நிறுவனம் அமைக்க முயன்றபோதும் கிடைத்தது. ஒரே ஒரு வித்தியாசம் என்ன வென்றால், இந்த முறை வங்கி மேனேஜர்கள் ஒரு மாதம் கழித்து தாங்களாகவே போனில் பேசினார்கள். இந்தத் திட்டம் எங்களுக்கு உகந்ததாக இல்லை. லாபகரமானதாக இருக்கும் என்று தோன்ற வில்லை. எனவே, எங்களால் கடனுதவி வழங்க முடியாது என்று பொறுப்பாகப் பதில் சொன்னார்கள்.

ஹெலிகாப்டர்களைக் குத்தகைக்குக் கொடுக்கும் நிறுவனங்களும் இந்தியா மீது பெரிய அக்கறை காட்டவில்லை. நம் நாட்டை அபாயம்

நிறைந்த, அதிகம் முன்னேறாத நாடாகக் கருதினார்கள். இந்தியச் சட்டமானது வாடகைதாரர்கள், குத்தகை எடுத்தவர் ஆகியோருக்குச் சாதகமாகவே இருப்பதால், ஏதாவது பிரச்னை என்றால் ஹெலி காப்டரை மீட்க முடியாமல் போய்விடும் என்று பயந்தார்கள். அதில் உண்மை இருந்ததைப் பின்னாளில்தான் தெரிந்துகொண்டேன்.

கர்நாடகத் தொழில் முதலீட்டு வளர்ச்சிக் கழகம் (கே.எஸ்.ஐ.ஐ.டி.சி) முதலீட்டாளர்களுக்குச் சாதகமாகச் செயல்பட்டு வந்தது. நாங்கள் அந்த அமைப்பிடமிருந்து 10 கோடி கடனுதவி கேட்டிருந்தோம். உதிரி பாகங்கள் வாங்கவும் பிற தேவைகளுக்குமாக 43 லட்சம் மட்டுமே தர முடியும் என்று சொன்னார்கள்.

இது மட்டுமல்லாமல் இந்தியாவில் இருக்கும் ஒரே ஹெலிகாப்டர் நிறுவனமான பவன் ஹான்ஸிடம் அனுமதி பெற வேண்டும் என்று கேட்டுக் கொண்டார்கள். பவன் ஹான்ஸ் அரசு கட்டுப்பாட்டில் இயங்கும் நிறுவனம். அரசாங்க ஒப்பந்தங்கள், எண்ணெய் நிறுவன ஒப்பந்தங்கள் பெற்று ஹெலிகாப்டர் சேவை செய்து வந்தார்கள். பொதுமக்கள் பயன்பாட்டுக்கான சேவைகள் எதுவும் கிடையாது. என்னுடைய ஒரே ஒரு போட்டியாளருக்கு என் திட்டம் தெரிய வருவதை நான் விரும்பவில்லை. எனவே, அந்த நிபந்தனையை ஏற்க மறுத்துவிட்டேன். கடைசியில் கே.எஸ்.ஐ.ஐ.டி.சி. என் கோரிக்கையை ஏற்றுக்கொண்டு அந்த நிபந்தனையைத் தளர்த்தியது.

பெங்களூருவில் மூன்று விமானத் தளங்கள் இருந்தன. எலஹன்கா விமானத் தளம், ஹெச்.ஏ.எல். ராணுவ விமானத்தளம், ஜக்கூர் மாநில விமானத் தளம். விமானப் பயிற்சி மையமான மூன்றாவது மையம் மாநில அரசின் கட்டுப்பாட்டில்தான் இயங்கியது.

எங்களிடம் லைசன்ஸ் இருந்தது. ஆட்களும் ரெடி. ஆனால், ஹெலிகாப்டர்தான் கிடைத்தபாடில்லை. அப்போதுதான் மைக் ராபின்ஸின் போன் வந்தது. ஜப்பானில் ஒரு நிறுவனம் இருக்கிறது. உலகம் முழுவதும் சுமார் 50க்கும் மேற்பட்ட ஹெலிகாப்டர்களை குத்தகைக்குக் கொடுக்கிறது. உங்களைப் பற்றி அவர்களிடம் பேசி யிருக்கிறேன். உங்களைச் சந்திக்க விரும்புகிறார்கள் என்று சொன்னார்.

ஐ.டி.சி. லீஸிங் இண்டர்நேஷனல் என்ற அந்த நிறுவனத்தை உடனே தொடர்பு கொண்டோம். அந்த நிறுவனத்தின் மூத்த அதிகாரி பெங்களூருக்கு வந்தார். தாஜ் வெஸ்ட் எண்டில் சந்தித்தோம். மூன்று நான்கு மணி நேரம் பேசினோம். இந்தியா பற்றியும் அதன் மேல் நோக்கிய வளர்ச்சி பற்றியும் சீர்திருத்தங்கள் பற்றியும் பேசினோம். என் திட்டம் ஏதோ திடீரென்று வெற்றி பெற்று அடுத்த நிமிடமே மறைந்து

போகும் ஒன்றல்ல. இந்தியா வளர்ச்சியின் பாதையில் வேகமாக முன்னேறும்போது, ஆயிரக்கணக்கான ஹெலிகாப்டர்கள் தேவைப் படும் என்று சொன்னேன். என் கனவை மிகுந்த நம்பிக்கையுடனும் ஆர்வத்துடனும் விவரித்தேன்.

அந்த ஜப்பானிய அதிகாரி எதுவுமே சொல்லவில்லை. ஜப்பானியர்கள் பொதுவாக மிகவும் குறைவாகவே பேசுவார்கள். சில நேரங்களில் அவர்கள் ஊமையோ என்று சந்தேகிக்கும் அளவுக்கு மௌனமாகவே இருப்பார்கள். ஆனால், அடிப்படையில் அவர்கள் எறும்புக் கூட்டத்தைப் போன்றவர்கள். தனியாக இருந்தால் பிழைக்க முடியாது. கூட்டமாக இருந்தால் மாபெரும் புற்றைக் கூட உருவாக்கிவிட முடியும். அதுபோல் ஜப்பானியர்கள் குறைவாக இருந்தால் கொஞ்சம் போல்தான் சத்தம் எழுப்புவார்கள். எண்ணிக்கை கொஞ்சம் கூடுதலானால் 'சோனி' போல் சாதனை படைத்துவிடுவார்கள்.

வந்த மனிதர் எந்தக் கேள்வியும் கேட்கவில்லை. எந்தப் பதிலும் சொல்லவில்லை. பொறுமையாக நான் சொல்வதைக் கேட்டார். இரவு உணவு முடிந்தது. என்னை வாழ்த்திவிட்டுப் புறப்பட்டுப் போய் விட்டார்.

மின்னஞ்சல் அப்போதுதான் பிரபலமாக ஆரம்பித்திருந்தது. நாங்கள் இன்னும் அதன் வளையத்துக்குள் நுழைந்திருக்கவில்லை. ஃபேக்ஸ் மிஷின் மூலம்தான் செய்திகளை அனுப்பிக் கொண்டிருந்தோம். அவர் புறப்பட்டுப் போன மறுநாள் என் விவசாய அலுவலகத்துக்கு ஒரு தொலைநகல் பிரதி வந்து சேர்ந்தது. என் அலுவலகத்தில் விவசாயிகள், பட்டுப்பூச்சி வளர்ப்பவர்கள் எனப் பெரும் கூட்டம் கூடியிருந்தது. அந்தக் கூச்சல் குழப்பத்தின் நடுவே என் உதவியாளரின் குரல் உரத்து ஒலித்தது. 'சார்... ஐ.டி.சி. லீஸிங் கம்பெனியில் இருந்து ஒரு செய்தி வந்திருக்கிறது.' விழுந்தடித்து ஓடிப்போய் இரு கைகளாலும் அந்தக் காகிதத்தை வாங்கினேன். அந்த ஏ-4 ஷீட்டில் ஒற்றை வரியில் ஒரு செய்தி இருந்தது. 'உங்களுக்கு ஒரு ஹெலிகாப்டர் கொடுக்க எங்கள் குழு தீர்மானித்திருக்கிறது - பெல் லாங் ரேஞ்சர் L3.'

அவ்வளவுதான் எழுதப்பட்டிருந்தது. எங்களுக்குச் சிறிது நேரம் என்ன செய்ய என்றே தெரியவில்லை. நானும் சாமும் ஒருவரை ஒருவர் ஆரத் தழுவிக் கொண்டோம். ஒருவழியாக எங்களுக்கு ஹெலிகாப்டரும் கிடைத்துவிட்டது. பணம் மட்டும் தயார் செய்தால் போதும். எங்கள் ஹெலிகாப்டர் இந்திய வானில் பறப்பதை யாராலும் தடுக்க முடியாது. ஆனால், அந்தத் தொலைநகல் கொண்டு வந்த சந்தோஷம் நீண்ட நேரம் நீடிக்கவில்லை.

நாடாளுமன்றத் தேர்தல்கள் 1997-ல் நடைபெற்றன. ஜோதிடர்களும் தேர்தல் ஆய்வு நோக்கர்களும் சொன்னவையெல்லாம் பொய்யாகிப் போனது. நரசிம்ம ராவுக்கு இரண்டாவது முறையாக ஆட்சி செய்யும் வாய்ப்புக் கிடைக்கவில்லை. தொங்கு நாடாளுமன்றம் உருவானது. இந்தியாவின் எதிர்காலம் கேள்விக்குறியானது. பெரும்பான்மை இடங்கள் பி.ஜே.பி.க்குக் கிடைத்திருந்தது. ஆனால், ஆட்சி அமைக்கத் தேவையான ஸீட்கள் இல்லை. பல்வேறு கட்சிகளை ஒன்று சேர்த்து அடல் பிஹாரி வாஜ்பாய் ஆட்சி அமைக்க முன்வந்தார். ஜனாதிபதியும் அவரை ஆட்சி அமைக்கக் கேட்டுக் கொண்டார். ஆனால், போதிய ஆதரவு கிடைக்காததால் 13 நாட்களில் வாஜ்பாயின் ஆட்சி கவிழ்ந்தது. இந்திய அரசியல் களத்தில் பெரும் மாற்றங்கள் ஏற்பட ஆரம்பித்தன. பிராந்தியக் கட்சிகளும் இடதுசாரிக் கட்சிகளும் வலுப்பெற ஆரம்பித்தன.

எல்லாப் பொருளாதார சீர்திருத்தங்களும் நின்றுவிட்டன. சர்வதேசப் பத்திரிகைகள் இந்தியாவில் இனி பொருளாதாரச் சீர்திருத்தங்கள் சாத்தியமில்லை என்று செய்தி வெளியிட்டன. எந்தக் கட்சிக்கும் அறுதிப் பெரும்பான்மை கிடைக்கவில்லையென்றால் மாநிலங்களில் ஜனாதிபதியின் ஆட்சியைக் கொண்டுவரலாம். ஆனால், மத்தியில் அப்படிச் செய்ய முடியாது.

தொங்கு நாடாளுமன்றம் எங்கள் செயல்பாடுகளையும் பாதித்தன. உங்களுக்கு ஒரு ஹெலிகாப்டரைக் குத்தகைக்குக் கொடுக்கிறோம் என்று சொன்ன ஜப்பான் நிறுவனம் தேர்தல் முடிவுகளைப் பார்த்து விட்டுத் தன் முடிவை மாற்றிக் கொண்டது. 'இந்தியா குறித்து எங்களுக்கு ஒரே குழப்பமாக இருக்கிறது. ஹெலிகாப்டர் தருவதில் இருந்து பின்வாங்கிக் கொள்கிறோம்' என்று அடுத்த இரண்டு வரித் தொலைநகல் அனுப்பிவிட்டார்கள்.

சாம் மிகவும் நொந்துபோய்விட்டான். எங்கள் ஒட்டுமொத்தக் குழுவும் நிலைகுலைந்துவிட்டது. நான் அமைதியாக இருந்தேன். தைரியத்தைக் கைவிடவில்லை. என் நம்பிக்கைத் தீ அணைய வில்லை. இது இன்னொரு தடைக்கல். இதையும் நாம் தாண்டியாக வேண்டும். நிச்சயம் தாண்டுவோம். ஒரு கதவு மூடப்பட்டால் இன்னொரு கதவு நிச்சயம் திறக்கும். கவலைப்படாதே சாம் என்று ஆறுதல் சொன்னேன்.

எங்கள் அலைச்சல் மீண்டும் ஆரம்பமானது. புதிய கதவுகளைத் தட்டினோம். புதிய கடிதங்கள் எழுதினோம். நடந்ததை நினைத்து வருத்தப்படுவதால் எந்தப் பயனும் இல்லை. விதியை நினைத்துப்

புலம்பாமல் தொடர்ந்து முயற்சி செய்ய வேண்டும். அப்போதுதான் பழைய சக்தியும் வீணாகாது. புதியதை உற்சாகத்துடன் செய்யவும் முடியும். எல்லாமே மனம் சம்பந்தப்பட்டதுதான். அது உறுதியாக இருந்தால் மலையைக்கூட நகர்த்த முடியும். அது பலவீனமாக இருந்தால் ஒரு சிறு கல்லைக்கூட அசைக்க முடியாது. சோகத்தில் இருந்து தப்பிக்க மிகச் சிறந்த மருந்து செயல்தான். நான் தோல்வியைக் கண்டு துவண்டுவிடாமல், புதிய வழியைத் தேட ஆரம்பித்தேன்.

மகாவ் பகுதியில் இருக்கும் ஹெலிகாப்டர் நிறுவனத்தில் பணிபுரிந்த விஜய் பாபு என்பவர் ஒருநாள் என்னைத் தொடர்புகொண்டார். ஹெலிகாப்டர் எஞ்சினியரான அவர் வேலை கிடைக்குமா என்று கேட்டார். உண்மையிலேயே எனக்கு ஒரு எஞ்சினியர் தேவையாகத் தான் இருந்தார். விஜய் பாபு தமிழகத்தைச் சேர்ந்தவர். கூர்மையான அறிவும் பிரச்னைகளைத் தீர்க்கும் சாமர்த்தியமும் கொண்டவர். நிதி நெருக்கடிச் சூழலிலும் மிகச் சிறப்பாகச் செயல்படும் திறமை கொண்டவர். அவரைப் பணிக்கு எடுத்துக் கொண்டேன். எங்கள் குழு முழுமை அடைந்தது.

நம்மைப் போன்ற சிறிய நிறுவனங்கள் அநாவசியமாகப் பணத்தைச் செலவு செய்ய முடியாது. எனவே, முதலில் சிறிய அலுவலகத்தில் இருந்துகொண்டு வேலைகளை ஆரம்பிப்போம். பிறகு பெரிய அலுவலகம் கட்டிக் கொள்ளலாம் என்று விஜய் பாபு சொன்னார். ஆனால், எனக்கு அதில் உடன்பாடில்லை. ஏனென்றால், ஹெலிகாப்டரில் முதலில் பயணம் செய்யப் போகிறவர்கள் அனைவரும் பெரும் செல்வந்தர்களாகத்தான் இருப்பார்கள். எனவே, நம் அலுவலகம் ஐந்து அல்ல... பத்து நட்சத்திர அந்தஸ்து கொண்டதாக இருக்க வேண்டும் என்று சொன்னேன். வேறு விஷயங்களில் செலவைக் குறைத்துக் கொண்டு அலுவலகத்தைப் பிரமாதப்படுத்துவோம். அருமையான வரவேற்பறை, வி.ஐ.பி.கள் தங்க ஆடம்பரமான வசதிகள் என சர்வதேசத் தரத்தில் அனைத்தையும் செய்ய வேண்டும். நமது அலுவலகத்தைப் பார்த்ததும் நம் மீது நம்பிக்கை வரவேண்டும். இல்லையென்றால் ஓட்டை ஹெலிகாப்டரை ஓட்டுவதாக நம்மை நினைத்துவிடுவார்கள் என்று சொன்னேன்.

சரி... எங்கு எங்கள் நிர்வாக மையத்தை அமைப்பது? ஜக்கூர் விமானத் தளம்தான் சரியான இடமாகப்பட்டது. மிகவும் பெருமை வாய்ந்த அங்குதான் இந்தியாவிலேயே வானூர்திக்கான பயிற்சி கொடுக்கும் பள்ளி இருக்கிறது. அதுதான் மாநில முதலமைச்சரின் கட்டுப்பாட்டின் கீழ் இருந்தது. அப்போது முதலமைச்சராக ஜனதா கட்சியின் ஜே.ஹெச். பட்டேல் இருந்தார்.

அவரைப் பார்க்கப் போகும் வழியில் எனக்கு சிங்கப்பூரின் ஞாபகம் வந்தது. மிகவும் சிறிய தீவுதான். ஆனால், உலகிலேயே முன்னணியில் இருக்கும் அனைத்து விமான நிறுவனங்களின் கிளை அலுவலகமும் அங்கு இருக்கிறது. இந்தியாவைத் தேர்ந்தெடுக்காமல் அவர்கள் ஏன் சிங்கப்பூரைத் தேர்ந்தெடுத்தார்கள்?

ஏனென்றால், இந்தியாவைப் போல் நேபாளம், பாகிஸ்தான், பங்களாதேஷ், ஸ்ரீலங்கா, மியான்மர் போன்ற நாடுகளுக்கு அருகில் அது இல்லை. வானூர்தித் துறையின் வளர்ச்சிக்கு லாஜிஸ்டிக்ஸ் மிகவும் அவசியம். அந்த விஷயத்தில் விமான நிறுவனங்கள் மிகவும் கறாரானவை. அதோடு, விமானங்களைத் தொடர்ந்து சர்வீஸ் செய்து வரவேண்டியிருக்கும். அடிக்கடி புதிய பாகங்களைப் பொருத்திக் கொண்டிருக்க வேண்டியிருக்கும். பிரயாணிகளின் பாதுகாப்பு தொடர்பாகத் தீவிர கவனம் செலுத்தப்படும். 3000 மணி நேரம் ஓட்டலாம் என்று சொல்லப்படும் ஒரு ஹெலிகாப்டர் எஞ்சினை மிகச் சரியாக 3000-மாவது மணி நேரத்திலேயே மாற்றிவிடவேண்டும். 95 சதவிகிதமான உதிரி பாகங்களைக் குறிப்பிட்ட காலக் கெடுவுக்குக் கூடுதலாக ஒரு நொடி கூட உபயோகிக்கக் கூடாது.

இந்தியாவில் அனுமதி கிடைத்தாலும் இங்கிருந்து சேவைகளைச் செய்ய அந்நிய விமான நிறுவனங்கள் ரொம்பவும் யோசிக்கும். ஏனென்றால் இங்கு ஏற்படும் காலதாமதம். அதனால் நிறைய இழப்பு ஏற்படும். அதோடு அதிகாரவர்க்கத்தைச் சமாளிப்பதும் மிகவும் கடினம். தரையிறங்க அனுமதி உடனே தரப்படாது. விமான நிலை யத்தில் பயங்கரக் கெடுபிடிகள் இருக்கும். டிக்கெட் கட்டணம் அதிகம் வைக்க வேண்டியிருக்கும். சிங்கப்பூரில் இருந்து செயல்படுவதுபோல் துல்லியமாக இந்தியாவில் செயல்பட முடியாது. நேபாளத்தில் இருந்தோ பாகிஸ்தானில் இருந்தோ இந்தியாவுக்குள் ஒரு விமான எஞ்சினைக் கொண்டு வந்து பழுது நீக்கி அதே நாளில் திருப்பி அனுப்ப முடியாது.

ஆனால், இந்தியா இந்த வியாபாரத்தில் பின்தங்கி இருப்பது எனக்கு முட்டாள்தனமாகவே பட்டது. ஏனென்றால், சிங்கப்பூரில் இருக்கும் 31 எஞ்சினியர்களில் 19 பேர் இந்தியர்கள். ஏர் இந்தியாவும் இந்திய அரசாங்கமும் தான் சிங்கப்பூர் ஏர்லைன்ஸ் உருவாக உதவி செய்திருக் கிறார்கள். பாதிக்கு மேற்பட்ட பைலட்களும் எஞ்சினியர்களும் இந்தியர்களே. ஆனால், இந்தியன் ஏர்லைன்ஸும் இந்திய விமானத் துறையும் பின்தங்கிவிட்டிருக்கின்றன. சிங்கப்பூரோ சர்வதேசப் புகழைப் பெற்றுவிட்டிருக்கிறது. இந்தியாவில் விமானப் பழுது நீக்கும் சேவைகளுக்கு அதிகம் செலவிட வேண்டியிருக்கிறது. ஒரு சிறிய

நட்டு-போல்ட்டு ஒன்றை மாற்ற வேண்டியிருந்தாலும் சிங்கப்பூருக்கே அந்த எஞ்சினைக் கொண்டு செல்ல வேண்டியிருக்கிறது. 5000 ரூபாய் உதிரி பாகத்துக்கு 50,000 ரூபாயைச் செலவிட வேண்டியிருக்கிறது. இந்தியாவில் இருந்து ஒரு பாகத்தை சிங்கப்பூருக்கு கப்பலில் கொண்டு சென்று பழுது நீக்கிக் கொண்டுவர இருபது மடங்கு செலவு அதிக மாகிறது. போக வரச் செலவு, இன்ஷுரன்ஸ், அதிகமான சேவைக் கட்டணம் என ஏகப்பட்ட செலவுகளை விமான நிறுவனங்களே ஏற்றுக் கொள்ள வேண்டியிருக்கிறது.

முதலமைச்சரைச் சந்தித்ததும் இதையெல்லாம் எடுத்துச் சொன்னேன். பெங்களூருவில் எல்லா உள் கட்டுமான வசதிகளும் தொழில்நுட்பத் திறமைகளும் இருக்கின்றன. உலகின் முன்னணி நிறுவனமாக ஆகும் எல்லாத் தகுதிகளும் நமக்கு இருப்பதைச் சொன்னேன்.

ஹெலிகாப்டர் நிறுவனத்தை சென்னையிலோ ஹைதராபாத்திலோ அமைக்க முடியும். ஆனால், நான் கர்நாடகாவில் பிறந்தவன். பெங்களூருவில்தான் என் நிறுவனத்தை அமைக்க விரும்புகிறேன். எனக்கு நீங்கள் உதவ முடியுமா என்று கேட்டேன்.

எனக்கு என்னதான் வேண்டும் என்று தெளிவாகச் சொல்லும்படி முதல்வர் கேட்டார். ஒரு ஹெலிகாப்டர் போக்குவரத்து சேவையை ஆரம்பிக்க விரும்புகிறேன். சர்வதேசத் தரத்திலான போக்குவரத்து நிறுவனமாக அது இருக்கும். நம் ஊரிலேயே பழுது நீக்கும் பணிகள் நடக்க வழி செய்ய வேண்டும். எல்லாவற்றுக்கும் மேலாக, விமானப் பராமரிப்பு மையம் (ஹேங்கர்) ஒன்றை அமைக்க விரும்புகிறேன். இவற்றுக்கெல்லாம் ஜக்கூர் விமானநிலையத்தில் ஒரு ஏக்கர் இடம் கொடுக்க வேண்டும் என்று கேட்டேன். அந்தப் பகுதி முதல்வருடைய கட்டுப்பாட்டுக்குள்தான் வருகிறது என்பதையும் சொன்னேன்.

'கேப்டன், உங்களுக்கு நிலம் தருகிறேன். நானே முதல் பயணியாகவும் பறக்க விரும்புகிறேன்' என்று முதல்வர் சொன்னார். அவர் சொன்னதைக் கேட்டதும் அப்படியே வானில் பறப்பதுபோல் சந்தோஷமாக இருந்தது. தனது முதன்மை செயலரான என்.விஸ்வநாதனை அழைத்து எனக்கு வேண்டிய உதவிகள் செய்து தரும்படி உத்தரவிட்டார்.

இந்திய ஐ.ஏ.எஸ் அதிகாரிகள் மிகுந்த வலிமையுடன் இருந்த காலம் அது. நாட்டின் பொருளாதாரத்தையே கட்டுப்படுத்தும் அளவுக்கு வலிமையுடன் இருந்தனர். ஆரம்பகாலத்தில் இந்திய அரசியல் களம் சோஷலிஸத் தாக்கம் கொண்டதாக இருந்தது. அதிகாரவர்க்கத்தின் கொடி உயரப் பறந்தது. அரசாங்க நிர்வாகிகளே கொள்கைகள், கோட் பாடுகளை வடிவமைப்பவர்களாகவும் அமல்படுத்துபவர்களாகவும்

இருந்தனர். லைசன்ஸ்கள் வழங்கும் அதிகாரத்தோடு ஒவ்வொரு நிறுவனமும் எவ்வளவு உற்பத்தி செய்யலாம் என்பதையும் அவர்களே கட்டுப்படுத்தினர். இரும்பு, எஃகு போன்றவற்றை ஸ்கூட்டர் அல்லது கார் உற்பத்திக்குப் பயன்படுத்துவதைவிடக் கிராமப்புறங்களின் தேவைக்குப் பயன்படுத்துவதே நல்லது என்று ஓர் அதிகாரி நினைத்தாரென்றால் முடிந்தது கதை. ஸ்கூட்டர் கம்பெனிக்குத் தரப்படும் எஃகின் அளவு குறைக்கப்பட்டுவிடும். அது மட்டுமல்லாமல் லைசன்ஸில் அனுமதிக்கப்பட்டிருக்கும் அளவுக்குக் கூடுதலாக காரோ, ஸ்கூட்டரோ உற்பத்தி செய்தால் அபராதம் விதிக்கப்படும்.

அதிகாரம் கையில் இருக்கும் நபர்கள் தங்கள் விருப்பத்துக்கு ஏற்ப யாருக்கு வேண்டுமானாலும் சலுகைகள் வழங்கவும் முடியும். பெரும்பாலானவர்கள் நேர்மையானவர்கள். விஷய ஞானம் மிகுந்தவர்கள். எனினும் விதிமுறைகளுக்கு உட்பட்டே நடக்க வேண்டிய கட்டாயத்தில் இருந்தனர். உணவு தானியத்தில் இருந்து இரும்பு வரை அனைத்தும் அரசின் கட்டுப்பாட்டுக்குள் இருந்தது. அதிகப்படியான கெடுபிடிகள் நல்லதல்ல என்பது அதிகாரவர்க்கத்துக்குத் தெரிந்திருந்தது. ஆனால், அதிகாரம் கையில் இருப்பது யாரைத்தான் உசுப் பேற்றாது. எனவே, எந்தவொரு விஷயமானாலும் ஐ.ஏ.எஸ் அதிகாரிகளின் ஒப்புதல் இல்லாமல் நடக்க முடியாது என்ற நிலையே இருந்தது. அவர்களுடைய பதவிக்காலம் நிலையானது. பெரும்பாலும் அவர்களை யாரும் எந்தவிதக் கேள்வியும் கேட்கவே முடியாது.

பெரும்பாலான அதிகாரிகள் நல்லவர்களாகவே இருந்தனர். சட்டத்தை நல்ல காரியத்துக்காக வளைக்கவும் தயங்கமாட்டார்கள். இந்தவகையில் விஸ்வநாதன் மிகவும் அபாரமானவர். அது என் நல் அதிர்ஷ்டம்தான். அன்று மாலையே அனுமதி தருவதற்கான ஆவணங்கள் தயாராகின. மறுநாள் மாலையில் முதல்வரின் கையெழுத்துடன் என் கைக்குக் கிடைத்தும்விட்டது. ஜக்கூர் விமான நிலையத்தில் எங்களுக்கு ஒரு ஏக்கர் நிலம் ஒதுக்கப்பட்டதாக அந்தக் கடிதம் தெரிவித்தது.

எந்தக் காரணம் கொண்டும் ஊழலில் ஈடுபடமாட்டேன் என்று திடமாக இருந்தால் நிச்சயம் நல்லவர்களின் உதவி உங்களுக்குக் கிடைத்தே தீரும். நான் கடந்த 20 வருடங்களாகச் சந்தித்த ஐ.ஏ.எஸ் அதிகாரிகளில் ஒரே ஒருவரைத் தவிர வேறு யாருமே என்னிடம் லஞ்சம் கேட்டதே கிடையாது.

முதலமைச்சரின் முதன்மைச் செயலர் அனுமதிக் கடிதத்தை உடனே கொடுத்துவிட்டாலும் நிலம் எங்கள் கட்டுப்பாட்டுக்குள் வர ஒரு மாத காலம் ஆனது. எங்களுக்கு நிலத்தைக் கொடுத்ததற்கு ஜக்கூர் பயிற்சிப் பள்ளியின் முதல்வர் எதிர்ப்புத் தெரிவித்தார். பயிற்சிப் பள்ளியின்

செயல்பாடுகளை ஹெலிகாப்டர்களின் வருகை குலைத்துவிடும் என்று சொன்னார்.

நான் விஸ்வநாதனைச் சந்தித்து இது தொடர்பாக நீண்ட நேரம் விவாதித்தேன். உண்மையில் அந்தப் பயிற்சிப் பள்ளி செயல்படவே இல்லை. அங்கு ஆறு விமானங்கள் இருந்தன. பல்வேறு பிரச்னை களினால் அவை பயிற்சிக்குப் பயன்படுத்தப்படவே இல்லை. உடல் நலம் சரியில்லாத காரணத்தால் பள்ளி முதல்வருக்குப் பறக்க அனுமதி மறுக்கப்பட்டிருந்தது. பொதுவாகவே, விமானநிலையங்கள் நூற்றுக் கணக்கான விமானங்களின் போக்குவரத்தை நிர்வகித்துத்தான் வருகின்றன. சிகாகோ விமானத்தளத்தில் 3,000 விமானங்கள் வந்துபோகின்றன. சிங்கப்பூர் விமான நிலையத்தில் 650 விமானங்கள் வந்துபோகின்றன. ஹெலிகாப்டரைக் கொண்டுவரக்கூடாது என்று சொல்வதற்குப் பதிலாக, ஒரு விமானநிலையத்தில் விமானங்களையும் ஹெலிகாப்டரையும் சேர்த்து இயக்குவதற்கான வழிகளை நாம் கண்டு பிடிக்கவேண்டும். வானூர்திகள் தரை இறங்குவதையும் புறப்பட்டுச் செல்வதையும் வரிசைப்படுத்த வேண்டும். இதைச் செய்வதை விட்டுவிட்டு, இயங்காத பள்ளியின் முதல்வர் ஒருவரால் எப்படி இப்படிக் கடிதம் எழுத முடிந்தது என்று கேட்டேன். உலகில் என்ன நடந்து கொண்டிருக்கிறது என்பது தெரியாமல் தோல்வியில் திளைக்கும் ஒரு மனம் எழுதிய கடிதமாகவே அது எனக்குப்பட்டது.

நான் சொன்னதைக் கேட்ட விஸ்வநாதன் லேசாகச் சிரித்தார். எதுவும் சொல்லவில்லை. இந்த உலகில் இரண்டு விதமான மனிதர்கள் இருக்கிறார்கள். ஒரு பிரிவினர் திட்டங்களை எளிதில் முடிக்க உதவி செய்வார்கள். இன்னொரு பிரிவினர் எவ்வளவு முடியுமோ அவ்வளவு முட்டுக்கட்டை போடுவார்கள். விஸ்வநாதன் முதல் வகையைச் சேர்ந்தவர். முதலமைச்சரைத் தவறான வழியில் ஒருபோதும் வழி நடத்தமாட்டார். இந்த பிரச்னையைத் தீர்க்க ஒரு குழு அமைக்க விரும்புவதாகச் சொன்னார். நான் சில பெயர்களைப் பரிந்துரைத்தேன். ஏர்மார்ஷல் லம்பா பெயரும் அதில் ஒன்று. இந்தியன் ஏர்லைன்ஸ், ஏர் இந்தியா நிறுவனத்தில் இருந்த சிலரும் குழுவில் நியமிக்கப்பட்டனர். அவர்கள் விசாரித்துவிட்டு தங்கள் பரிந்துரையை முதல்வருக்கு அனுப்பினார்கள். முறையாகக் கையாண்டால் எந்தப் பிரச்னையும் வர வாய்ப்பு இல்லை என்று சொல்லியிருந்தார்கள். அப்படியாக ஒரு மாதம் கழித்து விஸ்வநாதன் எங்களுக்கு அதிகாரபூர்வமாக அந்த நிலத்தைக் கொடுத்தார். ஜக்கூர் விமானத்தளம் சுமார் 250 ஏக்கர் பரப்பளவில் அமைந்திருந்தது. 60க்கு 60 மீட்டர் நீள அகலம் கொண்ட துண்டு நிலம் எங்களுக்கு ஒதுக்கப்பட்டது. முதல் வேலையாக அதில் ஒரு கூடாரம் அடித்து காவலர் ஒருவரை நியமித்தோம். எனக்கு கூடாரங்களை

ரொம்பவே பிடிக்கும். என் பள்ளி வாழ்க்கையும் இதுபோன்ற ஒரு கொட்டகையில்தான் கழிந்தது. என் பெரும்பாலான ராணுவ வாழ்க்கையும் இதுபோன்ற கூடாரத்தில்தான் கழிந்தது. விவசாயத்தில் ஈடுபட்ட போதும் கூடாரமே என் ஆரம்ப வீடாக இருந்தது.

★

அப்போதுதான் உலக வர்த்தக நிறுவனம் ஆரம்பிக்கப்பட்டிருந்தது. திறந்த பொருளாதாரத்தை விரும்பிய பெரும்பாலான நாடுகள் சட்டென்று தங்கள் வர்த்தகத்தைப் பாதுகாத்துக்கொள்ள விரும்பின. இந்தியா சில துறைகளில் தாராளமயத்தை அனுமதித்தது. சிலவற்றில் கறாராக இருந்தது. மிகவும் சிக்கலான நிலை. பருவ நிலை மாற்றங் களினால் அமேசான், இந்தோனேஷியா அல்லது பர்மாவில் மழைக் காடுகள் அழிந்தால் அது இந்தியாவையும் பாதித்தது. அரசியல், பொருளாதார, சமூகக் கட்டமைப்புகளுக்கும் இந்த நிலைமை பொருந்துவதாகவே இருந்தது. ஒரு நாட்டில் ஏற்படும் மாற்றம் இன்னொரு நாட்டைப் பாதிப்பதாகவே இருந்தது. என் அனுபவங்கள் இந்த நெருக்கமான சர்வதேசத் தொடர்பு வலையை நன்கு புரிய வைத்தன.

அதே 1997-98-ல் ஆசியா பொருளாதார நெருக்கடியில் சிக்கித் தவித்தது. அது ஒருவகையான சுனாமி போன்றது. அமெரிக்க டாலருக்கு எதிராக ஆசிய நாணயங்கள் ஒரே நாளில் குப்புறப்படுத்துவிட்டன. கிழக்கு ஆசிய நாடுகள் மிகவும் பாதிப்படைந்தன. குறிப்பாக ஆசிய புலி எனப்படும் நாடுகள் மிகவும் பாதிக்கப்பட்டன. சிங்கப்பூர் மட்டுமே பெரிய இழப்புகள் இல்லாமல் தப்பித்துக்கொண்டது. பெரிய நிறுவனங்கள் திவாலாகின. வெளிநாடுகளில் இருந்து பெருமளவில் இயந்திரங்களை இறக்குமதி செய்திருந்தன. கடன்களை டாலர் கணக்கில் கட்டிக் கொண்டிருந்தன. சேவைக் கட்டணங்கள்தான் அடிக்கடி உயர்ந்துகொண்டே சென்றன. வியாபாரம் பெரும் நஷ்டத்தை அடைந்தது.

டெக்கான் ஏவியேஷனும் இந்த இழப்பைச் சந்திக்க நேர்ந்தது. எங்களுக்கு ஹெலிகாப்டர்களைக் குத்தகைக்குக் கொடுக்கவிருந்த நிறுவனங்களும் திவாலாகின. எனவே, ஹெலிகாப்டர்களை முடக்க வேண்டிய நிலை அந்த நிறுவனங்களுக்கு ஏற்பட்டது. எனக்கு உடனே ஒரு யோசனை தோன்றியது. ஹெலிகாப்டரைக் குத்தகைக்குக் கொடுக்கும் எந்தவொரு நிறுவனமும் தன் ஹெலிகாப்டரை வெறுமனே முடக்கிப் போட விரும்பாது. எனவே என் நண்பர் மைக் ராபின்சனை உடனே தொடர்பு கொண்டேன்.

அவர் அப்போது இந்தியாவில்தான் இருந்தார். பெங்களூருக்கு வந்து கொண்டிருந்தார். தாஜ் வெஸ்ட் எண்டில் சந்தித்தோம். எனது நிறுவனப் பணிகள் எந்த அளவுக்கு முடிந்திருக்கிறது என்பதை அவரிடம் சொன்னேன். நிலம் கிடைத்துவிட்டது. லைசன்ஸும் கிடைத்து விட்டது. குழுவும் தயாராக இருக்கிறது. ஹெலிகாப்டர் மட்டும் கிடைத்தால் போதும் பறக்க ஆரம்பித்துவிடலாம் என்று சொன்னேன்.

இந்தியாவில் அரசியல் சூழ்நிலையும் கொஞ்சம் சீரடைந்திருந்தது. தேவே கவுடா பிரதமர் ஆகியிருந்தார். இது குறித்து ஜப்பானிய நண்பரிடம் பேச முடியுமா என்று மைக்கிடம் கேட்டேன். தேவே கவுடாவின் ஆட்சி கொஞ்சம் நிலையற்றதுதான். ஆட்சி அமைக்க மொத்தம் 272 எம்.பி-களின் ஆதரவு தேவை. ஆனால், அவருடைய கட்சியிலோ வெறும் 16 எம்.பிக்கள் மட்டுமே இருந்தனர். கூட்டணிக் கட்சிகளின் பலத்தையே முழுவதும் நம்பியிருக்க வேண்டிய நிலையில் இருந்தார்.

★

தேவே கவுடா அரசியல் சூறாவளியை நளினமாகச் சமாளித்தார். இத்தனை மாதங்கள் அவர் ஆட்சியில் நீடிப்பார் என்று யாருமே எதிர்பார்த்திருக்க மாட்டார்கள்.

மைக் ராபின்சன் ஜப்பானிய நிறுவனத்துடன் தொடர்பு கொண்டார். ‘ஹெலிகாப்டர் தரச் சம்மதம்’ என்று ஒரு வரிச் செய்தி வந்து சேர்ந்தது. எல்லாம் கூடி வருவதுபோல் தெரிந்தது. உற்சாகம் கரை புரண்டு ஓடியது.

ஐ.டி.சி. ஹெலிகாப்டர் நிறுவனத்தின் தலைவர் டக்ளஸ் காவன்னா அடுத்த நாள் என்னைத் தொடர்புகொண்டார். அவர் பிரிட்டிஷ்காரர் என்பதைத் தெரிந்துகொண்டேன். வழக்கம் போல் தாஜ் வெஸ்ட் எண்டில் சந்தித்தேன். என் கனவுகளை விவரித்தேன். எங்கள் வாழ்க்கைப் பின்புலங்கள் பற்றிப் பேசிக் கொண்டோம்.

டக்ளஸ் பிரிட்டிஷ் விமானப்படையில் விமானியாக இருந்திருக்கிறார். சுமார் 20 வருடங்கள் ஆர்.ஏ.எஃப்-பில் பணி புரிந்திருக்கிறார். ஹெலிகாப்டர் ஓட்டவும் தெரியும். அமெரிக்கா, கனடாவில் சி.ஐ.ஏ. சார்பில் விமானங்களை ஓட்டியும் இருக்கிறார். டெல் ஸ்மித்தின் எவர் கிரீன் நிறுவனத்துக்காகப் பணி புரிந்திருக்கிறார். இந்த நிறுவனம் எண்ணெய் சுத்திகரிப்பு ஆலை தொடர்பான பணிகளுக்கு விமானங்கள், ஹெலிகாப்டர்களை இயக்கி வந்தது. கூடவே அது இன்னொரு பிரதான பணியையும் செய்தது. அதுதான் அமெரிக்க உளவுத்துறைக்கு உதவுதல். போதை மருந்து, ஆயுதக் கடத்தல் போன்றவற்றைத் தடுக்க

ஹெலிகாப்டர்களை வாடகைக்குக் கொடுத்தது. இரான் இராக்கிலும் பல்வேறு பணியில் ஈடுபட்டிருக்கிறது. விண்கலங்களைக் கொண்டு செல்லும் வேலையையும் செய்தது. சுருக்கமாகச் சொல்வதானால், எவர் கிரீன் நிறுவனம் அனைத்துவிதமான வான் போக்குவரத்து களிலும் ஈடுபட்டது.

டக்ளஸும் இதுபோன்ற வெளிப்படையான மற்றும் ரகசியமான சேவைகளை நிறையவே செய்திருக்கிறார். அந்த அனுபவங்களைத் தன்னுடைய தொழில் வெற்றிக்குப் பயன்படுத்திக் கொண்டார். வான் போக்குவரத்து தொடர்பான நடமாடும் கலைக்களஞ்சியமாக இருந்தார்.

அவர் தன் வாழ்க்கையில் நடந்தவற்றைச் சொன்னார். ஓமன், மத்திய கிழக்கு நாடுகள், பபுவா கினியா என உலகின் பல நாடுகளில் பணி புரிந்திருக்கிறார். சீனப் பெண்ணைத் திருமணம் செய்துகொண்டிருக் கிறார். ஹாங்காங், தாய்லாந்து, சிங்கப்பூர் போன்ற நாடுகளில் பல மேற்கத்தியர்கள் உள்ளூர் பெண்களை மணந்துகொண்டு அங்கேயே தங்கிவிடுவது வழக்கம். தங்கள் சொந்த நாட்டுக்கு அதன் பிறகு போகவே மாட்டார்கள். டக்ளஸும் பெரும்பாலான மேற்கத்தியர் களைப் போல் சீனாவிலேயே தங்கிவிட்டார். சீனப் பெண்கள் மிகவும் அன்பான மனைவியாக இருப்பார்கள் என்று பலர் சொல்லிக் கேள்விப் பட்டிருக்கிறேன். மேற்கத்தியப் பெண்கள் சுதந்திர தாகம் கொண்டவர் களாகவும் ஆதிக்கம் செலுத்தும் குணம் கொண்டவர்களாகவும் இருப்பார் கள். சீனப் பெண்கள் தங்கள் குடும்பத்துக்குத்தான் முன்னுரிமை தருவார் கள். டக்ளஸ் சிங்கப்பூரிலேயே தங்கிவிட்டதற்கு ஓரளவுக்கு அதுவே காரணம்.

'கேப்டன் கோபி... ஹெலிகாப்டர் நிறுவனம் தொடங்குவதாக, இந்தியாவில் இருந்து பலர் எனக்குக் கடிதம் எழுதியிருக்கிறார்கள். அவர்களில் உங்களுக்கு மட்டும்தான் முழு வசதி வாய்ப்புகள் எல்லாம் இருக்கிறது. சிலரிடம் பணம் இருக்கும். ஆனால், சரியான திட்டம் இருக்காது. சிலரிடம் திட்டம் இருக்கும். பணம் இருக்காது. போதிய ஆள் பலம் இருக்காது. உங்களிடம் மட்டும்தான் நல்ல திட்டம், விமானிகள், பொறியாளர்கள், லைசன்ஸ், நிலம் என எல்லாமே இருக்கிறது. நிச்சயமாக உங்களால் திறமையாக நடத்த முடியும் என்ற நம்பிக்கை எனக்கு இருக்கிறது' என்றார் டக்ளஸ்.

அவர் சொன்ன வார்த்தைகள் எனக்கு மிகுந்த தைரியத்தைத் தந்தன. அவர் சொன்னது சரிதான். ஹெலிகாப்டரைத் தவிர என்னிடம் எல்லாமே இருந்தன. ஹெலிகாப்டர் மட்டும் இருந்து மற்றவை எதுவும்

இல்லாமல் இருந்திருந்தால் அது குதிரைக்கு முன்பாக வண்டியைக் கட்டுவதுபோல் இருந்திருக்கும். அப்படிப் பணத்துடனும் ஹெலிகாப்டருடனும் களத்தில் குதித்து சீக்கிரமே காணாமல் போன பலரை எனக்குத் தெரியும்.

அடுத்த நாள் காலை பத்து மணிக்கு நானும் டக்ளஸுடம் சந்தித்தோம். கையில் ஒரு லேப் டாப்புடன் தனி ஆளாகத்தான் இருந்தார். உதவிக்குச் செயலாளரோ வழக்கறிஞரோ, கணக்காளரோ யாரும் கிடையாது. அவருடைய விஷய ஞானமும் செயல் திறமையும் என்னை மலைக்க வைத்தன. குத்தகை ஒப்பந்தத்தையும் பிற பொருளாதார விஷயங்களையும் தீர்மானிக்க எங்களுக்கு வெறும் மூன்று மணி நேரம் மட்டுமே ஆனது.

எனக்குத் தெரிந்த சந்தை நிலவரப்படி, ஹெலிகாப்டரின் வாடகை என்பது அதன் விலையில் ஒரு சதவிகிதம்தான். எனவே, 0.6 சதவிகிதத்தில் இருந்து பேரத்தை ஆரம்பித்தேன். 'இதோ பாருங்கள். நான் ஜெயிப்பதுதான் உங்களுக்கு நல்லது. ஒரே ஒரு ஹெலிகாப்டர் மட்டுமே வாங்கப் போவதாக நினைக்க வேண்டாம். இது வெறும் ஆரம்பம்தான்' என்று சொன்னேன்.

இந்தியாவில் கடன் கொடுப்பவர்கள் விரிக்கும் வலை பற்றி டக்ளஸுக்கு விரிவாகச் சொன்னேன். நானே இரண்டு முறை அதை அனுபவித்தும் இருக்கிறேனே. நிதி உதவி செய்பவர்களே அந்த நிறுவனத்தைக் குழி தோண்டிப் புதைத்தும் விடுவார்கள். அதைக் கேட்டதும் டக்ளஸ் அதிர்ந்து போய்விட்டார். விஷயங்களைத் தெளிவாக முதலிலேயே சொல்லிவிட்டேன். வழக்கறிஞரோ சார்டர்ட் அக்கவுண்டண்டோ தேவைப்படாத வகையில் விஷயங்களை எளிமைப்படுத்திவிடும்படிக் கேட்டுக்கொண்டேன். ஒப்பந்தம் தீர்மானமானது. கை குலுக்கிக் கொண்டோம். மோகன் குமாரை வெஸ்ட் எண்டுக்கு வரச் சொன்னேன். வரி தொடர்பாகச் சில விஷயங்கள் கேட்டுத் தெளிவுபடுத்திக் கொண்டார். ஐம்பது பக்கங்கள்கொண்ட ஒப்பந்தம் தயாரானது.

என்னதான் திறமையான வழக்கறிஞர் நம் பக்கம் இருந்தாலும் எல்லா ஒப்பந்தங்களையும் வரிக்கு வரி படித்துவிடுவது நல்லது. உங்களுக்குப் புரியாததைக் கேட்டுப் புரிந்து கொள்ளுங்கள். நிபுணர் நிபுணத்துவப் பார்வையில் விஷயங்களைப் பார்ப்பார். எளிய மனிதர் அவருடைய பார்வையில் பார்ப்பார். இரண்டுமே மிகவும் அவசியம்தான். சில நேரங்களில் நிபுணர்களின் கருத்தை மீறிச் செயல்படுவதே நன்மையைத் தரக்கூடும். நான் செய்துகொண்ட ஒப்பந்தங்களில் அது எத்தனை கோடி சம்பந்தப்பட்டதாக இருந்தபோதிலும் எந்தச் சட்டக் குழப்பமும்

ஒருபோதும் வந்தது கிடையாது. பரஸ்பரப் புரிதல், நட்புணர்வு, மதிப்பு, மரியாதை சார்ந்து உருவாக்கப்படும் ஒப்பந்தங்களுக்கு சட்ட பூர்வமான ஒப்பந்தங்களைவிட வலிமை அதிகம்.

இரட்டை வரி விதிப்பு தொடர்பான விஷயங்களை நானும் மோகனும் அடுத்தநாள் உட்கார்ந்து விவாதித்தோம். டக்ளஸ் தன்னுடைய ஆட்களுடன் போனில் பேசினார். வேறு ஏதாவது பிரச்னை வருவதற்குள் எல்லாவற்றையும் நல்லபடியாக முடித்துவிடவேண்டும் என்று பரபரத்தேன். எனது குழுவில் இருந்து யாராவது விலகிவிடலாம். அரசியல் சூழல் மோசமாகிவிடலாம். உள்கட்டுமானப் பிரச்னைகள் எழலாம். இப்படிப் பல பிரச்னைகள் எழ வாய்ப்பு இருந்தது. எனவே, நான் சீக்கிரமே எல்லாவற்றையும் முடித்துவிட விரும்பினேன்.

நம் அனைவருக்குள்ளும் ஒரு காந்த ஊசி இருந்தது. எல்லாவித ஆராய்ச்சிகளுக்குப் பிறகும் இன்னும் செல்ல வேண்டிய தூரம் என்று கொஞ்சம் இருக்கும். உள்ளுணர்வின் துணைகொண்டுதான் அதைக் கடக்க வேண்டியிருக்கும். என்ன வந்தாலும் சரி... செய்து பார்த்து விடுவது என்று அந்த நிமிடத்தில் முடிவெடுத்துக் களம் இறங்க வேண்டியிருக்கும். ஏனென்றால், என்னதான் முழுவதுமாக யோசித்து ஒரு விஷயத்தில் இறங்கியிருந்தாலும் அதுவும் தோல்வியைத் தர வாய்ப்பு இருக்கிறது. ஷேக்ஸ்பியர் சொன்னதுபோல், ‘தீர்மானம் எடுக்காமல் இருப்பது அதனளவிலேயே பெரும் வேதனையைத் தரக்கூடியது.’

டெக்கான் ஏவியேஷன் மூலமாக ஓர் அலை என்னையும் சாமையும் நெருங்குவதை உணர்ந்தேன். அதை நான் பிடித்துக் கொண்டாக வேண்டும். தைரியமாக எழுந்து நின்று டக்ளஸிடம் கை குலுக்கினேன். ஒப்பந்தம் கையெழுத்தானது.

6

எல்லையற்ற வெளியைச் சென்றடைய வேண்டுமானால், முதலில்
எல்லாத் திசைகளிலும் எல்லை வரை போக வேண்டும்.

- உல்ஃப்காங் கதே

ஹெலிகாப்டர் வாங்குதல்

ஐ.டி.சி. லீஸிங் நிறுவனம் உலகம் முழுவதும் ஹெலிகாப்டரைக் குத்தகைக்குக் கொடுத்துவந்தது. சிங்கப்பூரில் அல்லது காட்மாண்டுவில் இருக்கும் ஹெலிகாப்டர் ஒன்றை எனக்குத் தருவதாக டக்ளஸ் சொன்னார். இப்போது எங்களிடம் எல்லாமே கிடைத்துவிட்டது. ஹெலிகாப்டர் குத்தகை ஒப்பந்தம், விமானத் தளத்தில் எங்களுக்கான இடம், விமானிகள் குழு, பொறியாளர்கள்... இவை எல்லாவற்றுக்கும் மேலாக அரசின் அனுமதி. எல்லாம் இருந்தும் எங்களுக்கு அந்த வர்த்த கத்தில் குதிக்கத் தேவையான பணம் கைவசம் இல்லை! இந்த இடத்தை அடையவே எங்களுக்கு இரண்டரை வருடங்கள் ஆகிவிட்டிருந்தது. ஆளுக்குப் பத்து லட்சம் வீதம் சாமிடமும் என்னிடமும் இருந்த 20 லட்ச ரூபாய் முழுவதும் செலவாகிவிட்டிருந்தது. இரண்டு மாதத்துக்குள் பணம் கிடைத்து நிறுவனத்தை ஆரம்பிக்கவில்லையென்றால், லைசன்ஸ் ரத்தாகிவிடும். பிறகு முதலில் இருந்து மலை ஏற வேண்டியிருக்கும்.

வர்த்தக லைசன்ஸ் பெறும் முயற்சியில் சாம் பிஸியாக இருந்தார். நானும் மோகனும் தங்க வேட்டைக்குப் புறப்பட்டோம். எங்கள் மணல் கடிகாரத்தில் நேரம் வேகமாக உதிர ஆரம்பித்துவிட்டது.

ஒருநாள் எங்கள் வானில் ஒரு தேவதை உதித்தது. எஸ்.என்.லதானி! மோகனின் நண்பர். மோகன் ஒருநாள் சொன்னார்: 'இந்தத் திட்டத்துக்கு எந்த வங்கியும் பணம் தராது. எனவே, என் நண்பர் ஒருவர் இருக்கிறார். அவரைப் பார்ப்போம்.' மார்வாரி வர்த்தகரான லதானி இந்தியா விலேயே மிகப் பெரிய கோக்க கோலா பாட்டிலிங் யூனிட்டுக்குச் சொந்தக்காரர். குஜராத்திகள், மார்வாரிகள் போலவே சிந்திக்காரர்களும் திறமையான வர்த்தகர்கள். குஜராத்திகளும் சிந்திக்காரர்களும் இந்தியா வில் மட்டுமல்லாமல் வெளிநாடுகளிலும் வர்த்தக முயற்சிகளில் ஈடுபட்டிருக்கின்றனர். மார்வாரிகளோ இந்தியாவில் மட்டும் ஒரு மூலை முடுக்குகூட விடாமல் கால் பதித்திருக்கின்றனர். ஒரு கட்டத்தில் இந்தியாவுக்குள்ளான வர்த்தகத்தில் 90% அவர்கள் வசம் இருந்தது. சிந்திக்காரர்கள் மிகவும் சிக்கனமானவர்களும் கூட. எனவே, என் வர்த்தகத்தில் ஒரு சிந்திக்காரர் முதலீட்டாளராக இருந்தால் என் அதிரடிச் செயல்பாடுகளை ஒழுங்குபடுத்த உதவியாக இருக்கும் என்று நினைத்தேன். சந்தை ஆராய்ச்சி, கணக்கு ஆவணங்கள், இன்ன பிற ஆய்வுகள் எதுவும் தேவைப்படாமல் உள்ளுணர்வு சார்ந்து என்னை வழி நடத்துவார்கள் என்று நம்பினேன். அதோடு நான் கேட்கும் போதெல்லாம் முன்பணம் எடுத்துக் கொடுக்க முடிந்தவராகவும் இருப்பார்கள் என்பது எனக்குத் தெரியும். என் நிதி ஆலோசகர் பாலகிருஷ்ண ஆசார்யார் சொன்னதுபோல் இரண்டே கேள்விகள்தான் மோகனிடம் கேட்டேன்: 'உன் சிந்தி நண்பர் நல்லவரா? என் கனவு களோடு அவரால் பொருந்திப் போக முடியுமா?' 'ஆமாம். அவர் நல்ல வர்த்தகக் கூட்டாளியாகவும் இருப்பார்' என்று என்று மோகன் சொன்னார்.

மோகனுக்கு லதானியை பதினைந்து வருடங்களாக நல்ல பழக்கம். மிகவும் நல்ல மனிதர். பிறருடைய உணர்வுகளைப் புரிந்துகொண்டு நடப்பவர். எல்லா சிந்தி அப்பாக்களையும் போல மகனுக்குக் கொடுக்கும் பணத்தைக் கூடக் கடனாகத்தான் கருதுவார். அதற்கு வட்டியும் வாங்கிவிடுவார். வட்டியை ஒழுங்காகச் செலுத்துவது ஒரு சிறந்த அளவுகோல். ஒரு மகன் இதைச் சரியாகச் செய்யவில்லை யென்றால், வாழ்க்கையிலும் அவன் முன்னேற முடியாது. அவனுக்கு அறிவுரை வழங்க வேண்டும். ஆலோசனை தரவேண்டும். சிந்திக்காரர் கள், சிறுவயதிலிருந்தே பண விஷயத்தில் கடும் ஒழுக்கமுடன் இருக்க வேண்டும்; பணத்தை மதிக்க வேண்டும் என்று சொல்லி வளர்ப் பார்கள்.

லதானி மிகவும் சுவாரசியமான மனிதராக இருந்தார். அவருடைய கடந்த காலம் மிகவும் அபாயம் மிகுந்ததாக இருந்தது. இந்தியப் பிரிவினையின் கொடும் சோகத்தை நேரில் அனுபவித்தவர்.

அவருடைய குடும்பத்தினர் பாகிஸ்தானில் இருந்து உயிரைக் கையில் பிடித்தபடி ஓடி வந்திருக்கிறார்கள். இந்தியாவில் ஒவ்வொரு இடமாக அலைந்து திரிந்து கடைசியில் அயோத்தியில் தஞ்சம் புகுந்திருக் கிறார்கள். அப்போது அவருக்கு எட்டு வயதுதான். உத்தரபிரதேசம், பிஹார் போன்ற மாநிலங்களின் குக்கிராமங்களில் சின்னச் சின்ன வேலைகள் செய்து வந்திருக்கிறார். சொந்தமாக வியாபாரம் ஆரம்பித்த போது வயது வெறும் 14தான். கொஞ்சம் கொஞ்சமாக உழைத்து இன்று இந்தியாவின் முன்னணி வர்த்தகர்களில் ஒருவராக வளர்ந்திருக்கிறார். பெங்களூருவில் சிறிய குளிர்பான பாட்டில் தயாரிப்பு நிறுவனத்தை ஆரம்பித்தவர் விரைவிலேயே அதை தம்ஸ் அப்பின் பிரதான நிறுவனமாக வளர்த்துவிட்டார். கோக்க கோலா நிறுவனத்தினர், தம்ஸ் அப்பை வாங்கியபோது லதானிக்கு பெரும் பணத்தை நஷ்டஈடாகக் கொடுத்தனர். கூடவே உத்தரபிரதேசம் ஃபைசாபாத்தில் பாட்டில் கம்பெனி ஆரம்பித்தும் கொடுத்தனர்.

பிரிவினைக் காலத்தில் இந்தியாவுக்கு உயிர் தப்பி ஓடி வந்து, கிடைத்த வேலையைச் செய்து முன்னேறிய பலரைப் போல்தான் லதானியும் உச்சியை எட்டியிருந்தார். வியாபாரத்தில் வெற்றி பெறுவது எப்படி என்று அமெரிக்கப் பதிப்புலகம் வண்டி வண்டியாக அரைத்துத் தள்ளும் புத்தகங்களை ஒருவர் படிக்கத் தேவையில்லை. பல்கலைக்கழகங் களில் படிக்கத் தேவையில்லை. லதானி போன்றவர்களுடைய வாழ்க்கைக் கதையைக் கேட்டாலே போதும். கடும் இருட்டுக்கு மத்தியில் தைரியம், விடா முயற்சி, நம்பிக்கை எனும் சிறு அகல் விளக்கை ஏந்தியபடி நடக்கும் சாகசப் பயணம் அது. புத்தகங்களில் இருந்து ஒருபோதும் தெரிந்துகொள்ள முடியாத நிர்வாக விதிகளையும் ஆலோசனைகளையும் இவர்களுடைய வாழ்க்கையில் இருந்து கற்றுக் கொள்ள முடியும்.

லதானி பணத்தைக் கையாளுவதில் மிகவும் கறாராக இருந்தார். ‘காய்ச்சலைக் கூட அடுத்தவருக்கு இலவசமாகக் கொடுக்க மாட்டேன்’ என்று சொல்வார். அமெரிக்கர்கள் இதை வேறு வார்த்தையில் சொல் வார்கள். இலவச உணவு என்று எதுவுமே கிடையாது. அந்த மனோ பாவம் எனக்குப் பிடித்திருந்தது. ஆனால், சிந்திக்காரர்கள் போடும் வட்டி இருக்கிறதே... கண் விழி பிதுங்கிவிடும். நிறுவனத்தின் பங்கு களை லேசில் விட்டுக் கொடுத்துவிடாதே என்று மோகன் எச்சரித்தார். எனவே, கொஞ்சம் போலப் பங்குகள் கொடுப்பது என்றும் அதிகப் பணத்தைக் குறைவான வட்டியில் பெற்றுக்கொள்வது என்றும் தீர்மானித்தோம். நிறுவனம் வளர்ந்து வரும்போது கூடுதல் பங்குகள் தர ஒப்புக் கொண்டேன்.

பார்த்ததுமே லதானியை எனக்குப் பிடித்துவிட்டது. பழகப் பழக, சகோதரர்கள் போல் ஆகிவிட்டோம். நான் என் திட்டத்தைத் தெளிவாக விளக்கியிருந்தேன். புள்ளி விவரங்கள் அவருக்கு எளிதில் புரிந்தன. கோக்க கோலா கணக்குகள் பற்றி அவருக்கு ஏற்கெனவே தெரிந்திருந்தது. அமெரிக்காவில் ஆண்டுக்குச் சராசரியாக ஒருவர் சுமார் 120-130 பாட்டில்கள் வாங்குகிறார். இந்தியாவில் வெறும் இரண்டு அல்லது மூன்றுதான் வாங்குகிறார். அந்த எண்ணிக்கை ஐந்து ஆறு என்று அதிகரித்தால் கூடப் போதும். உற்பத்தி அதிகரித்து பெரும் லாபம் கிடைத்துவிடும். ஏனென்றால், இந்தியாவின் மக்கள்தொகை அமெரிக்காவை விட நான்கு மடங்கு அதிகம். அதுபோல், இந்தியாவில் குறைவான ஹெலிகாப்டர்களே இருக்கின்றன. சுரங்கத் தொழில், எண்ணெய் கண்டுபிடிப்பு, சுற்றுலா எனப் பல துறைகளில் அதை நாம் பயன்படுத்தவும் முடியும். எனவே, அந்த வர்த்தகத்துக்கு நல்ல எதிர்காலம் இருக்கிறது என்பதை உடனே புரிந்துகொண்டுவிட்டார்.

10 சதவிகிதப் பங்குகளை எடுத்துக்கொண்டு, 21 லட்சம் முதலீடு செய்ய முன்வந்தார். எவ்வளவு வேகமாக வளர்ச்சி அடைகிறீர்களோ அவ்வளவு அதிகப் பணம் முதலீடு செய்வேன் என்று சொன்னார். அதிகப் பணம் தேவைப்படும்போது வாங்கிக் கொள்ளலாம். ஆனால், அதைத் தனியாக வட்டியுடன் கொடுத்துவிட வேண்டும் என்று ஒப்பந்தம் செய்து கொண்டோம். 'முதலீட்டு தேவதை' என்று அமெரிக்காவில் ஒரு வார்த்தை இருக்கிறது. அதன் முழு அர்த்தத்தை அன்று முழுவதுமாக அனுபவித்தேன். லதானி ஒரு தேவதைபோல் வானத்தில் இருந்து வந்து குதித்தார். சில நாள்கள் கழித்து இன்னொரு விஷயம் தெரிந்துகொண்டேன். லதானி கேட்ட வட்டித் தொகை, வங்கியைவிட அதிகம்தான். ஆனால், பிற சிந்திக்காரர்கள் சொல்லும் வட்டியைவிடக் குறைவாகவே இருந்தது!

சீன நிறுவனத்துக்காக 'மகவு' என்கிற பிரதேசத்தில் விஷ்ணு ராவல் பணி புரிந்து வந்தார். மகவு அப்போது போர்ச்சுக்கீசிய கட்டுப்பாட்டில்தான் இருந்தது. சீனாவிடம் இருந்து 150 வருட காலத்துக்குக் குத்தகை எடுத்திருந்தது. குத்தகைக் காலகட்டம் முடியும் தருணத்தை எட்டியிருந்தது. பிரிட்டிஷாரின் கட்டுப்பாட்டில் ஹாங்காங் எப்படி இருந்ததோ அதுபோல்தான் மகவு, போர்ச்சுக்கீசியரின் கீழ் இருந்தது. ஆனால், ஹாங்காங்கைவிட மகவு கேளிக்கை மனோபாவம் மிகுந்த பிரதேசமாக இருந்தது. மேற்கு உலகில் இருந்து வெறும் ஒரு மணி நேரப் படகுப் பயண தூரத்தில் இருந்தது. சூதாட்ட விடுதிகள், இரவு விடுதிகள் என மிகப் பெரிய கேளிக்கை மையமாக இருந்தது. ஸ்டான்லி ஹோ எனும் 80 வயது சீனர்தான் அந்த ஊரின் 80 சதவிகித விடுதிகளை

நடத்தி வந்தார். அவரிடம் நான்கு ஹெலிகாப்டர்கள் இருந்தன. ஹாங்காங்கில் இருந்து சூதாட வரும் பெரும் புள்ளிகளை அதில் அழைத்துச் செல்வார்.

விஷ்ணு ஒருநாள் போன் செய்து என் நிறுவனத்தில் முதலீடு செய்ய விரும்புவதாகச் சொன்னார். கூடவே அவருடைய சி.இ.ஓ. கென்னிச்சி மியாக்வாவும் என் நிறுவனத்தில் முதலீடு செய்ய விரும்புவதாகக் கூறினார். மியாக்வா ஒரு ஜப்பானியர். இரண்டரை வருட அலைச்ச லுக்குப் பிறகு எனக்கு ஹெலிகாப்டர் தர முன் வந்த ஒரே நிறுவனம் ஜப்பானிய நிறுவனம்தான். எனவே, அந்த நாட்டைச் சேர்ந்த ஒருவர் என் நிறுவனத்தில் பங்குதாரராக இருப்பது எனக்குப் பல வகைகளில் உபயோகமாக இருக்கும் என்று தோன்றியது.

உங்களைப் பார்க்க வேண்டும் என்று அவசியமில்லை. விஷ்ணு உங்களைப் பற்றிச் சொல்லியிருக்கிறார். உங்கள் வர்த்தகத்தில் முதலீடு செய்யும் அளவுக்கு என் மனத்தில் நம்பிக்கையை விதைத்திருக்கிறார். நான் வர்த்தகத்தை நம்பிக்கைகளின் அடிப்படையில்தான் செய்து வருகிறேன். ஒரு லட்சம் டாலர் முதலீடு செய்கிறேன் என்று மியாக்வா சொன்னார். மோகனுடன் பேசினேன். கர்நாடக அரசு வங்கி தரும் பணம், லதானி தரும் பணம், இந்த ஒரு லட்சம் டாலர், விஷ்ணு தரும் பணம் இவையெல்லாம் சேர்ந்தால் நிறுவனத்தை வெற்றிகரமாக ஆரம்பித்துவிட முடியும் என்று சொன்னேன். திட சித்தமும் விடா முயற்சியும் இருந்தால் கடவுளும் துணைக்கு வருவார். ஒட்டு மொத்த உலகமும் உங்களுக்கு உதவும் என்று சொல்வார்களே அது போலவே நடந்தது.

திடீரென்று என் தோளில் பெரிய சுமை ஏற்றப்பட்டதுபோல் தோன்றியது. என் மீது நம்பிக்கை வைத்துப் பணத்தைக் கொடுத்திருக்கிறார்கள். ஜெயித்துக் காட்டியாக வேண்டும். முதலீட்டாளர்களின் ஒரு நயா பைசாவைக் கூட வீணடிக்கக் கூடாது. உடனடியாக வருமானத்தைப் பெருக்கி மீண்டும் அதை முதலீடு செய்து வர்த்தகத்தைச் செழிக்கச் செய்ய வேண்டும். என் கனவைப் பூர்த்தி செய்தபடியே முதலீட்டாளர் களின் நலனையும் பூர்த்தி செய்ய வேண்டும்.

ஐ.கே.எஃப்.ஏ-யின் நிறுவனரும் பெரும் செல்வந்தருமான இன்க்வார் காம்ப்ராட் சொன்னது நினைவுக்கு வந்தது: ‘எந்தவொரு காசோலை யில் கையெழுத்துப் போடுவதற்கு முன்னாலும் இந்தச் செலவை வாடிக்கையாளரால் சமாளிக்க முடியுமா என்று கேள்வி கேட்டுக் கொள்ள வேண்டும். அவர்களால் சமாளிக்க முடியாதென்றால் அந்தச் செலவைச் செய்யவே கூடாது’. இந்த வார்த்தையைப் பொன் மொழி யாக நெஞ்சில் பதித்துக் கொண்டேன். இது மிகப் பெரிய பொறுப்பு.

பிறருடைய பணத்தில் தொழில் ஆரம்பிக்க முன்வருபவர்கள் அனைவரும் கவனத்தில் கொள்ள வேண்டிய விஷயம். வாடிக்கை யாளருக்கும் பலன் கிடைக்க வேண்டும். முதலீட்டாளருக்கும் லாபம் கிடைக்க வேண்டும். நம்முடைய கனவை மட்டுமே நம்பி ஒருவர் பணம் கொடுக்கிறார் என்றால் அதை எப்பாடுபட்டாவது நிறை வேற்றியாக வேண்டும்.

★

ஆகஸ்ட் மாதம் நடந்துகொண்டிருந்தது. செப், 1995, ஐந்தாம் தேதியன்று நிறுவனத்தை ஆரம்பித்துவிடுவது என்று தீர்மானித்தேன். அது மகளுக்குத் திருமண நாள் நிச்சயிப்பதைப் போன்றது. ஒரு தேதி குறிக்கப்பட்டுவிட்டதென்றால், அதில் எப்பாடுபட்டாவது திருமணத்தை முடித்துவிடுவீர்கள் அல்லவா? தேதி குறிக்கவில்லையென்றால் எதுவும் நடக்காது. பெரிய பெரிய தடைகளை எல்லாம் கடந்து விட்டோம் என்றாலும் சின்னச் சின்ன விஷயங்கள் நிறைய இருந்தன. தொடக்க விழாவுக்கான தேதி குறிக்கவில்லையென்றால், இழுத்துக் கொண்டே போகும். கடைசியில் நிறுவனம் மடிந்தே போய்விடும்.

ஜப்பானிய நிறுவனம் முதலில் ஹெலிகாப்டரைத் தங்கள் கணக்குப் புத்தகத்தில் இருந்து நீக்க வேண்டும். வேறொரு கடல் கடந்த நிறுவனத்தின் பெயரில் பதிவு செய்தாக வேண்டும். இல்லையென்றால் இரட்டை வரி கட்ட வேண்டி வந்துவிடும். இதற்கெல்லாம் நிறைய செலவாகும். எனவே, எந்தவொரு நிறுவனமும் ஹெலிகாப்டர் தங்கள் கையில் இருந்து இன்னொரு நிறுவனத்துக்கு மாற்றப்பட்ட நொடியில் இருந்தே வருமானத்தை ஈட்டிக் கொடுத்தாக வேண்டும் என்று எதிர்பார்ப்பார்கள்.

அதாவது, ஹெலிகாப்டர் எங்கள் பெயருக்கு மாற்றப்பட்ட நொடியில் இருந்து நான் அதற்கு வட்டியும் குத்தகைப் பணமும் கொடுக்க ஆரம்பித்துவிட வேண்டும். நான் அதை என்றைக்கு டெலிவரி எடுக்கிறேன் என்பது பற்றியெல்லாம் அவர்களுக்குக் கவலையில்லை. எனவே, எங்களுக்கு இந்த விஷயத்தில் எதையும் தள்ளிப் போடுவது என்பது தற்கொலைக்கு சமம். ஒரு தேதியை நிச்சயிக்க வேண்டும். எல்லாரும் அதை நோக்கி வேலையை மளமளவென்று ஆரம்பித்துவிட வேண்டும். அந்த நாளில் நிறுவனம் ஆரம்பிக்கவில்லையென்றால் நான் நொடிந்து போய்விடுவேன். இந்த எண்ணம் என் நாடி, நரம்பு, ரத்தம் என அனைத்திலும் ஆழமாக ஊடுருவி இருந்தது.

செப், ஐந்தாம் தேதியை நிச்சயித்தேன். அதற்குக் காரணம் இல்லாமல் இல்லை.

நிலைமை கொஞ்சம் மந்தமாகப் போய்க்கொண்டிருந்த கால கட்டத்தில் பெங்களூருவில் ஐ.ஐ.எம்மில் இருக்கும் திருநாராயணா விடம் இருந்து ஒரு தொலைபேசி அழைப்பு வந்தது. அவர் கர்நாடகா வின் புகழ் பெற்ற இலக்கியவாதியான புரோஹித் திருநாராயண நரசிம்மாச்சார்யாரின் மகன். 'ஹென்றி மிண்ட்ஸ்பெர்க் என்பவர் ஒரு மேனேஜ்மெண்ட் பயிற்சி வகுப்பு எடுக்கப் போகிறார். அதில் சேர்ந்து கொள்கிறாயா' என்று திருநாராயணா கேட்டார். மேனேஜ்மெண்ட் உலகில் பெரும் புரட்சியை ஏற்படுத்திய 20 பேரில் மிண்ட்ஸ்பெர்கும் ஒருவர்.

பயிற்சி வகுப்பின் முடிவில் மாஸ்டர்ஸ் டிகிரி தரப்படும். எனக்கு டிகிரியில் பெரிய ஆர்வம் இல்லை. ஆனால், அந்தப் பயிற்சி எனக்குப் பெரிதும் உதவும் என்று நம்பினேன். வகுப்புகள் நடக்கும் விதம் மிகவும் வித்தியாசமானது. உலகின் முக்கியமான ஐந்து நாடுகளில் அந்தப் பயிற்சி வகுப்புகள் நடக்கும். ஹார்வர்டு பிஸினஸ் ரிவ்யூ இதழில் 'தி மேனேஜர்ஸ் ஜாப்: ஃபோக்லோர் அண்ட் ஃபேக்ட்' என்ற மிண்ட்ஸ்பெர்கின் கட்டுரை வெளியாகியுள்ளது. மேனேஜ்மெண்ட் உலகில் மிகவும் அதிகமாக மேற்கோள் காட்டப்படும் கட்டுரைகளில் அதுவும் ஒன்று. பயிற்சி வகுப்பில் சேர்வதற்கு முன் அந்தக் கட்டுரை யைப் படிக்கும்படி திருநாராயணா கேட்டுக் கொண்டார்.

அதைப் படித்ததும் அசந்துவிட்டேன். மேனேஜ்மெண்ட் வகுப்புகளில் படிப்பதற்கும் நிஜ வாழ்க்கையில் நடப்பதற்கும் இடையில் பெரும் வேறுபாடு இருக்கும் என்று அதில் தெளிவாகக் குறிப்பிட்டிருந்தார். மிண்ட்ஸ்பெர்க் படித்து முடித்ததும் பயிற்சிக் காலத்தைப் புதுமையான வழியில் முடிக்க விரும்பினார். ஐந்தாறு பிரபல சி.இ.ஓ.க்களைச் சந்தித்து ஒரு விஷயம் கேட்டார்: 'நான் உங்களைச் சில நாள்கள் நிழல் போல் பின் தொடரலாமா? எந்தக் கேள்வியும் கேட்க மாட்டேன். எந்தத் தொந்தரவும் செய்ய மாட்டேன்.' அதன்படியே அவர்களைப் பின்தொடர்ந்துபோய் அவர்கள் செய்ததைக் குறிப்பெடுத்திருக்கிறார். பல வருடப் பட்டப் படிப்பின் போது கற்றுக் கொள்ள முடியாத பல்வேறு விஷயங்களை அந்தச் சில நாட்களில் கற்றுக் கொண்டதாகச் சொல்கிறார்.

அவருடைய பயிற்சி வகுப்பில் மிகப் பெரிய நிறுவனங்களின் மேனேஜர்கள், துணைத் தலைவர்கள் எனப் பெரிய பதவிகளில் இருப்ப வர்கள் பங்குபெறுவார்கள். தங்கள் அனுபவங்களைப் பிறருடன் பகிர்ந்துகொள்வார்கள். உலகின் முன்னணி மேனேஜ்மெண்ட் நிபுணர்கள் உரை நிகழ்த்துவார்கள். இந்தியாவில் இருந்து முதல் தலைமுறை தொழில் முனைவர் இரண்டு பேர் கலந்து கொள்ள வேண்டும் என்று ஹென்றி விரும்பினார்.

‘நீங்கள் கிராமத்தில் இருந்து வந்திருக்கிறீர்கள். பல்வேறு தொழில்களில் ஈடுபட்டிருக்கிறீர்கள். தேர்தலில் நின்றிருக்கிறீர்கள். உங்கள் அனுபவங்கள் மிகப் பெரிய படிப்பினையாக இருக்கும். நீங்கள் ஏன் பயிற்சி வகுப்பில் சேர்ந்து கொள்ளக்கூடாது?’ என்று கேட்டார். லங்காஸ்டர் நிர்வாகப் பள்ளி, பிரிட்டன் - மேண்ட்ரில், கனடா - ஐ.ஐ.எம்., பெங்களூரு - ஹிடோஷுபாஷி பல்கலை, டோக்கியோ - ஐ.என்.எஸ்.ஈ.ஏ.டி, ஃப்ரான்ஸ் என ஐந்து இடங்களில் வகுப்புகள் நடக்கும் என்று சொன்னார்.

அதைக் கேட்டதும் எனக்கு உற்சாகம் தொற்றிக் கொண்டது. ஹெலிகாப்டர் வர்த்தகத்தில் ஈடுபடப் போவதால் நானும் கார்ப்பரேட் உலகில் நுழையவிருந்தேன். என் மனத்தில் பல்வேறு கேள்விகள் இருந்தன. அந்த வகுப்பில் அதற்கான பதில்களை விவாதித்துத் தெரிந்து கொள்ளலாம் என்று நினைத்தேன். மோட்டரோலா, லுஃப்தான்ஸா, ராயல் பேங்க் ஆஃப் ஸ்காட்லாந்து, ரெட் கிராஸ், பானாசோனிக் போன்ற நிறுவனங்களில் இருந்து தலா ஐந்து பேர் வகுப்பில் சேர்ந்திருந்தனர். அவர்களுக்கான கட்டணத்தை அந்தந்த நிறுவனமே தந்திருந்தன. நானும் பெயர் கொடுத்தேன். என் உறவினரான வி.பி.பேக்கரியின் உரிமையாளரும் சேர்ந்துகொண்டார்.

ஒவ்வொரு நாட்டிலும் 2-3 வாரங்கள் வகுப்புகள் நடந்தன. பிரிட்டன் வகுப்பின் பெயர் ‘ரிஃப்லெக்டிவ்.’ நிர்வாகவியல், மனிதக் குணங்கள், வரலாறு, வர்த்தகத்தின் பரிணாமம் ஆகியவை பற்றி அங்கு படித்தோம். கனடா வகுப்பின் பெயர் ‘அனலிட்டிக்கல்’. இங்கு நிதி நிர்வாகம், கணக்கியல் பற்றித் தெரிந்துகொண்டோம். ஐ.ஐ.எம். பெங்களூருவில் இந்திய-சீனாவின் கலாசாரம், பொருளாதாரம் ஆகியவை பற்றி விவாதித்தோம். ஜப்பானில் இருந்தபோது அந்நாட்டின் மிகப் பெரிய நிறுவனங்களின் செயல்பாடுகள் பற்றித் தெரிந்துகொண்டோம். நிர்வாகவியலின் புனித பூமியான ஃப்ரான்ஸில் ‘மாற்றம்’ என்பது பற்றிப் படித்தோம்.

பிரிட்டனில் வகுப்பு எடுக்க வந்தவர்கள் அனைவருமே மிக அபாரமாக சுவாரசியமாகப் பேசினார்கள். பெர்ட்ரண்ட் ரஸ்ஸல், ஏ.என்.வொயிட் ஹெட் என யாரும் எதிர்பார்க்காத இடத்தில் இருந்தெல்லாம் மேற்கோள்களைச் சொல்லி அசத்தினார்கள். பிரிட்டிஷ் நிர்வாகவியல் பாரம்பரியத்தின் பன்முகத் தன்மையை அழகாக விளக்கினார்கள்.

கனடாவில் பிரபல எழுத்தாளர் குனால் பாஸுவைச் சந்தித்தேன். ஜோனாதன் கோஸ்லிங்கையும் சந்தித்தேன். மிகவும் சுவாரசியமான மனிதர். 1960-களில் முக்தி தேடி இமயமலையில் சன்யாசியாக அலைந்து திரிந்திருக்கிறார். ஜெர்மானியப் பெண்ணான சூசன்னாவை

மூன்று வெவ்வேறு இடங்களில் தற்செயலாகச் சந்தித்திருக்கிறார். அதை மனித மனத்தால் புரிந்துகொள்ளமுடியாத விதியின் விளை யாட்டு என்றே நம்பினார். நாம் திருமணம் செய்து கொள்வோமா என்று கேட்டிருக்கிறார். சூசன்னாவும் சரி என்று சொல்லவே இருவரும் திருமணம் செய்து கொண்டுவிட்டனர். நிர்வாகவியல் தொடர்பான ஜொனாதனின் உரைகள் மிகவும் புதிர்தன்மை மிகுந்தவை. இந்திய தத்துவவியல், கலாசாரம் பற்றித் தெரியாதவர்களுக்கு அவருடைய உரைகள் பெரும் குழப்பத்தையே ஏற்படுத்தும்.

ஹென்றி மிண்ட்ஸ்பெர்கின் உரைகளையும் கேட்டோம். உலகம் ஏன் அவரைக் கொண்டாடுகிறது என்பதை அதில் இருந்து புரிந்து கொண்டேன். அவரை என் பண்ணைக்கு அழைத்துச் சென்றேன். நடந்தும், சைக்கிளில் ஏறியும் கிராமப்புறங்களை ஆர்வத்துடன் சுற்றி வந்தார். காப்பித் தோட்டத்துக்கு அடிக்கடி போய்விடுவோம். கையில் எப்போதும் சிறிய நோட்டும், பேனாவும் வைத்திருப்பார். மனத்தைக் கவரக்கூடிய எதைப் பார்த்தாலும் குறித்துக் கொள்வார்.

ஒருநாள் பண்ணையில் இரவில் ஒரே அறையில் படுத்திருந்தோம். எனக்கு ஒரே களைப்பு. அசந்து தூங்கிவிட்டேன். காலையில் 3-4 மணிக்கு லேசாக விழிப்பு வந்தது. விழித்துப் பார்த்தால் மிண்ட்ஸ்பர்க் படுத்திருந்த இடத்தில் கறுப்பாக ஒரு போர்வையைப் போர்த்திக் கொண்டு ஓர் உருவம் உட்கார்ந்திருந்தது. போர்வைக்குள் இருந்து ஏதோ ஒரு வெளிச்சம் வேறு வந்து பீதியை அதிகப்படுத்திக் கொண் டிருந்தது. நான் பயத்தில் உறைந்துவிட்டேன். பிறகு மெதுவாகத் தைரியத்தை வரவழைத்துக் கொண்டு, ‘ஹென்றி... அது நீங்கள்தானே? என்ன செய்கிறீர்கள்?’ என்று கேட்டேன். போர்வையை விலக்கிக் கொண்டு திரும்பிப் பார்த்தார். அவருடைய கையில் டார்ச் லைட் ஒன்று எரிந்து கொண்டிருந்தது. தூங்கிக் கொண்டிருந்தவருக்கு ஏதோ யோசனை சட்டென்று மனத்தில் உதித்திருக்கிறது. அதை எழுதி வைப்பதற்காக எழுந்திருக்கிறார். லைட்டைப் போட்டால் நான் விழித்துக் கொண்டு விடுவேனே என்று நினைத்துப் போர்வையால் மூடிக்கொண்டு டார்ச் லைட் வெளிச்சத்தில் எழுதிக் கொண்டிருந்திருக்கிறார். அவருடைய அந்தச் செயலைப் பார்த்ததும் நெகிழ்ந்துபோய்விட்டேன்.

லூஃப்தான்ஸா, பிரிட்டிஷ் டெலிகாம், பிரிட்டிஷ் ஏரோஸ்பேஸ், ப்யூஜிட்ஸு எனப் பல நிறுவனங்களுக்குப் போனோம். பல்வேறு குழுக்களாகப் பிரிந்துகொண்டு விவாதித்தோம். ஜப்பானிய நிறுவனம் எப்படிச் செயல்படுகிறது. டச்சு கம்பெனி எப்படிச் செயல்படுகிறது எனத் தெரிந்துகொண்டோம். அந்த நிறுவனங்களின் சி.இ.ஓ-க்களுடன் கலந்துரையாடினோம்.

ஜப்பானில் அறிவு மேலாண்மையின் குருவாக மதிக்கப்படும் பேரா. இகுஜிரோ நோனாகாவுடன் பேசும் வாய்ப்புக் கிடைத்தது. 'தி நாலெட்ஜ் க்ரியேட்டிங் கம்பெனி' என்ற நூலை ஹிரோடகா டகேச்சியுடன் எழுதியவர். கியோட்டோவில் இருந்த ஷின்ஷின்யான் என்ற ஜப்பானிய தோட்டத்துக்குப் போனோம். அங்குதான் பானாசோனிக்கின் நிறுவனரான கொனோசுகீ மட்சூஷிதா ஓர் அற்புதமான விருந்தினர் மாளிகையைக் கட்டியிருந்தார். இரண்டாம் உலகப் போருக்குப் பிறகு ஜப்பான் வீறு கொண்டு எழுந்ததில் மட்சூஷிதா போன்றோரின் பங்களிப்பு மிகவும் முக்கியமானது. வாழ்க்கையில் பல்வேறு சிரமங்களைச் சந்தித்தவர். அவை ஒருவருடைய வெற்றிக்கு எப்படி உதவும் என்பது பற்றி அவருக்கு நன்கு தெரியும். நெருக்கடிகள் ஒருவருக்கு மதிப்பீடுகளைக் கற்றுக் கொடுக்கும். உத்வேகத்தைக் கொடுக்கும். நேர்மையான சுய பரிசோதனைக்கு வழி வகுக்கும் என்று அடிக்கடி சொல்வார். எனவே தான் அவர் டோக்கியோவில் நடத்திவரும் மட்சூஷிதா நிர்வாகவியல் பள்ளியில் மாணவர்களுக்கு எந்த ஆடம்பரமான வசதியும் தரப்படுவது கிடையாது. சாதாரணமான சுற்றுச் சூழலில்தான் பள்ளி நடக்கும். எல்லாவற்றையும் ஆசிரியர்களே நமக்கு ஊட்டிவிடமாட்டார்கள். ஒவ்வொரு மாணவரும் தமக்கான பாடத்தைத் தாமே கற்றுக் கொள்ள வேண்டியிருக்கும்.

விதி நமக்கு சோதனையைத் தரும்போது கூடவே சாதனை படைக்கும் வலிமையையும் தரும் என்று சொல்வது உண்மைதான். இது போன்ற தோட்ட விடுதியில் ஓய்வாக அமர்ந்து சிந்தித்துத்தான் உலக அளவில் புகழ் பெற்று விளங்கும் பானாசோனிக்கின் தலைவர் புதிய கண்டு பிடிப்புகளையும் பிரச்னைகளுக்கான தீர்வுகளையும் கண்டடைந்துள் ளார். அங்கு மூத்த நிர்வாகிகளுடன் ஒரு நாளைக் கழித்தோம். அந்தத் தோட்டத்தின் ஒவ்வொரு செடியிலும் கூழாங்கல்லிலும் செங்கல்லி லும் நீரூற்றிலும் அபாரக் கலை அழகும் மேதமையும் நிரம்பி வழிந்தன. அது ஜப்பானியர்களுக்கு ஒரு கலாசார மையமாக, கோயில் போல் புனிதமான ஒன்றாக ஆகிவிட்டிருக்கிறது.

ஜப்பானியப் பயிற்சி காலத்தின் இறுதியில் இயற்கை விவசாயத்தின் வேத நூலான 'ஒற்றை வைக்கோல் புரட்சி' என்ற நூலை எழுதிய மஸனோபு ஃபுகோவோகாவை சந்திக்கப் போனேன். 'நிலத்தை உழவே தேவையில்லை. காட்டை யாராவது பராமரிக்கிறார்களா... இயற்கையை அதன் போக்கிலேயே விட்டாலே போதும்' என்று சொல்லியவர். வேதி உரங்களைப் போடுவதால் கிடைப்பதைவிட அதிக வீரியமான விளைச்சலை உருவாக்கிக் காட்டிய விவசாய விஞ்ஞானி. ஒருவகையில் ஆதிகால இந்திய ரிஷியைப் போன்றவர்.

நகர்ப்புறத்தில் இருந்து 1,000 மைல் தொலைவில் தீவில் வசித்து வந்தார்.

வெந்நீர் ஊற்றுகளுக்காக மிகவும் புகழ் பெற்ற தீவு அது. விஞ்ஞான யுகத்துக்கு முற்றிலும் எதிரான வாழ்க்கையை முன்வைத்த அவரைப் பார்க்க நவீன யுகத்தின் மாபெரும் கண்டுபிடிப்பான அதிவேக புல்லட் டிரெயினில் போய்ச் சேர்ந்தேன்! மலை உச்சியில் இருந்த அடர்ந்த காட்டில் அவருடைய பண்ணை இருந்தது. அந்தத் தீவு மிகப் பெரிய சுற்றுலா மையமாக ஆகியிருந்தது. வெந்நீர் ஊற்றுக் குளியல் பிரதான கேளிக்கை அம்சமாக இருந்தது. பல ஊற்றுகள் திறந்த வெளியில் இருந்தன. சில மூடிய அரங்கில் இருந்தன. சுற்றுலா பயணிகளுக்கு விடுதிகளில் ஒரு மேலாடையும் சாதாரண செருப்புகளும் தருவார்கள். அங்கு அந்த ஆடையுடன்தான் போக வேண்டும். நூற்றுக்கணக்கான ஜப்பானியர்களுக்கு மத்தியில் இருந்த ஒரே ஒரு இந்தியன் நான்தான். தென்னிந்தியாவில் கோயில் திருவிழாவில் வேட்டி, புடவை கட்டி ஆண்களும் பெண்களும் போவதுபோல் ஜப்பானியர்களுடைய அந்த உடை இருந்தது. ஆண்களுக்குத் தனி இடம். பெண்களுக்குத் தனி இடம். ஆண்கள் பகுதியில் நிர்வாணமாகவே அனைவரும் குளித்தனர். நானும் அதுபோலவே அந்தக் கந்தக நீரூற்றில் திருப்தியாக அமிழ்ந்து குளித்தேன்.

அடுத்த நாள் வாடகை டாக்ஸி எடுத்துக்கொண்டு ஃபுகோவோகாவின் பண்ணைக்குப் புறப்பட்டேன். காட்டின் விளிம்பில் டிரைவர் இறக்கிவிட்டார். சுமார் இரண்டு கிலோமீட்டர் நடந்துதான் போக வேண்டும். காட்டுக்குள் தனியாக நடந்துபோய் அவருடைய வீட்டை அடைந்தேன். அற்புதமான ஜப்பானிய பாரம்பரிய முறையில் மரம், மூங்கில் கொண்டு கட்டப்பட்ட வீடு. தரையும் மரக்கட்டைகளால் ஆனதுதான். மாடியும் இருந்தது. ஏறிப்போனேன். அங்கே ஓர் அறையில் மர அடுப்பில் இருந்து புகை வந்து கொண்டிருந்தது. அதன் முன்னால் அவர் உட்கார்ந்திருந்தார். மிகவும் வயதாகிவிட்டிருந்தது. நீண்டு வளர்ந்திருந்த தலைமுடி கொண்டை போல் மேலே சுற்றப்பட்டிருந்தது. தாடியும் நீண்டு வளர்ந்திருந்தது. அந்த அறை கொஞ்சம் குளிர்ச்சியாக இருந்தது. வெப்பம் தருவதற்காக மர அடுப்பு எரிந்துகொண்டிருந்தது. இன்னொரு அடுப்பில் இருந்த பாத்திரத்தில் நீர் கொதித்துக் கொண்டிருந்தது. மேஜையில் தேநீர் கோப்பைகள் இருந்தன. சில மாணவர்கள் அவருக்கு முன்னால் அமர்ந்திருந்தனர். அவர் சொன்னதைக் கேட்டுக் கொண்டும் அவருக்குப் பணிவிடை செய்து கொண்டும் இருந்தனர். என்னை அருகில் உட்காரச் சொன்னார். அந்தச் சூழல் ஒருவித ஆன்மிக அனுபவத்தைத் தந்தது. எனக்கு தேநீர் கொடுத்தார்கள். பிறகு மதிய உணவும் அங்கேதான் சாப்பிட்டேன். சில

மணி நேரங்கள் அவருடன் கழித்தேன். மொழிபெயர்ப்பாளராக ஒரு மாணவர் இருந்தார். அந்த இடத்தின் பேரமைதியை முழுவதுமாக அனுபவித்தேன். கால எந்திரத்தில் ஏறிப் பழங்காலத்துக்குள் போனது போல் ஓர் உணர்வு. விடைபெறவே மனமில்லாமல் புறப்பட்டேன்.

திரும்பி வரும் வழியில் பெரும் சத்தத்துடன் இயந்திரங்களும் வாகனங்களும் இயங்கிக் கொண்டிருந்ததைப் பார்த்தேன். உலகம் ஃபுகோவோகாவின் எச்சரிக்கையையும் ஆலோசனைகளையும் புறக்கணித்துவிட்டது. இயற்கை மீது எந்த அக்கறையும் இல்லாமல் வளர்ச்சி மோகத்தில் அழிவை நோக்கி விரைந்து கொண்டிருக்கிறது. திரும்பிப் பார்த்தபோது ஃபுகோவோகாவின் குட்டி சொர்க்கத்தை இந்த உலகம் மலைப்பாம்பைப் போல் விழுங்கிக் கொண்டிருந்தது.

ஃபோண்டெய்ன்ப்ளூயில், ஐ.என்.எஸ்.ஈ.டி.யில் யுவெஸ் டாஸுடன் நேரத்தைக் கழிக்கும் பேறு எனக்குக் கிடைத்தது. சர்வதேச தொழில் நுட்பம், கண்டுபிடிப்புகள் துறையின் பேராசிரியர். நாங்கள் நல்ல நண்பர்களாகிவிட்டோம். அதன் பிறகு எப்போது இந்தியா வந்தாலும் என்னை வந்து சந்திப்பார். நானும் பாரிஸ் போகும்போதெல்லாம் அவரைச் சந்திப்பேன்.

ஒவ்வொரு பயிற்சி வகுப்பு முடிந்ததும் நாங்கள் அது குறித்து ஆய்வறிக்கை சமர்ப்பிக்க வேண்டும். அந்த நாட்டு அனுபவத்தில் இருந்து எங்கள் மனத்துக்குப் பிடித்த விஷயத்தை மூன்று மாத காலத்துக்குள் எழுத வேண்டும். அடுத்த நாட்டுக்குப் போவதற்கு முன்பாக இந்த அறிக்கையைத் தயாரித்துவிட வேண்டும். எங்கள் ஒவ்வொருவருக்கும் ஒரு பயிற்சியாளர் நியமிக்கப்பட்டிருந்தார். அவருடன் தொலைபேசியிலும் மின்னஞ்சலிலும் தொடர்பு கொள்வோம். தன்னுடைய மாணவரைச் சந்திக்க அவர்களுடைய நாட்டுக்கும் போய்வருவார்.

நான்கு கட்டுரைகள் எழுதினேன். ஐந்தாவதும் எழுதிவிட்டால் டிகிரி கிடைத்துவிடும். எனக்கு அதில் பெரிய ஆர்வம் இருக்கவில்லை. அந்தப் பயிற்சியின் மூலம் கிடைத்த அனுபவம்தான் எனக்கு முக்கியமாக இருந்தது. ஹெலிகாப்டர் நிறுவன வேலைகள் அதிகரித்துவிட்டதாலும் என்னால் அந்தக் கடைசி கட்டுரையை முடிக்க முடியவில்லை. ஹென்றி மிண்ட்ஸ்பெர்க் பெங்களூருக்கு வந்தபோது டெக்கான் ஏவியேஷன் ஆரம்பித்து ஒரு மாதம் ஆகியிருந்தது. அதையே பாடமாகப் படித்து எனக்குப் பின்னூட்டம் தந்தனர்.

★

செப் 5-ல் நிறுவனத்தை ஆரம்பித்துவிட வேண்டும் என்று முடிவு செய்திருந்தேன். ஏனென்றால், அன்று இரவு நான் பயிற்சி வகுப்புக்காக

கனடாவிலிருக்கும் மாண்ட்ரீல் போயாக வேண்டியிருந்தது. ஒரு மாதம் கழித்துத்தான் திரும்பி வரமுடியும். எனவே, புறப்படுவதற்கு முன்பாக நிறுவனத்தை ஆரம்பித்துவிட வேண்டும் என்று முடிவு செய் திருந்தேன். ஹெலிகாப்டர் சொன்ன நேரத்தில் வந்து சேருமா என்று தெரியாது. எனவே, வந்து சேர்ந்த பிறகு தொடக்க விழாத் தேதியை அறிவிக்கலாம் என்று குழு உறுப்பினர்கள் சொன்னார்கள். ஆனால், நான் மறுத்துவிட்டேன். சொன்ன தேதிக்கு முன்பாக ஹெலிகாப்டர் இந்தியாவுக்கு வந்து சேரும். செப்டம்பர் ஐந்தில் நிறுவனம் தொடங்கி விடும் என்று உறுதியாகச் சொன்னேன்.

பெங்களூருக்கு அந்த ஹெலிகாப்டர் பறந்தேதான் வரவேண்டி யிருந்தது. நான் கப்பலில் கொண்டுவர விரும்பியிருக்கவில்லை. அது, ஒருவகையில் ஒரு பறவையைக் கழுத்து, காலில் எல்லாம் விலங்கு மாட்டி சிறைப்பிடித்துக் கொண்டுவருவதைப்போல் தோன்றியது. இன்னொரு கோணத்தில் பறக்கும் பணி செய்ய வேண்டிய அந்த ஹெலிகாப்டர் பறந்தே வருவதில் எந்தச் சிக்கலும் இருக்காது என்றே நினைத்தேன். ஏற்றுமதி செய்யும் நாட்டில் உள்ள டி.ஜி.சி.ஏ. அதிகாரிகள் அதைப் பரிசோதித்துச் சான்றிதழ் வழங்க வேண்டும். உற்பத்தியாளர் சொல்வதை ஹெலிகாப்டரைப் பயன்படுத்தப் போகிறவர் சரியாகக் கடைப்பிடிக்க வேண்டும் என்பதில் எல்லா நாட்டு அதிகாரிகளும் மிகவும் கறாராக இருப்பார்கள். பிற நாட்டு அதிகாரிகளைப் போலவே இந்திய அதிகாரிகளும் கறாராக இருக்க வேண்டும் என்றுதான் விரும்பினேன். ஆனால், ஆவணப் பரிசோதனைகளில் எந்தச் சமரசமும் செய்துகொள்ளாமல் அதே நேரம் சான்றிதழ் வழங்குவதை 20 நாட்களுக்குப் பதிலாக 2 நாட்களில் தரமுடியுமா என்று இந்திய அதிகாரிகளைக் கேட்க விரும்பினேன். பிற நாடுகளில் அவ்வளவு நாள்தான் ஆகும். இந்தியாவில் எல்லாத் துறைகளைப் போலவே அதுவும் அதிக நாள்கள் எடுத்துக்கொண்டது.

இந்தியாவிலும் பிற நாடுகளிலும் டி.ஜி.சி.ஏ. யில் பணிபுரிந்த என் நண்பர் வித்யா பாபுவிடம் இது பற்றிக் கேட்டேன். அவருக்கு இது தொடர்பான எல்லா நுணுக்கங்களும் தெரியும். இந்தக் காலதாமதம், பாதுகாப்பு சம்பந்தப்பட்டதல்ல; வெறும் ஆவணப் பரிசோதிப்புக்குத் தான் இவ்வளவு காலம் எடுத்துக் கொள்கிறார்கள். அது உண்மையில் தேவையே இல்லை என்று சொன்னார். அப்படியானால், என் அலுமினியப் பறவை பறந்து வந்ததும் இரண்டு அல்லது மூன்று நாட்களுக்குள் நம் நிறுவனம் ஆரம்பித்துவிட வேண்டும். இதில் எந்தத் தாமதமும் கூடாது என்று சொன்னேன்.

இந்திய அதிகார வர்க்கம் இப்படியான சுறுசுறுப்பை என்றுமே பார்த்த தில்லை. எதையுமே தாமதப்படுத்துவார்கள். ஏனென்றால் அவர்கள்

வேறு எதையாவது எதிர்பார்ப்பார்கள். அல்லது அவர்கள் அதிகார வர்க்கத்தினர் அல்லவா... எனவே, அப்படித்தான் நடந்து கொள் வார்கள். நோக்கமும் செயலும் சரியானதாக இருந்தால் ஆத்மார்த்த மாக உதவி செய்யத் தயாராகவே இருப்பார்கள். ஆனால், அமைப்பு தான் அவர்களை அப்படிச் செய்யவிடாமல் தடுக்கும். நான் மேற்கூரை இடிந்து விழுந்தாலும் நட்சத்திரங்களை வீட்டுக்குள் இருந்தபடியே பார்க்க முடிகிறதே என்று சந்தோஷப்படும் அளவுக்கு நம்பிக்கை மிகுந்தவன் என்பதால், டி.ஜி.சி.ஏ. அதிகாரிகளை மட்டுமல்லாமல் என் குழு உறுப்பினர்களையும் அதிர்ச்சியில் ஆழ்த்தினேன். ஹெலிகாப்டர் வந்து சேர்வதற்கும் நிறுவனம் ஆரம்பிப்பதற்கும் இடையில் நான்கே நாள்கள்தான் இருந்தன!

ஹெலிகாப்டர் செப் 1-ம் தேதி காலையில் வந்து சேர்வதாக இருந்தது. நேரம் குறித்தாகிவிட்டது. இனி நான் நினைத்தால் கூட மாற்ற முடியாது. சிலர் என்னைப் பைத்தியக்காரன் என்று சொன்னார்கள். ஹெலிகாப்டர் வந்து எல்லாச் சான்றிதழ்களும் கிடைத்த பிறகுதான் தொடக்க விழாத் தேதியை நிச்சயிக்க வேண்டும் என்று சொன்னார்கள். நாம் ரொம்பவும் பயந்து, பதுங்கிக் கொண்டிருந்தால் நிறுவனம் போண்டியாகிவிடும். ஆரம்பிக்காமலேயே போய்விடக்கூடும் என்று சொன்னேன்.

வான் போக்குவரத்து மந்திரி சி.எம்.இப்ராஹிமைப் போய்ப் பார்ப்பது என்று முடிவு செய்தேன். இப்ராஹிம் கர்நாடகாவைச் சேர்ந்தவர். அப்படியொன்றும் அவர் பற்றி நல்ல அபிப்ராயம் எதுவும் கிடையாது. டாடா-சிங்கப்பூர் கூட்டு முயற்சியிலான விமான நிறுவனத்தை ஆரம்பிக்கவிடாமல் தடுத்துவிட்டார் என்று வதந்தி உலவி வந்தது. நான் உண்மையிலேயே பதற ஆரம்பித்தேன். என் பாதையில் குறுக்கிடப் போகும் தடைகளை எப்படித் தாண்டப் போகிறேன்?

அவரை நேரில் சந்தித்து நிலைமையை விளக்கினேன். நீங்கள்தான் வந்து முதல் பயணத்தைக் கொடி அசைத்து ஆரம்பித்து வைக்க வேண்டும் என்று கேட்டுக்கொண்டேன். சரி என்று உடனே ஒப்புக் கொண்டுவிட்டார். எனக்கு ஆச்சரியமாகிவிட்டது.

ஆனால், பாதுகாப்புச் சான்றிதழ் பெறுவதற்குள் போதும் போது மென்றாகிவிட்டது. போதை பொருள்கள், தீவிரவாதம், தேச விரோதச் செயல்கள், குற்ற வழக்குகளில் சிக்காமல் இருப்பது என்று பல வகை களில் கண்ணில் எண்ணெயை விட்டுத் தோண்டித் துருவி ஆராய்ந் தார்கள். சி.பி.ஐ., போதை தடுப்பு அமைப்பு, ரா பிரிவு, சட்ட அமலாக்கப் பிரிவு, காவல்துறை எனப் பல அரசு அமைப்புகள் அனுமதி தரவேண்டும். நிறுவனத்தின் இயக்குநர்கள் அனைவருடைய ஆவணங்

களையும் முழுவதுமாகச் சோதித்தாக வேண்டும். எங்கள் விஷயத்தில் ஏதோ ஒரு தடை வந்துவிட்டது. எங்கள் ஃபைல் அதிகாரவர்க்கத்தின் கருந்துளைக்குள் சிக்கிவிட்டது. உடனே ஜெனரல் நரஹரி உள்துறை அமைச்சருக்குக் காட்டமாக ஒரு கடிதம் எழுதினார். அவர்தான் டெக்கான் ஏவியேஷனின் சேர்மன். அந்தக் கடிதம் அதிகாரிகளைக் கோபத்தில் ஆழ்த்திவிடுமோ என்று எனக்குப் பயமாக இருந்தது. ஆனால், நல்லவேளையாக அப்படி எதுவும் நடக்கவில்லை. ஒரே வாரத்தில் அனுமதி கிடைத்துவிட்டது.

ஒரு ஜப்பானிய நிறுவனத்திடமிருந்துதான் ஹெலிகாப்டரை வாங்கி யிருந்தோம். என்றாலும் அது அமெரிக்க ரெஜிஸ்டிரேஷன் கொண்டது. எனவே, நேபாளத்தில் இருந்து ஏற்றுமதி சான்றிதழுடன் அமெரிக்க அனுமதியும் பெற்றாக வேண்டும். இந்திய வானில் பறப்பதற்கு முன்னால், வேறு பல அனுமதிச் சான்றிதழ்களும் பெற்றாக வேண்டும். இறுதியாக வணிகப் பயன்பாட்டுக்குப் பயன்படுத்த டி.ஜி.சி.ஏ.யின் அனுமதியைப் பெற வேண்டும்.

தொடக்க விழாவுக்கு வான் போக்குவரத்து அமைச்சர், கர்நாடக முதலமைச்சர் எனப் பலரையும் சிறப்பு விருந்தினர்களாக அழைத்தேன். ஹிந்துஸ்தான் தாம்சன் அசோசியேட்ஸ் என்ற நிறுவனத்தை விளம்பர நிறுவனமாக நியமித்தோம். அவர்கள் ஈவெண்ட் மேனேஜ்மெண்ட் பொறுப்பை வேறொரு நிறுவனத்திடம் ஒப்படைக்கும்படிச் சொன் னார்கள். அது தேவையில்லை என்று மறுத்துவிட்டேன். அதனால் அவர்களுக்குக் கொஞ்சம் வருத்தம்தான். எனினும் மிகச் சிறப்பான முறையில் விளம்பர வேலைகளைச் செய்து கொடுத்தார்கள். 'ஆயிரம் மைலுக்கான பயணம் ஒரு அடியில்தான் ஆரம்பிக்கிறது' என்பதை அழைப்பிதழ் வாசகமாகத் தேர்ந்தெடுத்தார்கள். இந்திய வான் போக்கு வரத்துத் துறையில் டெக்கான் பெரும் சாதனைகளைச் செய்யும் என்ற நம்பிக்கை எல்லாருக்கும் இருந்தது.

★

எல்லாம் தயாராகிவிட்டன. நேபாளத்தில் இருந்து ஹெலிகாப்டர் வந்து சேர வேண்டியதுதான் பாக்கி. ஆறு மாத வாடகையை முன் பணமாகக் கொடுக்க வேண்டும் என்று குத்தகைக்குக் கொடுத்த நிறுவனம் சொல்லியிருந்தது. என்னிடம் பணமும் இருந்தது. ஆனால், அதில் ஒரு புதிய பிரச்னை முளைத்தது.

இன்று லட்சக்கணக்கான டாலர் பணத்தைக் கூட, ஒரு சார்டர்ட் அக்கவுண்டண்டின் கையெழுத்து இருந்தாலே போதும் வெளி

நாட்டுக்கு அனுப்பிவிட முடியும். ஆனால், அன்று நிறைய கெடுபிடிகள் இருந்தன. ஒரு டாலர் பணமாக இருந்தாலும் வெளிநாட்டுக்கு அனுப்புவதென்றால் ஆர்.பி.ஐ.யின் அனுமதி பெற்றாக வேண்டும். அதை நாங்கள் கவனிக்கத் தவறிவிட்டோம். மோகன் குமார் பணத்தை வெளிநாட்டு நிறுவனத்துக்கு அனுப்பப் போனபோது ஆர்.பி.ஐ. அதற்கு அனுமதி தரவில்லை. ஹெலிகாப்டர் இந்தியாவுக்கு வந்து சேர்ந்த பிறகுதான் பணத்தை அனுப்ப முடியும் என்று கறாராகச் சொல்லிவிட்டது. ஜப்பானிய நிறுவனமோ ஆறு மாத வாடகையை முன் பணமாக அனுப்பினால்தான் ஹெலிகாப்டரை அனுப்புவோம் என்று சொல்லியிருக்கிறார்கள். இங்கும் போக முடியாமல் அங்கும் போக முடியாமல் சிக்கிக் கொண்டுவிட்டோம்.

யூரியா மோசடி என்று அழைக்கப்பட்ட மிகப் பெரிய மோசடி அப்போது நடந்திருந்தது. ஒரு துளி யூரியா கூட இறக்குமதி செய்யப்படாமலேயே கோடிக்கணக்கில் பணம் மோசடி செய்யப்பட்டது. எனவே, எந்தப் பொருளாக இருந்தாலும் இறக்குமதி செய்யப்பட்ட பிறகே அதற்கான பணம் வெளிநாட்டுக்கு அனுப்பப்படவேண்டும் என்று ஒரு சட்டத்தை இந்திய அரசு இயற்றிவிட்டது. இந்தச் சட்டத்தில் நாங்கள் சிக்கிக் கொண்டோம்.

முன்னாள் பிரதமர் நரசிம்ம ராவின் உறவினர்கள் இந்த யூரியா ஊழலில் சிக்கிக் கொண்டனர். எதிர்க்கட்சிகள் இந்த சந்தர்ப்பத்தைத் தங்களுக்கு சாதகமாகப் பயன்படுத்திக்கொள்ளத் தீர்மானித்தன. பண மோசடியைத் தடுப்பது அல்லது அதற்குக் காரணமானவர்களைக் கண்டுபிடிப்பது என்று முயற்சி செய்யாமல் அரசியல் ஆதாயத்தையே நோக்கமாகக் கொண்டு செயல்பட்டன. அரசியல் கட்சிகள் மாறி மாறி ஆட்சிக்கு வந்திருக்கின்றன. கடந்த பல பத்தாண்டுகளில் தொடர்ச்சியாக ஏகப்பட்ட ஊழல் குற்றச்சாட்டுகள் மாறி மாறி வீசப்படுகின்றன. ஆளுங்கட்சி, எதிர்க்கட்சிக்கு நெருக்கமானவர்கள் மாட்டிவிடப்படு கின்றனர். உண்மையான குற்றவாளிகள் ஒருபோதும் தண்டிக்கப் பட்டதே இல்லை. யூரியா மோசடியில் குற்றம் சாட்டப்பட்டவர்கள் நிரபராதிகள் என விடுவிக்கப்பட்டனர். அந்தப் பணம் என்ன ஆயிற்று என்று யாருக்கும் தெரியாது.

இப்படி ஒரு சட்டத்தை இயற்றியதில் ஆர்.பி.ஐ-க்கு அதற்கான நியாயங்கள் இருக்கலாம். கடந்த கால இறக்குமதியாளர்கள் செய்த மோசடிகளை அடிப்படையாக வைத்து அவர்கள் ஒரு சட்டத்தை வகுத்திருக்கிறார்கள். ஆனால், எங்கள் விஷயத்தில் அது பொருந்தாது. இரண்டே நாள்கள்தான் இருந்தன. இந்த நிபந்தனையை நாம் குத்தகை ஒப்பந்தம் தயாரிக்கப்பட்டபோதே தெரிவித்திருக்க வேண்டும் என்று

மோகன் குமார் சொன்னார். அல்லது க்ரெடிட் கடிதமாவது உருவாக்கி யிருக்க வேண்டும். இரண்டையும் நாங்கள் செய்யவில்லை. மிகவும் தர்ம சங்கடமான நிலையில் மாட்டிக்கொண்டேன். இதை முன்பே நான் சொல்லியிருந்தால் ஹெலிகாப்டர் நிறுவனத்தினரை நாங்கள் நம்ப வில்லை என்று அர்த்தமாகியிருக்கும்.

கடைசியில் வேறு வழியில்லாமல் டக்ளஸுக்குப் போன் செய்து விஷயத்தைச் சொன்னேன். நாங்கள் ஒரு சிறிய தவறு செய்து விட்டோம். எங்களிடம் பணம் இருக்கிறது. எங்கள் மீது நம்பிக்கை வையுங்கள். தொடக்கவிழா குறித்து அழைப்பிதழ்கள் எல்லாம் அச்சடித்துவிட்டோம். உங்கள் நம்பிக்கையை வீணாக்க மாட்டேன். எங்களுடனான தொடர்புக்கு நிச்சயம் நீங்கள் பெருமைதான்படுவீர்கள். ஹெலிகாப்டர் இந்தியாவுக்கு வந்து சேர்ந்த 24 மணி நேரத்துக்குள் பணம் உங்களுக்கு வந்து சேர்ந்துவிடும் என்று சொன்னேன்.

எதிர் முனையில் நீண்ட நேரத்துக்குக் கனத்த மௌனம் நிலவியது. மனத்தில் பெரும் பிரார்த்தனையுடன் காத்திருந்தேன். 'நாளை ஹெலிகாப்டர் காட்மாண்டுவில் இருந்து புறப்பட்டு வந்து சேரும். என்னை ஏமாற்றிவிடாதீர்கள்' என்று சொல்லிவிட்டு போனை வைத்து விட்டார்.

30, ஆகஸ்டில் காட்மாண்டுவில் இருந்து ஹெலிகாப்டர் புறப்பட்டது. பல இடங்களில் எரிபொருள் நிரப்பிக் கொண்டது. செப் 1-ம் தேதி, 4 மணி அளவில் ஹெச்.ஏ.எல். விமான நிலையத்தை அடைந்தது. நான் பார்கவி, பொன்னு, ஜெயந்த், மாயா, சாம், வித்யா பாபு, அவருடைய மனைவி என எல்லாரும் பெரும் பரபரப்புடன் விமான நிலையத்தில் காத்திருந்தோம். ஒரு கனவு கண் முன்னாலேயே நனவாகப் போகிறது!

★

ஹெலிகாப்டர் வந்து சேர்வதற்கு முன்னால் ஓரிரு சம்பவங்கள் நடந்தன. டி.ஜி.சி.ஏ. தலைவரை நான் போய் மரியாதை நிமித்தமாகப் பார்த்துவிட்டு வரவேண்டும் என்று வித்யா பாபு சொன்னார். நானும் அழைப்பிதழை எடுத்துக்கொண்டு போனேன். ஒரு ஹெலிகாப்டர் நிறுவனம் ஆரம்பித்திருக்கிறேன். பெங்களூருவில் இருந்து அது இயங்கப் போகிறது. டி.ஜி.சி.ஏ. தலைவர் என்ற வகையில் இது நிச்சயம் உங்களுக்குப் பெருமையையே தரப்போகிறது. எங்கள் நிறுவனத்தின் வளர்ச்சிக்கு நீங்கள் உதவினால் பிற்காலத்தில் உங்களுக்கும் லாபகரமாகவே இருக்கும். தொடக்கவிழாவுக்கு வந்து எங்களைச் சிறப்பியுங்கள் என்று கேட்டேன்.

டி.ஜி.சி.ஏ. தலைவர் கே.பரமேஷ்வர் நான் பேசியவிதத்தைப் பார்த்து ரொம்பவும் சந்தோஷப்பட்டார். 'நல்லது. மிகவும் அருமையான காரியம்' என்று பாராட்டினார். ஆனால், சட்டென்று அவருடைய பேச்சின் தொனி மாறியது. 'நீங்கள் நிறுவனத்தின் தொடக்க விழா தேதியை என்னிடம் கேட்காமலேயே நிச்சயித்துவிட்டிருக்கிறீர்கள். அதுவும் ஹெலிகாப்டர் இந்தியாவுக்கு வருவதற்கு முன்பாகவே தேதியை நிச்சயித்திருக்கிறீர்கள். டாடா, மஹிந்திராஸ் போன்ற நிறுவனங்கள் கூட ஹெலிகாப்டர் இந்தியாவுக்கு வந்து ஓரிரு மாதங் களுக்குப் பிறகுதான் தொடக்க விழாவை நிச்சயிப்பார்கள். நீங்கள் செய்த செயலைப் பார்த்து அதிர்ந்து போயிருக்கிறேன்!' என்றார். தேதியை முன்கூட்டியே நிச்சயித்ததற்கான காரணத்தைச் சொன்னேன். எதுவும் பேசாமல் கேட்டுக் கொண்டார்.

காட்மாண்டுவில் இருந்து புறப்படுவதற்கு முந்தின நாள் வொய்.ஏ. நம்பர் தரப்பட்டது. இறக்குமதி சான்றிதழுடன் அந்த எண்ணும் இருந்தால்தான் இந்திய வானில் ஒரு விமானம் பறக்க முடியும். இல்லையென்றால், திருப்பி அனுப்பப்பட்டுவிடும் அல்லது ஊடுருவல் விமானமாகக் கருதப்பட்டுப் பாதுகாப்புப் படையினரால் சுற்றி வளைக்கப்பட்டுத் தரை இறக்கப்பட்டுவிடும். வொய்.ஏ. எண் எளிதில் கிடைத்துவிட்டது. பைலட்களுடன் நாங்கள் தொடர்ந்து தொடர்பில் இருந்தோம்.

இந்திய வானில் நுழைந்த ஹெலிகாப்டர் முதலில் வாரணாசியில் இறங்கியது. அங்கு கஸ்டம்ஸ் சோதனை செய்ய வேண்டும் என்று சொன்னார்கள். அதற்கு இரண்டு நாள்கள் ஆகும். நாங்கள் ஏற்கெனவே பெங்களூருவில் அந்தச் சோதனையைச் செய்து கொள்கிறோம் என்று சொல்லியிருந்தோம். பெங்களூரு அதிகாரிகளை விட்டு அதை வாரணாசி அதிகாரிகளிடம் சொல்லவும் செய்திருந்தோம். எனவே, அவர்கள் போதைப் பொருள், கடத்தல் பொருள், வெடி குண்டு ஏதேனும் இருக்கிறதா என்று மேலோட்டமாக ஹெலிகாப்டரில் ஏறிச் சோதனை போட்டார்கள். பிறகு பெங்களூருக்கு அனுப்பி வைத்தார்கள். அதன் பிறகு ஹெலிகாப்டர் திருப்பதியில் இறங்கி எரிபொருளை நிரப்பிக்கொண்டு புறப்பட்டது. நாங்கள் திருப்பதி மலை இருந்த திசையைப் பார்த்தபடிப் பெரும் ஆவலுடன் காத்துக் கொண்டிருந்தோம். எங்கள் பண்ணையில் எட்டு வருடமாக நட்டு நீரூற்றி வளர்த்த தென்னையில் முதல் தென்னம் பூ மடல் எப்போது முளைக்கும் என்று ஆசையுடன் காத்துக் கொண்டிருந்தேனோ அது போல் வானத்தை அண்ணாந்து பார்த்தபடி நின்றிருந்தேன். என் மனைவி மற்றவர்கள் எல்லாம் சபரி மலையில் மகரஜோதியைப் பார்க்கக் காத்திருக்கும் பக்தர்களைப்போல் கண்கள் விரிய நின்று

கொண்டிருந்தனர். தூரத்தில் ஹெலிகாப்டரின் சத்தம் கேட்கத் தொடங்கியது. நாடி நரம்புகளில் ரத்த ஓட்டம் ஜிவ்வென்று அதிகரித்தது. நாங்கள் நின்று கொண்டிருந்த இடத்தில் மின்சாரம் பாய்ந்ததுபோல் ஒரு பரபரப்பு. கடைசியாகத் தொலை தூர வானத்தில் எங்கள் ஹெலிகாப்டர் மெள்ளத் தென்பட ஆரம்பித்தது.

ஜெயந்த்தான் முதன் முதலில் பார்த்துச் சொன்னார். நீல வானில் ஒரு சிறிய புள்ளி கொஞ்சம் கொஞ்சமாகப் பெரிதாகி ராட்சஸப் பறவை போல் பறந்து வந்து எங்கள் முன்னால் இறங்கியது. மலர் மாலைகள் எங்களிடம் தயாராக இருந்தன. நேபாள பைலட்களுக்கு அவற்றை அணிவித்தோம். கட்டியணைத்தோம். ஒவ்வொருவராக ஹெலி காப்டரை சுற்றிச் சுற்றி வந்து ஆசை தீரத் தொட்டுப் பார்த்தோம். ஆனால், கஸ்டம்ஸ் அதிகாரிகள் தங்கள் கடமையைச் செய்ய வந்து விட்டார்கள். எங்களைத் தள்ளி நிற்கச் சொன்னார்கள். சீல் வைத்துப் பரிசோதனைக்காகத் தங்கள் கட்டுப்பாட்டுக்குள் எடுத்துச் சென்று விட்டனர். வேகமாக வீசும் காற்று ஹெலிகாப்டரைத் தள்ளிக் கொண்டு போய்விடக்கூடாது என்று அதை நங்கூரத்தில் மாட்டி வைத்தனர். கடைவீதியில் சாக்லேட் வாங்கிக் கொடுத்துவிட்டு வீட்டுக்குப் போன பிறகுதான் சாப்பிட வேண்டும் என்று சொன்னால் குழந்தை எப்படி ஏங்கிப் போகுமோ அது போன்ற ஏக்கத்துடன் ஹெலிகாப்டரைத் திரும்பித் திரும்பிப் பார்த்தபடியே வீடு திரும்பினோம்.

★

தொடக்க விழாவுக்கு இன்னும் மூன்று நாள்கள் மட்டுமே இருந்தன. பல வேலைகளை முடிக்க வேண்டியிருந்தது. முதலில் கஸ்டம்ஸ் க்ளியரன்ஸ் கிடைக்க வேண்டும். அது மிகப் பெரிய விஷயம். கஸ்டம்ஸ் அதிகாரிகள் பழங்கால விதிமுறைகளுடன் செயல்பட்டுக் கொண்டிருந்தனர். *1990*-களில் பார்த்தால் விமான நிலையத்தில் பயணிகளைவிட கஸ்டம்ஸ் அதிகாரிகள்தான் அதிகம் இருப்பார்கள்!

ஒருவகையில், கெடுபிடிகள் அதிகமாக இருந்த அந்தக் காலகட்டத்தில் தான் கடத்தல்களும் அதிகமாக இருந்தன. பெரு நகரங்களில் மியான்மர் பஜார் என்ற பெயரில் கடத்தல் பொருள்கள் விற்கப்பட்டுவந்தன. அதே நேரத்தில் இதே கஸ்டம்ஸ் அதிகாரிகள் டேப் ரெக்கார்டர், டிஜிட்டல் வாட்ச், விஸ்கி பாட்டில், சாக்லேட் பெட்டிகள் போன்ற எளிய பரிசுப் பொருள்களைக் கொண்டுவரும் பயணிகளைப் போட்டு வாட்டி எடுத்தனர். கஸ்டம்ஸ் அதிகாரிகளின் கண்ணுக்குக் குடும்பத் தலைவி கள், வயதானவர்கள், சுற்றுலா பணிகள், சிறுவர்கள் அனைவருமே கடத்தல்காரர்கள்தான். யாரையும் விட்டு வைக்க மாட்டார்கள்.

இப்படியான சூழ்நிலையில் ஒரு ஹெலிகாப்டர் வருகிறது என்றதும் எல்லாருடைய கவனமும் அதில் குவிந்தது. நல்ல வேளையாக வானூர்திகளுக்கு அதிகக் கட்டுப்பாடுகள் இல்லை. வணிகப் பயன் பாட்டுக்கு முறையான சான்றிதழ்கள் பெற்றுக்கொண்டுவந்தால் எந்த வரியும் கிடையாது. சொந்தப் பயன்பாட்டுக்கு என்றால் மட்டுமே வரி கட்ட வேண்டும். அவ்வளவுதான். டி.ஜி.சி.ஏ. இறக்குமதி செய்ய அனுமதி கொடுத்தாலே அது லைசன்ஸ் கொடுத்ததற்குச் சமம்தான். கஸ்டம்ஸ் அதிகாரிகளால் அதைத் தடுக்கவே முடியாது. ஆனால், தாமதப்படுத்த முடியும். எனவே, கஸ்டம்ஸ் க்ளியரன்ஸ் வேலையை எளிதில் முடிக்க ஒரு ஏஜெண்ட்டை நியமித்தோம். அன்று மாலைக் குள்ளாகவே கஸ்டம்ஸிடமிருந்து க்ளியரன்ஸ் வாங்கிவிடத் தீர்மானித் திருந்தோம். ஆனால், மாலையான பிறகும் வேலை முடிந்திருக்க வில்லை. மறு நாளுக்குள் எல்லாம் முடிந்துவிடும் என்று ஏஜெண்ட் சொன்னார். ஆனால், அதுவும் நடக்கவில்லை.

நானே விமான நிலையத்துக்குப் போனேன். இரண்டு மணி நேரம் காத்திருந்தேன். கஸ்டம்ஸ் துணைத் தலைவரைப் பார்க்க முடியாமல் திரும்பினேன். ஒரே ஒருநாள்தான் இருந்தது.

அடுத்த நாளும் விமான நிலையத்துக்குப் போனேன். அன்று மதியத் துக்குள் அனுமதி கிடைத்தாக வேண்டும். அதன் பிறகு டி.ஜி.சி.ஏ. அதிகாரியைச் சந்திக்க வேண்டியிருந்தது. அதற்கு அடுத்த நாள் காலை பத்து மணிக்குத் தொடக்கவிழா நடக்கவிருந்தது. க்ளியரன்ஸ் கிடைத்த பாடில்லை. ஏஜெண்டோ இதோ ஃபைல் கையெழுத்தாகி வந்துவிடும் என்று சொல்லிக் கொண்டிருந்தார்.

டி.ஜி.சி.ஏ. அலுவலகம் ஐந்து முப்பது வரைதான் திறந்திருக்கும். எல்லா ஆவணங்களும் ரெடியாகிவிட்டன. இந்த ஹெலிகாப்டர் டெக்கான் ஏவியேஷனுடையதுதான் என்று கடைசியாக ஒரு சான்றிதழ் வழங்க வேண்டும் அவ்வளவுதான். ஆனால், கஸ்டம்ஸ் அலுவல கத்தில் நான்கு மணிவரை ஆகிவிட்டால் டி.ஜி.சி.ஏ. அதிகாரிகளுக்கு, கடைசி கட்டப் பணிகளை முடிக்கப் போதிய நேரம் கிடைக்காமல் போய்விடும். இந்த இக்கட்டான நிலையில் ஒருவர் என்னதான் செய்ய முடியும். துணை கஸ்டம்ஸ் தலைவரின் அலுவலகத்துக்கு வெளியே காத்துக் கொண்டிருந்தேன். அவருக்கு நிலைமையின் தீவிரம் புரியவே இல்லை. நான்கு முப்பதுக்கு வெளியே வந்தார். நான் அவரிடம் போய் என்னை அறிமுகப்படுத்திக் கொண்டேன். அவர் என்னைப் பார்த்த தாகவே காட்டிக் கொள்ளவில்லை. அவர் பாட்டுக்கு நடந்துபோய்க் கொண்டிருந்தார். கூடவே ஓடிப்போய், அந்தச் சான்றிதழ் இன்று கிடைத்தாக வேண்டும் என்று சொன்னேன். 'கேப்டன் கோபி,

உங்களுடைய அவசரம் எனக்குப் புரிகிறது. ஆனால், எனக்கு இன்று அதற்கு நேரமில்லை. இப்போது மத்திய அலுவலகத்துக்குப் போய்க் கொண்டிருக்கிறேன். மாலை ஆறு மணிக்குத்தான் திரும்புவேன். அதன் பிறகு நேரம் இருந்தால் உங்கள் ஆவணங்களைச் சரி பார்க்கிறேன். எல்லாம் சரியாக இருந்தால் நாளை முதல் வேலையாக உங்களுக்கு அனுமதி வழங்கிவிடுகிறேன்' என்று அலட்சியமாகச் சொன்னார்.

'நான் நாளை வரை காத்திருக்க முடியாது. நாளை காலையில் தொடக்க விழா நடக்கவிருக்கிறது. டி.ஜி.சி.ஏ. அலுவலகத்தில் எனக்கு இன்னும் வேலை பாக்கி இருக்கிறது. எனக்கு வாழ்வா சாவா பிரச்னை இது. நீங்கள் இப்போதே அந்த ஃபைலில் கையெழுத்துப் போட்டுவிடுங்கள்' என்று கேட்டேன். ஆனால், அவரோ நடப்பதை நிறுத்தவே இல்லை. நேராக ஜீப்பில் போய் ஏறினார். 'இதோ பாருங்கள். என்னால் இப்போது எதுவும் செய்ய முடியாது. கஸ்டம்ஸ் கமிஷனர் என்னை உடனே வரச் சொல்லியிருக்கிறார். நாளை காலையில் ஒன்பது மணிக்குள் உங்கள் வேலையை முடித்துவிடுகிறேன்' என்று சொல்லிவிட்டு ஜீப்பை கிளப்பிக்கொண்டு புறப்பட்டார். புழுதியையும் கரியையும் என் முகத்தில் பூசியபடி ஜீப் புறப்பட்டுச் சென்றது.

7

> கடவுள்களை எனக்கு சாதகமாகச் செயல்பட வைக்க முடியவில்லையென்றால் நான் சாத்தானைத் துணைக்கழைப்பேன்.
>
> - விர்ஜில்

ஆரம்ப விழாவுக்கான தயாரிப்புகள்

புழுதி அடங்கிய பிறகு என் கடிகாரத்தைப் பார்த்தேன். மணி ஐந்து. சுமார் 17 மணி நேரம் மட்டுமே என் வசம் இருந்தன. மறுநாள் காலை செய்தித்தாள்களில் தொடக்கவிழா பற்றிய விளம்பரம் இடம்பெற்று விடும். சில நாட்களுக்கு முன்னதாகவே வேறு சில விளம்பரங்களும் செய்யப்பட்டுவிட்டன. எனவே, தொடக்கவிழாவை மாற்றுவது என்ற பேச்சுக்கே இடமில்லை. கஸ்டம்ஸ் ஏஜெண்ட்டை மனதுக்குள் பழித்தேன். அவரை நம்பியது என் தவறுதான். நான் கடைசி முயற்சியாக ரீனா பாண்டேக்கு போன் செய்தேன். நிலைமையை விளக்கிச் சொன்னேன். அவரும் அவருடைய கணவரும்தான் வான் போக்குவரத்து அமைச்சகத்திடமிருந்து அனுமதி கிடைக்க உதவி செய்திருந்தார்கள். 'இதோ பாருங்கள். நாளை காலையில் எங்கள் ஹெலிகாப்டர் நிறுவனத்தின் தொடக்கவிழா நடக்கவிருக்கிறது. ஆனால், கஸ்டம்ஸ் அதிகாரியிடமிருந்து இன்னும் அனுமதி கிடைக்க வில்லை. மூன்று நாட்களுக்கு முன்னதாகவே ஹெலிகாப்டர் வந்து சேர்ந்துவிட்டது. சோதித்துச் சான்றிதழ் கொடுக்க அந்த நேரம் தாராள மாகப் போதும். ஆனால், இதுவரை எதுவும் நடக்கவில்லை. கேபினட் மந்திரிதான் நாளைய சிறப்பு விருந்தினர். அவருடைய நிகழ்ச்சி ரத்தாவது அரசாங்கத்துக்குத்தான் அவமானம்' என்று சொல்லி

அடிஷனல் கஸ்டம்ஸ் கமிஷனரின் தொலைபேசி எண்ணையும் பெயரையும் சொன்னேன். நான் ஒரு வேலை சரியாக நடக்காதபோது அதைத் துரிதப்படுத்தும் நோக்கில் மட்டுமே மேலிடத்துச் செல்வாக்கைப் பயன்படுத்தினேன். எந்தச் சட்டத்துக்குப் புறம்பான செயலையும் செய்யச் சொல்லி யாரிடமும் கேட்டுக் கொண்டதில்லை. விஷயங்கள் அந்தந்த மட்டத்தில் சரியாக நடந்துவிட்டால் எனக்கு எந்தக் கூடுதல் முயற்சியும் எடுக்க வேண்டிய அவசியமே இருந்திருக்காது.

ரீனாவுக்கு போன் செய்த அரை மணி நேரத்தில் அடிஷனல் கமிஷனர் ஜெயராமனிடம் இருந்து தொலைபேசி அழைப்பு வந்தது. நீங்கள் என்னிடம் நேரடியாக வந்து சொல்லியிருக்கலாமே என்று வருத்தப் பட்டார். இதோ பாருங்கள். உங்கள் அதிகாரி இப்படி நடந்து கொள்வர் என்று நான் நினைக்கவில்லை. மூன்று நாட்களாக வெறும் ஒரு கையெழுத்துக்காகக் காத்துக் கொண்டிருந்தேன். அவர்களை மீறி உங்களிடம் வந்து பேச வேண்டும் என்று நான் ஒருபோதும் நினைக்க வில்லை என்று சொன்னேன். அந்த உதவி கமிஷனர் என்னை எப்படி யெல்லாம் அலட்சியப்படுத்தினார் என்றும் கூறினேன். அடுத்த பத்தாவது நிமிடத்தில் அதாவது, இரவு 11 மணிக்கு உதவி கமிஷனரிட மிருந்து போன் வந்தது. என் முகத்துக்கு நேரே அலட்சியமாக நடந்து கொண்ட அந்தக் கனவான் இப்போது கெஞ்சாத குறையாகப் பேசினார். கஸ்டம்ஸ் வரி போட வேண்டுமா வேண்டாமா என்பதை ஒரு அதிகாரி சோதித்து எனக்கு அந்த ஃபைலை அனுப்ப வேண்டும். அவர் அனுப்பி விட்டால் உடனே இந்த ராத்திரியிலேயே கூட உங்களுக்குக் கையெழுத்து போட்டுக் கொடுத்துவிடுகிறேன் என்றார். நான் அவரை விடுவதாக இல்லை. சரி அந்த அதிகாரியின் பெயரையும் போன் நம்பரையும் கொடுங்கள் இப்போதே அவரை அழைத்து வருகிறேன் என்று சொன்னேன். அந்த அதிகாரி தற்போது ஒரு விருந்தில் கலந்து கொண்டிருக்கிறார் என்று சொல்லி போன் நம்பரைக் கொடுத்தார்.

நான் ஒரு நிமிடத்தைக் கூட இழக்க விரும்பவில்லை. காரை எடுத்துக் கொண்டு அந்த இரவு விருந்து நடக்கும் இடத்துக்கு விரைந்தேன். பார்ட்டி நன்கு களை கட்டியிருந்தது. நான் தேடி வந்த நபரை இதற்கு முன் பார்த்ததே இல்லை. அவர் இருக்கிறாரா போய்விட்டாரா என்பதும் தெரியாது. அங்கிருந்த ஒரு சிலரிடம் விசாரித்துப் பார்த்தேன். நல்ல வேளையாக அந்த அதிகாரி அங்குதான் இருந்தார். உங்கள் மேலதிகாரி உடனே அழைக்கிறார் வாருங்கள் என்று சொன்னேன். அவருக்கோ ஒரே ஆச்சரியம். முதலில் தயங்கியவர் பிறகு, நிலைமை யின் தீவிரத்தை உணர்ந்துகொண்டு என்னுடன் வரச் சம்மதித்தார். இதில் இன்னொரு நல்ல விஷயம் என்னவென்றால், அந்த இளம்

அதிகாரி ராணுவத்தில் என்.டி.ஏ.யில் படித்தவர். அவருக்கு என்னைத் தெரிந்திருந்தது. 'நான் நேற்றே என் சோதனையை முடித்து ஃபைலை அனுப்பிவிட்டேன். அவர் உங்களிடம் வேறு எதையோ எதிர்பார்க்கிறார்' என்று சிரித்தபடியே சொன்னார். நாங்கள் இருவரும் உதவி கஸ்டம்ஸ் அதிகாரியின் வீட்டுக்குப் போனோம். எங்களைப் பார்த்ததும் அதிர்ச்சி அடைந்தார். இன்று தொடக்க விழா இருக்கிறது என்பதை நீங்கள் சொல்லியிருந்தால் நான் முன்பே கையெழுத்துப் போட்டிருப்பேன். இப்படித் தூங்காமல் ராத்திரி இரண்டு மணிக்கு அலைய வேண்டிய அவசியம் இருந்திருக்காது என்று சொன்னார். நான் எதுவும் பேசவில்லை. அவருடைய வேடத்தைக் கலைக்க விரும்பவில்லை.

எனக்கு அடுத்ததாக இன்னொரு பிரச்னை வந்தது. நாங்கள் சிவிலியன் என்க்ளேவில் இருந்தோம். ஹெலிகாப்டரோ ராணுவத்தின் கட்டுப்பாட்டில் இருந்த இடத்தில் இருந்தது. அந்த அதிகாரி அதை நேரில் ஒருமுறை சோதித்துப் பார்க்க வேண்டும். ஜெயந்த் உடனடியாக ராணுவ அதிகாரிகளுடன் பேசி அனுமதி பெற்று வந்தார். ஒருவழியாக அனுமதிக் கடிதம் கைக்குக் கிடைத்தது. இனிமேல் டி.ஜி.சி.ஏ.விடமிருந்து ஹெலிகாப்டரை இயக்குவதற்கான இறுதிக் கட்ட அனுமதி கிடைக்க வேண்டும். எனினும், பொது மக்கள் பயன்பாட்டுக்கு ஹெலிகாப்டரைப் பயன்படுத்த வேண்டுமானால், நாங்கள் இன்னும் பல அனுமதிச் சான்றிதழ் பெற வேண்டும். அது மிகவும் கடினமான வேலை. டில்லியில் இருந்த என். ரமேஷ் இது தொடர்பாக ஒரு ஆலோசனை சொன்னார். பயணிகள் இல்லாமலேயே ஹெலிகாப்டரைப் பறக்க வைத்து காட்டுங்கள். அது பல்வேறு அனுமதிகளை எளிதில் தருவதற்கு அதிகாரிகளுக்கு வழி செய்து கொடுக்கும் என்று சொன்னார். டி.ஜி.சி.ஏ.க்குப் புதிதாக ஒரு கடிதம் எழுதித் தொடக்க விழாவுக்கு முன்னதாக ஒருமுறை பறந்து காட்ட அனுமதிக்கும்படிக் கேட்டுக்கொள்ளச் சொன்னார். எல்லாவற்றையும் ஜெயந்திடம் சொல்லிவிட்டு நான் காலையில் ஒன்பது மணிக்கு முதலமைச்சரின் அலுவலகத்துக்குப் போனேன்.

கடைசி நேரத்திலும் எந்தப் பிரச்னை வேண்டுமானாலும் வருமென்று பயந்து கொண்டேதான் இருந்தேன். ராணுவத்தில் ஒரு கதை சொல்வார்கள். பலருக்கும் அந்த அனுபவம் இருக்கும். எல்லையில் காவலில் ஈடுபட்டிருக்கும் வீரருக்குத் திருமணம் நிச்சயித்திருப்பார்கள். இரண்டு மூன்று நாட்களுக்கு முன்புதான் விடுமுறை கிடைக்கும். விமானமோ, ரயிலோ பிடித்துப் புறப்பட வேண்டும். விமான நிலையத்தை அடைவதற்கு முன் மலையில் மண் சரிவு ஏற்பட்டுவிடும். இல்லையென்றால் ரயிலோ விமானமோ தாமதமாகிவிடும். ஊருக்குப் போகும் கடைசிப்

பேருந்தும் போய்விடும். என்னதான் சிரமப்பட்டாலும் திருமண நாளன்று மணமகனுக்குத் திருமண மண்டபத்தை அடைய முடியாமல் போய்விடும். வேறு வழியில்லாமல் மண மகனின் போட்டோவை வைத்துத் திருமணத்தை முடிப்பார்கள். ஹெலிகாப்டர் சேவையின் தொடக்க விழாவுக்கும் இப்படி ஏதாவது நடக்கும் என்று பயந்து கொண்டிருந்தேன்.

முதலமைச்சரின் அலுவலகத்துக்குக் காலையில் ஒன்பது மணிக்குப் போய்ச் சேர்ந்தேன். இன்னும் அரைமணி நேரத்தில் அவரை அழைத்துக்கொண்டு விமான நிலையத்துக்குப் போயாக வேண்டும்.

அப்போது, ராணுவக் கட்டுப்பாட்டு மையத்தில் இருந்த ஜெயந்திடம் இருந்து போன் வந்தது. டி.ஜி.சி.ஏ. அதிகாரிக்கு டில்லியில் இருந்து நாங்கள் நெருக்கடி கொடுக்க வைத்தது பிடிக்கவில்லை. எனவே, வேண்டாத கேள்விகளைக் கேட்டு எங்களுக்குச் சான்றிதழ் கொடுக்க மறுத்துவிட்டார். இதுவரையில் தான் அப்படி ஒரு வேலையைச் செய்ததில்லை என்றும் தன்னுடைய வேலைக்கு வேட்டு வைத்து விடும் என்று பயப்படுவதாகவும் சொன்னாராம்.

'எல்லாம் சரியாக இருக்கிறது. ஹெலிகாப்டர் அருமையான கண்டிஷனில் இருக்கிறது. நான் எல்லா முதல் கட்டப் பரிசோதனை ஓட்டங்களும் முடித்துவிட்டேன். இந்த அதிகாரி தம்ஸ் அப் சைகை காட்டினால் பறந்து விமான நிலையத்துக்கு வந்துவிடுவேன். ஆனால், அவரோ தன் வேலையைக் காட்டுகிறார்' என்று ஜெயந்த் போனில் சொல்லிக் கொண்டிருந்தார். அந்த நேரத்தில் முதலமைச்சர் வெளியே வந்தார். 'கேப்டன் எல்லாம் ரெடியா. நாம் புறப்படலாமா' என்று கேட்டார். எதையும் பற்றி யோசிக்காமல் 'ஆமாம் சார்' என்று சொன்னேன். ஜெயந்திடம், 'புறப்படு' என்று உத்தரவு கொடுத்தேன்.

நான் என்ன செய்கிறேன் என்று ஒரு நிமிடம் யோசித்தேன். உண்மை யில் ஒரு ராணுவ உத்தரவைக் கொடுத்திருக்கிறேன். டி.ஜி.சி.ஏ.விடம் இருந்து அனுமதி கிடைத்திருக்கவில்லை. ஆனால், நான் ஹெலி காப்டரை இயக்கச் சொல்லி உத்தரவு கொடுத்துவிட்டேன். திட்ட மிட்டதுபோல் ஹெலிகாப்டர் பறந்தாக வேண்டும் என்பதைத் தவிர வேறு எந்த எண்ணமும் என் மனத்தில் இல்லை. எதைப் பற்றியும் நான் கவலைப்படவில்லை. பின்னால் வருவதை அப்போது பார்த்துக் கொள்ளலாமென்று முடிவு செய்தேன். முதலமைச்சருடன் விமான நிலையத்துக்குப் போனேன். அங்கு ஒரே திருவிழாபோல் கொண் டாட்டம் களை கட்டியிருந்தது. ஷாமியானாக்கள், வண்ணக் கொடிகள், அலங்காரங்கள் என ஆர்ப்பாட்டமாக இருந்தது. முதல்வரின் கார் விமான நிலையத்துக்குள் நுழையவும் ஹெலிகாப்டர் தரையிறங்கவும்

சரியாக இருந்தது. டிரம்ஸ்கள், தாரை தப்பட்டைகள் என வரவேற்புச் சத்தம் காதைப் பிளந்தது.

முதல்வரை விழா மேடைக்கு அழைத்துச் சென்றேன். அனைவரையும் வரவேற்று சிறிய உரை நிகழ்த்தினேன். முதலமைச்சர் ஜக்கூரில் முதலில் நிலம் கொடுத்தது, முதல் பயணியாகப் பறப்பதாகச் சொன்னது எல்லாவற்றையும் சொல்லி அவருக்கு நன்றி தெரிவித்தேன்.

அதன் பிறகு முதல்வர் குத்து விளக்கை ஏற்றி வைத்துப் பேசினார். கேப்டன் கோபியை முதலில் பார்த்தபோது நான் மெய் சிலிர்த்துப் போனேன். இத்தனை இள வயதில் இவ்வளவு துடிப்பா... புத்திசாலித் தனமா என்று வியந்தேன். இவருக்கு எப்படி நான் உதவாமல் இருக்க முடியும் என்று சொல்லி வாழ்த்தினார். கூடியிருந்தவர்களின் கரகோஷத்துக்கு மத்தியில் முதல் கௌரவப் பயணியாக அவரை ஏற்றிக்கொண்டு ஹெலிகாப்டர் பறந்தது.

ரீனாவுக்கும் உதவி செய்த பிறகுக்கும் நன்றியைத் தெரிவித்தேன். டக்ளஸுக்கு கொடுத்த வாக்குறுதிக்கு ஏற்ப பணத்தை உடனே அனுப்பினேன். ஹென்றி மிண்ட்ஸ்பெர்கின் வகுப்பில் கலந்து கொள்ள மாண்ட்ரியலுக்குப் புறப்பட்டேன். ஆனால், விரைவிலேயே பொது மக்களை ஏற்றிக்கொண்டு பறப்பதற்கான அனுமதியைப் பெற்றாக வேண்டும். வெறுமனே ஹெலிகாப்டரை வாங்கி வைத்துக் கொண்டிருப்பதில் எந்தப் பயனும் இல்லை. பெங்களூருக்குப் புறப்படுவதற்கு முன் ஜெயந்திடமும் சாமிடமும் அந்த விஷயங்களைக் கவனித்துக் கொள்ளும்படிச் சொன்னேன்.

கடைசியில் பெரிய தாமதம் எதுவும் இல்லாமல் எல்லாம் முடிந்தன. சாம் டெல்லியில் முகாமிட்டான். டில்லி அலுவலகங்களில் செய்ய வேண்டியதையெல்லாம் செய்து முடித்தான். வணிகப் பயன்பாட்டுக்கு ஹெலிகாப்டரை நாங்கள் பயன்படுத்தலாம் என்று அனுமதி கிடைத்தது. இனிமேல் எங்களுக்கு வாடிக்கையாளர்கள் கிடைக்க வேண்டும். அரசு அலுவலகங்களுடனான போராட்டம் முடிந்தது. மார்க்கெட்டிங், சேல்ஸ் ஆகியவற்றில் கவனம் செலுத்த ஆரம்பித்தோம்.

★

படைப்பூக்கம் கொண்ட மனத்துக்கும் தொழில் முனைவரின் மனதுக்கும் இடையில் நிறைய வித்தியாசம் உண்டு. விளம்பரம் என்பது க்ரியேட்டிவாக இருக்க வேண்டிய அவசியமே இல்லை. வாடிக்கை யாளரை உங்கள் பொருளை வாங்க வைக்க வேண்டும். அதுதான்

முக்கியம் என்று விளம்பர குரு டேவிட் ஆகில்வி சொல்வார். அது உண்மைதான். ரியான் ஏர் நிறுவனத்தின் சி.இ.ஓ.வும் இதையேதான் சொல்வார். குதிரை வால் கொண்டை போட்டுக்கொண்டு ஃப்ரெஞ்ச் தாடியுடன் வரும் ஒருவர் சொல்வதையெல்லாம் நீங்கள் கேட்க வேண்டியதில்லை. அவர் சொல்லும் விளம்பரம் உங்கள் வருமானத்தை அதிகரிக்குமா? இதை மட்டும் பாருங்கள் என்பார்.

எங்களுக்கு எந்த வியாபாரத்திலும் ஈடுபட்ட முன் அனுபவம் இல்லை. எனவே, ஒருவகையில் புதிய யோசனைகளுக்குத் திறந்த மனத்துடன் தயாராக இருந்தோம். எங்கள் நிறுவனம் பெங்களூருவில் இருந்தது. இந்தியாவின் எந்த மூலையில் இருந்து வேண்டுமானாலும் எங்கள் முதல் பயணி வரலாம். எங்கள் நிறுவனத்தினர், 'நிறைய போன் கால்கள் வருகின்றன. ஆனால், எதுவும் பிரயோஜனமாக இல்லை என்று சொன்னார்கள். இது போன்ற அழைப்புகள் எல்லாம் நாளை நாம் வர்த்தகத்தை விரிவாக்க உதவும் என்று சொன்னேன்.

எங்களுடைய முதல் பயணி எங்கிருந்து வருவார் என்பது தெரியாமல் பரபரப்புடன் இருந்தோம். விளம்பரம் கொடுப்பது தொடர்பாகப் பெரும் குழப்பத்தில் இருந்தோம். நாளுக்கு நாள் புதிது புதிதாகத் தொலைக்காட்சி சேனல்களும் பத்திரிகைகளும் முளைத்துக் கொண்டிருந்தன. எங்களிடம் குறைவான பணமே இருந்தது. எனவே, அதிகப் பலன் கிடைக்கும் வகையில் அதைச் செலவிட்டாக வேண்டும்.

பிரபல பத்திரிகையாளர்களை அழைத்து ஐந்து நட்சத்திர விடுதியில் பெரிய விருந்து கொடுத்தால் நம்மைப் பற்றிய செய்தி பத்திரிகைகளில் வெளியாகும் என்று பி.ஆர். நிறுவனத்தினர் ஆலோசனை சொன்னார்கள். நான் நீர்ப்பாசனக் கருவிகளை விற்கும் நிறுவனத்தை நடத்தியபோது ஒவ்வொருவரும் வாய் வார்த்தையாகச் சொல்லியே எங்கள் நிறுவனம் வளர்ந்திருந்தது. ஆனால், ஹெலிகாப்டர் நிறுவனத்துக்கு அது போதாது. பத்திரிகையாளர்களுக்கு விருந்து கொடுப்பதன் மூலம்தான் பத்திரிகைகளில் செய்தியை இடம்பெற வைக்கமுடியும் என்றால் அதையும் செய்து பார்ப்போமே என்று தோன்றியது. அதன்படியே ஐந்து நட்சத்திர விடுதியில் பெரிய விருந்து தரப்பட்டது. அடுத்த நாள் பத்திரிகைகளில் பூதக்கண்ணாடி வைத்துத் தேடிப் பார்த்தோம். எங்கள் நிறுவனம் பற்றிய எந்தச் செய்தியும் இடம்பெற்றிருக்கவில்லை. எங்களுக்குத் தூக்கிவாரிப்போட்டது. சில பத்திரிகையாளர்களிடம் கேட்டபோது, 'நீங்கள் விருந்து கொடுப்ப தாகச் சொல்லி அழைத்தீர்கள். வராமல் இருந்தால் உங்களுக்கு மன வருத்தம் ஏற்படுமே என்று நினைத்துத்தான் வந்தோம்' என்று சொன்னார்கள். சில பத்திரிகைகளில் மட்டும் உள் பக்கத்தில் ஏதோ ஒரு மூலையில் சின்னதாகச் செய்தி வெளியாகியிருந்தது.

எனக்கு முதலில் பத்திரிகையினர் மீது கோபம்தான் வந்தது. ஆனால், அதன் பிறகு யோசித்துப் பார்த்தேன். நாம் செய்ததும் தவறுதான். பத்திரிகையாளர்களை விலை கொடுத்து வாங்கப் பார்த்தோம். அது நடக்கவில்லை. விருந்துக்கு வரும் ஒரு பத்திரிகையாளர் திரும்பிப் போகும்போது உங்களைப் பற்றி மோசமாகத்தான் நினைப்பார். எனவே, அது போன்று இனிமேல் முயற்சி செய்யக்கூடாது என்று முடிவு செய்தேன். ஹெலிகாப்டர் நிறுவனத்தை ஆரம்பித்தபோது விளம்பரத்துக்காக ஒரு நயா பைசா கூடச் செலவிடவில்லை. எனக்குத் தெரிந்த நிருபர்களிடம் சாதாரணமாக விஷயத்தைப் பகிர்ந்து கொண்டேன். அவர்களாகவேதான் புறப்பட்டு வந்து மிகப் பெரிய கவரேஜ் கொடுத்தார்கள். காசு கொடுத்துப் போடப்படும் முழுப் பக்க விளம்பரத்தைவிடப் பத்திரிகையில் தாமாகவே போடப்படும் சிறிய செய்தியாக இருந்தாலும் அதற்குத் தனி மதிப்பு உண்டு என்று தீர்மானித்தேன்.

பத்திரிகையாளர்களுக்கு அவர்களுக்கென்று ஒரு தர்க்கம் உண்டு. இலக்கு உண்டு. அவர்களைப் பொறுத்தவரையில் ஒரு செய்திக்கு மக்களைக் கவரும் வலிமை உண்டா என்று பார்ப்பார்கள். அடுத்ததாக, எந்தச் செய்தியையும் முதல் ஆளாக வெளியிட வேண்டும். இந்த இரண்டுதான் அவர்களுக்கு பிரதான இலக்கு. அதோடு பத்திரிகை துறையில் இருக்கும் ஆசிரியருக்குச் சமூக அக்கறை, பத்திரிகையின் விற்பனை இந்த இரண்டையும் ஈடுகட்டியாக வேண்டியிருக்கும். வெறும் பரபரப்பு மட்டுமே நோக்கமாக இருந்தால் சோப், ஷாம்பூ போல் பத்திரிகையும் ஒரு நுகர் பொருளாகிப் போய்விடும். மிகவும் ஆழமாக ஆராய்ச்சி செய்து, அருமையான நடையில் எழுதிக் கொண்டிருந்தால் வாசக வட்டத்தை இழந்துவிட வேண்டியிருக்கும்.

ஒரு விற்பனையாளருக்குத் தங்கள் நிறுவனத்தைப் பற்றிய சுவாரசிய மான கதையை, செய்தியை உருவாக்க முடிந்திருக்க வேண்டும். விமான நிறுவனத்தை ஆரம்பித்த பிறகு எங்கள் நிறுவனம் பற்றிய செய்தி வெளிவராத நாளே கிடையாது. ஆனால், வெறுமனே செய்தியில் அடிபட்டால் போதாது. உங்கள் நிறுவனத்தின் முகவரி, தொலைபேசி எண், உங்கள் வாடிக்கையாளருக்குத் தேவையான பிற தகவல்கள் எல்லாமே அதில் வெளிவர வேண்டும். அப்போதுதான் உங்களுக்கு நல்லது.

★

நம்முடைய முதல் வாடிக்கையாளர் கிடைத்துவிட்டாரா என்று மாண்ட்ரியாலில் இருந்து அடிக்கடி போன் செய்வேன். ஒருநாள் சாம்

உற்சாகத்துடன் போன் செய்தான். கேப்டன், முதல் வாடிக்கையாளர் கிடைத்துவிட்டார். பணம் கூட உடனே கிடைத்துவிடும் என்று உற்சாகத்துடன் சொன்னார். நாங்கள் ஆரம்பத்தில் இருந்தே ஒரு விஷயத்தில் தெளிவாக இருந்தோம். யாருக்கும் கடன் கிடையாது. நான் விவசாயிகள் மத்தியில் இயங்கியபோது இதைக் கவனித்திருக் கிறேன். நீர்ப்பாசனக் கருவியைக் கடனுக்குக் கொடுத்திருப்பார்கள். அந்த வருடம் பார்த்து அறுவடை மோசமாக இருக்கும். பணம் கிடைக்காமல் போய்விடும். எனவே, கடனுக்குக் கொடுத்துவிட்டு அதை வசூலிக்க என்று ஒருவரை நியமிப்பதெல்லாம் வேலைக்கு ஆகாது. இன்னொருவகையில் அது எங்களைப் போன்ற ஆரம்ப நிலையில் இருக்கும் நிறுவனத்தால் முடியவும் செய்யாது. எங்கள் நிறுவனத்தில் பைலட்தான் ஹெலிகாப்டரைச் சுத்தம் செய்பவராகவும் இருந்தார்! அந்த அளவுக்கு நாங்கள் சிக்கனமாக இருந்தாக வேண்டிய அவசியம் இருந்தது. எனவே, கடன் கொடுப்பதில்லை என்பதில் மிகவும் கறாராக இருந்தோம்.

பேங்க் ஆஃப் அமெரிக்காவின் சி.இ.ஓ. எங்கள் ஹெலிகாப்டரை உபயோகிக்க விரும்பினார். அவரைப் போன்ற சர்வதேச சி.இ.ஓ.க்கள் செயல்படும் விதத்தைப் பார்த்தால் அசந்துபோய்விடுவீர்கள். அந்த சர்வதேச சி.இ.ஓ, பெங்களூருவில் இருந்து மீட்டிங் நடக்கும் இன்ஃபோசிஸ் அலுவலகத்துக்கு வெறும் ஏழே நிமிடங்கள்தான் எங்கள் ஹெலிகாப்டரில் பிரயாணம் செய்தார். ஆனால், அதற்கு அவர்கள் எடுத்த முன்னெச்சரிக்கை நடவடிக்கைகளைப் பார்த்தால் மலைத்துப் போய்விடுவீர்கள். பேங்க் ஆஃப் அமெரிக்காவின் டெல்லி கிளையின் தலைவர் செய்தித்தாளில் எங்கள் நிறுவனத்தைப் பற்றிப் படித்திருக்கிறார். உடனே பெங்களூருக்கு நேராகப் புறப்பட்டு வந்து எங்களிடம் என்னென்ன வசதிகள் இருக்கின்றன என்று பலமுறை வந்து பார்த்தார். அதன் பிறகு அவர்களுடைய நிறுவனத்தின் சார்பில் வான் போக்குவரத்துப் பரிசோதகர் குழு வந்தது. எங்களிடம் என்னென்ன வசதிகள் இருக்கின்றன. பைலட்களின் கடந்தகாலச் செயல்பாடுகள் என்ன? ஹேங்கர் வசதி எப்படி இருக்கிறது என்று அக்குவேறு ஆணி வேறாக அலசிப் பார்த்தார்கள். அமெரிக்கத் தலைமையகத்துக்கு ஃபேக்ஸ் அனுப்பினார்கள். அப்போது இந்தியாவுக்கு மின் அஞ்சல் வந்திருக்கவில்லை. 'பனானா குடியரசில் இருப்பதுபோல் ஏதோ ஷெட்டில் ஹெலிகாப்டரை வைத்திருப்பார்கள் என்று எதிர்பார்த்தோம். ஆனால், அமெரிக்காவில் இருப்பதைவிட மிகவும் அருமையான வசதிகளோடு இருக்கிறது' என்று செய்தி அனுப்பினார்கள். எங்களுக்கு மிகவும் பெருமையாக இருந்தது. ஆனால், விஷயம் அதோடு முடிந்து விடவில்லை. இஸ்ரேலில் இருந்து இன்னொரு பரிசோதனைக் குழு

வந்து ஆய்வு செய்தது. அவர்களும் எல்லாம் சரியாக இருக்கின்றன என்று சொன்னார்கள்.

இரண்டு என்ஜின் கொண்ட ஹெலிகாப்டர் வேண்டும் என்று சொன்னார்கள். ஒன்று பழுதுபட்டாலும் இன்னொன்றை வைத்துத் தரை இறங்க முடியுமே... அதற்காக அப்படிக் கேட்டார்கள். கொல்கத்தாவில் இருந்து அதை வரவழைத்தோம். அமெரிக்க சி.இ.ஓவின் வெறும் ஏழு நிமிடப் பயணத்துக்காக அந்த ஹெலிகாப்டர் கொல்கத்தாவில் இருந்து வந்து போக 22 மணி நேரம் ஆனது. அதற்கான செலவையும் அவர்களே கொடுத்தார்கள். அப்படியாக ஏழு நிமிடப் பயணத்துக்குக் கொடுத்ததை விட நூறு மடங்கு தொகையைப் பரிசோதனை, பாதுகாப்பு போன்ற பிற விஷயங்களுக்குச் செலவிட்டனர். பன்னாட்டு நிறுவனத்தின் சி.இ.ஓ. எப்படியெல்லாம் ராஜ வாழ்க்கை வாழ்கிறார் என்பதைப் பார்த்தபோது பிரமிப்பாகத்தான் இருந்தது.

ராணுவத்தில் இன்னொரு விஷயம் சொல்வார்கள். ஜெனரலை சந்தோஷப்படுத்த வேண்டுமானால் அவருடைய மனைவிக்குத் தேவையான எல்லாப் பணிவிடைகளையும் செய்து தரவேண்டும் என்று சொல்வார்கள். இங்கும் அதுவே நடந்தது. எங்களுடைய வி.ஐ.பி.யின் மனைவி வி.வி.ஐ.பி.யாக மதிக்கப்பட்டார். அவருக்கு இரண்டு நாள்கள் கர்நாடகாவில் இருக்கும் சுற்றுலா மையங்களைக் காட்ட வேண்டிய பொறுப்பும் எங்களிடம் தரப்பட்டது. ஓர் அருமையான திட்டத்தைத் தீட்டினோம். முதலில் காவிரி மீன் பிடி முகாமுக்கு அழைத்துச் செல்ல வேண்டும். வெறுமனே ஹெலிகாப்டரில் கொண்டு போய் விட்டுவிட்டு வரக்கூடாது. மேலே இருந்து பூமியைப் பார்க்கும் போது தென்படும் அழகான காட்சிகளை நிறுத்தி நிதானமாக ரசிக்கச் சொல்லித்தரவேண்டும். தேவைப்படும் இடங்களுக்கு தாழ்வாகவும் சுற்றிச் சுற்றி வந்தும் காட்ட வேண்டும். மதியம் மைசூருக்கு வந்து லலித் மஹாலில் உணவு. அதன் பிறகு கபினி அணைக்குச் செல்ல வேண்டும். அன்று இரவு தீ மூட்டி அங்கேயே முகாமிட வேண்டும். மறுநாள் காலையில் வனவிலங்கு சரணாலயம். அங்கிருந்து மதியம் நேராக பெங்களூரு. இதுதான் எங்கள் திட்டம்.

ஜெயந்தைத் தனியாக அழைத்துச் சொன்னேன்: ‘இதோ பார் இந்த வி.வி.ஐ.பி.யை நல்லபடியாகக் கவனித்துக் கொள்ளவில்லையென்றால் நம் தலை உருளும் என்று எச்சரித்திருக்கிறார்கள். உன் தலை உருளாமல் பார்த்துக்கொள்.’ ஜெயந்த் அருமையான பைலட் மட்டுமல்ல. நல்ல கதை சொல்லியும் கூட. சொந்த அனுபவங்களோடு கற்பனையையும் கலந்து சொல்வார். கேட்பவர்களுக்கு எல்லாமே உண்மை போல் தான் தெரியும். அருமையான நகைச்சுவை உணர்வும் உடையவர்.

பிரயாணம் முடிந்த பிறகு வி.வி.ஐ.பி. லேடியிடம் பிரயாணம் எப்படி இருந்தது என்று கேட்டேன். அருமையாக இருந்தது. ஜெயந்த் வெறும் பைலட் மட்டுமல்ல. சிறந்த டின்னர் கம்பானியனாகவும் இருந்தார் என்று பாராட்டினார்.

★

ஹெலிகாப்டர் சுற்றுலாவை அருமையாக முன்னெடுத்துச் செல்ல முடியும் என்று நம்பிக்கை பிறந்தது. இந்தியாவில் 30-40 சதவிகிதச் சுற்றுலா வருவாய் இன்று ஹெலிகாப்டர் மூலமே வருகிறது. கர்நாடகாவில் பெங்களூருவில் இருந்து 100-150 கி.மீ தொலைவில் நிறைய சுற்றுலாமையங்கள் இருக்கின்றன. மைசூர் ஸ்ரீரங்கப்பட்டணம் அரண்மனைகள், ஹம்பி கோட்டைகள், ரங்கண திட்டுவில் இருக்கும் பறவைகள் சரணாலயம், பந்திபூர் வன விலங்கு சரணாலயம், பேலூர் ஹாலேபிட் கோயில்கள், சிரவணபெலகோலாவில் இருக்கும் பிரமாண்ட ஒற்றைக் கல் பாஹுபலி சிலை என எத்தனையோ அருமையான இடங்கள் இருக்கின்றன. ஆனால், அவற்றையெல்லாம் பார்க்கச் சரியான போக்குவரத்து வசதி கிடையாது. சாலைகள் மோசமானவை. ரயில்கள் சரியான நேரத்துக்கு வந்து போகாது. அதுவும் போகச் சுற்றுலா மையத்தில் செலவிடுவதைவிடப் பிரயாணத் துக்கே அதிக நேரம் செலவிட வேண்டியிருக்கும். பன்னாட்டு சுற்றுலா பயணிகளுக்கு அது மிகவும் சிரமமான ஒன்று. அதற்கு மிகவும் பொருத்தமான தேர்வு ஹெலிகாப்டரில் போய்வருவதுதான்.

ஹெலிகாப்டர் மூலமான சுற்றுலாவை வளர்த்தெடுக்கப் பல்வேறு தரப்புகளை ஒருங்கிணைத்துச் செயல்பட வேண்டியிருந்தது. காவல் துறையிடம் பாதுகாப்பு தொடர்பாக ஒப்பந்தம் செய்து கொண்டோம். ஹெலிகாப்டர் தரை இறங்குவதற்காகச் சம்பந்தப்பட்ட இடங்களின் உரிமையாளரிடம் பேசி வைத்துக் கொண்டோம். இறங்குவதற்குத் தேவையான வசதிகளைச் செய்து கொண்டோம். இதையெல்லாம் இன்று நினைத்துப் பார்க்கும்போது, இதற்கு முன் ஏன் யாரும் செய்யவில்லை என்றுதான் தோன்றுகிறது. அவ்வளவு எளிய விஷயங்கள் இவை.

ஐந்து நட்சத்திர விடுதிகளுடன் ஒப்பந்தம் செய்து கொண்டோம். சில விடுதிகள் யாரும் எளிதில் போய்வர முடியாத தொலைவில் இருந்தன. அவர்களுக்கு வாடிக்கையாளர்கள் தேவை. எங்களுக்கோ வாடிக்கை யாளர்களை அருமையான இடங்களுக்குக் கொண்டுபோக வேண்டிய தேவை இருந்தது. எனவே, அந்தத் தொலைதூர விடுதிகளுடன் ஒப்பந்தம் செய்து கொண்டோம். அவர்கள் எங்களுக்குப் பணம் எதுவும்

தரவேண்டாம். எங்கள் நிறுவன விளம்பர கார்டுகள், தகடுகளை விடுதியில் கண்ணில் படும்படியான இடங்களில் வைத்தால் போதும். அதோடு எங்கள் பைலட்டுக்குத் தங்குவதற்கு ஓர் அறையும் உணவும் அவர்களே தந்துவிட வேண்டும். அங்கு ஹெலிகாப்டர் தரை இறங்க வசதி செய்து தரவேண்டும். அங்கு இருக்கும்வரை ஹெலிகாப்டருக்குப் பாதுகாப்பும் அவர்களே தரவேண்டும். இந்த நிபந்தனைகளுக்கு அந்த விடுதியினர் மிகவும் சந்தோஷத்துடன் ஒப்புக் கொண்டார்கள். அவர்களுக்கு வாடிக்கையாளர் மூலம் கிடைக்கும் பணத்தோடு ஒப்பிடும்போது எங்களுக்குத் தருவது மிகவும் குறைவான ஒன்று தான்.

நாங்கள் இன்னொரு புதுமையான விஷயமும் செய்தோம். உள்ளூர் பத்திரிகைகளில் நிறைய விளம்பரங்கள் கொடுத்தோம். பேட்டிகள் கொடுத்தோம். கட்டுரைகள் எழுதினோம். எங்கள் நிறுவனம் மிகவும் புதுமையான ஒன்று என்பதால் பத்திரிகைகள் மிகவும் ஆர்வத்துடன் எங்களைப் பற்றிப் பிரசுரித்தன. 'பெங்களூர் திஸ் ஃபோர்ட்நைட்' போன்ற பத்திரிகைகள் ஹோட்டல்களில் இலவசமாகத் தரப்பட்டன. அது எங்களுக்கு நல்ல விளம்பரத்தைப் பெற்றுத் தந்தன.

பிற வானூர்தி நிறுவனங்களை விடக் கட்டணத்தைக் குறைத்து வைப்போம். அதிகப் பயணிகள் வருவார்கள் என்று சிலர் யோசனை சொன்னார்கள். ஆனால், அது எனக்கு சரியாகப் படவில்லை. ஹெலிகாப்டரில் ஊரைச் சுற்றிப் பார்க்க விரும்புபவர்கள் அதிகக் கட்டணம் கொடுக்கத் தயாரானவர்கள்தான். ஒரு மணி நேரத்துக்கு 35,000 ரூபாய் வசூலிக்கப்படுகிறது. விமான டிக்கெட்டைவிடப் பத்து மடங்கு அதிகத் தொகை இது. இதில் 20 சதவிகிதம் குறைப்பதால் பெரிதாக நிறைய பேர் ஒன்றும் வந்துவிட மாட்டார்கள். 35,000 அதிகம் என்று சொல்பவர்களுக்கு 30,000 ரூபாயும் அதிகமாகத்தான் இருக்கும். அதே நேரத்தில் 35,000 கொடுத்துப் பறக்கத் தயாராக இருப்பவர்களிடம் போய் 30,000 வாங்குவது நம்முடைய லாபத்தை நாமே குறைத்துக் கொள்வதைப் போன்றதுதான். எனவே, எந்த வகையில் பார்த்தாலும் நமக்கு நஷ்டம்தான். ஐந்து நட்சத்திர விடுதியில் ஒரு மசாலா தோசையின் விலை 200 ரூபாயாக இருக்கும். அதை 180 ஆகக் குறைத்தால் அதிகம் விற்கும் என்று சொல்ல முடியுமா? நிச்சயம் முடியாது. ஏனென்றால், சாதாரண மனிதர்கள் உடுப்பி ஹோட்டலில் பத்து ரூபாய்க்கு அதைச் சாப்பிடத்தான் விரும்புவார்கள். 20 ரூபாய் குறைவாக இருக்கிறது என்று ஐந்து நட்சத்திர விடுதிக்கு யாரும் படையெடுக்க மாட்டார்கள் என்று சொல்லிக் கட்டணத்தைக் குறைக்க வேண்டாம் என்று சொன்னேன்.

அதிக சுற்றுலா பயணிகளை வர வைக்க என்ன செய்யலாம் என்று யோசித்தேன். நயாக்ரா அருவிக்கு ஆண்டுதோறும் லட்சக்கணக் கானோர் வருகிறார்கள். அதில் பாதி பேர் அயல்நாட்டினர்தான். சிங்கப்பூருக்கு 60 லட்சம் பேர் வந்து போகிறார்கள். சுற்றுலா பயணிகளைக் கவர டிஸ்னி லேண்ட், ஈஃபில் டவர் என்றெல்லாம் கட்டுகிறார்கள். நம் ஊரில் புதிதாக எதையும் கட்ட வேண்டிய அவசியமே இல்லை. இருப்பதை முறையாகப் பராமரித்து உலக அளவில் பிரபலப்படுத்தினாலே போதும்.

★

ஒருநாள் என் மனைவி, மகள்களுடன் சகோதரி வீட்டுக்கு இரவு விருந் துக்காகப் போய்க் கொண்டிருந்தேன். அப்போது ஒரு தொலைபேசி அழைப்பு வந்தது. தன்னை ஒரு பிரிட்டிஷ்காரர் என்று அறிமுகப் படுத்திக் கொண்ட ஒரு பெண், 'நீங்கள்தான் டெக்கான் ஏவியேஷன் நிறுவனத்தின் எம்.டி.யா' என்று கேட்டார். 'ஆமாம்' என்று சொன் னேன். 'நானும் என் நண்பர்களும் இந்தியன் ஏர்லைன்ஸின் கொச்சின் - கோவா விமானத்தில் போய்க் கொண்டிருந்தோம். திடீரென்று ஏதோ பிரச்னை என்று சொல்லி பெங்களூருவில் இறக்கிவிட்டுவிட்டார்கள். இரண்டு நாள்கள் கழித்து கொச்சிக்கு அழைத்துச் சென்று அங்கிருந்து கோவாவுக்கு அழைத்துச் செல்வார்களாம். நாங்கள் பெங்களூருக்குப் பின்னர் ஒரு சமயம் வரலாம் என்று நினைத்திருந்தோம். இன்னும் இரண்டு நாள்கள் என்ன செய்ய என்று தெரியவில்லை' என்று சொன்னார்.

'நீங்கள் எங்கு போக வேண்டும் என்று சொல்லுங்கள் அழைத்துச் செல்கிறோம்' என்றேன். 'ஸ்ரீரங்கப்பட்டணத்துக்குப் போக வேண்டும்' என்று சொன்னார். 'இப்போது எங்கு இருக்கிறீர்கள்' என்று கேட்டேன். கர்நாடக சுற்றுலாத் துறையின் அசோகா ஹோட்டலில் இருப்பதாகச் சொன்னார். நான் அப்போது அந்த ஹோட்டலுக்குப் பக்கத்தில்தான் இருந்தேன். என் மனைவியிடம் விஷயத்தை எடுத்துச் சொன்னேன். 'ஹெலிகாப்டருக்கு வேலை கிடைக்கப் போகிறது. நீ கொஞ்சம் பொறுத்துக்கொள்' என்று சொல்லி காரை ஹோட்டலுக்குத் திருப்பி னேன். ஹோட்டல் வரவேற்பறையில் குடும்பத்தினரை உட்கார்ந்து கொள்ளச் சொன்னேன்.

அசோகா ஹோட்டலில் இருந்த பெண்ணுக்கு போன் செய்தேன். 'எனக்கு ஒரு குளிர்ச்சியான பீர் வாங்கிக் கொடுப்பீர்கள் என்றால் உங்களுக்கு அருமையான திட்டம் ஒன்றைச் சொல்கிறேன்' என்று சொன்னேன். உடனே வாருங்கள் என்று சொன்னார். போனேன்.

அவருடன் வேறு இரண்டு பேரும் இருந்தனர். அந்தப் பெண் தன் அடையாள அட்டையைக் கொடுத்தார். அவர் ஓர் எழுத்தாளர். மேக்மில்லன் பதிப்பகம் கிழக்கிந்திய நிறுவனம் பற்றிய புத்தகம் ஒன்றை எழுதும்படி அவரிடம் கேட்டுக் கொண்டிருந்தது. கடந்த 3 மாதமாக இந்தியாவில் இருந்த அவர் எல்லா சரித்திர முக்கியத்துவம் வாய்ந்த இடங்களுக்கும் போயிருக்கிறார்.

'இதோ பாருங்கள். உங்களுக்கு இரண்டு நாள்கள் இருக்கின்றன. ஸ்ரீரங்கப்பட்டணம் மட்டுமல்ல. வேறு பல அருமையான இடங்கள் இருக்கின்றன. எல்லா இடத்துக்கும் அழைத்துச் செல்கிறேன். கபினி வன விலங்கு சரணாலயத்துக்குப் போகலாம். அது வெறும் பத்து நிமிடத் தொலைவில்தான் இருக்கிறது' என்று சொன்னேன். 'அதெல்லாம் இரண்டாம் பட்சம்தான். முதலில் ஸ்ரீரங்கப்பட்டணம்' என்று சொன்னார். 'சரி. ஸ்ரீரங்கப்பட்டணத்துக்கு 30 நிமிடத்தில் போய்விட முடியும். காலையில் புறப்பட்டுப் போவோம். அங்கு உங்களுக்குக் காலை உணவு நாங்களே ஏற்பாடு செய்கிறோம். அதைப் பார்த்து முடித்ததும் மைசூருக்குப் போவோம். அரண்மனை, புலிகள், யானைகள் என எல்லாம் பார்க்கலாம். நதியோரத்தில் முகாம், தீ மூட்டியபடி இரவைக் கொண்டாடுங்கள். பிறகு படகு சவாரி...' என வசீகரிக்கும் கீழைத்தேச அனுபவங்களின் வலையை விரித்தேன். அவருக்குக் கொஞ்சம் கொஞ்சமாக மனத்தில் ஆசை துளிர்த்தது. 'ஆனால், இதற்கெல்லாம் எவ்வளவு ஆகும்' என்று கேட்டார். 'ஒன்றரை லட்சம் ஆகும்' என்று சொன்னேன். 'என்னால் அவ்வளவு தரமுடியாது. வெறும் 75,000 தான் முடியும்' என்றார். 'அப்படியானால், ஸ்ரீரங்கப்பட்டணத்தை இன்னொரு நாள் பார்த்துக் கொள்ளலாம். மீதியை முடித்துவிடுவோம்' என்றேன். 'இல்லை. அது மிகவும் அவசியம். அதை விட முடியாது' என்றார். இப்போது அவர் வேறொரு வலையை விரித்தார். நான் ஒரு புத்தகம் எழுதுகிறேன். அதில் உங்கள் நிறுவனத்தின் பெயரைத் தெளிவாகக் குறிப்பிட்டு நன்றி தெரிவிப்பேன். உங்களுக்கு அது நல்ல விளம்பரமாக இருக்கும். இப்போது என்ன தொகை கேட்கிறீர்கள்' என்று சொன்னார். நான் அந்த வலையில் விழுந்தேன். 'சரி, பத்து சதவிகிதத் தள்ளுபடி தருகிறேன்' என்று சொன்னேன்.

இந்த உலகில் ஒரு சுற்றுலா பயணிக்கு அனைத்து வகையான சந்தோஷங்களையும் தர முடிந்த ஒரே நாடு இந்தியாதான். அமெரிக்காவில் அருமையான தேசியப் பூங்காக்கள் இருக்கின்றன. ஆனால், வன விலங்கு சஃபாரிகள் குறைவுதான். பாரம்பரியப் பழம் பெருமை மிகுந்த இடங்களும் கிடையாது. ஐரோப்பாவில் சரித்திர முக்கியத்துவம்

வாய்ந்த இடங்கள் உண்டு. ஆனால், வன விலங்கு சஃபாரி கிடையாது. ஆப்பிரிக்காவில் வன விலங்கு சஃபாரி நிறைய உண்டு. ஆனால், புகழ்பெற்ற கோயில்கள், கோட்டைகள், அரண்மனைகள் என சரித்திர முக்கியத்துவம் வாய்ந்த இடங்கள் எதுவும் கிடையாது. எகிப்தியப் பிரமிடுகள் மட்டுமே அங்கு இருக்கும் ஒரே ஒரு பாரம்பரியப் பெருமை மிகுந்த இடம். இந்தியாவில் எல்லாமே உண்டு. பிரமாண்டக் கோயில்கள், அரண்மனைகள், கோட்டைகள், வன விலங்கு சரணாலயங்கள், கம்பீரமான இமய மலை, ஆறுகள், பாலைவனங்கள், கடற்கரைகள், காடுகள் என எல்லாமே இந்தியாவில் மட்டுமே உண்டு. பிரபல பயண எழுத்தாளர்கள் ஹ்யூக், கொலீன் காண்ட்ஸர் ஒருமுறை என்னைச் சந்தித்துப் பேசினார்கள். கணவனும் மனைவியுமான அவர்கள் இந்தியாவில் ஆறு மாதங்கள் சுற்றுப் பயணம் செய்வார்கள். அதன் பிறகு ஆறு மாதங்கள் அந்த அனுபவத்தை எழுதுவார்கள். பிறகு மீண்டும் சுற்றுலா. 'முப்பத்தைந்து வருடங்களாக இந்தியாவைச் சுற்றிப் பார்த்து எழுதி வந்திருக்கிறோம். ஆனால், சுற்றுலா என்ற வகையில் நூற்றில் ஒரு பங்கு கூட இன்னும் நாங்கள் முடித்திருக்கவில்லை. இந்தியா அவ்வளவு பெரிய சுற்றுலா அனுபவத்தைக் கொண்டதாக இருக்கிறது' என்று சொல்லி வியந்தார்கள். 'கேப்டன் கோபி, இந்தியாவின் சுற்றுலாத் துறையில் மிகப் பெரிய தாக்கத்தை ஏற்படுத்தி யிருக்கிறீர்கள். அதை யாரும் புரிந்து கொண்டதாகத் தெரியவில்லை. உங்களைப் பற்றி ஒரு புத்தகம் எழுத விரும்புகிறோம்' என்று சொல்லியபடிதான் முதலில் அறிமுகமானார்கள். இவ்வளவு பெருமைகள் இருந்த பிறகும் இந்திய சுற்றுலாத்துறை ஏன் வளராமல் இருக்கிறது என்று எனக்கு மிகவும் கவலையாகவும் புதிராகவுமே இருக்கிறது.

எல்லா விஷயங்களும் பேசி முடித்தோம். அப்போதுதான் மனைவியை யும் குழந்தைகளையும் ஹோட்டல் வரவேற்பறையில் விட்டுவந்தது நினைவுக்கு வந்தது. ஓடிப் போனேன். அவர்களை அழைத்துக் கொண்டு சகோதரியின் வீட்டுக்குப் போனேன். சகோதரி எனக்குக் குளிர்ந்த பீர் கொடுத்தார். வேட்டையைத் திருப்தியாக முடித்த சந்தோஷத்தில் அதை உற்சாகமாகக் குடித்தேன்.

மறுநாள் அந்த பிரிட்டிஷ் எழுத்தாளர் தன் நண்பர்களுடன் ஹெலி காப்டரில் ஸ்ரீரங்கப்பட்டணம் போய் வந்தார். அதன் பிறகு அவரை மறந்துவிட்டேன். ஒருவருடம் கழித்து எனக்கு ஒரு பார்சல் வந்தது. பிரித்துப் பார்த்தேன். மேக்மில்லன் நிறுவனத்தின் 'ஈஸ்ட் இந்தியா கம்பெனி' என்ற புத்தகத்தின் அறிமுக விழா அழைப்பிதழ். அதில் டெக்கான் ஏவியேஷனுக்கு நன்றியும் சொல்லப்பட்டிருந்தது!

எங்களுக்குப் பல்வேறு இடங்களில் இருந்து அழைப்புகள் வந்தன. பிரிட்டிஷ் நிறுவனம் ஒன்று மின்சார கேபிள்கள் ஆய்வுக்கு அழைத்தது. திரைப்பட நிறுவனங்கள் வானில் இருந்து காட்சிகளைப் படமாக்க அழைத்தன. பாலிவுட், சாண்டல்வுட் (கர்நாடக ஃபிலிம் இண்டஸ்ட்ரி) போன்ற இடங்களில் இருந்து அழைப்புகள் வந்தன. ஹாலிவுட்டில் இருந்தும் வாய்ப்புகள் கிடைத்தன. நம் ஊரில், விழாக்கள் நடக்கும் போது மேலிருந்து ரோஜாப் பூக்கள் தூவும்படிச் சொல்லி அழைத்தனர். கோயில் கும்பாபிஷேகத்தின்போது மலர்களைத் தூவச் சொல்லி அழைப்புகள் வந்தன. எங்களுக்குக் கிடைத்த அழைப்புகளைப் பார்த்த போது மிகவும் ஆச்சரியமாக இருந்தது. எந்தச் சந்தை ஆராய்ச்சி நிறுவனமும் இதையெல்லாம் எங்களுக்குச் சொல்லித் தந்திருக்கவே முடியாது.

ஒரு பிரபல வர்த்தகர் தன் மகளின் திருமணத்தை கோவாவில் நடத்தினார். மண மக்களின் மீது வானில் இருந்தபடியே ரோஜா இதழ்களைத் தூவ வேண்டும் என்று எங்கள் ஹெலிகாப்டரை வாடகைக்கு எடுத்தார். உண்மையில் அரைமணி நேரம்தான் ஹெலிகாப்டரைப் பயன்படுத்திக்கொண்டார். ஆனால், பெங்களூருவில் இருந்து கோவாவுக்குப் போய்வர அதிக நேரம் ஆனது. அதற்கான கட்டணத்தையும் அவரே கொடுத்தார். மார்வாரிகள், சிந்திகள், ராஜபுத்திரர்கள் எல்லாரும் திருமணத்தின்போது மணமகனைக் குதிரையில் அழைத்து வருவது வழக்கம். போக்குவரத்து நெரிசல் அதிகரித்துவிட்டதால், புதிய நவீன பழக்கமாக ஹெலிகாப்டரில் அழைத்து வரத் தொடங்கினார்கள்.

ஹெலிகாப்டரில் நிக்காஹ்

ஒருநாள் நான் அலுவலகத்தில் மாடியில் இருந்தபோது தொலைபேசி அழைப்பு வந்தது. எடுத்துப் பேசினேன். 'ஹெலிகாப்டர் வாடகைக்கு வேண்டும். அதற்கு முன் உங்களை நேரில் பார்த்துப் பேசவேண்டும்' என்று சொன்னார். 'இப்போது எங்கிருக்கிறீர்கள்' என்று கேட்டேன். 'உங்கள் அலுவலகத்தின் வரவேற்பறையில்தான்' என்று சொன்னார். உடனே கீழே இறங்கிப் போனேன்.

வரவேற்பறையில் மூன்று பேர் டிப் டாப்பாக கோட் சூட் போட்டுக் கொண்டு அமர்ந்திருந்தார்கள். அவர்களாகத்தான் இருக்கும் என்று நினைத்து அவர்களை நோக்கிப்போனேன். ஆனால், அவர்களோ ஏதோ ஒரு நிறுவனத்தின் விற்பனைப் பிரதிநிதிகள். ஹெலிகாப்டரை வாடகைக்குக் கேட்டது அவர்கள் அல்ல. வரவேற்பறையின் ஓரத்தில்

சுமார் முப்பது வயதானவர் ஒடுங்கியபடி உட்கார்ந்திருந்தார். தொளதொள பைஜாமா போட்டிருந்தார். பார்ப்பதற்குக் குதிரை வண்டி ஓட்டுபவர் போல இருந்தார்.

சுற்றுமுற்றும் பார்த்தேன். வேறு யாரும் இல்லை. எங்கள் செக்யூரிட்டி களிடம், 'வேறு யாராவது வந்தார்களா' என்று கேட்டேன். 'இல்லை' என்றார்கள். 'ஹெலிகாப்டர் வாடகைக்கு வேண்டும் என்று சொல்லி யாராவது வந்தார்களா' என்று கேட்டேன். பைஜாமா போட்டபடி உட்கார்ந்திருந்தவரைச் சுட்டிக் காட்டி, 'அவர்தான் கேட்டார்' என்றார்கள். எனக்குத் தூக்கிவாரிப்போட்டது. அவரிடம் போய், 'நீங்கள்தான் ஹெலிகாப்டர் வாடகைக்குக் கேட்டீர்களா' என்று கேட்டேன். 'ஆமாம்' என்றார். 'சரி வாருங்கள்' என்று மேலே இருந்த என் அறைக்கு அழைத்துச் சென்றேன்.

காபி வரவழைத்துக்கொடுத்தேன். பிறகு அவர் தன் விருப்பத்தைச் சொன்னார். அதைக் கேட்டதும் எனக்கு அழுகையே வந்துவிட்டது. அவருடைய தாத்தா மிகவும் பெரும் செல்வந்தர். இப்போது அவர்களுடைய குடும்பம் நொடிந்து போய்விட்டது. தன் சகோதரிக்குத் திருமணம் செய்து வைக்க விரும்புகிறார். தாத்தா தன் குழந்தைகள் எட்டு பேருக்கும் அந்தக் காலத்தில் யானை மேல் ஊர்வலம் வைத்து வெகு விமரிசையாகக் கொண்டாடியிருக்கிறார். பேரனுக்குத் தன் தாத்தாபோலவே வெகு விமரிசையாக தன் சகோதரியின் திருமணத்தை நடத்த வேண்டும் என்று ஆசை. யானைக்குப் பதிலாக ஹெலிகாப்டரில் வைத்து வானில் திருமணத்தை நடத்த வேண்டும் என்று தீர்மானித் திருக்கிறார். அதற்காகத்தான் என்னைப் பார்க்க வந்திருக்கிறார். இப்போது மிளகாய் வியாபாரம் செய்து வருகிறார். பெரிய வருமானம் என்று சொல்ல முடியாவிட்டாலும் நஷ்டம் இல்லாமல் ஓடிக் கொண்டிருக்கிறது. எனினும் தாத்தாவின் பெருமைக்கு இணையாக ஒரு செயலைச் செய்ய வேண்டும் என்று ஆசைப்படுகிறார்.

நான் எடுத்த எடுப்பிலேயே ஐம்பது சதவிகிதத் தள்ளுபடி தருவதாகச் சொன்னேன். அவர்களுடைய ஊர் பத்து நிமிடத் தொலைவில்தான் இருந்தது. மொத்தச் செலவு 75,000 ஆகும் என்று சொன்னேன். அதைக் கேட்டதும் வந்தவரின் முகம் சட்டென்று வாடியது. மாலையில் உங்களை வந்து பார்க்கிறேன் என்று சொல்லிவிட்டுப் போனார். அவர் திரும்பி வரமாட்டார் என்றுதான் நினைத்தேன். இதைவிடப் பணத்தைக் குறைத்தால் எனக்குக் கட்டுப்படியாகாது. எனவே, கனத்த மனத்துடன் அவரை அனுப்பிவைத்தேன். மாலையில் செக்யூரிட்டியிட மிருந்து போன் வந்தது. காலையில் வந்தவர் திரும்ப வந்திருப்பதாகச் சொன்னார். மேலே அழைத்துவரச் சொன்னேன். வந்தவர் மஞ்சள்

பையில் இருந்து 75,000 ரூபாயை சந்தோஷத்துடன் எடுத்து நீட்டினார். எனக்கும் ஒரே சந்தோஷம். கிராமத்தில் ஹெலிகாப்டர் இறங்கு வதற்குத் திறந்தவெளியைத் தயார் செய்யவேண்டும். புழுதி கிளம் பாமல் இருக்க நன்கு நீர் தெளித்து வைக்க வேண்டும். இறங்கும் இடத்தை அடையாளம் காட்டத் தீப்பந்தம் ஏற்றிக்கொள்ளவேண்டும். ஹெலிகாப்டருக்குப் பக்கத்தில் கிராமத்தினர் யாரும் வந்துவிடக் கூடாது. இதையெல்லாம் நீங்கள் பார்த்துக்கொள்ள வேண்டும் என்று சொல்லி அனுப்பினேன். சரி என்று சொல்லிவிட்டு உற்சாகத்துடன் போனார்.

உடனேயே என்.டி.டி.வி.க்கு போன் செய்து மாயா ஷர்மாவிடம் இந்த வித்தியாசமான நிக்காஹ் பற்றித் தகவல் தந்தேன். ஸ்டார் நியூஸ் போன்ற பல ஊடகங்களுக்கும் தகவல் தந்தேன். கவரேஜ் செய்ய வருவ தாகச் சொன்னார்கள். ஜெயந்திடம் எல்லா ஏற்பாடுகளையும் செய்யச் சொன்னேன்.

நிக்காஹ் நடக்கும் தினமும் வந்தது. தொலைக்காட்சி குழுவினரை ஏற்றிக்கொண்டு அந்த கிராமத்துக்குப் போனேன். அங்கு பார்த்தால் ஆயிரக்கணக்கில் பெரும் கூட்டம். திருமணத்துக்கு எப்படியும் 10,000 பேர் வருவார்கள் என்று சொல்லியிருந்தார். எனினும் நான் நம்பி யிருக்கவில்லை. ஏற்பாடு செய்திருந்த காவலர்களால் கூட்டத்தைக் கட்டுப்படுத்த முடியவில்லை. ஜெயந்த் முதலில் ஹெலிகாப்டரைத் தரையிறக்க முயன்றபோது வேடிக்கை பார்க்க வந்தவர்கள் ஹெலி காப்டரை நோக்கி ஓடி வர ஆரம்பித்துவிட்டனர். நாங்கள் பயந்து விட்டோம். ஏனென்றால், ஹெலிகாப்டரின் வால் பாகத்தில் இருக்கும் ரோடார் பிளேடுகள் யார் மீதாவது பட்டால் உயிர்ச் சேதமே ஏற்பட்டு விடும். எனவே, ஜெயந்த் ஹெலிகாப்டரைத் தரை இறக்காமல் மேலே போய்விட்டார். இரண்டாவது முறை தரையிறக்க முயன்றபோதும் இதே பிரச்னை ஏற்பட்டது. தாழ்வாக ஹெலிகாப்டரைக் கொண்டு செல்லுங்கள். நான் இறங்கிக் கூட்டத்தைக் கட்டுப்படுத்துகிறேன் என்று சொன்னேன். அதன்படியே, ஹெலிகாப்டரைத் தரைக்கு அருகில் கொண்டு சென்றார். தரையில் குதித்தேன். நேராக அந்த மனிதரிடம் போனேன். 'இதோ பாருங்கள். கூட்டத்தைக் கட்டுப்படுத்த வில்லையென்றால், ஹெலிகாப்டரைத் தரையிறக்க முடியாது. நீங்கள் கொடுத்த பணத்தைத் திருப்பித் தந்துவிடுகிறேன்' என்று சொன்னேன். அவருக்கு நிலைமையின் தீவிரம் புரிந்தது. உடனே பத்து பதினைந்து முரட்டு ஆசாமிகளை அழைத்து வந்து கூட்டத்தை விலகி நிற்கும்படிச் செய்தார். ஒருவழியாக ஹெலிகாப்டர் இறங்கியது.

மணமக்களும் இமாமும் ஹெலிகாப்டரில் ஏறிக்கொண்டனர். ஹெலிகாப்டர் வானில் எழுந்தது. வானிலேயே நிக்காஹ் நடந்தது.

வானிலேயே ஹெலிகாப்டர் மசூதியை வலம் வந்தது. பிறகு அவர்களைத் தரையிறக்கிவிட்டது. தேசியத் தொலைக்காட்சிகள் அனைத்திலும் அந்த அதி நவீன நிக்காஹ் ஐந்து நிமிடத்துக்கு ஒருமுறை அன்று முழுவதும் ஒளிபரப்பானது. டெக்கானுக்கு தேசம் முழுவதிலும் அருமையான விளம்பரமும் வரவேற்பும் கிடைத்தது.

ஜான் க்ரேயும் சுவாமி காலேஷ்வரும்

இந்தியா முழுவதற்கும் நம் நிறுவனத்தை எப்படி விளம்பரம் செய்வது என்று யோசித்தேன். பல்வேறு மொழிகள், பல்வேறு ரசனைகள், பல்வேறு ஆர்வங்கள் கொண்ட மக்கள் திரள் முழுவதையும் குறைந்த செலவில் சென்று சேர்வது எப்படி என்று யோசித்தேன். இந்தியா முழுவதற்கும் விளம்பரம் செய்ய ஒரு ஊடகம் என்று இல்லவே இல்லை. தமிழ் சேனல்களை கர்நாடகாவில் பார்க்க மாட்டார்கள். கர்நாடக சேனல்களை தமிழ் நாட்டில் பார்க்க மாட்டார்கள். ஒவ்வொரு மாநிலத்தினருக்கும் தனித்தனியாக விளம்பரம் கொடுத்தாக வேண்டும். அது எங்களுக்கு சாத்தியமில்லை.

ஹிந்துஸ்தான் தாம்சன் அசோசியேட்ஸ்தான் எங்களுடைய முதல் விளம்பர ஏஜென்ஸியாக இருந்தனர். அவர்களுடைய கட்டணம் மிக அதிகம் என்பதால் வேறொரு நிறுவனத்தைத் தேடிக் கொண்டிருந்தேன். அப்போது 'ஆர்ச்செட்' நிறுவனத்தின் ஜான் குருவிலாவைச் சந்தித்தேன். ஆர்ச்செட் நிறுவனம் அப்போதுதான் மெள்ள விளம்பரத் துறையில் கால் ஊன்ற ஆரம்பித்திருந்தது. இதோ பாருங்கள்... இந்தியா முழுவதற்கும் எங்களைப் பற்றி விளம்பரம் செய்தாக வேண்டும். நாங்கள் இப்போது பெரிய தொகையைக் கட்டணமாகக் கொடுக்க முடியாது. ஆனால், விரைவிலேயே நாங்கள் மிகப் பெரிய நிறுவனமாக ஆகிவிடுவோம். பின்னாளில் அது உங்களுக்கு மிகவும் உதவியாக இருக்கும். எங்களுடன் கடைசி வரை கூடவே வர நீங்கள் தயாரா என்று கேட்டேன். ஜான் உற்சாகத்துடன் சம்மதித்தார். காலப்போக்கில் டெக்கானும் வளர்ந்தது. ஆர்ச்செட் நிறுவனமும் வளர்ந்தது.

ஹெலிகாப்டரில் யாரெல்லாம் பறப்பார்கள் என்று யோசித்துப் பார்த்தேன். பொதுவாக விமானங்களில் பறப்பவர்கள்தான் ஹெலிகாப்டரைத் தேடி வரக்கூடும். எனவே, விமானங்களில் விநியோகிக்கப்படும் பத்திரிகைகளில் எங்கள் நிறுவனத்தைப் பற்றிய விளம்பரத்தை இடம்பெறச் செய்தேன். அதன் மூலம் குறைந்த செலவில் இந்தியா முழுவதிலும் இருக்கும் எங்களுடைய எதிர்கால வாடிக்கையாளர்களை எளிதில் சென்று சேர முடிந்தது. அதன் பிறகு அவ்வப்போது நடக்கும்

சுவாரசியமான செய்திகளினால் ஊடகங்களிலும் எங்களுக்கு நல்ல விளம்பரம் கிடைத்தது.

ஒருநாள் ஜான் கிரேயின் உதவியாளர் தொலைபேசியில் அழைத்தார். 'மென் ஆர் ஃப்ரம் மார்ஸ்... விமன் ஆர் ஃப்ரம் வீனஸ்' என்ற பிரபலமான புத்தகத்தை எழுதியவர். அவர் இந்திய கோயில்களையும், துறவிகளையும் பார்க்க விரும்பினார். அதற்கு ஹெலிகாப்டர் வாடகைக்குக் கேட்டார்.

மேலை நாடுகளில் இருந்து உடனடி முக்தி தேடிப் பலர் புறப்படுவதுண்டு. நெடிதுயர்ந்த இமய மலை, புனித ஆறுகள், அற்புதமான கோயில்கள், யோகிகள், துறவிகள் என இந்தியா அவர்களுடைய தேவையை அருமையாகப் பூர்த்தி செய்யும் இடமாக இருந்தது. எங்களுடைய மார்க்கெட்டிங் குழுவிடம் பயண நேரங்கள், திட்டங்கள் பற்றிப் பேசிக் கொள்ளும்படிச் சொன்னேன். ஆனால், ஜானுடைய திட்டம் மிகவும் சிக்கலானதாக இருந்தது. ஒருநாள் காலையில் ஒரு மணி நேரம் வேண்டியிருக்கும். அடுத்த நாள் மாலையில் ஒரு மணி நேரம். இன்னொரு நாள் மதியம் ஒரு மணி நேரம். இப்படியாக எந்த ஒழுங்குக்கும் உட்படாமல் பயணத் திட்டம் இருந்தது. எனக்கு அந்தத் தகவல் கிடைத்ததும் ஜானிடம் பேசினேன். இதோ பாருங்கள். டாக்ஸியை வாடகைக்கு எடுத்துக் கொள்வதுபோல் எங்கள் ஹெலி காப்டரை எடுத்துக் கொள்ளுங்கள். ஒரு நாளைக்கு மூன்று மணி நேரம் பயன்படுத்திக் கொள்ளலாம். பத்து நாட்களுக்கு முப்பது மணி நேரம். நாளொன்றுக்கு 5000 அமெரிக்க டாலர் வீதம் பத்து நாட்களுக்கு 50,000 அமெரிக்க டாலர் கொடுங்கள். முப்பது மணி நேரத்துக்குக் கூடுதலாகப் பறந்தால் மணி நேரத்துக்கு இவ்வளவு என்று ஒரு தொகையைத் தரவேண்டும். எங்கு, எப்போது போக வேண்டும் என்பதை நீங்களே நிதானமாகத் தீர்மானித்துக் கொள்ளுங்கள். எரிபொருள் நிரப்புவதற் காகக் கொஞ்சம் முன்கூட்டியே பைலட்டிடம் தகவல் தெரிவித்தால் போதும் என்று சொன்னேன். கூடவே கடைசியாக எங்கள் ஹெலிகாப்டர் உங்களுடைய வானத்து லிமோசினாக இருக்கும் என்று அழுத்தம் கொடுத்துச் சொன்னேன். ஜானுக்கு அது ரொம்பவும் பிடித்துவிட்டது. அமெரிக்கன் எக்ஸ்பிரஸ் பிளாட்டினம் கார்டு மூலம் பணத்தை எங்கள் வங்கிக் கணக்கில் செலுத்தினார்.

திருவண்ணாமலை, ஸ்ரீ சைலம், புட்டபர்த்தி, மந்த்ராலயா எனப் பல இடங்களுக்கு ஜான் போக விரும்பினார். புட்டபர்த்தியில் இருந்து 160 கி.மீ தொலைவில் இருந்த பேணுகொண்டா என்ற இடத்துக்கும் போக விரும்பினார். உலகப் பிரசித்தி பெற்ற சாய் பாபா புட்ட பர்த்தியில்தான் இருந்தார். ஆனால், ஜான் அவரைப் பார்ப்பதைவிட

பேணுகொண்டாவில், இந்தியர்களுக்கு அதிகம் பரிச்சயம் ஆகியிருக் காத காலேஷ்வர் என்ற சுவாமியைச் சந்திக்க வேண்டும் என்று சொன்னார். எனக்கு ஆச்சரியமாக இருந்தது. அதோடு வின்ஃப்ரே ஓபராவும் அந்த சுவாமிஜியை சந்திக்க வரப்போவதாகச் சொன்னார். இந்தச் செய்தியை ரகசியமாக வைத்துக் கொள் என்றும் ஜான் சொல்லி யிருந்தார். ஓபரா வருகிறார் என்பதைக் கேட்டதும் என் சந்தோஷம் கரை புரண்டு ஓடத் தொடங்கியது. ரகசியமாக இந்தியாவுக்கு வரும் அவர் எங்கள் ஹெலிகாப்டரில் பறக்கப் போகிறார் என்பதை நினைத்ததுமே உற்சாகம் உடம்பெல்லாம் பரவியது.

ஊடகத்தினரிடம் இந்த விஷயத்தை எப்படிச் சொல்வது என்று குழம்பினேன். எனக்கு மிகவும் தெரிந்த ஒரு சில நிருபர்களிடம் ஜான் க்ரே வரப்போகிறார் என்று லேசாகச் சொன்னேன். கட்டாயம் அவரை வந்து சந்தித்துப் பேட்டி எடுக்கிறோம் என்று சொன்னார்கள். டெக்கானைப் பற்றி எதுவும் எழுத வேண்டும் என்று நான் கேட்க வில்லை. ஆனால், டெக்கான் பெயரும் பேட்டியில் இடம்பெறும் என்பது எனக்குத் தெரியும்.

ஆனால், கடைசி நேரத்தில் ஓபராவினால் வர முடியாமல்போய் விட்டது. ஜான் க்ரே மட்டும் வந்தார். ஜெயந்த்தான் ஹெலிகாப்டரை ஓட்டினார். சென்னையில் இருந்து திருப்பதிக்குப் போனார்கள். ஒரு இரவை அங்கு கழித்தார்கள். அதன் பிறகு ஸ்ரீ சைலம், அங்கிருந்து ஹம்பி போனார்கள். ஹம்பியில் இருந்து பேணுகொண்டாவுக்குப் போய் சுவாமி காலேஷ்வரைச் சந்தித்தார்கள். சுவாமியும் ஜானும் பெங்களூரு வந்தார்கள். ஜானுக்கு எங்கெல்லாம் போக வேண்டும் என்று தோன்றியதோ அங்கெல்லாம் போனார்.

ஜானிடம் ஒரு கேள்வி கேட்க வேண்டும் என்று முதலில் இருந்தே நினைத்துக் கொண்டிருந்தேன். அவருக்கு ஓபரா போன்றவர்களுடனும் நட்பு இருக்கிறது. காலேஷ்வர் சுவாமிஜி போன்றவர்கள் மீதும் மரியாதை இருக்கிறது. இந்த இரண்டு துருவங்கள் மீது எப்படி ஆர்வம் ஏற்பட்டது என்று கேட்க விரும்பினேன். காலேஷ்வர் சுவாமிஜியைப் பற்றி இன்னொரு விஷயம் சொல்ல வேண்டும். எனக்கு சுவாமிஜி என்றால் ரஜனீஷ் போல் வெண் தாடியும் சாந்தமான முகமும் காவி உடையும் வயதான உருவமும்தான் நினைவுக்கு வரும். ஆனால், காலேஷ்வரோ மிகவும் இளைஞராக இருந்தார். தாடி கிடையாது. காவி உடையும் இல்லை. யாரோ வட இந்திய உடை அணிந்த தென் இந்தியரைப் போல் சாதாரணமாக இருந்தார். கலிஃபோர்னியாவில் இருந்து இவரைப் பார்க்க வேண்டும் என்று இவ்வளவு ஆர்வத்துடன் வர என்ன காரணம் என்று கேட்டேன்.

ஜான் தன் வாழ்வில் நடந்த அதிசயத்தைப் பற்றிச் சொன்னார்.

ஓபராவின் பிரபலமான தொலைக்காட்சி நிகழ்ச்சியில் புக் கிளப் என்ற ஒரு பகுதியும் உண்டு. ஓபரா தான் படித்ததில் மிகவும் பிடித்த புத்தகத்தை அதில் அறிமுகம் செய்வார். அந்த நூலை எழுதியவர் உயிருடன் இருந்தால் அந்த நிகழ்ச்சிக்கு அவரையும் அழைத்துப் பேசுவார். ஓபரா ஒரு புத்தகத்தைப் பற்றித் தன் நிகழ்ச்சியில் பேசி விட்டால் அந்தப் புத்தகத்தின் விற்பனை அடுத்த நாளில் இருந்து உச்சிக்குப் போக ஆரம்பித்துவிடும். அந்த எழுத்தாளர் கோடீஸ்வரர் ஆகிவிடுவார். ஓபரா அந்த விஷயத்தில் மிகவும் நேர்மையாக நடந்து கொள்வார். சிறு வயதில் பெரும் கஷ்டங்களை அனுபவித்து வாழ்க்கையில் உயர்ந்தவர். நேர்மையும் விடா முயற்சியும் தன்னம்பிக்கையுமே அவருடைய பலம். அவரது நிகழ்ச்சியில் தங்கள் புத்தகத்தைப் பற்றிக் குறிப்பிடப்படவேண்டும் என்று உலகம் முழுவதிலும் இருக்கும் எழுத்தாளர்கள் பெரிதும் விரும்புவார்கள். ஜானுக்கும் அந்த ஆசை உண்டு. உங்களுக்கு ஏதாவது ஆசை இருக்கிறதா? சொல்லுங்கள் என் பிரார்த்தனையின் தவ வலிமையால் நிறைவேற்றித் தருகிறேன் என்று ஜானிடம் காலேஷ்வர் சுவாமிஜி கேட்டிருக்கிறார். ஓபராவின் நிகழ்ச்சியில் தன் புத்தகம் பற்றிப் பேசப்படவேண்டும் என்று ஜான் கேட்டிருக்கிறார். சுவாமிஜியும், அப்படியே ஆகட்டும் என்று சொல்லி பிரார்த்தனை செய்தாராம். என்ன ஆச்சரியம். அடுத்த நாளே ஓபராவிடமிருந்து ஜானுக்கு ஒரு போன் வந்தது. ஜானின் புத்தகம் பற்றி ஓபரா தன் நிகழ்ச்சியில் பேசினார். ஜானால் நம்பவே முடியவில்லை. சுவாமிஜியை வந்து சந்தித்து நன்றி தெரிவித்தார். கதை இதோடு முடியவில்லை. ஓபராவின் நிகழ்ச்சியில் ஒரு முறை அழைக்கப்பட்ட எழுத்தாளர் இரண்டாம் முறை அழைக்கப்பட்டதே கிடையாது. ஜான், அதை நடத்தித் தர முடியுமா என்று சுவாமிஜியிடம் கேட்டிருக்கிறார். அவரும் சரி என்று சொல்லி பிரார்த்தனை செய்திருக்கிறார். என்ன ஆச்சரியம்! மறுபடியும் ஜானை ஓபரா தன் நிகழ்ச்சிக்கு அழைத்து இன்னொரு புத்தகம் பற்றிப் பேசியிருக்கிறார். ஜானால் நம்பவே முடியவில்லை. இந்த விஷயத்தை ஓபராவிடமும் சொல்லியிருக்கிறார். ஓபராவுக்கும் சுவாமிஜியைச் சந்திக்க வேண்டும் என்று பெரும் ஆவல் ஏற்பட்டிருக்கிறது. ஜானுடன் அவரும் வருவதாக இருந்தது. கடைசி நேரத்தில் நிகழ்ச்சி ரத்தாகி விட்டது. இதைச் சொன்னபோது எனக்கு கொஞ்சம் பிரமிப்பாகத்தான் இருந்தது. ஆனால், கதை இங்கும் முடியவில்லை. உங்களுக்கு ஆசை ஏதேனும் இருக்கிறதா என்று ஜெயந்திடம் சுவாமிஜி கேட்டிருக்கிறார். ஜெயந்தோ மண்டியிட்டு வணங்கி, 'ஆமாம் குருதேவா... எனக்கு ஒரு ஆசை இருக்கிறது. அதை நடத்தித் தர முடியுமா?' என்று கேட்டிருக்கிறார். சுவாமிஜியும் நிச்சயமாக என்று சொல்லியிருக்கிறார். ஜெயந்த் மிகவும் பணிவாக தன் வழுக்கைத் தலையைத் தடவியபடியே, 'இந்த

வழுக்கை மண்டையில் முடி வளர வைக்க வேண்டும் சுவாமி' என்று கேட்டிருக்கிறார்! எனக்குச் சிரிப்பை அடக்க முடியவில்லை. அந்த இடத்தை விட்டே ஓடிவிட்டேன். ஜெயந்துக்கும் சிரிப்பு பொத்துக் கொண்டு வந்துவிட்டது. விஷயம் என்னவென்றால் ஜெயந்தின் தலை கோழி முட்டையைவிட வழவழவென்று இருக்கும். கிட்டத்தட்ட மொட்டை அடித்ததுபோல்தான் இருக்கும். அதில் முடி வளரவைப்பது என்பது அந்தக் கடவுளாலேயே முடியாத காரியம். சுவாமிஜி, பாவம் என்ன செய்ய முடியும்? சுவாமிஜி எதுவும் நடக்காததுபோல் சமாளித்துக் கொண்டு, உன் மனது போதிய அளவுக்குப் பக்குவம் அடையவில்லை என்று சொல்லிவிட்டு ஹெலிகாப்டரில் ஏறிவிட்டார். அந்த சுவாமியின் ஆஸ்ரமத்தில் ஒரு இந்திய முகம் கூடத் தென்படவில்லை என்று ஜெயந்த் சொன்னதைக் கேட்டபோது எனக்கும் ஆச்சரியமாகத் தான் இருந்தது. அயல் நாட்டினரை மட்டும் மயக்கும் படியாக சுவாமிஜி யிடம் என்னதான் வசிய மருந்து இருக்கிறதோ என்று நினைத்துக் கொண்டேன்.

பகவான் சாய் பாபா தரிசனம்

காலேஷ்வரைச் சந்தித்த சில நாள்கள் கழித்து சாய் பாபாவின் அலுவல கத்தில் இருந்து போன் கால் வந்தது. ஹெலிகாப்டர் வேண்டும் என்று கேட்டார்கள். பாபா மீது எனக்கு மிகுந்த மரியாதை உண்டு. ராஜுவின் மனைவிக்கு பை பாஸ் அறுவை சிகிச்சையை புட்டபர்த்தியில் இருந்த பாபாவின் மருத்துவமனையில்தான் செய்தார்கள். முற்றிலும் இலவச மாக அந்த சிகிச்சை செய்து தரப்பட்டது. இந்தியாவிலேயே மிகவும் அற்புதமான மருத்துவமனைகளில் அதுவும் ஒன்று. ஜெர்மனி, அமெரிக்கா என உலகின் மிகச் சிறந்த இடங்களில் இருந்தெல்லாம் மருத்துவர்களை பாபா அழைத்து சிகிச்சை தர வைப்பார். அந்த மருத்துவர்கள் பாபாவின் ஆஸ்ரமத்தில் தங்கி சேவை செய்துவிட்டுச் செல்வார்கள். ராஜுவின் மனைவிக்கு அறுவை சிகிச்சை நல்லபடியாக நடந்து முடிந்தது. இப்போது அவர் நன்றாக இருக்கிறார்.

பாபாவின் பக்தர்களின் எண்ணிக்கையைக் கணக்கிடவே முடியாது. உலகிலேயே மிக அதிக பக்தர்கள் அவருக்குத்தான் இருப்பதாக நினைக் கிறேன். அதி நவீன விஞ்ஞானிகளில் ஆரம்பித்து சாதாரண கடைக் கோடி மனிதர் வரை அவருக்கு எல்லாத் தரப்பு பக்தர்களும் இருக் கிறார்கள்.

அவரைக் கடுமையாக விமர்சிப்பவர்களும் உண்டு. கல்வியாளரும் பகுத்தறிவுவாதியுமான டாக்டர் ஹெச். நரசிம்மையா அப்படிப்பட்ட

ஒருவர்தான். பாபா, தன் பக்தர்களுக்கு அந்தரத்தில் இருந்து விபூதியும் தங்க மோதிரமும் வரவழைத்துக் கொடுப்பது உண்டு. விஞ்ஞானிகள் கூடியிருக்கும் ஒரு சபையில் இதுபோல் அந்தரத்தில் இருந்து ஏதாவது ஒரு பொருளை வரவழைத்துக் காட்டும்படி பாபாவுக்கு அவர் சவால் விட்டிருந்தார். பாபா அதற்கு எந்தப் பதிலும் சொல்லவில்லை. ஆனால், பாபாவின் பக்தர்களின் எண்ணிக்கை நாளுக்கு நாள் அதிகரித்துக் கொண்டேதான் இருக்கிறது.

அவருடைய மாயா ஜாலங்கள் குறித்து எனக்குச் சொல்ல எதுவும் இல்லை. ஆனால், அவர் மூலமாக நடக்கும் சமூக சேவைகளைப் பார்க்கும்போது அவரைக் கையெடுத்துக் கும்பிடத்தான் தோன்றுகிறது. ஏராளமான கல்வி மையங்கள், மருத்துவமனைகள், குடிநீர் வசதிகள் என அவர் செய்த சமூக சேவைகள் எந்த அரசாங்கத்தாலும் செய்யப் படாத ஒன்று. அவருடைய தனிப்பட்ட செய்கைகளில் விமர்சனத்துக்கு உரியவை இருக்கக்கூடும். ஆனால், அவர் செய்த நல்ல காரியங்களோடு ஒப்பிடும்போது அவை ஒன்றுமே இல்லை.

ஆனால், அவருடைய அலுவலகத்தில் இருந்து ஹெலிகாப்டர் கேட்டு அழைப்பு வந்தபோது எனக்கு ஒருவகையில் ஆச்சரியமாகத்தான் இருந்தது. எளிமை, உலகியல் ஆசைகள் மீதான பற்றற்ற தன்மை ஆகிய வற்றைப் போதிக்கும் ஒரு நபர் ஹெலிகாப்டர் போன்ற ஆடம்பர வாகனத்தில் பயணம் செய்வது எனக்கு மிகப் பெரிய முரண்பாடாகத் தான் தோன்றியது.

பாபாவின் வருகைக்கான முன் ஏற்பாடுகளைப் பார்த்தால் இந்திய பிரதமருக்குக் கூட அந்த அளவுக்கு இருக்காது என்று தோன்றும். முதலில் அவருடைய பக்தர்களின் குழு ஒன்று வந்தது. ஹெலிகாப்டரில் அவர் எங்கு உட்காருவார். கதவைத் திறந்து எப்படி இறங்கி வரவேண்டும். ஹெலிகாப்டருக்கு எவ்வளவு அருகில் வரை காரைக் கொண்டுவர முடியும். பாபாவுக்கு எத்தனை அடிகள் நடக்க வேண்டியிருக்கும். எங்கு சிவப்பு கம்பளத்தை விரிக்க வேண்டும் என்றெல்லாம் கேட்டார்கள். டேப்பை எடுத்துக் கொண்டு எல்லாவற்றையும் அளந்து கொண்டார்கள். ஹெலிகாப்டரில் இருந்த படிகளை அளந்து பார்த்தார்கள். ஒவ்வொரு படிக்கும் இடையில் ஒன்பது அங்குல இடைவெளிதான் இருக்க வேண்டும். ஹெலிகாப்டர் படிகளில் அதிக இடைவெளி இருக்கவே தனியாகப் படிகள் செய்து கொண்டுவந்தார்கள்.

பாபா வரவிருந்த நாளில் ஹெலிகாப்டரின் படிகளுக்கு நேராகச் சிவப்பு கம்பளத்தை விரித்தார்கள். நடைபாதையை ரோஜா இதழ்களால் நிரப்பினார்கள்.

பாபாவின் வருகைக்கு ஆவலுடன் காத்திருந்தேன். எட்டு மணிக்கு அவர் ஹெலிகாப்டரில் ஏறுவதாக இருந்தது. 7.55 வாக்கில் லிமோசின் கார் ஹெலிகாப்டரில் இருந்து 500 அடி தொலைவில் வெண்ணெய் போல் வழுக்கிக் கொண்டுவந்து நின்றது. பின்னால் வந்த ஜீப்பில் இருந்து ஆறு கறுப்புப் படை காவலர்கள் குதித்தார்கள். துப்பாக்கி களுடன் காரைச் சுற்றி நின்றுகொண்டார்கள். அமெரிக்க அதிபருக்கு வழங்கப்படும் பாதுகாப்புபோல் அவ்வளவு துல்லியமாக, ஆர்ப்பாட்ட மாக எல்லாம் நடந்தன. பாபா புன்முறுவல் பூத்தபடியே இறங்கினார். என்னிடம் சில வார்த்தைகள் பேசினார். கையை நெடுக்கு வாக்கில் மேலே உயர்த்தினார். அந்தரத்தில் இருந்து எடுப்பதுபோல் விபூதியை எடுத்து என் கைகளில் பிரசாதமாகக் கொடுத்தார். கண்களில் ஒற்றிக் கொண்டு நெற்றியில் இட்டுக் கொண்டேன். ஜெயந்த் அருகில் நின்று கொண்டிருந்தார். பாபாவை அவமானப்படுத்தும்படி எதுவும் கேட்கக் கூடாது என்று முன்னரே எச்சரித்திருந்தேன். ஜெயந்தைப் பார்த்து, உனக்கு என்ன வேண்டும் என்று பாபா கேட்டார். உங்கள் ஆசி இருந்தால் அதுவே போதும் என்று ஜெயந்த் சொன்னார். பாபா, கையை சக்கரம் போல் சுழற்றினார். எதையோ பறித்து எடுத்து ஜெயந்தின் கைகளில் கொடுத்தார். அது ஒரு தங்க மோதிரம்! ஜெயந்தின் கை விரல்கள் குத்துச் சண்டை வீரருடையதைப் போன்றவை. குட்டையாக, உறுதியாக இருக்கும். பாபா மோதிரத்தை அணிந்து பார்க்கும்படிச் சொன்னார். மிகச் சரியாகப் பொருந்தியது. ஜெயந்தின் மனத்தில் இருந்த கிண்டல் மனோபாவம் மறைந்துபோய் மிகப் பெரிய ஆச்சரியம் குடிகொண்டது. அவரால் நம்பவே முடியவில்லை. ஜெயந்த் பாபாவின் பக்தராக ஆகிவிடவில்லைதான். ஆனால், பாபாவின் செயலை நினைத்து நினைத்து இன்றும் அதிசயித்துக் கொண்டிருக்கிறார்.

பாபா கையை அசைத்தபடியே ஹெலிகாப்டரில் ஏறினார். பக்தர்கள் ஹெலிகாப்டர் புறப்படுவதுவரை 'பகவான்... பகவான்...' என்று மந்திரம்போல் கோஷமிட்டனர். ஹெலிகாப்டர் மெள்ள வானில் எழுந்தது. பக்தர் கூட்டம் ஆனந்த மயக்க நிலையை எட்டியது. இந்திர னையோ வருணனையோ பார்த்த தேவர்களின் கூட்டம்போல் மெய் மறந்து நின்றார்கள். ஹெலிகாப்டர் வானில் ஒரு புள்ளியாக மறைவது வரை இருந்த இடத்திலேயே ஆணி அடித்தாற்போல் நின்று பார்த்தனர்.

பாபாவின் வாழ்க்கை எனக்கு ஒரு மிகப் பெரிய பாடத்தைப் போதித்தது. நற்செயலுக்குக் கிடைக்கும் மரியாதையும் மதிப்பும் என்றுமே அலாதியானதுதான்.

8

கடந்த காலத்தின் அடிப்படையில் ஒருபோதும்
எதிர்காலத்தைக் கணிக்க முடியாது.

– எட்மண்ட் பர்கே

டெக்கானின் சாகசங்கள்

இரண்டு வருடங்களில் எங்கள் ஹெலிகாப்டர் நிறுவனம் ஆழமாகக் காலூன்றிவிட்டது. பல்வேறு பணிகளைச் செய்தோம். வானில் இருந்து சர்வே, புகைப்படங்கள் எடுத்தல், எண்ணெய் வளம், கனிம வளம் போன்றவற்றைக் கண்டறிதல், சுரங்கப் பணி ஆய்வுகளைச் செய்தல், லாஜிஸ்டிக்ஸ், ஹெலி - சுற்றுலா, மருத்துவ உதவி எனப் பல பணிகளைச் செய்தோம். ஆரம்பத்தில் பல தொழில்துறைகளில் தனியார் நிறுவனங்களை அனுமதித்திராத இந்திய அரசு சுரங்கப் பணிகள், எண்ணெய் ஆய்வு போன்றவற்றில் அயல் நாட்டு நிறுவனங்களை அனுமதிக்க ஆரம்பித்தது. அந்தப் பன்னாட்டு நிறுவனங்கள் வானில் இருந்து ஆய்வு செய்ய ஹெலிகாப்டர்களைப் பயன்படுத்தின.

அந்த ஆய்வுகளைச் செய்வது மிகவும் சிரமமானது. மிகுந்த நிபுணத்துவம் தேவைப்படும். 'மின் காந்தப் பறவை' என்று சொல்லப்படும் கனமான கருவிகளை ஹெலிகாப்டரில் கொண்டு செல்ல வேண்டியிருக்கும். ஆறு மீட்டர் நீளமும் 50 செண்டி மீட்டர் விட்டமும் கொண்ட ஒரு கருவியானது ஹெலிகாப்டரில் இருந்து 30 மீட்டர் கீழே தொங்க விடப்படும். அந்தக் கருவியில் இருந்து கிடைக்கும் தகவல்கள் ஒரு கம்ப்யூட்டரால் பரிசோதிக்கப்படும். ஆய்வு செய்ய வேண்டிய நிலத்தில் இருந்து 100 மீட்டர் உயரத்தில் பறக்க வேண்டும். நேர்கோட்டில்

பறக்க வேண்டும். இந்தக் கருவி ஆடாமல் அசையாமல் பறக்க வேண்டும். இவையெல்லாம் மிகவும் சிரமான செயல்கள். கடுமை யான பயிற்சி இருந்தால் மட்டுமே முடியும். எனவே, எங்கள் பைலட் களுக்கு ஆஸ்திரேலியாவில் பயிற்சி பெற வழி செய்து கொடுத்தோம். அதற்குச் செலவிட்ட பணத்துக்கு நல்ல பலன் கிடைத்தது. டீ பீர்ஸ், பெல்ஸ் டாட்கே, ரியோ டிண்டோ, ஹைதராபாத்தில் இருக்கும் என்.ஜி.ஆர்.ஐ போன்ற நிறுவனங்களில் இருந்து எங்களுக்குத் தொடர்ந்து வேலை வாய்ப்புகள் கிடைத்தன.

ஓ.என்.ஜி.சி.யுடனான கூட்டு வர்த்தகத்தில் ஸ்காட்லாந்து நிறுவன மான கேர்ன் எனர்ஜி நிறுவனம் ஹெலிகாப்டர்களை வாடகைக்கு எடுக்கத் தீர்மானித்திருந்தது. ஆனால், அவர்கள் தரத்தில் எந்தவித சமரசமும் செய்யமாட்டார்கள். எங்கள் நிறுவனத்துக்கு அந்த ஒப்பந்தத்தைப் பெறுவதற்கு வாய்ப்பு மிகவும் குறைவுதான். எனினும், அந்த நிறுவனத்தின் அதிகாரியான பேரி ஹார்வியிடம் ஒரு விஷயம் கேட்க விரும்பினேன். ஆனால், அவரோ ஒப்பந்தம் குறித்து முடிவு எடுப்பதுவரை எந்த நிறுவனத்துடனும் பேசுவது இல்லை என்ற நிலைப்பாட்டுடன் இருந்தார். எனவே, நான் போன் செய்யும் போதெல்லாம் இணைப்பைத் துண்டித்து வந்தார். நானோ விட வில்லை. தொடர்ந்து போன் செய்து வந்தேன். ஒரு கட்டத்துக்கு மேல் என்னாலும் முடியவில்லை. கடைசியாக ஒரே ஒருமுறை போன் செய்து பார்த்து முடியவில்லையென்றால் விட்டுவிடுவோம் என்று தீர்மானித்தேன். அவர் அந்த போனை எடுத்தார். 'தயவு செய்து போனை வைத்துவிடாதீர்கள். உங்கள் பார்வையில் எண்ணெய் வள ஆய்வில் சிறந்த நிறுவனம் எது என்று சொல்லுங்கள். அவர்களுடன் ஒப்பந்தம் செய்துகொள்ள விரும்புகிறேன்' என்று கேட்டேன். நான் சொன்னது அவருக்குப் பிடித்திருந்தது. அவருக்கும் திறமையான நிறுவனத்தைத் தேர்ந்தெடுக்க அது உதவும் என்று நினைத்தார். பிரிஸ்டோ ஹெலிகாப்டர்ஸ் என்ற பெயரைச் சொல்லிவிட்டு போனை சட்டென்று வைத்தார்.

ஒரு நிமிடம் கூடத் தாமதிக்கக்கூடாது என்று முடிவு செய்தேன். மோட்டார் பைக் டீலர்ஷிப் எடுத்ததுபோல் அந்த நிமிடமே சென்னைக்குப் புறப்பட்டேன். அங்கிருந்து கிடைத்த முதல் விமானத் தில் லண்டனுக்குப் பறந்தேன். அடுத்த நாளே பிரிஸ்டோ நிறுவனத் துடன் கூட்டு முயற்சிக்கான ஒப்பந்தம் பற்றிப் பேச ஆரம்பித்தேன். ஆசியா மற்றும் தூரக் கிழக்கு நாடுகளுக்கான அந்த நிறுவனத்தின் தலைவரான கிறிஸ் ஃப்ரையுடன் பேசினேன். எண்ணெய் வள ஆய்வுத்துறைக்கு இந்தியாவில் நல்ல எதிர்காலம் இருக்கிறது என்று சொல்லி கூட்டு முயற்சிக்கு சம்மதிக்க வைத்தேன். ஆனால், ஒப்பந்தம்

கையெழுத்தாகும் நேரத்தில் கிறிஸின் நண்பர் வந்தார். என்னது... இந்தியாவா? ஓ.என்.ஜி.சி.யா? வேண்டவே வேண்டாம் என்று சொன்னார். 1980-களில் அவர் ஓ.என்.ஜி.சி.யுடன் ஓர் ஒப்பந்தம் செய்ய வந்திருக்கிறார். சுமார் ஒரு வருடம் ஆன பிறகும் எந்த முடிவும் சொல்ல வில்லையாம். ஹெலிகாப்டர் ஓடாமலேயே இருந்ததால் பெரும் நஷ்டம் ஏற்பட்டுவிட்டது. அதோடு பணப் பரிமாற்றத்துக்காக இந்திய நிறுவனம் ஒன்றை ஆரம்பித்து அதில் இந்தியப் பணமாக டெபாசிட் செய்தாராம். அந்தப் பணத்தையும் மீட்கவே முடியவில்லையாம். எனவே, இந்திய நிறுவனத்துடன் கூட்டு வேண்டவே வேண்டாம் என்று சொன்னார். அவர் பேசி முடித்துவிட்டுப் போனதும், ‘இப்போது நான் என்ன செய்ய?’ என்று கிறிஸ் கேட்டார். ‘இதோ பாருங்கள். அவர் சொன்னது உண்மையாகவே இருக்கக்கூடும். அது 20-30 வருடங் களுக்கு முந்தைய நிலை. இப்போது இந்தியாவில் பல முன்னேற்றங் கள் நடந்துள்ளன. என்னை நம்புங்கள். உங்களுக்கு எந்த பிரச்னையும் வராது. பிரிட்டனிலும் அதிகார வர்க்கம் இதுபோலத்தான் செயல் பட்டது. ஆனால், மார்கரெட் தாட்சர் வந்த பிறகுதானே நிலைமை மாறியது’ என்று சொன்னேன். கிறிஸ் சிரித்தார். ‘நீங்கள் சொல்வதை யோசிக்க அவகாசம் கொடுங்கள்’ என்றார். இரண்டு நாள்கள் முழுவது மாக யோசித்த பிறகு ஒப்பந்தத்தில் கையெழுத்துப் போட்டார்.

கிறிஸின் நண்பர் சொன்னது உண்மைதான். நம் அதிகார வர்க்கத்திடம் நிறைய மாற்றம் வரவேண்டியிருக்கிறது. இன்னொரு உதாரணம் கூடச் சொல்ல முடியும். இந்திய ராணுவத்துக்கு ஹெலிகாப்டர் வாங்கத் தீர்மானித்திருந்தார்கள். ஐந்து நிறுவனங்கள் ஏலத்தில் பங்கெடுத்தன. ஆனால், ஐந்து வருடங்கள் ஆகியும் எந்த நிறுவனத்தைத் தேர்ந் தெடுப்பது என்று ஒரு முடிவெடுக்க முடியாமல் நம் அதிகாரிகள் இழுத்துக்கொண்டே போனார்கள். நம் அரசியல், அதிகார வர்க்கத்தின் செயல் திறனுக்கு இது ஓர் தெளிவான எடுத்துக்காட்டு.

பிரிஸ்டோ நிறுவனத்துடன் ஒப்பந்தம் செய்த பிறகு அவர்கள் வசம் 500 ஹெலிகாப்டர்கள் இருக்கும் விஷயம் தெரியவந்தது. இந்தியாவில் அந்த நேரத்தில் 100 ஹெலிகாப்டர்கள் பணியில் இருந்தன.

பிரிஸ்டோ நிறுவனத்தின் தலைவர் அலென் பிரிஸ்டோ சமீபத்தில்தான் இறந்தார். ஹெலிகாப்டரின் புதிய புதிய பயன்பாடுகளை அவர் கண்டுபிடித்தார் என்றே சொல்லலாம். கடல்களில் திமிங்கிலங்கள் இருக்கும் இடத்தைக் கண்டுபிடிக்க ஹெலிகாப்டரைப் பயன்படுத்தி னார். கடலுக்குள் இருக்கும் எண்ணெய் வயல்களைக் கண்டுபிடிக்க இதுவே முன்னோடியாக இருந்தது. திமிங்கிலங்கள் கடல் நீரின் மேற்பரப்புக்கு வரும்போது புஸ் என்று நீரை மேலே பீய்ச்சி அடிக்கும்.

அதை வைத்துத்தான் அவற்றை அடையாளம் காண முடியும். ஹெர்மென் மெல்வில்லின் காவிய நாவலான 'மோபி டிக்' *(1851)* நாவலில் திமிங்கில வேட்டை பற்றி விவரிக்கப்பட்டிருக்கும். அந்த வேட்டைக்குப் போகிறவர்கள் பெரிய கப்பலில் போவார்கள். தூரத்தில் திமிங்கிலம் இருப்பது இது போன்ற தடயங்கள் மூலம் தெரிய வரும். உடனே சிறிய படகில் அதை நோக்கிப் போவார்கள். கைகளில் ஈட்டி, துப்பாக்கி எனப் பல ஆயுதங்கள் இருக்கும். திமிங்கிலத்தைத் தாக்கி, செயல் இழக்க வைத்துப் பிடித்து இழுத்துப் பெரிய கப்பலில் ஏற்றுவார்கள். பிரிஸ்டோ நிறுவனம் மிகப் பெரிய ஹெலிகாப்டர் சாம்ராஜ்ஜியமாக வளர்ந்திருந்தது. அவர்களுடன் ஒப்பந்தம் செய்ததன் மூலம் நான் உருவாக்கும் கோட்டையில் இன்னொரு கல்லை எடுத்து வைத்த மன நிறைவு ஏற்பட்டது. 'பீரங்கிகள் அல்ல மின்னல் போன்ற வேகமே போரில் வெல்ல உதவும்' என்று நெப்போலியன் சொன்னது நினைவுக்கு வந்தது.

★

டில்லியில் இருக்கும் ஃபேகல்ட்டி ஆஃப் மேனேஜ்மெண்ட்டில் படித்த விஜய் ஆத்ரே எங்கள் நிறுவனத்தில் மார்க்கெட்டிங் பிரிவில் சேர்ந்து கொண்டார். நாங்கள் இருவரும் பல முக்கியமான ஆர்டர்களை எளிதில் தட்டிப் பறித்தோம்.

எங்கள் நிறுவனத்தில் அனைவருக்கும் நல்ல சுதந்திரம் தரப்பட்டிருந்தது என்றாலும் நேரம் தவறாமல் எதையும் செய்ய வேண்டும் என்பதில் மிகவும் கறாராக இருப்பேன். ஹெலிகாப்டரை வாடகைக்கு எடுக்கும் நபர்களுக்கு ஒவ்வொரு நிமிடமும் உண்மையிலேயே பொன் போன்றது. அதிலும் மருத்துவ உதவி போன்ற நேரங்களில் அது மரணத்துக்கும் வாழ்க்கைக்கும் இடையிலான போராட்டமாக இருக்கும். எங்கள் நிறுவனத்தைச் சேர்ந்தவர்கள் எப்போதும் விழிப்புடன் இருக்க வேண்டும். எந்த நிமிடமும் எந்த வேலையும் வரலாம். எனவே, எல்லாரும் கையில் செல்போனுடனே இருக்க வேண்டும். தூங்கும்போதும் குளிக்கும்போதும் கைக்கு எட்டும் தூரத்தில் செல் இருந்தாக வேண்டும் என்று சொல்லியிருந்தேன்.

ஒருநாள் இரவு இரண்டு மணி வாக்கில் ஒரு போன் வந்தது. விழுந்தடித்து எழுந்தேன். மணிப்பால் மருத்துவமனையில் இருந்து ஒரு டாக்டர் பேசினார். பெங்களூரு-ஹைதராபாத் நெடுஞ்சாலையில் ஒரு விபத்து நடந்துவிட்டது. என் நண்பரின் மனைவி அதில் சிக்கிக் கொண்டிருக்கிறார். அவரை உடனே மருத்துவமனைக்குத் தூக்கிவர வேண்டும். உங்கள் ஹெலிகாப்டர் தேவை என்றார். விபத்து

நடந்ததைத் தொடர்ந்த ஓரிரு மணி நேரங்களை 'பொன்னான நேரம்' என்று சொல்வார்கள். அந்த நேரத்துக்குள் மருத்துவமனைக்குக் கொண்டு சென்று சிகிச்சை கொடுத்துவிட்டால் எப்படிப்பட்ட விபத்தில் இருந்தும் ஒருவரைக் காப்பாற்றிவிட முடியும். உடனே என் குழுவை முடுக்கிவிட்டேன்.

விபத்து நடந்த இடத்துக்கு எப்படிப் போவது, அதை எப்படி அடையாளம் காண்பது, அங்கு எப்படி இறங்குவது என எல்லா வற்றையும் பைலட் உடனே தீர்மானித்தார். ஹெலிகாப்டரின் இருக்கை களை எடுத்துவிட்டு ஸ்ட்ரெச்சர் பொருத்தப்பட்டது. ஆக்ஸிஜன் சிலிண்டர்கள், வெண்டிலேட்டர்கள் எனத் தேவையான எல்லா மருத்துவ உபகரணங்களும் எடுத்துக் கொள்ளப்பட்டன. வெளிநாடு களில் ஆம்புலன்ஸ் வேன்களைப் போல ஆம்புலன்ஸ் ஹெலிகாப்டர் கள் இருக்கின்றன. நம் நாட்டில் அவை இல்லை. ஒருவர் இன்ஷு ரன்ஸ் செய்த பிறகும் விபத்து நடந்த இடத்தில் இருந்து மருத்துவ மனைக்குக் கொண்டு செல்ல முடியாமல் உயிர் துறப்பது என்பது மிகவும் கொடுமை. நம் நாட்டு இன்ஷுரன்ஸ் நிறுவனங்களும் இந்த விஷயத்தில் என்ன செய்வது என்று தெரியாத நிலையில் சிக்கியிருக் கின்றன. வெளிநாடுகளில் ஹெலிகாப்டர் மூலம் மருத்துவ உதவிக்கு என்று தனியாக இன்ஷுரன்ஸ் இருக்கிறது. ஆண்டுக்கு 200 அல்லது 300 டாலர் பிரீமியம் கட்டவேண்டும். 5000 டாலருக்கான ஹெலிகாப்டர் சேவை அவருக்குக் கிடைக்கும். ஹெலிகாப்டர் நிறுவனமும் மருத்துவ மனையும் இன்ஷுரன்ஸ் நிறுவனத்திடமிருந்து சிகிச்சைக்கான பணத்தைப் பெற்றுக் கொள்வார்கள். இந்தியாவில் அதுபோல் எந்த வசதியும் இல்லை. இந்தியாவில் இதுபோன்ற ஹெலிகாப்டர் சேவைக்கு ஒரு லட்சத்தில் இருந்து பத்து லட்சம் வரை செலவாகலாம். அதிக பிரீமியம் வைப்பதன் மூலமே இவ்வளவு தொகையை இன்ஷு ரன்ஸ் நிறுவனங்களால் சமாளிக்க முடியும். நியூசிலாந்தில் அரசாங்க மும் செஞ்சிலுவைச் சங்கங்களும் ஒரு குறிப்பிட்ட தொகையைத் தருகின்றன. இங்கும் அதுபோல் ஏதாவது வழி கண்டுபிடித்தாக வேண்டும்.

எனக்கு போன் செய்தவர் டாக்டர் என்.கே. வெங்கட்ரமணா. கர்நாடகா வின் மிகவும் புகழ் பெற்ற மருத்துவர். அவருடைய நண்பரின் மனைவிதான் விபத்தில் சிக்கியிருந்தார். விபத்து நடந்த இடம் அவருக்குச் சரியாகத் தெரிந்திருக்கவில்லை. ஹைதராபாத்தில் இருந்து சுமார் 200 கி.மீ தொலைவில் என்று சொன்னார். யார் பணம் கொடுப்பார்கள் என்று கேட்டேன். மணிப்பால் மருத்துவமனையினர் தருவார்கள் என்று சொன்னார். இது மிகவும் தர்ம சங்கடமான கேள்விதான். ஆனால், கேட்காமல் இருக்க முடியாது. ஒருவேளை நாம்

உதவி செய்யப் போகிறவர் இறந்துவிட்டால் யாருக்கும் பணம் கேட்க மனம் வராது. யாரிடமும் கேட்கவும் முடியாது. ஆம்புலன்ஸ் வேன் என்றால் ஓரளவுக்கு சமாளித்துவிடலாம். ஆனால், ஹெலிகாப்டருக்கு லட்சக்கணக்கில் செலவாகும். எனவே, முதலில் அதைக் கேட்டு உறுதிப்படுத்திக் கொண்டேன்.

ஜெயந்த்தைத் தவிர இந்த இக்கட்டான நேரத்தில் வேறு யாரைப் பற்றியும் என்னால் நினைத்துக் கூடப் பார்க்க முடியவில்லை. ராணுவத்தில் இருந்தபோது இதுபோல் பல நேரங்களில் திறமையாகச் செயல்பட்டிருக்கிறார். விபத்து நடந்த இடத்தைக் கண்டுபிடித்து ஹெலிகாப்டரைக் கொண்டுபோய்விட்டார். டாக்டரின் மனைவியைப் பக்கத்தில் இருந்த சிறிய மருத்துவமனைக்குக் கொண்டு சென்றிருப்ப தாகச் சொல்லியிருக்கிறார்கள். உடனே அங்கு ஹெலிகாப்டருடன் போனார். அங்கிருந்து டாக்டரின் மனைவியை ஏற்றிக்கொண்டு ஒரு மணி நேரத்தில் ஜக்கூர் விமானத் தளத்துக்குக் கொண்டுவந்துவிட்டார். அங்கிருந்து ஆம்புலன்ஸில் ஏற்றி பெங்களூரின் மறு முனையில் இருந்த மருத்துவமனைக்குக் கொண்டு செல்லவும் அதே நேரம் ஆனது. நூறு மைல்களுக்கு மேற்பட்ட தொலைவை ஒரு மணி நேரத்தில் ஹெலிகாப்டரில் கடந்துவிட்டார்கள். ஆனால், ஆம்புலன்ஸில் 20-30 கி.மீ தொலைவில் இருந்த மருத்துவமனைக்குப் போய்ச் சேரவும் அதே அளவு நேரம் ஆனது. மிகவும் சோகமான நகை முரண் அது.

ஆம்புலன்ஸில் இருந்த டாக்டர்கள் நர்ஸ்கள் எல்லாரும் தொடர்ந்து சிகிச்சை கொடுத்து வந்தார்கள். ஆனால், மருத்துவமனைக்குக் கொண்டு செல்வதற்குள் டாக்டரின் மனைவியின் உயிர் பிரிந்து விட்டது. எங்களுடைய அனைத்து முயற்சிகளும் தோற்கடிக்கப்பட்டு விட்டன. மருத்துவமனைக்கு அருகிலேயே ஹெலிகாப்டரை இறக்க வசதியான இடம் இருந்தது. அதை யாராவது சொல்லியிருந்தால் ஒருவேளை உயிரைக் காப்பாற்றியிருக்க முடியும். தகவல் தொடர்பில் இருந்த இடைவெளி ஒரு உயிரை எங்கள் கண் முன்னாலேயே பறித்துவிட்டது.

மறுநாள் மருத்துவமனையில் இருந்து போன் வந்தது. ஹெலி-ஆம்புலன்ஸ் சேவையை ஆரம்பிப்பது தொடர்பாக விவாதிக்க அழைத் தார்கள். மருத்துவமனைக்கு அருகில் ஒரு ஏக்கர் நிலம் காலியாக இருந்தது. எங்கள் பைலட்கள் அதைப் பரிசோதித்துவிட்டு அங்கு ஹெலிகாப்டரை எளிதில் இறக்கலாம் என்று சொன்னார்கள். விபத்து நடந்தால் மருத்துவர்கள், நர்ஸ்கள், பைலட்கள், ஆம்புலன்ஸ் டிரைவர்கள், அவசர உதவி பணியாளர்கள் என யார் யாரையெல்லாம் தொடர்பு கொள்ளவேண்டும். என்னென்ன மருந்துகள், கருவிகள்

தேவைப்படும்... என்னென்ன சட்ட ஆலோசனைகள் தேவை என்பதையெல்லாம் பேசிக்கொண்டோம்.

மருத்துவ உதவிப் பணியைச் சிறப்பாகச் செய்ய முடியுமா என்பதை அடுத்த நாளே ஒத்திகை பார்த்துக் கொண்டோம். எங்கோ ஒரு குக்கிராமத்தில் ஒருவருக்கு அடிபட்டதுபோலவும் அவரை எப்படிக் காப்பாற்றுவது என்றும் ஒத்திகை பார்த்தோம். எல்லாம் நல்லபடியாக நடந்து முடிந்தது. பத்திரிகையாளர்களை அழைத்து புதிய சேவையை அறிமுகப்படுத்தினோம்.

இதற்கு மறுநாள் பேணுகொண்டாவில் காலேஷ்வர் சுவாமியிடமிருந்து போன் வந்தது. அவருடைய அம்மாவுக்கு உடல்நிலை மோசமாகி விட்டது. கோமாவில் விழுந்துவிட்டார் என்று ஜெயந்துக்கு நடு இரவில் தகவல் கிடைத்தது. அதிகாலை ஆறு மணிக்கு ஹெலி காப்டரை எடுத்துக்கொண்டு பறந்தார். இந்த முறை நல்லவேளையாக சுவாமிஜியின் அம்மாவை எங்களால் காப்பாற்ற முடிந்தது. மணிப்பால் மருத்துவமனையில் அன்றுதான் உருவாக்கப்பட்டிருந்த ஹெலிகாப்டர் தளத்தில் இறக்கி உடனே மருத்துவ சிகிச்சை தந்துவிட்டோம்.

இது போன்ற விஷயங்கள் மத்திய வர்க்கத்தினர் மனத்திலும் பெரும் தாக்கத்தை ஏற்படுத்தின. பேல்காமில் இருந்த பழ வியாபாரி ஒருவர் தன் உறவினர் ஒருவரைக் காப்பாற்ற எங்கள் ஹெலிகாப்டரைப் பயன்படுத்திக் கொண்டார். உயிரைக் காப்பாற்றச் சொல்லி எங்கள் ஹெலிகாப்டர் சேவையை அழைத்தவர்கள் பெரும் செல்வந்தர்களாக இருக்கவில்லை. தங்களிடம் இருக்கும் அனைத்தையும் கொடுத்தாவது தாங்கள் நேசிப்பவரைக் காப்பாற்றிவிட வேண்டும் என்ற உணர்வே அவர்களுக்குப் பிரதானமாக இருந்தது.

ஒரு முறை கூர்கில் இருந்து ஒருவருக்கு மருத்துவ உதவி தேவைப் பட்டது. ஜெயந்த் அங்கு போனபோது நோயாளியின் வீட்டுக்கு அருகில் ஹெலிகாப்டரை இறக்க வழியில்லை. எனவே, அருகில் இருந்த கோல்ஃப் மைதானத்தில் ஹெலிகாப்டரை இறக்கினார். நோயாளியை அங்கு கொண்டுவந்து ஏற்றிக்கொண்டு நேராக மணிப்பால் மருத்துவமனைக்குக் கொண்டு சேர்த்து அவருடைய உயிரைக் காப்பாற்றினார்.

காபூல், ஸ்ரீ லங்கா, நேபாளம், தென்னிந்தியாவின் பல பகுதிகள் எனப் பல இடங்களில் எங்கள் ஹெலிகாப்டர் இது போன்ற மருத்துவ அவசர உதவிகளைச் செய்தது. நடுக்கடலில் கப்பலில் நோய்வாய்ப்பட்ட பயணிகளையும் நெருக்கடி நேரத்தில் போய் அழைத்து வந்து மருத்துவ மனையில் சேர்த்திருக்கிறோம். அப்பல்லோ மருத்துவமனைகள்,

ஈஸ்ட் வெஸ்ட் ரெஸ்க்யூ, க்ளோபல் இண்டர் நேஷனல் எஸ்.ஓ.எஸ் (சிங்கப்பூர்) எனப் பல அமைப்புகளுடன் இது தொடர்பாக வர்த்தக ஒப்பந்தங்கள் செய்துகொண்டிருந்தோம்.

நாளொன்றுக்கு எப்படியும் ஒரு எமர்ஜென்சி உதவியை டெக்கான் இன்று வழங்கி வருகிறது. இந்தியாவில் பல்வேறு ஹெலிகாப்டர் நிறுவனங்களும் இந்த சேவையை வழங்கி வருகின்றன. எனினும் இந்தியாவில் இந்த வசதியைப் பெற்றுக் கொள்பவர்களின் எண்ணிக்கை வெகு குறைவாகவே இருக்கிறது. போக வேண்டிய தூரம் இன்னும் ஏராளம் இருக்கிறது. காப்பாற்ற வேண்டிய வாக்குறுதிகள் எத்தனையோ இருக்கின்றன.

ஊடகங்களில் இந்த வீர தீரக் கதைகள் தொடர்ந்து வெளியாகின. ஊடகங்களுக்கு உணர்ச்சிபூர்வமான இந்த நிகழ்வுகள் முக்கிய செய்தியாக இருந்தன. எங்களுக்கு நல்ல விளம்பரமும் இதன் மூலம் கிடைத்தது.

★

நாங்கள் ஹெலிகாப்டரை எப்படியெல்லாம் பயன்படுத்தலாம் என்று மூளையைக் கசக்கிக் கொண்டிருந்தபோது, டிஸ்கவரி சானல்காரர்கள் எங்களைத் தொடர்புகொண்டார்கள். தென்னிந்தியாவின் கோயில்கள் பற்றி ஒரு தொடர் எடுக்கத் தீர்மானித்திருப்பதாகவும் அதற்கு ஹெலி காப்டர்கள் தேவைப்படுகின்றன என்றும் சொன்னார்கள். சோழர், பாண்டியர், பல்லவர், நாயக்கர், விஜய நகரப் பேரரசு எனப் பல்வேறு காலகட்டத்தில் பிரமாதமான கோயில்கள் கட்டப்பட்டிருந்தன. உலகிலேயே மிகவும் பிரமாண்ட, கலை அழகு மிகுந்த கட்டடக் கலையின் உன்னத எடுத்துக்காட்டுகள் அவை. ஒருவகையில் உலகுக்கு அவை போதிய அளவுக்கு வெளிச்சம் போட்டுக் காட்டப்பட்டிருக்கவும் இல்லை. இந்தக் கோயில்களுக்கும் அரண்மனைகளுக்கும் இருப்பது போன்ற கலாசார முக்கியத்துவமும் கலை மதிப்பும் உலகில் வேறு எதற்குமே கிடையாது என்றே சொல்லலாம். டிஸ்கவரி சானலில் இந்தக் கோயில்களைப் புகைப்படமெடுக்கவும் வீடியோ எடுக்கவும் ஹெலிகாப்டரைப் பயன்படுத்தத் தீர்மானித்திருந்தார்கள். ஹெலி காப்டருக்கு வெளியில் கேமராவைப் பொருத்துவார்கள். கேமராமேன் ஹெலிகாப்டருக்கு உள்ளே உட்கார்ந்து இயக்குவார். பாலிவுட்காரர் களும் கூட இப்படிப் பயன்படுத்தலாம் என்று எனக்குத் தோன்றியது. ஆனால், இந்தியாவில் என்ன பிரச்னை என்றால் வானில் இருந்து படமெடுக்க நம்முடைய 1937 ஆண்டு சட்டங்கள் அனுமதிப்பதில்லை. இன்று செயற்கைக்கோள் மூலம் ஒரு கோல்ஃப் பந்தை அடிப்பதையோ

காரின் நம்பர் பிளேட்டையோ கூட அதி துல்லியமாகப் படமெடுக்க முடியும். இந்தியாவுக்கு வரும் அயல்நாட்டு விமானங்களின் அடிப் பாகத்தில் கேமராக்கள் பொருத்தப்பட்டிருக்கும். கீழே தென்படும் நிலப்பகுதியையும் விளக்குகளையும் கூட அழகாகப் படமெடுத்துப் பயணிகளுக்குக் காட்டுகிறார்கள். ஆனால், நம் அரசு அதிகார வர்க்கமோ இன்றும் வானில் இருந்து படமெடுக்க ஏராளமான கெடுபிடிகளை விதித்து வருகிறது. இதனால் ஹாலிவுட்காரர்கள் இந்தியாவை விட்டுவிட்டு தாய்லாந்து, மலேசியா, ஸ்ரீ லங்கா என வேறு இடங்களுக்குப் போகிறார்கள். இதனால் நமக்குப் பெரும் இழப்பு ஏற்படுகிறது.

டிஸ்கவரி சேனல்காரர்களுக்கு நிறைய நிபந்தனைகள் விதிக்கப் பட்டன. டி.ஜி.சி.ஏ., பாதுகாப்பு அமைச்சகம், வான் போக்குவரத்துத் துறை எனப் பல அமைப்புகளிடமிருந்து அனுமதி பெற வேண்டும். ஒரு இந்திய வான் படை அதிகாரி ஹெலிகாப்டரில் உங்களுடனே வருவார். ஹெலிகாப்டரில் படமெடுக்கப் போகிறவர்களின் பெயர்கள் முன்ன தாகவே அரசாங்கத்தின் வசம் ஒப்படைக்கப்பட்டுவிட வேண்டும். அனுமதிக்கப்பட்ட எண்ணிக்கைக்குக் கூடுதலாக வேறு யாரும் போக முடியாது. ஒருவருக்குப் பதிலாக இன்னொருவரையும் அனுமதிக்க மாட்டார்கள். இது தொடர்பான அனுமதிகள் வாங்கி முடிக்க அவர்களுக்கு ஆறு மாதங்களுக்கு மேலானது. ஆறு ஏழு நாட்களுக்குள் ஷூட்டிங்கை முடித்துவிட வேண்டும். ஹெலிகாப்டர் எந்த வழித்தடங்களில், எப்போதெல்லாம் பறக்கும் என்பதை முன்கூட்டியே அதிகாரிகளிடம் காட்டி அனுமதி வாங்கிவிட்டிருந்தோம். இரண்டு புகைப்படக்காரர்கள், ஓர் இயக்குநர் அந்தக் குழுவில் இருந்தனர். கேமராக்களை ஹெலிகாப்டரின் மூக்கில் பொருத்தியாயிற்று. எல்லாம் ரெடியாகிவிட்டது. நாளை ஷூட்டிங் ஆரம்பிக்க வேண்டும். இந்த நேரத்தில் கேமராமேன் ஒருவருக்கு உடல் நிலை மோசமாகிவிட்டது. எனவே, அவருக்குப் பதிலாக வேறொருவரை வைத்துப் படம் எடுக்க வேண்டிய நிலை ஏற்பட்டது. ஆனால், நம் அதிகார வர்க்கமோ முடியவே முடியாது என்று மறுத்துவிட்டது.

டிஸ்கவரி சேனலின் ஆராய்ச்சியாளர் குழு இந்தியாவில் ஒரு மாத காலம் தங்கிக் கடுமையான ஆராய்ச்சிகள் மேற்கொண்டிருந்தார்கள். இந்த நிகழ்ச்சிக்காக லட்சக்கணக்கில் பணத்தைச் செலவழித்திருந் தார்கள். ஆனால், நம் அதிகாரிகளோ சட்டத்தைச் சுட்டிக் காட்டி அனுமதி பெற்றவருக்குப் பதிலாக வேறு ஒருவரைச் சேர்த்துக் கொள்ள முடியாது என்று சொல்லிவிட்டனர். சுமார் ஆறு மாத காலமாக டிஸ்கவரி சேனல் செய்திருந்த எல்லா முயற்சிகளும் வீணாகிப் போயின. சட்டம் என்றால் சட்டம்தான். அதை மாற்ற முடியாது என்று

நம் அதிகாரிகள் சொன்னார்கள். அந்தச் சட்டம் உண்மையில் உளவு விமானங்கள், கடத்தல் போன்றவற்றைத் தடுப்பதற்காக உருவாக்கப் பட்டதுதான். ஆனால், எங்கள் விஷயத்தில் அப்படி எந்தப் பயமும் வர வாய்ப்பே இல்லை. இந்திய வான் படை அதிகாரி கூடவே வரப் போகிறார். அனுமதி பெற்ற பகுதிகளில் மட்டும்தான் ஷூட்டிங் செய்யப் போகிறோம். முன்னே அனுமதி பெற்ற ஒருவருக்கு உடல் நிலை மோசமானது என்பதைப் புரிந்துகொண்டு வேறொருவருக்கு அனுமதி தருவதில் எந்த தேச விரோதமோ சட்ட விரோதமோ இல்லை. ஆனால், இதை யாருக்கு யார் புரியவைப்பது?

சில மாதங்கள் கழித்து ராமகிருஷ்ண ஹெக்டேயுடன் ஒரு மாநாட்டில் கலந்துகொண்டு பேச வாய்ப்புக் கிடைத்தது. அப்போது அவர் வர்த்தகத்துறை அமைச்சராக இருந்தார். டிஸ்கவரி சானலுக்கு ஏற்பட்ட கதியைச் சொல்லி அதிகாரவர்க்கம் மாற வேண்டும் என்று காட்டமாகப் பேசினேன். ராமகிருஷ்ண ஹெக்டேவும் தனக்குத் தெரிந்த ஒரு நிகழ்வைச் சொன்னார். ஒரு வெள்ளைக்காரர் இந்தியாவில் ஒரு பிரசித்தி பெற்ற கோயிலுக்குப் போயிருக்கிறார். தன் ஷூக்களை காரிலேயே கழட்டிவிட்டு வந்திருக்கிறார். ஆனால், காலணிகளைப் பராமரிக்கும் கவுண்டரில் இருந்தவரோ அந்த வெள்ளைக்காரரைத் தடுத்து நிறுத்தியிருக்கிறார். ஏன் என்று கேட்டதற்கு உங்களுடைய ஷூக்களைக் கழட்டி இங்கே கொடுங்கள் என்று சொல்லியிருக்கிறார். என் காலில்தான் ஷூ இல்லையே, காரிலேயே கழட்டிவிட்டேனே என்று வெள்ளைக்காரர் சொல்லியிருக்கிறார். அதுதான் தவறு. இந்த போர்டில் என்ன எழுதியிருக்கிறது என்று பாருங்கள் என்று சொல்லி போர்டைக் காட்டியிருக்கிறார். அதில் 'காலணிகளை கவுண்டரில் கொடுங்கள்' என்று போட்டிருந்ததாம்!

அதிகார வர்க்கம் இப்படித்தான் விதிகளைப் புரிந்து கொள்கிறார்கள். என்ன செய்ய? நாம் வேறு புதிய விதி உருவாவது வரை அவற்றைச் சகித்துக் கொண்டுதான் ஆகவேண்டும் என்றார். கூட்டம் விழுந்து விழுந்து சிரித்தது.

எங்களுக்கு பாதுகாப்பு அமைச்சகத்தில் நிறைய பேரைத் தெரிந்திருந்த தால், புதிதாக வேறு நாட்களில் அனுமதி பெற்றுக் கொண்டோம். டிஸ்கவரி சேனல்காரர்கள் அந்த நிகழ்ச்சியை அருமையாக எடுத்து முடித்தார்கள். அந்த நிகழ்ச்சித் தொடர் பல முறை மறுபடியும் மறுபடியும் ஒளிபரப்பப்பட்டது. டிஸ்கவரி சேனல்காரர்கள் எங்களுக்கு நிறைய பணம் கொடுத்தார்கள்.

இதைத் தொடர்ந்து எங்களுக்கு நேஷனல் ஜியாக்ரபிக் சேனலில் இருந்தும் நிறைய அழைப்புகள் வந்தன. 'தி டென் பயோஸ்பியர்ஸ்

ஆஃப் தி வேர்ல்ட்' என்ற நிகழ்ச்சித் தொடருக்கு எங்கள் ஹெலிகாப்டர்களைத்தான் பயன்படுத்தினார்கள். மேற்குத் தொடர்ச்சி மலையில் இருக்கும் பள்ளத்தாக்குகளை முக்கியமான பயோஸ்பியராக அவர்கள் அடையாளம் கண்டிருந்தார்கள்.

★

எனக்கு வரும் எல்லா தொலைபேசி அழைப்புகளையும் நான் பெரிதும் மதிப்பேன். புதிய அழைப்பு என்றால், புதிய மனிதருடனான அறிமுகம்... புதிய வாழ்க்கையுடனான அறிமுகம் என்று அர்த்தம். ஒருநாள் காவ்யா என்ற இளம் பெண் தொலைபேசியில் பேசினார். ஹெலிகாப்டருக்கு வாடகை எவ்வளவு என்று கேட்டார். பறக்கும் நேரத்தையும் காத்திருக்கும் நேரத்தையும் பொறுத்தது என்று சொன்னேன். சுமார் மூன்று மணி நேரப் பயணம் என்றால் ஒரு லட்சத்தில் இருந்து ஒன்றரை லட்சம் ஆகும் என்று சொன்னேன். அதைக் கேட்டதும் அவருடைய குரலில் ஒரு சோகம் கவ்வியதைப் புரிந்து கொள்ள முடிந்தது. மிகவும் தயக்கத்துடன் அரை மணி நேரத்துக்குக் கிடைக்காதா என்று கேட்டார். அரை மணி நேரத்துக்கு என்றாலும் முழு நாளையும் அதற்கென ஒதுக்கத்தான் வேண்டியிருக்கும். சரி எங்கு போக வேண்டும் என்று கேட்டேன். கூர்க் என்று சொன்னார். அப்படி யானால், கூர்குக்குப் போக வரும் செலவையும் அவரே கொடுக்க வேண்டியிருக்குமே என்றேன். அந்தப் பெண்ணுக்கு ரொம்பவும் வருத்தமாகிவிட்டது.

அந்தப் பெண்ணைப் பற்றிக் கூடுதலாகத் தெரிந்துகொள்ள வேண்டும் என்று தோன்றியது. அவர் படிக்கிறாரா? எங்காவது வேலை பார்க்கிறாரா? எதற்காக ஹெலிகாப்டர் தேவைப்படுகிறது? அந்தப் பணத்தை எப்படிக் கொடுப்பார் என்றெல்லாம் கேட்டேன். அந்தப் பெண் சொன்ன கதையைக் கேட்டதும் நெகிழ்ந்துபோய்விட்டேன். அந்தப் பெண்ணின் அப்பாவின் அறுபதாவது பிறந்த நாளுக்கு அவருக்கு ஓர் இன்ப அதிர்ச்சி தர விரும்புகிறாராம். ஹெலிகாப்டரில் அப்பாவைப் பறக்கவைக்க விரும்புகிறாராம்.

காவ்யா சிறு பெண்ணாக இருந்தபோது ஒருநாள் அவருடைய அப்பா ரொம்பவும் உற்சாகத்துடன் வீட்டுக்கு வந்தாராம். என்ன விஷயம் என்று கேட்டபோது, நான் இன்று ஹெலிகாப்டரில் வந்தேனே என்று குழந்தைபோல் குதூகலித்தாராம். என்ன விஷயம் என்றால், அவரும் முதலமைச்சர் குண்டு ராவும் நண்பர்களாம். யதேச்சையாக குஷால் நகரில் இருவரும் சந்தித்திருக்கிறார்கள். அவர் தன்னுடைய ஹெலிகாப்டரில் காவ்யாவின் அப்பாவை அழைத்து வந்திருக்கிறார்.

அதைச் சொல்லிச் சொல்லி மகிழ்ந்த காவ்யாவின் அப்பா சிறிது நேரம் கழித்து ஏக்கப் பெருமூச்சுடன் சொல்லியிருக்கிறார்: 'இது என் முதல் ஹெலிகாப்டர் பயணம் மட்டுமல்ல. கடைசியும் இதுவாகவே இருக்கும்.'

அப்பா அப்படிச் சொன்னது காவ்யாவின் மனத்தில் ஆழமாகப் பதிந் திருக்கிறது. அன்றே தன் அப்பாவை எப்படியும் மறுபடியும் ஹெலி காப்டரில் பறக்க வைக்க வேண்டும் என்று தீர்மானித்திருக்கிறார். அன்றிலிருந்து பாக்கெட் மணியில் ஆரம்பித்துத் தனக்குக் கிடைக்கும் காசு அனைத்தையும் சேமித்து வந்திருக்கிறார். இப்போது அவருடைய அப்பாவுக்கு அறுபதாவது வயது நெருங்கிவிட்டிருக்கிறது. பிறந்த நாள் பரிசாக ஹெலிகாப்டர் பயணத்தை ஏற்பாடு செய்யத்தான் என்னிடம் வந்திருக்கிறார்.

இரண்டாவது முறையாக நான் என் வாழ்க்கையில் மிகவும் நெகிழ்ந்தேன். முன்பு நிக்காஹ் விஷயத்தில் இப்படி நடந்தது. அந்தப் பெண்ணுக்கு எப்படியும் உதவ வேண்டும் என்று தீர்மானித்தேன். கூர்கில் மடிகேரி ஊரில் அவர்கள் வசித்து வந்தார்கள். மடிகேரிக்கு ஹெலிகாப்டரைக் கொண்டுபோய் அப்பாவை அசத்த வேண்டும். அங்கிருந்து அவரை பெங்களூருக்கு ஹெலிகாப்டரில் பறக்க வைக்க வேண்டும் என்பதுதான் அந்தப் பெண்ணின் ஆசை. ஒரு மணி நேரப் பயணத்துக்கு எவ்வளவு வாடகை என்பதைச் சொன்னேன். பயண நேரம் எவ்வளவு என்பதையும் சொன்னேன். ஒன்று, அவரை பெங்களூருக்குக் கொண்டுவரலாம். அல்லது வெறுமனே பத்து இருபது நிமிடங்கள் வானில் பறக்க வைக்கலாம். எது என்பதைத் தீர்மானித்துக் கொள்ளுங்கள். மொத்த வாடகையில் ஐம்பது சதவிகிதத் தள்ளுபடி தருகிறேன் என்று சொன்னேன். நான் சொன்ன தொகை அவரைப் பொறுத்தவரையில் அப்போதும் மிகவும் அதிகமாக இருந் திருக்கிறது. இருந்தும் உறுதியாகச் சொன்னார்: சரி... இன்னும் ஒரு வருடத்துக்குள் அந்தப் பணத்தை எப்படியும் சேமித்துவிடுவேன். அதன் பிறகு உங்களை வந்து பார்க்கிறேன் என்று சொன்னார். அதன் பிறகு வேறு வேலைகளில் ஈடுபடலானேன். அவரை மறந்தேவிட்டேன்.

சிறிது காலம் கழித்து திடீரென்று ஒரு பெண்ணிடமிருந்து தொலை பேசி அழைப்பு வந்தது. என்னைத் தெரிகிறதா என்று கேட்டார். முதலில், எனக்கு. யார் என்று தெரியவில்லை. 'சார்... நான்தான் காவ்யா. என் அப்பாவுக்காக ஹெலிகாப்டர் வேண்டும் என்று கேட்டிருந்தேனே' என்று நினைவுபடுத்தினார்.

நாங்கள் பேசிப் பல மாதங்கள் ஆகிவிட்டிருந்தன. காவ்யாவுக்குத் திருமணம் ஆகிவிட்டிருந்தது. அவருடைய கணவரும் மாமனாரின்

ஆசையை நிறைவேற்றித் தர முன்வந்திருந்தார். காவ்யாவிடம் சொன்னேன்: 'இதோ பார். மடிகேரிக்கு ஹெலிகாப்டரில் போய் இறங்கிக்கொள். வாருங்கள், சும்மா வெளியே போய்விட்டு வருவோம் என்று உன் அப்பாவை வாசலுக்கு அழைத்து வா. காரில் அல்லது ஆட்டோவில் எங்கோ போகக் கூப்பிடுகிறாள் என்று நினைத்து வருவார். வாசலில் இருக்கும் ஹெலிகாப்டரைப் பார்த்ததும் இன்ப அதிர்ச்சியில் மூழ்குவார். எங்களுடைய சிறிய பரிசாக உங்களை காவிரி மேலாகப் பறக்கவைக்கிறோம்' என்று சொன்னேன்.

காவ்யாவுக்கு அந்த யோசனை பிடித்திருந்தது.

காவ்யாவின் அம்மா, சகோதரியிடம் இந்தத் திட்டத்தைச் சொல்லி ரகசியமாக வைத்துக் கொள்ளச் சொன்னோம். அவர்களும் பயண ஏற்பாடுகளை அப்பாவுக்குத் தெரியாமல் செய்தனர். காவ்யாவும் அவருடைய கணவரும் எந்த முன் அறிவிப்பும் இல்லாமல் மடிகேரிக்குப் போய் நின்றார்கள். அப்பாவை வாசலுக்கு அழைத்து வந்தார்கள். வாசலில் நிற்கும் ஹெலிகாப்டரைப் பார்த்ததும் கிட்டத் தட்ட அவருக்கு ஹார்ட் அட்டாக்கே வந்துவிட்டது என்று சிரித்த படியே சொன்னார் காவ்யா. நடு வானில் கேக் வெட்டி கொண்டாடி னார்கள். காவிரி நதிக்கு மேலாகப் பறந்தார்கள். கூர்கில் இருப்பவர்களுக்கு காவிரி ஒரு புனித நதி. அதை வலம் வந்து அந்தப் பிறந்த நாளைக் கொண்டாடினார்கள். யாருமே வாழ்வில் அப்படி ஒரு பிறந்த நாளைக் கொண்டாடியிருக்க முடியாது. நாங்கள் வெறும் ஒரு ஹெலிகாப்டர் கம்பெனி நடத்தவில்லை என்ற மன நிறைவு அடைந்த தருணங்களில் அதுவும் ஒன்று.

★

ஒருமுறை அமெரிக்காவில் இருந்து ஒருவர் போன் செய்தார். பேலூரைச் சேர்ந்தவர்தான். மஞ்சுநாத் என்று பெயர் சொன்னார். தன் பெற்றோரையும், உறவினர்களையும் தன்னுடைய சொந்த கிராமத்தில் இருந்து ஹெலிகாப்டரில் ஏற்றிக் கொண்டு சிக்மகளூர் போக வேண்டும்; அங்கிருந்து திரும்பவும் கிராமத்தில் விட வேண்டும் என்று சொன்னார். பேலூருக்கு அருகில்தான் அவருடைய கிராமம் இருந்தது. பேலூரில் ஹெலிகாப்டர் இறங்க வசதி உண்டு. எனவே, குடும்பத் தினரை அந்த இடத்துக்குக் கொண்டு வாருங்கள். சிக்மகளூர் போய் விட்டு வரலாம் என்று சொன்னேன். அது முடியாது, எங்கள் கிராமத்துக்கு ஹெலிகாப்டர் வரவேண்டும் எவ்வளவு செலவானாலும் பரவாயில்லை என்றார். அவர்களுடைய வீட்டுக்கு முன்னால் நெல் வயல் இருக்கிறது. அங்கு வந்து அவர்களை ஏற்றிச் செல்ல வேண்டும்

என்று பிடிவாதமாகச் சொன்னார். விஷயம் என்னவென்றால், அவர் மிகவும் ஏழ்மையான விவசாயக் குடும்பத்தில் பிறந்தவர். பெற்றோர் மிகவும் சிரமப்பட்டு அவரைப் படிக்க வைத்திருக்கிறார்கள். பொறியியல் படிப்புப் படிக்கக் கடனுதவி கேட்டு ஊரில் அலைந்து திரிந்திருக்கிறார். ஊரில் இருந்த பண்ணையார்கள், பெரிய மனிதர்கள் எல்லாம், 'பேசாம உன் மகனை மாடு மேய்க்க அனுப்பு' என்று கேலி செய்திருக்கிறார்கள். அதைக் கேட்ட மஞ்சுநாத் அப்போதே மனத்தில் ஒரு சபதம் எடுத்திருக்கிறார். தன் பெற்றோரை அவமதித்தவர்களின் கண் முன்னால், அவர்களால் கனவிலும் நினைத்துப் பார்க்க முடியாத ஒரு செயலைச் செய்ய வேண்டும் என்று உறுதிபூண்டிருக்கிறார். பொறியியல் படிப்பில் நல்ல தேர்ச்சி பெற்று அமெரிக்கா போய் ஜெனரல் மோட்டார் நிறுவனத்தின் கணினித்துறையில் உயர் பதவிக்கு வந்துவிட்டார். தன் பெற்றோரை, கிராமத்தில் இருக்கும் அனைவரும் பார்க்கும்படியாக ஹெலிகாப்டரில் அழைத்துச் செல்ல வேண்டும் என்று சொன்னார். அந்த கிராமத்தில் இறங்குவது சிரமம்தான். ஆனால், மஞ்சுநாத்தின் லட்சியத்துக்கு முக்கியத்துவம் கொடுத்தோம். ஹெலி காப்டரை அவருடைய கிராமத்தின் வயல்வெளியில் இறக்கினோம். அவருடைய பெற்றோர் சந்தோஷத்தில் திக்குமுக்காடிப் போனார்கள். ஒட்டுமொத்த கிராமமும் வாய் பிளந்தபடிப் பார்த்தனர். பெற்றோரை ஏற்றிக்கொண்டு மஞ்சுநாத் ஹெலிகாப்டரின் கதவை மூடினார். ஹெலி காப்டர் பிளேடுகள் மெள்ளச் சுழல ஆரம்பித்தன. ஹெலிகாப்டர் மெள்ள ஜிவ்வென்று மேலெழும்பியது. அவரைத் தூற்றியவர்கள் மெள்ளக் கீழே போனார்கள். மஞ்சுநாத் தன் பெற்றோருடன் ஒவ்வொரு அங்குலமாக வானில் உயர்ந்தார். அது மிகவும் அற்புத மான, நேர்வழியிலான பழி வாங்கல்.

இது போன்ற பிற சம்பவங்களைப் போலவே இதுவும் ஊடகங்களில் வெளியானது. அதைப் பார்த்துவிட்டு ஒரு பெண் மஞ்சுநாத்தைத் திருமணம் செய்துகொள்ள ஆர்வத்துடன் முன்வந்தார். இருவரும் இப்போது அமெரிக்காவில் சந்தோஷமாக வாழ்கிறார்கள்.

★

இன்னொருநாள் புகழ் பெற்ற ஆஸ்திரேலிய கிரிக்கெட் வர்ணனை யாளரான டேவிட் ஹூக்ஸிடம் இருந்து எனக்கு அழைப்பு வந்தது. ஆஸ்திரேலிய-இந்திய கிரிக்கெட் போட்டியை வானில் இருந்து கவர் செய்ய ஹெலிகாப்டர் வேண்டும் என்று கேட்டார். எவ்வளவு வாடகை என்பதைச் சொன்னேன். சரி, நிர்வாகிகளைக் கேட்டுவிட்டுச் சொல் கிறேன் என்று போனை வைத்துவிட்டார். சில மணி நேரம் கழித்து மீண்டும் பேசினார். நான் சொன்ன தொகை மிகவும் அதிகமாக

இருப்பதாகவும், அதைக் குறைத்தால் வேறு வசதிகள் செய்து தருவதாகச் சொன்னார். அவருடன் சுனில் கவாஸ்கரும் வர்ணனை செய்யவிருந்தார். அவர் விஷயத்தை நேரடியாகச் சொன்னார். 'இதோ பாருங்கள், உங்கள் ஹெலிகாப்டரில் இருந்தபடி நாங்கள் வர்ணனை செய்யும்போது தொலைக்காட்சி கேமரா உங்கள் ஹெலிகாப்டரை ஃபோகஸ் செய்யும். நானும் 'டெக்கான் ஏவியேஷனுக்கு நன்றி' என்று சொல்வேன். இதன் மூலம் கிடைக்கும் விளம்பரத்தைக் கொஞ்சம் யோசித்துப் பாருங்கள். இதற்கு நீங்கள் காசு கொடுப்பதானால் கோடிக் கணக்கான ரூபாய் கொடுக்க வேண்டியிருக்கும். அது இப்போது உங்களுக்கு இலவசமாகக் கிடைக்கிறது. யோசித்துப் பதில் சொல்லுங்கள் என்றார். நான் யோசிக்கவே இல்லை. சட்டென்று சரியெனச் சம்மதித்தேன்.

ஆனால், குறைந்தபட்சம் மூன்றில் ஒரு பங்கு பணமாவது கொடுங்கள் என்று கேட்டேன். சரி என்று சொன்னார்கள். அப்படியாக, அந்த மேட்சின்போது சுமார் ஒரு மணி நேரத்துக்கு ஒரு முறை டெக்கான் ஏவியேஷனுக்கு உலகம் முழுவதும் விளம்பரம் எளிதில் கிடைத்தது. ஜெயந்த் ஹெலிகாப்டரை ஓட்டினார். ஹூக்ஸ், ஸ்டீவ் வாவுடன் பயணிகள் இருக்கையில் அமர்ந்துகொண்டேன். வானில் இருந்து மைதானத்தின் தோற்றம், பெங்களூருவின் அழகான காட்சிகள் என அவ்வப்போது காட்டப்பட்டன. ஒவ்வொரு முறை வானில் இருந்து காட்சிகள் காட்டும்போதும், இந்த அழகான காட்சிகள் டெக்கான் ஏவியேஷன் மூலம் உங்களுக்கு வழங்கப்படுகின்றன என்று சுனில் கவாஸ்கர் உற்சாகத்துடன் சொல்வார். கீழே இருக்கும் கேமரா எங்கள் ஹெலிகாப்டரில் இருக்கும் லோகோ மீது குவியும். அப்படியாக ஒவ்வொரு வீட்டு வரவேற்பறையையும் எங்கள் நிறுவனம் எளிதில் சென்று சேர்ந்தது.

★

சில நாள்கள் கழித்து, பிரதமர் தேவே கவுடாவின் செயல்களை இனியும் பொறுத்துக் கொள்ள முடியாது என்று காங்கிரஸ் கட்சித் தலைவர் சீதாராம் கேசரி வெளிப்படையாக அறிவித்தார். 16 எம்.பி-கள் ஆதரவு மட்டுமே கொண்ட தேவே கவுடா, காங்கிரஸின் ஆதரவில்தான் ஆட்சியில் இருந்தார். சீக்கிரமே தேர்தல் வரவிருப்பது எனக்குப் புரிந்துவிட்டது. இப்போது ஒரு ஹெலிகாப்டர்தான் இருக்கிறது. கூடவே இன்னொன்றும் இருந்தால், தேர்தல் பிரசாரப் பயணத்துக்கு உபயோகமாக இருக்கும். ஆறு மாதத்துக்கான பணத்தை ஒரு மாதத்திலேயே சம்பாதித்துவிடமுடியும்.

கௌபாயின் கை, துப்பாக்கியைத் தேடிப் போவதுபோல் என் கை மொபைல் போனைத் தேடி உடனே விரைந்தது. டக்ளஸுக்கு வாய்ஸ் மெசேஜ் கொடுத்தேன். மலேசியாவில் எங்கோ கடலில் இன்பச் சுற்றுலாவில் இருந்தார். ஐந்தே நிமிடத்தில் அவரிடமிருந்து பதில் வந்தது. இந்தியா அப்போது செல்போன் யுகத்துக்குள் நுழைந்திருக்க வில்லை. உலகின் எங்கோ ஒரு மூலையில் இருக்கும் ஒருவருடன் உடனே இவ்வளவு எளிதில் தொடர்பு கொள்ள முடிந்ததைப் பார்த்த போது அதிசயமாகத்தான் இருந்தது.

'இந்த அரசாங்கம் கவிழப்போகிறது. முந்தைய தேர்தலின்போது எங்கள் ஹெலிகாப்டர் 150 மணி நேரம் வாடகைக்கு எடுக்கப் பட்டிருந்தது. இந்தத் தடவை எனக்கு இன்னொரு ஹெலிகாப்டரும் வேண்டும்' என்று சொன்னேன்.

ஏழு இருக்கை ஹெலிகாப்டர் ஒன்று ரெடியாக இருப்பதாக டக்ளஸிடம் இருந்து ஒரு மணி நேரத்தில் பதில் வந்தது. சாம், பொறியாளர் வித்யா பாபு ஆகியோருடன் சிங்கப்பூருக்குப் புறப்படத் தீர்மானித்தேன். முதல் ஹெலிகாப்டரை வாங்க எனக்கு மூன்று ஆண்டுகள் ஆனது. இரண்டாவது ஹெலிகாப்டரை வாங்க மூன்று நிமிடம் மட்டுமே ஆனது!

எதிர்பார்த்ததுபோலவே சீதாராம் கேசரி தொலைகாட்சியில் மீண்டும் வந்தார். ஆதரவை விலக்கிக் கொள்வதாகச் சொன்னார். என்னுடைய திட்டங்களைப் பார்த்துத்தான் அவர் அந்த முடிவைச் சீக்கிரம் எடுத்திருப்பார் என்று நினைத்துக் கொண்டேன்!

டக்ளஸ் எங்களை சிங்கப்பூர் விமான நிலையத்தில் வரவேற்றார். மைக் மெக்கார்மெக் என்ற பொறியாளரை அறிமுகப்படுத்தி வைத்தார். அவர்தான் ஹெலிகாப்டரைத் தயார் செய்து, பறக்கத் தயாரான நிலையில் எங்களிடம் ஒப்படைக்கப் போகிறவர். தானே தனியாளாக ஹெலிகாப்டரைச் சுத்தம் செய்வதில் இருந்து பாகங்களைச் சோதிப்பது வரை அனைத்தையும் செய்தார். இந்தியாவில் இந்த வேலை நடக்கும் விதத்தை நினைத்துப் பார்த்தேன். ஒரு பொறியாளர் இருப்பார். அவருக்கு உதவி செய்யப் பத்து உதவியாளர்கள் இருப்பார்கள். ஹஸனில் மெக்கானிக் ஷெட்டில் வேலை பார்ப்பதுபோல் வேலை நடக்கும். தலைமை மெக்கானிக் ஒரு இடத்தில் நாற்காலியில் உட்கார்ந்தபடியே உத்தரவுகளைப் பிறப்பிப்பார். கிரீஸ் கைகளுடன் உதவியாளர்கள் விழுந்து விழுந்து எல்லாவற்றையும் செய்வார்கள். தலைமைப் பொறியாளர் கையில் ஒரு துளி அழுக்குகூடப்படாது.

இங்கோ எல்லாவற்றையும் மைக்கே செய்தார். மேற்கத்திய வேலை முறைக்கும் இந்திய வேலை முறைக்குமான வித்தியாசத்தைக் கண்கூடாகப் பார்த்தேன். இந்தியாவில் அதுபோன்ற வேலை முறையைக் கொண்டுவரவேண்டும் என்று தீர்மானித்துக் கொண்டேன்.

டக்ளஸ் இரவு விருந்துக்கு ஏற்பாடு செய்திருந்தார். இனிமையான சீனப் பெண்ணைத் திருமணம் முடித்திருந்தார். அங்கு சீனர்கள்தான் பெரும் பான்மையாக இருந்தனர். எனினும் முன்பே சொன்னதுபோல் பிரிட்டிஷ்காரர்களும் டச்சுக்காரர்களும் கணிசமான அளவில் இருந்தனர். பூர்வகுடி இந்தியர்களும் கணிசமாக இருந்தனர்.

ஹெலிகாப்டரை இந்தியாவுக்குக் கொண்டுவரவேண்டுமே. விடுமுறை யில் இருக்கும் ஏதாவது பைலட்டை வாடகைக்கு நியமித்துக் கொள்ளும்படி டக்ளஸ் ஆலோசனை சொன்னார். ஏன் நாங்களே ஓட்டக்கூடாது என்று எனக்குத் தோன்றியது. வேகமாகவும், குறைந்த செலவிலும் வந்துவிட முடியும். சாகசமாகவும் இருக்கும். சிங்கப்பூரில் இருந்து மலேசியா வழியாகத் தாய்லாந்து. தாய்லாந்தின் வடக்குப் பகுதி வழியாக மியான்மர். அங்கிருந்து அரக்கான் மலைகள் வழியாக பங்களாதேஷ். அங்கிருந்து சிட்டகாங், டாக்கா வழியாக கொல்கத்தா. அங்கிருந்து புவனேஷ்வர், விசாகப்பட்டினம், திருப்பதி வழியாக பெங்களூரு. இதுதான் எங்கள் வழித்தடம். நாங்களே ஓட்டிச் செல்ல வேண்டுமானால் பாதுகாப்பு, விமானத்துறை எனப் பல துறைகளிட மிருந்து அனுமதி பெற வேண்டும். சிங்கப்பூர் விமானத்துறையிட மிருந்து எல்லா அனுமதியும் கிடைத்துவிட்டது. ஆனால், அமெரிக்க விமானத்துறையிடமிருந்து அனுமதி கிடைக்கவில்லை. அந்த ஹெலி காப்டர் ஜப்பானிய நிறுவனம்தான் என்றாலும் அமெரிக்க ரெஜிஸ்ட் ரேஷன் கொண்டது. டிசம்பர் 22 தேதியோடு எல்லா அமெரிக்க அலுவலகங்களுக்கும் கிறிஸ்துமஸ், புத்தாண்டு கொண்டாட்டத்துக்காக விடுமுறைவிடப்பட்டுவிட்டது. புது வருடம் பிறப்பதுவரை நாங்கள் காத்திருக்க வேண்டி வந்தது.

இடையில் பல விமானிகளைச் சந்தித்தோம். ஒருவர் மியான்மர் வழி யாக முன்பொருமுறை போயிருந்தபோது அங்கிருந்த போராளிகள் சடசடவெனச் சுட ஆரம்பித்துவிட்டார்களாம். எப்படியோ தப்பித்து விட்டார். மியான்மர் வழியாகப் போவதானால், வீரமரணம் அடைய வாய்ப்பு இருக்கிறது என்று வேடிக்கையாகச் சொன்னார். சாமும் நானும் போர்களில் ஈடுபட்டவர்கள்தான். என்றாலும் அந்த சாகசத்தைச் சந்திக்க விரும்பியிருக்கவில்லை. போராளிகளின் துப்பாக்கியால் சுடமுடியாத உயரத்தில் பறப்பது என்று முடிவு செய்தோம். அவர் களுடைய மறைவிடங்கள் எங்கெங்கெல்லாம் இருக்கின்றன என்றும் தகவல்கள் சேகரித்துக் கொண்டோம்.

டக்ளஸுக்கு நல்ல செல்வாக்கு இருந்ததால் டிசம்பர் 30-லேயே எல்லா அனுமதியும் கிடைத்துவிட்டது. அடுத்த நாளே சிங்கப்பூரில் இருந்து புறப்படத் தயாரானோம். வித்யா பாபு சாதாரண விமானத்தில் இந்தியா திரும்பினார். நிறைய எரிபொருள் எடுத்துக்கொள்ள ஏதுவாக எங்கள் பயணச் சுமைகளைக் குறைத்துக் கொள்ளும்படி சாம் சொன்னான். இயற்கைக் காட்சிகளைப் படமெடுக்க ஒரே ஒரு வீடியோ கேமரா மட்டும் என்னுடன் எடுத்துக்கொண்டேன். அமெரிக்க கட்டுப்பாட்டு அலுவலகத்துக்குப் போனோம். நாங்கள் விமானத்தை ஓட்டிச் செல்ல அனுமதி கேட்டோம். சாம் இதற்கு முன்பாக அமெரிக்க விமானம் எதையும் ஓட்டியதில்லை. அமெரிக்க லைசன்ஸும் அவரிடம் இல்லை. கட்டுப்பாட்டு அதிகாரி, சில கேள்விகள் கேட்டார். உடனே அனுமதி கொடுத்துவிட்டார். அமெரிக்க அதிகார வர்க்கத்தின் கெடுபிடிகள் இல்லாத தன்மையைப் பார்த்து அசந்துவிட்டேன்.

புத்தாண்டு தினத்தில் காலையில் ஏழு மணிக்குப் புறப்படுவதாகத் திட்டமிட்டிருந்தோம். எல்லாவற்றையும் எடுத்து வைத்துத் தயாரானோம். சாம் ஏற்கெனவே ஹெலிகாப்டரை ஓட்டிப் பார்த்திருந்தான். இயக்கும்விதம், பயண நேரங்கள் என எல்லாவற்றையும் டக்ளஸ் விவரித்தார். சாம் எளிதில் சீக்கிரமே எல்லாவற்றையும் புரிந்து கொண்டுவிட்டான். ஏறி உட்கார்ந்து சாம் ஹெலிகாப்டரை முடுக்கினான். டக்ளஸ் என்னைத் தனியாக அழைத்தார். ‘கோபி... நீங்கள் குத்தகை ஒப்பந்தத்தில் கையெழுத்துப் போடவில்லையே’ என்றார்.

பத்து நாள்கள் ஒன்றாக இருந்திருக்கிறோம். டக்ளஸ் எங்களுக்காக ஏராளமான பணத்தைச் செலவிட்டிருந்தார். ஆனால், நாங்கள் இன்னும் குத்தகை ஒப்பந்தத்தில் கையெழுத்திட்டிருக்கவில்லை!

நாங்கள் ஒருவரை ஒருவர் எந்த அளவுக்கு நம்பினோம் என்பதற்கு அதுவே சாட்சி. ஆனால், முதல் ஹெலிகாப்டருக்கு வாங்கிய குத்தகைப் பணத்தைவிட இந்தமுறை மிக அதிகமாகக் கேட்டார். ‘இதோ பாருங்கள். இந்தத் தொகை மிகவும் அதிகமாக இருக்கிறது’ என்று சொன்னேன். டக்ளஸ் என்னை உற்றுப் பார்த்தார். பிறகு சொன்னார்: மொதல்ல கையெழுத்தைப் போடு.

கனத்த மௌனம் நிலவியது. ‘விவாதிப்பதற்கான நேரம் இது அல்ல’0 என்றார். அவர் சொல்வது சரிதான். ஆனால், என்னால் அவ்வளவு பணத்தைக் கொடுக்கவும் முடியாது. நான் டக்ளஸைக் கைவிடவும் விரும்பவில்லை. சாம் வேறு அந்நிய வானில் தன் முதல் சாகசப் பயணத்துக்குத் தயாராக ஆவலுடன் உட்கார்ந்து கொண்டிருந்தான். ‘இதோ பாருங்கள். இந்த விஷயத்தை நாம் ஐந்து நாட்களுக்கு

முன்பாகவே பேசியிருக்க வேண்டும். நான் உங்களை நம்பினேன். நீங்கள் என்னை நம்பினீர்கள். பிரிட்டிஷார் நியாயமாக நடப்பவர்கள். எனக்கு இந்தக் கட்டணம் அதிகமாகத் தோன்றுகிறது. எங்கள் நிறுவனம் ஆரம்ப நிலையில் இருக்கும் ஒன்று. நேற்று ஒரு ஹெலிகாப்டர் இருந்தது. இன்று இரண்டாவதை வாங்கியிருக்கிறேன். நாளை மூன்று நான்கு என்று பெருகும். ஆனால், சந்தை நிலவரத்தை விட அதிகமாக இந்த அளவுக்குப் பெரும் தொகையைக் கட்டணமாக வசூலிப்பது உங்களுக்கு நீங்களே குழி வெட்டிக் கொள்வதற்குச் சமம். எங்கள் நிறுவனம் நல்லபடியாக நடப்பதுதான் உங்களுக்கும் நல்லது. இது போன்ற அதிக குத்தகைக் கட்டணத்தினால் நிறுவனம் திவாலானால் அதற்கு நான் பொறுப்பல்ல. நீங்கள்தான். இதை மனத்தில் வைத்துக் கொள்ளுங்கள்' என்று சொன்னேன்.

எங்களுக்கு நேரம் வேறு ஆகிக் கொண்டிருந்தது. சிறிய தாமதம் ஏற்பட்டால் கூட வழியில் திட்டமிட்ட நேரங்களில் விமான நிலையங் களில் இறங்க முடியாமல் போய்விடும். சீக்கிரம் வா என்று கை அசைத்து சாம் கூப்பிட்டான்.

டக்ளஸ் புதிய ஒப்பந்தத்துடன் வந்தார். படித்துப் பார்த்தேன். முந்தைய ஒப்பந்தத்தைவிட எவ்வளவோ மேலான ஒன்றாக இருந்தது. என் சந்தோஷத்துக்கு அளவே இல்லை. கையெழுத்திட்டுக் கொடுத்தேன். டக்ளஸ் சாமுடன் போய் உட்கார்ந்தார். பாதி தூரம் டக்ளஸும் கூடவே வரவேண்டும் என்று தீர்மானித்திருந்தோம். சாமுக்கு அந்நிய வானத்தில் பறப்பதில் சிரமம் இருந்தது. அந்த நாட்டு விமானக் கட்டுப்பாட்டு நிலையத்தில் இருந்து வரும் சிக்னல்களைப் புரிந்து செயல்படுத்துவதில் சிரமம் இருந்தது. டக்ளஸுக்கு அவை நன்கு தெரியும் என்பதால் உதவினார்.

★

முதலில் குவாலாலம்பூரில் இறங்கினோம். மலேசியா இயற்கை எழில் கொஞ்சும் அழகான தேசம். ஆனால், தொழில் வளர்ச்சிக்காகக் காடுகள் அழிக்கப்பட்டிருந்தது மேலிருந்து பார்த்தபோது நன்கு தெரிந்தது. மலேசியா, இந்தோனேஷியா, பிரேஸில் போன்ற நாடுகளில் மழைக் காடுகள் ஏராளம். உலகின் நுரையீரல் என்று சொல்லப்படும் அந்த நாடுகளில் காடுகள் வெட்டப்பட்டு அழியத் தொடங்கியிருந்தன. மலேசியாவில் அந்தக் காடுகள் வெட்டப்பட்டுப் பனை, ரப்பர் தோட்டங்களாகவும் சுரங்கங்களாகவும் ஆக்கப்பட்டிருந்தன. 'ஆசியா வின் புலி' என்று அழைக்கப்படுவதற்காக மலேசியா கொடுக்க வேண்டி யிருந்த விலையைப் பார்த்தபோது இதயத்தில் ரத்தம் வழிந்தது.

குவாலாலம்பூரில் இருபது நிமிடங்கள் செலவிட்டோம். காபி அருந்தினோம். அதன் பிறகு தாய்லாந்துக்குப் புறப்பட்டோம். திட்ட மிட்டபடி 5.30க்கு புகெட்டில் இறங்கினோம். தாய்லாந்து அபாரமான தேசம். புத்தாண்டுக் கொண்டாட்டங்கள் களை கட்டியிருந்தன.

'பாவத்தின் கீழைத்தேயத் தலைநகரம்' என்று அழைக்கப்பட்டாலும் அந்த தேசத்தை யாராலும் விரும்பாமல் இருக்க முடியாது. கடற் கரைகள், மலைப்பிரதேசங்கள் என தேசம் இயற்கை எழில் நிறைந்த ஒன்று. மக்களும் மிகவும் அன்பானவர்கள்.

அமெரிக்கர்கள், ஐரோப்பியர்கள், ஆசியர்கள் என இன்பச் சுற்றுலா வுக்கு வந்தவர்களால் கடற்கரைகள் நிரம்பி வழிந்தன. லட்சங்கள், கோடிகள் எனப் பணம் கரைபுரண்டு ஓடியது. சிறிய பொதியை முதுகில் சுமந்து அலையும் ஒரு நாடோடி வெறும் ஐந்து டாலரில் இதே ஆனந்தத்தை அனுபவித்துவிட முடியும் என்பதும் உண்மைதான். இளம் தம்பதிகள், தேனிலவுக்கு வந்தவர்கள், குழந்தைகளுடனும் முதியோருடனும் வந்தவர்கள் என தேசமே சுற்றுலா மனநிலையில் திளைத்தது. தாய்லாந்தின் விசேஷமான கேளிக்கைகள் இந்திய கலாசாரத்தில் ஊறியவர்களுக்கு என்னவிதமான சந்தோஷத்தைத் தரும் என்று எனக்குத் தெரியவில்லை. பல்வேறு சிறப்பம்சங்கள் கொண்ட இந்தியா இப்படி ஒரு சுற்றுலா சொர்க்கமாக மாற என்ன செய்ய வேண்டும் என்று யோசித்துப் பார்த்தேன்.

தாய்லாந்தில் இரண்டு அறை எடுத்து மூவரும் தங்கினோம். முடிந்த அளவுக்குச் செலவைக் குறைப்பது என்று தீர்மானித்திருந்தோம். எனவே, நானும் சாமும் ஒரே அறையில் தங்கிக் கொண்டோம். மறுநாளில் இருந்து தனியாக ஹெலிகாப்டரை ஓட்ட வேண்டியிருக்கும் என்பதால் நல்ல ஓய்வு எடுக்க வேண்டும் என்று சாம் முடிவு செய் திருந்தான்.

சாம் குளிக்கப் போனபோது ஹோட்டல் ரிசப்ஷனில் இருந்து போன் வந்தது. 'எல்லாம் சவுகரியமாக இருக்கிறதா?' என்று ஓர் இனிமையான பெண் குரல் கேட்டது.

'ஆமாம்' என்றேன்.

'ஏதாவது வேண்டுமா?'

'எல்லாம் இருக்கின்றன.'

'மசாஜ் ஏதாவது செய்ய வேண்டுமா?'

'மசாஜா?'

'ஆமாம்.'

'சரி.'

'சாதா மசாஜா? சாண்ட்விச் மசாஜா?'

'சாண்ட்விச் மசாஜா... அப்படியென்றால்...'

'சாண்ட்விச் தெரியும் அல்லவா?'

'ஆமாம். மேலும் கீழும் பிரெட் துண்டுகள். நடுவில் ஜாம் அல்லது வெஜிட்டபிள் அல்லது வேறு பிடித்த பொருள்.'

'அதுபோல் நடுவில் நீங்கள். மேலும் கீழும் உங்களுக்குப் பிடித்த ஒன்று. அதுதான் சாண்ட்விச் மசாஜ்.'

எனக்கு விஷயம் புரிந்தது. சாதா மசாஜே போதும். ஆனால், இரண்டு பெண்கள் என்று சொன்னேன். சாமுக்கு ஒருவர் வேண்டுமல்லவா?

ஆனால், சாம் பரிசுத்தமான விசுவாசி. சாதா மசாஜ் கூட வேண்டாம் என்றுதான் சொல்வான் என்பது எனக்குத் தெரியும். எனினும் கொஞ்சம் விளையாடிப் பார்க்கலாமே என்று நினைத்தேன்.

அவன் குளித்துவிட்டு வந்ததும் மளமளவென்று பாத்ரூமுக்குள் புகுந்துகொண்டேன். வரும் பெண்களை அவனே வரவேற்கட்டும். என்ன செய்கிறான் பார்ப்போம் என்று பாத்ரூம் கதவை லேசாகத் திறந்து வைத்துக் குளிக்க ஆரம்பித்தேன். சிறிது நேரத்தில் காலிங் பெல் சத்தம் கேட்டது. காதைத் தீட்டிக் கொண்டேன். சாம் போய்க் கதவைத் திறந்தான். இரண்டு பெண்கள் கிலு கிலுவெனச் சிரித்தபடியே உள்ளே வந்தார்கள். உடைந்த ஆங்கிலத்தில் ஏதோ சொல்லிச் சிரித்தார்கள். மசாஜ் என்ற ஒரு வார்த்தை மட்டுமே புரிந்தது. சாமுக்கு விஷயம் விளங்கிவிட்டது. கோபத்துடன் பாத்ரூமுக்கு வந்தான்.

'மசாஜ் செய்ய ஆளை வரச் சொன்னாயா?'

'ஆமாம். மிகவும் களைப்பாக இருக்கும் அல்லவா? அதனால் வரச் சொன்னேன்.'

'யாரைக் கேட்டுச் சொன்னாய்?'

'யாரைக் கேட்கவேண்டும். எனக்குத்தான் தெரியுமே. நாம் களைப்பாக இருக்கிறோம் என்று. அதுவும்போக ஸ்விட்சர்லாந்து போய்விட்டு விஸ்கி குடிக்காமல் திரும்புவது தவறு அல்லவா?'

'சரி அப்படியானால், நீ மசாஜ் செய்துகொள். எனக்கு வேண்டாம்.' என்று சொன்னான்.

சிறிது நேரம் கழித்து மறுபடியும் வந்து கதவைத் தட்டினான்.

'என்ன?'

'நீயும் மசாஜ் செய்துகொள்ளாதே. நாளை காலையில் சீக்கிரம் எழுந்திருக்க முடியாமல் போய்விடும்.'

'இல்லை. நான் எப்படியும் எழுந்துவிடுவேன். பயப்படாதே.'

'அது இல்லை. நீ மசாஜ் செய்து கொண்டால் என்னால் தூங்க முடியாது.'

எந்தப் பதிலுக்கும் காத்திருக்காமல், விடுவிடுவென்று போய் அந்த இரண்டு பெண்களையும் வெளியே தள்ளிக் கதவைச் சாத்திவிட்டான். அன்று இரவு சாம் நிம்மதியாகத் தூங்கியிருக்கக்கூடும்.

அதிகாலையில் 5.30-க்கு விமான நிலையத்துக்குப் போனோம். அடுத்த விமானத் தளம் வரை டக்ளஸ் எங்களுடன் வந்தார். தாய்லாந்தில் 'சுரத் தானி' விமான நிலையத்தில் இறங்கினோம். டக்ளஸ் கட்டி அணைத்து விடை கொடுத்தார். நான் சாமின் துணை விமானியானேன். எங்கள் சாகசப் பயணம் ஆரம்பித்தது.

> கானகத்தின் வழியிலான என் பயணத்தில்
> இரண்டு பாதைகள் குறுக்கிட்டன
> அதிகம் பயணப்பட்டிராத ஒன்றைத் தேர்ந்தெடுத்தேன்
> அதுவே எல்லா வெற்றியையும் சாத்தியமாக்கியது
>   - ராபர்ட் ஃப்ராஸ்ட் எழுதிய கவிதை நினைவுக்கு வந்தது.

இன்னும் நான்கு நாள் பயணம் பாக்கி இருந்தது. 5,000 கி.மீ தொலைவு. சாம் முழுக் கவனத்தையும் ஹெலிகாப்டரை இயக்குவதிலேயே குவித்தான். நான் குழந்தையைப் போல் வேடிக்கை பார்த்தபடியே வந்தேன். அந்தமான் கடல் வழியாகப் பறந்து, பின் சீனக் கடலைக் கடந்து, மியான்மரை நோக்கிப் பயணித்தோம். பிரமாண்ட நீச்சல் குளம் போல் கடல், நீல நீரால் நிரம்பிக் கிடந்தது. வெண் மணல் கடலோரங்கள், பச்சைப் பசேல் என்ற மரங்களின் சரிகை. ஹெலி காப்டர் காற்றில் மிதக்கும் பலூன் போல் போய்க்கொண்டிருந்தது. அந்தக் காட்சி ஓர் அழகிய கனவு போலவே இருந்தது.

கொஞ்சம் தாழப்பறக்கும்படி சாமிடம் சொன்னேன். கடற்கரையில் சூரியக் குளியல் எடுத்தபடி நிர்வாணமாகப் பலர் படுத்திருந்தனர். ஒரு சுற்று சுற்றிவிட்டுப் போவோம் என்று சாமிடம் கேட்டேன். கொஞ்சம் கண்டித்தாலும் என் வேண்டுகோளை நிராகரிக்கவில்லை. மாலையில் மியான்மர் எல்லையில் பிட்சான்லுக்கில் தரையிறங்கினோம்.

எரிபொருள் நிரப்பிக் கொண்டு அன்றைய இரவை அங்கே கழித்தோம். மறுநாள் அதிகாலையில் மியான்மர் வானத்தை நெருங்கினோம். கலகக்காரர்களின் துப்பாக்கி குண்டுகளுக்கு எட்டாத உயரத்தில் பறந்தோம். நாங்கள் எந்த ரிஸ்கும் எடுக்க விரும்பவில்லை. மியான்மர் ராணுவ அரசு பல விமானங்களைத் திருப்பி அனுப்புவது வழக்கம். சிறு சந்தேகமோ தவறோ நிகழ்ந்தாலும் எங்களைத் திருப்பி அனுப்பிவிடுவார்கள். மியான்மர் விமானக் கட்டுப்பாட்டு அறையில் இருந்து தகவல் வந்தது. சாம் வொய்.ஏ. நம்பரைச் சொன்னான். எதிர்முனையில் ஓரிரு விநாடிகள் மௌனம் நிலவியது. மீண்டும் நம்பரைச் சொல்லச் சொன்னார்கள். சொன்ன பிறகு ஓரிரு நிமிடம் மௌனம். எங்கள் வாழ்நாளிலேயே மிக நீண்ட நேரமாக அதை உணர்ந்தோம். சாமுக்கு தகவல் வந்தது. 'தம்ஸ் அப்' சைகை காட்டினான். மியான்மரில் இறங்கினோம்.

மியான்மர் அடர்ந்த காடுகளைக் கொண்டது. சூரிய ஒளி கூட ஊடுருவ முடியாத அடர்த்தி கொண்ட காடு. நதிக்கரைகளில் நெல் வயல்கள் நிறைந்திருந்தன. ஐராவதி என்ற ஆறு மியான்மரில் ஓடுகிறது. இந்து புராணத்தில் வரும் ஐராவதத்தின் துணை யானையின் பெயர்.

அடர்ந்த காடுகளின் மேலே பறக்கும்போது சட்டென்று ஒரு பயம் மனத்தில் எழுந்தது. ஒருவேளை ஹெலிகாப்டர் பழுதடைந்து விட்டால் என்ன ஆகும். பொறியாளர் பாபுவும் எங்களுடன் இல்லை. மியான்மரோ வெளியுலகில் இருந்து முழுவதும் துண்டிக்கப்பட்ட பகுதி. நவீன வளர்ச்சிகள் எதுவுமே எட்டியிருக்கவில்லை!

மியான்மரின் பின்தங்கிய நிலைக்கு அந்த நாடுதான் காரணம். வேறு காலத்தைச் சேர்ந்த, ஏன், வேறு உலகத்தைச் சேர்ந்த ஒரு பகுதியாகவே நீடித்து வருகிறது. நவீன யுகத்தில் இருந்து 200 ஆண்டுகள் பின் தங்கி யிருக்கிறது. இந்தக் கடந்த காலப் பகுதிக்குள் விழுந்துவிட்டால் புதர்கள், சதுப்பு நிலங்கள், காட்டாறுகள், மலைகள் என எல்லாவற்றையும் கடந்து நாகரிக சமூகத்தை எட்டவே பல வருடங்கள் ஆகிவிடும் என்று தோன்றியது. என் பயத்தை சாமிடம் சொன்னேன். 'காஸ்ட் அவே' படத்தில் டாம் ஹாங்ஸ் மாட்டிக் கொண்டதுபோல் நம் நிலைமை ஆகிவிட்டால் என்ன ஆகும்? ஆனால், ப்ருக் ஷீல்டு போல அல்லது ஏதாவது ஒரு பெண் பைலட் கூட இருந்தால் இங்கேயே இருந்துவிடலாம் என்று சொன்னேன். ஆமாம். எனக்குமே அப்படி ஒரு பயணி கூடவே இருந்தால் நானும் இருந்துவிடுவேன் என்று சொன்னான். நான் பெண் விமானி என்று சொன்னேன். அவனோ பெண் பயணி என்று சொன்னான். இரண்டு பேருமே பெண் துணையைத் தேடியதைப் போலவே மற்றவரைக் கழட்டிவிடுவதிலும் குறியாக இருந்தோம். அதை நினைத்துச் சிரித்தபடியே நிஜ பயத்தை கற்பனை மூலம் கடந்தோம்.

மாலை நெருங்கியதும் எரிபொருள் நிரப்ப ஹெலிகாப்டரைத் தரை இறக்கினோம். எனக்கு உலகின் முக்கியமான இடங்கள் பற்றிய நல்ல அறிவு உண்டு. எந்த இடத்தின் மீது பறக்கிறோம் என்பதை அங்கு தெரியும் நினைவுச் சின்னங்களை வைத்துக் கண்டுபிடித்துவிடுவேன். 2500 வருடப் பழமையான ஸ்வேடகூன் மேலே செல்லும்போது அதைத் தெளிவாக அடையாளம் கண்டு சொன்னேன். ரங்கூனை நெருங்கி விட்டது தெரிந்தது. அங்கு இறங்கினோம்.

மியான்மரில் ஓரிரு நாள்கள் செலவிட விரும்பினேன். நேபாளமும் மியான்மரும் பிரிட்டிஷ் சாம்ராஜ்யத்தில் இணைந்திருந்த தேசங்கள்தான். நம்மிடையே பல்வேறு ஒற்றுமைகள் இருந்தன. இரவில் பரிமாறப்பட்ட உணவு கிட்டத்தட்ட நம்முடையதைப் போலவே இருந்தது.

தொடர்ந்து மூன்று நாள்கள் தினமும் பத்து மணி நேரப் பயணம் செய்திருந்தோம். சாமிடம் இந்தக் களைப்பு நன்கு தெரிந்தது. இன்னும் பத்து மணி நேரம் பறந்தாக வேண்டியிருந்தது. உரிய நேரத்தில் தூங்கி எழ வேண்டும் என்பதில் கறாராக இருந்தான்.

பத்து நிமிடங்கள் முன்பாகவே விமானத் தளத்துக்கு வந்திருந்தோம். ஓடிப்போய் மனைவிக்கும் சாமுக்கும் பரிசுப் பொருள்கள் வாங்கி வந்தேன். சாமுக்கு கோபம் வந்துவிட்டது. ஷாப்பிங் செய்யவெல்லாம் நமக்கு நேரம் கிடையாது என்று கடிந்து கொண்டான். நாம்தான் பத்து நிமிடங்கள் முன்பாகவே வந்துவிட்டோமே என்று சமாதானப் படுத்தினேன்.

ரங்கூனில் இருந்து புறப்பட்டோம். ஐராவதி நதி சூரிய ஒளியைப் பிரதிபலித்தபடி வெண்ணிற ரிப்பன் போல் பிரகாசித்தது. ஒரு மணி நேரப் பயணத்துக்குப் பிறகு அரக்கான் மலைகளை அடைந்தோம். ஐம்.எம்.ஏ.யில் இருந்தபோது மியான்மர் பற்றிப் படித்தது நினைவுக்கு வந்தது. அங்கு போரிட்டு இறந்தவர்களைவிட மலையிலும், காட்டிலும் சிக்கி இறந்தவர்களின் எண்ணிக்கை அதிகம். இரண்டாம் உலகப் போரில் கொஹிமா, இம்பால் நகரங்களை ஜப்பான் முற்றுகையிட்டு விட்டது. இந்தியாவுக்குள்ளும் ஊடுருவியதோடு சீன-மியான்மர் வழித் தடத்தைத் தடைசெய்துவிட்டது. அப்போதுதான் உலகிலேயே மிகப் பிரசித்தி பெற்ற விமான உதவி நடவடிக்கை மேற்கொள்ளப்பட்டது. இமயமலையின் சிரமமான பகுதிகளைக் கடந்து சீனாவுக்கு உணவுப் பொருள்கள் கொண்டு செல்லப்பட்டன. அதனால் சீனா பட்டினி கிடந்து இறப்பது தடுக்கப்பட்டது. ஏற்கெனவே பலர் உயிர் துறக்க ஆரம்பித்திருந்தனர். இந்திய ராணுவத்தின் 14-வது பிரிவின் தலைவராக இருந்த வில்லியம் ஸ்லிம் ஜப்பான் படைகளை விரட்டியடித்தார். இம்பால், கொஹிமாவை விடுவித்தார். மியான்மரைக் கைப்பற்றினார்.

சாமிடம் சொன்னேன்: உள்ளூர் மக்களைத் தவிர கடந்த அறுபது ஆண்டுகளில் யாருமே கால் பதித்திருக்காத மலைகள் என்று சொன்னேன். ஒருவித பயமும் கிளர்ச்சியும் பொங்க, 'ஆம்' என்று சொன்னான்.

மியான்மரின் சிட்டவீ விமானத் தளத்தில் எங்களுடைய பயணத்தின் கடைசி இரவைக் கழித்தோம். நீண்ட நாள்களுக்குப் பிறகு இந்திய பாணியில் சமைக்கப்பட்ட உணவைச் சாப்பிட ஆசை அதிகரித்து விட்டிருந்தது. அங்கு இருந்த ஒரு தோட்டக்காரருக்கு நம் உணவு நன்கு தெரிந்திருந்தது. பருப்பு, அரிசி, குழம்பு என்று சமைத்துக் கொடுத்தார். ரம் அருந்திவிட்டு அந்த உணவை உண்பது மிகவும் அருமையாக இருக்கும். சாம் அடுத்த நாளும் பிரயாணம் செய்ய வேண்டியிருந்ததால் ரம் அருந்தவில்லை. தூரத்தில் வங்காள விரிகுடாவில் இருந்து வீசும் உப்புக் காற்றின் சுவையை உணர முடிந்தது.

★

மறுநாள் பங்களாதேஷுக்குப் போய்ச் சேர்ந்தோம். சிட்டகாங்கில் எரிபொருள் நிரப்பிக் கொண்டோம். பங்களாதேஷ் விடுதலையின் போது நானும் சாமும் அங்கு போர் புரிய வந்திருந்திருக்கிறோம். சிட்டகாங்கில் இருந்த இந்தியப் படையில் சாம் இருந்தார். நான் தினஜ்பூர் மற்றும் ரங்பூரில் இருந்தேன். பழைய நினைவுகளில் இருவரும் மூழ்கினோம். அங்கிருந்தவர்கள் மிகவும் நட்புடன் கவனித்துக் கொண்டார்கள். இதுவரையில் பங்களாதேஷில் எல்லா இமிக்ரேஷன் நடவடிக்கைகளும் சுமுகமாக முடிந்தன. ஆனால், டாக்காவில் நிலைமை வேறாக இருந்தது. அங்கு நாங்கள் இறங்கியதும் ராணுவ உடை அணிந்த வீரர்கள் எங்கள் ஹெலிகாப்டரைச் சுற்றி வளைத்தனர். ஏதோ கடத்தல் விமானத்தைப் பிடிக்க வருவதுபோல் ஒரு ஜீப் சைரனை பெருங்குரலில் அலறவிட்டபடியே எங்களை நோக்கி விரைந்து வந்தது. அதிகாரிகள் எங்களைத் தனியறைக்குக் கொண்டு போய் விசாரித்தனர். என்னைக் கேள்வி கேட்டவரை உற்றுப் பார்த்தேன். நீங்கள் பங்களாதேஷ் ராணுவத்தைச் சேர்ந்தவர்களா என்று கேட்டேன். ஆமாம் என்று சொன்னார். இதோ பாருங்கள், என் பெயர் கேப்டன் கோபிநாத். நான் இந்திய ராணுவத்தில் பணிபுரிந்திருக்கிறேன். இவர் பெயர் கேப்டன் சாம். நாங்கள் இருவரும் பங்களாதேஷ் விடுதலைப் போரின்போது இந்திய சார்பில் பாகிஸ்தானை எதிர்த்துப் போரிட்டிருக்கிறோம். இந்த நாடு குறித்து எங்களுக்கு இனிமையான பல நல்ல நினைவுகள் இருக்கின்றன. இப்போது என்ன குழப்பம். ஏன் எங்களைத் தீவிரவாதிகள் போல் நடத்துகிறீர்கள் என்று கேட்டேன்.

நான் சொன்னதைக் கேட்டதும் அந்த ராணுவ வீரர் நெகிழ்ந்துபோனார். உடனே எங்களுக்கு சல்யூட் வைத்தார். நடந்த தவறுக்கு வருத்தம்

தெரிவித்தார். உணவு விடுதிக்கு அழைத்துச் சென்று தேநீர் வாங்கிக் கொடுத்தார். நட்பார்ந்த முறையில் எங்களை வழியனுப்பினார்.

டாக்காவில் நாங்கள் இன்னொரு விஷயத்தைப் பார்த்தோம். விமான நிலையப் பணியாளர்கள் வரவேற்பறையில் அமர்ந்து டி.வி.பார்த்த படியும் பேப்பர் படித்தபடியும் இருந்தனர். விஷயம் என்னவென்றால், அந்த வழித்தடத்தில் பயணிகளைவிடப் பணியாளர்கள் அதிகம்! வெளியே வெய்யில் சுட்டெரிக்கும். எனவே, எல்லாரும் குளிரூட்டப் பட்ட அறைகளில் உட்கார்ந்து ஓய்வெடுத்துக் கொண்டிருந்தார்கள்.

பங்களாதேஷ் வளமான நாடு. மக்களும் திறமைசாலிகள்தான். கலை, கைவினை போன்றவற்றில் தேர்ந்தவர்கள். புகழ் வாய்ந்த பாடகர்கள், கவிஞர்கள், எழுத்தாளர்கள் இருக்கிறார்கள். பார்ப்பதற்குத் தென்னிந் தியர்களையும் கிழக்கு இந்தியர்களையும் போல்தான் இருப்பார்கள். அங்கு நிலவி வரும் அரசியல் சூழல் நாட்டின் வளர்ச்சிக்குப் பெரும் முட்டுக்கட்டையாக இருந்து வருகிறது. அந்த தேசத்தின் உருவாக்கத் தில் பங்காற்றியவர்கள் என்ற வகையில் பங்களாதேஷின் இன்றைய நிலை எங்களுக்கு வருத்தத்தையே தந்தது.

உண்மையில் எங்கள் பயணம் ஒரு விசித்திர உணர்வைத் தந்தது. சிங்கப்பூர், மலேசியா, தாய்லாந்து என செல்வச் செழிப்பில் இருக்கும் நாடுகளில் ஆரம்பித்து சர்வாதிகாரத்தனத்தாலும் அரசாங்கக் கெடுபிடி களாலும் வீழ்ச்சி அடைந்துவரும் நாடுகளை நோக்கிய பயணமாக இருந்தது.

டாக்காவில் இருந்து இந்தியாவுக்குப் புறப்பட்டபோது பெரும் உற்சாக மாக இருந்தது. மனத்துக்குள் ஒரு நிம்மதியும் பிறந்தது. இப்போது ஹெலிகாப்டரில் எந்தப் பிரச்னை என்றாலும் ஒரு போன் கால் செய்தால் போதும், தீர்த்துவிட முடியும்.

கொல்கத்தாவில் இருந்து அன்று மாலைக்குள் புவனேஷ்வருக்குப் போய் விடலாம் என்று நினைத்தோம். ஆனால், கொல்கத்தாவில் அனுமதி கிடைக்கத் தாமதமானது. எல்லா நாடுகளிலும் விமான நிலையத்தில் ஹெலிகாப்டர்கள் வந்து போகத் தனி இடம் ஒதுக்கப்பட்டிருந்தது. ஆனால், இந்தியாவில் விமானங்களுக்கும் ஹெலிகாப்டருக்கும் ஒரே ஓடுதளம்தான். ஒரு விமானம் வரவிருந்தால் ஹெலிகாப்டர் நிறுத்தி வைக்கப்படும். ஒரு ஹெலிகாப்டர் வருவதாக இருந்தால் விமானம் நிறுத்திவைக்கப்படும். இது தேவையே இல்லை. ஆனால், நம் நாட்டில் அதுதான் நடைமுறை. ஹெலிகாப்டர்களில் இரவில் பறக்கமுடியாது. எனவே, உரிய நேரத்துக்குள் அனுமதி கிடைத்தால்தான் சரியாகப் போய் வர முடியும். எங்களுக்கு அனுமதி கிடைக்கத் தாமதமாகிவிட்டது.

புவனேஷ்வருக்கு போய்ச் சேர முடியுமா என்று சாமும் நானும் கணக்கிட்டுப் பார்த்தோம். முடியாது என்று தோன்றியது. எனவே, கொல்கத்தாவிலேயே தங்கிவிட்டோம்.

மறுநாள் காலையில் புறப்பட்டோம். ஹூக்ளி நதி, கங்கைச் சமவெளி மேலாக புவனேஷ்வரை நோக்கிப் பயணம் தொடர்ந்தது. அந்த நகரை எளிதில் அடையாளம் கண்டுபிடித்துவிட முடியும். அங்கிருக்கும் லிங்கராஜ் கோயில்களை மேலிருந்து பார்க்க அற்புதமாக இருக்கும். நான் கோயில்களையோ அருவிகளையோ பார்க்கும்போதெல்லாம் சாமைக் கூப்பிட்டு, 'பார்... என்ன அருமையான காட்சி' என்று குழந்தை போல் குதூகலிப்பேன். 'வேடிக்கை பார்த்தது போதும் வரைபடத்தைக் கொஞ்சம் பார்' என்று கடிந்துகொள்வான். புவனேஷ்வரில் எரிபொருள் நிரப்பிக்கொண்டு புறப்பட்டோம். திருப்பதிக்கு மேலாகப் பறந்த போது அந்த ஏழு மலைகளை மேலிருந்தபடியே வலம் வருவோம் என்று சாமிடம் சொன்னேன். மேலிருந்தபடியே கிரிவலம் வந்துவிட்டு பெங்களூரை நோக்கிப் பறந்தோம். பெங்களூருவில் என் மனைவி, சாமின் மனைவி மாயா, ஜெயந்த், பொன்னு, வித்யா பாபு அனைவரும் மலர்கொத்துகளுடன் காத்துக்கொண்டிருந்தார்கள். அவர்களைப் பார்த்தபோது ஏற்பட்ட சந்தோஷம் ஐந்து நாள் களைப்பை ஒரேயடியாகப் போக்கிவிட்டது.

9

> ஒன்றை உருவாக்கும்போது, அது என்றுமே இருக்க வேண்டும் என்பதுபோல் உருவாக்குங்கள்.
> – ஜான் ரஸ்கின்

தேர்தல், மத பிரசாரம், ஹெலிகாப்டர்கள்

பொதுத்தேர்தல்கள் அறிவிக்கப்பட்டன. இந்தியத் தேர்தல் என்றாலே ஏக களேபரமாகத்தான் இருக்கும். உலகிலேயே அதிக எண்ணிக்கையிலான வேட்பாளர்கள், வாக்காளர்கள், தேர்தல் பணியாளர்கள் என மாபெரும் திருவிழாவாக அது நடக்கும். கோடிக் கணக்கில் பணம் புரளும்.

வாழ்க்கை என்பது முட்டாள் சொன்ன பெருங்கதையைப்போல் ஏகப்பட்ட சத்தமும் சச்சரவுமாக நிறைந்தது. ஆனால், எந்த அர்த்தமும் இல்லாதது என்று ஷேக்ஸ்பியர் சொன்னது நினைவுக்கு வந்தது.

ஹெலிகாப்டர்கள் அந்தத் திருவிழாவுக்கு மேலும் ஒரு மகுடத்தைச் சூட்டும். அரசியல்வாதிகள் நாட்டின் பல்வேறு பகுதிகளுக்கு எளிதில் போய்வர மிகவும் உபயோகமாக இருக்கும்.

ஹெலிகாப்டர் நிறுவனம் அந்த வேகத்துக்கு ஈடுகொடுக்க வேண்டி யிருக்கும். புதிய இடங்களில் இறங்க வேண்டியிருக்கும். பாதுகாப்பு ஏற்பாடுகளைப் பலப்படுத்த வேண்டியிருக்கும். பொறியியல் மற்றும் பிற வசதிகளை எல்லா இடங்களிலும் கிடைக்க வழி செய்ய வேண்டியிருக்கும்.

நம் விமானிகளிடம் இரிடியம் சாட்டலைட் போன்கள் இருக்கின்றன. எனவே, இந்தியாவின் எந்த மூலையில் இருக்கும் விமானத் தளத்துடனும் எப்போது வேண்டுமானாலும் எளிதில் தொடர்பு கொள்ள முடியும். நவீன செல்போன் வசதிகள் அதிகரித்ததால் இந்தவகை போன்களின் பயன்பாடு இப்போது குறைந்துவிட்டது. அமெரிக்காவில் மட்டுமே அவை பயன்படுத்தப்படுகின்றன.

அரசியல்வாதிகளிடம் எப்படிப் பணம் வசூலித்தேன் என்று பலரும் ஆச்சரியத்துடன் என்னிடம் கேட்பார்கள். பொதுவாகப் பின்னாளில் கிடைக்கவிருக்கும் லைசன்ஸ்கள், ஒப்பந்தங்கள், சலுகைகள் ஆகியவற்றுக்காக அரசியல்வாதிகளுக்குச் செய்யும் கைமாறாகவே இதைச் செய்ய வேண்டியிருக்கும். பெரிய நிறுவனங்கள் தங்கள் ஹெலிகாப்டர்களை அரசியல்வாதிகளுக்குக் குறைந்த கட்டணத்தில் அல்லது இலவசமாகக் கொடுப்பார்கள். சில நேரங்களில் வெறும் நட்பின் அடிப்படையில் கூட உதவுவார்கள்.

எங்கள் விஷயத்திலோ இது வேறுவிதமாக இருந்தது. எங்கள் வருமானமே இந்தப் பயணத்தை நம்பித்தான் இருந்தது. சரியான நேரத்தில் கொண்டு சேர்த்துவிடுவோம்... நம்பகமான நிறுவனம் என்று எங்களுக்கு நல்ல பெயர் இருந்தது. இலவசப் பயணம் சாத்தியமில்லை என்பதும் அரசியல்வாதிகளுக்குத் தெரிந்திருந்தது. அதோடு முதலில் ஒருவர் ஹெலிகாப்டர் புக் செய்துவிட்டால் அதை மாற்றி இன்னொருவருக்கு, அவர் பிரதமராகவே இருந்தாலும், தரமாட்டோம் என்பதும் அவர்களுக்குத் தெரிந்திருந்தது. எனவே, எல்லாரும் முன்கூட்டியே பணம் கொடுத்து ஹெலிகாப்டர் சேவையைப் பதிவுசெய்து கொண்டார்கள்.

தேர்தல் காலத்தில் வாடகைக் கட்டணத்தை அதிகரித்துவிட்டோம். தேவை அதிகமாக இருந்ததால் கேட்கும் தொகையை அவர்களும் கொடுத்துவிட்டார்கள். முன்கூட்டியே பணம் கொடுத்துவிடுவதால், எந்தச் சிறு தவறு நடந்தாலும் தாங்கிக் கொள்ளமாட்டார்கள். எனவே, நாங்களும் இரவு பகல் பார்க்காமல் விழுந்து விழுந்து வேலை செய்வோம். என்னதான் கஷ்டப்பட்டாலும் சிறு பிரச்னைகள் வரத்தானே செய்யும்.

ஒருமுறை உத்தரபிரதேசத்தின் முன்னாள் எம்.பி.யுடன் சிறு சிக்கல் ஏற்பட்டது. அவர் பல இடங்களில் உரையாற்ற வேண்டியிருந்ததால் சீக்கிரம் போய்வர ஹெலிகாப்டர் கேட்டிருந்தார். முன் பணம் கேட்டபோது ஓரிரு இடங்களில் பேசி முடித்ததும் தருவதாகச் சொன்னார். பைலட்டும் அதன்படியே இரண்டு கூட்டங்களில் பேசி முடித்ததும் காசு கேட்டிருக்கிறார். அவர் பிறகு தருகிறேன் என்று

சொல்லியிருக்கிறார். பணம் வந்தால்தான் ஹெலிகாப்டரை எடுப்பேன் என்று பைலட் சொல்லியிருக்கிறார். சிறிது நேரம் இருவருக்கும் விவாதம் நடந்திருக்கிறது. சட்டென்று அந்த எம்.பி., துப்பாக்கியை எடுத்து பைலட்டின் காதுக்குப் பக்கத்தில் வைத்து, இப்போது ஹெலிகாப்டரை எடுக்கிறாயா... நான் சுடட்டுமா என்று மிரட்டியிருக்கிறார். பைலட்டும் பயந்துபோய் ஹெலிகாப்டரைக் கிளப்பிவிட்டார். வானில் பறந்து கொண்டிருக்கும்போது, இரிடியம் போனில் கட்டுப்பாட்டு அறையில் இருக்கும் எங்களுடன் தொடர்பு கொண்டு விஷயத்தைச் சொன்னார். அந்த எம்.பி. பற்றிச் சிலரிடம் விசாரித்துப் பார்த்தேன். அவர் ஒரு கிரிமினல் என்றும் பல வழக்குகள் அவர் மீது இருக்கின்றன என்றும் தெரியவந்தது. எதுவும் பேசாமல், அவரை அடுத்த ஊரில் இறக்கிவிட்டுப் புறப்பட்டுவந்துவிடு என்று சொன்னேன். அதன்படியே உயிர் தப்பித்தால் போதும் என்று வந்துவிட்டார். அந்த எம்.பி. பின்னர் உச்ச நீதிமன்றத்தால் குற்றம் சாட்டப்பட்டுச் சிறைக்குச் சென்றார்.

ஷரத் யாதவை ஒருமுறை முன்பு பீகாரிலும் இப்போது ஜார்கண்டிலும் இருக்கும் ஓர் இடத்துக்கு தேர்தல் பிரசாரத்துக்கு அழைத்துச் சென்றிருந்தோம். சில விஷமிகள் ஹெலிகாப்டர் தரை இறங்கியதும் கல்லெடுத்து எறிய ஆரம்பித்துவிட்டனர். ஷரத் யாதவுக்கும் பைலட்டுக்கும் அடிபட்டுவிட்டது. நல்லவேளையாக ஹெலிகாப்டர் பிளேடுகள் சுற்றி முடித்திருக்கவில்லை. உடனேயே பைலட் ஹெலிகாப்டரைக் கிளப்பி அந்த இடத்தில் இருந்து தப்பிவிட்டார். ஒருமுறை வெங்கய்யா நாயுடுவை ஏற்றிச் சென்றபோது ஜார்கண்டில் ஒரு சம்பவம் நடந்தது. ஹெலிகாப்டர் நின்றதும் யாரோ ஒருவர் பெட்ரோல் குண்டைத் தூக்கி ஹெலிகாப்டருக்குள் வீசிவிட்டார். சட்டென்று வெங்கய்யா நாயுடுவும், பைலட்டும், எஞ்சினியரும் வெளியே குதித்துவிட்டனர். அவர்கள் வெளியே குதித்த மறு விநாடியே குண்டு வெடித்து ஹெலிகாப்டர் தீயில் கருகிவிட்டது. அவர்கள் மூவரும் மோட்டார் பைக்கில் ஏறி உயிர் தப்பினார்கள். லாலு பிரசாத் யாதவின் உதவியை நாடினோம். இன்ஷூரன்ஸ் காப்பீட்டுக்கான தகவல்கள் சேகரிக்க பைலட்டும், பொறியாளரும் விபத்து நடந்த இடத்துக்குப் போனபோது ரிசர்வ் படையை அனுப்பி உதவினார். உள்ளூர் காவலர்களால் எந்த உதவியும் செய்ய முடிந்திருக்கவில்லை.

இப்படிப் பல அதிரடியான சம்பவங்கள் நடந்தன. டெக்கான் விரைவி லேயே அரசியல்வாதிகளின் விருப்பத்துக்கு உரிய ஹெலிகாப்டர் நிறுவனமாக ஆனது. நிறைய பணம் கிடைத்தது. கூடவே இந்தியாவின் வண்ணமயமான ஜனநாயகச் செயல்பாட்டில் பங்கெடுக்கும் வாய்ப்பும் கிடைத்தது.

பெரும்பாலான அரசியல்வாதிகள் ஹெலிகாப்டர் பயணத்தின்போது மிகவும் அசௌகரியமாகவே உணர்வார்கள். பயமோ, தேர்தல் நெருக்கடியோ... என்ன காரணத்தினாலோ எதுவும் பேசாமலேயே வருவார்கள். இன்னும் சிலரோ அவர்களுக்குத்தான் எல்லாம் தெரியும் என்பது போல, பின்னால் இருந்து உத்தரவுகளைப் பிறப்பித்துக்கொண்டே இருப்பார்கள். ஒருமுறை அப்படித்தான் சிவசேனையின் தலைவர் சாகன் புஜ்பல் ஒரு பைலட்டை மிகவும் படுத்தி எடுத்திருக்கிறார். ஒரு கூட்டத்துக்காக சீக்கிரமாகப் போயாக வேண்டியிருந்திருக்கிறது. நேரம் வேறு இருட்டத் தொடங்கிவிட்டது. ஜெயந்த்தான் பைலட்டாக இருந்தார். புஜ்பல் பின்னால் இருந்துகொண்டு, அதோ மேகம்... இதோ மலை உச்சி... இந்தப் பக்கம் திருப்பு... அப்படிப் போகாதே என்று தொந்தரவு கொடுத்தபடியே வந்திருக்கிறார். ஜெயந்தும் முடிந்தவரை பொறுமையாக இருந்து பார்த்திருக்கிறார். ஒரு கட்டத்தைத் தாண்டியதும், நீங்கள் வேண்டுமானால் வந்து ஹெலிகாப்டரை ஓட்டுங்கள். நான் பின்னால் உட்கார்ந்து கொள்கிறேன் என்று சொல்லிவிட்டார். அதன் பிறகு புஜ்பல் ஒரு வார்த்தை கூடப் பேசவில்லை.

பைலட்களும் பிறரைப்போல் மனிதர்கள்தானே. அவர்களுக்கும் தங்கள் தீர்மானங்கள், செயல்பாடுகள் மீது நம்பிக்கையும் மரியாதையும் இருக்கும். சீக்கிரமாகப் போ என்று அதிகப்படியான நெருக்குதலைக் கொடுத்தால் அவர்களும் தவறு செய்துவிட வாய்ப்பு இருக்கிறது. அது பெரும் விபத்தில் முடிந்துவிடும். அப்படி ஒரு துயரச் சம்பவம் நடக்கவும் செய்தது.

★

1990-களில் பல கிறிஸ்தவ மத பிரசார குழுக்கள் ஹெலிகாப்டரின் சேவையை வெகுவாகப் பயன்படுத்தின. ஒரிஸ்ஸா, ஆந்திரா, மேற்கு வங்காளம் போன்ற மாநிலங்களின் உள் ஒடுங்கிய பகுதிகளுக்கு மத பிரச்சாரம் செய்ய ஹெலிகாப்டரில் போய் இறங்குவார்கள். ஒரு வாரம் பத்து நாள்கள் அங்கு முகாம் நடத்துவார்கள். பைலட்டுகளும் ஏதாவது ஆதிவாசியின் குடிசையில் தங்கிக்கொள்ள வேண்டியதுதான். இந்து சமய வழிபாட்டின் ஓர் அங்கமான இயற்கை வழிபாட்டில் ஈடுபட்டு வந்த ஆதிவாசிகளை கிறிஸ்தவத்துக்கு மாற்றுவதுதான் பிரசாரகர்களின் ஒரே நோக்கம். கடந்த சில வருடங்களாக அந்தப் பகுதிகளில் நடக்கும் கலவரங்கள் எல்லாமே அந்த மதமாற்றத்தின் பின்விளைவுகள்தான். இதுபோன்ற கலவரங்கள் எந்தப் பலனையும் தராது. ஒரு பகுதி மக்களை சமூகத்தின் அடித்தட்டில், முன்னேற வழியில்லாமல் அடக்கிவைத்தால் பிரச்னை இப்படித்தான் பெரிதாகும். கல்வி, மருத்துவம் என எல்லா அடிப்படை வசதிகளும் செய்துகொடுத்து

வேலை வாய்ப்புகளைப் பெருக்க வேண்டும். ஜனநாயக நாட்டில் தங்களுடைய குரலை உரத்து எழுப்ப அவர்களுக்கு வாய்ப்பை ஏற்படுத்திக் கொடுக்க வேண்டும். நேரடியாக மதமாற்றத்தை எதிர்ப் பதைவிட அடிமட்டத்தில் இறங்கிக் களப்பணிகள் செய்ய வேண்டும்.

ஆந்திரா, ஒரிஸாவுக்குப் போக ஒரு சில மத பிரசார இயக்கங்கள் எங்கள் ஹெலிகாப்டரை தொடர்ந்து வாடகைக்கு எடுப்பதுண்டு. ஒருமுறை மூன்று ஹெலிகாப்டர்களை ஒரு அமைப்பு வாடகைக்கு எடுத்திருந்தது. பதினைந்து நாட்களுக்கு அவர்களுடைய கூட்டங்கள் நடக்கவிருந்தது. ஒரு கூட்டத்துக்கு ஜி.எம்.சி.பாலயோகியை சிறப்பு விருந்தினராக அழைத்திருந்தனர். கூட்டத்தில் பங்கெடுப்பதன் மூலம் அந்தப் பகுதி மக்களிடையே செல்வாக்கை வளர்க்க முடியும் என்று நினைத்தார். ஆனால், அடுத்த நாள் அவருக்கு டில்லிக்குப் போகவேண்டியிருந்தது. எனவே, அந்தக் கூட்டத்தை முடித்துவிட்டு இரவோடு இரவாக ரயில் பிடித்து வந்து டில்லிக்குப் போகும் விமானத்தைப் பிடிக்கவேண்டி யிருக்கும். அது சிரமம் என்பதால் அந்த அழைப்பை மறுத்தார். ஆனால், மத பிரசார அமைப்பினர் அவருடைய நிலையைப் புரிந்துகொண்டு தங்களிடம் இருக்கும் ஹெலிகாப்டரில் வந்து போய்விடலாம் என்று சொல்லி சம்மதிக்கவைத்தனர். கூட்டம் முடிந்ததும் மறுநாள் காலை யில் பால யோகியை ஹைதராபாத்துக்குக் கொண்டு செல்லும்படி கேப்டன் மேனனிடம் கேட்டுக் கொண்டனர்.

நான் அப்போது ஹாங்காங்கில் வர்த்தகக் கூட்டத்தில் பங்கெடுத்திருத் திருந்தேன். கூட்டத்தின் நடுவில் ஒரு தொலைபேசி அழைப்பு வந்தது. என்னிடம் உடனே பேசியாக வேண்டும் என்று இந்தியாவில் இருந்து யாரோ அழைப்பதாகச் சொன்னார்கள். எடுத்துப் பேசினேன். பால யோகியும் மேனனும் போன ஹெலிகாப்டர் விபத்தில் சிக்கிவிட்டது. இருவரும் இறந்துவிட்டார்கள் என்று சொன்னார்கள். நான் அதிர்ச்சி யில் உறைந்துவிட்டேன். உடனே கூட்டத்தைப் பாதியில் நிறுத்திவிட்டு இந்தியா திரும்பினேன்.

நடந்ததை என்னால் உண்மையில் நம்ப முடியவில்லை என்றுதான் சொல்லவேண்டும். ஏனென்றால், மேனன் இதைவிடக் கடுமையான பனிப் புயல்களும் மோசமான சூழ்நிலைகளும் நிலவிய நேரங்களில் கூட அருமையாக ஓட்டியிருக்கிறார். உலகிலேயே மிக உயரமான பிரதேசமான சியாச்சின் பனி மலைகளுக்கு மேலே அதுவும் போர்க் காலத்தில் எதிரிகளின் தோட்டாக்களுக்கும் குண்டுகளுக்கும் ஈடு கொடுத்து ஓட்டியிருக்கிறார். எந்தவொரு நெருக்கடியையும் எளிதில் சமாளிக்கும் திறமை கொண்டவர். வானூர்திகளை ஓட்டியதில் சுமார் 20 வருட அனுபவம் கொண்டவர்.

அன்று அதிகாலையில் பனி மூட்டமாகவே இருந்திருக்கிறது. மேனன் நிச்சயம் அதை எடுத்துச் சொல்லியிருப்பார். ஆனால், மத பிரசாரகர்களும் எம்.பியும் பிடிவாதமாகப் போயே ஆகவேண்டும் என்று சொல்லியிருக்கக்கூடும். கேப்டன் மேனன் முடியாது என்று ஒரேயடியாக மறுத்திருக்க வேண்டும். ஆனால், அப்படிச் செய்யவில்லை. அது மிகப் பெரிய தவறாகிவிட்டது. அதிகாலையில் புறப்பட்டுப் போயிருக்கிறார்கள். பெரும்பாலான ஹெலிகாப்டர்களில் ஆட்டோ பைலட் சிஸ்டம் கிடையாது. பனி மூட்டமாக இருந்தால் விமானிக்கு ஓட்டுவதில் சிரமம் ஏற்பட்டுவிடும். தெளிவாகத் தெரிய வேண்டும் என்பதற்காக மேப்பைப் பார்த்துத் தாழ்வாகப் பறக்க மேனன் முயன்றிருப்பார். வயல் வெளியில் அவசரகாலத் தரை இறக்கலுக்கு முயற்சி செய்திருப்பார். இது கொஞ்சம் சிரமமானதுதான். ஆனால், உயிர் சேதம் ஏற்பட வழி இல்லை. நெருக்கடி நேரத்தில் அதைத் தவிர வேறு எதுவும் செய்யவும் முடியாது. எனவே, தன் மேப்பில் வயல் வெளி இருக்கும் இடமாகப் பார்த்துத் தரையிறங்கியிருக்கிறார். ஆனால், துரதிஷ்டவசமாக, அந்த வயல்வெளிகள் எல்லாம் இறால் பண்ணையாக மாற்றப்பட்டுவிட்டிருந்தன. அது வரைபடத்தில் குறிக்கப்பட்டிருக்கவில்லை. பனி அதிகமாக இருந்ததால் கீழே இருப்பது எதுவும் சரியாகப் புலப்பட்டிருக்காது. எனவே, தரையை எட்டிவிட்டதாக நினைத்தபோது அது நீர்ப்பரப்பு என்பது தெரிந்ததும் உடனே ஹெலிகாப்டரை மேலே எழுப்ப முயன்றிருக்கிறார். அந்த முயற்சியில் பக்கத்தில் இருந்த தென்னை மரத்தின் மீதுபோய் மோதியிருக்கிறது. சம்பவ இடத்திலேயே மேனனும், பால யோகியும், உடன் இருந்த ஒரு பொறியாளரும் இறந்துவிட்டார்கள். கேப்டன் மேனன் நிச்சயமாக தன் தீர்மானத்தில் உறுதியாக இருந்திருக்க வேண்டும். ஹெலிகாப்டர், விமானம் போன்றவையெல்லாம் ஒருவகையில் மிகவும் நுட்பமாகக் கையாளப்பட வேண்டியவை. சிறிய குளறுபடி கூட பெரும் விபத்தைக் கொண்டுவந்துவிடும்.

விபத்து நடந்த இடத்துக்குப் போனோம். கேப்டன் மேனனின் எஞ்சிய உடலை எடுத்து வந்தோம். அவருடைய சொந்த ஊரில் அடக்கம் செய்தோம். மனைவிக்கு எங்கள் நிறுவனத்தில் வேலை கொடுத்தோம். ஆயுள் காப்பீட்டுத்தொகை, நஷ்ட ஈடு கொடுத்தோம். இரண்டு குழந்தைகளில் ஒருவரை அமெரிக்காவுக்கு எங்கள் நிறுவனத்தின் செலவில் பயிற்சிக்கு அனுப்பினோம்.

★

பொதுவாக யாராவது ஹெலிகாப்டர் கேட்டு போன் செய்தால் வாடகை என்ன, ஹெலிகாப்டர் அவர்கள் கேட்கும் தேதியில்

கிடைக்குமா என்பதையெல்லாம் சொல்வேன். அவர்களுக்கு விலை கட்டுப்படியாகவில்லையென்றால் உரையாடலை முடித்துக்கொண்டு போனை உடனே வைத்துவிட மாட்டேன். அந்த வாடிக்கையாளரைப் பற்றி முழு விவரத்தையும் கேட்டுத் தெரிந்துகொள்வேன். யார் அவர்கள்? எதற்காக ஹெலிகாப்டர் கேட்கிறார்கள்? எங்கள் நிறுவனத்தைப் பற்றி எப்படித் தெரிந்து கொண்டார்கள் என்றெல்லாம் கேட்பேன். ஒருமுறை ப்யூலா பொனுக்லி என்ற பெண்ணிடமிருந்து ஒரு போன் வந்தது. தென் ஆப்பிரிக்காவைச் சேர்ந்த அவர் இந்தியா வுக்கு வந்தபோது சுற்றிப் பார்க்க ஹெலிகாப்டர் இருக்கிறதா என்று கேட்டிருக்கிறார். இல்லை என்று எல்லாரும் சொல்லியிருக்கிறார்கள். கணவருடன் பதினைந்து நாள் இந்தியாவைச் சுற்றிப் பார்க்க வந்த அவர் சுற்றுலாவை முடித்துவிட்டுத் திரும்ப இருந்தார். வாரணாசியில் இருந்து டில்லிக்கு ரயிலில் வரும்போது கொஞ்சம் அசந்து தூங்கி விட்டார்கள். விழித்துப் பார்த்தால், பாஸ்போர்ட்டும் பிற உடமை களும் அடங்கிய பை திருடு போய்விட்டது.

எனக்கு போன் செய்தபோது டில்லியில் ஒரு ஹோட்டலில் பாஸ் போர்ட், விசா, க்ரெடிட் கார்டு ஆகியவற்றை எதிர்பார்த்துக் காத்திருந் தார். இன்னும் இரண்டு நாள்கள் பாக்கியிருந்தது. ‘மும்பை திஸ் ஃபோர்ட்நைட்’ பத்திரிகையில் டெக்கான் பற்றிய செய்தியைப் பார்த்திருக்கிறார். டில்லிக்கு அருகில் ஏதாவது இடங்கள் இருக் கின்றனவா? ஹெலிகாப்டரில் சுற்றிக் காட்ட முடியுமா என்று கேட்டார். அரை நாள் டில்லியைச் சுற்றிப் பார்க்கலாம். அஜந்தா எல்லோரா குகைகள் அருகில் இருக்கின்றன. உலகிலேயே அது போன்ற சிற்பங்களை வேறு எங்கும் பார்க்க முடியாது என்று சொன்னேன். உடனே சரி என்று சொன்னார். அப்படியே பேசிக் கொண்டிருந்தவர், நீங்கள் ஏன் விமான சேவையை ஆரம்பிக்கக்கூடாது என்று கேட்டார். அதற்கான முயற்சிகள் நடந்து கொண்டிருக்கின்றன. மூன்று நான்கு மாதங்களில் ஆரம்பித்துவிடுவோம் என்று சொன்னேன். எங்களிடம் பத்து ஹெலிகாப்டர்கள் இருந்தன. வான் போக்குவரத்துத் துறையில் உலக அளவில் சிறிய நிறுவனம்தான். ஆனால், இந்தியா விலேயே ஹெலிகாப்டர் போக்குவரத்தில் மிகப் பெரிய நிறுவனம். வேகமாக வளர்ந்துவரும் நிறுவனம்.

என்ன விமானம் வாங்கப் போகிறீர்கள் என்று கேட்டார். கிங் ஏர் - பி 200 என்று சொன்னேன். அதை ஏன் வாங்குகிறீர்கள். பிலேட்டஸ் விமானத்தை வாங்கலாமே என்றார். நான் அந்த விமானத்தை ஆஸ்திரேலியாவில் ஒரு வான் சாகச நிகழ்ச்சியில் பார்த்திருக்கிறேன். நிறைய இருக்கை வசதிகள் கொண்டது. 9000 மீட்டர் உயரத்தில் பறக்கும் சக்தி கொண்டது. ஆனால், பிரச்னை என்னவென்றால் அது

ஒரே ஒரு எஞ்சின் மட்டுமே கொண்டது. எனவே, பொதுமக்கள் விமான சேவைக்கு அதை இந்தியச் சட்டம் அனுமதிக்காது.

தனியார் பயன்பாட்டுக்கான விமான சட்ட திட்டங்களைவிட வர்த்தக - பயணிகள் விமான சட்ட திட்டங்கள் இந்தியாவில் மிகவும் கடுமை யானவை. பயணிகளின் பாதுகாப்புக்கு அதிக கவனம் கொடுக்க வேண்டும் என்பதால் இப்படிச் சட்டங்கள் கடுமையாக இருக்கின்றன.

பிலேட்டஸ் விமானம் பற்றி ப்யூலா பொனுக்லி நிறைய விஷயங்கள் சொன்னார். உங்களுக்கு இதெல்லாம் எப்படித் தெரியும் என்று கேட்டேன். என்னிடம் பத்து பிலேட்டஸ் விமானங்கள் இருக்கின்றன என்றார் நிதானமாக. எனக்குத் தூக்கிவாரிப் போட்டது. தென் ஆப்பிரிக்காவில் அவருக்கு சொந்தமாக ஒரு வங்கியும் இருக்கிறதாம். அவர் சொன்னதை என்னால் நம்ப முடியவில்லை. உடனே அதைப் புரிந்துகொண்டுவிட்டார். ஒரு பெண் என்பதால் உங்களுக்கு நான் சொல்வதை நம்ப முடியாமல் இருக்கிறதா? என்று கேட்டார். தென் ஆப்பிரிக்காவில் பிலேட்டஸ்தான் அதிகம் பயன்படுத்தப்படுகிறது. ஆஸ்திரேலியா, கனடா, கென்யா போன்ற நாடுகளுக்குக் குத்தகைக்குக் கொடுத்திருக்கிறேன். வேண்டுமானால், ஒருமுறை தென் ஆப்பிரிக்கா வந்து பாருங்களேன் என்று சொன்னார்.

சரி... அடுத்த வாரம் உங்கள் ஊருக்கு வருகிறேன். முறையான அழைப்பு ஒன்றை அனுப்புங்கள் என்று சொன்னேன். அவருடனான அந்த உரையாடல் டெக்கான் ஏவியேஷனின் சரித்திரத்தில் முக்கிய மான நிகழ்வு. வித்யா பாபுவை பயணத்துக்குத் தயாராகச் சொன்னேன். பிலேட்டஸ் விமானத்தின் தரத்தைச் சோதிக்க தென் ஆப்பிரிக்காவுக்கு நாங்கள் புறப்பட்டோம்.

சின்ன வயதில் பார்த்த டார்ஜான், ஹதாரி போன்ற படங்கள் மூலமாக வும் பின்னாளில் பார்த்த பார்ன் ஃப்ரீ படத்தின் மூலமாகவும்தான் ஆப்பிரிக்கா பற்றி மனத்தில் ஒரு சித்திரம் உருவாகியிருந்தது. எங்கிருந்தோ எங்கேயோ சிறிய விமானங்கள் பறந்து போவதை அந்தப் படங்களில் பார்த்திருக்கிறேன். சிறிய விமானங்கள் சுற்றுச்சூழலுக்கு உகந்தவை. பொருளாதாரரீதியாக மலிவானவை. மிகவும் வசதி யானவை. இறங்கு தளம் மட்டும் இருந்தால் போதும்.

அமெரிக்க வான் கழகம், பிரிட்டிஷ் கழகம், ஐரோப்பிய வான் கழகம் எல்லாமே புதிய, நவீன, பாதுகாப்பு வசதிகள் கொண்ட பிலேட்டஸ் விமானத்துக்கு அங்கீகாரம் வழங்கியுள்ளன. பாதுகாப்பு விதிமுறை களில் மிகவும் கறாராகச் செயல்படும் அமெரிக்காவே அங்கீகரித் திருப்பதால் அதைச் சொல்லி இந்திய அதிகாரிகளைச் சம்மதிக்க வைத்துவிடலாம் என்று நினைத்தேன்.

ப்யூலா சிறிய வயதில் நிறைய துன்பங்களைச் சந்தித்திருக்கிறார். அவற்றையெல்லாம் மீறி வாழ்க்கையில் உயர்ந்திருக்கிறார். அவருக்கு வயது 60-க்கு மேல் இருக்கும் என்பது பின்னால்தான் எனக்குத் தெரியவந்தது.

வர்த்தக நோக்கில் பிலேட்டஸ் விமானத்தை மதிப்பிட விரும்பினேன். தென் ஆப்பிரிக்காவில் விலங்குகள், கானக சுற்றுலா மையங்களுக்குப் போய்வர பிலேட்டஸ் விமானங்கள்தான் பெரிதும் பயன்படுத்தப் படுகின்றன. பைலட், வித்யா பாபு, ப்யூலா, அவருடைய மகனும் மகளும், நான் என ஆறு பேர் ஒரு விமானத்தில் புறப்பட்டோம். முதலில் க்ருகர் தேசியப் பூங்காவுக்குப் போனோம். அடுத்ததாக, கங்காகாமா தேசிய பூங்காவுக்குப் போனோம். சிங்கம், காண்டாமிருகம், யானை, ஒட்டகச் சிவிங்கி, நீர் யானை என ஐந்து முக்கிய விலங்குகளும் அங்கு இருந்தன. நான் பைலட்டுக்குப் பக்கத்தில் உட்கார்ந்துகொண்டேன். காட்டின் அழகை அற்புதமாக, வெகு தத்ரூபமாகப் பார்க்க முடிந்தது. காடு முழுவதும் சில மைல்கள் இடைவெளியில் இறங்கு தளங்கள் வரிசையாக இருந்தன. விமான சேவையில் ஈடுபட்டிருந்தவர்களுக்கும் விடுதிக ளுக்கும் வர்த்தக ஒப்பந்தம் இருந்தது. ஆயிரக்கணக்கான சுற்றுலா பயணிகள் வந்து போன பிறகும் காடு தன் இயற்கை அழகு குலையாமல், சூழல் மாசுபடாமல் இருந்தது. சட்ட திட்டங்களை மீறினால் கடுமையான அபராதங்கள் விதிக்கப்பட்டன.

நம் ஊரில் சுற்றுலாத்துறை செயல்படும் விதத்தை யோசித்துப் பார்த்தேன். நல்ல சுற்றுலா மையம் என்றால் அங்கு இருக்கும் அனைவருமே விதிகளை மதித்து நடக்க வேண்டும். நல்ல விளம்பரம், பயணிகளுக்கு உதவும் வகையில் விசா வழங்கும் ஏற்பாடுகள், நம்பகமான எளிய டிக்கெட் வசதிகள், நல்ல போக்குவரத்து வசதிகள், நல்ல தங்கும் விடுதிகள், சுகாதாரமான உணவு, தண்ணீர் என எல்லாமே அவசியம். இந்தியாவில் இது ஒரு விசித்திர வளையமாக இருக்கிறது. இங்கு வசதிகள் இல்லை என்பதால் சுற்றுலா பயணிகள் வருவதில்லை. சுற்றுலா பயணிகள் வருவதில்லை என்பதால் வசதி வாய்ப்புகள் பெருகவில்லை!

இந்தியாவுக்கு இரண்டு வகையான பயணிகள் மட்டுமே வருகின்றனர். ஒரு பிரிவினர் ஐந்து நட்சத்திர ஹோட்டல்களில் தங்கிச் செல்பவர்கள். இன்னொரு பிரிவினர் நாடோடிகள்போல் கூடாரங்களில், மலிவான ஹோட்டல்களில் தங்குபவர்கள். மத்தியவர்க்கம் என்ற மிகப் பெரிய பிரிவினர் இந்தியாவுக்கு அதிகம் வருவதே இல்லை. சுற்றுலாவுக்குப் பெரிய அளவில் ஆதரவு தரும் வர்க்கமே அவர்கள்தான். தென் ஆப்பிரிக்க சுற்றுலாவுக்கு விமான சேவை பெரும் பங்கு ஆற்றுவது போல் இந்தியாவில் செய்யுமா என்று யோசித்துப் பார்த்தேன்.

க்ருகர் தேசியப் பூங்காவின் விமான இறங்குதளம் மிகவும் சாதாரண மாகவே இருந்தது. தனியான கட்டடம் எதுவும் கிடையாது. கழிப்பிடம் கூடக் கிடையாது. வெறும் ஒரு கொடி மட்டுமே காற்றின் திசையைக் காட்டக் கட்டிவிடப்பட்டிருந்தது. வேலி என்பது மிக மோசமான நிலையில் இருந்தது. மான், வரிக்குதிரை போன்ற மிருகங்கள் எளிதில் அதைத் தாண்டிக் குதித்து உள்ளே நுழைந்துவிடுகின்றன. நாங்கள் போனபோதும் இறங்கு தளத்தில் விலங்குகள் இருந்தன. எங்கள் பைலட் மிகவும் அழகாக அவற்றைத் தொட்டுவிடுவதுபோல் தாழ்வாகப் பறந்தார். விலங்குகள் அலறி அடித்து ஓடிவிட்டன. மெதுவாகத் தரை இறங்கினோம்.

கார்களை பார்க்கிங் செய்வதற்கு வெண்ணிற கோடுகள் வரைந் திருப்பதுபோல் அங்கும் கோடுகள் வரையப்பட்டிருந்தன. மாட்டை முளைக் கம்பில் கட்டுவதுபோல் விமானத்தை நங்கூர கம்பியில் மாட்டினார். டார்பாலின் கொண்டு மூடினார். அங்கிருந்து ஒரு ஜீப்பை எடுத்துக்கொண்டு தங்கும் விடுதிக்குப் போனோம். 9 கி.மீ தொலைவில் இருந்தது. பாரம்பரியமான குடிசைபோல் அது கட்டப்பட்டிருந்தது. உள்ளூர் கிராமப்புற மக்களைக்கொண்டு அது கட்டப்பட்டிருந்தது.

ஆப்பிரிக்க வன சுற்றுலாவுக்கு காலை ஐந்து மணிக்குப் புறப் பட்டோம். இந்தியக் காடுகளில் இருந்து ஆப்பிரிக்கக் காடுகள் பெரிதும் வித்தியாசமானவை. அங்கு காடுகள் அடர்த்தியான மரங்களைக் கொண்டவை அல்ல. மிகப் பெரிய புல்வெளிகளைக் கொண்டது. ஆங்காங்கே சிறிய புதர்கள், சிறிய மரங்கள் காணப்படும். ஐந்து பிரதான விலங்குகள் அந்தப் புல்வெளியில் மேயும் மான், வரிக்குதிரை போன்றவற்றை வேட்டையாடி உண்ணும். உணவுச் சங்கிலியில் புல் வகுக்கும் முக்கிய பாத்திரத்தை அவர்கள் நன்கு புரிந்துவைத்திருந்தனர். தென் ஆப்பிரிக்காவில் இருந்து கென்யா, தான்சானியா வரை இந்தப் புல்வெளி பரந்து விரிந்து கிடந்தது. கழிவுப் பொருள்களோ பிளாஸ்டிக் குப்பைகளோ எங்குமே பார்க்க முடியாது.

காலை உணவுக்கு அழகான ஏரிக்கரை அருகே ஜீப்பை நிறுத்தினோம். நீர் யானைகள் உற்சாகமாக விளையாடிக் கொண்டிருந்தன. சிங்கத்தை விட நீர்யானையால் கொல்லப்பட்டவர்கள்தான் அதிகம் என்று சொன்னார்கள். எனவே, பாதுகாப்பான தொலைவில் இருந்தே ரசித்தோம். வழிகாட்டிகளாக உடன் வந்திருந்த ஆப்பிரிக்கப் பழங் குடியினர் தயாரித்த சாலட், சாண்ட்விச், முட்டை ஆகியவற்றைச் சாப்பிட்டோம். அந்தப் பழங்குடியினருக்கு காட்டின் சகல மூலை முடுக்குகளும் உள்ளங்கை ரேகையைப்போல் தெரிந்திருந்தன.

வழிகாட்டிகள், சிங்கம் வேட்டையாடுவதைக் காட்ட விரும்பினார்கள். ஜீப்பை சாலையில் இருந்து திருப்பி காட்டுக்குள் விட்டோம். ஆனால், வனக் காவலர்கள் எங்களைப் பிடித்துவிட்டார்கள். 500 அமெரிக்க டாலர்கள் அபராதம் கட்ட வேண்டிவந்தது. மதியம் இயற்கை எழில் மிகுந்த ஓரிடத்தில் நிறுத்தினோம். தென் ஆப்பிரிக்காவில் மாமிசத்துக்காக வன விலங்குகளை வளர்ப்பது அனுமதிக்கப்பட்டிருந்தது. அருமையான உணவு உண்டோம். காட்டின் உண்மையான வடிவத்தைப் பார்க்கவேண்டுமானால், இரவில் உலவ வேண்டும். அந்த அனுபவம் இருக்கிறதே அப்பப்பா... வார்த்தைகளால் வருணிக்க முடியாத சாகசம். தூரத்தில் இருக்கும் விலங்குகள் எல்லாம் இரவானதும் வெகு அருகில் வந்துவிடுவதுபோல் ஒரு பிரமை. இருட்டின் ஒரே போர்வைக்குள் விலங்குகளுடன் நாமும் சேர்ந்து இருப்பதுபோல் ஒரு பயங்கர உணர்வு. எங்கோ தூரத்தில் சிங்கமோ, நீர் யானையோ எதையோ வேட்டையாடும் சத்தத்தை வெகு துல்லியமாகக் கேட்க முடியும். ஒருபக்கம் உறுமல். இன்னொரு பக்கம் உயிருக்கு மன்றாடும் கதறல். காட்சிகள் இல்லாமல், வெறும் ஒலியின் மூலமாக மட்டுமே நடக்கும் நாடகம். அந்த வேட்டை நாடகத்தில் நீங்கள் பார்வையாளர் மட்டுமே அல்ல. எந்த நிமிடமும் நீங்கள் வேட்டையாடப்பட்டு அந்த நாடகத்தில் ஒரு சோகக் கதாபாத்திர மாகிவிட முடியும் என்ற பயம்.

அடுத்த நாள் கேப்டவுனுக்குப் போனோம். 1994-லேயே இனவெறி முடிவுக்கு வந்திருந்தது. ஆனால், ஜிம்பாப்வேயில் ராபர்ட் முகாபே வெள்ளைச் சிறுபான்மையினருக்கு எதிராக வன்முறையைக் கட்டவிழ்த்திருந்தார். ஏராளமானவர்கள் தப்பி ஓடிவிட்டார்கள். தென் ஆப்பிரிக்காவில் அரச பயங்கரவாதம் இல்லை. என்றாலும் வெள்ளை சிறுபான்மையினருக்கு எதிரான வன்முறைகள் அதிகரிக்க ஆரம்பித் திருந்தன. ஆப்பிரிக்கர்களுக்கு இப்போது சம வாய்ப்புகள் கிடைக் கின்றன. ஆனால், கல்வி அறிவு இல்லாததால் நவீன உலகம் தரும் வேலை வாய்ப்புகளைப் பெறவும் அந்தப் பொருளாதார வளத்தில் பங்குபெறவும் முடியவில்லை. இருக்கும் ஒரு சில கல்வியறிவு பெற்றவர்களும் சிறையில் வாடுகின்றனர்.

வெள்ளையர்கள் போய்விட்டால் பொருளாதாரம் சீர்குலைந்துவிடும் என்பது அரசுக்குத் தெரிந்திருந்தது. ஒட்டு மொத்தத் தலைமுறையும் முன்னேற்றத்தின் அடுத்த கட்டத்தை நோக்கி நகர வேண்டும். அரசும் அனைத்து கல்வி, மருத்துவம், சுகாதாரம், உள்கட்டுமான வசதிகள் ஆகியவற்றைச் செய்து தரவேண்டும்.

கிரிமினல் நடவடிக்கைகளும் அதிகரித்திருந்தன. வணிக வளாகங்கள், டிராஃபிக் சிக்னல்கள், தெருக்கள் எனப் பொது இடங்களிலும் கூடக் கொலை, கொள்ளைகள் நடந்தன. கார் திருட்டு, வீட்டை உடைத்துத்

திருடுதல், தீ வைப்பு என எல்லாம் நடந்தன. ப்யூலாவின் வீடு, பாதுகாப்புக்கு புகழ் பெற்ற அல்கட்ராஸ் சிறைச்சாலை போல் மின்சார வேலி, கண்காணிப்பு கேமரா, துப்பாக்கி ஏந்திய பாதுகாவலர்கள் என சகல பாதுகாப்பு வசதிகளுடன் இருந்தது. அவருடைய காரில்கூட அருகில் வருபவர்களை விரட்டியடிக்கத் தீயை உமிழும் வசதி உண்டு. அவருடைய வீட்டில் பல்வேறு அரசியல் தலைவர்கள், வர்த்தக மேதைகளுடன் ப்யூலா நிற்கும் புகைப்படங்களைப் பார்த்தேன். அவரைப் பற்றி நிறையத் தெரிந்துகொள்ள விரும்பினேன்.

சுமார் 40 வருடங்களுக்கு முன்பாகக் கட்டாயத் திருமணம் முடிந்திருந்தது. அதாவது, அப்போது ப்யூலாவுக்கு 20 வயது இருக்கும். இரண்டு குழந்தைகள் பிறந்தனர். கணவன் அவரை மிகவும் மோசமான நடத்தினார். இனியும் பொறுக்க முடியாது என்ற நிலை ஏற்பட்டதும் கணவரிடம் சொல்லாமல், குழந்தைகளை அழைத்துக்கொண்டு இரவில் வீட்டைவிட்டு வெளியேறி தென் ஆப்பிரிக்கா வந்துவிட்டார். அவருக்குக் கல்வியும் இல்லை. கையில் பணமும் கிடையாது. எந்த வேலையும் தெரியாது. ஒரு சர்ச்சில் அடைக்கலம் புகுந்தார். இரண்டு வருடங்கள் சர்ச் வேலைகள் செய்து குழந்தைகளைக் காப்பாற்றினார். ஒரு வங்கியில் உதவியாளராக வேலை கிடைத்தது. அடிப்படைக் கல்வியை முடித்தார். இப்போது நல்ல தன்னம்பிக்கை வந்திருந்தது. வங்கியில் செக்ரட்டரி நிலைக்கு உயர்ந்தார். தனியாக வர்த்தகம் செய்ய வாய்ப்பு கிடைத்தது. துணிந்து களத்தில் இறங்கினார். இன்று தென் ஆப்பிரிக்காவின் மிகப் பெரிய செல்வந்தராக இருக்கிறார்.

எங்களுடைய ஒப்பந்தம் மிக எளிமையாக நடந்து முடிந்தது. எங்கள் இருவர் தரப்பிலும் வக்கீல்கள் யாரும் இல்லை. நாங்கள் இருவரும் ஒருவரை ஒருவர் நம்பினோம். முன் பணமாகவோ மாத வாடகையாகவோ என்னால் தர இயலாது. விமானம் எத்தனை மணி நேரம் பறக்கிறதோ அதில் ஒரு தொகை உங்களுக்கு என்று சொன்னேன். இது ஒருவகையில் அவருக்கு ரிஸ்க்தான். ஆனால், விமான சேவை நன்கு வளர்ச்சி அடைந்தால் அவருக்கும் நல்ல லாபம் கிடைக்க வாய்ப்பு இருந்தது. எனக்கும் மிகப் பெரிய தொகையை முதலீடு செய்யும் சுமை இல்லாமல் இருந்தது. வருமானத்தைப் பகிர்ந்து கொள்ளும் இந்த ஒப்பந்தம் அவருக்கும் பிடித்திருந்தது. கண் இமைக்கும் நேரத்தில் ஒப்பந்தம் கையெழுத்தானது. ப்யூலா ஒரு ஷாம்பெய்ன் பாட்டிலைத் திறந்தார். அந்த வெற்றியை இருவரும் கொண்டாடினோம்.

இரண்டு விமானங்கள்... 18 காலி இருக்கைகள். எதற்காக காலி விமானத்தை ஓட்டிச் செல்லவேண்டும். ஓர் இன்பச் சுற்றுலாவாக ஆக்கிக் கொண்டால் என்ன என்று யோசித்தேன். மொத்தம் 10,000 கி.மீ தூரம். ஒவ்வொரு இடமாகத் தங்கி இந்தியா வந்து சேர 15 நாள்கள்

ஆகும். இப்போது நாங்கள் போய்விட்டு எங்கள் குடும்பத்தை அழைத்து வருகிறோம் என்று சொன்னேன். ப்யூலா எங்கள் குடும்பத்தினரை வரவேற்று உபசரிக்கும் பொறுப்பை சந்தோஷத்துடன் ஏற்றுக்கொண்டார். இந்தியாவுக்கு வந்து அதிகாரிகளைச் சந்தித்தோம். வர்த்தகப் பயன்பாட்டுக்கு விமானங்களைப் பயன்படுத்துவது தொடர்பாக எல்லா அனுமதிகளையும் பெற்றுக்கொண்டோம்.

★

பார்கவி, பல்லவி, கிருத்திகா, நான்; சாம், அவருடைய மனைவி, மூன்று குழந்தைகள்; விஷ்ணு ராவல், மனைவி, குழந்தை - எல்லாரும் தென் ஆப்பிரிக்கா ஏர்லைன்ஸ் விமானத்தில் ஜொஹன்னஸ்பர்க் சென்றோம். எங்களுக்கு இரண்டு பைலட்கள் தேவைப்பட்டனர். சஞ்சய் வர்மா என்ற பைலட்டை வாடகைக்கு நியமித்துக் கொண்டோம். நிறைய பைலட்கள் வேலை இல்லாமல் இருந்ததால் ஒருவரைக் கண்டுபிடிப்பது எளிதாக இருந்தது. விஷ்ணு ராவலின் மகன் ராகுல் அமெரிக்காவில் பைலட்டாகப் பயிற்சி முடித்திருந்தார். கூடுதலாகப் பொறியியலும் படித்து வகுப்புகள் எடுத்து வந்தார். எங்களுடன் சேர்ந்துகொள்ளச் சொல்லிக் கேட்டேன்.

ப்யூலா இரண்டு பைலட்களை ஏற்பாடு செய்திருந்தார். அப்படியாக ஒவ்வொரு விமானத்திலும் இரண்டு பைலட்கள் கிடைத்துவிட்டனர். ப்யூலாதான் தங்குமிடம், சுற்றுலா மையங்களுக்கு அழைத்துச் செல்லுதல் என சகல விஷயங்களையும் கவனித்துக்கொண்டார். ஜாலியாக எல்லா இடங்களையும் பார்த்துவிட்டு பிரியாவிடை பெற்றுக் கொண்டு இரண்டு விமானங்களுடன் இந்தியா புறப்பட்டோம்.

ஜிம்பாப்வே மலைத்தொடர், கிரேட் நியாஸா, விக்டோரியா ஏரி, கெயப் புல்வெளிகள், கிளிமஞ்சாரோ, எத்தியோப்பிய சமவெளி, செங்கடல், ஏடன் வளைகுடா, மஸ்கட், துபாய் வழியிலான அரேபியப் பாலைவனம், அரேபியக் கடல், பாகிஸ்தான் கடலோரம் வழியாக இந்தியா... இதுதான் எங்கள் பயணம்.

சாகசப் பயணம் பற்றி நினைக்கும்போதெல்லாம் எனக்கு சார்ல்ஸ் லிண்ட்பெர்கின் நினைவுதான் வரும். தனி நபராக, நியூயார்க்கில் இருந்து பாரிஸுக்கு அட்லாண்டிக் கடல் வழியாக 33 மணி நேரத்துக்கும் மேலாக நிறுத்தாமல் பயணம் செய்து சாதனை புரிந்தவர். சுமார் 5800 கி.மீ. அட்லாண்டிக்கை முதன் முதலாகக் கடந்தது அவர்தான். அவர் செய்த சாதனையோடு ஒப்பிடும்போது நாங்கள் செய்வது பக்கத்து ஊருக்கு சுற்றுலா போய்விட்டு வருவதுபோல்தான்.

லிண்ட்பெர்க் பற்றி ஒரு ஜோக் சொல்வார்கள். பாரிஸில் ஒரு வான் சாகச நிகழ்ச்சியை வேடிக்கை பார்த்துக் கொண்டிருந்தபோது பக்கத்தில் அமர்ந்திருந்த இளம் பெண் அவர் யார் என்று தெரியாமல், நீங்கள் இதற்கு முன் பாரிஸ் வந்திருக்கிறீர்களா? என்று கேட்டாராம்! டெண்டுல்கரைப் பார்த்து, 'கிரிக்கெட் விளையாடியிருக்கிறீர்களா? அருமையான விளையாட்டு' என்று சொல்வதைப் போன்றது அது.

தென் ஆப்பிரிக்காவில் வனச் சுற்றுலா முடிந்த பிறகு கென்யாவுக்குப் போனோம். அங்கு குஜராத்திகள் அதிகம் இருந்தனர். கென்யப் பொருளாதாரம் சுற்றுலாவைச் சார்ந்த ஒன்று. இரண்டு விமான நிலையங்கள் இருக்கின்றன. அந்நாட்டு அதிபரின் பெயரில் ஒன்று. இன்னொன்று வில்லியம்ஸ் இண்டர்நேஷனல். வில்லியம்ஸ் இண்டர் நேஷனல் பெருமளவுக்கு சுற்றுலா பயணிகளின் விமானங்கள் வந்து போவதற்காகவே பயன்படுகிறது. பெங்களூரின் பொருளாதாரத்தில் நாலில் ஒரு பங்குதான் இருக்கும். ஆனால், அங்கு இரண்டு விமான நிலையங்கள். பெங்களூரிலோ புதிதாக ஒன்றைத் திறந்ததும் பழையதை மூடிவிட்டார்கள்!

வில்லியம்ஸ் இண்டர்நேஷனல் விமானதளத்தில் இறங்கினோம். இமிக்ரேஷன் சோதனைகள் சீக்கிரமே முடிந்தன. மசாய் மாரா வன விலங்கு காப்பகத்துக்குப் போனோம். அவுட் ஆஃப் ஆப்பிரிக்கா, பார்ன் ஃப்ரீ போன்ற ஆஸ்கர் விருது பெற்ற படங்கள் இங்குதான் எடுக்கப் பட்டன. க்ருகர் தேசியப் பூங்கா போலவே இங்கும் தனியான எந்த விமான இறங்குதளமோ, டாய்லெட்டோ கிடையாது. வெறும் புல்வெளி மட்டுமே.

விமானம் வந்து இறங்கியதும் ஜீப்கள் வந்து சூழ்கின்றன. ஜீப்பில் வந்த நபர்கள் விமானத்தில் ஏறிச் செல்கிறார்கள். விமானத்தில் வந்தவர்கள் ஜீப்பில் ஏறிச் செல்கிறார்கள். எந்தவித கண்காணிப்பும் இல்லாம லேயே ஓர் ஒழுங்குக்குள் எல்லாம் கச்சிதமாக நடந்தன. விமான தளமோ, கட்டுப்பாட்டு அறையோ, அலுவலர்களோ தேவைப் பட்டிருக்கவே இல்லை. க்னு வகை மான்கள் பெரிய கொம்புடன் சோகமான முகத்துடன் குதிரை வாலுடன் இருக்கும். ஆண்டுதோறும் ஆயிரக்கணக்கில் புல்வெளி தேடி இடம் பெயரும். நாங்கள் செல்வ தற்குச் சில நாள்கள் முன்பாகத்தான் அவை கடந்து போயிருந்தன.

அடுத்ததாக, கிளிமஞ்சாரோ மலை, அரேபியப் பாலைவனம் வழியாக துபாய் வந்து சேர்ந்தோம். துபாய் விமானநிலையத்தில் நாங்கள் இறங்கியதும் இரண்டு மெர்சிடிஸ் பென்ஸ் கார்கள் வந்து நின்றன. அதில் ஏறி ஃபெசிலிடேஷன் மையத்துக்குப் போனோம். அது ஒரு குட்டி அரண்மனை. கஸ்டம்ஸ் அதிகாரிகளும் இமிக்ரேஷன் அதிகாரி

களும் வேகமாக எல்லா சோதனைகளையும் முடித்தனர். சுற்றுலா பயணிகள் மூலம் பெரும் வருவாய் கிடைத்தது. எனவே, அரசாங்கம் அவர்களுக்கு எல்லா வசதிகளும் செய்து கொடுத்திருக்கிறது. இதனால் நிறைய சுற்றுலா பயணிகள் வந்துபோகிறார்கள்.

துபாயில் இருந்து புறப்பட்டோம். பாகிஸ்தானில் எரிபொருள் நிரப்பிக் கொள்ள அனுமதி தரவில்லை. எனவே, பாகிஸ்தான் எல்லைக்குள் நுழையாமல் கடலோரமாகவே நேராக மும்பைக்கு நள்ளிரவில் வந்து சேர்ந்தோம். துபாய் எப்படி இருந்ததோ அதற்கு நேர்மாறாக இருந்தது மும்பை. சார்ட்டர் விமானப் பயணிகளை ஏதோ குற்றவாளிகள் போலவும் அழையா விருந்தாளி போலவும் நடத்தினர். தனியான இறங்குதளமோ, பார்க்கிங் வசதியோ கிடையாது. நாங்கள் இறங்கியதும் மூன்று ஜீப்கள் விமானத்தைச் சூழ்ந்து கொண்டன. எங்களைத் தனி இடத்துக்கு அழைத்துச் சென்றனர். பிற விமானங்களில் வருபவர்களுக்குக் கிடைக்கும் எந்த வசதி வாய்ப்பையும் பயன்படுத்த எங்களுக்கு அனுமதி கிடையாது. ஆனால், இறங்குவதற்குக் கட்டணம், பார்க்கிங் கட்டணம், நேவிகேஷன் கட்டணம் என பல வழிகளில் பணம் பிடுங்கினர். பெங்களூருவில் இமிக்ரேஷன் விஷயங்களைப் பார்த்துக் கொள்கிறோம் என்று சொல்லியிருந்தோம். எனவே, எங்களை டெர்மினலுக்குள் அனுமதிக்கவில்லை. பிலேட்டஸ் விமானத்தில் டாய்லெட் கிடையாது. நாங்கள் அதை வெறும் சுற்றுலா நோக்கத்தில் மட்டுமே பயன்படுத்தத் தீர்மானித்திருந்தோம். அவசரத் தேவைகளுக்கு நாங்கள் புதர் மறைவுக்கே ஒதுங்க வேண்டியிருந்தது. பெண்கள்... அயல் நாட்டு விமானிகள்... எஞ்சியவர்கள்... அனை வருக்குமே இதுதான் கதி. இது போன்ற அவமானம், கேவலம் வேறு எங்குமே கிடையாது.

விமானத்தை இறக்கியதற்கான கட்டணத்தைக் கட்டச் சொன்னார்கள். அந்த அறை விமான நிலையத்தின் எங்கோ ஒரு மூலையில் இருந்தது. லொங்கு லொங்கென்று பைலட் நடந்து போனார். அங்கு என்னடா வென்றால், கிரெடிட் கார்டு வசதி கிடையாது. சரி என்று பர்ஸில் இருந்து டாலர்களை எடுத்துக் கொடுத்தார். அதை வாங்கமாட்டோம். இந்திய ரூபாயாகக் கொடுங்கள் என்று சொல்லிவிட்டார்கள். வேறு வழியில்லாமல் மறுமுனையில் இருந்த ஏ.டி.சி.க்கு போய் இந்தியப் பணமாக மாற்ற வேண்டியிருந்தது. இதைவிடக் கொடுமை என்னவென்றால், எங்கள் விமானத்தில் 200 லிட்டர் எரிபொருள் இருந்தது. அதற்கு இறக்குமதிக்கான சுங்கவரிக் கட்டணத்தை வசூலித் தார்கள்!

இதுபோன்ற நடைமுறை உலகில் வேறு எங்குமே கிடையாது.

சார்ட்டர் விமானங்களுக்குத் தனியாக சிறிய அளவில் வசதிகள் செய்து தர பெரிய செலவு ஒன்றும் ஆகாது. கொஞ்சம் போல வர்த்தக அறிவும், மனிதர்கள் மீதான அக்கறையும் இருந்தாலே போதும். வி.வி.ஐ.பி. பயணியாக இருந்தால் மட்டுமே உங்களுக்கு எல்லா வசதிகளும் கிடைக்கும். இல்லையென்றால் நடுத்தெருவில் நிற்க வேண்டியதுதான்.

பெங்களூருக்கு காலையில் ஐந்து மணிக்குப் புறப்பட்டோம். அதுவரை சுமார் மூன்று மணி நேரத்துக்கு மேல் தூக்கமோ ஓய்வோ இல்லாமல் தவித்தோம். ஆனால், என்னதான் இருந்தாலும் இந்திய சூரியன் எங்கள் உடலை வருடியபோது ஏற்பட்ட உற்சாகம் இருக்கிறதே... அதன் இதமே தனிதான்.

பிலேட்டஸுக்கான முன்னோடி நிகழ்வுகள்

ஹெலிகாப்டர் சேவையை எப்படி விரிவுபடுத்துவது என்று பேசிய படியே ஜெயந்தும் நானும் காரில் போய்க்கொண்டிருந்தோம். எங்களிடம் அப்போது இரண்டு ஹெலிகாப்டர்கள் இருந்தன. ஒன்று, அது பறக்கும் நேரத்தை அதிகரிக்க வேண்டும். அல்லது புதிதாக வேறு ஹெலிகாப்டர்கள் வாங்க வேண்டும். அதோடு இந்தியா முழுவதும் அதன் சேவை மையங்கள் இருக்க வேண்டும். அப்போதுதான் வியாபாரம் சூடுபிடிக்கும். என்னவெல்லாம் செய்யலாம் என்று யோசித்தோம்.

அப்போது இந்தியாவில் அரசியல் சூழலும் மாற ஆரம்பித்திருந்தது. மாநில நலனை மத்திய அரசு புறக்கணித்துவிட்டதாக எல்லா மாநிலங் களிலும் நினைக்க ஆரம்பித்திருந்தனர். ஆந்திராவில் சந்திரபாபு நாயுடு முதல்வர் ஆகியிருந்தார். அந்தப் பதவியைப் பொறுத்தவரையில் அவர் ஒரு குழந்தைபோல்தான். கர்நாடகாவில் எஸ்.எம். கிருஷ்ணா முதல்வர் ஆகியிருந்தார். அவர் நல்ல அனுபவம் வாய்ந்த அரசியல் தலைவர். வயதானவர் என்றாலும் வேகத்தில் சந்திரபாபு நாயுடுவைப் போன்றவர்தான். கர்நாடகாவை ஐ.டி., பயோடெக்னாலஜி துறை களில் முன்னிலைக்குக் கொண்டுவர பல நடவடிக்கைகள் எடுத்தார். தமிழகம், மகாராஷ்டிரா, குஜராத் போன்ற மாநிலங்களிலும் வளர்ச்சி வேகம் அதிகரிக்கத் தொடங்கியிருந்தது. மத்திய அரசு கொண்டுவந்த சீர்திருத்தங்கள் மாநில அரசுகளிடையே ஆரோக்கியமான போட்டியை உருவாக்கியிருந்தது. முதலீட்டுக்கு நல்ல சூழலை ஏற்படுத்திக் கொடுத்தல், உள் கட்டுமான வசதிகளைப் பெருக்குதல், சர்வதேச நிறுவனங்களுக்கு அனுமதி கொடுத்தல் என எல்லா மாநிலங்களும் போட்டிபோட்டன.

ஆந்திராவை ஐ.டி.துறையில் இந்தியாவில் முதலிடத்துக்குக் கொண்டு வர சந்திரபாபு நாயுடு விரும்பினார். தெளிவான இலக்குடன் முதல் அமைச்சர் பதவியை கார்ப்பரேட் நிபுணத்துவத்துடன் நிர்வகித்தார். எகானமிக் டைம்ஸ் பத்திரிகை சிறந்த சி.இ.ஓ. என்ற விருதை அவருக்குக் கொடுத்தது.

பெங்களூருவுக்கு ஒருமுறை வந்திருந்தார். முதலீட்டாளர்களையும் வர்த்தகர்களையும் தனது மாநிலத்துக்கு வந்து தொழில் தொடங்கும் படிக் கேட்டுக்கொண்டார். அவர் தனியார் வளர்ச்சிக்குக் கூடுதல் முக்கியத்துவம் கொடுப்பதாக எதிர்கட்சியினர் குற்றம் சாட்டினர். இந்தியாவில் எதிர்கட்சிக்கு ஒரே ஒரு இலக்குதான் உண்டு. ஆளுங் கட்சி எதைச் செய்தாலும் அதை எதிர்க்க வேண்டும். நாயுடு தன் பயணங் களுக்குப் பெரும்பாலும் ஹெலிகாப்டரையே பயன்படுத்தினார். எதிர்கட்சிகள் உடனே அதை விமர்சிக்க ஆரம்பித்தன.

அவருடைய ஹெலிகாப்டர் பழுதடைந்த விஷயம் ஒருநாள் எங்கள் காதுக்கு எட்டியது. ஆந்திராவில் நமக்கு ஒரு மையம் ஆரம்பிக்க வேண்டும் என்று ஜெயந்திடம் சொன்னேன். உடனே நானும் ஜெயந்தும் பைலட் ஏ.பி சிங்கையும் மார்க்கெட்டிங் குழுவையும் அழைத்துக்கொண்டு ஆந்திரா பறந்தோம். நேராகத் தலைமைச் செயலகத்துக்குப் போனோம். முதல்வரைச் சந்திக்க முன் அனுமதி எதுவும் வாங்கியிருக்கவில்லை. ஆனால், அதற்கெல்லாம் முயற்சி செய்தால் பல நாள்கள் காத்திருக்க வேண்டிவரும். முதல்வரின் அந்தரங்கக் காரியதரிசியிடம் விஷயத்தைச் சொன்னோம். ஆந்திர முதல்வர் கர்நாடகாவில் வர்த்தகர்களுக்கு விடுத்த அழைப்பு பற்றியும் எங்களுடைய ஹெலிகாப்டர் நிறுவனம் பற்றியும் சொன்னோம். ஹைதராபாத்தில் ஒரு மையம் ஆரம்பிக்க விரும்புவதாகச் சொன்னோம். முதல்வரின் ஹெலிகாப்டர் பழுதடைந்துவிட்டதால் எங்கள் ஹெலி காப்டரை அவருடைய சேவைக்குப் பயன்படுத்திக்கொள்ள கொண்டுவந்திருப்பதையும் சொன்னோம். அரசு அனுமதி கிடைத்தால் அடுத்த நிமிடமே ஹெலிகாப்டரை முதல்வருக்குக் கொடுக்கத் தயார் என்றோம். அந்த ஐ.ஏ.எஸ்.அதிகாரி சிரித்தார். அரசு வேலைகள் அவ்வளவு வேகமாக எல்லாம் நடந்துவிடாது. முதலில் கடிதப் போக்குவரத்து கள்... அதன் பிறகு டெண்டர்கள்... பல்வேறு நிறுவனங்களின் கொட்டேஷன்கள்... எனப் பல நாள்கள் பிடிக்கக்கூடிய வேலை. ஹெலிகாப்டர் என்பது எளிதில் கிடைக்கக்கூடிய பொருளும் அல்ல. எனவே, அவர் சிரித்தது நியாயம்தான். ஆனால், நான் தெளிவாகச் சொன்னேன். அரசு அனுமதி கொடுத்தால், நாங்கள் பறந்து வந்திருக்கும் ஹெலிகாப்டரை இங்கேயே விட்டுவிட்டு வேறு விமானம் பிடித்து பெங்களூருக்குப் போய்க்கொள்ளத் தயார் என்று சொன்னேன்.

மந்திரிகளுடன் பேசிக் கொண்டிருந்த முதல்வரைச் சென்று சந்தித்தார். அவர் காதில் ஏதோ சொன்னார். உடனே முதல்வர், யார் அவர்... உடனே பார்க்க வேண்டும். வரச்சொல்லுங்கள் என்று சொல்வது கேட்டது. போய்ப் பார்த்தேன். விஷயத்தைச் சொன்னேன். உங்களுக்கு என்ன வேண்டும் சொல்லுங்கள் என்றார். ஹைதராபாத் விமான நிலையத்தில் ஹெலிகாப்டரை நிறுத்த இட வசதியும் பிற பராமரிப்பு வசதிகளையும் செய்து தரச் சொல்லிக் கேட்டேன். அதற்கு முன் முதலில் எனக்கு ஒரு தொலைபேசி இணைப்பு வேண்டும் என்று கேட்டேன். வியாபாரத் தொடர்புகளுக்கு அது மிகவும் முக்கியம். அது இல்லாமல் எந்த வேலையும் நடக்காது. முதல்வர் உடனே அதற்கு உத்தரவிட்டார்.

எங்களுடைய ஹெலிகாப்டரை அவர் பயன்படுத்திக் கொள்ளலாம் என்று சொன்னோம். தன்னுடைய ஹெலிகாப்டர் பழுதடைந்திருப்ப தாகவும் அது சரி செய்யப்பட்ட பிறகு நக்சலைட்டுகளைப் பிடிக்கும் பணியில் காவலர்களுக்குத் தரப்படும் என்றும் சொன்னார். எங்கள் ஹெலிகாப்டரைப் பயன்படுத்த முன்வந்தார். ஹைதராபாத்தில் ஹெலி காப்டர் தளம் ஆரம்பித்தபோது அதைத் திறந்துவைக்க அவரையே அழைத்தோம். முழுமனத்துடன் சம்மதம் தெரிவித்தார்.

உற்சாகம் கரைபுரண்டு ஓடியது. ஹோட்டலில் ரூம் எடுத்துத் தங்க வில்லை. நேராக அங்கு ஒரு அப்பார்ட்மெண்டை வாடகைக்கு எடுத்துத் தங்கினோம். ரம், விஸ்கி வாங்கி வந்து ஹைதராபாத் பிரியாணி சாப்பிட்டபடி வெற்றியைக் கொண்டாடினோம். பத்துநாள் கள் கழித்து ஹைதராபாத்தில் எங்கள் சேவையைத் தொடங்கினோம். சந்திரபாபு நாயுடு வந்து கொடியசைத்துத் தொடங்கிவைத்தார். தேசிய, மாநில செய்தித் தாள்களில் செய்தி வெளியானது. ஒரு மாதத்துக்கு 20 மணி நேரம் வீதம் அடுத்த மூன்று வருடங்களுக்கு அவர்தான் எங்க ளுடைய பிரதான வாடிக்கையாளராக இருந்தார். எஞ்சிய நேரங்களை கார்ப்பரேட் தலைவர்கள் உபயோகித்துக் கொண்டனர்.

★

ஆந்திராவைத் தொடர்ந்து வட இந்தியாவிலும் எங்கள் நிறுவனம் கிளை பரப்ப ஆரம்பித்தது. முதலில் ஜம்மு காஷ்மீரில் இருந்து அழைப்பு வந்தது. அதன் கவர்னர் முன்னாள் காவல் துறை ஜெனரலாக இருந்தார். கடல் மட்டத்தில் இருந்து 2500 மீட்டர் உயரத்தில் இருந்த வைஷ்ணோ தேவி கோயிலுக்கு போய்வரும் சேவையில் ஈடுபடவேண்டும் என்று சொன்னார். தென்னிந்தியாவில் திருப்பதி போல் வட இந்தியாவில் பெரும் பக்தர் கூட்டம் வந்துபோகும் இடம் அது.

அமர்நாத், மானசரோவர், வைஷ்ணோ தேவி ஆகியவை மிகவும் பாரம்பரியமான அருமையான இந்து புனிதத் தலங்கள். இதில் ஒரு சுவாரசியமான விஷயம் என்னவென்றால், இந்த இடங்களுக்கான உள்கட்டமைப்பு வசதிகளில் ஈடுபடுபவர்கள் பெரும்பாலும் இஸ்லாமியர்கள். போக்குவரத்து வசதிகள் (கோவேறு கழுதைகள், குட்டைக் குதிரைகள்), உணவு, தங்குமிடம், பூஜைக்குரிய பொருள்கள் என இவற்றையெல்லாம் வழங்குவது முஸ்லிம்கள்தான். வர்த்தகம் மத பேதம் பார்ப்பதில்லை. பட்டுப்பூச்சி வளர்ப்பு தொழிலில் இருந்த போது நான் கண்கூடாகக் கண்ட விஷயம் இது.

வைஷ்ணோ தேவி கோயிலுக்கான புனிதப் பயணம் காத்ரா எனும் கிராமத்தில் இருந்து ஆரம்பிக்கும். சிலர் நடந்து செல்வார்கள். சிலர் குதிரைகளிலும் பல்லக்குகளிலும் போவார்கள். மிகவும் வயதானவர்கள், உடல் ஊனமுற்றவர்கள், நோய்வாய்ப்பட்டவர்கள் ஹெலிகாப்டரில் போவார்கள். பவன் ஹான்ஸ் நிறுவனத்தினர் அந்த சேவையைச் செய்து வந்தனர். கோயிலுக்கு அருகில் கொண்டு சென்று இறக்கிவிடு வார்கள். ஜம்மு காஷ்மீர் கவர்னர் எங்களுக்கு அழைப்பு விடுத்தபோது அந்த நிறுவனத்தினர் சேவையை நிறுத்திவிட்டிருந்தனர். பக்தர்களின் நெருக்குதல் அதிகரித்திருந்ததால், கவர்னர் எங்களை அந்த சேவை யைத் தொடரும்படி அழைத்திருந்தார்.

கவர்னரின் செகரட்டரி அருண் குமார்தான் தொலைபேசியில் பேசியிருந்தார். கவர்னரை வந்து சந்திக்க முடியுமா என்று கேட்டார். நாங்கள் புறப்பட்டுப் போனோம். கவர்னர் நேரடியாக விஷயத்துக்கு வந்தார். கேப்டன், நீங்கள் இந்த சேவையை வழங்க வேண்டும் என்றார். ஆண்டுதோறும் சுமார் 60 லட்சம் பக்தர்கள் வந்து போகும் இடம். திருவிழாக்காலங்களில் மலை ஏறுவதற்குக் கூட இரண்டு நாள் காத்திருந்த பிறகுதான் அனுமதியே கிடைக்கும். ஆனால், எனக்கு அந்தப் பகுதியில் நடைபெற்றுவந்த தீவிரவாதத் தாக்குதல்கள் குறித்த பயம் இருந்தது. என் தயக்கத்தைப் புரிந்துகொண்ட அவர் முழு பாதுகாப்பு வசதிகள் செய்து தருவதாக உறுதியளித்தார்.

யோசிக்கச் சிறிது அவகாசம் கொடுங்கள் என்று கேட்டேன். அது ஒரு நல்ல வாய்ப்புதான். நிறுவனத்துக்கு நல்ல இமேஜ் கிடைக்கும். நல்ல வரவேற்பும் கிடைக்கும். எனது பைலட் குழுவினரிடம் பேசினேன். அவர்களில் பலர் காஷ்மீர் பகுதிகளில் விமானம் ஓட்டியவர்கள்தான். வைஷ்ணோ தேவி கோயிலுக்கு போய்வரச் சம்மதமா என்று கேட்டேன். மிகுந்த உற்சாகத்துடன் சம்மதம் தெரிவித்தனர்.

ஒப்பந்தத்தில் கையெழுத்திட்டோம். ஆரம்பித்த முதல் நாளில் இருந்தே பெரும் வெற்றியை எட்டினோம். தினமும் சுமார் ஆயிரம்

பேரைக் கொண்டு சென்றோம். நாடு முழுவதிலுமிருந்தும் வாழ்த்துகள் குவிந்தன.

டெக்கான் ஏவியேஷனின் நிறுவன - உறுப்பினராக கேப்டன் ப்ரீதம் பிலிப் இருந்தார். கடல் கடந்த சேவைகளைக் கவனித்து வந்தார். பிரிஸ்டோ ஹெலிகாப்டர் (பின்னாளில் மலேசியன் ஹெலிகாப்டர்ஸ்) நிறுவனத்தில் பணிபுரிந்தவர். அவர் தயாரித்துக் கொடுத்த பாதுகாப்பு வழிமுறைகளைத்தான் அந்த நிறுவனம் பயன்படுத்தி வந்தது. வைஷ்ணோ தேவியில் ப்ரீதம் முகாமிட்டார். செயல்பாட்டு வழிமுறைகளை வடிவமைத்துக் கொடுத்தார். இரண்டு ஹெலிகாப்டர்களை காத்ரா மையத்தில் நிறுத்தினார். ஒரு ஹெலிகாப்டரை மேலும் கீழுமாகப் போய்வர ஏற்பாடு செய்தார். ஒரு தடவையில் 4-5 பேரைக் கொண்டு செல்ல முடியும். வைஷ்ணோ தேவியில் கிடைத்த வெற்றியைத் தொடர்ந்து அமர்நாத்திலும் எங்கள் சேவையை ஆரம்பித்தோம். பால்டல் முகாமில் இருந்து 4500 மீட்டர் உயரம் வரையில் இருக்கும் அமர்நாத் குகை வரை போய் வந்தோம்.

கடல் கடந்து முதன் முதலாக இலங்கையில் எங்கள் சேவையை ஆரம்பித்தோம். 52:48 என்ற விகிதத்தில் உள்ளூர் நிறுவனத்தினருடன் பங்குகள் பிரித்துக் கொண்டிருந்தோம். ஹெலிகாப்டர்கள், சிறிய விமானங்கள் என சேவையில் ஈடுபடுத்தினோம். நிறுவனம் இன்று பெற்ற வெற்றிக்கு அதில் பணியாற்றிய ஒவ்வொருவரும் பங்காற்றியிருக்கிறார்கள். எங்களிடம் மூல ஆதாரங்கள் குறைவாகத்தான் இருந்தது. ஒவ்வொருவரும் படு சிக்கனமாகவே செயல்பட்டனர். இரவு பகல் பார்க்காமல் கடுமையாக உழைத்தனர். ஒரு வருடத்துக்குள் வெற்றி பெற ஆரம்பித்த நிறுவனம் தொடர்ந்து வெற்றிப்படிகளில் ஏறி வருகிறது.

பெங்களூரு, ஹைதராபாத் நீங்கலாக, மும்பை, டில்லி, புவனேஷ்வர் ஆகிய இடங்களில் தினசரி சேவையில் இருந்துவருகிறது. சூரத், ராஜமுந்திரி ஆகிய இடங்களில் எண்ணெய் நிறுவனங்களுக்கு சேவை செய்து வருகிறோம். இந்தியாவில் ஹெலிகாப்டர் சேவை என்றால் டெக்கானின் நினைவு வரும் அளவுக்கு புகழ் பெற்றுவிட்டிருக்கிறோம்.

10

நான் பெரிய மேதை ஒன்றும் கிடையாது.
தீராத உற்சாகம் கொண்டவன். பிரச்னைகள் தீரும்வரை
அதில் இருந்து விலகுவதில்லை.

- ஆல்பர்ட் ஐன்ஸ்டின்

ஏர் டெக்கான் – குறைந்த கட்டண விமான சேவை

இந்தியாவில் இதமான தென்றலாக வீச ஆரம்பித்திருந்த பொருளாதார சீர்திருத்தக் காற்று நாளுக்கு நாள் வலுப்பெற ஆரம்பித்தது. எல்லாத் துறைகளிலும் நிபுணத்துவத்தைத் தேட ஆரம்பித்தனர். சர்வதேசத் தரத்தை எட்ட முற்பட்டனர். பல்வேறு வசதி வாய்ப்புகளைத் தேட ஆரம்பித்தனர். ஹெலிகாப்டர் சேவைத் துறையிலும் எதிர்பார்ப்புகள் அதிகரித்தன. ஹெலிகாப்டர் ஏன் சிலருக்கு மட்டுமே கிடைக்கும் விசேஷ சேவையாக இருக்கிறது. எல்லாரும் பயன்படுத்தும் ஒன்றாக ஏன் மாறக்கூடாது? என்று சந்திரபாபு நாயுடு ஒருமுறை கேட்டார்.

நாயுடு கோடு போட்டார். அவருடைய மந்திரிகள் ரோடு போட ஆரம்பித்தனர். ஒவ்வொருவரும் தங்களுடைய தொகுதிக்கு ஹெலிகாப்டர் சேவையைக் கொண்டுவரும்படிக் கேட்டனர். ஹூப்ளி, விஜயவாடா, ராஜமுந்திரி என இரண்டாம் கட்ட நகரங்களுக்கு சேவையை ஆரம்பிக்கச் சொன்னார்கள். ஆனால், அது பொருளாதார ரீதியாக சாத்தியமான ஒன்று அல்ல. என்னதான் எல்லா இருக்கைகளும் நிரம்பினாலும் ஹெலிகாப்டர் கட்டணம் என்பது சாதா விமான கட்டணத்தைவிட இரண்டு மூன்று மடங்கு அதிகமாகவே இருக்கும். யாருக்கும் கட்டுப்படியாகாது. எனினும் அந்த விஷயத்தை யோசித்துப் பார்த்தேன்.

இதனிடையில் எஸ்.எம்.கிருஷ்ணா ஒரு முறை பழனிக்குப் போக விரும்பினார். அவருக்கு ஹெலிகாப்டர் பயணம் அசௌகரியமாகத் தோன்றியதால் விமானத்தில் அழைத்துச் செல்ல முடியுமா என்று கேட்டார். என் பைலட்களிடம் பேசினேன். முடியும். ஆனால், மதுரை அல்லது கோவை வரைதான் போக முடியும். அங்கிருந்து இரண்டு மூன்று மணி நேரம் பஸ்ஸில்தான் போகவேண்டியிருக்கும். அது சரிவராது.

ராகுல் சிங் ராவல் ஒரு சர்வே மேப்பை எடுத்துவந்தார். பிரிட்டிஷ் காலத்தில் தயாரிக்கப்பட்ட வரைபடம் அது. இன்றும் அதையே இந்திய ராணுவ, விமான துறையினர் பயன்படுத்திவருகின்றனர். அதில் பழனிக்கு அருகில் திண்டுக்கல்லில் ஒரு விமான இறங்குதளம் இருப்பதைக் கண்டுபிடித்துச் சொன்னார். உடனே ராகுலை அங்கு போகச் சொன்னேன். அந்த இடத்தைப் பரிசோதித்துவிட்டு, 'எந்தப் பிரச்னையும் இல்லை. ஒரு சில ஆடு மாடுகள் மேய்ந்து கொண்டிருக் கின்றன. ஒன்றிரண்டு புற்றுகள் இருக்கின்றன. அவற்றைச் சரிசெய்து விட்டால் விமானத்தை தரையிறக்க முடியும்' என்று சொன்னார். அந்த நிலம் யாருக்குச் சொந்தம் என்று பார்க்கச் சொன்னேன். அது ஒரு நெசவாலை முதலாளிக்குச் சொந்தமான பகுதி. கர்நாடக முதலமைச்சர் வரும் விஷயத்தைச் சொல்லி விமானம் இறங்க அனுமதி தரமுடியுமா என்று கேட்டபோது மிகவும் உற்சாகத்துடன் சம்மதித்தார். தன்னுடைய ஆட்களை வைத்து அதை சுத்தமும் செய்து கொடுத்தார். எஸ்.எம். கிருஷ்ணாவுக்கு போன் செய்து பழனி கோயிலுக்கு அருகிலேயே விமானத்தை தரையிறக்க முடியும் என்று சொன்னேன். அவரும் மிகவும் சந்தோஷப்பட்டார்.

அப்படியாக, ஹெலிகாப்டர், பிலேட்டஸ் விமானம் என எங்கள் சேவை விரிந்து கொண்டிருந்தது. ஆனால், பலருக்கு நாங்கள் இருப்பது தெரிந்திருக்கவில்லை. அதனால், நிறைய வர்த்தகத்தை நாங்கள் இழந்து வருவது புரிந்தது. டென்னிஸ் வீரர் விஜய் அமிர்தராஜ் இப்போது எங்கள் போர்டில் இருக்கிறார். ஒரு விஷயம் சொன்னார். பிரபல டென்னிஸ் வீரர் பிஜோர்ன் போர்க் ஒருமுறை இந்தியா வந்திருக்கிறார். தாஜ் மஹாலைப் பார்க்க விரும்பி டாக்ஸியில் போயிருக்கிறார். ஆறு மணி நேரம் டாக்ஸியில் பயணம் செய்தது அவருக்கு பெரிய சிரமத்தைத் தந்துவிட்டது. எனவே, தாஜ்மகாலை ரசிக்க முடியாமல் போய்விட்டது. ஹெலிகாப்டர் மட்டும் இருந்திருந் தால், தாஜ்மகாலையும் நன்கு பார்த்திருக்க முடியும். பதேபுர் சிக்ரி, ஆக்ரா கோட்டையையும் நிதானமாகப் பார்த்திருக்க முடியும். அவர் எங்களைத்தொடர்பு கொண்டிருந்தால் விஷயம் எளிதில் முடிந்திருக்கும். ஆனால், நாங்கள் இருப்பது அவருக்குத் தெரிந்திருக்கவில்லை. இது போல் பல வாடிக்கையாளர்களை நாங்கள் இழந்துவருவது

தெரியவந்தது. இன்னும் பலரைச் சென்றடைய வேண்டுமானால், நல்ல விளம்பரம் தேவை என்பதை உணர்ந்தோம்.

யாருமே இல்லாத தனித் தீவு ஒன்றில் ஒரு பெண் மீன் பிடிப்பது போலவும் அவருக்குப் பின்னால் எங்கள் ஹெலிகாப்டர் இருப்பது போலவும் ஒரு விளம்பரம் தயாரித்தோம். நீங்கள் போக விரும்பும் இடம் உலக வரைபடத்தில் இருக்கிறதா? சொல்லுங்கள். எங்கள் ஹெலிகாப்டர் உங்களை அங்கு கொண்டு செல்லும் என்று விளம்பர வாசகம் பொறித்தோம்.

அது பலரைச் சென்றடைந்தது. தினமும் நிறைய போன் கால் வரும். குவாலியருக்குப் போகவேண்டும். நைனிடாலுக்குப் போக வேண்டும். நாசிக்குக்குப் போகவேண்டும் எவ்வளவு ஆகும் என்று ஆர்வத்துடன் கேட்பார்கள். ஒரு லட்சம் ரூபாய் ஆகும் என்றதும் எதிர்முனையில் உற்சாகம் வடிந்துவிடும். அவர்கள் எல்லாரும் மத்திய வர்க்கத்தினர். வங்கியில் வேலை பார்ப்பவராக, பள்ளி ஆசிரியராக இருப்பார்கள். எங்கள் விளம்பரம் அவர்களுடைய ஆசையைத் தூண்டிவிட்டிருக்கும்.

இவர்கள் அனைவருமே புதிய வாய்ப்புகளைத் தேடி நகர ஆரம்பித் திருப்பவர்கள். தங்களை மாறுபட்ட முறையில் பார்க்க ஆரம்பித் திருப்பவர்கள். தன் மகள் பெரிய பெண்ணாகிவிட்டதை சட்டென்று ஒருநாள் உணர்வதைப் போல் இருந்தேன். ‘அப்பா, நான் ஒண்ணும் இன்னும் குழந்தை இல்லை. எனக்கு வயசு 19 ஆயிடுச்சு’ என்று என் மகள் சொல்வது நினைவுக்கு வந்தது.

நடுத்தர வர்க்கத்தினரிடமிருந்து வந்த தொலைபேசி அழைப்புகள் என் கண்ணைத் திறந்துவிட்டன. மெள்ளத் திமிறிக்கொண்டு எழ ஆரம்பித்திருக்கும் புதிய இந்தியாவைப் புரிந்துகொள்ள ஆரம்பித்தேன். சாதாரணப் பயணம் மேற்கொண்டபோது குக்கிராமம் ஒன்றில் கீற்றுக் கொட்டகை ஒன்றில் கம்ப்யூட்டர் வகுப்பு நடப்பதைப் பார்த்தேன். ஏதோ ஒரு கம்ப்யூட்டர் பாடத்தைப் படித்து முடித்த ஒரு இளைஞன் புதிய தொழில் முனைவராக அந்தப் பள்ளியை ஆரம்பித்திருந்தார். அவர் கண்களில் புதிய ஒளியைப் பார்த்தேன். கிராமத்தில் ஐம்பது, அறுபது ரூபாய் சம்பாதிக்கும் பெண், கையில் ஃபேர் அண்ட் லவ்லி டியூபுடன் செல்வதைப் பார்த்தேன். கிராமத்தினர் ஆமணக்கு எண்ணெயைத் தடவிக் கொண்டு பயத்தம் மாவைப் பூசிக் குளித்துக் கொண்டு இருந்ததைத்தான் அதுவரை பார்த்திருக்கிறேன். தொலைக் காட்சியின் தாக்கத்தினால் புதிய நுகர்வுக் கலாசாரம் பெருக ஆரம்பித்திருந்தது.

வேப்பங்குச்சிகளில் பல் தேய்த்தவர்கள் டூத் பிரஷுக்கு மாறி விட்டார்கள். மாட்டுவண்டிகளை பைக்குகளும் கார்களும் இடம்

பெயர்த்துவிட்டன. எல்லா வீடுகளிலும் டி. வி. வந்துவிட்டது. கோல்கேட், யுனிலிவர், ஹீரோ ஹோண்டா போன்ற நிறுவனங்கள் கிராமங்களைத் தேடிப் போக ஆரம்பித்திருப்பதாக செய்தித்தாள்களில் படித்தேன்.

நானும் ஜெயந்தும் அடிக்கடி இந்திய எதிர்காலம் பற்றி விவாதிப்போம். நம்மிடம் ஒரு குறை இருக்கிறது. நாம் நம்மைத் தாழ்ந்தவர்களாக நினைத்துக்கொள்கிறோம். நம்மால், நல்ல ரோடுகளைப் போட முடிவதில்லை. நல்ல மின்சாரத்துறையை உருவாக்க முடிவதில்லை. நம் தெருக்களைச் சுத்தமாகப் பராமரிக்க முடிவதில்லை. இதற்கெல்லாம் நம்முடைய மன அமைப்பில் இருக்கும் குறைபாடுதான் காரணம் என்று சொல்வார். நான் அதை மறுத்துப் பேசுவேன். இது உண்மை என்றால் நம்மால் எப்படி ஒரு தாஜ் மஹாலைக் கட்ட முடிந்தது. எப்படி ஒரு மீனாட்சி அம்மன் கோயிலைக் கட்ட முடிந்தது. பீம்ஷிங் ஜோஷி, ஜாகிர் ஹுசேன், எம்.எஸ்.சுப்புலட்சுமி போன்ற மேதைகள் நம்மிடையே எப்படித் தோன்ற முடிந்தது என்று கேட்பேன்.

முன்பு இந்தியா கோடிக்கணக்கான ஏழைகளைக்கொண்ட நாடாகப் பார்க்கப்பட்டது. இன்று அது கோடிக்கணக்கான வாடிக்கையாளர் களைக் கொண்ட நாடாகப் பார்க்கப்படுகிறது. சாதி, மதம், மொழி என பல்வேறு பிரிவுகள் இருந்தாலும் புதிய தலைமுறை இவற்றையெல்லாம் கடந்து உருவாகி வருவதை என்னால் பார்க்க முடிந்தது. கிராமத்தினர் நுகர்வுச் சந்தைக்குள் முழுவதுமாக வந்து சேரும்போது ஏற்படும் வளர்ச்சியை என்னால் கற்பனை கூடச் செய்யமுடியவில்லை. இந்தியப் பொருளாதாரம் உச்சியை எட்ட வேண்டுமானால், அதன் மத்தியவர்க்கம் சிறு நகரங்களுக்கு இடையே எளிதில் பறக்க முடிய வேண்டும். இனி, இந்தியா பின்வாங்கப் போவதில்லை. வெற்றி மேல் வெற்றிதான். அடுத்த 20-30 ஆண்டுகளுக்குள் இந்தியா சூப்பர் பொருளாதார நாடாகிவிடும் என்பதில் எந்தச் சந்தேகமும் எனக்கு இல்லை.

★

தென் ஆப்பிரிக்காவில் இருந்து திரும்பி வந்ததும் சாம் என்னிடம் கேட்டார்: நாம் ஏன் குறைந்த கட்டண விமான சேவையை ஆரம்பிக்கக் கூடாது? அமெரிக்காவுக்கு ஒருதடவை போனபோது குறைந்த விலை விமானத்தில் பயணம் செய்திருக்கிறார். இந்தியாவிலும் நாம் ஏன் அதை அறிமுகம் செய்யக்கூடாது என்று கேட்டார். என் மனத்தில் அந்தக் கேள்விகள் உறைந்து கிடந்தன. திண்டுக்கல்லில் விமான இறங்கு தளம் இருந்ததைப் பார்த்தபோது, இந்தியாவில் எங்கெல்லாம் இதுபோன்ற தளங்கள் இருக்கின்றன என்று எங்கள் பைலட்களிடம் குறித்துக்

கொடுக்கச் சொன்னேன். அவர்கள் கொடுத்த வரைபடத்தைப் பார்த்ததும் ஆச்சரியத்தில் உறைந்துவிட்டேன். மொத்தம் 500 விமான தளங்கள் இருந்தன. அவற்றில் சில போயிங் விமானம் இறங்கும் அளவுக்குப் பெரியவை. சில ராணுவ பயன்பாட்டுக்கு உருவாக்கப் பட்டவை. சில இரண்டாம் உலகப்போர் நேரத்தில் உருவாக்கப் பட்டவை. சில தளங்கள் அரசியல்வாதிகளால் அந்தத் தொகுதி மக்களுக்கு பரிசாக வழங்கப்பட்டவை. ஆனால் இந்த 500 மையங் களுக்கு இடையே எந்தத் தொடர்பும் இல்லை.

அமெரிக்காவில் நடந்த சர்வதேச ஹெலிகாப்டர் கண்காட்சிக்குப் போயிருந்தேன். அங்கு ஒரு பெண்ணைச் சந்தித்தேன். கிராண்ட் கேன்யானில் ஒரு சுற்றுலா நிறுவனம் நடத்தி வந்தார். அங்கு மட்டுமே சுமார் 20 ஹெலிகாப்டர்கள் அவருடைய நிறுவனத்தால் இயக்கப்பட்டு வந்தன. கிராண்ட் கேன்யானுக்குப் போகும் வழியில் பீனிக்ஸ் விமான நிலையத்தில் எனக்கான ஹெலிகாப்டர் வருவதற்காகக் காத்திருந்தேன். அங்கு நாள் ஒன்றுக்கு சுமார் 1000 விமானங்கள் வந்து போகின்றன. ஒரு லட்சம் பயணிகள் அந்த விமான நிலையம் வழியாக வந்து போகிறார்கள். அதை என்னால் நம்பவே முடியவில்லை. ஒரு பாலைவனத்தின் நடுவில் அமைந்திருக்கும் விமான நிலையமானது ஒட்டுமொத்த இந்தியாவில் இருக்கும் 40 விமான நிலையங்களைவிட அதிக விமானங்களைக் கையாள்கிறது. அதிகப் பயணிகளை வரவேற்று வழியனுப்புகிறது!

அந்த விமான பயணத்தில் என்னுடன் வந்தவர் ஒரு தச்சு வேலை செய்பவர். அதற்கான உடையிலேயே பயணம் செய்தார். கைகளில் டாடூ குத்தியிருந்தார். ஹம்பர்கரை பெரும் பசியோடு விழுங்கிக் கொண்டிருந்தார். முன்னால் இருந்த இருக்கையில் ஒரு முத்திரை வாக்கியம் பொறிக்கப்பட்டிருந்தது: முப்பது வருடங்கள்: ஒரே இலக்கு - குறைந்த கட்டணம்.

என் மனத்தில் இரண்டு யோசனைகள் முளைத்தன. இந்தியாவின் மூலை முடுக்கெல்லாம் போகும் விமான நிறுவனம் ஒன்றை ஆரம்பிக்க வேண்டும். இந்தியாவின் லட்சக்கணக்கானோர் பறக்க முடியும்படி யாக அது விலை மலிவானதாக இருக்க வேண்டும். இந்தத் திட்டம் வெற்றி பெறும் என்று சொல்ல உலகின் தலை சிறந்த ஆலோசகரின் உதவி தேவையில்லை. ஏனென்றால், அது எனக்கே தெரியும்.

அமெரிக்காவில் நாளொன்றுக்கு 40,000 விமானங்கள் இயக்கப்படு கின்றன. இந்தியாவில் 420. இந்தியா இப்போதைய வேகத்தில் வளர்ச்சி அடைந்தால் இன்னும் முப்பது வருடங்களுக்குள் சுமார் நூறு கோடி பேர் ஒவ்வொரு ஆண்டும் விமானத்தைப் பயன்படுத்துவார்கள். நூறு கோடி பயணிகள்... 50,000 விமானங்கள்! இது சாத்தியம்தானா? இருபது

கோடி மத்தியதர வர்க்கம் ஆண்டுக்கு ஐந்து தடவை பறந்தால் இது சாத்தியமே. இப்போது என் மனத்தில் முடியுமா என்ற கேள்வி இல்லை. எப்படி என்ற கேள்வி மட்டுமே இருந்தது. கிராண்ட் கேன்யான் பயணத்தை முடித்துவிட்டு உற்சாகத்துடன் இந்தியா திரும்பினேன்.

பெங்களூருவில் கால் பதித்ததும் எகானமிக் டைம்ஸ் பத்திரிகையைச் சேர்ந்த கிரீஷ் ராவைத் தொடர்புகொண்டேன். குறைந்த கட்டணத்தில் ஒரு விமான சேவையை ஆரம்பிக்கப் போகிறேன் என்று சொன்னேன். அடுத்த நாளே அது செய்தித்தாள்களில் முதல் பக்கத்தில் வெளியானது.

அடுத்ததாக மோகன் குமாரைத் தொடர்பு கொண்டேன். டில்லி, மும்பையைத் தாண்டி நாம் சிந்திக்க வேண்டும். இந்தியாவில் சுமார் 500 நடுத்தர நகரங்கள் இருக்கின்றன. உதாரணமாக பெல்லாரி. மிக முக்கியமான ஏற்றுமதி நகரம். இந்தியாவின் மொத்த ஜீன்ஸ் உற்பத்தியில் 15% இந்த இடத்தில்தான் உற்பத்தி ஆகிறது. அது தவிர கோழிப்பண்ணைகள், நெசவாலைகள், சுரங்கத் தொழில் என பல இருக்கின்றன. சரித்திர முக்கியத்துவம் வாய்ந்த ஹம்பிக்கு அருகில் இருக்கிறது. பெல்லாரியில் மூன்று விமான தளங்கள் இருக்கின்றன. ஆனால், அவற்றுக்கு இடையே எந்தத் தொடர்பும் கிடையாது. இதுபோல் முக்கியத்துவம் வாய்ந்த நகரங்கள் பல இருக்கின்றன. இமயமலையின் நுழைவாயிலாக இருக்கும் டேராடூன், 40 லட்சம் பேர் வசிக்கும் கான்பூர், திராட்சை மது அதிகம் உற்பத்தியாகும் நாசிக் என பல நகரங்களைப் பற்றிச் சொன்னேன்.

மேலும் சில புள்ளிவிவரங்களும் தந்தேன். நாளொன்றுக்கு இந்தியா வில் 1.7 கோடி பேர் ரயிலில் பயணம் செய்கின்றனர். 1.3 கோடிபேர் பஸ்ஸில் பயணம் செய்கின்றனர். அப்படியாக நாளொன்றுக்கு சுமார் 3 கோடி பேர் பஸ்-ரயிலில் பயணம் செய்கிறார்கள். இவர்களில் ஐந்து சதவிகிதம் பேர் விமானத்தின் பக்கம் வந்தால் கூடப் போதும். ஆண்டுக்கு சுமார் 53 கோடி ஆகிவிடும். 53 கோடி என்பது அதிகமான எண்ணிக்கை என்று மலைக்க வேண்டாம். வெறும் இருபது கோடி பேர் வருடத்துக்கு இரண்டரை தடவை பயணம் செய்தாலே போதும். இது எளிதில் சாத்தியமான ஒன்றுதான். எந்த சந்தை ஆராய்ச்சியும் தேவை யில்லை என்று மோகன் குமாரிடம் சொன்னேன். செய்துவிடுவோம் என்றார் உடனே.

முதலீட்டுக்கான பணம் எப்படி வரும் என்று நான் யோசிக்கவே இல்லை. ஹெலிகாப்டர் வர்த்தகத்தில் இறங்கும்போதும் அப்படித்தான் ஆரம்பித்திருந்தேன். இப்போதும் அப்படியே. ஒரே ஒரு விஷயத்தை மட்டுமே மனத்தில் வைத்திருந்தேன். இந்த புதிய சேவை இந்தியத் தன்மை கொண்டதாக இருக்க வேண்டும். இந்தியாவின் பூகோளம்,

கலாசாரம், பாரம்பரியம், இந்திய மேதமை எல்லாவற்றையும் உள்ளடக்கியதாக இருக்க வேண்டும். இந்தியாவின் சாதாரண மனிதரும் பயன்படுத்தும் வகையில் இருக்க வேண்டும். இதை மட்டுமே யோசித்தேன். ஆனால், வழக்கம்போல் பிரச்னைகள் தொடர்ந்து எழுந்தன.

இந்திய விமானத்துறை பல்வேறு சாதனைச் சிகரங்களைத் தொட்டிருக்கிறது. பல்வேறு சவக்குழிகளையும் வெட்டியிருக்கிறது. டாடா-சிங்கப்பூர் ஏர்லைன்ஸ் கூட்டு முயற்சியை, இந்தியன் ஏர்லைன்ஸ்-ஜெட் ஏர்வேஸ் இரண்டும் சேர்ந்து முடக்கிவிட்டதாக வதந்திகள் சொல்கின்றன. நானும் அப்படி ஏதாவது முயற்சி செய்தால் அதே கதி எனக்கும் நேரலாம். ஆனால், என் விஷயத்தில் ஒரு சாதகமான அம்சம் இருந்தது. எந்தவொரு அரசியல்வாதியும் கிராமத்தையும் நகரத்தையும் இணைக்கும் ஒரு திட்டத்துக்குத் தடை போட முடியாது. எந்தவொரு அரசியல்வாதியும் சாதாரண மக்களுக்கும் பறக்கும் வாய்ப்பு கிடைக்கும் போது அதை மறுக்க முடியாது.

இந்தத் திட்டத்துக்கு அரசியல்வாதிகளின் ஆதரவு இருந்தால் எளிதில் முடியும் என்று நினைத்தேன். எனவே, என் நண்பர்களான வெங்கையா நாயுடு, சந்திரபாபு நாயுடு, எஸ்.எம்.கிருஷ்ணா ஆகியோரிடம் பேசினேன். அனைவரும் மிகுந்த உற்சாகத்துடன் அதை வரவேற்றனர். டொயோட்டோவோ டாட்டாவோ ஒரிஸ்ஸாவிலோ ஏதாவது ஓர் ஊரிலோ தங்கள் தொழிற்சாலையை அமைக்க விரும்பினால் முதலில் விமான வசதி இருக்கிறதா என்றுதான் பார்ப்பார்கள். பொருளாதார வளர்ச்சிக்கு ஓர் ஊர், நகரம் உலகின் பிற பகுதிகளுடன் எளிதில் தொடர்புகொள்ள முடிந்ததாக இருக்க வேண்டும்.

பொருளாதார நிறமாலையின் ஒரு கோடியில் இருக்கும் அமெரிக்காவிலும் மறுகோடியில் இருக்கும் இந்தோனேஷியாவிலும் ஒரு விஷயம் வெற்றிகரமாக நடக்க முடியுமானால் அது இந்தியாவிலும் சிறப்பாகவே நடக்க முடியும். இப்போது நான் செய்ய வேண்டியதெல்லாம் குறைந்த கட்டண விமான சேவை பற்றி நன்கு தெரிந்த நபரைப் பிடிக்க வேண்டியதுதான்.

ஒரு விமான சேவையைத் திட்டமிடுதல்

உலகில் எங்கெல்லாம் குறைந்த கட்டண விமான சேவை வெற்றிகரமாக நடந்திருக்கிறது. அதில் யார் நிபுணர் என்று ஆய்வு மேற்கொண்டேன். கானர் மெக்கார்த்திதான் நமக்கு சரியானவர் என்று முடிவு செய்தேன். அவர் 'ரியான் ஏர்' என்ற நிறுவனத்தின் தூண்களில் ஒருவர்.

‘ஒரு யூரோ நாணயத்தில் ஒரு விமானப் பயணம்’ என்ற சாதனையை நிகழ்த்திக் காட்டியவர். ரியான் ஏர் நிறுவனத்தில் பத்து வருடங்கள் பணியாற்றி முடித்த பிறகு மலேசியாவில் ‘ஏர் ஏசியா’ நிறுவனத்தை ஆரம்பிக்க உதவினார்.

மிகக் குறைவான டிக்கெட் கட்டணம், மிகக் குறைவான நிர்வாகச் செலவுகள், விமான நிறுவனங்களிலேயே மிக அதிக லாப விகிதம்... முடியாததை முடித்துக் காட்டியவர் மெக்கார்த்தி. அவரைப்போல் நுணுக்கங்கள் தெரிந்தவர் இந்த உலகில் யாருமே இல்லை.

அவருடன் தொலைபேசியில் பேசினேன். இந்தியாவில் குறைந்த கட்டண விமான சேவை சாத்தியமே இல்லை என்று முகத்தில் அடித்தாற்போல் சொல்லிவிட்டார். அது வெற்றிகரமாக நடக்க வேண்டுமானால், அரசின் விதிமுறைகள் தளர்வாக இருக்க வேண்டும். மக்களிடையே கிரிடிட் கார்டு, இணைய தளப் பயன்பாடு அதிகமாக இருக்க வேண்டும். இந்த விமான சேவை நீங்கலாக பிரதான, மாற்று சேவை எல்லா இடங்களிலும் கிடைக்க வேண்டும். இது எல்லாம் இருந்தால்தான் ஒரு நாட்டில் குறைந்த கட்டண விமான சேவை சாத்தியம் என்று சொன்னார். இந்தியாவில் இந்த எதுவுமே கிடையாது. இருந்தும் மெக்கார்த்தி சொல்லிவிட்டார் என்பதற்காக என் கனவுத் திட்டத்தை நான் கைவிட விரும்பவில்லை. கடவுளே சொல்லியிருந் தாலும் பின்வாங்கியிருக்க மாட்டேன் என்பதுதான் உண்மை. இதயத் தின் மொழி மூளைக்குப் புரியாது என்று சும்மாவா சொன்னார்கள். நான் மெக்கார்த்தியிடம் மீண்டும் பேசினேன்.

‘நாங்கள் உங்களைப் பார்க்க விரும்புகிறோம். நாம் நிதானமாக உட்கார்ந்து பேசுவோம்’ என்றேன்.

‘எனக்கு நேரம் இல்லை. அப்படியே இருந்தாலும் எனக்கான தொகையை உங்களால் கொடுக்க முடியாது’ என்றார்.

‘எவ்வளவு ஆகும்?’

‘ஒரு மணி நேரத்துக்கு 400 யூரோக்கள்.’

நான் கணக்குப் போட்டுப் பார்த்தேன். எட்டு மணி நேரம் வீதம் இரண்டு நாள்கள் அவருடன் பேச திட்டமிட்டிருந்தேன். 6,400 யூரோக்கள்.

‘சரி. நீங்கள் கேட்கும் பணத்தைத் தருகிறேன். அது முடிந்த பிறகு நாம் டின்னருக்குப் போவோம். டின்னருக்கான செலவு என்னுடையது.

ஆனால், அந்த நேரத்துக்குத் தனியாக நீங்கள் சார்ஜ் செய்யக்கூடாது' என்று சொன்னேன்.

ஒப்புக்கொண்டார். அடுத்த நாள் ஒரு ஒப்பந்தக் கடிதம் அனுப்பினார். ஆனால், அதில் 13,400 யூரோக்கள் தரவேண்டும் என்று எழுதப் பட்டிருந்தது. அதாவது எங்களுடன் இரண்டு நாள் பேச வேண்டு மானால் அதற்கு அவர் இரண்டு நாள் ஆராய்ச்சி செய்து தயார்படுத்திக் கொள்ள வேண்டியிருக்குமாம். அந்தப் பணத்தையும் சேர்த்துக் குறிப் பிட்டிருந்தார். 'இதோ பாருங்கள் மெக்கார்த்தி. நீங்கள் ரொம்பவும் புத்திசாலியாகக் காட்டிக்கொள்ள விரும்புகிறீர்கள் என்று தெரிகிறது. நான் உங்களுடன் நட்புறவு வைத்துக்கொள்ள விரும்புகிறேன். ரியான் ஏர் நிறுவனத்தில் என்ன செய்தீர்கள் என்று தெரிந்துகொள்ள விரும்பு கிறேன். லேப்டாப், ப்ரொஜெக்டர், சார்ட்டுகள் சகிதமான உங்க ளுடைய பவர் பாயிண்ட் பிரசண்டேஷன் பிரசங்கத்தை விரும்ப வில்லை. என்னுடன் பேசுவதற்கு தயார்படுத்திக் கொண்டுதான் பேச வேண்டுமென்றால், நல்லது நாம் சந்திப்பதே அவசியமில்லை' என்று சொன்னேன். கடைசியில் நான் சொன்ன விதிமுறைக்கு உட்பட்டு சந்திக்க இசைவு தெரிவித்தார். ஜார்ஜ் பெர்னாட்ஷா, ஜேம்ஸ் சாய்ஸ், கென்னடி குலத்தின் நகரமான டப்ளினில் சந்தித்துப் பேசினோம்.

மெக்கார்த்தியின் 20 மணி நேரங்களை எடுத்துக் கொண்டேன். 16 மணி நேரம் வர்த்தக ஆலோசனைக்காக, 4 மணி நேரம் இரவு விருந்துக்காக. டப்ளினுக்குப் போய் வர ஆகும் செலவை அவரே ஏற்றுக் கொள்ள வேண்டும் என்று பேசிவிட்டிருந்தேன். குறைந்த கட்டண விமான சேவை தொடர்பாக ஒரு பொதுவான விதி ஒன்றைச் சொல்வார்கள். ஒரேவகையான விமானங்களை மட்டுமே பயன்படுத்த வேண்டும். அப்போதுதான் நிர்வாகச் செலவுகள், பழுது நீக்கும் செலவுகள், பயிற்சிகள் என செலவைக் குறைக்க முடியும். இந்தியாவில் சிறிய நகரங்களிலும் ஊர்களிலும் இருக்கும் 500 விமான தளங்களில் ஏ.டி.ஆர். போன்ற சிறிய விமானங்களை மட்டும்தான் கையாள முடியும். வெறும் 40 விமான தளங்களில் மட்டும்தான் போயிங், ஏர்பஸ் போன்ற பெரிய விமானங்களையும் சிறிய விமானங்களையும் கையாள முடியும். நாங்கள் போயிங், ஏர்பஸ் மட்டுமே போதும் என்று தீர்மானித்தால் பெரு நகரங்களில் மட்டுமே விமான சேவையை வழங்க முடியும். அதை நான் விரும்பவில்லை. இதுவரையில் இல்லாத வழித்தடங் களில், இதுவரை பயணித்திராத பயணிகளைத் தேடிப் போக வேண்டும் என்பதுதான் என் இலக்கு. நான் 'அந்த இன்னொரு' இந்தியாவைக் குறிவைத்திருந்தேன்.

டில்லி மும்பை, சென்னை போன்ற பெரு நகரங்களுக்கு இடையே பெரிய விமானங்கள். டேராடூன், தர்மசாலா போன்ற சிறு நகரங்களில்

இருந்து பெரு நகரங்களை அடைய சிறிய விமானங்கள். இப்படியாக இரண்டு சேவையையும் வழங்கி இந்தியாவின் மூலைமுடுக்குகளை யெல்லாம் விமான சேவை மூலம் இணைத்துவிட வேண்டும். இப்படிச் செய்தால்தான் விமான சேவை வெற்றிகரமாக நடக்க முடியும் என்று தெளிவாக முடிவுகட்டியிருந்தேன்.

அமெரிக்காவில் ரயில் பாதை இதைத்தான் செய்தது. 150 ஆண்டுகளுக்கு முன்பாக நாட்டின் மூலை முடுக்குகளையெல்லாம் பிரதான நகரங் களோடு இணைத்தது. தேசத்தின் பொருளாதாரம் உச்சியை எட்டியது. அமெரிக்காவில் செவ்விந்தியர்களோடு போராட வேண்டியிருந்தது. நம் நாட்டில் சிவப்பு நாடா நடைமுறைகளோடு போராட வேண்டி யிருக்கும் என்று நினைத்தேன். ஆனால், சாதாரண மக்களுக்குக் குறைந்த கட்டணத்தில் விமானப் பயணம் என்ற கனவு பெரும் உத்வேகத்தைத் தந்தது. அதிகாரவர்க்கம் சிவப்புக் கம்பளம் விரித்து என்னை வரவேற்றது. கிராமப்புற மேம்பாடு என்று நான் முன்வைத்த விஷயங்கள் எல்லாரையும் எளிதில் கவர்ந்துவிட்டது. அரசாங்கம் செய்ய வேண்டியதெல்லாம் ஏற்கெனவே இருந்த விமான தளங்களில் இருக்கும் ஓட்டைகளை அடைத்து ஓடுபாதையை சரி செய்து கொடுப்பது மட்டும்தான்.

ஆனால், துரதிஷ்டவசமாக நம் அரசியல்வாதிகள் விமான சேவையை பொருளாதார வளர்ச்சிக்குத் தேவையான ஒன்றாகப் பார்க்கவில்லை. கிராமப்புற சாலை வசதி, மின்சாரம், கல்வி, சுகாதாரம் ஆகியவற்றை மேம்படுத்தும் திட்டங்களில் மட்டுமே கவனம் செலுத்தினர். இந்தத் திட்டங்கள் கிராமப்புற வளர்ச்சிக்கு எந்த அளவுக்கு உதவியிருக் கின்றன என்பது வேறு விஷயம். ஊழல் எங்கும் பரவியிருக்கிறது என்பது எல்லாருக்கும் தெரியும். ஒரு திட்டத்துக்கு ஒரு ரூபாய் அரசு நிர்ணயித்தால் அதில் பத்து பைசாதான் அந்தத் திட்டத்துக்குப் போகிறது. என் திட்டம் அப்படியானதல்ல. நான் ஏழைகளை வானில் பறக்க வைக்க விரும்பினேன்.

விமானத்துறையில் இயங்கிவரும் பெரிய முதலைகளிடம் நான் போட்டியிட முயன்றால் அவை என்னை ஒரேயடியாக விழுங்கிவிடும் என்பது எனக்குத் தெரியும். அவர்களும் மாநகரங்களுக்கு இடையே விமான சேவை வழங்குவதிலேயே முழு திருப்தி அடைந்து விட்டார்கள். நான், இரண்டாம், மூன்றாம் நிலையில் இருக்கும் நகரங் களில்தான் என் சேவையை ஆரம்பிக்க விரும்பினேன். அது ஒருவகை யில் அவர்களுக்கு கூடுதல் பயணிகளைக் கொண்டுவந்து கொடுக்கும் செயல்தான். அப்படியிருந்தும் அவர்களிடமிருந்தும் நெருக்கடிகள் வர வாய்ப்பு இருந்தது.

நான் விமான சேவையை ஆரம்பிக்கப் போகிறேன் என்று தெரிந்ததும் இந்தியா முழுவதிலும் இருந்த என் அரசியல் நண்பர்கள் தொடர்பு கொண்டு பேசினார்கள். அவர்களுடைய நகருக்கு விமான சேவை வருகிறதா என்று கேட்டார்கள். தொழிற்துறையைச் சேர்ந்தவர்கள், வர்த்தகர்கள், பிற மேல் தட்டினர் என அனைவரும் திட்டம் பற்றிக் கேட்டனர்.

சிறு நகரங்களுக்கு 48 இருக்கைகள் கொண்ட ஏ.டி.ஆர். விமானம் சரியாக இருக்கும் என்று தீர்மானித்தோம். எங்கள் சேவைக்கு இரண்டு இலக்குகள் வைத்திருந்தோம். முதலாவதாக, மெட்ரோ நகரங்களுக்கு இடையேயான பெரிய விமானங்கள் எந்த நேரத்தில் வந்து போகுமோ அந்த நேரத்தில் சிறு நகரங்களில் இருந்து எங்களுடைய விமானங்கள் வந்து சேர வேண்டும். அப்போதுதான் சிறு நகரத்தில் இருந்து வருபவர்கள் பெரிய விமானத்தைப் பிடித்து மெட்ரோ நகரங்களுக்குப் போக முடியும். இரண்டாவதாக: விலை மலிவானதாக இருக்க வேண்டும். அதாவது ஏசி முதல் வகுப்பு ரயில் கட்டணத்தைவிட 25-30% மட்டுமே அதிகமாக இருக்க வேண்டும்.

ஏழை பறக்க வேண்டும்

குறைந்த கட்டண விமான சேவை என்பது என் உள்ளுணர்வில் தோன்றிய எண்ணம். ஆனால், அதைச் செயல்படுத்த பிரக்ஞைபூர்வமான திட்டமிடல் தேவையாக இருந்தது. விமான சேவையில் மூன்று முக்கிய அம்சங்கள் இருக்கின்றன. 1.விமானம், பைலட், தொழில் நுட்பப் பிரிவினர் 2.ஹேங்கர், பராமரிப்பு வசதிகள் 3. விமான நிலையத்தில் இட வசதி.

இந்த மூன்றுமே செலவு வைக்கக்கூடிய அம்சங்கள். மூன்றுமே ஒரே நேரத்தில் கைவசம் இருந்தாக வேண்டும். ஏதாவது ஒன்று முதலில் கிடைத்து எஞ்சியவை கிடைக்கத் தாமதமானால் சிரமம்தான். செலவு தான். குறைவான வளங்களுடன் ஆரம்பிக்கும் நிறுவனத்துக்கு அந்தச் செலவு மிகப் பெரிய சுமைதான்.

முதலில் லைசன்ஸ் பெற வேண்டியிருந்தது. வெங்கையா நாயுடு என்னை விமானத்துறை அமைச்சர் ராஜீவ் பிரதாப் ரூடியிடம் அறிமுகம் செய்து வைத்தார். ஒருவர் விஜயவாடாவில் இருந்து வந்தவர். இன்னொருவர் பிஹாரில் இருந்து வந்தவர். இரண்டு பகுதிகளுக்குமே விமான சேவை மிகவும் தேவையாக இருந்தது.

ஆனால், ரூடிக்கு என் திட்டம் சாத்தியமாகுமா என்ற சந்தேகம் எழுந்தது. அதெப்படி மற்ற விமான நிறுவனங்களைவிடப் பாதி

விலையில் சேவையைக் கொடுத்து, அதை லாபமாகவும் எப்படி நடத்த முடியும் என்று கேட்டார்.

சார்... நான் புதிதாக எதையும் கண்டுபிடிக்கவில்லை. எல்லாம் நம் பாரம்பரிய வாழ்க்கையில் உள்ளதுதான். எந்தவொரு விஷயத்திலும் சிக்கனமாக இருந்தால் எல்லாமே சாத்தியம்தான். நான் பெங்களூரு வில் கண்டோன்மெண்டில் இருந்தபோது என் அப்பா பசவன்குடியில் வசித்து வந்தார். அவ்வப்போது என்னைப் பார்க்க வருவார். கார் அனுப்பி வைக்கவா என்று கேட்பேன். வேண்டாம் என்று சொல்லி விட்டு பஸ்ஸிலேயே வருவார். பஸ் ஸ்டாப்பில் இருந்து நடந்தே என்னைப் பார்க்க வருவார். அநாவசியச் செலவு என்பது நம் ரத்தத்தில் இல்லை என்று சொன்னேன்.

இதே கேள்வியை ஒரு பத்திரிகையாளர் கேட்டபோது வேறொரு உதாரணம் சொன்னேன். உடுப்பி ஹோட்டல் போல் என் நிறுவனத்தை நடத்துவேன் என்று சொன்னேன். அடுத்த நாளே பத்திரிகையில் ‘வானில் ஒரு உடுப்பி’ என்று தலைப்பு போட்டுவிட்டார்கள்.

சில ஃபாஸ்ட் ஃபுட் உடுப்பி ஹோட்டலைப் பார்த்திருப்பீர்கள். ஐந்து நட்சத்திர விடுதிபோல் ஆற அமர பேசிக்கொண்டு, அரைமணி நேரம் கழித்து ஆர்டர் செய்து, ஒரு மணி நேரம் கழித்து அதைச் சாப்பிட்டு விட்டு வரும் இடம் அல்ல அது. சுவரில் பலகைபோல் அடிக்கப் பட்டிருக்கும். அதில் நின்றபடியே சாப்பிட்டுவிட்டுப் போக வேண்டியதுதான். சர்வர்கள் கிடையாது. நாமே வாங்கிக்கொள்ள வேண்டும். ஏசியெல்லாம் கிடையாது. எனவே, மின் கட்டணமும் குறைவாகத்தான் ஆகும். அங்கு வருபவர்கள் ஒரே ஒரு விஷயம் மட்டுமே எதிர்பார்ப்பார்கள். இடம் சுத்தமாக இருக்க வேண்டும். உணவு சுவையாக இருக்க வேண்டும். அது அந்த இடத்தில் கிடைக்கும். அது மட்டுமே கிடைக்கும். அவர்களுக்கு அது போதும். குறைந்த கட்டண விமான சேவையிலும் அப்படித்தான். எந்த இடத்துக்குப் போக வேண்டுமோ அங்கு பாதுகாப்பாக, சீக்கிரமே போய்விட முடியும். அவ்வளவுதான். அதைவிடக் கூடுதலாக அவர்கள் எதிர்பார்க்கவும் மாட்டார்கள். அதற்கு அதிக செலவும் ஆகாது. இதை ரூடியிடம் சொல்லிப் புரியவைத்தேன். ஏழைகளுக்கான விமானம் இது. பணக்காரர்களும் வந்து போகலாம். ஆனால், பெரிய வசதிகளை யெல்லாம் எதிர்பார்க்க முடியாது.

எங்களுடைய குறைந்த கட்டண விமான சேவை பல புதிய சாதனை களைச்செய்யும். பாயிண்ட் டு பாயிண்ட் சேவையை வழங்கும். பயணப் பைகளைச் சேகரிப்பதற்கான நேரத்தைக் குறைக்கும். பிற விமான பயண நேரங்களுடன் கச்சிதமாகப் பொருந்தும். பாயிண்ட் டு பாயின்ட்

என்றால் ஒரு பயண தூரத்துக்கு ஒரு டிக்கெட். வேறொரு இடத்துக்குப் போக வேண்டுமானால் இன்னொரு டிக்கெட். இன்னொரு இடத்துக்குப் போகவேண்டுமானால், பயணப் பைகளைச் சேகரித்துக் கொண்டு அந்த இடத்துக்குப் போக விரும்புபவர்கள் நிற்கும் வரிசையில் போய் நின்று கொள்ள வேண்டும். வேறு நிறுவனங்கள் வழங்கும் விமான சேவையில் லண்டன், ஆம்ஸ்டெர்டாம் விமானம் வருவதற்கு முன்பாகவே, டில்லி - மும்பை விமானம் வந்து காத்துக் கொண்டிருக்கும். இப்படிக் காத்துக் கொண்டிருக்கும் நேரம் அதிகரிப்பதால் அந்த விமானங்களால் அதிக டிரிப் அடிக்க முடியாது. அந்தக் கட்டணத்தையும் சேர்த்து வசூலிப்பதால் அவர்களுடைய டிக்கெட் விலை மிக அதிகமாக இருக்கும். எங்கள் நிறுவனத்தில் அப்படியில்லை. எந்த விமானத்தில் ஏற வேண்டுமோ அது வரும் நேரத்துக்கு இசைவாக எங்கள் விமானம் சரியான நேரத்தில் வந்து சேரும். எனவே, எங்கள் விமானங்கள் பறக்கும் நேரம் அதிகமாகவே இருக்கும். எனவே, கட்டணம் குறைவாக இருக்கும்.

எங்கள் விமானங்கள் அதிகாலையில் புறப்பட்டுவிடும். பின்னிரவில் நெடுநேரம் வரையும் இயக்கப்படும். குடும்பத்தினரைச் சந்திக்க விமானத்தில் வரும் ஒரு நபர் அல்லது நடுத்தர வர்த்தகர் காசை எப்படியெல்லாம் மிச்சம் பிடிக்க முடியும் என்று பார்ப்பார். எனவே, அவர் அதிகாலையில் 5.30 மணிக்கான விமானத்தில் கட்டணம் பாதியாக இருந்தால் அதில்தான் பறக்க விரும்புவார். அதிகாலையில் எழுவது போன்ற சிரமங்களை விரும்பாத பெரும் செல்வந்தர் காலை 8.30 விமானத்தில் அதிகக் கட்டணம் கொடுத்து பறப்பார்.

விமானத்தில் அதிக உணவுப் பொருள்களைக் கொடுக்காமல் இருந்தால் சுத்தம் செய்தல் போன்ற விஷயங்கள் எளிதில் முடிந்துவிடும். கூடுதல் உணவுக் கலன்களை ஏற்றி இறக்கும் வேலையும் மிச்சமாகும். உணவை இலவசமாகக் கொடுப்பதற்கு பதிலாக, விற்பனை செய்தால் கூடுதல் வருமானத்துக்கு வழி வகுக்கும். பிற ஆடம்பர நிறுவனங்களுக்கு சுமையாக இருக்கும் ஒரு விஷயம் எங்களுக்கு லாபத்தைத் தரும் ஒன்றாக ஆனது. சொந்தக் காசில் வாங்கிச் சாப்பிடுவதால் வீணாவதும் கீழே சிந்துவதும் குறையும்.

குறைவான உணவுக் கலன்கள் மட்டுமே ஏற்றுவதால் விமானத்தில் எரிபொருளும் மிச்சமாகும். பழைய பயணிகள் இறங்கி, புதிய பயணிகள் ஏறிக்கொண்டதும் உடனே விமானத்தைக் கிளப்பிவிட முடியும்.

தண்ணீரைச் சிக்கனமாகச் செலவிடுவது இன்றைய சூழலில் மிகவும் அவசியமான ஒன்று. இலவசமாகத் தரப்படும் தண்ணீர் முழுவதுமாகப்

பயன்படுத்தப்படுவதில்லை. நிறைய வீணடிக்கப்படும். காசு கொடுத்து வாங்கும்போது கவனமாக இருப்பார்கள். இலவசமாகச் செய்தித்தாள்கள் கொடுப்பதும் கூடுதல் செலவைக் கொண்டுவரும். அவற்றை விலை கொடுத்து வாங்க வேண்டும். கொண்டுவந்து கொடுக்க ஒருவரை நியமிக்க வேண்டும். அவருக்கான சம்பளம். ஒவ்வொரு விமான நிலையத்திலும் பழைய செய்தித்தாள்களை அகற்ற வேண்டும். இவை எல்லாமே அதிக செலவை வைக்கும்.

செலவைக் குறைத்தல், புதிய வருமானத்தைக் கொண்டுவருதல் என்ற இரண்டிலுமே புதுமையைப் புகுத்த முடியும். நாங்கள் இரண்டையும் செய்தோம். 23% அதிக பயணிகள் இருக்கைகளை விமானத்தில் சேர்த்தோம். பிற ஆடம்பர விமான நிறுவனங்களில் பிஸினஸ் வகுப்புக்கு 144 இருக்கைகள் இருக்கும். நாங்கள் அதை எடுத்துவிட்டு 180 சாதா இருக்கைகளைப் போட்டோம். பிற விமான நிறுவனங்களை விட எங்கள் விமானங்கள் கூடுதலாக 25-30 மணி நேரம் பறக்க ஏற்பாடு செய்தோம். டிக்கெட் விற்பனையில் இடைத்தரகர்களையும் ஏஜெண்ட்டுகளையும் அறவே ஒழித்துக் கட்டினோம். அதனால் செலவும் இன்னும் 15-20 % குறைந்தது.

இதையெல்லாம் அமைச்சர் ரூடியிடம் எடுத்துச் சொன்னேன். அரசு பல்வேறு சீர்திருத்தங்களை அறிவித்துவருகிறது. விமான சேவை இல்லாமல் அவை முழுமை அடைய முடியாது என்று எடுத்துச் சொன்னேன். ரயிலிலும் பேருந்திலும் பிரயாணம் செய்வதால் வீணாகும் நேரத்தையும் அதனால் குறையும் உற்பத்தியையும் எடுத்துச் சொன்னேன். அமைச்சருக்கு விஷயம் புரிந்துவிட்டது. விமானத்துறை அதிகாரிகளிடம் பேசும்படிச் சொன்னார்.

பேசினேன். டெக்கான் விமான நிறுவனத்துக்கு ஆரம்பத்தில் விஜய வாடா, ராஜ முந்திரி, ஹுப்ளி என மூன்று விமான தளம் கிடைத்தால் போதும். இவற்றுக்கு இடையே முதன் முதலாக விமான சேவை எங்கள் நிறுவனம் மூலமாகக் கிடைக்கும். இந்த மூன்றுமே வளர்ந்து வரும் பொருளாதார மையங்கள். நல்ல ஓடுதளம், கூரை வேயப்பட்ட காத்திருப்பு அறை, ஒரு கழிப்பறை... இவ்வளவு இருந்தால் போதும். எங்கள் நிறுவனத்தின் விமானங்கள் தரையிறங்கும். ஆட்களை ஏற்றிக் கொள்ளும். அடுத்த 20-வது நிமிடத்தில் புறப்பட்டுவிடும்.

இதைக் கேட்டதும் அதிகாரிகளும் சம்மதித்துவிட்டார்கள். லைசன்ஸும் பிற அனுமதிகளும் எளிதில் கிடைத்துவிடும். ஆனால், ஒரே ஒரு பிரச்னை என்னவென்றால், இந்த மூன்று விமான தளத்திலும் ஓடு பாதையைச் சரி செய்ய சில கோடி ரூபாய் செலவாகும். செய்தித்

தாள்களில், 'குறைந்த கட்டண விமான சேவை, முன்பு இல்லாத வழித்தடங்களில் ஆரம்பிக்கப் போகிறது' என்று கொட்டை எழுத்துகளில் செய்தி வந்துவிட்டது. அது நாட்டில் பெரும் அதிர்வலைகளை உருவாக்கியது. எங்கள் மாநிலத்துக்கு எப்போது வரப்போகிறீர்கள் என்று ஒவ்வொரு மாநிலத்து முதல்வர்களின் அலுவலகங்களில் இருந்தும் அழைப்புகள் பறந்தன. நான் உடனே செயலில் இறங்க வேண்டும் என்று துடித்தேன். நேராக மோகன் குமாரைச் சந்திக்கப் போனேன்.

★

அரசு தன் முடிவை மாற்றிக் கொள்வதற்கு முன் விஷயங்களை ஆரம்பித்துவிட வேண்டும் என்று நினைத்தேன். இந்தியாவில் ஐ.டி, பயோடெக்னாலஜி, சிமெண்ட், ஸ்டீல், வாகனங்கள், தொலைத் தொடர்பு என எல்லாத் துறைகளும் செழித்து வளர்ந்து கொண்டிருந்தன. விமானத்துறை மட்டும் பின்தங்கி இருந்தது.

அரசு, 1990-களில் இந்திய வானத்தைத் தனியார் போட்டிக்குத் திறந்துவிட்டபோது பல்வேறு நிறுவனங்கள் களத்தில் குதித்தன. ஆனால், அவை எல்லாமே ஒரே வழித்தடங்களில் மட்டுமே விமானங்களை இயக்கின. இதனால், ஈஸ்ட்-வெஸ்ட், என்.ஈ.பி.சி, மோடி ஃலுஃப்ட், தமானியா, யு.பி.ஏர், குஜராத் ஏர்வேஸ் எனப் பல நிறுவனங்கள் திவாலாகிப் போயின. இந்தியன் ஏர்லைன்ஸ், ஜெட் ஏர்வேஸ், சஹாரா என மூன்று மட்டுமே கொடிகட்டிப் பறந்தன. 2002-ல் இந்த மூன்று நிறுவனங்களிலுமாக மொத்தமாக 1.3 கோடி பேர் பயணம் செய்தனர். ஐரோப்பாவில் ரியான் ஏர் விமானத்தில் மட்டும் 3 கோடிப் பேர் பயணம் செய்தனர். குறைந்த கட்டண விமான சேவைக்கு இதைவிட சரியான நேரம் இருக்க முடியாது என்பது எனக்கு உறுதியானது.

முதலில் ஐந்து கோடி ரூபாய் செலவில் ஆரம்பிப்போம் என்று மோகன் குமார் சொன்னார். டில்லியில் லதானியை நானும் மோகனும் எகானமி வகுப்பில் பயணம் செய்து சந்தித்தோம். சாதாரண விமானத்தில் பிஸினஸ் வகுப்புக் கட்டணம் ரூ 20000, எகானமி வகுப்பு கட்டணம் ரூ.12,000. எங்களுடைய குறைந்த கட்டண விமான சேவையில் இதற்கு வெறும் ரூ 4000 மட்டுமே ஆகும்! லதானிக்கு தனி விமானத்திலேயே கூட போகும் அளவுக்கு வசதி உண்டு. ஆனால், அவர் எகானமி வகுப்பில்தான் பிரயாணம் செய்வார். அவருக்கு என்னுடைய திட்டம் பிடித்துப் போனது. விமானம் பாதுகாப்பாகவும் டிக்கெட் கட்டணம் மலிவாகவும் இருந்தால் போதும். இருக்கை கொஞ்சம் கரடு முரடாக இருந்தாலும் பரவாயில்லை, என்ற எண்ணம் கொண்டவர்.

ஒரு வருடத்துக்குள் குறைந்தபட்சம் ஐந்து விமானங்களை இயக்கத் தொடங்கவேண்டும் என்று லைசன்ஸ் தரும்போது ஒரு நிபந்தனை விதிக்கப்பட்டிருந்தது. முதலில் மூன்று விமானங்களைக் கொண்டு ஆரம்பிப்போம். அடுத்த ஆறு மாதத்தில் இரண்டைக் களமிறக்குவோம் என்று தீர்மானித்துக் கொண்டோம். முதலில் 48 இருக்கை கொண்ட டர்போ-ப்ரொப் விமானத்தை இயக்குவோம். நாளடவில் அதை 72 இருக்கை கொண்டதாக ஆக்கிக்கொள்வோம் என்று தீர்மானித்தோம்.

முதல் நாளில் இருந்தே டிக்கெட்டுகளை இணைய தளத்தின் மூலம் மட்டுமே கொடுப்பது என்று தீர்மானித்தோம். மூன்று மாதத்துக்கு முன்பிருந்தே முன்பதிவு செய்ய முடியும் என்று சொல்லியிருந்தோம். இதன் மூலம் கணிசமான தொகையைப் பெற முடிந்தது. இதற்குத் தேவையான ஐ.டி. பணிகளைச் செய்ய மோகன் குமாரிடம் கேட்டுக் கொண்டேன். இப்படிச் செய்வதன் மூலம் டிராவல் ஏஜென்ஸிகளைச் சார்ந்திருக்க வேண்டிய அவசியம் இல்லாமல் போகும்.

வர்த்தக முன்மாதிரிகள் தயாராகி முடிந்ததும் லதானியைத் தொடர்பு கொண்டு பண உதவி கேட்டேன். விமான நிறுவனத்துக்கு சுமார் 100 - 200 கோடி பணம் தேவைப்படும் என்பது அவருக்குத் தெரியும். ஐந்து கோடி ரூபாய் கேட்டேன். ஆறு மாதத்துக்குள் திருப்பித் தந்துவிட வேண்டும். முடியாமல் போனால் ஹெலிகாப்டர் நிறுவனத்தின் ஐம்பது சதவிகிதப் பங்குகளை அவருக்கு நான் கொடுத்துவிட வேண்டும் என்று தன் திட்டத்தை கறாராகச் சொன்னார். அப்படி ஒரு நிர்பந்தத்துக்குள் இருந்தால்தான் கடுமையாக முயற்சி செய்து அந்தப் பணத்தை சம்பாதிக்க முயற்சி செய்வேன் என்பது அவருக்குத் தெரியும். கடனுக்கு வட்டியும் கேட்டார். எந்தத் தயக்கமும் இல்லாமல் உடனே சம்மதம் தெரிவித்து கையெழுத்துப் போட்டுக் கொடுத்தேன். அவருடைய உதவியால், ஏர் டெக்கான் ஆரம்பிக்கப்பட்டது.

ஒரு கார்ப்பரேட் நிறுவனம் தன் வர்த்தகத்தை விரிவுபடுத்துவதாக இருந்தால் முதலில் அதற்கான பணத்தை ஒதுக்கி வைக்கும். ஒரு தலைமை முதன்மை அதிகாரியை நியமிக்கும். அதன் பிறகு திட்டத்தைச் செயல்படுத்த ஆரம்பிக்கும். ஒரு சாதாரண தொழில் முனைவர் என்றால் தன்னிடம் என்ன இருக்கிறதோ அதை வைத்து வேலைகளை ஆரம்பிப்பார். இந்தியச் சூழல் தொழில் முனைவர் களுக்கான சொர்க்கம். அது புதுமைகளையும் சவால்களையும் வரவேற்று ஊக்கப்படுத்தும். எல்லாத் தடைகளையும் மீறி செழித்து வளரும். சூழல் குறித்த, பிற வசதி வாய்ப்புகள் குறித்த எந்தத் தயக்கமும் பயமும் இல்லாமல் தன் உள்ளார்ந்த வலுவால் வெல்ல வழி செய்து கொடுக்கும்.

விமான நிறுவனம் ஆரம்பிக்கப்படுவதற்கு முன்பாகவே பெரும் பரபரப்பு உருவாகிவிட்டது. மக்கள் இது ஏதோ தங்களுடைய நிறுவனம் என்பதுபோல் உணர ஆரம்பித்தனர். அரசு அதிகாரிகள், அரசியல்வாதிகள், டி.ஜி.சி.ஏ., அமைச்சகங்கள், விமான தயாரிப்பாளர்கள் அனைத்துத் தரப்பில் இருந்தும் பெரும் வரவேற்பு கிடைத்தது.

சேவை வழங்குபவர்கள், விற்பனையாளர்கள் ஆகியோரைத் தேர்ந்தெடுக்க மூன்று அம்சங்களை அடிப்படையாக வைத்திருந்தோம்: நிபுணத்துவம், தரம், நிறுவனத்தின் நலன். இதுதான் அந்த மூன்று அம்சங்கள். தனிப்பட்ட விருப்பு வெறுப்புக்கு எந்த இடமும் கிடையாது. ஒவ்வொரு நிறுவனத்தினரும் தங்களுடைய சாதகங்களைச் சொன்னதோடு போட்டி நிறுவனங்களின் பாதகங்களையும் சொன்னார்கள். எனவே, எங்களால் தெளிவான முடிவை எளிதில் எடுக்க முடிந்தது. விமான உற்பத்தியாளர்களில் ஏ.டி.ஆர், பொம்பார்டியர் ஆகிய இரண்டு நிறுவனங்களுக்கும் இடையே கடும் போட்டி இருந்தது.

பல விஷயங்களை ஆராய்ந்து பார்த்த பிறகு ஏ.டி.ஆர். விமானங்களையே வாங்குவதென்று முடிவு செய்தோம். அது ஜெர்மனி (ஈ.ஏ.டி.எஸ்), ஃப்ரான்ஸ், இத்தாலி (அலீனா) ஆகிய மூன்று தேச நிறுவனங்களின் கூட்டமைப்பால் உருவாக்கப்பட்டது.

டவ்லோஸுக்குப் போய் ஏ.டி.ஆர். நிறுவன அதிகாரிகள் மத்தியில் உரையாற்றினேன். அங்கு இந்தியாவின் எதிர்கால வளர்ச்சி பற்றியே அதிகமும் பேசினேன். அதோடு, அவர்கள் குறுகிய கால நலனை மட்டுமே கருத்தில் கொண்டிருந்தால் நான் தோற்றுவிடுவேன். நான் தோற்றால் அது அவர்களுக்கும் தோல்வியாகவே முடியும். நீண்ட கால நலனை வைத்திருந்தால் மட்டுமே இருவருக்கும் வெற்றி கிடைக்கும் என்று சொன்னேன். எத்தனை மணி நேரம் பறக்கிறதோ அத்தனை மணி நேரத்துக்கான குத்தகைப் பணத்தை மட்டுமே தருவேன். அவர்கள் எஞ்சினியர்களை அனுப்பிப் பராமரிக்க வேண்டும். எங்கள் பைலட்களுக்குப் பயிற்சி கொடுக்க வேண்டும் என்றெல்லாம் சொன்னேன். இந்தியாவில் விமானத் துறைக்கு நல்ல எதிர்காலம் இருக்கிறது என்பதால் நான் சொன்ன விஷயங்களை ஏற்றுக் கொண்டனர்.

★

அப்போது உலகில் பிற நாடுகளில் விமான சேவை கொஞ்சம் சரிவைச் சந்தித்திருந்தது. எனவே, நிறைய பைலட்களுக்கு வேலை இல்லாமலிருந்தது. சிலர் வேறு வேலைக்குப் போனார்கள். சிலர் நிலைமை சீராகும் என்று காத்திருந்தனர். எங்கள் நிறுவனத்துக்கு இந்தியாவிலிருந்தும் வெளிநாடுகளில் இருந்தும் நிறைய விண்ணப்பங்கள்

வந்தன. அவர்களில் நல்ல அனுபவம் வாய்ந்த பலரும் இருந்தனர். எல்லாருக்கும் எங்கள் செயல்பாடுகள் மிகுந்த உற்சாகத்தைத் தந்திருந்தன. ஹெச்.ஏ.எல்.லின் முதன்மை பைலட்டான கேப்டன் ராஜீவ் கோதியாலிடமிருந்தும் விண்ணப்பம் வந்திருந்தது.

இந்தியாவின் சோதனை ஓட்ட பைலட்களில் முதன்மையானவர் அவர். நீல் ஆம்ஸ்ட்ராங், ஜான் க்லென் போன்ற சாதனையாளர்களின் வரிசையில் வந்தவர். அமெரிக்க எட்வர்ட்ஸ் விமானப் படைத் தளத்தில் 2 வருடப் பயிற்சி பெற்றவர். 2001-ல் உலகின் சிறந்த சோதனை ஓட்ட விமானி என்ற விருதைப் பெற்றவர். இதற்கு முன் ஆம்ஸ்ட்ராங்குக்கும் க்லெனுக்கும் தரப்பட்ட விருது அது. அவர், சோதனை ஓட்ட விமானி பணியில் இருந்து ஓய்வு பெற்று வர்த்தக விமானங்களை ஓட்ட விரும்பியிருந்த நேரம் அது.

எங்கள் நிறுவனத்தில் வெறும் விமானியாக மட்டும் செயல்படாமல் கூடுதல் பொறுப்புகளைக் கவனித்துக்கொள்ள விரும்பினார். நானும் ஒரு தலைமை விமானியைத் தேடிக் கொண்டிருந்தேன். ஒட்டு மொத்த விமானச் செயல்பாடுகளையும் உங்களால் பார்த்துக்கொள்ள முடியுமா... உங்கள் எதிர்காலத்தை நாங்கள் பார்த்துக்கொள்கிறோம். எங்கள் கனவுகளையும் தியாகங்களையும் பகிர்ந்துகொள்ளத் தயாரா என்று கேட்டேன். ஆம் என்றார்.

முதல் பணியாளராக ஏப் 1, 2003-ல் எங்கள் விமான நிறுவனத்தில் சேர்ந்தார்.

நிறுவனத்தின் ஆரம்பகட்டத்திலேயே சேர்ந்து கொண்டவர்களுக்கு நான் மிகுந்த நன்றிக்கடன் பட்டிருக்கிறேன். முன்பின் தெரியாத தொரு எதிர்காலத்துக்குள்ளான பயணத்தில் எங்கள் மீதான நம்பிக்கையின் அடிப்படையில் சேர்ந்துகொண்டவர்கள். எங்களுடைய கனவின் மீதும் நாங்கள் செய்யவிருந்த புரட்சியின் மீதும் அவர்களுக்கு நம்பிக்கை இருந்தது. அந்த நம்பிக்கை இருப்பவர்கள் மட்டுமே நிறுவனத்தில் சேர்ந்தால் போதும் என்று நானும் தெளிவாகச் சொல்லிவிட்டேன்.

எங்கள் குழுவில் சேர்ந்த அனைவருமே, 'பழைய வழக்கமான செயல்களையே ஏன் செய்ய வேண்டும்... நாம் ஏன் புதுமையாகச் செய்யக் கூடாது?' என்ற கேள்விகளை எழுப்பக் கூடியவர்களாகவே இருந்தனர். கோதியால் சேர்ந்த சில நாட்களிலேயே விஜயா லூகாஸிடமிருந்து ஒரு கடிதம் வந்தது. ஏர் இந்தியா நிறுவனத்தில் விமானப் பணிப்பெண்ணாக தன் தொழில் வாழ்க்கையை ஆரம்பித்திருந்தார்.

அமெரிக்காவிலிருக்கும் ஈஸ்டர் ஏர்லைன்ஸில் கேபின் குழுவைப் பயிற்றுவிக்கும் தலைவராகப் பணி புரிந்து வந்தார். எங்கள் நிறுவனத்துக்கு அவரைப் போன்றவருடைய சேவை தேவையாக இருந்தது. கனிவானவர். புத்திசாலி. குழுவை ஒருங்கிணைத்துப் பயிற்றுவிப்பதில் தேர்ந்தவர். என்னால் பெரிய தொகை சம்பளமாகக் கொடுக்க முடியாது என்று சொன்னேன். பணம் ஒரு விஷயம் இல்லை என்று சொல்லி எங்கள் நிறுவனத்தில் சேர்ந்தார்.

அடுத்ததாக, இந்தியன் ஏர்லைன்ஸ் பிராந்திய மேனேஜர் ஆர்.கிருஷ்ண சாமியிடமிருந்து கடிதம் வந்தது. அவர் அப்போதுதான் பணியில் இருந்து ஓய்வு பெற்றிருந்தார். விமானத்துறையில் பணிபுரிந்த அனுபவம் மட்டுமே இருந்தால் போதாது. புதுமையைத் தேடும் மனமும் வளைந்து கொடுக்கும் தன்மையும் இருக்க வேண்டும் என்று சொன்னேன். அவர் கம்ப்யூட்டர் சாட்டில் வந்து சில விஷயங்களைச் சொன்னார். அவருடைய ஆர்வத்தையும் அர்ப்பணிப்பு உணர்வையும் பார்த்து பிரமித்துவிட்டேன். டெக்கானுக்கான விமான நிலையச் செயல்பாடுகளை அவர் பார்த்துக் கொள்வது என்று முடிவானது.

தலைமை விமானி, தலைமை கேபின் குழு, விமான நிலைய தலைமை அதிகாரி என எல்லா தலைவர்களும் சேர்ந்துவிட்டனர். நிதி, வருவாய் நிர்வாகம் ஆகியவற்றை மோகன் பார்த்துக் கொண்டார். விற்பனை, மார்க்கெட்டிங் பிரிவை நான் பார்த்துக் கொண்டேன். ஏ.டி.ஆர். நிறுவனம் தலைமை எஞ்சினியரை அனுப்பிக் கொடுத்தது.

மோகனுக்குக் கீழே பணி புரிய ஐ.டி. தலைவர் ஒருவர்தான் வந்து சேர வேண்டியிருந்தது. மற்றபடி ஏப், 1, 2003-ல் ஏர் டெக்கான் செயல்படத் தொடங்கிவிட்டது என்றே சொல்லலாம்.

★

ஐ.டி. அமைப்புதான் மிகவும் சவாலாக இருந்தது. எனக்கு கம்ப்யூட்டர் பற்றி எதுவுமே தெரியாது. ஒரு மின் அஞ்சல்கூட அனுப்பத் தெரியாது. கம்ப்யூட்டர் முன்னால் உட்காரும் பொறுமைகூடக் கிடையாது. 1990-களுக்குப் பிந்தைய சீர்திருத்தங்களுக்குப் பிறகு ஒரு பொருளாதாரத்தின் வெற்றியை அளவிட ஒரு புதிய அணுகுமுறை உருவானது. ஒரு பொருளாதாரத்தின் ஜி.டி.பி.யின் பெரும் பகுதி ஐ.டி. துறை மூலமே வருவதாகச் சொல்லப்பட்டது. எனக்கு இந்தக் கோட்பாட்டில் உடன்பாடில்லை. என்னதான் சிறப்பாக இருந்தாலும் வெறும் தகவலையா உண்ண முடியும். நமக்கான உணவை உற்பத்தி செய்ய மனிதர்கள் தேவை. இயந்திரங்களை இயக்க மனிதர்கள் தேவை.

வீடுகளைக் கட்ட மனிதர்கள் தேவை. நகரத்தைத் தூய்மையாக வைக்கவும், கல்வி கற்றுத் தரவும், சுகாதாரத்தைக் கவனிக்கவும் ஆட்கள் தேவை.

சமீபத்தில் ஒரு செய்தி படித்தேன். ஒரு மிகப் பெரிய சர்வதேச முதலீட்டாளர் ஒருநாள் துறவியாகிவிட்டாராம்! நவீனக் கருவிகள் இயற்கையிடமிருந்து நம்மைப் பிரித்துவிடுவதாகச் சொல்லி எல்லா வற்றையும் துறந்துவிட்டார். மனிதன் உயிர் வாழ வெறும் தகவல் தொழில்நுட்பம் மட்டுமே போதாது. கம்ப்யூட்டரால் பாலும் பழமும் கொடுக்க முடியாது என்ற முடிவுக்கு வந்திருந்தார். இன்றைய நிலை யில் உலகுக்குப் புதிய தொழில்நுட்பமும் தேவை. பழைய வாழ்க்கை முறையும் தேவை. இரண்டுக்கும் இடையில் ஓர் ஒத்திசைவு இருக்க வேண்டும். விவசாயம், தொழில்துறை, உற்பத்தித்துறை, தகவல் தொழில்நுட்பம் என எல்லாவற்றுக்கும் இடையில் ஒருங்கிணைப்பும் ஒத்திசைவும் தேவை.

கம்ப்யூட்டர் பற்றிய என் கருத்துகள் அவ்வளவு முக்கியமானவை அல்ல. விமான நிறுவனத்துக்கு கம்ப்யூட்டர் தேவை. ஐ.டி. துறை சார்ந்த ஒரு பிம்பம் எங்கள் நிறுவனத்துக்குத் தேவை. 'எனக்கு மலிவான டிக்கெட் தேவை. எனவே, டெக்கான் விமானத்தில் பறக்கிறேன்'- இது தான் எங்கள் விளம்பர தாரக மந்திரம். இதற்கு ஐ.டி. துறை அவசியம்.

கோட்டயம், கொல்கத்தா, தேவநகரி, டெல்லி, நாக்பூர், நியூ யார்க் என எங்கிருந்தாலும் எங்கள் நிறுவனத்தை மக்கள் தேடி வரவேண்டும். எந்த இடத்திலிருந்தாலும் அவர்களால் சுலபமாக டிக்கெட் எடுக்க முடியவேண்டும். இதற்கு ஒரே வழி இணையம் மூலமான டிக்கெட் பதிவு செய்யும் வசதி. வங்கி மூலமாகப் பணம் செலுத்தும் வசதியில் ஆரம்பித்து, பயணிகளுக்குத் தகவல் தெரிவிக்கும் மையங்கள் வரை அனைத்தும் அதில் இணைக்கப்பட்டிருக்க வேண்டும். அதுமட்டுமல்ல மல் விமானப் பணிகள், செக் இன் செயல்பாடுகள், உணவு, நீர், பானங்கள் வழங்கும் பிரிவுகள், எரிபொருள் பிரிவு, பைலட், கேபின் குழு செயல்பாடுகள் அனைத்தையும் ஒருங்கிணைப்பதாகவும் அது இருக்க வேண்டும்.

டிக்கெட் புக்கிங் செய்ய ஒரு மென்பொருள் தயாரித்தோம். 90 நாட் களுக்கு முன்பிலிருந்து டிக்கெட் பதிவு செய்ய முடியும். 180 டிக்கெட் களும் ஒவ்வொரு பிரிவாகப் பிரிக்கப்பட்டிருந்தன. ஒவ்வொரு பிரிவிலும் வரும் டிக்கெட்டுகளின் விலை மற்றவற்றில் இருந்து மாறு பட்டதாக இருக்கும். 90 நாட்களுக்கு முன்பாக வாங்கினால் மிகவும் குறைவான விலையில் கிடைக்கும். 80 நாட்களுக்கு முன்பாக வாங்கி னால் கொஞ்சம் கூடுதலாக இருக்கும். இப்படியாக ஒவ்வொரு

பிரிவுக்கும் ஒவ்வொரு விலை இருக்கும். 90-வது நாளில் இருக்கும் டிக்கெட்டின் விலையை விட, பறக்கும் நாளில் வாங்கும் டிக்கெட்டின் விலை கணிசமாக அதிகமாகவே இருக்கும். என்றாலும் பிற விமான நிறுவனங்களின் விலையைவிடப் பாதியளவு குறைவாகத்தான் இருக்கும். அப்படி இருந்தபோதிலும் அது லாபகரமான ஒன்றாகவே எங்களுக்கு இருந்தது.

டிக்கெட்டின் விலையை நிர்ணயிப்பது நீங்கள் நம்பிக்கைவாதியா இல்லையா என்பதைப் பொறுத்தது. 75 சதவிகித இருக்கைகள் மட்டுமே நிரம்பும் என்று வைத்துக் கொண்டு மோகன் ஒரு விலையைச் சொன்னார். நான் 100 சதவிகித டிக்கெட்டுகளும் நிரம்பும் என்று முழு நம்பிக்கை வைத்து ஒரு விலை சொன்னேன். அது மோகன் சொன்னதை விடக் குறைவாக இருந்தது. எங்களுக்கு அதுவும் லாபம்தான். ஆனால், 100 சதவிகித இருக்கைகள் நிரம்பவில்லையென்றால் எங்களுக்கு நஷ்டத்தைத் தரும். ஆனால், நான் மக்கள் மீது நம்பிக்கை வைத்தேன். அவர்கள் என் நம்பிக்கையை 100 சதவிகிதம் நிரூபித்து வெற்றியை ஈட்டிக் கொடுத்தார்கள்.

இணையத்தைப் பயன்படுத்தியதால் எங்களுக்கு 20 சதவிகித செலவு குறைந்தது. டிக்கெட்டுகளை அச்சடிக்க வேண்டிய செலவு குறைந்தது. டிராவல் ஏஜெண்ட்டுகளுக்குக் கொடுக்க வேண்டிய கமிஷனும் குறைந்தது.

பொதுவாக, எல்லா விமான நிறுவனங்களும் மூன்று வகையில் சிறைப் படுத்தப்பட்டிருப்பார்கள். முதலாவதாக டிராவல் ஏஜெண்ட்டு கள். இரண்டாவதாக, ப்ரொப்ரைட்டரி முன்பதிவு வழிமுறைகள். அடுத்த தாக வலைப்பின்னல் சேவை வழங்குபவர்கள். இவையே விமான நிறுவனத்தின் பணப்புழக்கத்தைக் கட்டுப்படுத்துகின்றன.

முதலாவதாக டிராவல் ஏஜெண்ட். இவர்கள்தான் டிக்கெட் விலையை நிர்ணயிப்பவர்கள். சர்வதேச விமான போக்குவரத்துக் கழகத்தில் (ஐ.ஏ.டி.ஏ) பதிவு செய்த இந்த ஏஜென்ஸி நிர்ணயிக்கும் விலைக்குக் குறைவாக விமான நிறுவனம் நினைத்தால்கூட விற்க முடியாது. பெரும்பாலான விமான நிறுவனங்கள் இத்தகைய டிராவல் ஏஜென்ஸி களுடன் நீண்ட கால ஒப்பந்தம் செய்து கொண்டிருக்கின்றன.

இரண்டு வகையான டிராவல் ஏஜெண்ட்டுகள் இருக்கிறார்கள். ஐ.ஏ.டி.ஏ வில் பதிவு செய்தவர்கள், பதிவு செய்யாதவர்கள். இந்தியாவில் 2000 பதிவு செய்த ஏஜெண்ட்டுகளும் 8000 பதிவு செய்யாத ஏஜெண்ட்டுகளும் இருக்கிறார்கள். இரண்டாவது வகை ஏஜெண்ட்டுகள் மூலமே பெருமள விலான டிக்கெட் விற்பனை நடக்கிறது. ஆனால், அவர்களுக்கு 2%

கமிஷன் மட்டுமே கிடைக்கும். பதிவு செய்த ஏஜெண்ட்டுகளுக்கு 7-10 சதவிகித கமிஷன் கிடைக்கும்.

டிராவல் ஏஜெண்ட்டுகளைத் தவிர்ப்பதன் மூலம் டெக்கானுக்கு பத்து சதவிகித லாபம் எடுத்த எடுப்பிலேயே கிடைத்துவிடும். இதனால் இன்னொரு லாபமும் இருக்கிறது. பொதுவாக எல்லா ஐ.ஏ.டி.ஏ. ஏஜெண்ட்டுகளும் எந்த முன் பணமும் கொடுக்காமல் எத்தனை இருக்கைகளை வேண்டுமானாலும் பதிந்து கொள்ளமுடியும். பல்வேறு விமான நிறுவனங்களின் டிக்கெட்டுகளையும் இதுபோல் அவர்கள் பதிந்து கொள்வார்கள். ஒரு பயணி எந்த நாளில் பயணம் செய்வார் என்பது தெரியாமல் இருந்தால் டிராவல் ஏஜெண்ட் இரண்டு மூன்று நாட்களுக்கான டிக்கெட்டைப் பதிவு செய்து வைத்துவிடுவார். எந்தத் தேதியில் பயணம் செய்கிறாரோ அதைத் தவிர மற்றவற்றை ரத்து செய்துவிடுவார். அதற்கு எந்த அபராதமும் கிடையாது. விமான நிறுவனத்துக்குக் கடைசி நிமிடத்தில்தான் பயணிகளின் பட்டியல் தரப்படும். இப்படி மானாவாரியாகப் பதிவு செய்வதால், சில நேரங்களில் சில விமானங்களில் பயணம் செய்பவர்களின் எண்ணிக்கை, இருக்கை எண்ணிக்கையைவிட அதிகரித்துவிடும். அல்லது வெகுவாகக் குறைந்துவிடும். இரண்டுமே பயணிக்கு நல்லதல்ல. அதிக நபர் வந்துவிடும் நாளில் பயணத்தை ரத்து செய்யவேண்டிவரும். நிறுவனத்துக்கும் நஷ்டம். வேறு விமானத்தில் அவர்களை ஏற்றி அனுப்புவது வரை அவர்களுக்குத் தங்குமிடமும், உணவு வசதிகளும் செய்து கொடுக்க வேண்டியிருக்கும். இந்தச் செலவு விமான நிறுவனங்களுக்கு மிகப் பெரிய சுமையைத் தரும். குறைவான நபர்கள் வரும் நாளில் பயணிகள், காலி இருக்கைக்கும் சேர்ந்து அவருடைய பங்காக அதிகக் கட்டணம் கொடுக்க வேண்டிவந்து விடும்.

டெக்கானில் அந்தப் பிரச்னை கிடையாது. அதோடு பிற விமான நிறுவனங்களில் முன்பதிவுக்காக இன்னொரு செலவும் உண்டு. உதாரணமாக, லண்டனுக்கு ஒரு டிக்கெட்டும் அங்கிருந்து ஹெல்சிங்கிக்கு இன்னொரு டிக்கெட்டும் எடுப்பதாக இருந்தால் உள்நாட்டில் நான்கு டாலரும் வெளிநாட்டில் எட்டு டாலர் கட்டணமும் கூடுதலாகக் கொடுக்க வேண்டியிருக்கும். இந்த முன் பதிவு சேவையை சி.ஐ.டி.ஏ. போன்ற அமைப்புகள் வழங்குகின்றன. அவை மேலும் இரண்டு டாலர் கட்டணம் கூடுதலாக வசூலிக்கும்.

டிராவல் ஏஜென்ஸிகள் பல சங்கங்களை அமைத்திருக்கின்றன. வழக்கமாக அப்படித்தானே நடக்கும். அவை டிக்கெட் விலையை அதன் மூலம் நிர்ணயிக்கின்றன. பொதுவாக இந்த சங்கங்களும் வலைப் பின்னல் சேவை வழங்குபவர்களும் நல்ல லாபம் சம்பாதிப்பார்கள்.

விமான நிறுவனங்கள் நஷ்டத்தில் இயங்கும். அல்லது ஏதோ வரவுக்கும் செலவுக்கும் பங்கமில்லை என்று ஓடும். விமான நிறுவனங்களுக்கு டிக்கெட் பணம் உடனே கிடைக்கவும் செய்யாது. ஒரு மாதம் முடிந்த பிறகே கிடைக்கும். இந்தியன் ஏர்லைன்ஸ், ஜெட் ஏர்வேஸ் நிறுவனங்களில் எந்த நேரத்தை எடுத்துக்கொண்டாலும் 1000 கோடி ரூபாய் வெளியில் இருந்து வரவேண்டிய நிலையில்தான் இருக்கும்.

இன்ஷூரன்ஸ் செலவுகள், முதலீட்டுக் கட்டணங்கள், வட்டி எனப் பல செலவினங்கள் இருக்கும். இதையெல்லாம் சரிபார்க்க எண்ணற்ற கணக்காளர்கள் தேவைப்படுவார்கள். டிராவல் ஏஜெண்ட்டுகளிடம் இருந்து வர வேண்டிய பணத்தையும் செலவுகளுக்கு நாம் கொடுக்க வேண்டிய பணத்தையும் முறையாக நிர்ணயிக்க வேண்டியிருக்கும்.

இணையம் மூலமாக டிக்கெட் விற்பனை செய்வதால் இந்தச் செலவுகளையும் பிரச்னைகளையும் ஒரே நொடியில் தீர்த்துவிட முடியும். ஒரு இருக்கை பதிவு செய்யப்படும்போதே பயணியிடமிருந்து பணம் நேரடியாக நம் நிறுவனத்துக்கு வந்து சேர்ந்துவிடும்.

இந்த வழிமுறை அமெரிக்கா போன்ற நாடுகளில் செல்லுபடியாகும். இந்தியாவில் பலன் தராது என்று பலர் சொன்னார்கள். ஆனால், எங்களில் பெரும்பாலானோர் விமானத்துறை பின்னணியில் இருந்து வந்திருக்கவில்லை என்பதால் புதுமையான முயற்சிகளுக்குத் தயாராக இருந்தார்கள். எனக்கு கம்ப்யூட்டர் அவ்வளவாகப் பிடிக்காது என்றாலும் கம்ப்யூட்டர் இல்லாத பயணிகளும் சிரமம் எதுவும் இல்லாமல் டிக்கெட் வாங்க வழி செய்து தரவேண்டும் என்று நினைத்தேன்.

'அமெடியஸ்' போன்ற ரிசர்வேஷன் அமைப்புகளிடம் விமான நிறுவனங்கள் சிறைப்பட்டிருப்பதைப் போல, இணைய தள டிக்கெட் பதிவுகள் 'நேவிடைர்' என்ற நிறுவனத்தின் கட்டுப்பாட்டில் இருந்தது. அது அமெரிக்காவில் டெனெவரில் இருக்கிறது. 'ஓபன் ஸ்கை' என்ற மென் பொருள் தளத்தைக் குறைந்த கட்டண விமான நிறுவனங்களுக்காக அது உருவாக்கியிருந்தது. அந்த நிறுவனத்தை இறுதியில் அக்சென்ச்சர் நிறுவனம் வாங்கிவிட்டது. அது ஒரு வகையான ஏகபோகக் கட்டுப்பாடுதான். என்றாலும் பிற முன்பதிவு நிறுவனங்கள் வசூலிக்கும் தொகையில் எட்டில் ஒரு பங்கு மட்டுமே வசூலித்தது. ஆனால், அந்த நிறுவனம் இந்தியாவில் சேவை வழங்க மிகவும் யோசித்தது. இந்திய விமானத் துறை பற்றி அந்த நிறுவனத்துக்கு நல்ல அபிப்ராயம் எதுவும் இல்லை. இந்தியா மென்பொருள் துறையில் முன்னணியில் இருக்கிறது என்றாலும் குறைந்த கட்டண விமான

சேவை இந்தியாவில் வெற்றி பெறும் என்று அவர்கள் நம்பவில்லை. இந்தியாவில் வெகு குறைவானவர்களே கிரெடிட் கார்டைப் பயன் படுத்தி வருகிறார்கள். அதோடு இணைய தள வசதியும் குறைவாக இருக்கிறது என்று நினைத்தனர். அவர்களுடைய தயக்கத்தைப் புரிந்து கொண்ட நான் வீடியோ கான்ஃப்ரன்ஸ் உரையாடலுக்கு ஏற்பாடு செய்தேன்.

எங்களுடைய தகவல் தொழில் நுட்பப் பிரிவுக்குத் தலைமை தாங்க ஒருவரைத் தேடிக் கொண்டிருந்தேன். வெறும் நிபுணராக இருந்தால் போதாது. வர்த்தகத்துக்கு அதை எப்படிப் பயன்படுத்தலாம். வாடிக்கை யாளருக்கு நன்மை தர என்ன செய்யலாம் என்பதைப் புரிந்துகொண்டு செயல்படும் ஒருவர் எனக்குத் தேவையாக இருந்தார். அப்போதுதான் அஜய் பத்கலைச் சந்தித்தேன். அவர் மென்பொருள் பொறியாளர் அல்ல. ‘இணைய தளம் மூலமாக டிக்கெட் விற்பனை. இதுதான் என் இலக்கு. அதற்கு என்ன செலவானாலும் பரவாயில்லை. டிக்கெட்டு களை அச்சிட முடியாது. அதற்கு என்ன செய்ய முடியும் என்று பாருங்கள். அதைச் செய்து கொடுத்தால்தான் எங்கள் நிறுவனத்தில் சேர முடியும்’ என்று சொன்னேன்.

நேவிடைர் நிறுவன அதிகாரிகளுடன் நான்கு மணி நேரம் பேசினோம். இது ஒருவேளை சரிப்பட்டு வரவில்லையென்றால், இந்திய மென் பொருள் நிறுவனங்களின் உதவியுடன் களத்தில் குதிப்பது என்று முடிவு செய்திருந்தேன். அது ஒருவகையில் பெரிய ரிஸ்க்தான். இந்திய நிறுவனங்களுக்கு அப்படியான அனுபவம் இல்லை. என்னை அவர்கள் ‘சோதனைச்சாலை எலி’ போல் பயன்படுத்துவதில் எனக்கு விருப்பம் இல்லை. என்றாலும் அதற்கும் தயாராகவே இருந்தேன். ஏனென்றால், இணைய தள டிக்கெட் விற்பனை சாத்தியமாகாவிட்டால் எங்கள் விமான நிறுவனம் ஆரம்பிக்காமலேயே போய்விடும். எனவே, போராடிப் பார்ப்போம். தோல்வி வந்தாலும் பரவாயில்லை. போராடாமலேயே தோற்பதற்கு அது எவ்வளவோ மேல் அல்லவா?

நேவிடைர் நிறுவனத்தினர் தங்கள் அமைப்பு பற்றியும் அதற்குத் தேவையானவை பற்றியும் சொன்னார்கள். அந்த முன்பதிவு அமைப்பு கால்-செண்டருடனும் விமான நிலையங்களுடனும் இணைப்பு பெற்ற தாக இருக்கும். வி.பி.என். வலை இணைப்பு மிகவும் அவசியம். அப்போதுதான் தடையற்ற, அதி வேகமான சேவையை வழங்க முடியும். ஆப்டிக்கல் ஃபைபர் கேபிள், தாமிரக் கம்பிகள் போன்ற தகவல் தொடர்பு சேனல்கள், செல் போன் கட்டமைப்பு என எல்லா வற்றையும் அது உள்ளடக்கியிருக்கும். விர்ச்சுவல் சாட்டர்லைட் தொடர்பும் பயன்படுத்தப்படும்.

எங்கள் இலக்கு வெகு எளிதானது. பயணியானாலும், டிராவல் ஏஜெண்ட் என்றாலும் கிரெடிட் கார்டு மூலம் பணம் செலுத்த முடிய வேண்டும். அதற்கு வங்கியுடன் கால்செண்டர் இணைக்கப்பட வேண்டும். இந்தியாவில் அந்த நாட்களில் இந்திய நிறுவனங்களுக்கான கால்செண்டர்கள் நடக்கவில்லை. வெளிநாட்டு நிறுவனங்களுக்கு இந்தியாவில் இந்தியர்கள் சேவை வழங்கி வந்தனர். இதனால் பெங்களூருவில் இருக்கும் ஒருவர் பெங்களூர்-லண்டன் டிக்கெட் எடுக்க வேண்டுமென்றால் பணம், டிக்கெட் பரிமாற்றம் போன்றவை வெளிநாட்டில்தான் நடக்கும்.

வேலைகளை ஆரம்பிப்பதற்கு முன்னால் கணிசமான தொகையை முன்பணமாகக் கொடுக்க வேண்டும் என்று நேவிடைர் நிறுவனத்தினர் சொன்னார்கள். நாங்கள் பணம் செலுத்தியதில் இருந்து அறுபது நாட்களுக்குள் ஒரு டெம்ப்ளேட்டை உருவாக்கிக் கொடுப்பார்கள். அதன் பிறகு அதை, நம் நாட்டு வி.பி.என் இண்டர்ஃபேஸ்கள், மென் பொருள்கள் ஆகியவற்றுடன் இணைத்து செயல்படுத்திக் கொள்ள வேண்டும். கிரெடிக் கார்டு நிறுவனங்களுடனான பரிமாற்ற ஏற்பாடுகளையும் நாங்கள் செய்து முடித்தாக வேண்டும்.

ஆறு மாதத்தில் எல்லா வேலைகளும் முடிந்தாக வேண்டும். பைலட்களின் சம்பளம், விமானப் பராமரிப்புச் செலவுகள், விமானம் பறக்காமல் இருப்பதால் கட்ட வேண்டிய பணம், கடன் வாங்கிய பணத்துக்கான வட்டி என பணம் கரைந்துகொண்டே இருந்தது. மென்பொருள் தயாரிப்பும் பிற ஏற்பாடுகளும் நான்கு மாதங்களுக்குள் தயாராகியே தீர வேண்டும். சோதனை ஓட்டத்துக்கும் பிற வைரஸ் நெருக்கடிகளுக்கும் இரண்டு மாத அவகாசம் தேவைப்படும்.

ஐ.டி. குழு உறுப்பினர்களிடம் ஒரு விஷயத்தைத் தெளிவாகச் சொன்னேன். மளிகைக் கடையில் ஷாம்பூ பாட்டில் வாங்குவதுபோல் வெகு எளிதில் விமான டிக்கெட்டை வாங்க முடியவேண்டும். என்ன புதுமையையும் புகுத்திக் கொள்ளலாம். ஆனால், செலவும் அதிகரித்து விடக்கூடாது. இந்த இரண்டு நிபந்தனைகளையும் பூர்த்தி செய்தாக வேண்டும்.

நான் கொடுத்த சுதந்தரம் நல்ல பலனைக் கொடுத்தது. ஐ.டி. துறை மட்டுமல்லாமல் உயர் பதவியில் இருந்தவர்களில் ஆரம்பித்து கடை நிலையில் இருந்தவர்கள் வரை அனைவருக்கும் தங்கள் எல்லைக்குள் மாற்றத்தைக் கொண்டுவர முழு சுதந்தரம் அளித்தேன். சரியான வழியைக் கண்டுபிடியுங்கள். வழி எதுவுமே இல்லையா... உருவாக்குங்கள். மா சேதுங்கை லட்சக்கணக்கானோர் பின்பற்றியதற்குக் காரணம் அவரிடம் ஒரு கனவு இருந்தது. ஒரு லட்சியம் இருந்தது.

காந்தியையும் ஹிட்லரையும் நெல்சன் மண்டேலாவையும் கோடிக் கணக்கானோர் பின்பற்றியதற்கும் அதுவே காரணம். தங்களால் மாற்றத்தை உருவாக்க முடியும் என்று அவரைப் பின்பற்றிய ஒவ்வொருவரும் நம்பினார்கள். அந்த நம்பிக்கையை அந்தத் தலைவர்கள் அவர்களுக்குத் தந்தார்கள். டெக்கானிலும் இதுவே நடந்தது.

டெக்கானில் அனைத்துப் பணியாளருமே ஒருவகையில் தலைமை முதன்மை அதிகாரி போன்றவர்களே. நிறுவனத்தின் சாகசத்தில் அனைவரும் பங்கெடுத்தனர். கூட்டாக எடுக்கப்பட்ட ஒரு துணிச்சலான பாய்ச்சல் அது. அச்சடிக்கப்பட்ட டிக்கெட் வேண்டாம் என்று நாங்கள் எடுத்த முடிவு பல வாசல்களைத் திறந்துவிட்டது. கடிவாளத்தில் இருந்து விடுவித்துக்கொள்ளும் குதிரைகளால் மட்டும்தானே புதிய வழித்தடங்களைக் கண்டடைய முடியும்.

★

இந்திய மென் பொருள் நிறுவனங்களும் எங்களைத் தொடர்ந்து சந்தித்து வந்தன. நேவிடைர் நிறுவனம் ஏற்கெனவே ஐரோப்பிய, அமெரிக்க நாடுகளில் சிறப்பான சேவையை வழங்கி வந்ததால் அவர்களை நம்பிப் பொறுப்பை ஒப்படைத்தோம். ஆனால், அது மிகப் பெரிய தவறு என்பது பின்னர் தெரிய வந்தது. உண்மையில் அந்த வெளி நாட்டு நிறுவனத்தின் பெரும்பாலான பணிகளை பெங்களூரிலோ புனேயிலோ இருக்கும் நம் நாட்டு மென்பொருள் பொறியாளர்கள்தான் செய்து கொடுத்துவந்தார்கள். இது தெரிந்திருந்தும் அயல் நாட்டு நிறுவனத்திடம் பொறுப்பை நம்பி ஒப்படைத்திருந்தேன்.

பல வீடியோ கான்ஃப்ரன்ஸிங் கூட்டங்கள், இணையம் மூலமான தொடர்புகள் நடந்து முடிந்த பிறகு அவர்களுடைய ஒரு குழு இந்தியாவுக்கு வந்தது. அவர்களுக்கு இந்தியாவில் குறைந்த கட்டண விமான சேவை வெற்றி பெறும் என்ற நம்பிக்கையே இல்லை. இருந்தும் அவர்கள் கேட்ட மிகப் பெரும் தொகையை வைப்பு நிதியாக வைத்தோம்.

நேவிடைர் நிறுவனத்தினர் ஒரு முன்மாதிரித் திட்டம் ஒன்றை விளக்கிச் சொன்னார்கள். அந்தக் கூட்டத்துக்கு சிட்டி பேங்க் அதிகாரிகளும் வந்திருந்தனர். எனக்குத் தெரிந்தவரை இந்தியாவில் அப்போது இணையம் மூலமான வங்கிப் பரிமாற்றத்தில் ஈடுபட்ட ஒரே வங்கி அவர்களுடையது மட்டும்தான். அன்றைய கூட்டம் நாள் முழுவதும் நடந்தது. ஒப்பந்தத்தில் கையெழுத்துப் போடுவதற்கு முன்பாக, சிட்டி பேங்க் அதிகாரிகள் ஒரு கேள்வி கேட்டார்கள்: ஆமாம்... நீங்கள் என்ன மென்பொருளை உபயோகிக்கிறீர்கள்?

நேவிடைர் நிறுவனத்தினர் சொன்னார்கள். அதைக் கேட்ட சிட்டி வங்கி அதிகாரிகள் அதிர்ச்சியில் உறைந்துவிட்டனர். ஏனென்றால், அவர்கள் அதைவிட மேம்படுத்தப்பட்ட மென் பொருளை உபயோகித்து வருகிறார்கள். அதாவது, நேவிடைர் நிறுவனத்தின் மென்பொருளால் சிட்டி பேங்கின் மென் பொருளைப் புரிந்து கொள்ளமுடியாது. அதாவது, டிக்கெட்டை இணையதளத்தில் வாங்க முடியாது. நான்கு மாத மொத்த உழைப்பும் வீண். எனக்கு பிரச்னைக்கான காரணம் புரிந்துவிட்டது. நேவிடைர் நிறுவனத்தினரிடம் பொரிந்து தள்ளினேன். 'மின் அஞ்சல் மூலமாகவும், வீடியோ கான்ஃப்ரன்ஸிங் மூலமாகவும் பேசிக் கொண்டிருந்தால் இப்படித்தான் நடக்கும். நான் உங்களை இந்தியாவுக்கு வாருங்கள் என்று நான்கு மாதமாகவே அழைத்துக் கொண்டிருக்கிறேன். நீங்கள் அதைக் காது கொடுத்துக் கேட்கவே இல்லை. தகவல் பரிமாற்றத்தில் இருக்கும் இடைவெளி எவ்வளவு பெரிய சிக்கலில் கொண்டுவந்துவிட்டது பாருங்கள்' என்று அவர்களைத் திட்டினேன். எதுவும் பேசாமல் இருந்தார்கள்.

மென் பொருளை மேம்படுத்த எத்தனை நாள் ஆகும்... உங்கள் நிறுவனத்தில் அதைச் செய்வார்களா என்று கேட்டுச் சொல்லச் சொன்னேன். அவர்கள் தலைமையகத்துக்குப் போய் பேசிவிட்டுச் சொல்வதாகச் சொன்னார்கள். அதெல்லாம் முடியாது. நீங்கள் ஊருக்குப் போவதற்கு முன்னால் கேட்டுச் சொல்லுங்கள். முடியுமா... முடியாதா? அப்படி நீங்கள் சொல்லவில்லையென்றால் இந்த நிமிடமே ஒப்பந்தத்தை ரத்து செய்துவிடுவேன் என்று சொன்னேன். அவர்கள் அதிர்ச்சியில் உறைந்துவிட்டனர்.

தலைமையகத்தினருடன் பேசிவிட்டு வருகிறோம் என்று சொல்லி விட்டுப் போனார்கள். நான் ஏற்கெனவே என்னைச் சந்தித்து வந்த இண்டர்க்ளோப் டெக்னாலஜீஸ் எனும் இந்திய மென் பொருள் நிறுவனத்தினரைப் பார்க்கப் போனேன். தேக்கநிலை காரணமாக அமெரிக்காவில் இருந்து இந்தியாவுக்குத் திரும்பியிருந்த கணினி நிபுணர்களால் ஆரம்பிக்கப்பட்ட நிறுவனம் அது. அவர்களுடைய திறமையையும் ஆர்வத்தையும் முன்பே பார்த்து வியந்திருந்தேன். இந்த ஒப்பந்தத்தை அவர்களிடம்தான் முதலில் கொடுக்க விரும்பியிருந்தேன். முன் அனுபவம் இல்லாதவர்களிடம் கொடுப்பது தற்கொலைக்குச் சமம் என்று சொல்லி என் நிறுவனத்தினர் என் கையைக் கட்டிப் போட்டு விட்டிருந்தார்கள்.

நெருக்கடிகளுக்கும் பிரச்னைகளுக்கும் மத்தியில் திறமையாகச் செயல் பட இந்தியர்களால்தான் முடியும் என்று நம்பினேன். எங்களுடைய எதிர்பார்ப்புகள் மிகவும் புதுமையானவை. தனித்தன்மை வாய்ந்தவை.

விமான டிக்கெட்டுகளை இனிமேல் இண்டர்நெட் கஃபேக்கள், பெட்ரோல் பங்குகள், தபால் நிலையங்கள் என எல்லா இடங்களிலும் பெற முடிய வேண்டும்.

கிரெடிட் கார்டு இல்லாதவர்கள் கூட எங்கள் கால்செண்டர் மூலம் டிக்கெட் வாங்க முடியும். டிக்கெட்டைக் குறிப்பிட்ட நேரத்துக்கு அவர்கள் பெயரில் பதிவு செய்து வைத்திருப்போம். அதற்குள் பணத்தை வங்கியில் செலுத்திவிட்டால் டிக்கெட் உடனே அனுப்பி வைக்கப்படும். இவையெல்லாம் கொஞ்சம் சிரமமான காரியம்தான். ஆனால், இந்திய மென் பொருள் நிபுணர்கள் அந்த சவாலை ஏற்றுக் கொண்டார்கள். இந்தியர்களுக்கு முடியாது என்று சொல்லத் தெரியாது. சரி என்று சொல்லித் தலையாட்டிவிட்டுப் பிறகு சொதப்புவார்கள் என்று அயல்நாட்டினர் பொதுவாகச் சொல்வார்கள். அது பல நேரங் களில் பொய்யாகவே இருக்கும். ஆனால், சில நேரங்களில் உண்மை யாகவும் இருக்கும் என்ற பாடம் எனக்குப் புகட்டப்பட்டது.

நேவிட்டைர் நிறுவனத்தில் இருந்து ஒருவர் சிறிது நேரம் கழித்து போன் செய்தார். மேலிடத்தைத் தொடர்பு கொள்ள முடியவில்லை. ஊருக்குப்போய் பேசிவிட்டுத்தான் சொல்ல முடியும் என்றார்கள். அப்படியானால், நாம் நண்பர்களாகப் பிரிவோம் என்று கை குலுக்கி அனுப்பிவிட்டேன். அடுத்த நாள் காலையில் ஐ.ஜி.டி. நிறுவனத்துடன் ஒப்பந்தம் செய்துகொண்டேன். 45 நாள்கள் மட்டுமே இருந்தன. அதல பாதாளத்தில் இருந்து மேலேற வேண்டிய நிலையில் இருந்தோம்.

★

வேறு பல வேலைகளும் செய்து முடிக்க வேண்டியிருந்தது. கால் செண்டரை ஆரம்பிக்க வேண்டி இருந்தது. விமானம் வாங்குவது தொடர்பான சட்ட விதிமுறைகளைப் பூர்த்தி செய்ய வேண்டியிருந்தது. எஞ்சினியர்கள், பராமரிப்பாளர்கள் ஆகியோரை ஒருங்கிணைக்க வேண்டியிருந்தது. பைலட்களைத் தேர்ந்தெடுத்து அவர்களுக்கு ஏ.டி.ஆர். விமானப் பயிற்சி கொடுக்க வேண்டியிருந்தது.

ஒருவகை விமானத்தை ஓட்ட லைசன்ஸ் பெற்றவர்களால் இன்னொன்றை எளிதில் ஓட்டிவிட முடியும் என்று சொல்ல முடியாது. கார், பஸ் என்றால் எல்லாவற்றுக்கும் ஒரே செயல்முறைதான் இருக்கும். தனித்தனியாகப் படிக்க வேண்டிய தேவை இருக்காது. ஆனால், விமானம் போன்றவற்றுக்கு அப்படியில்லை. அடிப்படை ஒன்றுதான் என்றாலும் கட்டாயம் பயிற்சி தேவைப்படும். வெளிநாடுகளில் சிமுலேட்டர்கள் உண்டு. மனித கண்டுபிடிப்புகளில் மிகவும் அபார மானது. மிக மோசமான சூழ்நிலைகளைக்கூட அதில் உருவாக்கி

பைலட்களுக்கு நல்ல பயிற்சி கொடுக்க முடியும். நிஜ விமானத்தில் பெறும் பயிற்சியைவிட சிமுலேட்டரில் பெறும் பயிற்சி சிறப்பாக இருக்கும். ஓரிரு மாதம் சிமுலேட்டரில் பயிற்சி பெறும் ஒருவர் அந்த விமானத்தை அநாயாசமாக ஓட்ட முடியும். இதுதான் உண்மை.

ஆனால், இந்தியாவில் 1937-ல் உருவாக்கப்பட்ட சட்ட திட்டங் களையே பயன்படுத்திவந்தார்கள். அதன்படி ஒரு விமானி புதிய வகை விமானத்தை ஓட்டப் போகிறார் என்றால் அந்த விமானத்தில் குறைந்தது 300-500 மணி நேரம் பயிற்சி பெற்றிருக்க வேண்டும். விமான நிறுவனங்களுக்கு இது பெரும் செலவை இழுத்துவிடக்கூடிய ஒன்று. அதுவும் எங்களைப் போன்ற ஆரம்ப நிலை நிறுவனத்துக்கு மிகவும் கடினம்.

எனவே, நவீன தொழில்நுட்ப வசதிகளைச் சுட்டிக்காட்டி அமெரிக்கா, ஐரோப்பாவில் இருப்பதுபோல், விதிமுறைகளை மாற்றி அமைக்கும் படிக் கேட்டுக் கொண்டேன். எந்தவகையிலும் பாதுகாப்பு விஷயத்தில் நான் சமரசம் செய்துகொள்ளச் சொல்லவில்லை. என் கோரிக்கையில் இருந்த நியாயத்தைப் புரிந்துகொண்ட இந்திய வான் துறை, 300 மணி நேரப் பயிற்சி தேவை என்பதை 100 மணி நேரப் பயிற்சி இருந்தாலே போதும் என்றும், 500 மணி நேரப் பயிற்சி தேவை என்பதை 300 மணி நேரப் பயிற்சியே போதும் என்றும் சட்டத்தில் திருத்தம் கொண்டு வந்தது.

விமானம் தொடர்பான ஒவ்வொரு அம்சமும் அதி துல்லியத்துடன் ஒருங்கிணைக்கப்பட வேண்டும். டிக்கெட் பதிவு, செக் இன், புறப்பாடு இவை ஒருபக்கம். பயண நேர ஒருங்கிணைப்பு, பொறியியல், பராமரிப்பு விஷயங்கள் போன்றவை இன்னொரு பக்கம். இவை யெல்லாம் நன்கு கவனிக்கப்படவேண்டும். இரவில் கடைசியாக வந்து சேரும் விமானத்தை மறுநாள் அதிகாலையில் 4 மணிக்குப் புறப்படு வதற்கு முன்பாக முழுவதுமாக சோதித்தாக வேண்டும். என்னென்ன உதிரி பாகங்களை எப்போது மாற்ற வேண்டும்? புதிதாக எதை வாங்க வேண்டும்? எங்கிருந்து வாங்க வேண்டும் என எல்லாவற்றையும் பார்த்துக் கொள்ளவேண்டும்.

இந்தியன் ஏர்லைன்ஸுடன் கூட்டு சேர்ந்து பராமரிப்பு போன்ற பிற விஷயங்களைக் கவனித்துக் கொண்டிருக்கலாம். அவர்களும் ஆர்வத் துடன்தான் இருந்தார்கள். ஆனால், அது கூடுதல் செலவைக் கொண்டு வரும். அதுமட்டுமல்லாமல் அரசு நிறுவனம் என்பதால் வேலைகள் மிகவும் மெதுவாகவே நடக்கும். நம்முடைய அவசரத்தைப் புரிந்து கொண்டு செயல்பட மாட்டார்கள். எனவே, அந்த யோசனையை மனத்தில் இருந்து உடனே நீக்கிவிட்டேன்.

ஏற்கெனவே ஏ.டி.ஆர். நிறுவனத்தினர் இது போன்ற விஷயங்களில் உதவி செய்து தரவேண்டும் என்று ஒப்பந்தம் செய்திருந்தேன். நாங்கள் பராமரிப்புக்கு வேறொரு நிறுவனத்தை நியமித்தால் அது பிரச்னையையே கொண்டுவரும். உற்பத்தியாளர் தன் மீது தவறு இல்லை என்பார். பராமரிக்கும் நிறுவனம் தன் மீது தவறு இல்லை என்று சொல்லும். இந்தத் தொந்தரவே வேண்டாம் என்றுதான், ஏ.டி.ஆர். நிறுவனமே எங்களுக்கான பயிற்சியைத் தர வேண்டும் என்று தீர்மானித்திருந்தேன். இந்தியப் பொறியாளர்கள் ஃப்ரெஞ்சு பொறியாளர்களின் வழிகாட்டுதலின் படி அன்றாட விஷயங்களைப் பார்த்துக் கொள்வார்கள் என்று முடிவு செய்யப்பட்டது.

டி.ஜி.சி.ஏ., ப்யூரோ ஆஃப் சிவில் ஏவியேஷன் செக்யூரிட்டி, மினிஸ்டரி ஆஃப் சிவில் ஏவியேஷன் என எல்லா அரசு நிறுவனங்களிடமிருந்தும் அனுமதி பெற வேண்டியிருந்தது. ராஜீவ் பிரதாப் ரூடி எங்களுக்குப் பெரும் ஒத்துழைப்பு தந்தார். நிச்சயித்த தேதியில் ஏர் டெக்கான் ஆரம்பிக்கப்பட்டுவிடும் என்று நாடாளுமன்றத்தில் பலத்த ஆரவாரத்துக்கு மத்தியில் அறிவித்தார். எல்லா எம்பிகளும் தங்கள் தொகுதிக்கு அந்த சேவை கிடைக்குமா என்று ஆர்வத்துடன் கேட்டனர். கர்நாடக முதல்வர் எஸ்.எம்.கிருஷ்ணா சிறப்பு விருந்தினராக வர சம்மதம் தெரிவித்தார். ராஜீப் பிரதாப் ரூடி, வெங்கையா நாயுடு, ஜார்ஜ் ஃபெர்னாண்டஸ் எனப் பலரும் ஆரம்ப நாள் நிகழ்ச்சிக்கு வர சம்மதம் தெரிவித்தனர். இதனால் பத்திரிகைகளில் நல்ல விளம்பரம் கிடைத்தது. அரசியல் தலைவர்களின் பெயர் நிகழ்ச்சி நிரலில் இருந்ததால் அதிகார வர்க்கத்தினர் மளமளவென வேலைகளை முடித்தனர். வேலைகளை முறையாக, சீக்கிரம் முடிக்கவேண்டும் என்ற நோக்கில் மட்டுமே அரசியல் செல்வாக்கைப் பயன்படுத்தினேன். தரம், பாதுகாப்பு போன்றவற்றில் எந்த சமரசத்துக்கோ முறைகேடான விஷயத்துக்கோ அதைப் பயன்படுத்தவில்லை.

கேபின் குழுவை நிர்வகிக்க விஜயா லூகாஸ் வேலையில் சேர்ந்துவிட்டிருந்தார். விஜயா, உங்களுக்கே உடை அணிவதில் அற்புதமான ரசனை இருக்கிறது. நீங்களே சீருடை போன்ற விஷயங்களை வடிவமைத்துவிடுங்கள் என்று கேட்டுக் கொண்டேன். எங்கள் விமானத்தில் பறப்பவர்கள் என்னவிதமான நபர்கள் என்பதில் எங்களுக்குத் தெளிவு இருந்தது. அவர்களுக்கு உறுத்தாத வகையில் ஏர் ஹோஸ்டஸ்கள் இருக்க வேண்டும் என்று தீர்மானித்தோம்.

கிராமத்தான்கள், ஆட்டோ ரிக்ஷா ஓட்டுபவர்கள் என பொருளாதாரத் தட்டின் அடிமட்டத்தில் இருப்பவர்கள் என் விமானத்தில் பறப்பார்கள். ஏர் ஹோஸ்டஸ் என்பவர் அவர்களை ஏளனமாகப் பார்ப்பவராக

இருக்கக்கூடாது. ஆங்கிலம் தெரிந்திருக்க வேண்டும் என்ற கட்டாயம் இல்லை. பார்ப்பதற்கு இதமாக இருக்கவேண்டும். இனிமையாகப் பேசுபவராக இருக்க வேண்டும். சுருக்கமாகச் சொல்வதானால், ஒரு நர்ஸ் போல் அவர்கள் இருக்க வேண்டும். ஒழுங்கு, கட்டுப்பாடு, கருணை நிரம்பியவராக இருக்க வேண்டும். பயணிகளுக்கு விமானத்தில் உட்காரச் சொல்லித் தருவதில் இருந்து பெல்ட் மாட்டிவிடுவது வரை கனிவாக உதவி செய்ய வேண்டும்.

குவாலியர், ஹுப்ளி போன்ற சிறு நகரங்களில் இருந்து ஆட்களைத் தேர்ந்தெடுங்கள். ஜெட் ஏர்வேஸில் இருந்து எல்லாம் ஏர் ஹோஸ்டஸை வலைவீசிப் பிடிக்க வேண்டாம் என்று சொன்னேன். உத்தர பிரதேசத்தில் ராய் பரேலி தொகுதியில் விமான பணிப்பெண்கள் பயிற்சி மையம் ஒன்றை ஆரம்பிக்கும்படி ஓர் அரசியல் தலைவர் என்னிடம் கேட்டுக் கொண்டார்.

கடைசியில் யூனிஃபார்ம்களை யார் தீர்மானித்தது தெரியுமா? எங்கள் குழுவினரின் குழந்தைகள்தான். அதாவது என் குழந்தைகளும் விஜயாவின் குழந்தைகளும்தான் தீர்மானித்தார்கள். பல்வேறு நிறங்களைப் பரிசீலித்த பிறகு கடைசியாக நீலம் - மஞ்சள் என்ற ஆடையைத் தேர்ந்தெடுத்தோம்.

எங்கள் விமான நிறுவனம் எல்லாரையும் அரவணைத்துச் செல்லும் ஒன்றாக இருக்க வேண்டும் என்று தீர்மானித்திருந்தோம். ஏற்கெனவே இருக்கும் நிறுவனங்களில் இருந்து எல்லா விஷயங்களிலும் மாறுபட்டுச் செய்யவேண்டும்.

ஒரு தொழில் முனைவர் என்பவர் வெறுமனே புதிய பொருளை உற்பத்தி செய்தால் மட்டுமே போதாது. வாடிக்கையாளரின் ஒட்டு மொத்த மனோபாவத்தையே மாற்றி அமைக்க வேண்டும். சமூகத்தில் பெரும் தாக்கத்தை ஏற்படுத்த வேண்டும்.

பிரபல நிறுவனங்கள் சிறு நகரங்களுக்கு விமானங்களை இயக்கினால் நஷ்டம் ஏற்படும் என்று சொல்லி அந்த இடங்களைப் புறக்கணித்தார்கள். ஆனால், நான் துணிந்து அதில் இறங்கினேன். சிறு நகரங்களையும் ஊர்களையும் விமானத்தின் மூலம் இணைக்க வேண்டும் என்று அரசாங்கமும் விரும்பியது. அப்படியாக என் கனவும் அரசின் தேவையும் ஒருசேர நிறைவேறியது.

பொதுவாக போட்டி என்பது ஒரு புதிய நிறுவனத்தை முடக்கிப் போடும். ஆனால், எங்கள் விஷயத்தில் அது நடக்கவில்லை. உண்மையில் அவர்களால் புறக்கணிக்கப்பட்ட இன்னொரு இந்தியாவைக்

குறிவைத்துத்தான் களமிறங்கியிருந்தோம். ஆனால், நாங்கள் சிறு நகரங்களை இணைப்பதோடு நின்றுவிட விரும்பவில்லை. பெரு நகரங்களுக்கு இடையிலும் எங்கள் சேவையை வழங்கவே விரும்பினோம். பிராந்தியங்களை இணைக்கும் தேசிய நிறுவனம்... இதுதான் எங்களுடைய முத்திரை வாக்கியமாக இருந்தது. பிராந்திய சேவைகள் விஷயத்தில் எங்களுடன் போட்டியிட பிரபல நிறுவனங்களுக்கு முடியவில்லை. அதோடு எங்கள் நிறுவனத்தை மேலும் வெற்றிகரமாக நடத்துவதற்குத் தோதாக விமானக் கட்டணத்தை வெகுவாகக் குறைத்திருந்தேன். பாதுகாப்பு, லாபம் என எல்லாமே எனக்கும் முக்கியம்தான். ஆனால், அதை நான் புதுமையான வழிகளில் சாத்தியப்படுத்தினேன். அநாவசியச் செலவுகளைக் குறைத்தேன். லாப விகிதத்தைக் குறைத்தாலும் அதிகம் பேரைப் பறக்க வைப்பதன் மூலம் அதை ஈடுகட்டிவிடத் தீர்மானித்திருந்தேன். இன்னொரு அம்சத்துக்கும் கவனம் கொடுத்தேன். அதுதான் வேகம். ஆட்களை நியமிப்பதில், நிதி சேகரிப்பதில், அரசாங்க அனுமதிகளைப் பெறுவதில், பராமரிப்பு பணிகளை முடிப்பதில் என எல்லாவற்றிலுமே வேகம். வேகம், பாதுகாப்பு, லாபம் இவையே என் தாரக மந்திரம். கட்டணம் குறைவாக இருப்பதால் சாதாரணமாக ஒருமுறை பறப்பவர் நான்கு முறை பறப்பார். இதுவரை ரயிலில் போய்வந்தவர்கள் இனி எங்கள் விமானத்தில் போய் வருவார்கள். அது எங்கள் லாபத்தை அதிகரிக்கும். இதுவே எங்கள் குறைந்த கட்டண விமான சேவையின் வெற்றிக்கான ரகசியம்.

11

> பேரொளியே ஒளியே கருணையுடன் வழிநடத்து...
> என் காலடிகளை சீர்படுத்து: தொலைதூரக் காட்சிகளை
> நான் பார்க்க விரும்பவில்லை
> அடுத்த அடி தெளிவாகத் தெரிந்தால் போதும்.
>
> – தேவாலயப் பிரார்த்தனை

டேக் ஆஃப்

'ஊடகமே செய்தி' என்றார் மார்ஷல் மெக்லுஹான். எழுத்து கண்டு பிடிக்கப்பட்டதைத் தொடர்ந்து மனித இனமே தலைகீழாக மாறி விட்டது. அச்சு ஊடகம் எழுத்தை, எல்லைகளைக் கடந்து எடுத்துச் சென்றன. ரேடியோ, டி.வி., இப்போது இணைய தளம் ஆகியவை உலகைச் சிறு கிராமமாகவே ஆக்கிவிட்டன.

வாழ்க்கையை அதற்கு முன்னால் இருந்த நிலையிலிருந்து புதிய தொழில்நுட்பம் அல்லது சேவை மாற்றுகிறது. அந்த மாற்றங்கள் கூடுதல் பயன் தரவேண்டுமானால் விதிமுறைகளும் சட்ட திட்டங் களும் அதற்கு ஏற்ப மாற வேண்டும். ஒரு தொழில் முனைவர் அரசு அதிகார வர்க்கத்துடன் இணைந்து செயல்பட்டு அதை நடத்திக் காட்ட வேண்டும். சிலர் அரசு அதிகார வர்க்கம் பற்றி அவதூறாகப் பேசிக் கொண்டிருப்பார்கள். ஆனால், தங்களுக்கு பிரச்னை வந்துவிடுமோ என்று பயந்துகொண்டு எந்த விஷயத்தையும் அரசின் கவனத்துக்குக் கொண்டு செல்லவே மாட்டார்கள். தன் பிரச்னையைச் சரியான முறையில் அரசிடம் எடுத்துச் சொல்ல ஒரு தொழில் முனைவருக்குத் துணிச்சல் இருக்க வேண்டும். மாற்றத்தை எல்லாத் தளங்களிலும் உருவாக்க வேண்டும்.

நாங்கள் இணைய தளம் மூலமாக டிக்கெட் விற்பனையை அறிமுகப் படுத்தினோம். ஆனால், அந்த டிக்கெட்டுடன் வருபவர்களை விமான நிலையத்துக்குள் அனுமதிக்க வேண்டுமே? அரசு அதிகாரிகள், விமான நிலைய அதிகாரிகளுடன் இது பற்றிப் பேசினேன். ஏஜெண்ட்டுகளின் நெருக்குதல்களில் இருந்து தப்பிப்பதற்காக இந்த வழியை அறிமுகப் படுத்தியிருக்கிறோம். இப்போது ஏஜெண்ட்டுகளும் இணைய டிக்கெட் எடுக்கும் வசதி வந்திருக்கிறது என்றெல்லாம் சொன்னேன்.

அரசும் நாங்கள் சொன்ன விஷயங்களை ஏற்றுக்கொண்டு இணைய டிக்கெட் வைத்திருப்பவர்களை விமான நிலையத்துக்குள் அனுமதிக்க முன்வந்தது. ஏதாவது ஒரு அடையாள அட்டையை அவர்கள் காட்டி யாக வேண்டும் என்று சொன்னது. கிரெடிட் கார்டு மோசடியைத் தடுக்கவும் இது அவசியம். இதன் மூலம் இரவில் ஒருவர் எங்கள் கால் செண்டர் மூலம் டிக்கெட் புக் செய்ய முடியும். அவருக்கு ஒரு பி.என்.ஆர். நம்பர் தரப்படும். மறு நாள் காலையில் விமான நிலை யத்தில் இருக்கும் டெக்கான் டிக்கெட் கவுண்டரில் அந்த நம்பரைச் சொல்லி டிக்கெட் வாங்கிக்கொண்டு விமானத்தில் ஏறிக் கொள்ளலாம்.

இந்தச் சேவையை ஏர்டெல் அதன் பிறகு ரிலையன்ஸ் நிறுவனங்கள் எங்கள் சார்பில் கவனித்துக் கொண்டன. ஆரம்பத்தில் எங்களிடம் டோல் ஃப்ரீ எண் இல்லை. டில்லியில் இருந்து ஒரு நபர் டிக்கெட் எடுப்பதற்கு ஒரு மணி நேரம் பேசுகிறார் என்று வைத்துக் கொள்வோம். இன்னொரு நபர் ஒரு நிமிடத்தில் டிக்கெட் எடுத்துவிடுகிறார். முந்தைய நபருக்கான அதிகத் தொகையை இரண்டாவதாகப் பேசியவரும் பகிர்ந்து கொள்ள வேண்டியிருக்கும். அது இரண்டாவதாகப் பேசிய வருக்கு நஷ்டத்தையே தரும். அதோடு குறைந்த கட்டண விமான சேவையின் அடிப்படையையே கேள்விக்குட்படுத்தும். எனவே, இந்த பிரச்னையைத் தீர்க்க அந்த அழைப்புகளை லோக்கல் இணைப்பாக ஆக்கினோம். ரிலையன்ஸ் நிறுவனம் எங்களுக்கு ஒட்டு மொத்த தேசத்துக்குமாக ஒரே எண்ணைத் தந்தது. எங்கள் சேவை பல்வேறு மாநிலங்களுக்கு விரிவடையத் தொடங்கியதும் அலைவரிசைப் பட்டையை அதிகரிக்கும்படி ரிலையன்ஸிடம் கேட்டுக் கொண்டோம். இதனால் எங்களுடைய தொலைபேசிக் கட்டணம் வெகுவாகக் குறைந்தது.

எங்கள் விமானங்களின் டிக்கெட்டுகளை கால் செண்டர், ரிலையன்ஸ் சைபர் கஃபே, பெட்ரோல் பங்க் பூத், பேக்கரிகள், மளிகைக்கடைகள், ஏஜெண்ட்டுகள், விமான நிலையம் என எல்லா இடங்களிலும் பெற முடியும். கம்ப்யூட்டரும் இணைய தளவசதியும் வைத்திருக்கும் யார் வேண்டுமானாலும் எங்கிருந்து வேண்டுமானாலும் பெற்றுவிடவும்

முடியும். அனைத்து டிக்கெட் வழங்கும் மையங்களும் ஹெச்.சி.எல். மூலம் ஒருங்கிணைக்கப்பட்டன. கால் செண்டர் சேவைகளை ஏர்டெல்லும் ரிலையன்ஸும் வழங்கின. இதனால் ஒட்டு மொத்த இந்தியாவையும் மின்னல் வேகத்தில் ஒருங்கிணைக்க முடிந்தது.

எங்களுக்கு விமானத்தைப் பழுது பார்க்கவும் பராமரிக்கவும் இட வசதி கிடைக்காமல் போனதுதான் பெரிய தலைவலியாக இருந்தது. இருந்த இடங்கள் எல்லாம் இந்தியன் ஏர்லைன்ஸ், ஜெட் ஏர்வேஸ் வசம் இருந்தன. இந்தியன் ஏர்லைன்ஸ் எங்களுக்கு அந்த இடத்தை உள் வாடகைக்குக் கொடுத்தது. நாளொன்றுக்கு 50,000 ரூபாய் வாடகை. உண்மையில் இந்தியன் ஏர்லைன்ஸ் ஏ.ஏ.ஐ.க்குக் கொடுக்கும் வாடகை மிகக் குறைவுதான். ஆனால், எங்களுக்கு வேறு வழியில்லாததால் அவ்வளவு தொகை கொடுக்க வேண்டியிருந்தது.

இந்தப் பிரச்னையைச் சமாளிக்க தனேஜா ஏரோஸ்பேஸ் என்ற தனியார் விமான உற்பத்தியாளருடன் ஓர் ஒப்பந்தம் செய்து கொண்டேன். பெங்களூருவில் இருந்து 40 கி.மீ தொலைவில் ஹொசூர் விமான நிலையத்தில் அது இருந்தது. இதனால் எங்கள் விமானம் ஒவ்வொரு தடவையும் காலியாக ஹொசூருக்குப் போய்வரவேண்டியிருந்தது. ஆரம்பநிலையில் இருந்த எங்களுக்கு இது பெரும் செலவையே இழுத்துவிட்டது.

படிப்படியாக முன்னேறிக் கொண்டிருந்தோம் என்றாலும் குறைந்த கட்டண விமான சேவை இந்தியாவில் சாத்தியமே இல்லை என்று பலரும் என் காதுபடவே விமர்சித்தார்கள். அவர்களில் ஒருவர் நரேஷ் கோயல். விமானத்தின் விலை, பைலட்டின் சம்பளம், உள்கட்டமைப்புச் செலவுகள் என எல்லாமே பிற விமான நிறுவனங்களைப் போல இருந்தால் குறைந்த கட்டணத்தில் சேவை வழங்கவே முடியாது என்று சொன்னார். ஓர் ஊரில் ஐந்து நட்சத்திர விடுதி இருக்கிறது. உடுப்பி ஹோட்டலும் இருக்கிறது. இரண்டிலும் ஒரே அரிசி, பருப்புதான். உடுப்பியில் விலை மிகவும் மலிவு. இருந்தும் உடுப்பி ஹோட்டலால் எப்படி வெற்றிகரமாக நடத்த முடிகிறது. உடுப்பி ஹோட்டலில் அதற்குத் தகுந்த சம்பளம்தான் தரப்படும். இதில் என்ன தவறு? சாதாரண மக்களும் சாப்பிட வேண்டுமானால் இப்படித்தான் நடத்த முடியும். இதில் சுவையிலோ தூய்மையிலோ எந்த சமரசமும் செய்யத் தேவையே இல்லை.

குறைந்த கட்டண விமான சேவையிலும் இதேதான். பாதுகாப்பு விஷயத்திலோ வேகத்திலோ எந்த சமரசமும் செய்யப்படவில்லை. அதிக நேரம் விமானத்தை இயக்குவது, அதிக இருக்கைகளை

வைத்திருப்பது, அநாவசியச் செலவுகளைக் குறைப்பது ஆகியவற்றின் மூலம் குறைவான கட்டணத்தில் நிறைவான சேவையை வழங்க முடியும். இதை நான் எழுதும் நேரத்தில் ஜெட் ஏர்வேஸும், கிங்ஃபிஷரும் நஷ்டத்தை ஈடுகட்ட தங்கள் விமானங்களில் 75 சதவிகிதத்தை குறைந்த கட்டண சேவையாக மாற்றிவிட்டிருக்கின்றன!

ரியான் ஏர் நிறுவனத்தின் ஓ லியரி பற்றி ஒரு விஷயம் சொல்வார்கள். ஒரு முறை தன் விமானத்தைச் சோதனையிட்டிருக்கிறார். சில இருக்கைகள் உடைந்து காணப்பட்டிருக்கின்றன. என்ன காரணம் என்று கேட்டபோது குண்டான பயணிகள் இருக்கையை அட்ஜஸ்ட் செய்ய முயன்றபோது உடைந்துவிட்டதாகச் சொல்லியிருக்கிறார்கள். அடுத்த நிமிடமே உத்தரவிட்டார்: நம் விமானத்தில் இனிமேல் அட்ஜஸ்டபிள் இருக்கைகளே வேண்டாம்!

அவர் என்னுடன் பேசும்போது ஒரு விஷயம் சொன்னார்: ஒவ்வொரு நாளும் அதிகாலைகளில் இன்று எந்தச் செலவை வெட்டலாம் என்று கையில் கத்தியுடனே எழுந்திருப்பாராம். நான் ஃப்ரான்ஸில் டவுலோஸ் விமான நிலையத்தில் இருந்து லண்டனுக்கு அவருடைய விமானத்தில் போயிருக்கிறேன். 59 யூரோக்கள் மட்டுமே ஆனது. வரிகள் உட்பட டிக்கெட்டுக்கு 29 யூரோக்கள். எடுத்துச் செல்லும் பொருள்களுக்கு 15 யூரோ. ஒரு கிலோவுக்கு அதிகமானால் இன்னொரு 15 யூரோ. ஓ லியாரியின் கோட்பாடு மிகவும் எளியது. எவ்வளவு சேவையைப் பயன்படுத்துகிறீர்களோ அவ்வளவு கட்டணம்! சிக்கனத்தில் மட்டுமல்ல வருமானத்தைப் பெருக்குவதிலும் அவர் கில்லாடி. அவருடைய விமானம் உங்கள் ஊருக்கு வந்து போக வேண்டுமென்றால் ஊராட்சியினர் அதற்கு கட்டணம் கொடுத்துவிட வேண்டும். விமானங்கள் வந்துபோவதால் சுற்றுலா, வர்த்தகம் போன்றவை வளரும். எனவே ஊராட்சியினரும் அந்தக் கட்டணத்தை சந்தோஷமாகக் கொடுத்தனர். ஒவ்வொரு பயணிக்கும் ஐந்து யூரோ என உள்ளூர் நகராட்சியிடமிருந்து வசூலித்துவிடுவார்!

மிகக் குறைவான கட்டணம் வசூலிக்கும் விமானம்தான் லாபத்துடன் முதலிடத்தில் இருக்கின்றன என்பது ஆச்சரியமாகத்தான் இருக்கும். ஆனால், அதுதான் உண்மை. பிரிட்டிஷ் ஏர்வேஸ், யுனைட்டட் ஏர்லைன்ஸ், டெல்டா ஏர்லைன்ஸ் போன்ற யானை விலை, குதிரை விலை வைக்கும் விமான நிறுவனங்கள் எல்லாம் நஷ்டத்தில் இயங்கிக் கொண்டிருக்கின்றன. அதிக இருக்கைகள் என்பது அசௌகரியத்தைத் தான் தரும் என்பது உண்மைதான். மேட்டுக்குடியினருக்கு சாதாரண மனிதர்களுடன் பறப்பதில் அசௌகரியம் இருக்கும் என்பதும் உண்மை தான். ரியார் ஏர் நிறுவனத்தை மாட்டு வண்டி என்று கேலி செய்வார்கள்.

ஆனால், அந்த நிறுவனத்தால் பயன் பெறும் பெயரற்ற, முகமற்ற உழைக்கும் வர்க்கத்தினர்தான் ஒரு தேசத்தின் முதுகெலும்பு என்பதை ஒருவர் மனத்தில் வைத்துக் கொள்ள வேண்டும்.

★

செலவை எப்படியெல்லாம் குறைப்பது என்று நானும் யோசித்தேன். ஐந்து நட்சத்திர விடுதியில் இருந்து உணவு வாங்கி இலவசமாக வழங்கினால் டிக்கெட் விலை அதிகமாகத்தான். ஆகும். எனவே, இலவச சாப்பாடு என்பதை ரத்து செய்தேன். சாப்பாடு, தண்ணீர் வேண்டுமானால் காசு கொடுத்து வாங்கிக் கொள்ளவேண்டும் என்று வைத்தேன். யாரிடம் உணவுக்கான ஒப்பந்தத்தைக் கொடுப்பது என்று யோசித்தேன். சட்டென்று என் மனைவி பேக்கரி நடத்தி வருவது நினைவுக்கு வந்தது. நீண்ட நேரம் கெடாமல் இருக்கும் வகையில் உணவு தயாரித்துத் தரும்படி கேட்டுக் கொண்டேன். ஏர் ஹோஸ்டஸ் களையே விற்பனைப் பெண்களாக ஆக்கினேன். பயணிகளே எங்களுடைய வாடிக்கையாளர்கள். எவ்வளவு விற்கிறதோ அதில் ஒரு பங்கை விமான நிறுவனத்துக்கு பார்கவி தந்துவிட வேண்டும். கேபின் குழுவினருக்கும் விற்பனையில் 15 சதவிகிதப் பணம் தரப்படும். இதனால் பார்கவிக்கும் லாபம். கேபின் குழுவுக்கும் லாபம். விமான நிறுவனத்துக்கும் லாபம். அப்படியாக, பிற விமான நிறுவனங்களில் செலவாக இருக்கும் ஒரு விஷயம் எங்கள் நிறுவனத்தில் வருமானம் ஈட்டித் தரும் ஒன்றாக ஆக்கப்பட்டது.

விமானத்தைச் சுத்தம் செய்யும் பொறுப்பையும் ஏர் ஹோஸ்டஸ் வசமே ஒப்படைத்தோம். அவர்களுக்குக் கூடுதல் அலவன்ஸ் தரப்பட்டது. பயணிகளிடம் விமானத்தைத் தூய்மையாக வைத்திருக்கும்படி கேட்டுக் கொண்டோம். அந்தப் பணிக்கான ஒப்பந்தத்தை வெளி நபருக்குக் கொடுக்காததால் பணம் மிச்சமானது. அப்படி வெளி நபருக்குக் கொடுத்திருந்தால் பாதுகாப்புக்கு என்று அதிக நேரம் செலவிட வேண்டியிருக்கும். அதுவும் குறைக்கப்பட்டதால் அதிக டிரிப்கள் அடிக்க முடிந்தது.

பயணிகளின் எண்ணிக்கை அதிகரித்ததைத் தொடர்ந்து உணவுப் பொறுப்பை ‘காஃபி டே’ நிறுவனத்திடம் ஒப்படைத்தோம். விற்பனையில் ஒரு குறிப்பிட்ட சதவிகிதத்தை எங்களுக்குத் தந்தார்கள். எண்பது லட்சம் பயணிகள் பயணம் செய்தபோது எங்களுக்கு அதிகப்படியான வருமானமாக மூன்று நான்கு கோடி ரூபாய் கிடைத்தது. இப்படியாக ஒவ்வொரு விஷயத்திலும் செலவைக் குறைத்தோம். அல்லது புதிய வருமான வாய்ப்பை உருவாக்கினோம்.

எண்பது லட்சம் பயணிகளுக்கு நாங்கள் உணவு கொடுத்திருந்தால், ஒருவருக்கு 100 ரூபாய் வீதம் ஆண்டுக்கு 80 கோடி ரூபாய் செல வழிந்திருக்கும். அந்தப் பணத்தை வைத்து ஆறு ஏர்பஸ் விமானங்களை குத்தகைக்கு எடுத்துவிட முடியும்!

ஏர் ஹோஸ்டஸ்களுக்கான எங்கள் சம்பளம் குறைவுதான். ஆனால், துப்பரவு அலவன்ஸ், வாகன அலவன்ஸ், உணவுப் பொருள் விற்பனையில் கிடைக்கும் அலவன்ஸ் என எல்லாவற்றையும் கூட்டிப் பார்த்தால் அது ஜெட் ஏர்வேஸில் ஏர் ஹோஸ்டஸுக்குத் தரப்படும் தொகையை விட மிக அதிகம்.

அதுபோல் பைலட்களுக்கான செலவையும் குறைத்தேன். பிற விமான நிறுவனங்களில் பைலட்களை அவர்களுடைய வீட்டில் இருந்து விமான நிலையத்துக்கு வண்டியில் அழைத்து வருவார்கள். வேலை முடிந்ததும் கொண்டுபோய்விடுவார்கள். ஆனால், நான் இதை அதிகப்படியான செலவாகவே பார்த்தேன். எனவே, அவர்களிடம் விஷயத்தை எடுத்துச் சொன்னேன். நாம் குறைந்த கட்டண விமான நிறுவனத்தை நடத்துகிறோம். எனவே, அநாவசியச் செலவுகளை அடுத்தவர்கள் செய்கிறார்கள் என்பதற்காக நாம் செய்ய வேண்டிய தில்லை. வீட்டிலிருந்தே உங்களுக்கான உணவைக் கையில் எடுத்துக் கொண்டுவந்துவிட்டால் அந்தச் செலவும் மிச்சமே என்று சொன்னேன். இதற்காக நாளொன்றுக்கு 200 ரூபாய் அலவன்ஸ் தரப்படும். மாதத் துக்கு 6000. அந்தப் பணத்தை அப்படியே சேர்த்து வந்தால் பதினைந்து வருட முடிவில் அது சுமார் 10-12 லட்சமாக ஆகிவிடும். குழந்தையின் படிப்புச் செலவு, திருமணச் செலவு என எல்லாவற்றையும் அதில் கவனித்துக் கொண்டுவிட முடியும் என்று சொன்னேன். முதலில் தயங்கியவர்கள் பிறகு நான் சொல்வதில் இருக்கும் நியாயத்தைப் புரிந்துகொண்டு ஏற்றுக்கொண்டார்கள். பைலட்களை அழைத்து வரவும் கொண்டுபோய் விடவும் தனியாக வாகனங்களை வாங்குவது, அதைப் பராமரிப்பது, வாகன டிரைவருக்கான சம்பளம் என பல செலவுகளைக் குறைக்க முடிந்தது.

2003-ல் ஹெச்.ஏ.எல். அதிகாரிகள் ஒரு பிரச்னையைக் கிளப்பினார்கள். எங்கள் விமானங்களை அவர்களுடைய இடத்தில் நிறுத்திக்கொள்ள அனுமதி தரமாட்டோம் என்று சொல்லிவிட்டார்கள். ஜார்ஜ் ஃபெர்னாண்டஸைச் சந்தித்து விஷயத்தைச் சொன்னேன். என் முன்னாலேயே ஹெச்.ஏ.எல். அதிகாரிக்கு போன் செய்தார். 'கேப்டன் கோபி ஒரு ராணுவ அதிகாரி. அவருக்கு வேண்டிய நியாயமான உதவிகளை நீங்கள் செய்து கொடுத்தாக வேண்டும்' என்று சொன்னார். புறப்படுவதற்கு முன்னால், இந்தப் பிரச்னை தீரவில்லையென்றால்

மீண்டும் உங்களைப் பார்க்க வரலாமா என்று ஜார்ஜ் ஃபெர்னாண்டஸிடம் கேட்டேன். நான் அந்த அதிகாரியிடம் செய்ய முடியுமா என்று விண்ணப்பம் செய்யவில்லை. செய் என்று உத்தரவு போட்டிருக்கிறேன் என்று கண்களைச் சிமிட்டியபடியே சொன்னார். அவர் சொன்னபடியே நான் பெங்களூருக்குத் திரும்புவதற்குள் ஹெச்.ஏ.எல். தரப்பில் இருந்து சுமார் 20 தொலைபேசி அழைப்புகள் வந்தன!

அடுத்ததாக எங்கள் மார்க்கெட்டிங் நிறுவனத்தினர் ஓர் அருமையான யோசனையுடன் வந்தார்கள். விமானத்தின் வெளிப்புறத்தில் ஏதாவது நிறுவனத்தின் விளம்பரத்தை இடம்பெறச் செய்யலாமே என்று சொன்னார்கள். 'சன் மைக்ரோ சிஸ்டம்ஸ்' என்ற நிறுவனத்துடன் ஒப்பந்தமும் செய்துவிட்டார்கள். இதன் மூலம் மாதத்துக்கு ரூ 20 லட்சம் எங்களுக்கு வருமானம் கிடைக்கவிருந்தது. விமானத்தின் குத்தகைத் தொகையில் ஐம்பது சதவிகிதத்தை அது ஈடுகட்டிவிடும். ஆனால், ஒரு பிரச்னை. 1937-ல் இயற்றப்பட்ட இந்திய சட்டம் என்ன சொல்கிறதென்றால், விமான நிறுவனத்தின் பெயரைத் தவிர வேறு எந்த விளம்பரமும் டி.ஜி.சி.ஏ.யின் அனுமதியில்லாமல் விமானத்தின் வெளிப்பாகத்தில் இடம்பெறக்கூடாது.

டி.ஜி.சி.ஏ.யின் தலைவராக சத்யேந்தர் சிங் இருந்தார். அவரைப் பார்த்து விஷயத்தைச் சொன்னேன். மிகவும் நேர்வழியில் நடக்கக்கூடிய அவர் சட்டத்தை சொல்லிக் காட்டி முடியவே முடியாது என்று சொன்னார். நான் என்னுடன் எடுத்துச் சென்ற சட்டத்தின் நகலை எடுத்துக் காட்டி டி.ஜி.சி.ஏ.வின் அனுமதி பெற்று அதைச் செய்து கொள்ளலாம் என்று சொல்லியிருக்கிறதே என்று சொன்னேன். ஆனால், பாதுகாப்பு தொடர்பான காரணங்களினால் அப்படி அனுமதி கொடுக்கப்படுவதில்லை என்று சொன்னார். எனக்கு விமானத்தின் வெளியில் விளம்பரம் இடம்பெறுவதற்கும் பாதுகாப்புக்கும் என்ன சம்பந்தம் என்று முதலில் புரியவில்லை. வெளியில் பயன்படுத்தும் பெயிண்ட் தரம் குறைவானதாக இருந்தால் அது வெப்பத்தினால் உருகி எஞ்சினுக்குள் போய் ஆபத்து வந்துவிடும் என்று சொன்னார்கள். என்ன பெயிண்டை பயன்படுத்த வேண்டும் என்று அரசு சொல்கிறதோ அதே தரத்திலான நல்ல பெயிண்ட்டையே பயன்படுத்துவதாகச் சொன்னேன். எனினும் 1937-ல் இருந்து ஒரு சட்டம் என்னவிதமாகப் பின்பற்றப்படுகிறதோ அப்படியேதான் தானும் பின்பற்றுவேன் என்று சொன்னார். ராஜீவ் பிரதாப் ரூடியிடம் விஷயத்தைச் சொன்னேன். சத்யேந்தருக்கு போன் செய்தார். இதோ பாருங்கள். ஒன்று நீங்கள் அனுமதி கொடுங்கள். அல்லது அந்த ஃபைலை அனுமதிக்காக எனக்கு அனுப்பி வையுங்கள் என்று சொன்னார். சத்யேந்திரர் நேராக ஃபைலை அமைச்சருக்கு அனுப்பினார்.

| 351 |

விமான நிறுவனத்தின் தொடக்க விழா நாள்வரை பிரச்னைகள் ஒவ்வொன்றாக முளைத்துக் கொண்டே இருந்தன. பிரபல நிறுவனத்தின் தூண்டுதலின் பேரில் ஒரு எம்.பி., குறைந்த கட்டண விமானத்தின் பாதுகாப்பு குறித்த சந்தேகத்தைக் கிளப்பினார். நாங்கள் இது தொடர்பாக சகல ஆதாரங்களையும் ஆணித்தரமாக எடுத்து வைத்தோம். எங்கள் நிறுவனத்துக்கு வெளிநாட்டு விமானிகளை நியமிக்கத் தீர்மானித்திருந்தோம். சி.பி.ஐ., காவல்துறை, ரா உளவுப் பிரிவு என பல அமைப்புகள் சோதித்துப் பார்ப்பதற்கு வசதியாக ஐம்பது பைலட்களின் பெயர் பட்டியலை அரசுக்கு முன்னதாகவே சமர்ப்பித்திருந்தேன். செப்டம்பர் 11 விபத்து நடந்து இரண்டு வருடங்கள்தான் ஆகியிருந்தது. முன்பெல்லாம் வெறுமனே விமானத்தை கடத்திச் செல்வார்கள். இன்றோ அதை ஏவுகணைபோல் மிக அபாயகரமான விளைவுகளை ஏற்படுத்தப் பயன்படுத்துகிறார்கள் என்பதால் மிகவும் கவனமாக இருந்தாக வேண்டும் என்றே நினைத்தேன். ஆனால், அந்த அமைப்புகள் நன்கு அலசி ஆராய்ந்து யார் மீது சந்தேகம் இருக்கிறதோ அவர்களை விலக்கி விட்டு மற்றவர்களை அனுமதிக்கலாமே. அப்போதுதானே ஒரு நிறுவனத்தை ஆரம்பிக்க முடியும்.

ஒருவழியாக பைலட்கள் பிரச்னை தீர்ந்தது. ஆரம்பவிழாவுக்கு இரண்டு நாட்களுக்கு முன்னதாக என் நண்பரும் ஒரு விமானத்துக்கு வானில் பறக்கத் தகுதி உண்டா என்பதை தீர்மானிக்கக்கூடிய டைரக்டர் ஜெனரலுமான (டைரக்டர் ஆஃப் ஏர்வொர்த்தினஸ்) சட்டோபாத்யாய ஒரு விஷயம் சொன்னார். போதிய கேபின் குழு உறுப்பினர்கள் இல்லாமல் உங்கள் விமானம் முடக்கப்பட்டுவிடக்கூடாது. அதை முறையாகச் செய்துவிடுங்கள் என்று சொன்னார். எங்கள் விமானத்தில் 48 இருக்கைகள் இருந்தன. ஒரே ஒரு ஏர்ஹோஸ்டஸ் மட்டுமே நியமித்திருந்தோம். சட்டம் இது பற்றி என்ன சொல்கிறது என்று பார்க்கச் சொன்னேன். ஒரு சிலர், ஐம்பது பயணிகளுக்கு ஒரு ஏர்ஹோஸ்டஸ் வேண்டும் என்று சொன்னார்கள். இன்னும் சிலர் எத்தனை வாசல்கள் இருக்கிறதோ அத்தனை ஏர்ஹோஸ்டஸ்கள் இருக்க வேண்டும் என்று சொன்னார்கள். எனக்கு ஒரே குழப்பமாக இருந்தது. சட்ட புத்தகத்தை எடுத்துப் பார்த்தேன். ஐம்பது பயணிகளுக்கு ஒரு விமானப் பணிப் பெண் என்று போட்டிருந்தது. நான் பொதுவாகவே யார் சொல்வதையும் கேட்கமாட்டேன். சட்ட புத்தகம் என்ன சொல்கிறது என்று நானாகச் சோதித்த பிறகே ஒரு முடிவுக்கு வருவேன்.

அடுத்த பிரச்னை ஹுப்ளி விமான நிலையத்தைப் பொது விமானப் பயன்பாட்டுக்குப் பயன்படுத்துவது தொடர்பாக எழுந்தது. மெட்டீரோலஜி கழகத்திடமிருந்து அனுமதி வாங்க வேண்டும். அது

விஞ்ஞான தொழில்நுட்பக் கழகத்தின் கீழ் இயங்கிவந்தது. ஏ.டி.சி. மற்றும் மெட்டீராலஜி பிரதிநிதியாக யாரும் இன்னும் நியமிக்கப் பட்டிருக்கவில்லை. அப்படியே நியமிக்கப்பட்டிருந்தாலும் எங்களால் அங்கு தரை இறங்கியிருக்க முடியாது. ஏனென்றால், விமான ஓடு தளத்தில் தார் போடப்படவில்லை. பயணிகளின் உடமைகளை ஸ்கேனிங் செய்யும் வசதியும் வந்திருக்கவில்லை.

விமான நிலையத்துக்கான பாதுகாப்பு பி.சி.ஏ.எஸ் அமைப்பின் மூலம் தரப்பட்டது. அது உள்துறையின் கீழ் வந்தது. ஏ.ஏ.ஐ. கேட்டுக் கொள்வதன் பேரில் தேவையான ஆட்களை அது நியமிக்கும். இப்படி நியமிக்கப்படுபவர்கள்தான் விமான நிலையங்களில் பாதுகாப்புப் பணிகளைச் செய்வார்கள். விமான நிறுவனங்களிடமிருந்து ஏ.ஏ.ஐ. இந்த சேவைக்குக் குறிப்பிட்ட தொகையை வாங்கிக்கொள்ளும். கொஞ்சத்தைத் தங்கள் சம்பளமாக எடுத்துக்கொண்டு எஞ்சிய பணத்தை அது உள்துறை அமைச்சகத்துக்குத் தந்துவிடும். இதுதான் நடைமுறை. ஆனால், ஏ.ஏ.ஐ. தங்கள் பங்குக்கான பிரச்னையைக் கிளப்பியது. மாநில அரசிடமிருந்து காவலர்கள், தீயணைப்புப் படையினர் ஆகியோரை நியமிக்க வேண்டும் என்று சொன்னார்கள். ஹூப்ளி காவல்துறை தலைவரைச் சந்தித்துப் பேசினேன். 'நான் காவலர்களை அனுப்பத் தயார். ஆனால், யார் அவர்களுக்கு சம்பளம் கொடுப்பார்கள்' என்று கேட்டார். ஏ.ஏ.ஐ.தான் தரவேண்டும். ஆனால், அவர்கள் அதற்கு மறுத்துவிட்டார்கள்.

உள்துறை அமைச்சர் மல்லிகார்ஜுன் கார்கேவைச் சந்தித்து விஷயத்தைச் சொன்னேன். ஏ.ஏ.ஐ. தான் காவலருக்கான சம்பளத்தைத் தரவேண்டும் என்று சொன்னேன். அது ஒரு எளிய விஷயம்தான். கடிதம் மூலம் உத்தரவு கிடைத்தால்தான் செய்வேன் என்று அடம்பிடித்தனர். உண்மையில் அப்படியான உத்தரவு தரப்பட்டுவிடும். அதில் எந்த பிரச்னையும் வராது. கடித பூர்வ உத்தரவுக்கு என்று இரண்டு நாள் காத்திருப்பதால் எங்கள் விமானத்தின் ஆரம்ப விழா தடுக்கப்படுவதைத் தவிர வேறு எதுவும் நடக்கப் போவதில்லை. நீங்கள் பாதுகாப்பு கொடுங்கள். மற்றவற்றை நான் பார்த்துக் கொள்கிறேன் என்று காவல் துறையினருக்கு கார்கே போன் செய்து சொன்னார்.

ஒவ்வொரு பிரச்னை வரும்போதும் புதிதாக ஏதாவது வழியைக் கண்டுபிடிப்பேன். எந்த விதியையும் மீறாமல் எப்படிச் செயல்படுவது என்பதை மட்டுமே கவனத்தில் கொள்வேன். கர்நாடக மாநில அரசுக்கு எங்கள் விமான நிறுவனத்துடன் ஒரு நெருக்கமான மனோபாவம் ஏற்பட்டுவிட்டிருந்தது. பெங்களூருவில் இருந்து ஹூப்ளிக்குப்

பறக்கும் முதல் விமானம் என்பது கர்நாடகாவின் முதல் விமானமாக இருக்கும். இந்தப் பின்புலத்தில்தான் காவலர் தொடர்பான பிரச்னை எழுந்தது.

மாநில அரசு, ஏ.ஏ.ஐ., காவல் துறை என மூன்றையும் ஒருங்கிணைத்து வேலையை முடித்தேன். மாநில அரசு தன் சார்பில் காவலர்களை நிறுத்துவதாகச் சொன்னது. அடுத்த பிரச்னை முளைத்தது. காவலர்கள் தீவிரவாதத்தை எதிர்ப்பது தொடர்பான மூன்று நாள் பயிற்சியை முடித்திருக்க வேண்டும் என்று பி.சி.ஏ.எஸ். சொன்னது. மாநில அரசு அது தொடர்பான உத்தரவாதத்தைத் தந்தாக வேண்டும் என்றும் கேட்டுக் கொண்டது. ஆனால், ஹுப்ளியில் நியமிக்கப்பட்ட காவலர்கள் அந்தப் பயிற்சி பெற்றிருக்கவில்லை. அதைப் பெறுவதற்கான கால அவகாசமும் இல்லை. இரண்டே நாளில் நிகழ்ச்சி நடந்தாக வேண்டும். எங்களுடைய பாதுகாப்புத் துறை தலைவர் திம்மையாவை இது தொடர்பாக காவலர்களுடன் பேசிப் பார்க்கும்படிக் கேட்டுக் கொண்டேன். உண்மையில் டி.ஜி.பி மிகவும் சிரமப்பட்டு திறமையான காவலர்களைத் தேடிப் பிடித்து அனுப்பியிருந்தார். ஆனால், பி.சி.ஏ.எஸ் அமைப்போ மாநில அரசின் உத்தரவாதக் கடிதம் கிடைத்தால்தான் ஏற்றுக் கொள்வேன் என்று அடம் பிடித்தது. ஒருவழியாக அதையும் வாங்கிக் கொடுத்தேன். தீவிரவாதத்தை எதிர்ப்பது தொடர்பாக என்னென்ன சட்ட விதிமுறைகள் இருக்கின்றனவோ அதையெல்லாம் மீண்டும் சோதித்து சரி செய்து கொண்டேன்.

ஏ.டி.ஆர். விமானம் ஃப்ரான்ஸில் டவுலோஸில் இருந்து ஐந்து நாள்கள் முன்னதாகப் புறப்பட்டு வந்தது. இந்தியாவிலேயே அயல் நாட்டு விமானிகளை அதிகம் பயன்படுத்திய நிறுவனம் எங்களுடையதுதான். இதற்கு முன் ஒருமுறை அயல் நாட்டு விமானியைப் பயன்படுத்திய போது தகவல் பரிமாற்றத்தில் ஏதோ குழப்பம் ஏற்பட்டு விபத்து நடந்துவிட்டது. எனவே, இந்த முறை அதுபோல் எதுவும் நடந்து விடக்கூடாது என்று முன்கூட்டியே பரிசோதனை முயற்சிகள் முழுவதுமாக செய்யப்பட்டன.

மாநில அரசு இன்னொரு உதவி செய்தது. எங்களுக்காகச் செய்தது என்று சொல்ல முடியாதுதான். இரண்டாம் கட்ட அரசு அதிகாரிகளுக்கும் அரசாங்க வேலை தொடர்பாக விமானத்தில் பயணம் செய்ய அனுமதி தந்தது. முன்பெல்லாம் ஐ.ஏ.எஸ் அதிகாரிகளுக்கு மட்டுமே விமானத்தில் பயணம் செய்ய அனுமதி உண்டு. துணை கமிஷனர்கள், தாசில்தார்கள் ஆகியோருக்கும் அரசுச் செலவில் விமானப் பயணம் மேற்கொள்ள அனுமதி தரப்பட்டது. இதனால் எங்கள் விமானத்தில் அரசாங்க அதிகாரிகளும் பறக்க ஆரம்பித்தனர்.

எல்லாவற்றுக்கும் மேலாகத் தகவல் தொழில்நுட்பப் பணிகள் மிக அருமையாக ஒருங்கிணைந்துவிட்டன. கால் செண்டர், வங்கிகள், ஏர்டெல், ரிலையன்ஸ் சேவைகள், ஹெ.சி.எல்லின் சேவை, வி.ஏ.என்., வி.பி.என். என எல்லா பிரிவுகளும் ஒருங்கிணைந்து அருமையாகச் செயல்பட்டன. கால் செண்டரில் மட்டும் சுமார் ஐம்பது பேரை பணிக்கு நியமித்தேன்.

எங்களுடைய ஆர்ச்செட் அட்வர்டைஸிங் நிறுவனம் அருமையாக விளம்பரங்கள் செய்தது. 'சிம்ப்ளி ஃபிளை' என்ற முத்திரை வாக்கியத்தை 'சிம்ப்ளிஃபை' என்று வார்த்தை ஜாலம் காட்டி விளம்பரப்படுத்தியது. இரண்டு சிறகுகளைக் குறிக்கும்வகையில் கைகள் ஆங்கில எழுத்து 'வி' வடிவில் விரிந்த நிலையில் இடம் பெற்ற நீல-மஞ்சள் லோகோவை உருவாக்கியிருந்தார்கள்.

ஜக்கூரில் செப் 22 அன்று ஒரு இசை நிகழ்ச்சி நடைபெற்றது. டாக்டர் எல்.சஞ்சய் சுப்ரமணியம் மிக அருமையான கச்சேரி நிகழ்த்தினார். கர்நாடக முதல்வரை சிறப்பு விருந்தினராக அந்த நிகழ்ச்சிக்கு அழைத்திருந்தேன். மறுநாள் காலை பத்து மணிக்கு எங்கள் நிறுவனத்தின் முதல் விமானம் பறக்கவிருந்தது.

ஆனால் கடைசி நிமிடம் வரையிலும் பிரச்னை ஓயவில்லை. விமானத்தை இயக்குவதற்கான வான் போக்குவரத்து அனுமதி காலை 9.30 வரை கிடைத்திருக்கவில்லை. ராஜீவ் பிரதாப் ரூடி, எஸ்.எம்.கிருஷ்ணா, ஜார்ஜ் ஃபெர்னாண்டஸ், வெங்கையா நாயுடு என பலரும் விமான நிலையத்துக்கு வந்தாகிவிட்டது. ஆனால், லைசன்ஸ் இன்னும் கிடைத்திருக்கவில்லை. அது எப்படியும் வந்துவிடும் என்பது எனக்குத் தெரியும் என்றாலும் கடைசி நிமிடத்தில் ஒரே பரபரப்பாக இருந்தது. ஹெலிகாப்டர் நிறுவனத்தை ஆரம்பிக்கும்போது நடந்ததைப் போலவே கடைசி இருபது நிமிடங்களுக்கு முன்பாகத்தான் வந்து சேர்ந்தது. நான் ஒரு மாற்று ஏற்பாடும் வைத்திருந்தேன். ஒருவேளை அந்த அனுமதிக் கடிதம் வந்து சேரவில்லையென்றால், ஹுப்ளிக்கு ஃபெர்ரி ஃபிளைட் பயணம் (பயணிகள் இல்லாமலேயே செய்யும் பயணம்) ஒன்றை மேற்கொள்வது என்று முடிவு செய்திருந்தேன். நல்ல வேளையாக அதற்கு அவசியம் ஏற்படவில்லை. எஸ்.எம்.கிருஷ்ணா கொடியசைத்து ஆரம்பித்து வைத்தார். எங்கள் வசம் இரண்டு விமானங்கள் இருந்தன. ஒரு விமானம் பயணிகள், ஊடகத்தினரைச் சுமந்துகொண்டு ஹுப்ளிக்குப் போனது. இன்னொரு விமானம் ஜார்ஜ் ஃபெர்னாண்டஸை ஏற்றிக் கொண்டு மங்களூருக்குப் போனது. பின்தங்கிய பகுதியான ஹுப்ளிக்குப் பறந்த எங்கள் முதல் விமானம் இந்திய விமானத்துறை சரித்திரத்தில் மிக முக்கியமான அத்தியாயத்தை ஆரம்பித்து வைத்தது.

எங்கள் விமானம் மக்களின் கவனத்தை வெகுவாகக் கவர்ந்துவிட்டது. மங்களூரு-பெங்களூரு, பெங்களூரு-சென்னை, பெங்களூரு-ஹைதராபாத் வழித்தடங்களில் 100 சதவிகிதம் நிரம்பியபடி பயணம் மேற்கொண்டது. தகவல் தொழில்நுட்ப சேவையும் சிறப்பாக நடந்தது. எங்களுடைய இரண்டு விமானங்களும் நாளொன்றுக்கு பத்து பயணங்கள் மேற்கொண்டன. இந்தியாவிலும் உலகின் மூலை முடுக்குகளில் இருந்தும் டிக்கெட் பதிவு செய்தனர்.

இரண்டு நாள்கள் கழித்து ஒரு பிரச்னை வெடித்தது. காலை ஐந்து மணிக்கு எனக்கு அவசர அவசரமாக ஒரு போன் கால் வந்தது. பதறி அடித்து எழுந்தேன். உள்ளூர் டி.ஜி.சி.ஏ. அதிகாரி எங்கள் விமானத்தை விமான நிலையத்துக்குள் விடமாட்டேன் என்று மறுத்துவிட்டார். விமானத்தின் வெளிப்புறத்தில் விளம்பரம் இடம்பெற்றிருக்கிறதாம். அது சட்ட விரோதமாம். எனக்கு என்ன சொல்வதென்றே தெரியவில்லை. என்ன விஷயம் என்றால் சத்யேந்திர சிங் அமைச்சருக்கு அந்த ஃபைலை அனுப்பிவிட்டிருக்கிறார். போய்ச் சேர தாமதமாகியிருக்கிறது. அங்கிருந்து கையெழுத்தாகி வரவும் நேரம் எடுத்துக்கொண்டிருக்கிறது. இரண்டு நாளுக்கு முன்னால் விமான சேவையை ஆரம்பித்து வைத்ததே வான் போக்குவரத்து அமைச்சர்தான் என்று சொன்ன பிறகும், 'என் கைக்கு அனுமதிக் கடிதம் கிடைக்கவில்லை. எனவே அனுமதிக்க முடியாது' என்று அந்த அதிகாரி சொல்லிவிட்டார். எனக்கு ஏ.ஜி.கார்டினர் எழுதிய கதைதான் நினைவுக்கு வந்தது. லண்டனில் குளிர் காலத்தில் ஒருநாள் நள்ளிரவில் வயதான பெண் தன் செல்ல நாயுடன் பேருந்தில் ஏறியிருக்கிறார். வண்டியில் கீழ்தளத்தில் யாருமே இல்லை. இருந்தும் அதன் ஓட்டுநர், நாயை கீழ்தளத்தில் ஏற்ற சட்டம் அனுமதிக்கவில்லை என்று சொல்லி அந்த வயதான மூதாட்டியையும் நாயையும் நடுங்கும் குளிரில் மேல் தளத்துக்கு விரட்டிவிட்டார்! சட்டங்கள் என்பவை நமது வசதிக்காக உள்ளவைதான். ஆனால், அதை யாருக்குச் சொல்லிப் புரியவைப்பது. வேறு வழியில்லாமல் சன் மைக்ரோ சிஸ்டம்ஸின் விளம்பர லோகோவை பெயிண்ட் பூசி அழித்தோம்.

எங்கள் ஆர்ச்செட் அட்வர்டைசிங்கின் தலைவராக ஜான் குருவில்லா இருந்தார். டாட்காம் உச்சத்தில் இருந்தபோது எங்கள் நிறுவனத்தை விட்டுவிட்டு இணையத்தில் ஒரு வர்த்தகத்தை ஆரம்பித்தார். டாட்காம் குமிழ் வெடித்ததும் என்னைப் பார்க்க வந்தார். நான் உடனேயே அவரை எங்கள் நிறுவனத்தின் மார்க்கெட்டிங் தலைவராக ஆக்கினேன். ஜான் பல்வேறு புதுமையான யோசனைகளைச் சொல்லியிருக்கிறார். அவருடைய குழுவைச் சேர்ந்த ஒருவர்தான் ரிலையன்ஸ் வெப்-வேர்ல்ட் பூத் மூலம் டிக்கெட் விற்கும் யோசனையைச் சொன்னார்.

முன்பெல்லாம் ஒரு பயணி டில்லியில் ஒரு ஏஜெண்டிடம் டிக்கெட் வாங்கி பெங்களூருவில் அதை ரத்து செய்தால் மீதிப் பணத்தை தருவதில் சிக்கல் இருந்தது. ஏஜெண்ட் அந்த டிக்கெட்டை பயணிக்கு கிரெடிட்டில் தந்திருக்கக்கூடும். பெங்களூருவில் பணத்தை திருப்பிக் கொடுத்தால் டில்லியில் இருக்கும் ஏஜெண்டுக்கு பிரச்னையாகும். எங்கள் விதிகள் எங்கு டிக்கெட் எடுக்கப்பட்டதோ அங்குதான் ரத்து செய்ய வேண்டும் என்று முதலில் சொன்னது. இதைச் சரி செய்ய விற்பனை மையத்தில் பணம் திரும்பிக் கிடைக்க வழி செய்யப்பட்டது.

ரிலையன்ஸ் நிறுவனம் நாடு முழுவதும் 300 இடங்களில் இணையதள மையத்தை ஆரம்பித்திருந்தது. அவர்களும் வருமானத்தை அதிகரிக்க வழி தேடிக் கொண்டிருந்தார்கள். பிற ஏஜெண்ட்டுகளைப் போலவே ஐந்து சதவிகித கமிஷனில் ரிலையன்ஸ் கஃபேக்கள் மூலம் விமான டிக்கெட் விற்க ஜான் ஏற்பாடு செய்தார். அதன் மூலம் எங்கள் நிறுவனத்துக்கு இலவச விளம்பரமும் கிடைத்தது. நாடு முழுவதிலும் இருந்த சிறு சிறு ஊர்களுக்கும் போக முடிந்தது.

அடுத்ததாக இந்துஸ்தான் பெட்ரோலியம் நிறுவனத்துடன் ஒப்பந்தம் செய்துகொண்டோம். பெட்ரோல் பங்குகள் நாட்டில் எல்லா இடங்களிலும் இருக்கின்றன. அதோடு அவை 24 மணி நேரமும் இயங்கும். வாரத்தில் எல்லா நாட்களும் இயங்கும். எனவே, தேசத்தில் எந்த மூலையில் இருந்தும் எப்போது வேண்டுமானாலும் டிக்கெட் வாங்கிக் கொள்ள வழி பிறந்தது.

இதோடு நில்லாமல் நடமாடும் வேன்கள் மூலமாகவும் டிக்கெட்டுகள் விற்றோம். இணையதள வசதி கொண்ட வேன் ஒன்று நாள் முழுவதும் ஊரெல்லாம் சுற்றிக் கொண்டிருக்கும். அதில் ஒருவர் தெருமுனையில் இருந்தேகூட டிக்கெட் பதிவு செய்துகொள்ள முடியும். அந்த வேனில் எங்கள் விளம்பர பலகையும் இருந்ததால் எங்கள் நிறுவனம் மக்கள் மத்தியில் எளிதில் பிரபலமானது.

இவையெல்லாவற்றையும்விட டிக்கெட் விற்பதில் மிகப் பெரிய சாதனை என்றால் தபால் நிலையங்கள் மூலம் விற்க முடிவு செய்ததைத் தான் சொல்ல வேண்டும். தபால் நிலையங்கள் இந்தியாவில் பிரிட்டிஷார் ஆட்சி காலத்தில் ஆரம்பிக்கப்பட்டவை. பழம் பெருமை வாய்ந்தவை. அதோடு இந்தியாவில் அவை இல்லாத கிராமமே கிடையாது என்று சொல்லலாம். தபால் நிறுவனத்தின் ஜெனரல் பதவியில் இருந்த மீரா தத்தா ஒருமுறை எங்கள் விமானத்தில் பயணம் செய்தார். அவருக்குப் பக்கத்து இருக்கையில் ஏதோவொரு கிராமத்தைச் சேர்ந்த எளிய பெண்ணும் பயணம் செய்தார். அவர் டிக்கெட் எங்கு வாங்கினார் என்று மீரா யதேச்சையாகக் கேட்டபோது,

தன் மகன் ஒரு மணி நேரம் பேருந்தில் பயணம் செய்து ஹூப்ளியில் இருந்து டிக்கெட் வாங்கியதாகச் சொல்லியிருக்கிறார். ஆனால், அந்தப் பெண்ணின் கிராமத்திலேயே தபால் அலுவலகம் உண்டு. அங்கே டிக்கெட் கிடைக்கும் வசதி இருந்திருந்தால் அவருக்கு ஹூப்ளிவரை மகனை அனுப்பவேண்டிய அவசியம் இருந்திருக்காது. மீரா இதை என்னிடம் சொல்லி, 'நீங்கள் ஏன் தபால் நிலையங்கள் மூலம் விமான டிக்கெட் விற்கக்கூடாது. உங்களுக்கு அது பெருமளவில் உதவியாக இருக்குமே' என்று கேட்டார். அது நல்ல யோசனையாகவே எனக்கும் தோன்றியது.

இந்தியாவில் சுமார் 1,55,000 தபால் நிலையங்கள் இருக்கின்றன. கர்நாடகாவில் மட்டும் 10000 மையங்கள் இருக்கின்றன. எப்படியும் ஆயிரத்துக்கு மேற்பட்ட மையங்களில் இணையதள வசதி இருக்கும். தேசத்தின் நூறு கோடி மக்களை எளிதில் சென்று சேர அதைவிட எளிய வழி இருக்க முடியாது. மீராவின் யோசனையை உடனே அமல் படுத்தினேன். தபால் நிலையங்களில், 'இங்கே டெக்கான் விமான டிக்கெட்டுகள் கிடைக்கும்' என்ற பலகை வைக்கப்பட்டது. அப்படியாக நாட்டின் எந்த மூலை முடுக்கில் இருந்தாலும் டிக்கெட் வாங்க வசதி பிறந்தது.

முன்பு எப்போதும் இருந்திராத வழித்தடங்களில் பறந்த எங்கள் விமானங்கள் நிரம்பி வழிந்தன. பிற பெரிய விமானங்கள் இயங்கும் வழித்தடங்களிலும் சுமார் 90 சதவிகித இருக்கைகள் நிரம்பின. ஜெட் ஏர்வேஸ், இந்தியன் ஏர்லைன்ஸை விட எங்கள் கட்டணம் பாதிதான் இருந்தது. நேரம் கிடைக்கும்போதெல்லாம் நானும் எங்கள் விமானத்தில் பிரயாணம் செய்து மக்களின் நாடித்துடிப்பைத் தெரிந்துகொள்ள முயன்றேன்.

மக்களுக்கு ஏ.டி.ஆர் விமானங்களை மிகவும் பிடித்திருந்தது. சிறிதாக அழகாக இருந்தது. செக் இன், போர்டிங் எல்லாமே சீக்கிரமே முடிந்து விடும். விமானத்தில் அதனுடனே இணைந்த படிக்கட்டு இருந்தது. எனவே, வெளியில் இருந்து படிக்கட்டு வருவதற்காகக் காத்திருக்க வேண்டிய அவசியம் கிடையாது. விமானத்தை விட்டு இறங்கியதும் லக்கேஜ்கள் உடனடியாக கன்வேயர் பெல்ட் மூலம் அவர்களைச் சென்று சேர்ந்துவிடும். எங்குமே காத்திருக்க வேண்டிய அவசியம் கிடையாது.

நாங்கள் பயன்படுத்தும் விமானங்கள் பழையவை, பாதுகாப்பு இல்லாதவை என்று போட்டி நிறுவனங்கள் புரளியைக் கிளப்பின. புதிதாக விமானப் பயணம் மேற்கொள்பவர்களை இவை பய

முறுத்தின. மற்ற விமான நிறுவனத்தைவிட பாதி குறைந்த விலையில் டிக்கெட் தருகிறார்களென்றால் நிச்சயம் பாதுகாப்பு விஷயத்தில் சமரசங்கள் செய்து கொண்டிருப்பார்கள் என்று பொதுமக்கள் எளிதில் நம்பினார்கள். ஆனால், காலப்போக்கில் இந்த எண்ணங்கள் தானாகவே மறைந்து போயின.

இந்தியாவின் மூலை முடுக்குகளுக்கெல்லாம் விமான சேவை என்ற எங்களுடைய நோக்கத்தால் கவரப்பட்ட பி.பி.சி. நிறுவனம் என்னைப் பேட்டி எடுக்க விரும்பியது. 'பெங்களூரு - ஹூப்ளி விமானத்தில் பயணம் செய்தபடியே பேட்டியை வைத்துக் கொள்வோம். பயணி களிடமும் பேச விரும்புகிறோம்' என்று சொல்லி அவர்களையும் பேட்டி எடுத்தனர். வர்த்தகத்தின் வெற்றிக்கும் விமானப் போக்கு வரத்து சேவைக்கும் இடையில் என்ன தொடர்பு என்பது பற்றித் தொழில் முனைவோரிடம் கேட்டனர். எங்கள் விமான நிறுவனத்தைப் பற்றி தேசிய, சர்வ தேச ஊடகங்கள் ஆர்வத்துடன் செய்தி வெளியிட்டன.

எங்கள் விமானம் அதிகம் சத்தம் போடுகிறது. பஸ் போல் ஆடிக் கொண்டே இருக்கிறது என்றெல்லாம் சொல்லப்பட்டன. அதையும் நாங்கள் சமாளிக்க வேண்டியிருந்தது. ஆனால், எங்கள் விமானங்கள் கால தாமதமாக வந்து போயின. மாதத்துக்கு ஒரு விமானம் என நாங்கள் புதிது புதிதாக வாங்கிச் சேர்த்துக் கொண்டிருந்தோம். ஏழு மாத காலத்துக்குள் ஏழு விமானங்கள் வந்துவிட்டன. நாளொன்றுக்கு 60 பயணங்கள் மேற்கொண்டோம். ஆரம்பத்தில் 18 மாதங்களுக்குள் ஏழு விமானங்கள் வாங்கிவிட வேண்டும் என்றுதான் திட்டமிட்டிருந்தோம். ஆனால், ஏழே மாதத்தில் அவை வந்துவிட்டதால் பைலட்கள், விமானப் பணிப் பெண்கள் நியமிப்பதில் கொஞ்சம் பிரச்னை ஏற்பட்டது. அதோடு விமான நிலைய உள்கட்டுமானத்தில் நிறைய பிரச்னைகள் இருந்தன. அதற்கான விலையை நாங்களே கொடுக்க வேண்டியிருந்தது.

ஒரு விமானம் புதியதா... பழையதா... என்பது ஒரு பிரச்னையே அல்ல. அது எப்படிப் பராமரிக்கப்படுகிறது. பாகங்கள் எந்த அளவுக்குத் தரமானவையாக இருக்கின்றன என்பதுதான் முக்கியம் என்று சொல்லி மக்களுக்குப் புரியவைத்தோம். பிரிட்டிஷ் ஏர்வேஸ், லுஃப்தான்ஸா போன்ற நிறுவனங்கள் 10, 15, 25 வருடங்கள் பழைய விமானங்களைத் தான் இயக்குகின்றன. அதோடு ஒப்பிடும்போது எங்கள் விமானங்கள் புதியவைதான். பழைய விமானங்கள் என்றாலும் அதைத் துல்லிய மாகப் பராமரிப்போம் என்பதுதான் எங்கள் குறிக்கோள்.

குறைந்த கட்டண சேவை என்றால் தரம் குறைந்த சேவை என்றோ பாதுகாப்பு குறைவான சேவை என்றோ அர்த்தமில்லை. என்

பணியாளர்களை இந்த விஷயத்தில் கடுமையாகக் கண்காணித்தேன். பட்டறைகள், விமான நிலையம் என அடிக்கடி வந்து போய்க் கொண்டிருப்பேன். இந்த விஷயங்களில் இம்மி அளவு குறைபாடு ஏற்பட்டாலும் கோபத்தில் பொங்கி எழுந்துவிடுவேன். 'நாங்கள் விலையைத்தான் குறைத்திருக்கிறோம். தரத்தை அல்ல' என்று விளம்பரப் பலகையே வைத்தோம்.

தண்ணீர் பாட்டில் இலவசமாகத் தரமாட்டோம் என்று சொன்னபோது பலர் கேள்வி கேட்டார்கள். பொதுவாகவே தண்ணீரை பாட்டிலில் அடைத்து விற்பதே இந்தியர்களுக்கு விசித்திரமாகவும் பிடிக்காத விஷயமாகவும்தான் இருந்தது. தண்ணிக்குக் காசா என்று கேட்பவர்கள் இன்றும் இருக்கிறார்கள். பேருந்திலோ, ரயிலில் இரண்டாம் வகுப்பு ஏஸியிலோ தண்ணீர் பாட்டில் இலவசமாகக் கொடுக்கப்படுவதில்லையே என்று அவர்களுக்கு பதில் சொல்வேன். சிலர் டிக்கெட்டிலேயே அந்தப் பணத்தை சேர்த்து வாங்கிக் கொள்ளும்படிச் சொன்னார்கள்.

செய்தித்தாள்களும் இலவசமாகத் தருவதில்லை என்று முடிவு செய்திருந்தோம். சில நிறுவனங்கள் தங்கள் பத்திரிகைகளை தாங்களாகவே விமானத்தில் கிடைக்கச் செய்தனர். அதற்கான கமிஷனை எங்களுக்குக் கொடுத்தனர். எங்கள் நிறுவனத்தின் சார்பில் 'சிம்ப்ளிஃபிளை' என்ற பத்திரிகையை வெளியிட்டோம். 'பாதுகாப்பான பயணம், நேரம் தவறாமை, லக்கேஜ்களை சீக்கிரம் பாதுகாப்பாகத் தருதல், குறைவான கட்டணம்... இவையே எங்கள் நோக்கம்' என்று அதில் தெளிவாக விளக்கினேன். எங்கள் விமானங்களின் கால அட்டவணையும் அதில் இடம்பெற்றது. அதன் மூலம் நல்ல விளம்பரமும் கிடைத்தது. கொஞ்சம் வருமானமும் வந்தது.

உணவும் நீரும் ஏன் இலவசமாகத் தருவதில்லை... ஏன் செய்தித்தாள் தருவதில்லை என்பதையெல்லாம் அந்தப் பத்திரிகையில் விளக்கி எழுதியிருந்தோம். சிலர் அதைப் பாராட்டினார்கள். சிலர் புகார் தெரிவித்தார்கள். சிலர் எதையெல்லாம் செய்யலாம் என்று சொன்னார்கள். சிலர் எதையெல்லாம் செய்யக்கூடாது என்று சொன்னார்கள். அப்படியாக டெக்கான் மெள்ள மக்களின் விமானமாகிவிட்டது.

விஜயா மேனன்தான் பத்திரிகையையும் ஊடகத் தொடர்புகளையும் பார்த்துக் கொண்டார். எங்கள் நிறுவனம் பற்றிய செய்திகள் தொடர்ந்து ஊடகத்தில் வரும்படி பார்த்துக் கொண்டார். பொது மக்கள் தொடர்புக்கு எந்த நிறுவனத்தை நியமித்திருக்கிறோமென்று பலரும் ஆர்வத்துடன் கேட்பார்கள். ஒரே ஒரு பெண்தான் அதை நிர்வகிக்கிறார் என்பதைக் கேள்விப்பட்டதும் ஆச்சரியத்தில் ஆழ்ந்துவிடுவார்கள்.

ஆயிரக்கணக்கானவர்கள் மத்தியில் நாம் மட்டும் தனித்துத் தெரிவது எப்படி? இதுதான் எங்கள் அணுகுமுறையாக இருந்தது. பெரிய சவாலான விஷயம்தான். ஊடகம், மார்க்கெட்டிங் இரண்டும் அதற்குத் தேவை. குறைவான செலவில் மக்கள் மனத்தில் இடம் பிடிக்க விரும்பினோம். அதை எங்களால் சாதிக்கவும் முடிந்தது. மக்கள் எங்கள் விமான நிறுவனத்தை தங்களுடைய நிறுவனமாகவே நினைத்தார்கள்.

ஐ.சி.ஐ.சி.ஐ. நிறுவனத்தின் சேர்பெர்சன் ரேணுகா ராமநாதன் ஒருமுறை தன் பத்து வயது மகனிடம் குறைந்த கட்டண விமானம் என்றால் என்ன என்று கேட்டிருக்கிறார். உடனே அவன் சட்டென்று 'ஏர் டெக்கான்' என்று சொல்லியிருக்கிறான். ரேணுகா இதை என்னிடம் சொல்லி மிகவும் பெருமைப்பட்டார்.

அடிக்கடிப் பறப்பவர்கள் தங்கள் வாழ்வில் சந்தித்த அனுபவத்தை என்னிடம் பகிர்ந்துகொள்வதுண்டு. ஒரு மகப்பேறியல் டாக்டர் தன் மகன் டெக்கான் பற்றி வரைந்திருந்த கார்ட்டூனைப் பற்றிச் சொல்லி அதன் நகலை எனக்கு அனுப்பியிருந்தார். 9 வயது மகனிடம் யாரும் எதுவும் சொல்லியிருக்கவில்லை. அவன் மனத்தில் அது தானாகவே பதிந்திருக்கிறது. அது உண்மையிலேயே எங்கள் பிராண்டின் வலிமையை எடுத்துக்காட்டுவதாகவே இருந்தது. ஆர்ச்செட் நிறுவனத்தை விட்டு ஜான் போன பிறகு நிதிஷ் முகர்ஜி மேனேஜிங் டைரக்டராகப் பொறுப்பேற்றுக் கொண்டார். எங்கள் நிறுவனம் மக்கள் மத்தியில் செல்வாக்கு பெற்றதற்கு அவருடைய கடின உழைப்பும் முக்கிய காரணம்தான். க்ரியேட்டிவ் டைரக்டர் தாமஸ், அக்கவுண்ட்ஸ் டைரக்டர் ஸ்ரீதர் ஆகியோரும் டெக்கானைத் தங்களுடைய நிறுவனமாகவே மதித்து உழைத்தனர்.

★

நாங்கள் நடத்திய பத்திரிகை இரண்டு நோக்கங்களைப் பூர்த்தி செய்தது. முதலாவதாகக் குறைந்த கட்டண சேவை பற்றியும் பாதுகாப்பு தொடர்பான சந்தேகங்களையும் எளிதில் விளக்க முடிந்தது. இரண்டாவதாக, எங்களுக்கு நிரந்தர வருமானத்தையும் தந்தது. என்னென்ன கட்டுரைகள் வரவேண்டும், வடிவமைப்பு எப்படி இருக்க வேண்டும் என்பதையெல்லாம் முடிவு செய்து கொடுப்பேன். இந்தியாவில் இருக்கும் முக்கியமான சுற்றுலா மையங்கள் பற்றிய தகவல்கள் அதில் அதிகம் இடம்பெறும்படி பார்த்துக் கொண்டோம். கூடவே தொழில் முனைவர்கள் பற்றிய விவரங்களையும் நிறைய இடம்பெற வைத்தோம். பத்திரிகையின் வெளியீட்டு ஒப்பந்தத்தை ராதா கிருஷ்ண நாயரிடம் ஒப்படைத்திருந்தோம். அவர் ஆனந்த்

மஹிந்திரா நிறுவனத்தின் 'பிஸினஸ் இந்தியா' பத்திரிகையின் முன்னாள் எடிட்டர். 'மேன்ஸ் வேர்ல்ட்' என்ற பத்திரிகையின் பதிப்பாளரும் ஆசிரியரும் இவரே. விமானத்திலேயே தரமான பொருள்களை விற்க வழி செய்து கொடுத்தோம். அதற்கான கமிஷனும் எங்களுக்குக் கிடைத்தது.

எங்கள் மார்க்கெட்டிங் குழுவும் கடுமையாக உழைத்தது. முதல் வருடத்தில் 2000 இடங்களில் டிக்கெட் விற்பனை மையத்தை ஆரம்பித் திருந்தது. மூன்றாம் வருட முடிவில் 7000 மையங்களில் விற்க ஆரம்பித் திருந்தோம். ஆரம்பத்தில் எங்களுடன் சண்டையிட்ட ஐ.ஏ.டி.ஏ. டிராவல் ஏஜெண்ட்டுகள் பின்னர் சமரசத்துக்கு வந்தனர். நாங்கள் அறிமுகப்படுத்திய வழிமுறையால் அவர்களுக்கும் நன்மைதான் என்பதைப் புரிந்துகொண்டனர்.

ஹூப்ளி, பேல்காவ் போன்ற சிறு நகரங்களிலும் வெற்றிகரமாக எங்கள் நிறுவனம் இயங்குவதைப் பார்த்ததும் பல்வேறு முதலமைச்சர் களிடமிருந்து அழைப்புகள் வந்தன. ஜார்கண்டின் அர்ஜுன் முண்டா, ஹிமாச்சலப் பிரதேசத்தின் விதர்பா சிங், உத்தராஞ்சலின் நாராயண் தத் திவாரி என பலரும் தங்கள் மாநிலத்தில் விமான சேவையை ஆரம்பிக்கும்படிக் கேட்டுக் கொண்டனர். முன்பு ஒருமுறை ரத்தன் டாடா தொழில் தொடங்க வந்தபோது கர்நாடக முதல்வரும் தலைமைச் செயலாளரும் அவரை ஒரு மணி நேரம் காக்க வைத்துத் திருப்பி அனுப்பியிருந்தார்கள். இன்று முதல்வர்கள், தங்கள் பகுதியின் வளர்ச்சிக்காகத் தொழில் முனைவர்களைத் தேடிப் போக ஆரம்பித்துள் ளார்கள். நல்ல மாற்றம்தான்.

அஸிம் பிரேம்ஜி, ராகுல் பஜாஜ், நாராயண மூர்த்தி போன்ற பல தொழில்துறைத் தலைவர்கள் விமான வசதி இருந்தால் தொழில் தொடங்கத் தயார் என்று சொல்லியிருந்தார்கள். அதைத் தொடர்ந்து விமான சேவையை ஆரம்பிக்கச் சொல்லி முதல்வர்களிடமிருந்து அழைப்புகள் வந்தவண்ணம் இருந்தன.

ஒருகட்டத்தில் ஒரே நேரத்தில் 20க்கு மேற்பட்ட வழித்தடங்களை ஆரம்பிக்கும் முயற்சியில் ஈடுபட்டிருந்தேன்.

அதி வேகமாகச் செயல்பட்டேன். குழுத் தலைவர் என்ற வகையில் தீயாக இயங்குவேன். வேறு யாரும் போக விரும்பியிருக்காத இடங் களுக்கெல்லாம் எனது குழுவினர் போய் வேலைகளை முடித்துக் கொண்டுவருவார்கள். எந்தவொரு குழுவும் தீவிரமாக இயங்கத் திறமையான தலைவர் தேவை. 1971-ல் போர் நடந்தபோது கிழக்கு பாகிஸ்தானில் இருந்த பாகிஸ்தானின் படைக்கு, தலைவர் இருந்

திருக்கவில்லை. படைவீரர்கள் கட்டுப்பாடு இல்லாமல், உத்வேகம் இல்லாமல் இருந்தனர். மேற்கு முனையில் இருந்த பாகிஸ்தான் படை உலகிலேயே சிறந்தவற்றில் ஒன்று. அதற்குக் காரணம் அங்கு திறமையான தலைவர் இருந்தார். அனைவரையும் கட்டுக்கோப்புடன் ஒருங்கிணைத்தார்.

சின்னச் சின்ன ஊர்களிலும் விமான நிலையங்கள் உருவாக வேண்டும் என்று மிகவும் விரும்பினேன். ஏனென்றால், நாங்கள் மேலும் மூன்று ஏ.டி.ஆர். விமானங்களை வாங்கத் தீர்மானித்திருந்தோம்! புதிய இடங்களில் விமான நிலையம் தயாராகவில்லையென்றால் டில்லி, மும்பை, சென்னை என பெரிய நகரங்களுக்கு உள்ளேயே சுற்றிக் கொண்டிருக்க வேண்டிவந்துவிடும். ஏற்கெனவே இருக்கும் ஜெட் ஏர்வேஸ், இந்தியன் ஏர்லைன்ஸ் போன்ற நிறுவனங்களின் வாடிக்கையாளர்களைக் கவர வேண்டும் என்பது என் இலக்காக ஒருபோதும் இருந்ததில்லை. புதிய வாடிக்கையாளரைத் தேடித்தான் போக விரும்பினேன். உங்களுக்கு ஒரு கதை தெரிந்திருக்கும். தவளையைக் கொதிக்கும் நீரில் போட்டால் உடனே வெளியே துள்ளிக் குதித்துவிடும். நீரின் சூட்டைக் கொஞ்சம் கொஞ்சமாக அதிகரித்தால் அதற்குத் தெரியவே செய்யாது.

★

டெக்கான் மெள்ளத் தன் சேவையை அதிகரிப்பதைப் பார்த்ததும் ஜெட் ஏர்வேஸ் நிறுவனமும் பல அதிரடி நடவடிக்கைகளை எடுத்தது. டிக்கெட் கட்டணத்தை 25% குறைத்தது. இருக்கைகளின் எண்ணிக் கையை அதிகரித்தது. இந்தியன் ஏர்லைன்ஸும் அதுபோலவே செய்ய ஆரம்பித்தது. ஒரே ஒரு நிறுவனத்தின் ஆதிக்கம் இருந்தால்தான் வர்த்தகத்துக்கு நல்லது என்று சிலர் சொல்வார்கள். ஆனால், போட்டிதான் வர்த்தகத்தின் வீச்சையும் தரத்தையும் அதிகரிக்கும் என்பது என் கருத்து. ஹஸனில் மாவட்டத் தலைமையகத்துக்கு அருகில் இருந்த மருந்துக் கடைக்கு ஒருமுறை போயிருந்தேன். அங்கு ஏற்கெனவே 20 மருந்து கடைகளுக்கு மேல் இருந்தன. நிறைய கடைகள் இருப்பது உங்களுக்கு நெருக்கடியைத் தரவில்லையா என்று கேட்டேன். இதுபோல் தொகுப்பாக இருப்பது நல்லதுதான். ஒரு கடையில் இல்லாவிட்டாலும் இன்னொரு கடையில் கிடைத்துவிடு மென்று எல்லாரும் இங்கு வருகிறார்கள். அதனால் எல்லாருக்குமே நல்ல வியாபாரம் நடக்கிறது. போட்டி வேண்டாம் என்று எங்கோ ஒரு மூலையில் கடையை ஆரம்பித்தால் யாருமே வராமல் போய்விடு வார்கள் என்று சொன்னார். அது எனக்கு மிகப் பெரிய பாடமாக அமைந்தது. ஹாங்காங்கில் எலக்ட்ரானிக் பொருள்கள் எல்லாமே

நோஹுன் தீவில் இருக்கும் சிம் ஷா சுயி-யில் கிடைக்கும். பெங்களூரு வில் சிக்பேட், டெல்லியின் சாந்தினி சவுக் என பல உதாரணங்களைச் சொல்ல முடியும். ஒரு நிறுவனத்தின் செயல்திறமை குறைவாக இருந்தால் அது போட்டியினால் அழிந்துபோகும். போட்டி என்பது உண்மையில் தரத்தை மேம்படுத்தி வாடிக்கையாளர் எண்ணிக்கையை அதிகரிக்கவே செய்யும். முற்றுரிமை என்பது வாடிக்கையாளருக்கும் நல்லதில்லை. தொழில்துறைக்கும் நல்லதில்லை.

★

சந்திரபாபு நாயுடுவை மறுபடியும் சந்தித்தேன். ஹைதராபாத், ராஜ் முந்திரி, விஜயவாடா வழித்தடங்களில் விமான சேவையை ஆரம்பிக்கத் தீர்மானித்திருந்தேன். நாயுடு மிகவும் கம்பீரமான தலைவர். அதிகம் படித்தவர் அல்ல. ஆனால், சீர்திருத்தம் என்றால் என்ன, அதற்குத் தொழில்நுட்பம், உள்கட்டமைப்பு ஆகியவை எந்த அளவுக்குத் தேவை என்பது பற்றி நல்ல புரிதல் கொண்டவர். பொதுவாக அரசு அறிவிக்கும் சலுகைகள் எல்லாம் அடிமட்ட மக்களைப் போய்ச் சேருவது கிடையாது. இடைவழியிலேயே விழுங்கப்பட்டுவிடும். உள்கட்டமைப்பைப் பலப்படுத்தினால்தான் மக்களுக்கு உபயோகமாக இருக்கும். ஆனால், அதற்கு அரசியல்வாதிகள் விடமாட்டார்கள். இதுதான் நம் நாட்டின் நிலை. ஆனால், சந்திரபாபு நாயுடு கொஞ்சம் வித்தியாசமானவர். மாநிலத்தை அதிரடியாக முன்னேற்றினார்.

விஜயவாடா, ராஜ் முந்திரியில் விமான சேவையை ஆரம்பிப்பது தொடர்பாக ராஜீவ் பிரதாப் ரூடியையும், வெங்கையா நாயுடுவையும் சந்தித்திருந்தேன். வெங்கையா நாயுடுவும் சந்திர பாபு நாயுடுவும் வெவ்வேறு கட்சியைச் சேர்ந்தவர்கள். எனினும் சிறு நகரங்களுக்கு விமான சேவை கிடைக்க வேண்டியதன் அவசியம் பற்றி நன்கு தெரிந்து வைத்திருந்தனர். வெங்கையா நாயுடு சந்திரபாபு நாயுடுவுடன் பேசினார். ராஜீவ் பிரதாப் ரூடி விமான நிலையங்களை உடனே சரி செய்யும்படி கேட்டுக் கொண்டார். இரண்டாவது கட்ட விமான சேவை யின் தொடக்க விழாவுக்கு நாள் குறித்ததே சந்திரபாபு நாயுடுதான். முதல் தொடக்க விழாவைப் போலவே இதுவும் முக்கியமானதாகவே இருந்தது. டெக்கான் இனி மேல் மிகப் பெரிய சாதனைகள் செய்யப் போகிறது என்பதைச் சுட்டிக்காட்டும் விழாவாக அது அமைந்தது. சிறு நகரங்களில் நடக்கும் தொடக்க விழாக்களில் தவறாமல் கலந்து கொள்வேன். கோலாப்பூர், ஆக்ரா, பதன்கோட், கந்தாலா, டேராடூன், சிம்லா என பல இடங்களில் நடந்த தொடக்க விழாவில் பங்கு பெற்றேன். முதலமைச்சர், உள்ளூர் எம்.எல்.ஏ., எம்.பி, திரைப்பட நடிகர்கள் எனப் பல பிரமுகர்கள் பங்குபெறும் பிரமாண்ட விழாவாக

அவை நடந்தன. ஆக்ரா விழாவில் ராஜ்பப்பர் கலந்துகொண்டார். பதன்கோட்டில் நடந்த விழாவில் வினோத் கன்னா கலந்து கொண்டார். தர்மசாலாவில் நடந்த தொடக்கவிழாவில் தலாய் லாமா கலந்து கொண்டார்.

ஒவ்வொரு தொடக்க விழாவுக்கும் விரிவான ஏற்பாடுகள் செய்வோம். முதலில் ஜான் குருவில்லா தன் மார்க்கெட்டிங் குழுவுடன் போவார். டிக்கெட் விற்பனைக்கான ஏற்பாடுகள் அனைத்தையும் செய்வார். யாரை இணைய தள டிக்கெட் விற்பனை பிரதிநிதியாக நியமிப்பது, எங்கு விற்பனை மையம் ஆரம்பிப்பது ஆகியவற்றைக் கவனித்துக் கொள்வார். அதன் பிறகு விஜயா மேனன் போய் பத்திரிகைகளில் தொடக்க விழா பற்றிய செய்திகள் வெளிவர ஏற்பாடு செய்வார். குறைந்த கட்டண சேவை பற்றித் தேவையான விளம்பரம் செய்வார்.

மாநில அரசாங்கமே விழாவுக்கான எல்லாச் செலவுகளையும் பார்த்துக் கொள்ளும். இந்த விழாக்களில் கலந்து கொண்டபோது ஓர் உண்மை எனக்கு நன்கு புரிந்தது. மெட்ரோ நகரங்களைப் போலவே இரண்டாம் கட்ட மூன்றாம் கட்ட நகரங்களும் வர்த்தக வெற்றிப் பாதையில் ஆர்வத்துடன் முன்னேற ஆரம்பித்திருக்கின்றன.

உள்ளூர் பத்திரிகையாளர்கள், வர்த்தகப் பிரதிநிதிகள், சிறிய பெரிய தொழில் அமைப்புகள் என அனைத்துப் பிரிவினரும் எங்கள் சேவையை வரவேற்றனர். ஆட்சியில் இருந்த கட்சியினர் இதைத் தங்களுடைய சாதனையாகப் பறைசாற்றிக் கொண்டனர்.

ஒரு சில பிரச்னைகளும் முளைத்தன. ஒருமுறை பி.ஜே.பி.யைச் சேர்ந்த எம்.பி. ஒருவர் ஜபல்பூருக்கு விமான சேவை வேண்டும் என்று கேட்டு வந்து என்னை சந்தித்தார். அவருடன் வந்த புகைப்பட நிருபர் நாங்கள் கை குலுக்குவதைப் படமெடுத்தார். ஆனால், நான் இப்போதைக்கு போபால், ஜபல்பூரில் விமான சேவையை ஆரம்பிக்க முடியாது. ஆனால், விரைவிலேயே ஆரம்பித்துவிடுவோம் என்று சொல்லி அனுப்பினேன். அதன் பிறகு அதை மறந்தும் விட்டேன். ஒரு சில நாள்கள் கழித்து மத்திய பிரதேச முதல்வர் எனக்கு போன் செய்தார். என்னைக் கேட்காமல் எப்படி நீங்கள் போபால், ஜபல்பூருக்கு விமான சேவையை ஆரம்பிக்க முடியும் என்று கோபப்பட்டார். விஷயம் என்னவென்றால், அவர் வேறு கட்சியைச் சேர்ந்தவர். என்னைச் சந்தித்த பாரதிய ஜனதா கட்சி எம்.பி. அந்த மாநிலத்தின் வளர்ச்சிக்கு அவருடைய கட்சி மட்டுமே பாடுபடுவதுபோல் ஒரு தோற்றத்தை உருவாக்கிவிட்டிருந்தார். நாங்கள் இருவரும் கைகுலுக்குவது போன்ற படத்தை பத்திரிகைகளில் வெளியிட்டு அரசியல் ஆதாயம் பெற முயன்றிருக்கிறார்.

இதுபோல் பல சம்பவங்கள் நடந்தன. ஆக்ராவில் ஏர் டெக்கான் தொடக்க விழாவுக்கு ராஜ் பப்பர் அழைக்கப்பட்டிருந்தார். மேடையில் அவருக்கு அருகில் அமர்ந்திருந்தேன். அங்கிருந்த எதிர்கட்சித் தலைவர்கள் அவர்களை மேடையில் ஏற்றாதது குறித்துத் தங்கள் எதிர்ப்பை கோஷங்கள் போட்டு வெளிப்படுத்தினர். கடைசியில் அவர்களுக்கும் மேடையில் நாற்காலிகள் போடச் சொல்லி கூட்டத்தை நடத்தி முடித்தோம். ஹிமாச்சல்பிரதேசத்தில் முன்னாள் எம்.எல்.ஏ ஒருவர் மேடையேறி மைக்கை ஆவேசமாகக் கைப்பற்றினார். இது அரசு விழா... கட்சி விழா அல்ல. முக்கிய பிரமுகர்கள் பட்டியலில் என் பெயரைச் சேர்க்காமல் விட்டதற்கு முதலமைச்சர் பகிரங்கமாக மன்னிப்பு கேட்க வேண்டும் என்று சத்தம் போட்டார்.

நாங்கள் பொதுவாக இரண்டு கட்சியினரையும் ஒரே மாதிரியாகவே நடத்தினோம். எங்களுக்கு ஆளுங்கட்சியின் ஆதரவும் தேவை. எதிர்கட்சியின் ஆசியும் தேவை. எனவே, இந்த விஷயத்தில் நாங்கள் யாரையும் விலக்கி வைக்க விரும்பவில்லை. அனைவரையும் உள்ளடக்கிய வழியில் செயல்படவே விரும்பினோம். இருந்தும் சில நேரங்களில் சில பிரச்னைகள் எழவே செய்தன.

ஹைதராபாத் தொடக்க விழா

ஹைதராபாத் - விஜயவாடா விமான சேவை டெக்கான் சரித்திரத்தில் மிகவும் முக்கியமான ஒன்றாக ஆனது. விஜயா மேனனிடம் எம்.எல்.ஏ., முன்னாள் எம்.எல்.ஏ, எம்.பி. முன்னாள் எம்பி, ஆளுங் கட்சி, எதிர்கட்சி என எல்லா தரப்பு முக்கியப் பிரமுகர்களையும் அழைக்கச் சொல்லியிருந்தேன். சந்திரபாபு நாயுடுவின் பரம அரசியல் விரோதியான ராஜசேகர் ரெட்டியையும் அழைத்திருந்தோம். டவுலோஸில் இருந்து இரண்டு ஏ.டி.ஆர். விமானங்கள் ஹைதராபாத்துக்குக் கொண்டுவரப்பட்டன. பொதுவாக, இப்படிக் கொண்டுவரப்படும் விமானங்களை உற்பத்தியாளர் மிகவும் துல்லியமாகப் பரிசோதித்துத் தான் அனுப்புவார். கிட்டத்தட்ட விமானத்தை அக்குவேறு ஆணி வேறாகக் கழட்டிப்போட்டு எல்லா உதிரி பாகங்களும் தரமானவையா என்று சோதித்து மீண்டும் பொருத்தி அனுப்புவார்கள். ஒருவகையில் அது புதிய விமானம் போலவே முழு பரிசோதனையும் செய்த பிறகுதான் அனுப்பப்படும். நாங்கள் உற்பத்தியாளரிடமிருந்து நேரடியாகத்தான் வாங்கினோம். இருந்தும் பாதுகாப்பு விஷயங்களில் கூடுதல் அக்கறை செலுத்தும் நோக்கில் மூன்றாவதாக ஒரு சர்வதேச ஆய்வு நிறுவனம் ஒன்றை வைத்து இன்னொரு சோதனையும் செய்த பிறகே

ஒரு விமானத்தைப் பயன்படுத்தினோம். ஹைதராபாத் விழாவுக்கும் அதுபோலவே எல்லா சோதனை முயற்சிகளும் முறையாக நடந்து முடிந்தன. அந்த விமானங்கள் 8000 கி.மீ தொலைவு பறந்து இங்கு வந்து சேர்ந்திருந்தன. நன்கு இயங்கும் நிலையில் இருந்தன.

ஆகஸ்ட் 23 அன்று ஒட்டு மொத்த அரசு, அதிகார வர்க்கமும் பிரபலமான வர்களும் வந்து சேர்ந்திருந்தனர். காட்சி ஊடகங்கள் அந்த நிகழ்ச்சியை நேரடியாக ஒளிபரப்பத் தயாராக இருந்தன.

உள்ளூர் எம்.எல்.ஏ., எம்.பிக்கள் உரையாற்றினார்கள். டெக்கானின் வளர்ச்சி பற்றியும் இந்திய வான் துறைக்கு அது ஆற்றிய பங்களிப்பு பற்றியும் ராஜீவ் பிரதாப் ரூடி புகழ்ந்து பேசினார். டெக்கானின் தோல்வி என்பது இந்திய வான் துறையின் தோல்வி. எனவே, டெக்கானை வெற்றி பெறச் செய்தாக வேண்டும் என்று சொன்னார். ரிப்பன்கள் வெட்டப்பட்டு முக்கிய பிரமுகர்கள் விமானத்தில் ஏறினர். வெங்கையா நாயுடு, சந்திரபாபு நாயுடு இருவரும் ஏறினர். நான் ராஜீவ் பிரதாப் ரூடிக்கு அடுத்த இருக்கையில் அமர்ந்துகொண்டேன். கேப்டன் ராஜீவ் கோதியால்தான் தலைமை பைலட்டாக இருந்தார்.

சீட் பெல்டுகளை இறுக்கிக் கொண்டோம். விமானம் புறப்படுவதற்கு முன் ஏற்படும் வழக்கமான பதற்றம் என்னைத் தொற்றிக் கொண்டது. டர்போ ப்ராப்கள் சுழல ஆரம்பித்தன. அதன் சத்தத்தை எங்களால் கேட்க முடிந்தது. கேபின் குழு வாசல் கதவுகளை மூடியது. இன்னும் ஓரிரு நிமிடங்களில் விமானம் புறப்பட்டுவிடும் என்று காத்திருந்தோம். அப்போது திடீரென்று யாரோ, 'தீ... தீ...' என்று கத்துவது கேட்டது. ரூடி ஜன்னல் இருக்கையில் அமர்ந்திருந்தார். அவரையும் தாண்டி வெளியே எட்டிப் பார்த்தேன். டர்போ ப்ராப் எஞ்சினுக்குப் பின்னால் இருந்து தீ கொழுந்துவிட்டு எரிவது தெரிந்தது. எஞ்சின் இயக்கப் பட்டதும் எரிய ஆரம்பித்திருக்கிறது. தீயணைப்பான் மூலம் ஓரிரு நிமிடங்களிலேயே அந்தத் தீ அணைக்கப்பட்டுவிட்டது. ஆனால், விமானத்தில் இருந்தவர்களின் முகத்தில் இருந்த பயம் போகவில்லை. ரூடி உடனேயே அவசர வழியைத் திறந்துவிட்டிருந்தார். அதன் வழி யாக அனைவரும் வெளியேறினோம். தீயின் நாக்குகளை ஊடகத் தினரும், பொதுமக்களும் பார்த்துவிட்டிருந்தனர். ஒரு சில விநாடிகள் மட்டுமே அது வெளியே வந்தது. ஆனால், அது ஏற்படுத்திய தாக்கம் ஆழமானதாக இருந்தது. வெங்கையா நாயுடுவும் ராஜீவ் பிரதாப் ரூடியும் என் அருகில் வந்தனர். வெங்கையா நாயுடு எங்கள் இருவரின் கையையும் பிடித்தபடி சொன்னார், 'நாம் ஒரே குரலில் பேச வேண்டும். டெக்கானின் வெற்றி நம் தேசத்துக்கு மிகவும் அவசியம்' என்று சொன்னார்.

விமானம் பறக்கும்போது கூட இதுபோல் ஒரு எஞ்சினில் தீ பிடிப்பது சகஜம்தான். அப்போது அதை அணைத்துவிட்டு இன்னொரு எஞ்சின் மூலம் தரை இறங்கிவிடுவது வழக்கம் என்று ராஜீவ் கோத்தியாலும் தலைமைப் பொறியாளரும் சொன்னார்கள். இந்த இடத்தில் தீ எஞ்சினுக்கு உள்ளே பிடிக்கவில்லை. வெளியில்தான் பிடித்திருக்கிறது. இது பெரிய விஷயமே இல்லை. வெளிப்புறத்தில் எப்படியோ கொஞ்சம் போல எரிபொருள் தங்கி இருக்கிறது. ப்ரொப்பல்லரை இயக்கியதும் ஏற்பட்ட சூட்டினால் அந்த எரிபொருள் ஆவியாகித் தீப்பிடித்திருக்கிறது. ஓரிரு நொடிகளில் அது தானாகவே அணைந்துவிட்டிருக்கும். தீயணைப் பான் கூடத் தேவைப்பட்டிருக்காது என்று சொன்னார்கள்.

வீடு, அலுவலகம், நண்பர்கள், ஊடகங்கள் என எல்லா இடங்களில் இருந்தும் தொலைபேசி அழைப்புகள் குவிய ஆரம்பித்தன. ஒரு மாத காலத்துக்கு விமான சேவையை நிறுத்திவிடுவோம். நன்கு எல்லா வற்றையும் சோதனை செய்து முடித்த பிறகு சேவையை ஆரம்பிப் போம். அது மக்கள் மத்தியில் நமக்கு இழந்த செல்வாக்கை மீட்க உதவும் என்று மார்க்கெட்டிங் குழுவினர் சொன்னார்கள். பெங்களூரு வில் இருந்து ஆர்ச்செட் அட்வர்டைஸிங் பிரிவில் இருந்து போன் வந்தது. நாளைய செய்தித்தாள்களில் டெக்கானின் புதிய சேவை பற்றிய செய்தியை கொடுக்கட்டுமா, நிறுத்தி வைக்கட்டுமா... அரை மணி நேரத்துக்குள் சொல்லுங்கள் என்று கேட்டார்கள். பாதுகாப்பு சம்பந்தமாக ஏதாவது பெரிய பிரச்னையா என்று கேப்டன் கோத்தியாலிடம் கேட்டேன். ஒரு பிரச்னையும் இல்லை. இந்த நிமிடமே அந்த விமானத்தை எடுத்துக்கொண்டு நான் விஜயவாடா போய்வரத் தயார். அது மிகவும் சாதாரணமாக நடக்கும் ஒரு விஷயம் தான். பயப்பட ஒன்றுமில்லை என்று சொன்னார். நான் உடனே ஒரு முடிவெடுத்தேன். எதையும் ரத்து செய்ய வேண்டாம். வழக்கம் போல் நடக்கட்டும் என்று ஆர்ச்செட் பணியாளரிடம் சொன்னேன். மறு நாள் செய்தித்தாள்களில் கதை இறக்கை கட்டிப் பறக்க ஆரம்பித்திருந்தது. 'டெக்கான் தீ விபத்தில் இருந்து வெங்கையா நாயுடுவும் சந்திரபாபு நாயுடுவும் மயிரிழையில் தப்பித்தனர்' என்று செய்தி வெளியிட்டிருந் தனர். அதற்கு நேர் கீழே ஹைதராபாத் - விஜயவாடா விமான சேவை பற்றிய எங்கள் விளம்பரம் வெளியாகியிருந்தது!

நான் மட்டும் எங்கள் மார்க்கெட்டிங் குழு சொன்னதுபோல் விமான சேவையை ஒரு மாதகாலம் நிறுத்தியிருந்தால் போட்டி நிறுவனங்கள் எங்களை ஒரேயடியாக முடக்கிப் போட்டிருப்பார்கள்.

ஊடகங்கள் எங்களைச் சுற்றி வளைத்துத் தாக்க ஆரம்பித்தன. தீ விபத்து ஊடகங்களில் இடைவிடாமல் ஒளிபரப்பப்பட்டன. ஒரு நிறுவனம்,

இதோடு உங்கள் கனவு முடிவுக்கு வந்துவிட்டதா என்று கேட்டது. ஒரே இடத்தில் உட்கார்ந்திருப்பவருக்கு ஒரு பிரச்னையும் வராது. எழுந்து நடப்பவருக்குத்தான் கால் தடுக்கிவிடும். ஆனால், லேசாகக் கால் தடுக்குவதால் யாருடைய காலும் உடைந்துவிடாது. நாங்கள் தொடர்ந்து நடப்போம். டெக்கானை அவ்வளவு எளிதில் யாராலும் வீழ்த்த முடியாது என்று சொன்னேன்.

இது மிகவும் துரதிஷ்டவசமான சம்பவம். சில மாதங்கள் அல்லது வருடங்கள் கழித்து நடந்திருந்தால் பெரிய பிரச்னை இல்லை. ஆனால், தொடக்க விழாவில் நடந்துவிட்டது. மிகவும் துர்பாக்கியம்தான். பாதுகாப்பு பற்றி யாரும் பயப்பட வேண்டாம். ஃப்ரான்ஸில் டவ்லோஸில் இருந்து 8000 கி.மீ தொலைவு பறந்துதான் அந்த விமானம் இந்தியாவுக்கு வந்து சேர்ந்திருக்கிறது என்று சொன்னேன்.

ஊடகத்தினர் அடுத்ததாக வான் போக்குவரத்து அமைச்சர் ரூடியைக் கட்டம் கட்டினர். குறைந்த கட்டண விமானம் பாதுகாப்பானதுதானா? இந்த விபத்துக்குப் பிறகும் நீங்கள் டெக்கானை பறக்க அனுமதிக்கப் போகிறீர்களா? என்று கேட்டனர். அவர் எங்களுக்கு சாதகமாகப் பதில் சொன்னார். 'நான் டி.ஜி.சி.ஏ.வைத் தொடர்புகொண்டு கேட்டுவிட்டேன். டெக்கான் விமானங்கள் எல்லா பாதுகாப்பு விஷயங்களிலும் முறையாகவே நடந்து கொண்டுள்ளது. இது போன்ற சிறிய விபத்துகள் நடப்பது சகஜம்தான். டெக்கான் நிச்சயம் தொடர்ந்து இயங்கும். இந்தியாவுக்கு குறைந்த கட்டண விமான சேவை மிகவும் அவசியம் தான்' என்று சொன்னார்.

ஊடகங்களுக்கு ஒரே கொண்டாட்டம். அன்று முழுவதும் அதையே காட்டிக் கொண்டிருந்தன. கேப்டன் கோத்தியால் விப்த்து நடந்து முடிந்த உடனேயே எஞ்சினை நன்கு சோதித்துவிட்டு 'தம்ஸ் அப்' சிக்னல் காட்டி அதே விமானத்தில் விஜயவாடாவுக்குப் பறந்திருந்தார். ஊடகங்களுக்கு அதில் எந்த சுவாரசியமும் இல்லை. ஊடகத்தினர் செய்தியை ரொம்பவும் மிகைப்படுத்தினர். 'வெங்கையா நாயுடு பிளேனில் இருந்து துள்ளிக் குதித்து உயிர் தப்பினார். வெளியே குதித்ததில் அவருக்கு பலத்த காயம். மற்றவர்களுக்கு உடம்பெல்லாம் தீக்காயம்' என்றுகூடச் செய்தி வெளியிட்டன. உண்மையில் ஒரு சில விநாடிகளில் தீ அணைக்கப்பட்டுவிட்டது. ஆனால், அந்தச் செய்தி பலர் மனத்தில் சந்தேகத்தையும் பதற்றத்தையும் ஏற்படுத்தியது. அதில் எங்கள் மார்க்கெட்டிங் குழுவைச் சேர்ந்த சிலரும் அடங்குவர்.

அடுத்த இரண்டு தினங்களில் பொதுமக்கள் பிரயாண சேவையை ஆரம்பித்தோம். தீ விபத்து பற்றி ஊடகங்களில் நிறைய செய்தி வெளி யானதால் பொதுமக்கள் யாரும் வரமாட்டார்கள் என்று பயந்தோம்.

அதிகபட்சம் ஒன்று அல்லது இரண்டு பேர் வந்தால் ஆச்சரியம் என்று நினைத்தோம். ஆனால், சொன்னால் யாரும் நம்பமாட்டார்கள். ஹைதராபாத் - விஜயவாடாவுக்கான முதல் விமான பயணத்தில் எல்லா இருக்கைகளும் நிரம்பியிருந்தன!

என் செயலுக்கு தேசம் தன் அழுத்தமான ஆதரவை மௌனமாகத் தந்தது. மனம் தளராமல் நான் தொடர்ந்து போராடுவதைப் பாராட்டினார்கள். நாங்கள் உங்களுடன் இருக்கிறோம் கேப்டன் என்று சொன்னார்கள். கடிதம் எழுதினார்கள். மின் அஞ்சல் அனுப்பினார்கள். இந்திய சம்பிரதாயப்படி தொடக்க விழாவில் சிறிய தீ விபத்து என்பது நல்ல சகுனம்தான். அது உங்கள் மீதான கொள்ளிக் கண்ணையும் அதன் தீய விளைவுகளையும் இல்லாமல் ஆக்கிவிடும். இனி உங்களுக்கு வெற்றி மேல் வெற்றிதான் என்று சொன்னார்கள். முறையாகப் புரிந்து கொண்டால் இது போன்ற நெருக்கடி மிகுந்த தருணங்களில் கர்ம வினைக் கோட்பாடு மிகப் பெரிய மன வலிமையைத் தரும் என்பதைப் புரிந்துகொண்டேன்.

★

விமான சேவையை ஆரம்பித்த நான்கு மாதங்களில் நான்கு விமானங் களைப் பயன்படுத்தினோம். நாளொன்றுக்கு சுமார் 40 பிரயாணங்கள் மேற்கொள்ளப்பட்டன.பேல்காவ், ஹுப்ளி, பெங்களூரு, மங்களூரு, கோயம்புத்தூர், மதுரை, சென்னை, ஹைதராபாத், விஜயவாடா, ராஜ்முந்திரி, கொச்சின் போன்ற பல இடங்களுக்கு எங்கள் விமானங்கள் சென்று வந்தன. சேவையை ஆரம்பித்த சில மாதங்களிலேயே நிதி நிலைமையில் நல்ல முன்னேற்றம் தெரிந்தது. வெற்றி வானில் டெக்கான் பறக்க ஆரம்பித்தது. இதைப் பார்த்து ரோத்ஸ்சைல்ட், ஐ.சி.ஐ.சி.ஐ., சிட்டிகார்ப்., மெரில் லின்ச் எனப் பல முதலீட்டு ஆலோசனை வங்கிகள் எங்களைத் தொடர்புகொண்டன.

ஹஸனில் நான் ஈடுபட்ட வர்த்தகம் நினைவுக்கு வந்தது. சில ஆயிரம் ரூபாய்களைக் கேட்டு வங்கி வங்கியாக ஏறி இறங்கினேன். இன்று பல்வேறு வங்கிகள் என்னைத் தேடி ஓடி வந்தன. எனக்கு இந்த விளையாட்டு மிகவும் பிடித்திருந்தது.

ரோத்ஸ்சைல்ட் நிறுவனத்தின் இந்தியக் குழுவுக்கு முனேஷ் கன்னா தலைவராகவும், அமிதாப் மல்ஹோத்ரா துணைத் தலைவராகவும் இருந்தனர். அவர்கள் மிகவும் புத்திசாலிகள். சர்வதேச நிதி வலைப் பின்னலில் மிக விரிவான வீச்சைக் கொண்டவர்கள். எங்கள் நிறுவனத் தின் வங்கிக் கணக்கை எப்படியும் அவர்கள் வங்கிக்குக் கொண்டு

சென்றுவிட வேண்டும் என்று துடித்தார்கள். எங்களுடன் இறுதி வரை கூட வர சம்மதித்தார்கள். எங்கள் வர்த்தகத்தில் அவர்கள் காட்டிய ஈடுபாடுதான் என்னை அவர்களைத் தேர்ந்தெடுக்கச் செய்தது.

சர்வதேச நிதி சேகரிப்புக்குத் தேவையான அனைத்து ஏற்பாடுகளையும் செய்தார்கள். சிங்கப்பூர், அமெரிக்கா, ஐரோப்பா எனப் பல இடங்களில் எங்கள் நிறுவனம் பற்றிய பிரசார நிகழ்ச்சிகளுக்கு நாங்கள் ஏற்பாடு செய்தோம். பல நிறுவனத்தினர் ஆர்வத்துடன் முன்வந்தனர். சுமார் 20 நிறுவனங்களை முதல் கட்டமாகத் தேர்ந்தெடுத்துக் கொண்டோம். அவற்றில் இருந்து நான்கு நிறுவனங்களை பார்ட்னர்களாகச் சேர்த்துக் கொண்டு இயங்கலாம் என்று தீர்மானித்தோம். டீமாசெக், இண்டிகோ பார்ட்னர்ஸ், கேப்பிடல் இண்டர்நேஷனல், ஐ.சி.ஐ.சி.ஐ கேப்பிடல் என நான்கைத் தேர்ந்தெடுத்தோம்.

டீமாசெக் மிகப் பெரிய நிதி நிறுவனம். இண்டிகோ பார்ட்னர்ஸுக்கு வான் சேவைத் துறையில் நல்ல அனுபவம் உண்டு. இதற்கு முன்பாக 'ரியான் ஏர்' நிறுவனத்தில் முதலீடு செய்திருந்தார்கள். கேப்பிடல் இண்டர்நேஷனல் நிறுவனம் மிகவும் பிரபலமான ஒன்று. ஐ.சி.ஐ.சி.ஐ. கேப்பிடல் வங்கியைத் தேர்ந்தெடுக்கத் தனியாகக் காரணம் எதையும் சொல்லத் தேவையில்லை. அது ஓர் இந்திய நிறுவனம்.

டீமாசெக் நிறுவனம் எந்தப் போட்டியையும் விரும்பவில்லை. நேரடியாக, 200 கோடி ரூபாய் முதலீடு செய்ய முன்வந்தது. மீதி மூன்று நிறுவனங்களையும் நாங்கள் முறையான சந்திப்புகள், ஆய்வுகள் நடத்தித்தான் தேர்ந்தெடுத்திருந்தோம். எனவே, எடுத்த எடுப்பிலேயே டீமாசெக் நிறுவனத்தை பார்ட்னர் ஆக்கிக்கொண்டு மற்றவர்களை அப்படியே கழட்டிவிட எங்களுக்கு மனமில்லை.

இண்டிகோ நிறுவனத்தினருக்குக் குறைந்த கட்டண விமான சேவையை நன்கு தெரியும். இண்டிகோ நிறுவனத்தினரை பார்ட்னராக்கிக் கொள்ளும்படி ரோத்ஸ்சைல்ட் நிறுவனத்தினர் ஆலோசனை சொன்னார்கள். டெக்கான் பின்னாளில் எதிர்கொள்ளப்போகும் நெருக்கடிகளை அவர்களால் எளிதில் சமாளிக்க முடியும் என்று சொன்னார்கள்.

ஆனால், சர்வதேச நிதி நிறுவனம் என்ற வகையில் எங்களுடைய செயல்பாடுகளில் அவர்களுடைய தலையீடு கூடுதலாக இருக்கும் என்று பயந்தேன். ஐ.சி.சி.ஐ.சி.யின் சேர்பெர்சன் ரேணுகா ராம நாதனை நண்பர் என்ற முறையிலும் எனக்கு நன்கு தெரியும். எனவே, அவர்களையே எங்களுடைய பார்ட்னராக்கிக் கொண்டோம். சுமார் 180 கோடி ரூபாய் முதலீடு செய்தார்கள்.

சிங்கப்பூர் ஏர்லைன்ஸ் நிறுவனத்தினரும் எங்கள் நிறுவனத்தில் முதலீடு செய்ய முன்வந்திருந்தார்கள். ஏற்கெனவே டாடா-சிங்கப்பூர் ஏர்லைன்ஸ் கூட்டுமுயற்சி தோல்வியைத் தழுவியிருந்தது. கூடுதல் அந்நிய முதலீட்டுக்கு இந்திய அரசு அனுமதி கொடுத்தால் டெக்கான் ஏவியேஷனில் முதலீடு செய்யத் தயாராக இருப்பதாக சிங்கப்பூர் ஏர்லைன்ஸின் தலைவர் சூன் சே செங் சொன்னார். அப்போது ஆட்சியில் இருந்த பி.ஜே.பி. அரசு ஏராளமான சட்டங்களை அதி வேகத்துடன் அமல்படுத்திக் கொண்டிருந்தது. விமானத் துறையில் எவ்வளவு அந்நிய மூதலீடு அனுமதிக்கலாம் என்பது தொடர்பாக இன்னும் நிறையப் பேச வேண்டியிருக்கிறது என்று மந்திரிசபை சொன்னது. அடுத்த தேர்தலில் பி.ஜே.பி. தோற்றுவிட்டது. ஆட்சிக்கு வந்த காங்கிரஸ் அந்தச் சட்டத்தை ரத்துசெய்துவிட்டது. ஒருவகையில் அது பெரிய பின்னடைவுதான். என்றாலும் இதனால்தான் எனக்கு பிரபலமான ரிச்சர்ட் பிரான்சனின் நட்பு கிடைத்தது.

சர் ரிச்சர்ட் பிரான்சன்

விர்ஜின் அட்லாண்டிக் விமான நிறுவனத்தின் நிறுவனர். விர்ஜின் எக்ஸ்பிரஸ், விர்ஜின் புளூ போன்ற குறைந்த கட்டண விமான சேவை யும் ஆரம்பத்தில் செய்திருக்கிறார். பன்முக ஆளுமை கொண்ட தொழில் முனைவர். அவர் செய்து பார்க்காத சாகசமே இல்லை என்று சொல்லும் அளவுக்குத் துடிப்பானவர். அட்லாண்டிக், பசிஃபிக் கடல்களை நீராவி பலூன், படகு, அதிவேகப் படகு எனப் பல வழிகளில் கடந்திருக்கிறார். இங்கிலாந்து கால்வாயை நீரிலும் நிலத்திலும் போகும் வாகனத்தில் கடந்தவர்களிலேயே முதல் இடத்தைப் பிடித்திருக்கிறார். திரைப் படங்கள், தொலைக்காட்சித் தொடர்களில் நடித்திருக்கிறார்.

அவருடைய செக்ரட்டரியிடமிருந்து ஒருநாள் தொலைபேசி அழைப்பு வந்தது. ஆக்ஸ்ஃபோர்டில் இருக்கும் அவரை வந்து சந்திக்க முடியுமா என்று கேட்டார்கள். சரி என்று ஒப்புக்கொண்டேன். என் மகள் பல்லவி அப்போது லிவர்பூலில் படித்துக் கொண்டிருந்தாள். அவளையும் அழைத்துக் கொண்டு ரிச்சர்ட் பிரான்சனைச் சந்திக்கப் போனேன். ஆக்ஸ்ஃபோர்டில் இருக்கும் அவருடைய வீட்டில் சிறிது நேரம் சந்தித்துப் பேசிவிட்டு உணவு விடுதிக்குச் செல்வதாகத் திட்டம். ஆனால், போக்குவரத்து நெரிசல் காரணமாக சொன்ன நேரத்துக்கு அவருடைய வீட்டுக்குப் போக முடியாமல் போய்விட்டது. நேராக உணவு விடுதிக்கு வந்துவிடச் சொன்னார்.

அங்குபோய் உட்கார்ந்ததுமே பேச ஆரம்பித்துவிட்டார். தன்னுடைய அற்புதமான கறுப்பு நிற டைரியை வெளியே எடுத்துவைத்து

குறிப்புகள் எடுத்துக் கொண்டார். அவர் லேப்டாப் பயன்படுத்துவதே கிடையாது. என்ன எழுத வேண்டுமென்றாலும் டைரிதான்.

அவர் முதலில் ப்ரூசைல்ஸில் ஆரம்பித்த விர்ஜின் எக்ஸ்பிரஸ் குறைந்த கட்டண விமான சேவை தோல்வியைத் தழுவியதாகச் சொன்னார். அதன் சி.இ.ஓ. காட்ஃப்ரே ஆஸ்திரேலியாவுக்குப் போனார். அங்கு இதேபோல் ஒரு விமான சேவையை ஆரம்பிக்கும்படி ரிச்சர்ட் பிரான்சனுக்கு ஆலோசனை சொன்னார். விர்ஜின் புளூ என்ற நிறுவனம் ஆரம்பிக்கப்பட்டது. ஆரம்பத்தில் அது மிதமான வெற்றியுடன்தான் இருந்தது. ஆஸ்திரேலியாவின் பிரதான விமான நிறுவனமான அனிசெட்டி நிறுவனம் திவாலானதும் விர்ஜின் புளூ நிறுவனம் இரண்டே வருடத்தில் பெரும் வெற்றியை எட்டியது. ஆரம்பத்தில் ரிச்சர்ட் பிரான்சன் சிங்கப்பூரில் விமான சேவையை ஆரம்பிக்கத் திட்டமிட்டிருந் தார். ஆனால், சூன் சூ செங் அந்த அழைப்பை நிராகரித்திருந்தார். அது பெரிய தவறு என்று என்னிடம் பேசும்போது சூ செங் சொல்லியிருந்தார்.

பிரன்சனுடன் சாப்பிட்டபடியே பேசி முடித்தோம். வெளியே வந்த போது சாலையின் எதிர்த்திசையில் இருந்த உணவு விடுதியில் கல்லூரிப் பெண்கள் சாப்பிட்டுக் கொண்டிருந்தனர். அவர்கள் ரிச்சர்ட் பிரான்சனைப் பார்த்ததும் விழுந்தடித்து ஓடிவந்தனர். பிரான்சன் ஆளை விட்டால் போதும் என்று காரை நோக்கி ஓடினார். என் மனைவிக்குத் தெரிந்தால் டைவர்ஸ் செய்துவிடுவார் என்று சொன்னபடியே காரை எடுத்துக்கொண்டு பறந்துவிட்டார். அதன் பிறகு அவருடைய நிறுவனத்தில் இருந்து பலர் பெங்களூரு வந்து டெக்கான் செயல்படும் விதத்தைப் பார்த்துவிட்டுப் போனார்கள். ஆனால், இந்திய அரசு அந்நிய முதலீடு தொடர்பாக மிகவும் கறாராக இருந்ததால் பிரான்சனை பார்ட்னராக்க முடியாமல் போய்விட்டது. உண்மையிலேயே அது ஒரு பெரிய பின்னடைவுதான்.

சிட்டி பேங்க் விவகாரம்

எங்களுடைய ஆன் லைன் டிக்கெட் விஷயங்கள் நன்றாக நடந்தன. பயணி கொடுக்கும் பணமானது நேராக வங்கிக்குச் செல்லும். அதன் பிறகு அங்கிருந்து எங்கள் கணக்குக்கு வரும். சிட்டி பேங்க்தான் அந்த சேவையை வழங்கியது. ஆனால், அவர்களிடம் ஒரு சிக்கல் இருந்தது. கிரெடிட் கார்டை இயக்கியதும் ஏழு முதல் பத்து நிமிடங்கள் கழித்த பிறகே பி.என்.ஆர். டிக்கெட் எண் பயணிக்குக் கிடைத்தது. நாங்கள், மூன்று நிமிடத்தில் கிடைத்துவிடும் என்று அறிவித்திருந்தோம். அதோடு சிட்டி பேங்காரர்கள் ஏழெட்டு நாள்கள் கழித்த பிறகே பணத்தை எங்கள் கணக்கில் கட்டினர். நான் இந்த இரண்டுக்கும்

எதிர்ப்புத் தெரிவித்தேன். மூன்றே நிமிடத்தில் டிக்கெட் கிடைத்தாக வேண்டும். அதுபோல் எங்கள் கணக்குக்கு பணம் உடனே வந்து சேர வேண்டும் என்று சொன்னேன். சிட்டி பேங்கின் கிரெடிட் கார்டைப் பயன்படுத்தும்போது நாம் பணத்தை ஒருநாள் தாமதமாகக் கட்டினாலும் 2% வட்டி வசூலித்துவிடுவார்கள். அப்படியானால் எங்கள் பணத்தை மட்டும் எட்டு நாள்கள் அவர்கள் எப்படி வைத்திருக்கலாம் என்று கேட்டேன். ஏதேதோ காரணம் சொன்னார்கள். நான் அதை ஏற்கவில்லை. நீங்கள் என் பணத்தை எத்தனை நாள் தாமதமாக என் கணக்கில் சேர்க்கிறீர்களோ அதற்கான வட்டியையும் சேர்த்துத் தந்தாக வேண்டும் என்று சொன்னேன். அவர்கள் நான் சொன்னதைக் கேட்கவில்லை. அதோடு அவர்கள் ஒரு வார்த்தையை விட்டார்கள்: கேப்டன் இந்தியாவில் உங்களுக்கு இந்த சேவையை வழங்க எங்களால் மட்டுமே முடியும்.

இதைக் கேட்டதும் எனக்கு ஜிவ்வென்று கோபம் ஏறியது. உடனே ஐ.சி.ஐ.சி.ஐ வங்கிக்கு போன் போட்டுப் பேசினேன். விஷயத்தை எடுத்துச் சொன்னேன். அவர்கள் நான் சொன்னதுபோல் செய்து தர உடனே சம்மதித்தார்கள். அடுத்த 45-வது நாளில் ஐ.சி.ஐ.சி.ஐ மூலமாகவும் டிக்கெட் எடுக்க முடியும் என்று செய்துவிட்டேன். இரண்டு வங்கிகளுமே அந்த சேவையை வழங்கின. சில நாள்கள் ஆனதும் ஐ.சி.ஐ.சி.ஐ. வங்கியைப் பட்டியலில் முதல் இடத்தில் கொண்டு வந்தோம். சிட்டிபேங்கை இரண்டாவது இடத்துக்குக் கொண்டு சென்றோம். 90% பயணிகள் ஐ.சி.ஐ.சி.ஐ. மூலமாக டிக்கெட் பதிவு செய்தனர். வெறும் பத்து சதவிகிதம் மட்டுமே சிட்டி பேங்குக்குப் போனது. உடனே பதறி அடித்துக்கொண்டு போன் செய்தார்கள். உங்கள் பணியாளர்கள் என்னிடம் அராஜகமாகப் பேசினார்கள். அவர்கள் இல்லாவிட்டால் என்னால் இயங்க முடியாது என்று சொன்னார்கள். அதை முறியடிக்கவே இப்படிச் செய்தேன் என்று பதில் சொன்னேன். இதில் இருந்து நானும் ஒரு பாடம் கற்றுக்கொண்டேன். சிட்டி பேங்க் போலவே நானும் நடந்துகொண்டால் என் வாடிக்கையாளர்கள் என்னைத் தூக்கி எறிந்துவிடுவார்கள்.

12

எந்தத் துறைமுகத்துக்குப் போக வேண்டும் என்று
ஒரு மாலுமிக்குத் தெரியவில்லை என்றால்,
வீசும் எந்தக் காற்றுமே அவனுக்கு சாதகமாக இருக்க முடியாது.

– செனெகா

வளர்ச்சி, சவால்கள், மாற்றங்கள்

எங்கள் விமான சேவையை மிக மலிவான விலையில் கொடுத்தது உண்மைதான். இருந்தும் பல்வேறு பிரபலமானவர்களும் செல்வந்தர்களும் எங்கள் விமானத்தில் பிரயாணம் செய்தனர். டெக்கான் மிகவும் புதுமையானது, வித்தியாசமானது என்பதால் சிலர் அப்படிப் பயணம் செய்தனர். வேறு எந்த விமான நிறுவனமும் செல்லாத சிறு நகரங்களுக்கும் எங்கள் சேவை இருந்ததால் சிலர் எங்கள் விமானத்தில் பயணம் செய்தனர். சரோட் வாத்திய மேதை அம்ஜத் அலிகான், அஸிம் பிரேம்ஜி, சுனில் தத், விநோத் கன்னா, ராஜ்பப்பர் என பல பிரபலங்கள் எங்கள் விமானத்தில் பயணம் செய்தனர்.

எங்கள் நிறுவனத்தின் விளம்பரத்துக்கு இவர்களில் யாரையாவது பயன் படுத்தலாம் என்று சக ஊழியர்கள் சொன்னார்கள். நான் மறுத்து விட்டேன். இரண்டு காரணங்கள்: முதலாவதாக, எப்போதாவது பிரயாணம் செய்யும் அந்தப் பிரபலத்தை என் விமானத்தின் பிரதான பயணியாகக் கருதவில்லை. ஒரு சாதாரண மனிதரின் விமானமாகத்தான் அதைக் கற்பனை செய்திருந்தேன். இரண்டாவதாக, பிரபலங்களுக்கு லட்சக்கணக்கில் பணம் கொடுக்க வேண்டியிருக்கும். அதை ஈடுகட்ட டிக்கெட்டின் விலையை அதிகரிக்க வேண்டியிருக்கும். அதுவும் நல்லதல்ல.

ஒருமுறை யதேச்சையாகச் செய்தித்தாள் படித்துக் கொண்டிருந்த போது, ஆர்.கே.லட்சுமணனின் கார்ட்டூனைப் பார்த்தேன். அதில் இடம்பெறும் 'திருவாளர் பொதுஜனம்' எப்படிப்பட்டவர் என்று தெளிவாக அவரே சொல்லியிருக்கிறார். அந்தப் பொதுஜனம் சாதாரணமானவர் இல்லை; மடையன் இல்லை; கும்பலில் ஒருத்தர் இல்லை; மந்தையில் ஒருவர் இல்லை. பாட்டாளி வர்க்கத்தைச் சேர்ந்தவர் இல்லை. அவர் விவரமானவர், உள்ளுணர்வு மிகுந்தவர், நுண்ணுணர்வு கொண்டவர், சொந்தக் கருத்துகள் கொண்டவர். ஏன், எப்படி, எதற்கு என்ற கேள்விகள் கேட்கக்கூடியவர், மற்றவர்களின் மன உணர்வைப் புரிந்துகொள்ளும் திறமை கொண்டவர்.

டைம்ஸ் ஆஃப் இந்தியாவில் ஒரு கார்ட்டூன் பார்த்தேன். மிகவும் செல்வச் செழிப்பில் திளைக்கும் ஒருவரும் திருவாளர் பொதுஜனமும் டெக்கான் விமானத்தில் அடுத்தடுத்த சீட்டில் அமர்ந்திருக்கிறார்கள். திருவாளர் பொதுஜனம் தன்னுடைய வழக்கமான வேட்டியும் கோட்டும் அணிந்து ஒரு காலை சீட்டில் வைத்தபடி குத்த வைத்து அமர்ந்திருக்கிறார். கைப்பிடியில் அவருடைய டிரேட் மார்க் கறுப்பு குடை இருக்கிறது. மேலே லக்கேஜ் பாக்ஸில் அடைக்க முடியாமல் அவருடைய படுக்கை மூட்டை வெளியே துருத்திக் கொண்டிருக்கிறது. திருவாளர் பொதுஜனத்துக்குப் பக்கத்தில் டிப்டாப்பாக ஒரு செல்வந்தர். ஆனால், அவரோ என்ன செய்வதென்று தெரியாமல் நெளிந்து கொண்டிருக்கிறார். 'இந்த விமான நிறுவனத்தினர் இனியும் டிக்கெட் விலையைக் குறைத்தால் நான் பஸ்ஸிலோ ரயிலிலோ போக ஆரம்பித்துவிடுவேன்' என்று பொருமுகிறார். அந்த கார்ட்டூன் மிக அருமையாக டெக்கானின் அடிப்படை அம்சத்தைச் சித்திரித்தது.

லட்சுமணனின் கார்ட்டூன் கதாபாத்திரத்தையே எங்கள் விமான நிறுவனத்தின் விளம்பரக் குறியீடாகப் பயன்படுத்தலாம் என்று தீர்மானித்தேன். எங்கள் விமானத்தில் என்னவிதமான பயணிகள் அதிகம் வரவேண்டும் என்று விரும்புகிறோமோ அவர்களுக்கு திருவாளர் பொதுஜனத்தை நிச்சயம் பிடிக்கும் என்பது எங்களுக்குத் தெரியும். டெக்கான் நிறுவனத்தின் இலக்கை அவரைவிட வேறு யாராலும் அழுத்தமாகப் பிரதிபலிக்க முடியாது. ஆர்.கே.லட்சுமணனைப் போய் பார்க்கலாம் என்று நான் சொன்னதும் எங்கள் நிறுவனத்தினர் என்னைத் தடுத்தனர். ஏற்கெனவே எங்கள் விளம்பரப் பிரிவினர் தொலைபேசியில் அவருடன் பேசியிருக்கிறார்கள். அவருடைய கார்ட்டூனை விளம்பர லோகோவாகப் பயன்படுத்திக்கொள்ள அனுமதி கேட்டபோது முகத்தில் அடித்தாற்போல் மறுத்திருந்தாராம். எனவே, மறுபடியும் பேசிப் பார்ப்பதில் பலன் இல்லை என்று சொன்னார்கள். ஆனால், எனக்கோ மீண்டும் ஒருமுறை முயன்று பார்க்கலாம் என்று

தோன்றியது. இம்முறை போனில் பேச வேண்டாம். நேரில் போய்ப் பார்ப்போம் என்று முடிவு செய்தேன்.

லட்சுமணன் மும்பையில் வொர்லி புறநகரில் வசித்து வந்தார். அவருடைய வீட்டில் பழங்கால மைசூர் வாசனையும் மத்தியவர்க்க வாசனையும் கலந்து காணப்பட்டது. அங்கிருந்த மரப் பொருள்கள், நூலகம், லட்சுமணன் ஐம்பது வருடமாக ஒருநாள் கூடத் தவறாமல் அமர்ந்து கார்ட்டூன் வரைந்த அறை என எல்லாவற்றிலும் பழமையின் வசீகரமும் கம்பீரமும் இருந்தது.

எங்கள் நிறுவனத்தைப் பற்றியும் இலக்கைப் பற்றியும் என் வாழ்க்கைப் பார்வை பற்றியும் விரிவாகப் பேசினேன். எங்கள் விமான நிறுவனத் துக்கு உங்களுடைய கார்ட்டூன் கதாபாத்திரத்தை லோகோவாகப் பயன் படுத்திக்கொள்ள விரும்புகிறேன் என்று கடைசியாகச் சொன்னேன். உடனே சரி என்று சொல்லிவிட்டார். விஷயம் அதோடு முடிந்தது.

எங்கள் நிறுவனத்தில் ஒவ்வொரு துறையும் தனித்தனியாகவும் அதே நேரம் இணைந்தும் செயல்பட்டுவந்தது. நேரில் சந்திப்பது மிகவும் குறைவுதான். அடுத்தடுத்து இருந்த அறையில் இருக்கும் துறைத் தலைவர்கள் என்றாலும் மின் அஞ்சல் மூலமாகவே தகவல் பரிமாறிக் கொள்வார்கள். இதனால் ஒரு சிறிய தவறு நடந்தது. பெரிய இழப்பு ஏற்படுவதற்கு முன் சுதாரித்துவிட்டோம். ஒவ்வொரு திங்கட்கிழமை யும் எல்லா துறைத் தலைவர்களும் நேரில் சந்தித்துப் பேசுவது என்று தீர்மானித்துக் கொண்டோம். தேசம் முழுவதிலும் இருந்த நிர்வாகி களுடனான மீட்டிங் மாதாமாதம் நடைபெற்றது.

நிறுவனத்தின் அனைத்து பிரிவுகளிடையே சுமுகமான தகவல் பரிமாற்றம் இருக்க வேண்டும் என்பதற்காக எங்களுடைய எட்டு கிளைகளுக்கும் நேரில் போய்வந்தேன். திருவனந்தபுரம், டில்லி, பெங்களூரு, மும்பை, அஹமதாபாத், கொல்கத்தா, சென்னை, ஹைதராபாத் ஆகிய இடங்களுக்கு இரண்டு மூன்று மாதங்களுக்கு ஒருமுறை நேரில் போவேன். இந்தப் பயணங்களின்போது என்னுடன் சி.எஃப்.ஓ, ஹெச்.ஆர். தலைவர் ஆகியோர் வருவார்கள்.

எந்த நிர்வாக கமிட்டி மீட்டிங்காக இருந்தாலும் களத்தில் இறங்கி யதார்த்த நிலை என்ன என்பதைத் தெரிந்து கொள்ளாமல் முழுமை அடையாது என்று திடமாக நம்பினேன். பணியாளர்களுக்கும் எங்களைப் பார்த்ததால் உற்சாகம் அதிகரித்தது. எப்போதெல்லாம் நான் இதுபோன்ற சந்திப்பை நிகழ்த்தி விட்டு வருகிறேனோ அப்போதெல் லாம் பணியாளர் நலனுக்குப் போதுமான விஷயங்கள் செய்யவில்லை என்றே எனக்குத் தோன்றும்.

உள்கட்டமைப்பில் சில சிக்கல்கள் இருந்தன. மும்பையிலும் டில்லியிலும் இந்தியன் ஏர்லைன்ஸ், ஜெட் ஏர்வேஸ் ஆகிய நிறுவனங்களுக்கு மல்டிபிள் பார்கிங் ஸ்லாட் வசதி இருந்தது. இதனால் இரண்டே இடத்தில் வைத்து அவர்களுடைய அனைத்து விமானங்களைப் பழுது நீக்கிவிடமுடியும். இதற்கான செலவு கணிசமாகக் குறையும். எங்களுக்கு அந்த வசதி இல்லை. எங்களிடம் இருந்த 16 விமானங்களுக்கு எட்டு இடங்களில் பார்கிங் ஸ்லாட் இருந்தது. இதனால் செலவு எக்கச்சக்கமாக அதிகரித்தது. எனினும் பணியாளர்களின் அர்ப்பண உணர்வினாலும் கடும் உழைப்பினாலும் எங்களுடைய நெருக்கடிகளை மீறி வரமுடிந்தது.

ஒரு ரூபாயில் டிக்கெட்!

எங்கள் நிறுவனம் வேகமாக வளர ஆரம்பித்ததைப் பார்த்ததும் இந்தியன் ஏர்லைன்ஸ் நிறுவனமும் ஜெட் ஏர்வேஸும் தங்கள் கட்டணத்தை வெகுவாகக் குறைத்துக் கொண்டுவிட்டன. டில்லி மும்பைக்கு இடையே அவை 350 டிரிப்களை இயக்கின. நாங்களோ வெறும் ஐம்பது டிரிப்கள்தான் போய்வந்தோம். எனினும் எங்கள் கட்டணம் மிகக் குறைவாக இருந்ததால் போட்டியைச் சமாளிக்க பல நடவடிக்கைகளை எடுத்தன. எங்கள் விமானங்கள் வருவதற்கு அரை மணி நேரத்துக்கு முன்னதாகவே அவர்களுடைய விமானம் வந்து போவதுபோல் நேரத்தை மாற்றிக்கொண்டுவிட்டன. டிக்கெட் விலையையும் வெகுவாகக் குறைத்தன. இதுபோன்ற செயல்முறைகள் அமெரிக்கா போன்ற நாடுகளில் சட்டவிரோதமானதாகக் கருதப்படும். இந்தியாவில் எந்தவிதக் கட்டுப்பாடும் கிடையாது.

கர்நாடக கிராமங்களில் பஸ் விஷயத்தில் இப்படித்தான் நடக்கும். அரசு பேருந்துகள் வருவதற்கு ஒரு நிமிடம் முன்னதாக பிரைவேட் பேருந்துகள் ஒரு நிறுத்தத்துக்கு வரும். எல்லா பயணிகளையும் அள்ளி அடைத்துக்கொண்டு போகும். அரசு பேருந்துகள் காலியாகப் போய் வரும். தனியார் பேருந்துகளின் கட்டணமும் ஒன்றிரண்டு ரூபாய் குறைவாகவே இருக்கும். சில நேரங்களில் தனியார் நிறுவனத்தினர் அரசு பேருந்தின் டிரைவர்கள் கண்டக்டர்களுக்கு லஞ்சமும் கொடுப்பதுண்டு.

ஜெட் ஏர்வேஸ், இந்தியன் ஏர்லைன்ஸின் போட்டியைச் சமாளிக்க அதிரடித் திட்டம் ஒன்றைக் கொண்டுவந்தோம்: முதன் முதலில் வருபவர்களுக்கு ஒரு டிக்கெட்டின் விலை வெறும் ஒரு ரூபாய் மட்டுமே! இந்த விலையில் மிகக் குறைவான டிக்கெட்டுகளை

அறிமுகப்படுத்தினோம். பெங்களூரு டில்லிக்கு இந்தியன் ஏர்லைன்ஸ், ஜெட் ஏர்வேஸ் எல்லாம் ரூ 12,000 கட்டணம் வசூலித்தன. எங்கள் நிறுவனத்தில் ஆரம்பத்தில் வருபவர்களுக்கு ஒரு ரூபாய் என்று ஆரம்பித்து 7000 வரை டிக்கெட் விலை நிர்ணயித்திருந்தோம். முன்கூட்டியே பதிவு செய்தால் விலை குறைவு. புறப்படும் நாளில் பதிவு செய்தால் கூடுதல் தொகை. இதுதான் எங்கள் திட்டம்.

போட்டியைச் சமாளிக்க பிற நிறுவனத்தினர் எங்கள் சேவைகள் இல்லாத இடத்தில் அவர்களுடைய கட்டணத்தைக் கொஞ்சம் போல அதிகரித்தனர். ஆரம்பத்தில் அவர்களுக்கு அது லாபத்தைத் தந்தது. ஆனால், நாங்கள் எல்லா இடங்களிலும் சேவையை ஆரம்பிக்கத் தொடங்கியதும் அதுவே அவர்களுக்குப் பின்னடைவைத் தந்தது. எங்களுடைய விமானங்களில் எப்போதும் கூட்டம் நிரம்பி வழிந்தது. ஒரு ரூபாய் டிக்கெட் என்பது மந்திரச் சொல்போல் எல்லாரையும் கட்டிப்போட்டுவிட்டது.

எங்கள் வழிமுறை தவறு என்று பலர் சொன்னார்கள். நான் அதை ஏற்கவில்லை. குறைவான விலை என்பது நிறுவனத்துக்கும் தேசத் துக்கும் நல்லது என்று வாதாடினேன். ரிக்‌ஷா டிரைவர்களில் ஆரம்பித்து பெரும் செல்வந்தர்கள்வரை அனைத்து தரப்பு மக்களும் ஒரு ரூபாய் டிக்கெட் வாங்க போட்டி போட்டனர்.

ஐந்து வருட முடிவில் பங்குகளைப் பொதுமக்களுக்கு விற்க முடிவு செய்தோம். விமானத்துறை நல்ல நிலைக்கு வந்திருந்தது. சந்தையும் சூடுபிடிக்க ஆரம்பித்திருந்தது. எங்கள் வளர்ச்சி வேகமாக இருந்ததால் அதைச் சமாளிக்க நிதி வசதி அதிகம் தேவைப்பட்டது.

புதிதாக விமானம் வாங்குவதென்றால் முதலீட்டுப் பணம் தேவை. வாங்காவிட்டால் சேவையை விரிவாக்க முடியாது. போட்டியைச் சமாளிக்க முடியாமல் தோற்றுவிடுவோம். மளமளவென ஐம்பது அறுபது விமானங்களை வாங்கி விடவேண்டும் என்று தீர்மானித்தோம். அதற்காகத்தான் பங்குகளை விற்க முடிவு செய்தோம்.

பணம் தேவைப்பட்டால் உடனேயே பொது மக்களுக்கு பங்குகளை விற்றுவிடுவதே நல்லது. சந்தை நிலவரத்தைப் பார்த்துக் கொண்டு காத்திருப்பது நல்லதில்லை என்று பலரும் ஆலோசனை சொன் னார்கள். ஐ.பி.ஓ. (இனிஷியல் பப்ளிக் ஆஃபரிங்) செயல்பாடுகளைக் கவனித்துக்கொள்ள இரண்டு நிறுவனங்களை நியமித்தோம்.

அவற்றில் ஒன்றான ஈ.என்.ஏ.எம். நிறுவனம் வல்லப் பன்சாலியால் நடத்தப்பட்டது. மிகச் சிறந்த பொருளாதார நிபுணர். அவரை நம்பி

எந்தக் காரியத்தில் இறங்கினாலும் நமக்கு வெற்றி நிச்சயம். எனவே, அவருடையதை பிரதான நிறுவனமாகவும் ஐ.சி.ஐ.சி.ஐ. செக்யூரிடீஸ் நிறுவனத்தை இன்னொரு நிறுவனமாகவும் நியமித்தோம்.

பொருளாதாரம் உத்வேகத்துடன் இருந்தது. முதலீட்டு சூழ்நிலையும் இந்தியாவில் நன்றாக இருந்தது. எனவே, நாங்கள் பங்குகளை விற்க முடிவு செய்தபோது தேசம் முழுவதிலிருந்தும் பெரும் வரவேற்பு கிடைத்தது. எங்களுக்கு 75-100 மில்லியன் டாலர் தேவையாக இருந்தது. வரவு செலவுகளில் ஒரு சமநிலையை நாங்கள் எட்டியிருக்காததால் எங்கள் பங்குகளில் ஒரு பாதியானது நிறுவனங்களால் முதலில் வாங்கப் படவேண்டும். மறு பாதியை மட்டுமே சில்லறை முதலீட்டாளர் களுக்குக் கொடுக்க வேண்டும் என்று செபி சட்டம் வகுத்திருந்தது.

ஜெட் ஏர்வேஸ் தங்கள் பங்கின் விலையாக ரூ 1200 நிர்ணயித்தது. ஆனால், அதைவிடக் குறைவான மதிப்பில்தான் விற்பனையானது. பன்சாலி என்னிடம் விலையைக் கூட்டி வைக்க வேண்டாம் என்று ஆலோசனை கூறியிருந்தார். ரூ 148-155 என்று விலை நிர்ணயித்தோம்.

ஆனால், எங்கள் பங்குகள் சந்தைக்கு விற்பனைக்கு வந்த நாளில் பங்குச் சந்தையில் 1000 பாயிண்ட்கள் சரிந்தது. 150 வருடங்களில் என்றுமே இருந்திராத வீழ்ச்சி. அடுத்த சில மணி நேரங்களில் 2000 புள்ளிகள் சரிந்தன. எங்கள் நிறுவனத்தின் பங்கை யாருமே வாங்க முன்வர வில்லை. எல்லாரும் இருப்பதை விற்கவும் தக்கவைக்கவும் மட்டுமே முடிவுசெய்திருந்தனர்.

எத்தனையோ பொருளாதார மேதைகள், நிபுணர்கள் சந்தையை தினமும் கணித்து என்னென்னவெல்லாமோ கணிப்புகளையும் ஆராய்ச்சிகளையும் வெளியிட்டு வந்தனர். அடுத்த வருடம் என்ன நடக்கும்... அடுத்த ஐந்து வருடத்தில் என்ன நடக்கும் என்றெல்லாம் பக்கம் பக்கமாகக் கணிப்புகள் வெளியிட்டிருந்தனர். ஆனால், அடுத்த நாள் இவ்வளவு பெரிய வீழ்ச்சி ஏற்படப்போகிறது என்பதை எந்தக் கொம்பனாலும் கண்டுபிடிக்க முடிந்திருக்கவில்லை. நிபுணர்களின் தோற்றுப் போன யூகங்களையும் ஆய்வுகளையும் பார்த்தபோது ஜோதிடரே பரவாயில்லை என்று தோன்றியது.

எல்லாரும் பங்குகளைத் திரும்பப் பெறும்படி என்னிடம் சொன் னார்கள். வின்ஸ்டன் சர்ச்சில் இரண்டாம் உலகப்போர் நடந்தபோது சொன்ன வாசகம் நினைவுக்கு வந்தது. 'நரகத்தினூடாகப் போகிறீர் களா... போய்க்கொண்டே இருங்கள்'. ஆப்பிரிக்க பழமொழியும் நினைவுக்கு வந்தது: பாலைவனத்தின் சூட்டில் இருந்து தப்ப வேண்டு மானால், ஒரே வழி அதைக் கடப்பதுதான்.

நான் பங்குகளை விலக்கிக் கொள்ளப் போவதில்லை என்று முடிவெடுத்தேன். நிதி நிறுவனங்கள் என் முடிவை விமர்சித்தன. ஆனால், சில்லறை முதலீட்டாளர்கள் அதை வரவேற்றனர். நான் என் முடிவில் உறுதியாக நின்றேன். ஏனென்றால், அது நிறுவனத்தின் கௌரவம் சம்பந்தப்பட்டது. மக்களுக்கு அதன் மீதிருக்கும் மரியாதை சம்பந்தப்பட்டது. அதுதான் மிகவும் முக்கியம். வேறென்ன... அது ஒரு மக்கள் விமான நிறுவனம்தானே.

நிலைமை கொஞ்சம் கொஞ்சமாகச் சீரடையத் தொடங்கியது. தாற்காலிகமாக கொஞ்சம் சுதாரித்துவிட்டோம். ஆனால், நீண்ட கால அளவில் வேறு ஏற்பாடுகள் செய்ய வேண்டும் என்று தோன்றியது. இந்தியன் ஏர்லைன்ஸும் ஜெட் ஏர்வேஸும் எங்களை நெருக்க ஆரம்பித்தன. மிதமான வேகத்தில் முன்னேறிக் கொண்டிருந்தால் எங்களால் தாக்குப் பிடிக்க முடியாது என்று தோன்றியது. அந்த இரு நிறுவனங்களும் நீண்ட காலமாக புதிய விமானம் எதையும் வாங்கி யிருக்கவில்லை. எனவே, நிறைய விமானங்களை வாங்கி அதிரடியாக சேவையை விரிவுபடுத்த வேண்டும் என்று முடிவுசெய்தேன்.

9/11க்குப் பிற சர்வதேச அளவில் நிலைமை எங்களுக்கு சாதகமாக இருந்தது. அமெரிக்காவில் மட்டும் சுமார் 3,000 விமானங்கள் சேவையை நிறுத்திவிட்டிருந்தன. நெவாடா பாலைவனத்தில் அவை அனைத்தும் வெறுமனே நிறுத்திவைக்கப்பட்டிருந்தன. புதிதாக யார் வாங்குவார்கள் என்று விமானத் தயாரிப்பாளர்களும் உலகம் முழுவதும் தேட ஆரம்பித்திருந்தனர். போயிங், ஏர்பஸ் போன்ற பெரிய நிறுவனங்களின் கையில்கூட எந்த ஆர்டரும் இல்லை. எப்போதும் போலவே எல்லாரும் இருள் என்று சொன்ன இடத்தில் சிறு அகல் விளக்கை ஏற்றினேன்.

★

இதனிடையில் குஜராத் ஏர்வேஸ் நிறுவனத்தின் தலைவர் என்னை ஒருநாள் வந்து பார்த்தார். என் பணியைப் பாராட்டிப் பேசினார். அவருடைய நிறுவனம் சிறிய டர்போ விமானங்களை இயக்கியது. குஜராத், மஹாராஷ்டிரத்துக்கு உள்ளாக அவருடைய நிறுவனம் சேவை வழங்கியது. 10-20 பேர் அமர முடிந்த விமானங்களை இயக்கினார்.

அவருடைய நிறுவனம் எதனால் முடங்கியது என்று கேட்டேன். 'என் நிறுவனத்தில் 15 விமானிகள் இருந்தனர். ஒருநாள் காலையில் அனை வரும் என் அறைக்கு வந்தனர். ராஜினாமா கடிதத்தைக் கொடுத்தனர். 'ஏன்?' என்று கேட்டேன். ஜெட் ஏர்வேஸ் நிறுவனம் கூடுதல் சம்பளம் கொடுக்கிறது என்று சொன்னார்கள்' என்றார்.

இது பொதுவாக நடக்கும் ஒரு விஷயம்தான். பைலட்களுக்குப் பெரிய நிறுவனத்தின் விமானங்களை இயக்குவதில்தான் கௌரவம். அதில் தான் கூடுதல் பணமும் கிடைக்கும். எனக்கும் இதுபோன்ற ஒரு நிலை வந்துவிடக்கூடாது என்று தீர்மானித்தேன்.

அறுபது விமானங்களை ஒரே நேரத்தில் வாங்குவதால் போட்டியையும் எளிதில் சமாளிக்க முடியும். ஏற்கெனவே இருக்கும் பைலட்களைத் தக்க வைப்பதோடு மட்டுமல்லாமல் புதிய விமானிகளையும் கவர முடியும். நிறுவனத்தின் மீது எல்லாருக்கும் நம்பிக்கையும் வரும் என்று முடிவு செய்தேன்.

மோகனை அழைத்துப் பேசினேன். ஒரு ஏர்பஸ் விமானத்தின் விலை 55 மில்லியன் டாலர். 60 விமானங்களுக்கு சுமார் 3.3 பில்லியன் டாலர் தேவைப்படும். கொஞ்சம் பெரிய தொகைதான். ஆனால், மோகன் ஒரு ஜீனியஸ். முடியாததை எல்லாம் முடித்துவிடக்கூடியவர். பெரிய மலையை உடைப்பதென்றால் நேருக்கு நேராக மோதக்கூடாது. கொஞ்சம் கொஞ்சமாக உடைக்க வேண்டும் என்று ஓர் அருமையான திட்டத்தைச் சொன்னார்.

நாம் அறுபது விமானத்தை இன்றே ஆர்டர் செய்தாலும் வருடத்துக்கு பத்து என்ற கணக்கில்தான் தருவார்கள். பதினைந்து சதவிகித முன்பணம் தரவேண்டும். வங்கியும் கடன் பணத்தைக் கொஞ்சம் கொஞ்சமாகத்தான் தரும். எனவே, அறுபது விமானத்துக்கும் முதலில் ஒரு சதவிகித முன்பணம் கொடுத்து பதிவு செய்துகொண்டு முதல் பத்து விமானத்துக்கு மட்டும் முன்பணம் கொடுப்போம் என்றார். இது எல்லாருக்குமே லாபமாக இருந்தது. விமான நிறுவனமும் விமானங் களை விற்று பணம் சம்பாதிக்க முடிந்தது. வங்கிக்கும் வட்டி கிடைத்தது. எங்களுக்கும் விமானங்கள் கிடைத்துவிட்டன. ஏர்பஸ் நிறுவனத்தின் ஆசிய கிளையின் தலைவர் கிரண் ராவுக்கு போன் போட்டேன். சாவதானமாக எடுத்தார். யார் பேசுவது என்று கேட்டார். என் பெயரைச் சொன்னேன். என்ன வேண்டும் என்றார். அறுபது விமானங்கள் வேண்டும் என்றேன். அதைக் கேட்ட அதிர்ச்சியில் அவருக்கு மாரடைப்பே ஏற்பட்டிருக்கும். இதோ உடனேயே எங்களுடைய வர்த்தகத் தலைவர் ஜான் லேயுடன் பெங்களூரு வருகிறேன் என்றார்.

கிரண் ராவ், ஜான் லே, அவருடைய மனைவி மூவரும் பெங்களூரு வந்தனர். டெக்கான் ஹெலிகாப்டரில் கபினிக்குப் போனோம். அங்கே விலங்குகளைப் பார்த்து ரசித்தோம். இரவில் முகாம் அடித்து ஆற்றோரம் தங்கினோம். தீ மூட்டிக்கொண்டு குளிர் காய்ந்தோம்.

ஹம்பிக்குப் போனோம். சுமார் 20,000 ஹெக்டேர் பரப்பளவில் ஹம்பி கோட்டைச் சிதைவுகள் இருந்தன. துங்கபத்ரை நதி சின்னச் சின்ன தேக்கங்களை உருவாக்கியபடி பாய்ந்துகொண்டிருந்தது. ஆற்றின் கரையோரத்தில் மட்டும் பசுமை காணப்பட்டன. எஞ்சிய பகுதிகள் வறண்டே கிடந்தன. அந்தக் காலத்தில் ரிஷிகள் இங்கு வந்து தவம் செய்ததாக நம்பப்படுகிறது. சூரிய உதயத்தின் போதும் அஸ்தமனத்தின் போதும் ஹம்பி கோட்டைகள் பொன்னிறத்தில் பளபளவென மின்னும். இசைத்தூண்கள், கோட்டைகள், கோயில்கள், அரண்மனைகள், மிகப் பெரிய தர்பார் அரங்கம் என எல்லாவற்றையும் பார்த்து ரசித்தோம்.

புறப்படுவதற்கு முந்தின நாள் மாலையில் துங்கபத்ரா நதியைப் பார்த்தபடி அமைந்த பால்கனியில் நானும் கிரண் ராவும், ஜானும் உட்கார்ந்து கொண்டிருந்தோம். விஸ்கி அருந்தினோம்.

ஜான் மெதுவாகக் கேட்டார்: 'கேப்டன்... விமானங்கள் வாங்குவது தொடர்பாகத்தானே எங்களை வரச் சொன்னீர்கள். நாளை காலையில் நாங்கள் புறப்படப்போகிறோம். இன்னும் நாம் அது பற்றிப் பேச ஆரம்பிக்கவே இல்லையே.'

நான் சொன்னேன்: 'வேண்டுமென்றேதான் அதுபற்றி இதுவரை பேசவில்லை. இரண்டு வழிகள் இருக்கின்றன. முதலாவதாக, நான் ஏற்றுக் கொள்ளமுடியும்படியான ஒரு விலையை நீங்கள் சொல்கிறீர்கள். அறுபது விமானங்களுக்கு ஆர்டர் தருகிறேன். விஷயம் அதோடு முடியும். அல்லது நான் நாலைந்து குழுக்களை நியமித்து ஏர்பஸ்ஸுக்கும் போயிங்குக்கும் இடையிலான சாதக பாதகங்களை அலசி ஆராய்ந்து, இரு கம்பெனி பிரதிதிகளையும் பார்த்துப் பேசி, ஆறு அல்லது ஒன்பது மாதங்கள் கழித்து ஒன்றைத் தேர்ந்தெடுக்கலாம். நான் முதலாவது வழியையே விரும்புகிறேன். எனக்கு விமானத்தின் விலை என்ன என்பது தெரியும். நீங்கள் உள்ள விலையைச் சொன்னால் இந்தப் புண்ணிய பூமியில் பாயும் துங்கபத்ரா நதியின் கரையில் நாம் ஒரு மணி நேரத்துக்குள் அந்த ஒப்பந்தத்தை முடிவு செய்துவிடலாம்' என்று சொன்னேன். ஜானால் நம்பமுடியவில்லை. 'என்ன விலைக்கு வாங்கலாம் என்று நினைத்திருக்கிறீர்கள்?' என்று கேட்டார். 'அறுபது ஏர்பஸ்-320 விமானங்கள் ஒவ்வொன்றுக்கும் 28.5 மில்லியன் டாலர். இதுதான் என் எதிர்பார்ப்பு. நீங்கள் 29 மில்லியன் டாலர் என்று சொன்னால், நாம் போயிங், ஏர்பஸ் இரண்டு நிறுவனங்களுக்கும் டெண்டர் அழைப்பு விடுத்து முடிவு செய்யலாம். முடிவு உங்கள் கையில்.'

கிரணும் ஜானும் விஸ்கி கோப்பையை அப்படியே மேஜையில் வைத்துவிட்டு தங்கள் ஃப்ரெஞ்சு நிர்வாகத்துடன் பேசப் போனார்கள்.

ஒரு மணி நேரம் கழித்து வந்தார்கள். 29 மில்லியன் டாலர் கொடுங்கள். ஒப்பந்தத்தை முடித்துவிடலாம் என்றார்கள். அது முடியாது என்று சொன்னேன். பொதுப் பங்கு முதலீடு அமலுக்கு வந்துவிட்டால் என் அதிகாரம் வெகுவாகக் குறைந்துவிடும். எனவே, யோசித்து அடுத்த நாளுக்குள் ஒரு பதில் சொல்லுங்கள். உங்களுக்கு சம்மதம் என்றால் நாளை காலையில் பத்து மணிக்கு பெங்களூரு போய்விடலாம். ஒரு மணிக்குள் ஒப்பந்தத்தில் கையெழுத்து போட்டுவிடலாம். நான்கு மணிக்கு பத்திரிகையாளர் சந்திப்புக்கு ஏற்பாடு செய்துவிடுவேன் என்றேன். கிரண் ராவ் இரவு உணவுக்குப் பிறகு என்னுடன் பேசினார். என் முடிவை மாற்றிக்கொள்ளவேண்டும் என்று சொன்னார். முடியாது என்று சொல்லிவிட்டேன்.

அடுத்த நாள் காலை உணவுக்கு மேஜையில் உட்கார்ந்திருந்தேன். ஜான் வந்தார். கை குலுக்கினார். வாழ்த்துகள் கேப்டன். 28.5 மில்லியன் டாலருக்கே முடித்துவிடுவோம். சீக்கிரம் பெங்களூருக்குப் போயாக வேண்டும். எங்களுக்கு நிறைய ஆவணங்களைத் தயாரிக்க வேண்டி யிருக்கிறது என்று சொன்னார். உடனே மோகனுக்கு போன் போட்டு விஷயத்தைச் சொன்னேன். ஹெலிகாப்டரில் புறப்பட்டோம். விரூபாக்ஷர் கோயிலை வானிலிருந்தே வலம் வந்தோம். ஹம்பியின் கோட்டைகளை மேலிருந்து பார்த்து ரசித்தபடியே பெங்களூரு போய்ச் சேர்ந்தோம். இரு தரப்பு ஆட்களும் படு மும்முரமாக ஒப்பந்த ஆவணத்தைத் தயாரித்தோம். நான்கு மணிக்குப் பத்திரிகையாளர்கள், காட்சி ஊடகத்தினர் முன்னிலையில் கையெழுத்திட்டோம்.

ஜானுக்கும் கிரணுக்கும் ரொம்ப சந்தோஷம். மார்க்கெட்டிங், விமானிகள் பயிற்சி, மிகச் சிறந்த ஆலோசகர்களை வரவழைத்தல் ஆகியவற்றுக்கு ஜான் 15 மில்லியன் டாலர் நிதி உதவி செய்தார். இதோடு மேலும் ஒரு பத்து மில்லியன் டாலர் பணமும் பைலட், எஞ்சினியர் டிரெய்னிங்குக்காகக் கிடைத்தது. அப்படியாக 25 மில்லியன் டாலர் போனஸாகக் கிடைத்தது.

எங்கள் வங்கிக் கணக்கில் வெறும் ஒரு கோடிக்கும் குறைவான பணமே இருந்தது. எனினும் நாங்கள் 12,000 கோடிக்கான விமானங்களை வாங்க முடிவு செய்திருந்தோம். அந்தத் துணிச்சல் டெக்கானை மட்டுமல்ல இந்திய விமான துறையையே ஒட்டு மொத்தமாக மாற்றிவிட்டது.

இந்த செய்தியைப் படித்த யாராலும் இதை நம்பவே முடியவில்லை. டெக்கான் நிறுவனம் விமான சேவையில் ஈடுபட்ட ஆறே மாதங்களில் 60 விமானங்களை வாங்கி விரிவுபடுத்த முடிகிறதென்றால் இந்தியன் ஏர்லைன்ஸ் ஏன் இன்னும் இதுபோல் ஒன்றைச் செய்ய முடியாமல்

இருக்கிறது என்று எதிர்க்கட்சிகள் ஆளுங்கட்சியை வறுத்தெடுத்தன. பிரஃபுல் படேல் எனக்கு போன் செய்து, உண்மையிலேயே நான் அவ்வளவு விமானங்களை வாங்கப் போகிறேனா என்று கேட்டார். ஆமாம் அதில் என்ன சந்தேகம் என்றேன்.

டெக்கான் நிறுவனம் ஏர்பஸ்ஸுடன் ஒப்பந்தம் செய்துகொண்ட அதே நேரத்தில் ஏ.டி.ஆர். நிறுவனத்துக்கு ஃபிலிப்பினோ புதிய சி.ஈ.ஓ.வாக நியமிக்கப்பட்டார். இத்தாலியரான அவரைப் போன்றவர்களின் நட்பு கிடைப்பது பெரும் அதிர்ஷ்டம் என்றுதான் சொல்லவேண்டும். ஏர்பஸ் ஒப்பந்தத்தைப் போலவே நான் ஒரு தொகையைக் குறிப்பிட்டேன். ஃபிலிப்பினோ ஒப்புக்கொண்டார். எஞ்சினியரிங், பைலட் பயிற்சி என பல உதவிகள் செய்துகொடுத்தார். எங்கள் நிறுவனத்தில் நான் சி.இ.ஓ. வாகச் செயல்படுவதில் சில நெருக்கடிகள் வந்தது. போர்ட் உறுப்பினர்கள் என் தீர்மானங்களை மறுத்துப் பேச ஆரம்பித்தனர். ஃபிலிப்பினோவிடம் நட்பு ரீதியில் ஆலோசனை கேட்டேன். என்ன ஆனாலும் உங்கள் நிலைப்பாட்டை மாற்றிக் கொள்ளாதீர்கள். வியூகம், கொள்கை, கார்ப்பரேட் நிர்வாகம், நிறுவனத்தின் ஒட்டுமொத்தச் செயல்பாடு ஆகியவற்றில்தான் அவர்களுக்குக் கருத்துச் சொல்ல உரிமை உண்டு. நிர்வாகச் செயல்பாடுகளில் குறுக்கிட உரிமை கிடையாது. அதற்கு அனுமதிக்காதீர்கள் என்றார்.

இதனிடையில் மோகன் குமார் ஓர் அற்புதமான திட்டத்தை முன்வைத்தார். லண்டனில் இருந்த ராம்கி சுந்தரத்துடன் கூட்டு சேர்ந்து கொண்டார். அவர் தென் ஆப்பிரிக்காவின் இன்வெஸ்டெக் வங்கியின் பிரதிநிதியாக இருந்தார். ராம்கி அபார அறிவு கொண்டவர். அவர் சொன்ன திட்டம் இதுதான்: இன்வெஸ்டெக் நிறுவனம் ஏர்பஸ்ஸில் இருந்து நாங்கள் வாங்கவிருக்கும் அறுபது விமானங்களையும் முன்பணமாக 100 மில்லியன் டாலர் கொடுத்து எடுத்துக்கொள்ள வேண்டும். விமானத்தின் விலை நாளுக்கு நாள் அதிகரித்துக் கொண்டே இருக்கும். வாடகைக்குக் கொடுக்கும் ஏதாவது ஒரு நிறுவனத்துக்கு 5-8 மில்லியன் லாபத்தில் இதை விற்றுக் கொள்ளலாம். நாளை டெக்கான் நிறுவனம் ஏதாவது காரணத்தினால் வீழ்ச்சி அடைந்தால் இந்த விமானங்கள் எதுவும் முடக்கப்படமாட்டாது. இன்வெஸ்டெக் நிறுவனம் தன் வசம் இருக்கும் விமானங்களை விற்று பணமாக்கிக் கொள்ள முடியும்.

இந்தத் திட்டத்துக்கு இன்வெஸ்டெக் நிறுவனம் ஒப்புக்கொண்டது. ஆனால், ஏர்பஸ் நிறுவனத்திடமிருந்து ஒப்புதல் கடிதம் கிடைக்க வேண்டும் என்று கேட்டுக்கொண்டது. ஏர்பஸ் முதலில் தயங்கியது. ஆனால், நாங்கள் சொல்லும் எந்த நிறுவனத்துக்கும் விமானங்களை

ஒப்படைக்கத் தயாராக இருக்க வேண்டும் என்று ஒரு நிபந்தனையை எங்கள் ஒப்பந்தத்தில் குறிப்பிட்டிருந்தோம். அதைச் சுட்டிக்காட்டி அவர்களை சம்மதிக்கவைத்தோம். இந்த புத்திசாலித்தனமான செயல் பாட்டுக்காக டெக்கானுக்கும் இன்வெஸ்டெக்குக்கும் 'அதி நவீன, புத்திசாலித்தனமான நிதி ஒப்பந்தம்' என்ற பிரிவில் அந்த ஆண்டுக்கான விருது கிடைத்தது. அந்த விருதை வழங்கிய யூரோமணி நிறுவனம் பிரபலமான பப்ளிஷிங், நிகழ்ச்சி ஒருங்கிணைப்பு நிறுவனம் ஆகும்.

மோகன் குமார் இன்னொரு திட்டத்தையும் அமலாக்கினார். அடிக்கடிப் பறக்கும் பயணிகளுக்காக இணைய கூப்பனை அறிமுகப்படுத்தி னோம். ஒரு வருடத்துக்கு 35 முறை பயணம் செய்யலாம். இந்த கூப்பனை வாங்குவதற்கு முன்பாக யார் யாரெல்லாம் இதைப் பயன் படுத்துவார்கள் என்பதை வாங்குபவர் தெரிவித்தாக வேண்டும். அவர் களுடைய அடையாள அட்டை போன்ற பிற ஆவணங்கள் அனைத்தை யும் தரவேண்டும். ஏஜெண்டுகள், பிறவகையான கள்ளச் சந்தைச் செயல்பாடுகளில் இருந்து தப்பிப்பதற்காகவே இந்த ஏற்பாடு. முன்கூட்டியே டிக்கெட்டுகள் கிடைத்ததால் அடிக்கடிப் பறக்கும் பல தனிநபர்களும் நிறுவனத்தினரும் இதைப் பெரிதும் வரவேற்றனர். எங்கள் விமானங்களின் இருக்கைகள் எளிதில் நிரம்ப ஆரம்பித்தன.

ஒவ்வொரு புதிய வழிமுறை அமல்படுத்தப்படும்போதும் மென் பொருளில் அதற்கு ஏற்ப மாற்றங்கள் செய்ய வேண்டியிருந்தது. இணைய கூப்பன்களைச் சாதாரண கட்டண முறையில் அல்லாமல் தனியாகக் கணக்கிட வேண்டியிருந்தது. அதற்கான மாற்றத்தைச் செய்தோம். ஒரு ரூபாய் டிக்கெட் என்பது பலருக்கும் சந்தேகமாக இருந்தது. உண்மையில் ஒருநாள் என்பது இரவு 12 மணிக்கே ஆரம்பித்துவிடுவதால் அந்த நேரத்தில் பதிவு செய்பவர்களுக்குத்தான் அந்த டிக்கெட்டுகள் கிடைக்கும். மிகக் குறைவான டிக்கெட்டுகளே அந்த வகையில் நாங்கள் விற்பனை செய்தோம் என்பதால் பெரும்பாலானவர்கள் முயன்றபோது கிடைக்காமல்தான் இருந்தது. நாங்கள் ஏமாற்றுகிறோம் என்று கூடச் சிலர் நினைத்ததுண்டு. எனவே, நாங்கள் ஒரு ரூபாய் டிக்கெட்டில் பயணம் செய்தவர்களுடைய முகவரியைப் பத்திரிகையாளர்களுக்குக் கொடுத்து அவர்களைப் பேட்டி எடுத்து வெளியிட வைத்தோம்.

நான் விமானத்தில் பிரயாணம் செய்யும் நாட்களில், பயணிகளைச் சந்திக்க விரும்புவதை மைக்கில் அறிவிக்கும்படி ஏர் ஹோஸ்டஸிடம் சொல்வது வழக்கம். அப்படி எல்லா பயணிகளையும் சந்திக்கும்போது ஒரு ரூபாய், 500 ரூபாய் டிக்கெட் வாங்கியவர்களைச் சந்தித்து பேசுவேன். அவர்களிடம் மைக்கைக் கொடுத்து தங்களுடைய

அனுபவத்தைச் சொல்லும்படிக் கேட்பேன். ஒருமுறை ஜம்முவுக்கு தன் மனைவியுடன் ஒருவர் பிரயாணம் செய்தார். 'மாதந்தோறும் ராஜ்தானி எக்ஸ்பிரஸில்தான் போவேன். டெக்கான் விமானம் வந்த பிறகு அதில்தான் பிரயாணம் செய்கிறேன்' என்று உற்சாகத்துடன் சொன்னார். சக பயணிகள் அனைவரும் கைதட்டி வாழ்த்து தெரிவித் தனர். அவருடைய மனைவியோ நாணத்தில் முகத்தை மறைத்துக் கொண்டார்.

சி.கே. பிரகலாத் ஒருமுறை பயணம் செய்தபோது நாலைந்து பழங் குடிப் பெண்கள் தங்களுடைய எளிய பொருள்களுடன் விமானத்தில் பயணம் செய்ததைப் பார்த்திருக்கிறார். உடனே எனக்கு போன் செய்து பாராட்டுத் தெரிவித்தார். 'ஃபார்ச்சூனேட் அட் தி பாட்டம் ஆஃப்தி பிரமிட்' என்றொரு புத்தகம் எழுதியிருந்தார். அதில் பொருளாதார ரீதியாகப் பின்தங்கியவர்களை ஏழைகள் என்று பார்க்காமல் வாடிக்கை யாளர்கள் என்ற கோணத்தில் பார்க்க வேண்டும். பிரமிடின் மேலே இருப்பவர்களை அவர்கள்தான் தாங்கிப் பிடிக்கிறார்கள் என்று எழுதி யிருந்தார். இன்ஃபோசிஸில் ஒரு கருத்தரங்கு நடத்தவிருப்பதாகவும் அதில் நான் பேச வேண்டும் என்று கேட்டுக்கொண்டார். மேலும் அவர் உலகின் மிகச் சிறந்த தொழில் முனைவர்களையும் அவர்கள் செய்த சாதனையையும் பற்றி ஒரு ஆவணப்படம் எடுத்துக் கொண்டிருப்ப தாகவும் என்னைப்பற்றியும் எடுக்கவிரும்புவதாகவும் சொன்னார்.

ஏர்டெக்கான் இணையதளம் இந்தியாவிலேயே மிகப் பெரிய வர்த்தக மையமாக ஆனது. எங்கள் வருமானம் ஆரம்பத்தில் நிதானமாகவும் அதன் பிறகு அதிரடியாகவும் உயர்ந்தது. மூன்று வருட முடிவில் நாளொன்றுக்கு 1.5 மில்லியன் டாலரில் இருந்து 2 மில்லியன் டாலர் வரை சம்பாதிக்க ஆரம்பித்திருந்தோம். ஒன்றரை வருடங்களுக்குப் பிறகு பிரச்னைகள் வர ஆரம்பித்தன.

சவால்கள்

வெற்றியைத் தொடர்ந்து எல்லா இடங்களில் இருந்தும் பாராட்டு மழைகள் வந்து குவிந்தன. கருத்தரங்கம், விழாக்கள், விருந்துகள் என அழைப்புகள் தொடர்ந்து வந்தன. இந்தப் பாராட்டு எனக்கு அல்ல. என் நிறுவனத்துக்குத்தான் சேரவேண்டும் என்று சொன்னேன். கிராமத்துப் பெரியவர்கள் என்னை மனதார வாழ்த்தினர்.

ஆனால், காலப்போக்கில் என்னைச் சந்திக்கும் பலரும் விமானங்கள் சரியான நேரத்துக்கு வந்து போவதில்லை என்று புகார் சொல்ல

ஆரம்பித்தனர். திருமணத்துக்குப் போகமுடியாமல் போய்விட்டது... பரிட்சை எழுத முடியாமல் போய்விட்டது... என்றெல்லாம் புகார்கள் சொல்லப்பட்டபோது மிகவும் வருந்தினேன். முன்பு விமானத்தில் பயணித்திராத பத்திரிகையாளர்கள் பலர் எங்கள் விமானத்தில் அடிக்கடி பயணம் செய்தனர். எந்தப் பிரயாணத்தை எடுத்தாலும் யாராவது ஒரு பத்திரிகையாளர் அதில் இருப்பார். விமானம் தாமதமானால் உடனே அது பத்திரிகைகளில் செய்தியாகிவிடும்.

எங்களுடைய அதிவேக வளர்ச்சியின் காரணமாகச் சில தவறுகள் நடக்க ஆரம்பித்தன. மூன்றே வருடத்தில் ஒரு ஹெலிகாப்டரில் இருந்து 36 ஹெலிகாப்டர்களை இயக்க ஆரம்பித்திருந்தோம். பயணிகளின் எண்ணிக்கை 2000-ல் இருந்து 25,000 ஆக உயர்ந்தது. இரண்டு விமான நிலையங்களுக்கு இடையில் பறக்க ஆரம்பித்து 67 வழித்தடங்களில் விமானங்களை இயக்கி வந்தோம். நாளொன்றுக்கு 380 விமானங்களை இயக்கினோம். அதி வேகமான வளர்ச்சி... அதனால், சரியான இடத்தில், சரியான நபர்கள் இல்லாமல் போக ஆரம்பித்தனர். அதோடு ஆரம்பத்தில் நன்றாக இயங்கிய மென்பொருள் பிரிவு அதிவேக வளர்ச்சிக்கு ஈடுகொடுக்க முடியாமல் தடுமாற ஆரம்பித்தது.

சரியான நபர்களை நியமிக்கும் பொறுப்பை ஸ்பென்சர் ஸ்டூவர்ட் நிறுவனத்திடம் ஒப்படைத்தேன். அவர்கள் தியரி லிண்டேயை அனுப்பினர். அவர் ரியான் ஏர் நிறுவனத்தில் இருந்து வார்விக் பிராடியை எங்கள் நிறுவனத்தில் சேரவைத்தார். பிராடி அறிமுகப் படுத்திய திட்டம் மிகவும் அதிரடியாக இருந்தது. ஏதாவது விமானம் ரத்தாகிவிட்டால் பயணிகளுக்குப் பணம் வாபஸ் தரப்படும். அவ்வளவுதான். பெரிய நிறுவனங்களைப் போல் வேறு விமானத்தில் ஏற்றிவிடவோ, அதுவரையில் ஹோட்டல்களில் தங்க வைத்துப் பராமரிக்கவோ தேவையில்லை. அப்படிச் செய்தால்தான் விமானத்தை சரியான நேரத்தில் இயக்குவது தொடர்பான விஷயங்களில் நம்மால் கவனம் செலுத்த முடியும் என்று சொன்னார். இதில் எனக்கு உடன் பாடில்லை. நம்மை நம்பி வரும் பயணிகளை 'அம்போ' என்று விட்டுவிட எனக்கு மனமில்லை.

எங்கள் நிறுவனம் தொடர்ந்து செய்திகளில் அடிபட்டுவந்தது. இதற்கு முன் இருந்திராத வழித்தடத்தில் விமான சேவையை ஆரம்பித்தது தொடர்பாகப் பாராட்டி ஒருநாள் செய்தி வெளியாகும். அடுத்த நாளே ஏதோ ஒரு வழித்தடத்தில் விமானம் ரத்தானது தொடர்பான செய்தி வெளி யாகும். பயணிகள் கோபத்தில் கத்துவார்கள். திட்டுவார்கள். பத்திரிகை களுக்கு எங்கள் நிறுவனம் தொடர்ந்து செய்திகளை வழங்கி வந்தது.

எங்கள் எஞ்சினியரிங் தொழில்நுட்பத்தையும் விமானச் செயல்பாடுகளையும் மேம்படுத்த வேண்டிய கட்டாயத்தில் இருந்தோம். ஏ.டி.ஆர். விமான உற்பத்தி நிறுவனத்துக்கும் எங்கள் வேகத்துக்கு ஈடுகொடுக்க வேண்டியிருந்தது. சப்ளையர்கள் எதிர்பார்த்த வேகத்தில் செயல்படாததால் ஏ.டி.ஆர். நிறுவனத்தினால் எங்கள் தேவைகளை உரிய நேரத்தில் நிறைவேற்ற முடியாமல் போனது. சில நேரங்களில் தரம் குறைந்த பொருள்களை வழங்கினார்கள். எங்கள் எஞ்சினியர்கள் அவர்களைக் குறை சொன்னார்கள். அவர்கள் எங்கள் எஞ்சினியர்களைக் குறை கூறினார்கள். இப்படியாக ஆளாளுக்கு அடுத்தவர் மேல் பழி போட ஆரம்பித்தனர்.

ஸ்பைஸ் ஜெட், கிங் ஃபிஷர், கோ ஏர், பாராமவுண்ட், இண்டிகோ எனப் பல புதிய நிறுவனங்கள் தொடங்கப்பட்டன. எல்லா நிறுவனங்களும் ஏராளமான விமானங்களை உற்பத்தி செய்யச் சொல்லி ஆர்டர் கொடுத்தன. இதனால் விமான உற்பத்தி நிறுவனங்களுக்கு நெருக்கடி அதிகரித்தது. விமான நிலையங்களுக்கு வந்துபோகும் விமானங்களின் எண்ணிக்கை அதிகரித்தது. இதனால் அங்கும் நெருக்கடிகள் எழ ஆரம்பித்தன. புதிய நிறுவனங்கள் குறைந்த கட்டணத்தில் சேவை வழங்க ஆரம்பித்தன. இதனால் எங்களுக்கு நஷ்டம் ஏற்பட ஆரம்பித்தது.

விஜய் மால்யாவைச் சந்தித்தல்

கிங்ஃபிஷர் ஏர்லைன்ஸை ஆரம்பிப்பதற்கு முன் விஜய் மால்யா என்னைச் சந்திக்க விரும்புவதாகச் சொன்னார். ஏர்பஸ்ஸின் கிரண் ராவ்தான் எங்கள் சந்திப்புக்கு ஏற்பாடு செய்தார்.

நான் ஒரு சாதாரண வீட்டில் வசித்து வந்தேன். என் அலுவலகத்துக்கு நடந்தே போவேன். அல்லது என் சிறிய காரில் பயணம் செய்வேன். ஐந்து நட்சத்திர விடுதிகளில் பெரிதும் தங்கியதே இல்லை. ஆனால், மால்யாவோ இதற்கு நேர்மாறானவர். எதிலுமே பிரமாண்டம், ஆர்ப்பாட்டம், கொண்டாட்டம். அவருடைய வீட்டை அரண்மனை என்று சொன்னால் பத்தாது. தேவலோகத்து இந்திரன் பூமிக்கு வந்தால் நிச்சயம் விஜய் மால்யாவின் வீட்டில்தான் தங்குவார். அந்த அளவுக்கு அழகும் ஆடம்பரமும் நிரம்பியது.

ஏற்கெனவே குஜராத் ஏர், மோடி லுஃப்ட், ஈஸ்ட் வெஸ்ட், தமானியா என பல விமான நிறுவனங்கள் வேகமாக ஆரம்பிக்கப்பட்டு அதைவிட வேகமாக மூடப்பட்டன. மால்யாவும் யு.பி. என்ற விமான நிறுவனத்தை ஆரம்பித்திருந்தார். அதில் ஒரு விமானம் விபத்தில்

சிக்கியது. யாரும் இறந்திருக்கவில்லை. எனினும் அந்த நிறுவனத்தை மூடிவிட்டார். புதிதாக இன்னொரு நிறுவனம் ஆரம்பிக்க இருப்ப தாகவும் செய்திகள் அடிபடத் தொடங்கியிருந்தன. 'கிங்ஃபிஷர் ஏர்லைன்ஸ்' என்ற பெயரையும் அவர்கள் தேர்ந்தெடுத்துவிட்டதாகக் கேள்விப்பட்டிருந்தேன். மால்யா நிச்சயம் மீண்டும் விமான நிறுவனம் ஆரம்பிப்பார் என்று கிரண் ராவும் உறுதியாகச் சொன்னார். எனவே, எங்கள் நிறுவனத்துக்கு விமானங்கள் கொடுத்த ஆறு மாதங்களுக்குப் பிறகு அவர்களுக்குக் கொடுக்கும்படி ஏர்பஸ் நிறுவனத்திடம் கேட்டுக் கொண்டேன். ஆனால், கிரண் ராவோ ஒரு தேர்ந்த வர்த்தகரைப் போல் பதில் சொன்னார். நாங்கள் கொடுக்காவிட்டால் போயிங் நிறுவனத் தினர் கொடுத்துவிடுவார்கள் என்றார். எனக்கு ஒரு விஷயம் புரிய ஆரம்பித்தது. சந்தை வலுவாக வளர்வதற்கு முன்பாகவே ஏராளமான போட்டியாளர்கள் களத்தில் குதித்தால் அது எல்லாருக்கும் தோல்வி யையே தரும். ஏதாவது ஒரு நிறுவனம் மட்டுமே தனிக்காட்டு ராஜாவாக ஆகிவிடும். இது சரியில்லை என்று சொன்னேன். ஆனால், எங்கள் நிறுவனத்தை வளர்ச்சிப் பாதையில் கொண்டுபோக எனக்கு எந்த அளவுக்கு ஆர்வம் இருந்ததோ அதே அளவுக்கு ஏர்பஸ் நிறுவனத்தை முன்னேற்றப் பாதையில் கொண்டு செல்ல அதன் சி.இ.ஓ. ஆர்வமாக இருந்தார்.

மால்யாவின் பங்களாவைச் சுற்றிலும் மிகப் பெரிய புல்வெளி இருந்தது. வீட்டு வாசலுக்கு முன்னால் பிரமாண்ட போர்டிகோ. அதிலிருந்து சற்றுத் தள்ளி ஒரு பெரிய கார் மியூஸியம் இருந்தது. பழங்காலக் கார்களின் மாபெரும் அணிவகுப்பு. போர்டிகோவில் பெண்ட்லி கார் இருந்தது. சற்று தள்ளி மெர்சீடிஸ் ஒன்றும் ஸ்போர்ட்ஸ் காரும் இருந்தன. வீட்டின் ஒரு பகுதியில் அமைதியான கோயில் ஒன்று இருந்தது. நவீன கால மஹாராஜாபோல் இருந்தார் மால்யா. நான் போனபோது வெள்ளி ஊஞ்சலில் ஆடிக் கொண்டிருந்தார். சி.இ.ஓ. ரவி நெடுங்காடி அருகில் இருந்தார். வாயில் ஒரு சுருட்டு புகைந்து கொண்டிருந்தது. சிலருடைய வீடுகளுக்குள் நுழைந்தால் ஊது பத்தி வாசனை வரும். சில வீட்டில் காற்றில் ஆடும் அலங்கார மணிகளின் ஓசை நிறைந்திருக்கும். மால்யாவின் வீட்டில் சுவர் ஓவியங்களிலும் பிற அலங்கார டிசைன்களிலும் சுருட்டுதான் பிரதானமாக இருந்தது.

பட்டிக்காட்டான் நகரத்தைப் பார்ப்பதுபோல் நான் வாய் பிளந்தபடி எல்லாவற்றையும் பார்த்ததை மால்யா புன்முறுவலுடன் கவனித்தார். இன்னொரு இடத்தில் தூண்போல் பெரிதாக இரண்டு ஸ்டேண்டுகள் இருந்தன. என்ன என்று கேட்டேன். ரவி மெல்லச் சிரித்தபடியே மெழுகுவர்த்திகள் என்று சொன்னார். அவ்வளவு பெரிய மெழுகு

வர்த்திகளை ஹைதராபாத்தின் சலர் ஜங் மியூஸியத்தில் கூடப் பார்த்ததில்லை.

மால்யா என்னை வரவேற்றார். வீட்டுக்கு வரும் விருந்தினருக்கு நாம் காபி கொடுத்து உபசரிப்பதுபோல் மால்யா தன்னுடைய ஸ்டைலில் மது பானங்களைக் கொடுத்தார். பீர் மட்டும் போதும் என்று சொன்னேன். கொண்டுவந்தார்கள். சாப்பிட்டோம். மால்யா நேரடியாக விஷயத்துக்கு வந்தார்: 'இதோ பாருங்கள் கோபி. நீங்களும் பெங்களூரைச் சேர்ந்தவர். நானும் பெங்களூரைச் சேர்ந்தவன். எதற்காக இரண்டு ஏர்லைன்ஸ்?' என்றார். நான் வெளிப்படையாகச் சொன்னேன். 'ஒரே ஊரைச் சேர்ந்தவர்கள் என்றாலும் நாம் இருவரும் தனி மனிதர்கள். தனித்தனியான வாழ்க்கைப் பார்வை, வாழ்க்கை முறைகள் கொண்டவர்கள். தனித் தன்மையை விட்டுக் கொடுக்காமல் ஒரே விமான நிறுவனத்தில் எப்படி இருவரும் செயல்பட முடியும்?' என்று கேட்டேன். ஒரே நிறுவனமாக இருந்தால், போட்டி குறையும். உங்கள் நிறுவனத்தில் முதலீடு செய்கிறேன். அதை கிங் ஃபிஷர் என்ற பெயரில் இனிமேல் நடத்துவோம் என்றார்.

'அது நல்ல யோசனைதான். ஆனால், எனக்கு யோசிக்க கொஞ்சம் நேரம் கொடுங்கள். டெக்கானில் நீங்கள் முதலீடு செய்வதில் சிக்கல் இருந்தால் நாம் கூட்டு முயற்சியாக ஏதாவது செய்யலாம். எஞ்சினியர்கள், பைலட்கள் போன்ற அம்சங்களில் பரஸ்பரம் உதவிக் கொள்வோம்' என்று சொன்னேன்.

எந்தவித இலக்கும் இல்லாமல் சுமார் இரண்டு மணிநேரம் பேசினோம். மிகவும் இதமாகவும் ஜாலியாகவும் பேசினார். வெளியில் வந்தபோது என்ன சொல்கிறீர்கள்? என்று கிரண் கேட்டார். நான் சொன்னேன், இது வேலைக்கு ஆகாது. நாங்கள் இருவரும் இரு வேறு பாதையில் செல்பவர்கள். பணம் சம்பாதிக்க வேண்டும் என்பதற்காக நான் இந்த நிறுவனத்தை ஆரம்பிக்கவில்லை. அப்படி நினைத்திருந்தால் எப்போதோ நல்ல லாபத்தில் விற்றிருக்க முடியும். அப்படிச் செய்திருந்தால் இந்திய விமானத் துறையின் சரித்திரம் வேறாகப் போயிருக்கும். என் வாழ்க்கை யும் அதுபோல் ஆகியிருக்கும். நான் அதை விரும்பவில்லை. என்னைப் பொறுத்தவரையில் ஒரு இலக்கை வைத்துக் கொள்வதும் அதற்காக எந்தவிதச் சவால்களையும் சமாளிப்பதும் அதற்காகவே வாழ்க்கையை அர்ப்பணிப்பதும் மட்டுமே உயர்வானது என்று சொன்னேன்.

நான் முடியாது என்று சொன்னதால் கிங்ஃபிஷர் ஏர்லைன்ஸ் புதிதாக ஆரம்பிக்கப்பட்டது. இல்லையென்றால், டெக்கான் நிறுவனத்துக்கு மறுபெயர் சூட்டப்பட்டு அது பிறந்திருக்கும்.

அந்த நேரத்தில் பல குழப்பங்கள் ஏற்பட ஆரம்பித்தன. எங்கள் விமானங்கள் தாமதமாக வந்து போக ஆரம்பித்தன. பல விமானங்கள் ரத்தாகின. நிறுவனம் நஷ்டமடைய ஆரம்பித்தது. ஒரு பிரச்னையைச் சரி செய்ததும் இன்னொன்று முளைத்தது. மக்கள் ஆதரவு குறைய ஆரம்பித்தது. சில தவறுகளுக்கு நாங்கள் காரணம். சில எங்களுக்கு எதிராக இருந்த சூழ்நிலையால் நடந்தன.

புதிய நிறுவனங்கள் ஆரம்பிக்கப்பட்டதால் அவர்களுக்குத் திறமை யான ஆட்கள் தேவைப்பட்டார்கள். எங்கள் நிறுவனத்தில் இருந்து பலரை வலை வீசி இழுத்தனர். எங்கள் நெருக்கடி மேலும் அதிகரித்தது. எஞ்சினியர்களும் பைலட்களும் போட்டி நிறுவனங்களுக்குப் போக ஆரம்பித்தனர். அகமதாபாத் - பெங்களூரு வழித்தடத்தில் இயங்கி வந்த விமானத்தை நிறுத்த வேண்டி வந்தது. ஏனென்றால், அந்த விமானிகளும் எஞ்சினியர்களும் கிங்ஃபிஷர் ஏர்லைன்ஸில் சேர்ந்து விட்டார்கள். இன்னொரு நாள் 15 துணை விமானிகள் ஒரேயடியாக ராஜினாமா கொடுத்துவிட்டு இந்தியன் ஏர்லைன்ஸுக்குப் போய் விட்டனர்.

அந்நிய நாட்டினரைத் துணை விமானிகளாகச் சேர்க்கக்கூடாது என்றொரு விதி வேறு இருந்தது. இவையெல்லாம் எங்கள் நெருக் கடியை அதிகரித்தன. அந்நிய நாட்டினரைத் துணை விமானிகளாகப் பணிபுரிய அனுமதிக்கும்படி நம் அரசாங்கத்திடம் முறையிட்டேன். கேப்டன்கள் விஷயத்தில் நிலைமை மேலும் மோசமாக இருந்தது. பிற நிறுவனங்கள், குறிப்பாக, கிங்ஃபிஷர் நிறுவனம் மிக அதிக சம்பளத்தைக் கொடுக்கத் தயாராக இருந்தது.

விமானத்துறை சாராதவர்களையும் எங்கள் நிறுவனத்தில் சேர்த் திருந்தோம். ஜெட் ஏர்வேஸ் நிறுவனத்தைவிட 20% குறைவான சம்பளமே அவர்களுக்குத் தரப்பட்டது. எனினும் பிற ஊக்கத் தொகைகள், படிகள் ஆகியவற்றைச் சேர்த்துப் பார்த்தால் கூடுதல் சம்பளம் கிடைக்கவே செய்தது. ஆனால், அந்த ஊக்கத் தொகைகள், அதிக நேரம் பறந்தால் (அதிக நேர வேலைக்கு) அதிக சம்பளம் என்ற கணக்கில் தரப்பட்டன. விமானங்கள் ரத்தானதால் இந்த ஊக்கத் தொகைகள் கிடைப்பது குறைந்து போனது. நிறுவனத்தில் ஆரம்பத்தில் சேர்ந்தவர்கள் வேலையை விட்டுப் போகவில்லை. புதிதாகச் சேர்க்கப் பட்டவர்களே அதிக சம்பளம் கிடைத்ததும் போய்விட்டார்கள். நான் புதிதாகச் சேர்ந்தவர்களுடன் விரிவாகப் பேச முடிந்திருக்கவில்லை. விஜய் மால்யா தன் பணியாளர்களிடம் ஒரே ஒரு விஷயம்தான் சொல்லியிருந்தார்: 'டெக்கானில் இருக்கும் மிகச் சிறந்த நபர்களை நம் பக்கம் இழுத்துவிடு.' அதை அவர்கள் சிறப்பாகச் செய்து முடித்தனர்.

தகவல் தொழில் நுட்பமும்– நிதி வசூலும்

எங்கள் வசம் மிகச் சிறந்த பயிற்சியாளர்கள் இருந்தார்கள். பலரைத் தேர்ந்தெடுத்து நல்ல பயிற்சி கொடுத்தோம். ஆனால், பயிற்சி காலம் முடிந்ததும் அதில் கலந்துகொண்ட அனைவரும் அதிக சம்பளம் கிடைக்கிறது என்று வேறு நிறுவனங்களுக்குப் போய்விட்டார்கள். விமான நிலைய நிர்வாகிக்கு எங்கள் நிறுவனத்தில் ரூ 35,000 சம்பளம் கொடுத்தோம். ஸ்பைஸ் ஜெட் நிறுவனத்தில் 1,50,000 ரூபாய் சம்பளமாகக் கொடுத்தார்கள். எங்கள் பைலட்டுக்கு இரண்டு லட்சம் சம்பளம் கொடுத்தோம். கிங்ஃபிஷர் நிறுவனம் 3,50,000 சம்பளம் கொடுத்தார்கள். குஜராத் ஏர்வேஸ் டைரக்டர் என்னிடம் சொன்னது நினைவுக்கு வந்தது.

இன்னொரு நாள் எங்கள் நிறுவனத்தில் இருந்து 12 எஞ்சினியர்கள் ஒரே நாளில் ராஜினாமா செய்துவிட்டு கிங்ஃபிஷர் நிறுவனத்துக்குப் போனார்கள். எனக்கு பயங்கர கோபம் வந்தது. பத்திரிகைகளில் மால்யாவின் கீழ்த்தரமான செயல்கள் பற்றிப் பேட்டி கொடுத்தேன். அவரும் பதிலுக்கு என்னைத் தாக்கிப் பேசினார். இருவருக்குமிடையிலான கோபதாபங்கள் கொஞ்சம் குறைந்த பிறகு நேரில் சந்தித்துப் பேசினோம். நீங்கள் இப்படி அதிக சம்பளம் கொடுத்து ஆட்களை வளைத்துப் போடுவதால் நீண்ட கால அளவில் உங்களுக்குத்தான் நஷ்டம். அதிகரித்த சம்பளத்தைக் குறைக்கவே முடியாது. நீங்கள் ஏன் வெளிநாடுகளில் இருந்து ஆட்களை வரவைத்துக் கொள்ளக்கூடாது என்று கேட்டேன். 'நீங்கள் சொல்வது சரிதான்' என்றார். இனிமேல் இதுபோல் அடுத்த நிறுவனத்தின் ஆட்களை வளைத்துப் போடுவது கூடாது என்று ஒப்பந்தம் செய்துகொண்டோம்.

ஆனால், அந்த நிறுவனத்தினர் அந்த வேலையைத் தொடர்ந்து நடத்தி வந்தனர். விஜய் மால்யா மிகவும் பிஸியான மனிதர். எனவே, இந்த விஷயங்கள் அவருக்குத் தெரிந்திருக்காது என்று நம்பவே விரும்புகிறேன். ஒருநாள் அவருக்கு போன் போட்டு என் கோபத்தை வெளிப்படுத்தினேன். அவரும் பதிலுக்கு சூடான வார்த்தைகள் பேசினார்.

இந்திய விமான உள்கட்டமைப்பு வசதிகளும் மிகவும் மோசமாக இருந்தன. விமான எண்ணிக்கை அதிகரித்துவிட்டதால் அவற்றை விமான நிலையங்களால் கையாள முடியவில்லை. டில்லி, மும்பை, கொல்கத்தா, சென்னை, பெங்களூரு என எல்லா இடங்களிலும் இட நெருக்கடி அதிகமாக இருந்தது. விமானம் இறங்க அனுமதி கிடைக்காமல் வானிலேயே ஒரு மணி நேரத்துக்குச் சுற்ற வேண்டி வந்துவிடும். ஒரு நிமிடம் அப்படிச் சுற்றினாலே ரூ.1,300 எரிபொருள் செலவாகும்.

இதுபோல் பல தடவை நடந்ததால் எங்களுக்கு சமாளிக்க முடியாமல் போனது. பிற நிறுவனங்களுக்கு ஸ்பேர் விமானங்கள் கைவசம் இருந்தன. ஏதாவது ஒன்று தாமதமானால் அல்லது ரத்தானால் கைவசம் இருக்கும் ஸ்பேர் விமானத்தை வைத்து சமாளித்துவிட முடிந்தது. எங்களிடம் ஸ்பேர் விமானங்கள் இல்லை என்பதால் நிலைமை மோசமாகிக் கொண்டே போனது.

குறைந்த கட்டண விமான சேவை என்றவகையில் சிறிய விமான நிலையங்களுக்குப் போய்வந்தோம். அங்கு புதிதாக இன்னொரு பிரச்னை எழுந்தது. அந்தச் சிறிய விமான நிலையங்கள் எல்லாம் பாது காப்பு அமைச்சகத்தின் கட்டுப்பாட்டில் இருந்தன. நாளொன்றுக்குச் சில மணி நேரம் அந்த விமான நிலையங்கள் மூடப்பட்டுவிடும். குறிப்பிட்ட நேரத்தில் எங்களால் அங்கு போக முடியவில்லை யென்றால் பெரிய பிரச்னையாகிவிடும். அதோடு அரசு விமான நிலையங்களில் ஆறு மணி வரை மட்டுமே வேலை செய்வார்கள் இரவில் விமானங்கள் வந்துபோக முடியாது. விமான நிறுவனங்களின் எண்ணிக்கை அதிகரித்த பிறகும் அதற்கு ஏற்ப விமான நிலையங்களில் ஆட்களின் எண்ணிக்கையை ஏ.ஏ.ஐ. அதிகரிக்கவே இல்லை.

எல்லா பிரச்னைகளையும் ஒவ்வொன்றாகத் தீர்த்த பிறகு ஒவ்வொரு பயணிக்கும் சுமார் 300-500 ரூபாய் நஷ்டத்தை நாங்கள் சந்திக்கும் நிலையில் இருந்தோம். எங்கள் டர்ன் ஓவர் 2,000 கோடியைத் தாண்டியிருந்தது. கொஞ்ச காலத்துக்குத் தாக்குப்பிடித்தால் போதும். நிலைமை சரியாகிவிடும். ஆனால், விமான நிலைய உள்கட்டுமானப் பிரச்னைகளில் இருந்து நாங்கள் மீள ஆரம்பித்த நேரத்தில் தகவல் தொழில் நுட்பம் பேரிடியைத் தந்தது.

எங்கள் டிக்கெட் முன்பதிவு பணியை ஐ.ஜி.டி. நிறுவனத்துக்கு அவுட் சோர்ஸ் செய்திருந்தோம். அதன் தலைவர் ராகுல் பாட்டியா மீது எனக்கு மிகுந்த நம்பிக்கை இருந்தது. அவரை விட எனக்கு அவருடைய ஊழியர்கள் மீது எனக்கு மிகுந்த நம்பிக்கை இருந்தது என்று சொல்வது தான் சரி. துடிப்பானவர்கள், திறமையானவர்கள். கடின உழைப்பாளி கள். ஆனால், ராகுல் பாட்டியா புதிதாக விமான நிறுவனம் ஆரம்பிக்கப் போவதாக வதந்திகள் வர ஆரம்பித்தன.

நான் முதலில் நம்பவில்லை. ஆனால், அதுதான் நடந்தது.

அமெரிக்காவில் இருந்து வந்த ராகேஷ் கங்கவாலுடன் சேர்ந்து இண்டிகோ விமான நிறுவனத்தை ஆரம்பித்தார். எங்கள் நிறுவனத்தினர் முன்பே எச்சரித்தார்கள்: 'கேப்டன்... நிலைமையைப் புரிந்து கொள்ளுங்கள். கண்ணை மூடிக் கொள்ளாதீர்கள்.' அதற்கு மூன்று

காரணங்களைச் சொன்னார்கள். முதலாவதாக, எங்கள் முன்பதிவு சேவை சில நேரங்களில் ஒரேயடியாகச் செயல் இழந்து போக ஆரம்பித்தது. அந்த நேரத்தில் ஏஜெண்ட்டுகளோ வேறு பயணிகளோ யாருமே டிக்கெட் பதிவு செய்ய முடியாமல் போனது. இதனால் எங்களுக்கு நஷ்டம் ஏற்பட்டதோடு பிற நிறுவனங்கள் பலனடைந்தன. இரண்டாவதாக இண்டிகோ நிறுவனத்தை ஆரம்பித்தபோது ராகுல் பாட்டியா தன்னுடைய முன்பதிவு மென்பொருளை அதில் பயன்படுத்தவில்லை. நேவிடைர் நிறுவனத்தின் மென்பொருளையே பயன்படுத்தினார். அதாவது, அவருடைய நிறுவனத்தின் மென்பொருள் மீது அவருக்கே நம்பிக்கை இல்லை. ஆனால், அதைத்தான் எங்களுக்குத் தந்திருக்கிறார்.

மூன்றாவதாக பாட்டியாவிடம் எங்களுடைய அனைத்துத் தகவல்களும் இருந்தன. எந்த வழித்தடங்கள் லாபகரமாக இயங்குகின்றன... எதில் எல்லாம் என்னென்ன சிக்கல்கள் இருக்கின்றன... என எல்லாமே அவருக்குத் தெரியும். பல சுற்றுப் பேச்சுவார்த்தைகளுக்குப் பிறகு அந்த மென்பொருளை எங்களுக்கு விற்க சம்மதித்தார். வெர்ஷன்-2 உருவாக்கியிருந்தார். அதை 7 மில்லியன் டாலர் கொடுத்து வாங்கிக் கொண்டோம். பழைய சிஸ்டத்தில் இருந்து தகவல்கள் அனைத்தும் புதிய சிஸ்டத்துக்கு மாற்றப்பட்டாக வேண்டும். இதற்கு பாட்டியாவும் அவருடைய பணியாளர்களும் முழு ஒத்துழைப்பு தரவேண்டியிருந்தது. ஆனால், பாட்டியாவோ மிகவும் மெத்தனமாகவே நடந்துகொண்டார். அதற்கான இழப்பை நாங்களே சுமக்க வேண்டியிருந்தது.

உலகம் முழுவதும் பெரும் பாராட்டைப் பெற்றிருக்கும் இந்திய மென்பொருள் துறை ஏன் விமானப் பிரிவில் அக்கறை காட்டவில்லை என்று அஸிம் பிரேம்ஜியிடம் கேட்டேன். 'கேப்டன், அதற்கெல்லாம் நிறைய முதலீடு தேவைப்படும். ஒரு மிகப் பெரிய லைவ் பிளாட்ஃபார்மில் அதை சோதித்துப் பார்க்க வேண்டியிருக்கும். ஐ.ஜி.டி. நிறுவனத்தினர் உங்களுடைய ஃபிளாட்ஃபார்மை தங்களுடைய பரிசோதனைக் களமாகப் பயன்படுத்தி கொண்டிருக்கிறார்கள்' என்றார்.

அவர் சொன்னதைக் கேட்டதும் எனக்கு முதுகுத் தண்டு சில்லிட்டது. கடைசியில் நம்மை சோதனைச் சாலை எலிபோல் பயன்படுத்தியிருக்கிறார்களா என்று பயங்கரமாகக் கோபம் வந்தது. எங்களை மிக மோசமாக ஏமாற்றிய விரோதியிடமிருந்து மிகவும் எச்சரிக்கையாகத் தப்பிக்க வேண்டும் என்று மோகனும் நானும் யோசித்தோம். நேராக நேவியேட்டர் நிறுவனத்துக்குச் சென்று சந்தித்து அவர்களுடைய மென்பொருளைக் கொடுக்கும்படிக் கேட்டோம். பாட்டியாவிட மிருந்து அனுமதி பெற்று வாருங்கள் என்று சொன்னார்கள். அவரோ

தன்னுடைய நிறுவனத்துடனான ஒப்பந்தம் முடிவடையும் வரையில் வேறு யாரும் குறுக்கிடக்கூடாது என்று சொல்லிவிட்டார். நேவியேட்டருக்கு லீகல் நோட்டீஸும் கொடுத்துவிட்டார். வேறொரு நிறுவனத்தைத் தேடிப் போக முடிவு செய்தோம். அமெரிக்காவில் இருக்கும் ராடிக்ஸ் நிறுவனத்தைத் தொடர்புகொண்டோம்.

அதிகப் பயணிகளை எளிதில் கையாளும்படியாகப் புதிய மென்பொருளை உருவாக்கும்படி அந்த நிறுவனத்திடம் கேட்டுக்கொண்டோம். எல்லா வேலைகளும் மிகவும் ரகசியமாக மேற்கொள்ளப்பட்டன. எல்லாம் தயாரானதும் நீதிமன்றங்கள் மூடப்போகும் நேரத்தில் அதாவது மாலை ஐந்து மணிக்கு ஒரு புகாரை தாக்கல் செய்தோம். அதில் ஐ.ஜி.டி. நிறுவனம் எங்கள் வர்த்தக நோக்கங்களுக்கு எதிராகச் செயல்படுவதால் புதிய நிறுவனத்துடன் ஒப்பந்தம் செய்துகொள்ளத் தீர்மானித்திருப்ப தாகத் தெரிவித்தோம். ஐ.ஜி.டி. நிறுவனத்துக்கு எங்கள் செயல்பாடு களைத் தடுக்கும் தடையாணை அதிகாரத்தைக் கொடுக்கக்கூடாது என்றும் கேட்டுக் கொண்டோம்.

ஆனால், மூன்று மாதத்துக்கு நாங்கள் பெரும் நெருக்கடியைச் சமாளிக்க வேண்டியிருந்தது. ஐ.ஜி.டி. மூலமாக முன்பதிவு செய்தவர்களுடைய பெயர்கள் எதுவும் புதிய சிஸ்டத்தில் இடம்பெறவில்லை. ராடிக்ஸ் நிறுவனம் புதிய கணக்கைத் தொடங்கி டிக்கெட்டுகள் வழங்கியது. இதனால், ஐ.ஜி.டி. மூலம் டிக்கெட் வாங்கியவர்களுக்கு நஷ்ட ஈடு கொடுத்து அனுப்ப வேண்டியிருந்தது. மூன்று மாதகாலத்துக்கு இந்தச் சிக்கல் நீடித்தது. ஊடகத்தினருக்கு ஒரே கொண்டாட்டம். டெக்கான் அதிக டிக்கெட்டுகளைக் கண்மூடித்தனமாக விற்றுவிட்டதாக குற்றம் சாட்டினர். டெக்கான் சரித்திரத்தில் மிக மோசமான காலகட்டம் அது. மக்கள் மத்தியில் எங்களுடைய மரியாதை தரைமட்டமானது.

நாளொன்றுக்கு எட்டு கோடி தேவை என்ற நேரத்தில் எங்களுக்கு வெறும் ஏழு கோடி மட்டுமே கிடைத்தது. அப்படியாக நாளொன்றுக்கு ஒரு கோடி நஷ்டம். எங்களுடைய முதலீடுகள் கரைய ஆரம்பித்தன. பிற விமான நிறுவனங்களும் நஷ்டத்திலேயே நடந்தன. ஜெட் ஏர்வேஸுக்குப் பங்குச் சந்தையில் ஒரு டாலர் கூட அதிகப்படுத்தி விற்க முடியவில்லை. கிங்ஃபிஷருக்கும் ஓப்பன் மார்க்கெட்டில் எந்த லாபமும் ஈட்ட முடியவில்லை. இண்டிகோவுக்கும் தேவையான நிதியைச் சேகரிக்க முடியவில்லை.

தகவல் தொழில்நுட்பத்தில் இருந்த பிரச்னையைத் தீர்க்க டெக்கானுக்கு மூன்று மாதங்கள் ஆனது. விமானப் போக்குவரத்துகள் ஒழுங்குபடுத்தப் பட்டன. தாமதங்கள் குறைந்தன. எஞ்சினியரிங் பிரச்னைகளும் வெகுவாகக் குறைந்தன.

டெக்கான் எல்லா பிரச்னைகளையும் சமாளித்து மீண்டும் வெற்றி வானில் பறக்க ஆரம்பித்துவிடும் என்ற நம்பிக்கை பிறந்தது. மக்கள் மத்தியில் இழந்த செல்வாக்கு மீண்டும் அதிகரிக்க ஆரம்பித்தது. எங்களுடைய இந்தப் புதிய மாற்றம் குறித்து பயணிகளிடம் இருந்து பாராட்டு மழைகள் குவிய ஆரம்பித்தன. விமான நிறுவனங்களின் செயல்பாடு பற்றிய தர மதிப்பீட்டு அறிக்கையை வெளியிடும்படி டி.ஜி.சி.ஏ.வைக் கேட்டுக் கொண்டேன். குறிப்பிட்ட நேரத்தில் வந்து போவதில் ஆரம்பித்து பிற பிரயாணச் செயல்பாடுகள் அடிப்படை யிலான அந்தத் தர வரிசைப் பட்டியலில் டெக்கான் மற்ற விமான நிறுவனங்களைத் தோற்கடித்து முன்னணிக்கு வந்தது.

67 நகரங்களுக்கு இடையே டெக்கான் விமானங்களை இயக்கி வந்தது. ஜெட் ஏர்வேஸும் இந்தியன் ஏர்லைன்ஸும் வெறும் 43 நகரங்களுக்கு இடையே மட்டுமே சேவை வழங்கிவந்தன. நான்கே வருடங்களில் இந்தியன் ஏர்லைன்ஸை டெக்கான் மிஞ்சிவிட்டது. அரசியல் தலை வர்கள் தங்கள் பயணங்களுக்கு டெக்கானையே பெரிதும் பயன்படுத்த ஆரம்பித்தனர்.

இன்னும் சிறிது அவகாசம் தரப்பட்டிருந்தால் எல்லா நெருக்கடிகளில் இருந்தும் மீண்டிருப்பேன். தகவல் தொழில்நுட்ப பிரச்னைகள் வராமல் இருந்திருந்தால் நிலைமை இன்னும் சீராக இருந்திருக்கும். எங்களுடைய 4,000 பணியாளர்களின் நலனையும் நான் கருத்தில் கொள்ள வேண்டியிருந்தது. சில்லறை முதலீட்டாளர்கள் உட்பட பலருக்குப் பதில் சொல்லக் கடமைப்பட்டிருந்தோம்.

அந்நிய முதலீட்டை அனுமதித்தால் என்னுடைய அதிகாரம் குறையும் என்பது உண்மைதான். ஆனால், டெக்கானைக் காப்பாற்ற வேண்டு மானால் அதைத் தவிர வேறு வழியில்லை என்ற நிலை ஏற்பட்டது. என் கனவு நிறுவனம் எந்த நிலையிலும் முடங்கக் கூடாது என்று மனதுக்குள் நினைத்தேன்.

ஈடெல்வெய்ஸ் என்ற நிதி ஆலோசனை நிறுவனத்திடம் பங்குச் சந்தையில் நிதி சேகரிக்கும் பொறுப்பை ஒப்படைத்தேன். தன்னுடைய நிறுவனத்துடன் சேர்த்துவிடும்படி மால்யா தொடர்ந்து வற்புறுத்தி வந்தார். நம் இருவருடைய வழிமுறைகளும் இலக்குகளும் முற்றிலும் வேறானவை என்று சொல்லி மறுத்து வந்தேன். நான் செவ்வாய் கிரகத்தைச் சேர்ந்தவன். அவர் வெள்ளி கிரகத்தைச் சேர்ந்தவர் என்று ஒருநாள் பத்திரிகையாளர் சந்திப்பில் தெரிவித்தேன். இரு நிறுவனங் களுக்கு இடையே இணைப்பு என்பது சாத்தியமே இல்லை. டெக்கானின் வளர்ச்சிக்கு அது எந்த வகையிலும் உதவாது. டெக்கான்

மிகப் பெரிய நிறுவனம். அதன் வருமானத்தை வைத்துப் பார்த்தால் கடன்கள் மிகவும் குறைவுதான் என்று சொன்னேன்.

ரிலையன்ஸ்

டெக்கானில் முதலீடு செய்வது யாருக்கும் மிகப் பெரிய ஆதாயம்தான். உள்கட்டமைப்பு, பல்வேறு வழித்தடங்களில் சேவைகள், மனித சக்தி, நிபுணத்துவம் என எல்லாமே டெக்கானில் இருந்தது. மிகக் குறைந்த செலவில் விமான சேவையை வெற்றிகரமாக வழங்க முடிந்தது. நிறுவனத்தின் பேரில் கணிசமான சொத்து இருந்தது. சென்னையில் எங்களுக்கென்று சொந்தமாக ஒரு ஹேங்கர் இருந்தது. இந்தியா முழுவதும் எட்டு இடங்களில் எங்கள் விமான தளங்கள் இருந்தன. 500 பைலட்கள், 5,000 எஞ்சினியர்கள் இருந்தனர். அனைத்துச் செயல்பாடுகளிலும் அற்புதமாக, துல்லியமாகச் செயல்பட்டோம். ஜனாதிபதியில் இருந்து சாதாரண மனிதர் வரை அனைவரும் உச்சரிக்கும் வார்த்தையாக டெக்கான் இருந்தது.

என்னை விட மிகச் சிறப்பாக நிறுவனத்தை எடுத்து நடத்தக்கூடிய ஒருவரையே கூட்டாளியாகச் சேர்த்துக் கொள்ள வேண்டும் என்று நினைத்தேன். பல்வேறு வழித்தடங்களில் சேவையை ஆரம்பிக்கக் கூடியவராக இருக்க வேண்டும். இப்போது கிடைப்பதைவிட ஒரு பயணிக்கு ரூ 600 அதிகம் கிடைத்தால் போதும். எங்களால் நிச்சயம் வெற்றியை எட்டிவிட முடியும். ஆனால், அதை எப்போது அடைய முடியும் என்று என்னால் சொல்ல முடியவில்லை. எரிபொருள் விலை கூடிக்கொண்டே இருந்தது. விமான நிலையத்தில் நெரிசல் அதிகமாகிக் கொண்டிருந்தது. எல்லா விமான நிறுவனங்களும் புதிதாக விமானங்களைக் களமிறக்கிக் கொண்டிருந்தன. இதே நிலை தொடர்ந்தால் நாளை பெரும் சிக்கலாகிவிடும். எங்கள் பணியாளர்கள், முதலீட்டாளர்கள், வாடிக்கையாளர்கள் அனைவருக்கும் நான் பதில் சொல்லியாக வேண்டியிருக்கும். எனவே, என் ஈகோவைத் திருப்திப்படுத்துவதைவிட நிறுவனத்தின் நலன் எதுவோ அதையே செய்யவேண்டும் என்று தீர்மானித்துக்கொண்டேன். எளிய மக்கள் பறப்பதைச் சாத்தியமாக்கிய என் கனவு தோற்காமல் இருக்க வேண்டுமென்றால் உடனடியாக ஏதாவது மாற்று ஏற்பாட்டைச் செய்தாக வேண்டும் என்பது புரிந்தது.

ரிலையன்ஸ் மியூச்சுவல் ஃபண்ட்ஸின் மது கேலாவுக்கு முதலில் போன் போட்டேன். எங்களுக்கு கணிசமான பங்கைக் கொடுங்களேன் என்று கேட்டார். அனில் அம்பானியின் வலது கரமாக விளங்கிய அமிதாப்

ஜுன்ஜுன்வாலாவைச் சென்று சந்தித்தேன். அதன் பிறகு அனில் அம்பானியையும் சந்தித்தேன். அப்போதுதான் சகோதரர் முகேஷ் அம்பானியுடனான அனிலின் சண்டை ஒருவழியாக முடிந்திருந்தது.

இந்தியாவின் மிகப் பெரிய வர்த்தக சாம்ராஜ்ஜியத்துக்கு அம்பானி சகோதரர்கள் சொந்தக்காரர்களாக இருந்தனர். முகேஷின் உதவி இல்லாமல் அனில் அம்பானியால் வெற்றி பெற முடியுமா என்ற சந்தேகம் அனைவருக்கும் இருந்தது. இரண்டாகப் பிரிக்கப்பட்ட பிறகு வளர்ச்சி பாதியாகக் குறைந்து போய்விடும் என்று எதிர்பார்க்கப் பட்டது. ஆனால், இரண்டு தனி நிறுவனங்களாக வளரத் தொடங்கியது. ஒரு சகோதரர் முதலிடத்தைப் பிடித்தார். அடுத்தவர் இரண்டாவது இடத்தைப் பிடித்தார்.

அனில் அம்பானி அதிரடியாக முன்னேறி வந்தார். அவருடைய மியூச்சுவல் ஃபண்ட் மிகப் பெரிய நிறுவனமாக வளர்ந்தது. இன்ஃபோ காம் நிறுவனம் முந்தைய நஷ்டத்தை ஈடுகட்டி வெற்றிப்பாதையில் நடக்க ஆரம்பித்தது.

அனில் அம்பானியை இரண்டாவது தடவையாக அவருடைய அலுவலகத்தில் சந்தித்தேன். மதிய உணவை அவருடன் உண்டேன். அவரே பரிமாறினார். சாப்பிட்டு விட்டு சுமார் மூன்றரை மணி நேரம் பேசினோம். என் கனவுகளை அரை மணி நேரம் விவரித்தேன். அடுத்த மூன்று மணி நேரம் அவர் பேசினார். ரிலையன்ஸ் பற்றியோ டெக்கானில் முதலீடு செய்வது பற்றியோ எதுவுமே சொல்லவில்லை. அவருடைய அப்பா ரிலையன்ஸ் நிறுவனத்தை எப்படியெல்லாம் பாடுபட்டு வளர்த்தார் என்பதைப் பற்றிப் பேசினார். ஒரு பெட்ரோல் பங்கில் உதவியாளராகப் பணிபுரிந்த தீருபாய் அம்பானி, ஆரம்ப காலத்தில் பள்ளிக்கு சைக்கிளில் போய்வந்திருக்கிறார். இரவு பகல் பாராமல் உழைத்திருக்கிறார். அவருடைய கதையைச் சொன்னதன் மூலம் அனில் அம்பானி ஒரே ஒரு விஷயத்தை எனக்குச் சொல்ல வருவது புரிந்தது: தீருபாய் அம்பானியின் பெயருக்கு எந்தவிதக் களங்கமும் வந்துவிடக்கூடாது. அந்த நற்பெயரை யாரும் தவறாகப் பயன்படுத்திவிடக்கூடாது.

எனக்கு அவர் சொல்லாமல் சொன்னது புரிந்தது. நாங்கள் விடை பெறும்போது நான் சொன்னதாக செய்தித்தாள்களில் அவர் படித்த ஒரு விஷயத்தைச் சொல்லிப் பாராட்டினார். 'சண்டை போடுவதானால் என்னுடன் நேரடியாகப் போடவேண்டும் அரசியல்வாதிகளின் பின்னால் ஒளிந்துகொண்டு அதைச் செய்யக்கூடாது' என்று நரேஷ் கோயலைப் பார்த்து ஒருமுறை சொல்லியிருந்தேன். என் அந்தத்

துணிச்சலைப் பாராட்டுவதாக அனில் சொன்னார். அவர் முதலீடு செய்ய ஆர்வத்துடன் இருப்பதாகவும் அவருடைய நிதித்துறைச் செயலாளர்களின் ஆலோசனையைக் கேட்டு அடுத்த கட்டச் செயலில் ஈடுபட விரும்புவதாகவும் சொன்னார்.

சில நாள்கள் கழிந்தன. எந்த முன்னேற்றமும் தெரியவில்லை. அனில் அம்பானி உண்மையிலேயே எங்கள் நிறுவனத்தில் முதலீடு செய்ய ஆர்வத்துடன் இருக்கிறாரா... என் நேரத்தையும் அவருடைய நேரத்தையும் வீணடிக்க விரும்பவில்லை என்று கே.வி. காமத் இடம் கேட்டேன். 'ஆர்வத்துடன் தான் இருக்கிறார். மற்றவற்றை நீங்கள் இருவரும்தான் பேசிக் கொள்ள வேண்டும்' என்று காமத் பதில் சொன்னார்.

அதன் பிறகு அனில் அம்பானியை இரண்டு மூன்று தடவை சந்தித்தேன். எங்கள் இரு நிறுவனங்களின் நிதிக் குழுவினர்களும் அடுத்த மூன்று மாதங்கள் ஆய்வுகளில் ஈடுபட்டனர். எங்கள் நிறுவனத்தின் அனைத்து ஆவணங்களையும் சரி பார்த்தனர். முதல் கட்ட ஒப்பந்தத்தில் கையெழுத்திட்டோம். எல்லா வேலைகளையும் ரகசியமாகவேதான் செய்தோம். அதற்குள் எப்படியோ செய்தி வெளியே கசிய ஆரம்பித்துவிட்டது. ரிலையன்ஸின் செல்வாக்கு என்னவென்றால், அந்த நிறுவனம் முதலீடு செய்யப்போகிறது என்றதும் எங்கள் பங்குகளின் விலை மளமளவென அதிகரிக்க ஆரம்பித்துவிட்டது. அது எங்களுக்கு நல்லதுதான். ஆனால், முதலீடு செய்பவர்களுக்கு மிகவும் கஷ்டம். செபி வழிகாட்டுதலின்படி, அனில் அம்பானி எங்கள் நிறுவனத்தின் 26 சதவிகிதப் பங்குகளை வாங்கிக் கொள்ளலாம். 20 சதவிகிதப் பொது பங்குகளை நிறுவனத்தில் நேரடியாக முதலீடு செய்யும் பணத்துக்குத் தகுந்த விலையில் வாங்கிக் கொள்ள வேண்டும்.

அனில் அம்பானி ஒரே ஒரு விஷயத்தில் கவனமாக இருந்தார். முதலீட்டாளர்களுக்கு எப்போதும் லாபத்தை ஏற்படுத்தித் தரவேண்டும். டெக்கான் எளிய மனிதர்களுக்கும் பறக்க வழி செய்து கொடுத்திருக்கிறது. அதுபோலவே ரிலையன்ஸூம் சாதாரண மக்கள் வாங்கிய பங்குகளுக்கும் பெரும் லாபத்தை ஈட்டித் தந்திருக்கிறது. ஒருவேளை டெக்கானின் நஷ்டங்கள் தொடர்ந்து கொண்டிருந்தால் ரிலையன்ஸ் நிறுவனம் முழு கட்டுப்பாட்டையும் எடுத்துக் கொள்வதைத் தவிர வேறு வழியில்லை. அது என் தலைமைக்கு வேட்டு வைத்துவிடும். ஆனால், எனக்கு நிறுவனமும் அதன் பணியாளர்களும் முதலீட்டாளர்களுமே முக்கியம். எனவே, அதற்குத் தயாராக இருந்தேன்.

தேவைப்பட்டால் ரிலையன்ஸ் அதிக பணத்தை முதலீடு செய்யும். அதன் மூலம் டெக்கானின் 51% பங்குகள் ரிலையன்ஸ் வசம் போனாலும் பரவாயில்லை. பங்குகளின் விலையை இரு தரப்பினரும்

உட்கார்ந்து முடிவு செய்தோம். ஆரம்ப கட்ட முதலீடு எவ்வளவு இருக்க வேண்டும்? புதிய நிறுவனத்தில் யார் யார் என்னென்ன பதவிகளில் இருக்க வேண்டும்? என்பதெல்லாம் பேசி முடித்தோம். அடுத்த பதினைந்து நாட்களில் இறுதி ஒப்பந்தத்தில் கையெழுத்திட வேண்டும் என்று முடிவு செய்துகொண்டோம்.

நாங்கள் இருவரும் இதுவரை சட்டபூர்வமாக எதுவும் கையெழுத் திட்டிருக்கவில்லை. கடைசி நேரத்தில் எது வேண்டுமானாலும் நிகழ லாம் என்பது எனக்குத் தெரிந்துதான் இருந்தது. பல்வேறு நிறுவனங் கள் என்னுடன் பேசிவந்தன. அமெரிக்க விமான நிறுவனங்கள் பலவற்றுக்கு நிதி உதவி செய்துவந்த 'டெக்சாஸ் ஸ்பெசிஃபிக்' க்ரூப்பின் தலைவர் டேவிட் போண்டர்மேன் தொடர்புகொண்டு பேசினார். ரியான் ஏர் நிறுவனத்தின் தலைவராகவும் இருந்திருக்கிறார். எங்கள் ஹெலிகாப்டரில் ஓரிரு முறை பயணம் செய்திருக்கிறார். மும்பையில் இருக்கும் அவருடைய குழுவினரை எனக்கு நன்கு தெரியும்.

ரிலையன்ஸ் கடைசி நேரத்தில் காலைவாரிவிட்டால் என்ன செய்வது என்ற பயம் என் மனத்தில் இருக்கத்தான் செய்தது. அப்படி நடக்கும் என்று சொல்ல முடியாது ஆனால், நடக்காது என்றும் சொல்ல முடியாது.

ரிலையன்ஸ் முதலீடு செய்யப் போகும் விஷயம் வெளியே கசிய ஆரம்பித்ததும் விஜய் மால்யா தொடர்ந்து நெருக்க ஆரம்பித்தார். பல முறை போன் செய்தார். அவருடைய தொலைபேசி அழைப்பை எடுக்க மறுத்தேன். மூத்த அரசியல்வாதிகள், மூத்த நிர்வாகிகள், அவருடைய நலம் விரும்பிகள் எனப் பலரும் என்னை மொய்த்தனர். ஏர்பஸ்ஸின் கிரண் ராவும் பேசினார். மால்யா இப்போது உங்களுடைய எல்லா கோரிக்கைகளையும் ஏற்றுக்கொள்ளத் தயாராக இருக்கிறார். உங்கள் முடிவை மறு பரிசீலனை செய்யுங்கள் என்று கேட்டுக்கொண்டார்.

டெக்கான் - கிங்ஃபிஷர் கூட்டு முயற்சி இந்திய விமானத்துறையில் பெரும் புரட்சியை ஏற்படுத்தும் என்று அவர்கள் நம்பினார்கள். நிபுணத்துவம், விமான சேவை, பொறியியல் செயல்பாடுகள், நிர்வாகம், பராமரிப்பு என எல்லா விஷயங்களிலும் இரு நிறுவனங் களின் கூட்டிணைவு பெரும் சாதனையைச் செய்ய முடியும். கிங்ஃபிஷர் ஏர்லைன்ஸிடம் ஏ.டி.ஆர்., ஏர்பஸ் வகை விமானங்கள் இருக்கின்றன. டெக்கானிடமும் அவை இருக்கின்றன. மால்யாவின் விமான நிறுவனம் மேல்தட்டுத் தேவைகளைப் பூர்த்தி செய்யக்கூடியது. டெக்கான் சாதாரண மக்களின் தேவையைப் பூர்த்தி செய்யக்கூடியது. எனவே, இரண்டும் ஒன்று சேர்ந்தால் வெற்றி மேல் வெற்றிதான் என்று

சொன்னார்கள். நான் சொன்னேன்: அவர் செவ்வாய் கிரகத்தைச் சேர்ந்தவர். நான் வெள்ளி கிரகத்தைச் சேர்ந்தவன்.

★

பதினைந்து நாள்கள் கழிந்தன. டெக்கானும் ரிலையன்ஸும் கையெழுத்திடும் நாள் வந்தது. அன்று வைப்பு நிதியில் அவர்கள் பணத்தைச் செலுத்த வேண்டும். ஜுன் ஜுன்வாலா அன்று போன் செய்து, வேறொரு நிறுவனத்துடனும் பேச்சு வார்த்தையில் இருக்கிறோம். இரண்டையும் ஒரு சேர முடிக்க விரும்புகிறோம். எனவே, இன்னும் ஒரு பதினைந்து நாள் கால அவகாசம் கொடுங்கள் என்று கேட்டார். திருமணமாகாமல் காத்திருக்கும் பெண்ணைப் போன்றவன் நான். பதினைந்து நாள்கள் காத்திருப்பதில் எந்தப் பிரச்னையும் இல்லை. ஆனால், நமக்குள் எந்த தார்மிகக் கட்டுப்பாடும் கிடையாது. வேறு யாராவது நல்ல ஒப்பந்தத்துடன் வந்தால் அதையும் பரிசீலிப்பேன் என்று சொன்னேன்.

ரிலையன்ஸ் மீது நல்ல நம்பிக்கை வைத்திருந்தேன். நாங்கள் பல்வேறு ஆய்வுகள், பேச்சுவார்த்தைகள் மேற்கொண்டிருந்தோம். ஆனால், வர்த்தகம் என்பது தர்ம காரியம் அல்ல. ஒரு நிறுவனம் தோல்விகரமாக இருக்கிறது என்பதாலே யாரும் உதவ ஓடிவந்துவிடமாட்டார்கள். எல்லாரும் மகாத்மாக்கள் அல்ல. டெக்கான் என்பது சந்தையில் நல்ல வலுவுடன் இருக்கும் நிறுவனம். அது வீழ்ச்சி அடைந்தால் அதன் பங்குகளின் விலை குறையும். வாங்க விரும்புபவர்களுக்கு அப்போது பேரம் பேச இன்னும் எளிதாக இருக்கும். இதையெல்லாம் யோசித்துப் பார்த்தேன். ரிலையன்ஸ் இப்போது முதலீடு செய்யாவிட்டால் அதை எப்படிச் சமாளிப்பது என்றும் யோசித்தேன்.

அமிதாப் ஜுன் ஜுன்வாலா எல்லாம் நன்றாக நடந்து முடியும் என்று சொன்னார். லண்டனில் வசிக்கும் இந்தியரான புலோ கொங்சரா, அவர் பணிபுரியும் ஸ்பைஸ்ஜெட் நிறுவனத்தில் பணம் முதலீடு செய்ய ரிலையன்ஸ் விரும்புவதாகச் சொன்னார். ரிலையன்ஸ் நிச்சயம் ஒரு விமான நிறுவனத்தில் முதலீடு செய்யப் போகிறது என்பதில் சந்தேகப்பட ஒன்றும் இல்லை என்றும் சொன்னார்.

ஜுன் ஜுன்வாலா பேசிய அதே நாளில் கர்நாடக காங்கிரஸ் தலைவரும் முன்னாள் மந்திரியுமான ஆர்.வி. தேஷ் பாண்டேயிடமிருந்து ஒரு போன் வந்தது. அப்போது நான் மும்பையில் இருந்து பெங்களூருக்குப் போய்க் கொண்டிருந்தேன். பெங்களூருவில் என் வீட்டுக்கு 9.30-க்குப் போய்ச் சேர்ந்தேன். சிறிது நேரத்தில் தேஷ்பாண்டே அங்கு வந்தார்.

விஷயத்தை எடுத்துச் சொன்னார். நானும் மால்யாவும் கூட்டு சேர்ந்தால் அது கர்நாடகாவுக்கு நன்மை தரும். மிக அருமையாக விமான சேவையை நாட்டுக்கு வழங்க முடியும் என்று சொன்னார். நான் என் வழக்கமான பதிலை நிதானமாக எடுத்துச் சொன்னேன். கடைசியில் தேஷ் பாண்டே ஒரு விஷயம் சொன்னார். இன்று இரவு மால்யா உங்களிடம் பேச விரும்புகிறார். அவருடன் ஒரு முறை பேசிவிடுங்கள் என்று சொன்னார். சரி என்றேன்.

இரவு பத்து மணிக்கு மால்யாவிடம் இருந்து போன் வந்தது. மிகுந்த தோழமை உணர்வுடன் பேசினார். நீங்கள் ரிலையன்ஸுடன் ஒப்பந்தம் கையெழுத்திடப் போவது எனக்குத் தெரியும். அவர்கள் உங்களுக்கு என்னவெல்லாம் தர ஒப்புக்கொண்டுள்ளார்கள் என்பது எனக்குத் தெரியாது. அதைவிட எல்லாவகையிலும் சிறப்பான டீலை நான் தருகிறேன். தொகையைச் சொல்லுங்கள். பேரம் எதுவும் பேசாமல் ஏற்றுக்கொள்ளத் தயார் என்று சொன்னார்.

அவர் அப்போது மாண்டி கார்லோவில் தன்னுடைய 100 மில்லியன் டாலர் படகான 'இந்தியன் எம்பர'ஸில் விருந்து கொடுத்துக் கொண்டிருந்தார். ஆண்டுதோறும் ஃபார்முலா ஒன் பந்தயத்தின்போது அவர் ஒரு விருந்து கொடுப்பது வழக்கம். 'இதோ பாருங்கள் கேப்டன். நான் இப்போது மிக முக்கியமான நபர்களுடன் இரவு விருந்து மேஜையில் அமர்ந்திருக்கிறேன். அப்படிப்பட்ட நேரத்திலும் உங்களுக்கு போன் செய்து பேசுகிறேன் என்றால் எனக்கு இந்த ஒப்பந்தம் எந்த அளவுக்கு முக்கியம் என்று நினைத்துப் பாருங்கள். உங்கள் ஒப்பந்தத்தின் முக்கிய அம்சங்களை எழுதி எடுத்துக் கொள்ளுங்கள். நான் சிறிது நேரம் கழித்துப் பேசுகிறேன்' என்று சொன்னார்.

தூங்கப் போவதற்கு முன்னால், எவையெல்லாம் விட்டுக் கொடுக்க முடியாதவை என்று முக்கியமாக நினைத்தேனோ அவற்றையெல்லாம் பட்டியலிட்டுக் கொண்டேன். ரிலையன்ஸ் தள்ளிப் போட்ட விஷயம் எனக்குக் கொஞ்சம் சோர்வைத் தந்தது. மால்யாவின் விடா முயற்சி எனக்கு ஆச்சரியத்தைத் தந்தது. எல்லாவற்றையும் சிந்தித்தபடியே உறக்கத்தில் ஆழ்ந்தேன்.

அதிகாலையில் 4 மணிக்கு போன் ஒலித்தது. மால்யாதான். இரண்டு மூன்று தடவை அழைத்திருப்பார் போல. தூங்கிக் கொண்டிருக்கும் என் மனைவியைத் தொந்தரவு செய்ய வேண்டாம் என்று நினைத்து பால்கனிப் பக்கம் போய் பேசினேன். 'விஜய்... இது மிகவும் முக்கியமான விஷயம். அனில் அம்பானியுடன் பல ஒப்பந்தங்கள் கையெழுத்தாகிவிட்டது. இன்னும் நாலைந்து நாள்கள் கால அவகாசம்

கேட்டிருக்கிறார்கள். அவ்வளவுதான். அதை ரத்து செய்துவிட்டு உங்களுடன் ஒப்பந்தம் செய்துகொள்ள வேண்டுமென்றால், சில முக்கியமான விஷயங்களை நீங்கள் பூர்த்தி செய்தே ஆக வேண்டும். முதலாவதாக, என் வர்த்தக முன்மாதிரியை நீங்கள் எந்தக் காலத்திலும் நீர்த்துப் போகச் செய்யக் கூடாது. இது எளிய மக்களுக்கான விமானம். அது அப்படியே செயல்பட வேண்டும்' என்றேன்.

மால்யா கன்னடத்தில் பேசினார். 'இதோ பாருங்கள் கேப்டன். எங்கள் மதுபானங்களில் விலை உயர்ந்த ரகங்களும் விற்கிறோம். மிகக் குறைந்த பீரும் விற்கிறோம். எனவே, உயர், நடு, கீழ் என எல்லாத் தரப்பையும் திருப்திப்படுத்த வேண்டும் என்பதில் எனக்கு எந்தத் தயக்கமும் கிடையாது. நாம் இருவரும் ஒன்று சேர்வது நமக்கும் நல்லது. விமானத்துறைக்கும் நல்லது. புதிதாக ரிலையன்ஸ் இதில் இறங்கினால் போட்டி மிகவும் கடுமையாகும். யாருக்குமே அது நல்லதில்லை' என்றார்.

முக்கியமான கோரிக்கைகளின் பட்டியல் தயாரா என்று கேட்டார். நான் சொல்ல ஆரம்பித்தேன். 'நீங்கள் உண்மையிலேயே டெக்கானில் முதலீடு செய்வதில் ஆர்வமாக இருக்கிறீர்கள் என்றால் உடனே 200 கோடி ரூபாயை எங்கள் நிறுவனத்தின் பேரில் டெபாசிட் செய்யுங்கள். 26 சதவிகிதப் பங்குகளை நேரடி முதலீட்டின் மூலம் வாங்கிக்கொள்ள வேண்டியிருக்கும். பொது பங்குதாரர்கள் மூலம் 20 சதவிகிதப் பங்கு களை வாங்கிக்கொள்ள வேண்டும். மொத்தமாக ரூ 1000 கோடி ரூபாய் முதலீடு செய்ய வேண்டியிருக்கும். உங்கள் சார்பில் மூன்று டைரக்டர்கள், என் சார்பில் மூன்று டைரக்டர்கள் நியமிக்கப்படுவார்கள். அது தவிர நாமிருவரும் சேர்ந்து இன்னொரு ஆறு டைரக்டர்களைத் தேர்ந்தெடுப் போம். நான் சேர்மனாக இருப்பேன் என்றேன். இந்த இடத்தில் மால்யா குறுக்கிட்டு, 'நான் உதவி சேர்மனாக இருக்கலாமா' என்று கேட்டார். சரி என்று சொன்னேன். நாம் தேர்ந்தெடுக்கும் ஆறு டைரக்டர்களும் சுதந்தரமாகச் செயல்படும் அதிகாரம் கொண்டவர்களாக இருப்பார்கள். ஒரு சி.இ.ஓ.வை நியமிப்போம். அவர் எனக்கு அல்ல... போர்டுக்குப் பதில் சொல்லக் கடமைப்பட்டவராக இருப்பார். ராம்கி சுந்தரம்தான் தாற்காலிக சி.இ.ஓ.வாக இருப்பார். இவை எல்லாவற்றுக்கும் மேலாக, நீங்கள் இந்த ஒப்பந்தத்தில் உண்மையிலேயே அக்கறை கொண்டவர் என்பதை நான் நம்ப வேண்டுமானால், மூன்றே நாட்களுக் குள் டெபாசிட் பணத்தைச் செலுத்தியாக வேண்டும். இல்லை யென்றால் ஒப்பந்தம் கேன்சல்' என்று கறாராகச் சொன்னேன்.

கோடிக்கணக்கான பணம் என்றால் அதைக் கொண்டுவர யாராக இருந்தாலும் மூன்று நான்கு மாதங்கள் ஆகும். ரிலையன்ஸ் வசம்

அதைவிட எக்கச்சக்கமான பணம் இருந்தது. எனினும் அவர்களும் மூன்று மாத காலம் எடுத்துக்கொண்டார்கள். மால்யாவிடம் அந்த அளவுக்கு பணம் இருக்கிறதா... அவரால் புரட்டிவிட முடியுமா என்பது குறித்தெல்லாம் எனக்கு எதுவும் உறுதியாகத் தெரிந்திருக்க வில்லை.

மால்யா எல்லா நிபந்தனைகளுக்கும் ஒப்புக்கொண்டார். ஆனால், 200 கோடி என்பது ரொம்ப அதிகம். 100 கோடியை உடனே டெபாசிட் செய்கிறேன் என்றார். முடியாது என்றேன். அப்படியானால் 150 கோடி? என்றார். சரி... ஒவ்வொரு பங்குக்கும் ரூ 160 கொடுக்க வேண்டும் என்றேன். 155 தருகிறேன் என்றார். சரி என்று சொன்னேன். ஆனால், எஞ்சிய பணத்தை நான்கே வாரத்தில் கட்டிவிட வேண்டும். இல்லை யென்றால், 150 கோடி திரும்பக் கிடைக்காது என்று சொன்னேன்.

மால்யா மாண்டிகார்லோவில் தன் ஆடம்பரப் படகில் இருந்தார். நான் பெங்களூருவில் என் வீட்டில் இருந்தேன். ஒரு மிகப் பெரிய ஒப்பந்தம் வெறும் 45 நிமிடத்தில் முடிவு செய்யப்பட்டது. உலகிலேயே இவ்வளவு பெரிய தொகைக்கான ஒப்பந்தம் இவ்வளவு குறுகிய காலத்தில் முடிவு செய்யப்பட்டது இதுவாகத்தான் இருக்கும்.

'வியாழக்கிழமை மதியம் இரண்டு மணி வாக்கில் நீங்கள் கேட்ட பணம் டி.டி.யாகக் கிடைக்கும். வெள்ளிக்கிழமை நாம் பத்திரிகையாளர் களைச் சந்திப்போம்' என்றார்.

'சரி. வியாழன் மாலை நான்கு மணிக்கு போர்ட் மீட்டிங் ஒன்றை நடத்து வேன். மதியம் இரண்டு மணிக்குப் பணம் வந்து சேரவில்லை யென்றால் ஒப்பந்தம் ரத்து' என்று மீண்டும் கறாராகச் சொன்னேன்.

பாதி பரபரப்பு... பாதி களைப்புமாக மால்யாவுடன் பேசிய பிறகு அரை குறையாகத் தூங்கினேன். மதியம்தான் எழுந்தேன். ரவி நெடுங்காடி போன் செய்தார். ஓபராய் ஹோட்டலில் மதியம் இரண்டு மணிக்கு அவரைச் சந்தித்தேன். புகைந்து கொண்டிருந்த சுருட்டுடன் அமர்ந் திருந்தார். தயாரிக்க வேண்டிய ஆவணங்கள் பற்றிப் பேசினோம். இரு தரப்பு ஆடிட்டர்கள், வழக்கறிஞர்கள் எல்லாரும் செவ்வாய், புதன் கிழமை முழுவதும் இரவு பகலாக உட்கார்ந்து எல்லா ஆவணங் களையும் தயாரித்து முடித்தனர். வியாழக்கிழமை அதிகாலை நான்கு மணிக்கு எல்லா ஏற்பாடுகளும் முடிந்ததாக அழைத்து எனக்குத் தகவல் தெரிவித்தனர். மிகப் பெரிய ஆவணப்புத்தகம். ஏராளமான பக்கங்கள். நான் முக்கியமான அம்சங்களை மட்டும் படித்துப் பார்த்துவிட்டு முதல் கட்ட ஒப்பந்தத்தில் கையெழுத்துப் போட்டேன். மால்யாவின் சார்பில் ரவி கையெழுத்திட்டார். வியாழன் இரண்டு மணிக்குள் பணம் வந்து

சேரவில்லையென்றால் இந்தக் கையெழுத்துகளுக்கும் ஒப்பந்தத் துக்கும் எந்த அர்த்தமும் கிடையாது. அது மட்டுமல்லாமல் மொத்தப் பணமும் நான்கு வாரத்துக்குள் வரவில்லையென்றால் 150 கோடி திரும்பக் கிடைக்காது என்றும் சொன்னேன். கிங்ஃபிஷர் பிரதிநிதி எல்லாவற்றுக்கும் சம்மதம் தெரிவித்தார்.

நான் செய்தது சரியா தவறா என்று எனக்குத் தெரியவில்லை. ரிலையன்ஸுடன் நான் கைகோர்த்திருக்க வேண்டும் என்று பலர் சொன்னார்கள். ஆனால், மால்யாவின் ஒப்பந்தம் அந்த நேரத்தில் அதைவிடச் சிறப்பானதாக இருந்தது.

போர்ட் மீட்டிங்குக்கு ஏற்பாடு செய்தேன். 'டெக்கான் பங்குகளின் விலை ரூ.125 ஆக இருக்கிறது. நான் அதை இப்போது 155 ரூபாய்க்கு அதிக லாபத்தில் விற்றிருக்கிறேன். 560 கோடி ரூபாய் முதலீடு இப்போது கிடைத்திருக்கிறது. நான் எடுக்கும் சரியான முடிவை போர்டு அங்கீகரிக்கும் என்று எனக்குத் தெரியும். நான் என்னுடைய நலனை மட்டுமல்ல நிறுவனம் மற்றும் பங்குதாரர்களின் நலனை கருத்தில் கொண்டே செயல்படுவேன் என்பது எல்லாருக்கும் தெரியும்' என்று சொன்னேன்.

மீடியாவுக்குத் தகவல் தெரிந்ததும் வியாழனன்று எங்கள் அலுவல கத்தை முற்றுகையிட்டனர். மதியம் ஒரு மணிக்கு அலுவலகத்துக்குப் போனேன். ஒட்டுமொத்த நிகழ்வையும் நேரடி ஒளிபரப்பு செய்ய ஊடகத்தினர் விரும்பினர். நான் அதற்கு அனுமதி கொடுத்தேன். நிறுவனத்துக்கு நல்ல விளம்பரம் கிடைக்கும் என்று நம்பினேன். ஒருவேளை மால்யாவிடமிருந்து பணம் வராமல் போனால் என்ன ஆகும் என்ற பயமும் லேசாக வந்துபோனது.

ஆனால், மால்யா மீதான மரியாதை நாளுக்கு நாள் கூடிக்கொண்டே போனது. அவர் எங்களுடைய கணக்கு வழக்குகள், செயல்பாடுகள் என எதையும் சோதித்துப் பார்க்கவே இல்லை. அந்த ஒப்பந்தத்தை முடிக்கவேண்டும் என்பதில் வேட்டைக்காரனைப் போல் குறியாக இருந்தார். 46% பங்குகள் அவருக்குக் கிடைத்திருக்கும் நிலையிலும் நான் சேர்மனாக இருப்பதுகூட அவருக்கு எந்தத் தடையையும் உருவாக்கவில்லை. ரிலையன்ஸ் மட்டும் டெக்கானில் முதலீடு செய்திருந்தால் அதைச் சமாளிக்க முடியாமல் கிங்ஃபிஷர் ஏர்லைன்ஸ் முடங்கித்தான் போயிருக்கும்.

டெக்கானுடன் சேருவதன் மூலம் இந்தியாவிலேயே மிகப் பெரிய விமான நிறுவனத்தை உருவாக்க முடியும் என்பது மால்யாவுக்கு நன்கு தெரிந்திருந்தது. டெக்கான் நிறுவனம் கிங்ஃபிஷரைவிட இரண்டு

மடங்கு பெரியது. எங்கள் வருமானம் மிக மிக அதிகம். நிறைய விமானங்கள் எங்களிடம் இருந்தன. மிக அதிக வழித்தடங்களில் இயங்கியும் வந்தோம். இப்போது கொடுக்கும் பணத்தைவிட மூன்று மடங்கு அதாவது 3,000 கோடி செலவிட்டால்தான் டெக்கானின் அளவுக்கு வரமுடியும் என்பது அவருக்குத் தெரியும்.

150 கோடிக்கான வரைவோலை மதியம் 1.30 வரை வந்து சேரவில்லை. கிங்ஃபிஷரிடமிருந்து ஒரு போன் வந்தது. வரைவோலை எடுத்தாகி விட்டது. கொரியர் வசம் கொடுத்திருக்கிறோம். எப்படியும் அரை மணி நேரத்தில் வந்துவிடும் என்று தகவல் சொன்னார்கள். அவர்களுக்கு பயம். சொன்ன நேரத்தில் வரவில்லையென்றால் ஒப்பந்தத்தை ரத்து செய்துவிடுவேன் என்று தெரியும். ஒருவழியாக காலக்கெடுவுக்கு சிறிது முன்பாக வந்து சேர்ந்தது.

போர்டு மீட்டிங் ஒன்றரை மணி நேரம் நடந்தது. இந்தியாவிலேயே ஒரு நிறுவனத்தின் போர்டு மீட்டிங் தொலைக்காட்சிகளில் நேரடியாக ஒளிபரப்பட்டது அதுதான் முதல் தடவை. நிருபர்கள் பல கேள்விகள் கேட்டார்கள். இரு விமான நிறுவனங்களின் இணைவுதான் அடுத்த சில நாட்களின் முக்கிய செய்தியாக இருந்தது. குறைந்த கட்டண விமான சேவை இனிமேல் நிறுத்தப்பட்டுவிடும். அதிகக் கட்டணத்துக்குத் தயாராகுங்கள் என்று கார்ட்டூன்கள் வெளியாகின.

விஜய் மால்யா சொன்ன வாக்கைக் காப்பாற்றினார். எஞ்சிய பணத்தை நான்கே வாரங்களில் செலுத்திவிட்டார். ஆயிரம் கோடி ரூபாய் முதலீடும் செய்தார். அடுத்த நாள் நான் மும்பைக்குப் பறந்தேன். விஜய் பாரிஸில் இருந்து வந்தார். ஓபராய் ஹோட்டலில் சந்தித்தோம். பத்திரிகையாளர் சந்திப்பில் கலந்து கொண்டோம். குறைந்த கட்டண விமானமாக டெக்கான் தொடர்ந்து சேவை செய்து வரும் என்று சொன்னார்.

போர்டில் அதிகாரபூர்வமாகச் சேர மூன்று மாதங்கள் எடுத்துக் கொண்டது என்றாலும் நான் அவரை எங்கள் மீட்டிங்களில் பங்கெடுக்கச் செய்தேன். நாங்கள் எப்படிச் செயல்படுகிறோம் என்பது அவருக்கு பரிச்சயமாக வேண்டும் என்று விரும்பினேன். முதல் நாள் மீட்டிங்கில் இரண்டு மணி நேரம் இருந்தார். பொதுவாக மால்யா விருந்து, கேளிக்கை என்று சுற்றக் கூடியவர்; அழகான பெண்களுடன் ஆடிப் பாடுபவர் என்றுதான் நம்பப்படுகிறது. ஆனால், அவர் கடுமை யாக வேலை செய்பவரும் கூட. அவரிடம் ஒரே ஒரு குறை என்ன வென்றால், மீட்டிங்குகளுக்கு மிக மிகத் தாமதமாக வருவார். நான் ஒரு விஷயத்தை அவரிடம் தெளிவாகச் சொல்லிவிட்டேன்: நீங்கள் சரியான

நேரத்துக்கு வரவில்லையென்றால் காத்துக் கொண்டிருக்கவெல்லாம் மாட்டேன். நிச்சயித்த நேரத்துக்கு மீட்டிங்கை ஆரம்பித்துவிடுவேன் என்று சொன்னேன். அதன் பிறகு மீட்டிங்குகளுக்கு ஓரிரு மணி நேர தாமதத்தில் வந்து சேர்ந்துவிடுவார். அவரைப் பற்றித் தெரிந்தவர்கள் இதுவே மிகப் பெரிய முன்னேற்றம் என்று சொன்னார்கள்.

இணைப்புக்குப் புதிய பெயர்

அடுத்த மீட்டிங்குகளுக்கு மால்யா நிறைய ஆராய்ச்சிகள் செய்துவிட்டு வந்தார். புதிய கூட்டு பற்றி மக்கள் மத்தியில் என்ன அபிப்பிராயம் என்பதை சில மார்க்கெட்டிங் ஏஜென்ஸிகளிடம் கள ஆய்வு செய்யச் சொல்லி அந்தத் தகவல்களுடன் வந்தார். பிராண்டின் சக்தியையும் மதிப்பையும் சேர்த்துவைத்துத் தன் உற்பத்திப் பொருளுக்கு விலையை நிர்ணயித்திருந்தார். என்னால் வெறும் 500 ரூபாய் செலவழித்துவிட்டு 5,000 ரூபாய் செலவிட்டதுபோல் காட்ட முடியும். எனவே, டிக்கெட்டின் விலையைக் கூட்டி விற்க முடியும் என்று சொன்னார். அவர் சொன்னதை மேலோட்டமாக ஒப்புக் கொண்டேன். குறைந்த கட்டண சேவைக்கு ஒவ்வொரு ரூபாயுமே மிகவும் முக்கியமானது தான். எனவே, 500 ரூபாய் என்பதே மிக அதிக தொகை. நாம் செலவு களைக் குறைக்க வழி தேட வேண்டும் என்று சொன்னேன். எங்கள் இருவருக்கிடையில் இருந்த அடிப்படை வேறுபாடே அதுதான்.

தன்னுடைய ஆய்வில் தெரியவந்த விஷயங்களை விளக்கமாக எடுத்துச் சொன்னார். டெக்கானுக்குப் புதிய பெயர் சூட்ட விரும்பினார். புதிய நிறுவனத்தைத் தொழிலாளிகள் தங்களுடையதாகப் பார்க்க முடிந்தால் தான் அது சாத்தியம் என்று சொன்னேன். அவர் ஓர் ஆலோசனை சொன்னார். அது எங்கள் செலவுகளை மேலே மேலே ஏற்றிக் கொண்டே போனது.

இரு நிறுவனத்தினரும் தனித்தனியாகக் கள ஆய்வு செய்தோம். டெக்கானுக்குத்தான் மக்கள் மத்தியில் நல்ல செல்வாக்கு இருக்கிறது என்றே இரு தரப்பு ஆய்விலும் தெரியவந்தது. அதே நேரத்தில் கால தாமதங்கள், பயண ரத்து போன்ற எதிர்மறை விமர்சனங்களும் இருப்பது தெரியவந்தது. இந்த ஆய்வு முடிவுகளின் அடிப்படையில் கிங்ஃபிஷர் ஏர்லைன்ஸின் குடையின் கீழ் டெக்கானைக் கொண்டு வருவது என்று போர்டில் முடிவெடுக்கப்பட்டது.

பிக் பஸார் சில்லறை வணிகத் தொடரை நடத்தும் கிஷோர் பியானி யிடம் ஒருமுறை இதுபற்றிக் கேட்டிருந்தேன். டெக்கானுக்கு நல்ல

பிராண்ட் மதிப்பு இருக்கிறது. கிங்ஃபிஷருக்கும் நல்ல பிராண்ட் மதிப்பு இருக்கிறது. இரண்டுமே தனித்தனியாக இயங்குவதுதான் நல்லது. ஒரே பெயரில் இணைத்துவிட்டால் தனித்தன்மை போய்விடும். அதோடு இரண்டு பிராண்ட்களும் நீர்த்துப் போய்விடும் என்றார்.

டெக்கானின் போர்ட் ஆஃப் டைரக்டர்களில் ஒருவரும் ஐ.ஐ.எம்-ன் மார்க்கெட்டிங் பேராசிரியருமான திருநாராயணா இரண்டு பிராண்ட்களை இணைத்தால் புதிய நிறுவனம் இரண்டுக்கும் நடுவில் சிக்கிக் கொண்டுவிடும் அபாயம் இருப்பதாகச் சொன்னார். மால்யா தன் திட்டத்தைச் சொன்னார். ஏர் டெக்கானை 'சிம்பிளி ஃப்ளை டெக்கான்' என்று மாற்றுவோம். எளிமையாகப் பறத்தல் (சிம்ப்ளி ஃப்ளை) அது தானே அந்த நிறுவனத்தின் இலக்கு. எல்லா விமானங்களின் வால் பகுதியிலும் விமான நிலையத்தில் இருக்கும் பேருந்துகளிலும் கிங்ஃபிஷர் பறவையின் படம் இடம்பெறும். சிவப்பையே பொதுவான நிறமாகக் கொள்வோம் என்று சொன்னார்.

மீட்டிங்கின் இடைவேளையில் என் குழுவினருடன் கலந்தாலோசித்தேன். வெறுமனே சரி... தவறு என்று சொல்லாமல் சாதக பாதகங்களை அலசி ஒரு முடிவைச் சொல்லச் சொன்னேன். குழுவினர் தனித்தனியாகவும் கூட்டாகவும் கலந்தாலோசித்தனர். என் மார்க்கெட்டிங் குழுவில் புதிதாகச் சேர்ந்தவர்கள் புதிய மாற்றங்களை வரவேற்றனர். புதிய வாடிக்கையாளரைக் கவரவும் முடியும். ஏற்கெனவே இழந்த வாடிக்கையாளரையும் நம் பக்கம் இழுக்க முடியும் என்று சொன்னார்கள். இந்தப் புதிய மாற்றத்தினால் டிக்கெட் கட்டணத்தை உயர்த்தவும் செய்யலாம் என்று சொன்னார்கள். இது எனக்கு அதிர்ச்சியைத் தந்தது. ஆனால், கலந்துரையாடல் வெளிப்படையாக நடந்தது. அவர்கள் எடுத்த முடிவின் அடிப்படையில் மாற்றத்துக்கு சம்மதித்தேன். அது தவறு என்பது பின்னர் புரிந்தது.

மறு பெயர் சூட்ட சுமார் 70 கோடி செலவாகும் என்று தெரிந்தது. புதிய சீருடைகளில் ஆரம்பித்து விமானங்களுக்கு மறு வண்ணம் பூசுவது வரை பல்வேறு மாற்றங்கள் செய்ய வேண்டியிருந்தது. குறைவான செலவில் மறு பெயர் சூட்டுவது சாத்தியமா என்றெல்லாம் யாரும் யோசித்துப் பார்க்கவில்லை.

அப்படிச் செய்வது டெக்கானுக்கும் கிங்ஃபிஷருக்கும் நல்லது என்று மால்யா நம்பினார். பணத்தைப் பற்றிக் கவலைப்பட வேண்டாம் என்று சொன்னார். ஆனால், செலவழிக்கப்பட்ட பணமானது கிங்ஃபிஷரின் கணக்கில் வரவில்லை. டெக்கானின் கணக்கிலேயே சேர்க்கப்பட்டது. புதிய வருமானத்தில் இருந்து அல்ல. மால்யா பங்குகளுக்குக் கொடுத்த

பணத்தில் இருந்து செலவழிக்கப்பட்டது. இதனால் டெக்கானின் நஷ்டம் அதிகரித்தது.

இதனிடையில் டெக்கானின் ஒரு ரூபாய் டிக்கெட் நிறுத்தப்பட்டது. 500 ரூபாய்க்கு அதிகமான தொகையில்தான் டிக்கெட் இருக்க வேண்டும் என்று கிங்ஃபிஷர் தீர்மானித்தது.

இதற்கு முன்னால் இந்தியன் ஏர்லைன்ஸ் ஒருமுறை எல்லா விமான நிறுவனங்களையும் அழைத்து குறைந்த பட்ச டிக்கெட் தொகையாக எதை நிர்ணயிக்க வேண்டும் என்று மீட்டிங் நடத்தியது. டெக்கானின் விலை பற்றித்தான் முழுவதுமாகப் பேசினார்கள். நான் அந்த மீட்டிங்கின் பரிந்துரையை நிராகரித்திருந்தேன். முழு வசதிகள் கொண்ட பெரிய நிறுவனங்கள் என்ன குறைவான கட்டணம் நிர்ணயிக் கிறார்களோ அதையே குறைந்த கட்டண விமான நிறுவனமும் வைக்க வேண்டும் என்று சொன்னார்கள். அது முடியாது என்று சொல்லி அந்தக் கூட்டத்தில் இருந்து வெளிநடப்பு செய்திருந்தேன். இப்போது எல்லா விமான நிறுவனங்களும் ஒன்று கூடி ஒரு விலையை நிர்ணயித்துக் கொண்டன. வெளியே அப்படித் தெரியக்கூடாது என்பதற்காக 'எரிபொருள் கூடுதல் கட்டணம்' என்று அதை அழைத்துக் கொண்டன.

குறைந்தபட்சக் கட்டணம் என்பது ரூ 2,900 ஆக நிர்ணயிக்கப்பட்டது. இதனால் பெரிய நிறுவனங்களின் கட்டணத்துக்கும் குறைந்த கட்டண விமானத்தின் கட்டணத்துக்கும் இடையிலான இடைவெளி வெறும் 400-500 ரூபாயாகக் குறைந்தது. இதனால், குறைந்த கட்டண விமானத் தில் போவதற்குப் பதிலாக எல்லாரும் பிரபல விமான நிறுவனங்களை நாடிப் போக ஆரம்பித்தனர். நஷ்டத்தைக் குறைப்பதற்காக குறைந்த கட்டண விமான நிறுவனத்தின் வழித்தடங்களைக் குறைக்க வேண்டி வந்தது. ஆனால், அந்த விமானங்களை வேறு வழித்தடத்தில் பறக்கவும் வைக்கவில்லை. இதனால் செலவு அதிகரித்தது. அதை ஈடுகட்ட கட்டணத்தை அதிகரிக்க வேண்டிவந்தது. இப்படியாகக் குறைந்த கட்டண விமான சேவை என்பதன் அர்த்தமே கொஞ்சம் கொஞ்சமாக இல்லாமல் போக ஆரம்பித்தது.

மால்யாவுடன் காரசாரமாக வாக்குவாதம் செய்ய ஆரம்பித்தேன். நிலைமை மோசமாகிக் கொண்டிருக்கிறது என்று எச்சரித்தேன். பயணி களைக் கவர இலவச தண்ணீர் பாட்டில், செய்தித்தாள் போன்ற வற்றைக் கொடுக்கலாம் என்று கிங்ஃபிஷர் நிர்வாகம் சொன்னது. அதை எதிர்த்தேன். கிங்ஃபிஷர் நிறுவனம் அதிக செலவுகள் செய்யாம லேயே ஜெட் ஏர்வேஸைவிடச் சிறந்த நிறுவனமாக வேண்டும். டெக்கானும் பிற குறைந்த கட்டண விமான நிறுவனங்களைவிட

அதிகச் செலவு செய்யாமலேயே சிறந்த நிறுவனமாகவேண்டும் என்று சொன்னேன். அதை யாரும் கேட்கவில்லை.

கிங்ஃபிஷர் அடுத்த ஒரு வருடத்தில் சலுகைகளில் அதிக கவனம் செலுத்தியது. டெக்கான் நஷ்டத்தில் மூழ்க ஆரம்பித்தது. அந்த நேரத்தில் மால்யா, ஒரு கண்கட்டு வித்தையை நடத்தினார். தனது மார்க்கெட்டிங் குழுவை வைத்து ஓர் ஆய்வு நடத்தியதாகவும் டெக்கான் பிராண்டினால் பெரும் நஷ்டம் ஏற்பட்டுவருவதாகவும் சொன்னார்.

டெக்கான் மூலம் நஷ்டம் ஏற்படுவதாக மால்யா நியமித்த ஆய்வுக் குழு அறிக்கை கொடுத்த அதே வருடத்தில் தனியாக ஒரு நிறுவனத்தை வைத்து ஆய்வு நடத்தி சி.என்.ஜி.சி. ஒரு விருது கொடுத்தது. 65 விமான நிலையங்களில் நடத்தப்பட்ட அந்த ஆய்வில் வாடிக்கையாளர் சேவையில் சிறந்த நிறுவனம் என்ற விருது டெக்கானுக்குக் கிடைத் திருந்தது. சரியான நேரத்தில் விமானங்கள் வந்து போனது, பெரிய விமானங்களுடனான இணைப்பு விமானங்களைத் துல்லியமாக இயக்கியது, பல்வேறு வழித்தடங்களை இணைத்தது போன்ற காரணங்களுக்காக அந்த விருது வழங்கப்பட்டிருந்தது. முப்பது பேர் சேர்ந்து நடத்திய அந்த ஆய்வில் வேறு பல அம்சங்களும் கணக்கில் எடுத்துக் கொள்ளப்பட்டிருந்தன.

குறைவான கட்டணம் வைத்ததால் டெக்கான் மூலம் பெரும் நஷ்டம் ஏற்பட்டுள்ளது என்று மால்யா போர்ட் உறுப்பினர்களை நம்ப வைத்தார். டெக்கானின் பிராண்ட் இமேஜ், டிக்கெட் கட்டணத்தை ஏற்றவிடாமல் நம்மைத் தடுக்கிறது என்று சொன்னார். விலையை உயர்த்தினால் குறைந்த கட்டண விமானத்தின் சேவை பாதிக்கப்பட்டு அது நஷ்டமடையும் என்பதுதான் நடைமுறை யதார்த்தம். எனவே பெயரை மறுபடியும் மாற்ற வேண்டும். கிங்ஃபிஷர் லைட் அல்லது கிங்ஃபிஷர் ரெட் என்று புதிய நிறுவனத்தை உருவாக்க வேண்டும் என்று சொன்னார்.

மனம் போன போக்கில் தலை நகரை மாற்றிய முகமது பின் துக்ளக்கைப் போல் மால்யா செயல்படுவதாகக் குற்றம் சாட்டினேன். சுமார் 70 கோடி செலவழித்து இப்போதுதான் பெயரை மாற்றியிருக்கிறோம். டெக்கான் விமானத்தில் கிங்ஃபிஷரின் லோகோ இருக்க வேண்டும் என்று சொன்னீர்கள். உங்களிடம் பேசியவர்கள் எல்லாருமே, 'டெக்கான்தான் பிரபலமான பெயர். எனவே, அதுவே இருக்கட்டும். சிம்பிளி ஃபிளை என்பது மிகவும் பொருத்தமான பெயர்' என்று சொன்னதாகவும் சொன்னீர்கள். இப்போது அதை ஏன் மாற்ற வேண்டும் என்று கேட்டேன்.

கோபி... நான் என்னுடைய விமானத்தில் இருந்து இறங்கியதும் முதல் வேலையாக என்ன செய்வேன் தெரியுமா... விமான நிலையத்தின் குப்பைக் கூடையைப் பார்ப்பேன். அங்கு டெக்கானின் பேகேஜ் டேக்தான் (Baggage Tag) கண்ணில் படும். எவ்வளவு அவலமான நிலை? டெக்கானில் பிரயாணம் செய்வதை வெளியில் காட்டிக் கொள்ள யாரும் விரும்புவதில்லை. எனவே, பெயரை மாற்றி விடுவோம் என்றார்.

உடனே பதில் சொன்னேன். உண்மைதான். வால் மார்டில் பொருள் வாங்குபவர்கள், லூயி விட்டனில் வாங்கியவர்கள் போல் பெருமை யாகக் காட்டிக் கொள்ள மாட்டார்கள்தான். ஆனால், வால் மார்ட் வெற்றிகரமான நிறுவனம். ரியான் ஏர் விமான நிறுவனத்தில் பயணம் செய்பவர்களும் இதுபோல்தான் நடந்து கொள்வார்கள். ஆனால், அதுவும் வெற்றிகரமாக இயங்கும் நிறுவனம் என்றேன்.

விஜய் அமிர்தராஜ் அந்த மீட்டிங்கில் இருந்தார். நான் அவரைச் சுட்டிக் காட்டி ஒரு விஷயம் சொன்னேன். விஜய் அமிர்தராஜ் ஒரு மேட்சில் தோற்றுவிட்டால் கடுமையாகப் பயிற்சி செய்து அடுத்ததில் வெற்றி பெற முயற்சி செய்வார். அதைவிட்டு விட்டு வெறுமனே பெயரை மாற்றிக் கொள்ளமாட்டார். எனது நண்பர் ஒருவர் இப்படித்தான். வர்த்தகத்தில் பெரும் நஷ்டத்தை சந்தித்துவந்தார். யாரோ ஜோதிடர் சொன்னார் என்று உடனே பெயரை மாற்றிக் கொண்டுவிட்டார். அந்தப் பெயர் மாற்றத்தை நண்பர்களுக்குத் தெரிவித்தல், வங்கிக்குத் தெரிவித்தல், பிற நிறுவனங்களுக்குத் தெரிவித்தல் என படு மும்மரமாக இருந்தார். கடைசியில் என்ன ஆனது தெரியுமா? அவருடைய நிறுவனம் திவாலானதுதான் மிச்சம்.

ஆனால், மால்யாவோ டெக்கானின் பிராண்ட் இமேஜ்தான் எல்லா தோல்விக்கும் காரணம் என்று திடமாக நம்பினார். 500 ரூபாய் செலவழித்து அதை 5000 போல் காட்டி அதிகக் கட்டணத்தை வசூலிக்க வேண்டும் என்பதுதான் அவருடைய வழி. ஆனால், நானோ ரியான் விமான நிறுவனம் செய்ததுபோல் விமானங்களை அதிக நேரம் பறக்க வைக்க வேண்டும். குறைந்த செலவிலான புதிய தொழில்நுட்பத்தைப் புகுத்த வேண்டும். துணிச்சலான பல நடவடிக்கைகளை எடுக்க வேண்டும் என்று சொன்னேன். எரிபொருள் விலை அதிகரித்திருக் கிறது. விமான நிலைய செலவுகள் அதிகரித்திருக்கிறது. விமானங் களில் 50% இருக்கைகள்தான் நிரம்புகின்றன. நான் இதையெல்லாம் சமாளிக்கச் செலவைக் குறைக்க வேண்டுமே தவிர அதிகரிக்கக்கூடாது என்று சொன்னேன். அவர் கேட்கவே இல்லை.

கடைசியில், சண்டை போடுவதை விட ஒருவரே நிறுவனத்தை நடத்துவதே சரியாக இருக்கும் என்று தோன்றியது. அவர் ஆயிரம் கோடி முதலீடு செய்திருக்கிறார். எனவே, அவருக்கான மரியாதை தரவேண்டும் என்று என் மனது சொன்னது. இந்த நேரத்தில்தான் மால்யா என்னிடம் ஒரு விஷயம் சொன்னார். டைரக்டர்கள், எஞ்சினியர்கள், நிர்வாகிகளை இனி மேல் நேரடியாகத் தன்னிடம் ரிப்போர்ட் செய்யச் சொல்லும்படி என்னிடம் கேட்டுக்கொண்டார். அதன்படியே அனைவருக்கும் போன் செய்து, 'இனிமேல் மால்யா சொல்வதுபோல் நடந்து கொள்ளுங்கள்' என்று கேட்டுக் கொண்டேன்.

இது என் குழுவினருக்கு மிகுந்த மன நெருக்கடியைத் தந்தது. ரேஷ்மா (லாஜிஸ்டிக்ஸ் தலைவர்), விஜயா லூகாஸ் (இன் ஃபிளைட் தலைவர்) கேப்டன் ப்ரீதம், கேப்டன் சாம் ஆகியோர் என் அறைக்கு வந்தனர். அனைவருடைய கண்களிலும் நீர் கோர்த்திருந்தது. டெக்கானுடன் அவர்கள் ஆத்மார்த்தமாகப் பிணைக்கப்பட்டிருந்தனர். டெக்கானின் அடிப்படைக் கொள்கைகளுக்கு விரோதமாக கிங்ஃபிஷர் செயல்படுவதைப் பார்த்து பெரும் வேதனையில் இருந்தனர்.

விஜய் மால்யா அதிரடியாகத் தன் கொள்கைகளை அமல்படுத்தினார். விலைகள் மாற்றி அமைக்கப்பட்டன. முதலில் பதிவு செய்பவர்களுக்குக் குறைந்த கட்டணம் என்பது நிறுத்தப்பட்டது. இருக்கைகள் அனைத்தும் நிரம்ப வேண்டும் என்ற கட்டாயம் இல்லாமல் போனது. லாபம் இல்லாத வழித்தடங்களின் சேவைகள் ரத்து செய்யப்பட்டன. டெக்கான் விமானங்கள் வருவதற்கு முன்பாக கிங்ஃபிஷர் விமானம் வந்து போவதுபோல் அட்டவணை மாற்றப்பட்டன. இதனால் டெக்கானில் இருந்து கிங்ஃபிஷருக்கு மாறுவதற்குப் பதிலாகப் பயணிகள், பிற குறைந்த கட்டண விமானங்களான ஸ்பைஸ் ஜெட், இண்டிகோ விமானங்களில் போக ஆரம்பித்தனர். டெக்கானும் கிங்ஃபிஷரும் இயங்கி வந்த வழித்தடங்களில் பெரும்பாலானவர்கள் பெரிய சலுகைகள் எதையும் எதிர்பார்க்காமல் டெக்கானிலேயே பிரயாணம் செய்தனர்.

டெக்கான் விமானங்களின் நிறம் சிவப்பாக மாற்றப்பட்டது. சில நேரங்களில் கிங்ஃபிஷர் ரெட் என்று பெயர் மாற்றப்பட்டது.

இப்படி டெக்கானின் பெயரை 'கிங்ஃபிஷர் ரெட்' என்றோ 'கிங்ஃபிஷர் லைட்' என்றோ மாற்றுவது குழப்பத்தை உருவாக்கும் என்று சொன்னேன். மால்யா தனக்குத்தானே குழி தோண்டிக்கொள்வதாகவே எனக்குத் தோன்றியது. பிரிட்டிஷ் ஏர்வேஸ் இதுபோல் 'கோ' என்ற புதிய நிறுவனத்தை ஆரம்பித்தது. கே.எல்.எம். நிறுவனம் 'பஸ்' (Buzz)

நிறுவனத்தை ஆரம்பித்தது. மூல நிறுவனத்தின் விமானக் கட்டணத்தை விடக் கிளை நிறுவனத்தின் கட்டணம் குறைவாக இருந்ததால் அனைவரும் அதிலேயே பிரயாணம் செய்தனர். இதனால் இரண்டு பெரிய நிறுவனங்களுமே கடைசியில் குறைந்த கட்டண விமானங் களை இல்லாமல் ஆக்கின. சிங்கப்பூர் ஏர்லைன்ஸ் தனியாக டைகர் ஏர்வேஸ் என்ற ஒன்றை ஆரம்பித்தது. க்வாண்டாஸ் நிறுவனமும் இதுபோல் தனித்தன்மையை இழக்க விரும்பாமல் ஜெட் ஸ்டார் என்ற புதிய நிறுவனத்தையே ஆரம்பித்தது.

'விஜய்... என்ன நடந்தாலும் சரி, உங்களிடம் சில விஷயங்கள் சொல்ல விரும்புகிறேன். உங்களைச் சுற்றி இருப்பவர்களில் பெரும்பாலான வர்கள் சைக்கோபாத்கள். எதிர்காலத்தில் இவர்களே உங்களுடைய தோல்விக்குக் காரணமாக இருப்பார்கள்' என்று சொன்னேன்.

அதன் பிறகு அவரிடம் எதுவுமே பேசவில்லை. நாங்கள் நண்பர் களாகவே இருந்தோம். அவர் தன் தரப்பை நியாயப்படுத்தினார். நான் என் தரப்பை நியாயப்படுத்தினேன். ஒருநாள் நம் இருவருடைய நிறுவனத்தையும் இணைத்து ஒன்றாக்கிவிடுவோம் என்று சொன்னார்.

அப்படிச் செய்தால் பங்குதாரர்களுக்கு நஷ்டம் ஏற்படும். டெக்கானின் பெயரும் கெட்டுப் போகும் என்று சொன்னேன். ஆனால், மால்யாவோ தன் முடிவில் உறுதியாக இருந்தார்.

அவருக்கு எது சரி என்று தோன்றுகிறதோ அதன்படி நிறுவனத்தை நடத்தவே அவர் விரும்புகிறார் என்பது தெரியவந்தது. பெயரை மாற்றினார். வர்த்தக மாடலையும் மாற்றினார். இணைப்பு என்பது சம்பந்தப்பட்ட இரு தரப்புக்கும் நன்மை பயப்பதாக இருக்க வேண்டும். டெக்கானுக்கு இழப்பு என்றால் அது அவருக்கும்தான் என்று சொன்னேன். என் பங்குகளை நான் விற்றிருக்கவில்லை. ஆனால், அப்படிச் செய்துவிட்டதாக வதந்திகள் பரவின.

நான் இணைப்புக்குச் சம்மதித்தேன். 51% பங்குகளை அவர் கைப்பற்றி யிருந்தார். நான் மறுப்புத் தெரிவித்திருந்தாலும் அதை மீறி அதைச் செய்திருப்பார். நான் எதிர்ப்புத் தெரிவித்திருந்தால் கம்பெனியின் பெயர்தான் கெட்டுப் போயிருக்கும். எனவே, மிகுந்த வருத்தத்துடன் தான் இணைப்புக்கு சம்மதித்தேன்.

இணைப்புக்கு போர்டு, பங்குதாரர்கள், வங்கிகள், சப்ளையர்கள், கடன் வழங்கியவர்கள், கர்நாடக உயர் நீதிமன்றம் எல்லா தரப்பில் இருந்தும் சம்மதம் கிடைக்க வேண்டும். டெக்கான் ஏவியேஷன் என்ற ஹெலி காப்டர் நிறுவனம்தான் நான் முதலில் உருவாக்கிய நிறுவனம். அதை

நானே நடத்திக் கொள்ளலாம் என்று மால்யா சொன்னார். அந்த நிறுவனத்தின் பெரும்பான்மை பங்குகள் என் வசம் இருக்கும். குறைவான பங்குகள் மட்டுமே அவர் வைத்துக் கொள்வார். விமான நிறுவனத்தின் பெயர் கிங்ஃபிஷர் ஏர்லைன்ஸ் என்று மாற்றப்படும். அவர் அதன் சேர்மனாக இருப்பார். நான் துணை சேர்மனாக இருப்பேன்.

இரண்டு நிறுவனங்களையும் இணைப்பதற்கு முன்பு பல்வேறு மீட்டிங்கள் நடத்தினோம். குறைந்த கட்டண விமான சேவை முடிவுக்கு வந்துவிடும் அபாயம் உருவானது. ஆயிரக்கணக்கான மக்களிடம் இருந்து கடிதங்கள் வந்து குவிந்தன. எம்.பிகள், மந்திரிகள், பத்திரிகையாளர்கள் எனப் பல தரப்பில் இருந்தும் கடிதங்கள் வந்தன. டெக்கானை அனைவரும் தங்களுடைய நிறுவனமாக உணர்ந்திருந்தனர் என்பது அந்தக் கடிதங்களில் இருந்து தெரியவந்தது. இரு நிறுவனங்களை இணைத்துவிட்டால் மிகப் பெரிய கனவு ஒன்று முடிவுக்கு வந்துவிடும் என்று பயந்தனர்.

முதல் தலைமுறை தொழில் முனைவர் என்ற வகையில் டெக்கானுடன் எனக்கு ஆத்மார்த்தமான பிணைப்பு இருந்தது. எந்தவொரு தொழில் முனைவருக்கும் தன்னுடைய நேசத்துக்குரிய நிறுவனம் கறாராக, ப்ரொஃபஷனல் ரீதியாக வளர்வதைப் பார்க்கும்போது சிரமமாகத்தான் இருக்கும். கோடிக்கணக்கான மதிப்பு உடைய நிறுவனத்தில் சிறிய பங்கு வைத்திருப்பது, சிறிய நிறுவனத்தில் மிக அதிக பங்கு வைத்திருப்பதைவிடச் சிறந்ததுதான். சிறிய நிறுவனத்தில் இருக்கும்போது பெரிய நிறுவனம் வந்து உங்களைத் தன்னுடன் இணைத்துக் கொண்டு புதிய தொழில் நுட்பத்தைப் புகுத்தி உங்களை சந்தையை விட்டே விரட்டியடித்துவிடும். டெக்கான் என் கையை விட்டு நழுவுவது தெரிந்ததும் இதயத்தில் ரத்தம் கசிய ஆரம்பித்தது. அதே நேரத்தில் இன்ஃபோசிஸ், லார்சன் ட்யூப்ரோ போல் வேறொரு பெரிய நிறுவனத்தை உருவாக்கும் கனவானது மெள்ள விழித்தெழ ஆரம்பித்தது.

நான் புதிய கனவை ஆரம்பிப்பதற்கு முன்பாக ஒரு பிரச்னைக்கு பதில் சொல்ல வேண்டியிருந்தது. 200, 500, 1000 பங்குகள் வைத்திருந்தவர்கள் ஆரம்பகட்ட மீட்டிங்குகளில் என்னிடம் ஒரு கேள்வி கேட்பதுண்டு. 'கேப்டன் கோபி... உங்களை தேவதூதரைப்போல் நம்புகிறோம். எங்களுக்கு என்றைக்கு லாபம் கிடைக்கும்?' என்று கேட்பார்கள். அதற்கு நான் சொல்வேன், 'என்றைக்கு என்று என்னால் உறுதியாகச் சொல்ல முடியாது. ஆனால், நிச்சயமாக லாபம் கிடைக்கும். என்னை நம்புங்கள்.'

டெக்கானின் வளர்ச்சி அபரிமிதமாகத்தான் இருந்தது. ஆனால், பங்குதாரர்களுக்குத் தெளிவான பதில் சொல்ல முடியாமல் இருந்தது

எனக்குக் குற்ற உணர்ச்சியைத் தந்தது. ஒரு கட்டத்துக்கு மேல் ஒருவரால் விதியிடம் தன்னை ஒப்படைப்பதைத் தவிர வழியில்லை. டெக்கானின் குறைந்த கட்டணம் குறித்து பங்குதாரர்களில் சிலருக்கு அதிருப்தியும் இருந்தது. டெக்கானுக்கும் கிங்ஃபிஷருக்கும் இடையில், உள் அரங்கில் நடத்த பிரச்னைகளால் பெரிய இழப்பு ஒன்றும் ஏற்படவில்லை. பங்குதாரர்களுக்கு நல்ல செய்தி காத்திருந்தது. டெக்கான் - கிங்ஃபிஷர் இணைப்புக்குச் சற்று முன்பாக டெக்கான் பங்குகளின் விலை ரூ 330 ஆக உயர்ந்தது. டெக்கானின் மார்க்கெட் கேப்பிடல் 1.1. பில்லியன் டாலரை எட்டியது. மார்க்கெட் கேப்பிடலுக்கும் ஒரு நிறுவனத்தின் உண்மை மதிப்புக்கும் இடையில் எந்தத் தொடர்பும் இருக்காது என்பது எனக்குத் தெரியும். என்றாலும் முதலீட்டாளர்களுக்கு நல்ல லாபம் கிடைத்தது குறித்து எனக்கு சந்தோஷமே. லதானி, நிறுவன முதலீட்டாளர்கள், சில்லறை முதலீட்டாளர்கள் அனைவருக்கும் கொள்ளை லாபம் கிடைத்தது.

என் பங்குகளை நான் விற்கவில்லை. சாம் என் அறைக்கு வந்தான். ‘இதோ பார் கோபி. என் பங்குகளை நீ எப்படி விரும்புகிறாயோ அது போல் செய்துகொள்’ என்று சொன்னான். டெக்கானை ஆரம்பித்த போது என்னிடம் பெரிதாக எதுவும் இல்லை. இப்போது நான் கோடிகளின் அதிபதி. மீண்டும் புதிதாக எதை வேண்டுமானாலும் ஆரம்பிக்க முடியும். என்.டி.ஏ.யில் எங்கள் மேஜையில் எழுதி வைக்கப்பட்டிருக்கும் ரூடியார்ட் கிப்ளிங்கின் கவிதை நினைவுக்கு வந்தது.

உன்னால் தலை நிமிர்ந்து நிற்க முடிந்தால்

உன்னைச் சுற்றியிருப்பவர்கள் மனம் தளர்ந்துபோய்

எல்லா தோல்விகளுக்கும் உன்னையே பழிக்க ஆரம்பித்தபோதும்

எல்லாரும் உன்னை சந்தேகிக்க ஆரம்பித்து

அந்த சந்தேகத்தை நியாயப்படுத்தவும் ஆரம்பித்த பிறகும்

உன் மீது உனக்கு நம்பிக்கை இருந்தால்

காத்திருப்பதற்கு சலிக்காமல் காத்திருக்க முடிந்தால்

அல்லது பொய் சொல்லப்பட்ட பிறகும் பொய் சொல்லாமல் இருந்தால்

வெறுக்கப்பட்ட பிறகும் வெறுக்காமல் இருந்தால்

ரொம்பவும் நல்லவராகவும் ரொம்ப புத்திசாலியாகவும் இல்லாமல்

கனவுகளை உங்களுடைய எஜமானராக ஆக்காமல் உங்களால் கனவு காண முடிந்தால்

சிந்திக்க முடிந்தால் - சிந்திப்பதையே இலக்காகக் கொள்ளாமல் இருந்தால்

வெற்றியையும் தோல்வியையும் ஒன்றுபோல் எதிர்கொள்ள முடிந்தால்
நீங்கள் சொன்ன உண்மை திரிக்கப்பட்டதைக் கேட்டு பொறுமை காக்க முடிந்தால்
நீங்கள் உருவாக்கியவை நொறுங்கிப்போவதைப் பார்த்த பிறகும் சிதிலங்களைக் கொண்டு மீண்டும் புதிதாக ஆரம்பிக்க முடிந்தால்
அடைந்த வெற்றிகள் அனைத்தையும் பணயம் வைத்து இன்னொரு போட்டிக்குப் போகவேண்டியிருந்தால்
அதில் தோற்ற பிறகும் முதலில் இருந்து ஆரம்பிக்க முடிந்தால்
தோல்வி பற்றி ஒரு வார்த்தையும் சொல்லாமல் இருக்க முடிந்தால்
எதுவுமே இல்லாத நிலையிலும் தாக்குப் பிடிக்க முடிந்தால்
கொள்கையை விட்டுக் கொடுக்காமல் மக்கள் திரளுடன் பேச முடிந்தால்
எதிரிகளோ நண்பர்களோ காயப்படுத்த முடியாத நிலையில் இருந்தால்
எல்லாரையுமே மதித்து யாரையும் தலையில் தூக்கி ஆடாமல் இருந்தால்
கோபம் கொப்பளிக்கும் நிமிடத்தை ஒவ்வொன்றாக அறுபது நொடியாக நீண்ட காலகட்டமாக ஆக்க முடிந்தால்
இந்த பூமி உன்னுடையதுதான் அதில் இருப்பவை அனைத்துமே உன்னுடையவைதான்.
இன்னும் என்ன... நீ அப்போதுதான் முழு மனிதனாவாய் என் செல்ல மகனே

- ரூடியார்டு கிப்ளிங்

13

அதிர்ஷ்டம் தைரியமுள்ளவனுக்கே.
- விர்ஜில்

புதிய சாகசம்

கிங் ஃபிஷருடன் இணைப்பு நடப்பதற்கு சில மாதங்களுக்கு முன்பாக புதிதாக லாஜிஸ்டிக்ஸ் நிறுவனம் ஒன்றை ஆரம்பித்தேன். ஏர் டெக்கானில் இருந்தபோது நாங்கள் பெற்ற மோசமான அனுபவங்களே அதற்குக் காரணமாக இருந்தன. விஷயம், உதிரி பாகங்கள் சம்பந்தப்பட்டது. வெறும் ஒரு ப்ரொப்பல்லர் பிளேடாக இருந்தாலும் அது பழுதுபட்டால் விமானத்தைத் தரை இறக்கிவிட வேண்டியிருக்கும். அயல்நாட்டு சப்ளையர்களிடமிருந்து அதை இறக்குமதி செய்ய வேண்டும். அயல்நாட்டில் இருந்து மும்பைக்கு 24 மணி நேரத்தில் வந்துவிடும். ஆனால், அங்கிருந்து குவாலியர் போன்ற சிறு நகரத்துக்கு வந்து சேரவேண்டுமென்றால், மேலும் ஒருநாள் அல்லது இரண்டு நாள்கள் ஆகும். அதற்குக் காரணம் சிறிய நகரங்களுக்குப் பறக்கும் கார்கோ விமானங்கள் எதுவும் இந்தியாவில் இல்லை.

ஒருமுறை டில்லியில் இருந்து கொல்கத்தாவுக்குப் போய்க் கொண்டிருந்தபோது பறவையோ ஏதோ ஒன்று எங்கள் விமானத்தில் மோதிவிட்டது. நடு வானில் ஒரு எஞ்சின் மீதான கட்டுப்பாடு போய் விட்டது. இதுபோன்று ஒரு எஞ்சின் பழுதடைவது பைலட்களுக்குப் புதிது அல்ல. இன்னொரு எஞ்சினுக்கு மாற்றிக் கொள்வார்கள். ஆனால், எனக்கு மிகவும் பதற்றமாக இருந்தது. விமானம்

பாதுகாப்பாகத் தரை இறங்கும்வரை என் உயிர் என் கையில் இல்லை. விமானம் கொல்கத்தாவில் தரை இறங்கியதும் பைலட் போய் பார்த்தபோது ஒரு எஞ்சின் முழுவதுமாகப் பாதிக்கப்பட்டுவிட்டது தெரிந்தது. ஒரு கூட்டம் பயணிகள் இறங்கியதும் அடுத்த கூட்டம் பயணிகள் விமானத்தில் ஏறி உட்கார்ந்துவிட்டார்கள். பாதுகாப்பு தவிர எந்தப் பிரச்னை என்றாலும் பயணிகள் பாதிக்கப்படக்கூடாது என்பது எங்கள் இலக்காக இருந்தது. *180* பயணிகள் விமானத்தில் ஏறி உட்கார்ந்துவிட்டனர். அந்த நேரத்தில் விமானம் ரத்தாகிவிட்டது என்று அறிவிக்க வேண்டிவந்தது.

விமான நிலையத்தில் பெரும் கலவரமே வெடித்துவிட்டது. விமான நிலைய கவுண்டர்களை அடித்து உடைத்தனர். எங்கள் பணியாளர் களைத் திட்டி விரட்டினர். எங்கள் வசம் மாற்று விமானம் கிடையாது. எஞ்சினை மாற்றாமல் அந்த விமானத்தைக் கிளப்ப முடியாது. டில்லி, பெங்களூருவில் மாற்று எஞ்சின் இருந்தது. ஆனால், கொல்கத்தாவில் இல்லை. புதிய எஞ்சின் வாங்க *15* மில்லியன் டாலர் செலவாகும். எங்கள் விமானங்கள் பறந்து கொண்டிருந்த ஐம்பது நகரங்களில் எல்லா இடங்களிலும் மாற்று எஞ்சின்களை வைத்திருப்பது மிக அதிக செலவைக் கொண்டுவரும். லாஜிஸ்டிக்ஸ் - இன்வெண்டரி நிர்வாகத்தின் பிரச்னை இது.

ஒரு எஞ்சினை சாலை வழியில் கொண்டு வருவதும் சிரமம். சாலைகள் மோசமாக இருப்பதால் ஒரு வாரத்துக்கு மேல் ஆகிவிடும். அதுவும் போக சாலை வழியாகக் கொண்டுவந்தால் வாரண்டி போய்விடும். எனவே, வான் வழியாகவே எஞ்சினைக் கொண்டு செல்ல முடிவு செய்தோம். ஆனால், அப்படிக் கொண்டு செல்ல இந்தியாவில் ஒரு வான ஊர்தியும் இல்லை.

புளூடார்ட் நிறுவனத்திடம் மட்டும்தான் கார்கோ- லாஜிஸ்டிக்ஸ் வசதி இருந்தது. ஆனால், அந்தக் குறிப்பிட்ட எஞ்சினைக் கொண்டு செல்லும் வசதி அங்கும் இல்லை. ஃபெட்-எக்ஸ் நிறுவனம் டில்லிக்கும் மும்பைக்கும் இடையில் மட்டுமே இயங்கியது.வேறு இடங்களில் இயங்க அதற்கு அனுமதி கிடையாது. எங்களுக்கு என்ன செய்வதென்றே தெரியவில்லை. ரஷ்யாவின் அண்டோனோவ் நிறுவனத்தால் கொண்டு செல்ல முடியும். ஆனால், அவர்கள் ஒரு மில்லியன் டாலர்கள் முன் பணம் செலுத்த வேண்டும் என்று கேட்டார்கள். அதோடு ரஷ்யாவில் இருந்து அந்த ஊர்தி வந்து சேர மூன்று நாள்கள் ஆகுமாம்.

கடைசியில் ஒரு வழியாக எஞ்சினை அனுப்பி வைத்தோம். எப்படி என்கிறீர்களா... டில்லியில் இருந்து சிங்கப்பூருக்கு அனுப்பினோம். அங்கிருந்து சிங்கப்பூர் ஏர்லைன்ஸின் கார்கோ மூலம் கொல்கத்தாவுக்கு

போய்ச் சேர்ந்தது. ஆனால், இதற்கு ஆறு நாள்கள் ஆனது. பழுதுபட்ட ஏர்பஸ்-320 விமானம் நாளொன்றுக்கு 6-7 பிரயாணங்களை மேற்கொண்டது. எல்லாவற்றையும் ரத்து செய்தோம். பயணிகளுக்குப் பணத்தைத் திருப்பிக் கொடுத்தோம். மிக மோசமாகப் பெயர் கெட்டுப் போனது.

இந்தியாவில் சிறு நகரங்களுக்கு இடையே கார்கோ விமானங்கள் இல்லவே இல்லை.

உலகிலேயே மிகப் பெரிய விமான நிறுவனங்கள் எவை தெரியுமா? பயணிகள் விமான நிறுவனங்கள் அல்ல. கார்கோ விமான நிறுவனங்கள்தான். எனக்கே இது அப்போதுதான் தெரியவந்தது. ஃபெட்-எக்ஸ் நிறுவனமும் யு.பி.எஸ். நிறுவனமும் சேர்ந்து மொத்தம் 1600 விமானங்களை இயக்குகின்றன. அவற்றின் மொத்த வருமானம் வருடத்துக்கு 90 பில்லியன் டாலர். சுமார் 200 நாடுகளில் அவை இயங்கிவருகின்றன. ஃபெட்-எக்ஸ் நிறுவனத்தை நிறுவிய ஃப்ரெட் ஸ்மித்தைப் பற்றிப் படித்திருக்கிறேன்.

இந்திய தபால் பரிமாற்றத்தைப் பார்த்துத்தான் லாஜிஸ்டிக்ஸ் நிறுவனத்தை ஆரம்பித்தார் என்று சொல்வார்கள். இது எந்த அளவுக்கு உண்மை என்று தெரியாது. சென்னையில் இருந்து பெங்களூருக்கு ஏர் மெயில் கடிதத்தை அனுப்பினால் அது நேராக பெங்களூருக்குப் போகாது. இந்தியாவின் மையப் பகுதியில் இருக்கும் நாக்பூருக்குப் போகும். அங்கிருந்து பெங்களூருக்குப் போகும் விமானத்தில் அனுப்பி வைக்கப்படும். இந்தியாவுக்குள்ளான தபால் பரிமாற்றம் எல்லாமே இப்படியாகத்தான் நடக்கும். எல்லா விமானங்களும் இரவில் நாக்பூரில் இறங்கும். அவை கொண்டுவந்திருக்கும் தபால் மூட்டைகள் விமான நிலையத்தில் இருக்கும் தபால் துறை பணியாளர்களால் பிரிக்கப்படும். எந்தெந்தக் கடிதம் எந்த ஊருக்குப் போக வேண்டும் என்று வகைப் படுத்தப்பட்டு அந்தந்த ஊருக்கான விமானத்தில் ஏற்றப்படும். இது போல் ஒரு பொது மையத்துக்கு எல்லாம் கொண்டுவரப்பட்டு அங்கிருந்து போக வேண்டிய இடத்துக்கு அனுப்படும் வழிமுறையைத் தான் லாஜிஸ்டிக்ஸ் நிறுவனங்கள் செய்கின்றன. ஃப்ரெட் ஸ்மித்தும் இதை அடிப்படையாக வைத்துத்தான் ஃபெட்-எக்ஸ் நிறுவனத்தை ஆரம்பித்தார். இந்த வழி முறைதான் மின் அஞ்சல், வங்கிக் கணக்கு, செல்போன் என எல்லாவற்றிலும் செயல்படுகிறது. நீங்கள், உங்கள் அலுவலகத்தில் பக்கத்து அறையில் இருக்கும் ஒருவருக்கு மின் அஞ்சல் அனுப்பினாலும் அது நேராக அவருக்குப் போகாது. உலகின் ஏதோ ஒரு மூலையில் இருக்கும் சர்வருக்குப் போய் அங்கிருந்துதான் உங்களுடைய சக ஊழியருக்குப் போகும்.

ஃபெட்-எக்ஸ் நிறுவனம் இந்தியாவின் ஏற்றுமதி இறக்குமதிப் பொருள்களை மட்டுமே கவனத்தில் கொண்டு செயல்படுகிறது. அது போன்ற நிறுவனங்களுக்கு இந்தியாவை ஒன்றிணைக்க வேண்டும் என்று எந்த அக்கறையும் கிடையாது. இந்த இடத்தில்தான் இந்தியா வின் சிறு நகரங்கள், ஊர்கள் அனைத்தையும் இணைக்கும்படியான ஒரு லாஜிஸ்டிக்ஸ் நிறுவனத்தின் தேவை உருவாகிறது.

எங்கள் விமானத்தின் எஞ்சினை டில்லியில் இருந்து கொல்கத்தாவுக்கு அனுப்ப நாங்கள் பட்ட பாடு என்னை அப்படியான ஒரு நிறுவனத்தை ஆரம்பிக்கத் தூண்டியது. கஸ்டம்ஸ் அதிகாரிகளுக்கும் எஞ்சினை விமானத்தில் கொண்டு செல்வதற்கும் எந்த சம்பந்தமும் கிடையாது. என்றாலும் எங்களைக் கேள்வியால் துளைத்து எடுத்தார்கள். 'டில்லியில் இருந்து சிங்கப்பூருக்கு ஒரு எஞ்சினை அனுப்புகிறீர்கள். எந்த ரிப்பேர் வேலையும் பார்க்காமல் அப்படியே கொல்கத்தாவுக்கு அனுப்புகிறீர் களே... இது ஏன்' என்று கேள்வி கேட்டுத் துளைத்து எடுத்தார்கள். டில்லியில் இருந்து கொல்கத்தாவுக்கு அந்த எஞ்சினைப் பாதுகாப்பாகக் கொண்டு செல்ல வேறு எந்த வழியும் இல்லை என்று சொன்னால் யாருக்கும் புரியவில்லை. கடைசியில் ஒரு வழியாக அனுப்பி வைத்தோம். ஆனால், என் மனத்தில் புதிய நிறுவனம் ஒன்றுக்கான விதை விழுந்துவிட்டது.

அப்போது நான் கிங்ஃபிஷருடன் டெக்கான் இணைக்கப்படும் என்று நினைத்துப் பார்த்திருக்கவில்லை. டெக்கான் எப்படியும் இரண்டு மூன்று வருடங்களில் மிகப் பெரிய நிறுவனமாக ஆகிவிடும். புதிதாக கார்கோ நிறுவனத்தை ஆரம்பித்துவிடலாம் என்று நினைத்திருந்தேன். ஃபெட்-எக்ஸ் நிறுவனத்தில் இருபது வருடங்கள் பணி புரிந்த ஜூட் ஃபொன்சேகாவை அழைத்தேன். கார்கோ நிறுவனம் ஒன்றை ஆரம்பிக்க விரும்புகிறேன். அதற்கான அனுமதி, லைசன்ஸ் போன்ற வற்றை நான் பார்த்துக் கொள்கிறேன். நானே முதலீடு செய்யப் போகிறேன். இந்தியாவின் அனைத்து நகரங்களையும் இணைக்கும் வகையில் ஒரு கார்கோ நிறுவனமாக அதை வளர்த்தெடுக்க விரும்பு கிறேன் என்று சொன்னேன். ஜூட்டை சி.இ.ஓ.வாக நியமித்தேன். மோகன் குமாரை அழைத்து நிர்வாகப் பொறுப்பை ஏற்றுக் கொள்ளும் படிச் சொன்னேன்.

காஷ்மீரில் ஆப்பிள்கள் விளைகின்றன. பஞ்சாபில் அரிசி விளைகிறது. குஜராத், கேரளாவில் மீன்கள் கிடைக்கின்றன. ஆனால், இந்தியாவுக் குள் இவற்றை பரிமாறிக்கொள்ள வலுவான வலைப்பின்னல் இல்லை. இந்தியாவின் பெரும்பாலான பகுதிகள் சரியான இணைப்பு இல்லாமல் திண்டாடுகின்றன. இந்தியாவுக்கு அது முன் எப்போதைவிடவும்

இப்போது அதிகம் தேவை. இந்தியாவின் மொத்த உள்நாட்டு உற்பத்தி இப்போது அதிகரித்து வருகிறது. இந்தியாவில் அப்படியான கார்கோக்கள் வெறும் ஐந்துதான் இருக்கின்றன. அதுவும் புளூ டார்ட் எக்ஸ்பிரஸ் என்ற ஒரே ஒரு நிறுவனத்திடம் இருக்கின்றன. சீனாவில் சுமார் 100-க்கு மேல் கார்கோக்கள் இருக்கின்றன.

அதோடு நகர, பெரு நகரங்களில் இட நெருக்கடி அதிகரித்துவிட்டதால் கிராமங்களைத் தேடி எல்லா நிறுவனங்களும் போக ஆரம்பித்து விட்டன. சிறப்புப் பொருளாதார மண்டலங்கள் நாட்டின் பல இடங் களில் ஆரம்பிக்கப்படுகின்றன. அங்கு பல வரிச் சலுகைகள் கிடைக் கின்றன. எனவே, அந்த இடங்களுக்குப் பிற பகுதிகளுடனான இணைப்பு மிகவும் அவசியம். வான் வழியிலான கார்கோ அந்தத் தேவையை நன்கு பூர்த்தி செய்ய முடியும்.

எனவே, மால்யாவிடம் இது பற்றிச் சொன்னேன். 'கேப்டன்... நீங்கள் ஏன் இப்படி சிரமப்படுகிறீர்கள். பேசாமல் கிராமத்துக்குப் போய் விவசாயத்தில் ஈடுபட வேண்டியதுதானே' என்றார். நீங்கள் சொல்வது, எம்.எஸ்.சுப்புலட்சுமியை பாடாதே என்றும் பண்டிட் ரவி சங்கரை சிதார் இசைக்காதே என்றும் சொல்வதைப் போலிருக்கிறது என்று பதில் சொன்னேன்.

பயணிகள் விமான நிறுவனத்தைப் போட்டிக்கு ஆரம்பிக்க மாட்டேன் என்று ஒப்பந்தம் செய்து கொடுத்தால் பணம் தருவதாகச் சொன்னார். அதன் படியே எழுதிக் கொடுத்தேன். கார்கோ விமான நிறுவனம் ஆரம்பிக்கக்கூடாது என்று எந்தத் தடையும் இல்லை. அதோடு டெக்கான் என்ற பெயரையும் பயன்படுத்திக் கொள்வேன் என்று சொன்னேன்.

டெக்கான் நிறுவனம் தொடர்ந்து செயல்பட்டால்தான் கிங்ஃபிஷருக்கு நல்லது என்று சொன்னேன். ராகுல் பஜாஜ் மெர்சிடிஸ் பென்ஸ் காரில் போகிறார். அது எப்படி முடிந்தது என்றால் அவர் சாதாரண மனிதர் களுக்கு ஸ்கூட்டரும் மோட்டார் சைக்கிளும் விற்றதால்தான். மத்திய வர்க்கம் வலுவாக இருந்தால்தான் மேல் தட்டில் இருப்பவர்களுக்கு செல்வம் சேர்ந்துகொண்டே போகமுடியும் என்று சொன்னேன்.

என் முன்னால் இருக்கும் சவால் கடினமானது என்று எனக்குத் தெரியும். நிறுவனத்தை ஆரம்பிக்கும்போது போட்டி நிறுவனத்தைவிட இரண்டு மடங்கு பெரிதாக ஆரம்பிப்போம். அவர்களைவிட இரண்டு மடங்கு அதிக விமானங்கள் எங்கள் வசம் இருக்கும். அதிக வழித்தடங்களிலும் இயங்குவோம். இந்தியாவின் அனைத்து நகரங்களையும் இணைப்போம். தொழிற்சாலை எங்கு ஆரம்பிக்கப்படுகிறதோ அங்கு செல்வோம்.

சிறப்புப் பொருளாதார மண்டலங்கள் எங்கு ஆரம்பிக்கப்படுகின்றனவோ அங்கு செல்வோம். ஹீரோ ஹோண்டா நிறுவனம் ஹிமாச்சல பிரதேசத்தில் ஒரு தொழிற்சாலையை ஆரம்பிக்கவிருக்கிறது. பஜாஜ் நிறுவனம் உத்தராகண்டில் ஒரு தொழிற்சாலை ஆரம்பிக்கப் போகிறது. நாங்கள் அங்கெல்லாம் செல்வோம். டெக்கான் இதற்கு முன் இருந்ததைவிட மிகப் பெரிய நிறுவனமாகும்.

கார்கோ ஹப்க்காக நாக்பூரில் ஐம்பது ஏக்கர் நிலம் வாங்கியிருக்கிறேன். அங்கு நிலம் சகாய விலையில் மஹாராஷ்டிர அரசால் தரப்பட்டது. ஏனென்றால், அங்கு யாருமே தொழில் தொடங்கப் போகவில்லை. ஏன் போகவில்லையென்றால் அங்கே இணைப்பு வசதிகள் இல்லை. நான் நாக்பூரின் உள்கட்டமைப்பை மேம்படுத்தப் போகிறேன். அதைத் தொடர்ந்து முதலீடுகள் குவியும். இந்தியாவின் பிரதான உற்பத்தி மையமாகும்.

விஜய் மால்யாவிடம் டெக்கானை விற்றதன் மூலம் கிடைத்த ஒட்டு மொத்த பணத்தையும் அங்கு முதலீடு செய்யப் போகிறேன். என் நண்பர்கள் எனக்குப் பைத்தியம் பிடித்துவிட்டதா என்று கேட்டார்கள். கிடைத்த பணத்தை வைத்து ஏதாவது ஒரு தீவை விலைக்கு வாங்கி, கோல்ஃப் விளையாடியபடி, மாலை நேரத்தில் மது அருந்தியபடி காலத்தைக் கழிக்கும்படிச் சொல்கிறார்கள். அது என்னால் முடியாது. செல்வத்தை முடக்கிப் போட மாட்டேன். சவால் என்பது ஒன்றைப் புதிதாக உருவாக்குவதில் இருக்கிறது. என்னைப் பொறுத்தவரையில் செல்வத்தை அனுபவிப்பதில் அல்ல, அதை உருவாக்குவதில்தான் ஆனந்தம் இருக்கிறது. பணத்தை வங்கியில் போட்டுவிட்டு உட்கார என்னால் முடியாது. அது என் ரத்தத்தில் இல்லை.

ஒன்றுமில்லாதவனாகத்தான் என் வாழ்க்கையை ஆரம்பித்தேன். கையில் எதுவும் இல்லாமல்தான் விவசாயப் பண்ணையை ஆரம்பித்தேன். ஹெலிகாப்டர் நிறுவனத்தையும் அப்படித்தான் ஆரம்பித்தேன். விமான நிறுவனத்தை ஆரம்பிக்கும்போதும் என் கைவசம் பெரிதாக எதுவும் கிடையாது. ஆனால், இப்போது என் வசம் எல்லாமிருக்கிறது. இப்போது எப்படி நான் சும்மா உட்கார முடியும்?

வெற்றியாளர்கள் எப்படி வெற்றி பெற்றார்கள் என்றால் அவர்கள் சவால்களை எதிர்கொண்டார்கள். சவால்களை எடுக்காமல் தேங்குவது தான் மிக மோசமான செயல். சவால்கள் இல்லையென்றால் வாழ்க்கை மந்தமாகிவிடும். அர்த்தமில்லாமல் போய்விடும். டெக்கானை ஆரம்பித்தபோது அடுத்தவர் பணம் என்பதால் துணிந்து செயல்பட்டேன். இப்போது என் பணம் என்பதால் பதுங்கிவிட்டேனா? பணத்தை

வைத்துப் பூட்டுவதைப் போன்ற மடத்தனம் இந்த உலகில் எதுவுமே இருக்காது. யுலிசிஸைப் போல் நான் ஆரம்பத்தில் இருந்து எல்லா வற்றையும் தொடங்க வேண்டும்.

ஜூட்... டெக்கானில் இருந்த பெரும்பாலானவர்கள்... கேப்டன் ப்ரீதம்... புதிதாகச் சேர்ந்திருக்கும் இளைஞர்கள்... என புதிய இந்த சாகசத்தில் பலர் தோள் கொடுக்க வந்துள்ளார்கள். எனக்குள் நான் சொல்லிக் கொள்கிறேன்: ஆயிரம் மைல் பயணம் என்பது ஒரு அடியில்தான் ஆரம்பிக்கிறது.

நான் இன்னொரு புதிய பயணத்தை ஆரம்பித்திருக்கிறேன். என் ஆருயிர் நண்பன் சாம் என்னுடன் இருக்கிறான். ஜெயந்த், விஷ்ணு இருவரும் டெக்கானின் கொடியைப் பிடித்தபடி வருகிறார்கள். எதிர்காலம் அழைக்கிறது. மிகப் பெரிய இன்னொரு சவால் அங்கு காத்திருக்கிறது.

பயணத்தில் இருந்து நான் ஓய்வு பெற முடியாது.
வாழ்க்கையைக் கடைசி சொட்டுவரை பருகுவேன்
பெரும் கொண்டாட்டத்தில் திளைத்திருக்கிறேன்
பெரும் வேதனையில் மூழ்கியிருக்கிறேன்
தேடல்... தாகம்... கண்டடைதல்... விட்டுக்கொடுக்காமை
அதுவே நான்.
என் பயணம் முடிவுறாது...

-லார்ட் ஆஃல்ப்ரெட் டென்னிஸன்

பின்னுரை

கோபியின் பண்ணை

கோபி, வாயெல்லாம் பல் தெரியும்படி நிறையச் சிரிப்பார். எனவே, நான் அவரை முதல் தடவை பார்த்தபோது அதிக மரியாதை கொடுக்கவில்லை. அது என் முதல் தவறு.

அவர் பெங்களூரு நகரத்தில் வசித்து வந்தார். அங்கே வியாபாரத்தில் ஈடுபடுவார். தென்னை மரங்கள் வளரும் தன்னுடைய கிராமத்துப் பண்ணைக்கு அடிக்கடி ஓடிவிடுவார். எனவே, அவரை ஓர் எளிய விவசாயி என்று நினைத்தேன். அது இரண்டாவது தவறு.

எங்களிடமிருந்து முதலில் ஆறு ஹெலிகாப்டர் வாங்கினார். ஹெலி காப்டர் பிஸினஸுக்கு முன்னால் பிரெட் பிஸினஸ். அதற்கு முன்னால் நீர்ப்பாசன மோட்டார்கள். அதற்கு முன்னால் ஹீரோ ஹோண்டா டீலர்ஷிப். அதற்கு முன் வேறு என்னென்னவோ.

டெக்கான் ஏவியேஷன்... 'உங்களுடைய வானத்து லிமோஸின்.' வானில் அது என்ன வேண்டுமானாலும் செய்யும். சிங்கப்பூரில் இருந்து பெங்களூருக்குப் போவதைப்போல். எங்களுடைய கோடிக்கணக்கான ரூபாயிலான ஒப்பந்தத்தை ஹெலிகாப்டரில் ஏறுவதற்கு பத்து நிமிடங்களுக்கு முன்னால் பேச ஆரம்பித்து அப்போதே கையெழுத்துப் போட்டு முடித்தார். அவரும் நண்பர் சாமுமாக அந்த ஹெலிகாப்டரி லேயே சிங்கப்பூரில் இருந்து மலேசியா... அங்கிருந்து தாய்லாந்து, மியான்மர், பங்களாதேஷ் கடைசியாக இந்தியாவுக்கு ஓட்டிச்

சென்றனர். அடிக்கடி எரிபொருள் நிரப்புவதற்காக சில நூறு மைல் இடைவெளிகளில் நிறுத்திக் கொண்டனர். கொஞ்சம் தாகமான ஹெலிகாப்டர்தான். சிங்கப்பூரில் இருந்து இந்தியா வந்து சேர ஐந்து நாள்கள் ஆனது. 'எந்த இடத்துக்கும் போகமுடியாது என்றில்லை. எந்த எல்லையும் கிடையாது' என்ற டெக்கான் ஏவியேஷனின் முத்திரை வாக்கியம், வெறும் கோஷம் அல்ல.

பிரெட் பிஸினெஸ் அவர்களுடைய குடும்பத்தினர் ஈடுபட்ட தொழில் களில் ஒன்று. பெங்களூருவில் இருக்கும் கே.டி. பேக்கரி உரிமை யாளர், கோபியின் சகோதரியைத்தான் மணந்திருந்தார். லண்டனிலும் ஒரு பேக்கரி ஆரம்பிக்க விரும்பினார். 'கோபியின் பேக்கரி' என்று பெயர் சூட்டுங்கள் என்று ஒரு முறை சொன்னேன். 'வாருங்கள்... அவர் களை பறக்க வைப்போம்' என்பதுபோல் 'வாருங்கள்... அவர்களை பிரெட் சாப்பிட வைப்போம்' என்ற முத்திரை வாக்கியம்கூட ரெடி செய்து கொடுத்தேன்!

கோபியின் மனைவி பார்கவி. அவர் ஒரு பேக்கரி உரிமையாளர் என்று சொன்னால் யாரும் நம்பமாட்டார்கள். 17 வயது பல்லவி, 11 வயது கார்த்திகா ஆகியோரின் அம்மா என்று சொன்னால் கற்பூரம் ஏற்றி அணைத்தாலும் நம்பமாட்டார்கள்.

கோபியின் குடும்பத்தினர் நகரவாசிகள். குழந்தைகள் படிக்க வேண்டும் என்பதற்காக பண்ணையில் இருந்து பெங்களூருக்கு இடம்பெயர்ந் திருந்தனர். பண்ணையை விட்டு வந்த ஏக்கம் பார்கவியின் கண்களில் எப்போதும் தெரிந்தது.

கேப்டன் கோபிநாத் 27 வயதில் இந்திய ராணுவத்தில் இருந்து விலகி னார். வீடு திரும்பியபோது சொந்த கிராமம் நெருக்கடியில் தத்தளித்துக் கொண்டிருந்தது. பக்கத்தில் கட்டிய ஓர் அணையினால் பூர்விக நிலங்கள் வெள்ளத்தில் மூழ்கியிருந்தன. அரசாங்கம் நஷ்ட ஈட்டைக் காசாகவும் கொடுத்தது. நிலமாகவும் கொடுத்தது. ஆனால், அந்த நிலமோ எங்கோ இருந்தது. யாரும் அங்கு போகத் துணிந்திருக்க வில்லை. கோபி தைரியமாகப் போய்ப் பார்த்தார். பிறருடைய நிலத்தை யும் தானே வாங்கிக் கொண்டார். ஐந்து வருடத்தில் கொஞ்சம் கொஞ்ச மாக அதற்கான காசைத் தந்துவிடுவதாகச் சொன்னார். ஒன்றுமே இல்லாமல் போக இருந்தவர்களுக்கு ஏதோ கொஞ்சம் கிடைத்தது.

புதிய நிலத்தில் தென்னை வளர்க்கத் திட்டமிட்டார் கோபி. ராஜு என்ற சிறுவனுடன் அந்த நிலத்தில் ராணுவ டெண்ட் அடித்துத் தங்கினர். இருவருமாக நூற்றுக்கணக்கான தென்னங்கன்றுகளை நட்டனர். நட்ட சில நாட்களிலேயே மழை வெள்ளம் வந்து எல்லாவற்றையும்

அடித்துக்கொண்டு போனது. கோபி மனம் தளரவில்லை. மீண்டும் குழி வெட்டினார். இந்த முறை கோபி தென்னங்கன்றுகளை ஆழமாக, கோடைகாலத்தில் நட்டார். தன்ணீர் தட்டுப்பாடு. மின்சாரம் கிடையாது. எனவே, மோட்டார் சாத்தியமில்லை. தண்ணீர் காவடி தூக்கினார்கள் இருவரும். தாகத்துடன் தவித்த ஆயிரக்கணக்கான தென்னங் கன்றுகள் கிடைத்த நீரை உறிஞ்சி பச்சை பிடிக்க ஆரம்பித்தன.

'கிராமத்து விஞ்ஞானி' கோபிக்கு தண்ணீர் சுமக்க கழுதையைப் பயன் படுத்தலாமே என்று யோசனை தோன்றியது. ஏழெட்டு கழுதைகளை காசு கொடுத்து வாங்கிவந்தார். கழுதைகள் தண்ணீர் சுமப்பதைத் தவிர எல்லா வேலைகளையும் செய்தன. பரந்து விரிந்த வெளியைப் பார்த்ததும் உற்சாகத்தில் சங்கீதப் பயிற்சியில் ஈடுபட்டன. வேளா வேளைக்கு வைக்கும் தீனிகளை விழுங்கின. போதாதென்று விற்ப தற்கு அறுவடை செய்து வைத்திருந்த உளுந்து பயிர்களைப் பதம் பார்த்தன. தண்ணீர் கேனை முதுகில் மாட்டினால் மட்டும் காலை மடக்கி உட்கார்ந்துகொண்டன. உள்ளூர் விவசாயிகள் வந்து பார்த்து விழுந்து விழுந்து சிரித்தனர். நல்ல வேளையாக கோபி அடுத்த மிருக பரிசோதனையில் ஈடுபடுவதற்கு முன்பாக மின்சார இணைப்பு கிடைத்துவிட்டது!

கோபிக்குத் திருமண வயது நெருங்கியது. பக்கா இந்திய பாணியில் பெற்றோர் ஒரு பெண்ணைப் பார்த்து, 'கட்டிக் கொள்' என்றனர். சரி... பண்ணைக்கு வரச் சொல்லுங்கள் என்றார். மாட்டு வண்டி கட்டி வருங்கால மாமியாரும் மணமகளும் புனித யாத்திரை புறப்பட்டனர். கோபி இந்தக் கதையை ஆர்வத்துடன் விவரிப்பார். உண்மையில் கோபி எல்லா கதைகளையுமே அப்படித்தான் சொல்வார். விஷயம் என்ன வென்றால், அவர்கள் ஏறி வந்த மாட்டு வண்டியில் அச்சாணியைச் சரியாக மாட்டவில்லை. எப்படித்தான் எட்டு கிலோமீட்டர் கரடு முரடான சாலையில் விழாமல் வந்து சேர்ந்தார்களோ கடவுளுக்குத் தான் தெரியும். வருங்கால மாமியார், பண்ணையைச் சுற்றிப் பார்த்தார். நட்டிருந்த தென்னங்கன்றுகள் காய்ப்பதற்கு இன்னும் பத்து வருடங்கள் ஆகும். அதுவரை என்ன செய்து எதைச் சாப்பிடுவது? அதுவும் அந்த வனாந்தரத்தில் கூடாரத்தில் தன் செல்ல மகள் எப்படிக் குடித்தனம் நடத்த முடியும்? ஆனால், கோபியைப் போலவே பார்கவியும் திட சித்தம் கொண்டவர். சவால்களை நேசிப்பவர். எனவே, கோபிக்கு ஏற்ற பார்கவி கிடைத்தார்.

இருவரும் சேர்ந்து தென்னங்கன்றுகளைப் பராமரித்தனர். பட்டுப்பூச்சி வளர்த்தனர். மண் குடிசை ஒன்றைக் கட்டிக்கொண்டு வசித்தனர்.

பல்லவி பிறந்து பள்ளிப் பருவத்தை எட்டியதும் பக்கத்தில் இருந்த ஹஸனுக்கு இடம்பெயர்ந்தனர். கோபி வேறு வியாபாரங்களை ஆரம்பித்தார். அதன் பிறகு பெங்களூருவுக்குச் சென்றனர். நல்ல பள்ளி... நல்ல வியாபாரம். விவசாயப் பண்ணையையும் தொடர்ந்து கவனித்து வந்தனர்.

கோபியும் பல பெரிய வியாபாரிகளைப் போல ரோலக்ஸ் வாட்ச் அணிந்திருந்தார். அவர்களைப் போலவே அவரும் அதை விரும்பினார். ஆனால், ஒரே ஒரு வித்தியாசம்... மற்றவர்கள் அதைக் காசு கொடுத்து வாங்கியிருப்பார்கள். கோபி அதை உழைத்து வாங்கினார். இயற்கை விவசாயத்துக்கு கோபி ஆற்றிய பங்களிப்பைப் பாராட்டித் தரப்பட்ட சர்வதேச விருது அது. அதன், பின் பக்கத்தில் கோபியின் பெயர் பொறிக்கப்பட்டிருக்கும். கோபி விவசாயத்தில் பல புதுமைகளைப் புகுத்தினார். பட்டுப் பூச்சிகளுக்கு முசுக்கொட்டை செடியை வளர்த் தார். நிலத்தை உழாமல் இலை தழைகளால் மூடி போட்டு விவசாயம் செய்தார். பூச்சிக் கொல்லிகள் தெளிக்கவில்லை. எலிகளை விரட்ட சிறிய அளவு மின்சாரம் பாய்ச்சப்பட்ட வேலியைப் பயன்படுத்தினார். எறும்புகளை விரட்ட சுற்றிலும் நீர் நிரம்பிய சிறிய அகழியை வெட்டி னார்.

பல்வேறு விவசாயப் பத்திரிகைகளில் கோபி எழுதிய கட்டுரைகளும் கோபியைப் பற்றிப் பிறர் எழுதிய கட்டுரைகளும் வெளியாகின. 'தி இந்து' பத்திரிகையில் வெளியான கட்டுரை:

> விவசாயிகளும் விவசாயத்துறை அதிகாரிகளும் நிலத்தை 'தூய்மையாக' வைத்திருக்க வேண்டும் என்று சொன்னார்கள். இல்லையென்றால் கரையான்கள் தாக்கிவிடுமாம். காட்டிலும் கரையான்கள் இருக்கின்றன. காடு மட்டும் எப்படி செழித்து ஏராளமான மரம் செடிகளுடன் இருக்கிறது. கரையான்கள் தாக்கியிருந்தால் இன்று ஒன்றுகூட மிஞ்சியிருக்காதே? என்ன விஷயம் என்றால் கரையான்கள் காட்டில் தரையில் விழுந்த கிளைகள், இலைகள், சருகுகள் ஆகியவற்றை உண்டு வாழ்கின்றன. எனவே, அது போன்ற ஒரு சூழலையே என் பண்ணையிலும் உருவாக்கினேன். குப்பை கூளங்களை மரங்களின் அடிப்பகுதியில் குவித்து வைத்தேன். கரையான்கள் குப்பை கூளங்களை மட்டும் தின்றன. ஒரு மரத்தைக்கூட அரிக்கவில்லை.

கோபியைப் பொறுத்தவரை நிலம் என்பது உயிரற்றதல்ல. விவசாயம் என்பது வெறும் ஓர் அறிவியல் அல்ல. இயற்கையோடு இணைந்து வாழ்தல்... இயற்கையாக வாழ்தல். இயற்கையால் வாழ்தல்.

கோபி என்னைத் தன் பண்ணைக்கு வரும்படி அழைத்தபோது ஆர்வத்துடன் போனேன். நான் இயற்கைப் பண்ணைக்குப் போயிருந்தேன் என்று யாரிடமோ பின்னால் சொன்னபோது ரொம்பவும் குப்பை கூளங்களுடன் அலங்கோலமாக இருந்திருக்குமே என்றார்கள். நானும் அப்படித்தான் நினைத்துக்கொண்டு போனேன். இன்னொரு தவறு.

பண்ணை இயற்கை எழில் கொஞ்ச, விசாலமாக, மிகவும் அற்புதமாக இருந்தது. மிக சுத்தமாகப் பராமரிக்கப்பட்டிருந்தது. நெடிதுயர்ந்த தென்னை மரங்கள் இதமான தென்றல் காற்றில், 'வா... வா...' என அசைந்து வரவேற்றன. அது இன்னொரு உலகம். பார்கவிக்கு இந்த இடத்தைப் பிடித்துப் போனதில் வியப்பில்லை. ராஜு எங்களை வரவேற்றார். இப்போதும் அவர் அங்கேயேதான் இருந்து பண்ணை வேலைகளைக் கவனித்து வருகிறார். ஆங்காங்கே சில கட்டடங்கள் முளைத்திருக்கின்றன. குத்த வைத்து உட்காரும் கழிப்பறை, கோப்பையால் மொண்டு குளிக்க குளியலறை, திறந்த வெளியில் மரத்தடியில் டைனிங் ஹால். மாலையில் தீ மூட்டி சுற்றி அமர்ந்து கொள்ளலாம். இளநீரும் ரம்மும் கலந்து தருவார் கோபி. அவருக்கு மிகவும் பிடித்த கலவை. செல்போன்கள் கிடையாது (பெங்களூருக்கு வந்தால் கோபி, செல் பைத்தியமாகிவிடுவார் என்பது வேறு விஷயம்).

மாலை நேரத்தில் சூரிய அஸ்தமனத்தைப் பார்த்தபடியே அந்தப் பண்ணையில் நடந்து செல்லும் அனுபவம் இருக்கிறதே... அதை அனுபவித்தால்தான் புரியும். கோபி கதை கதையாகச் சொல்லியபடியே வருவார். ஒவ்வொரு மரத்துக்கும் ஒவ்வொரு செடிக்கும் ஒரு கதை சொல்லியிருப்பாரே என்று அவருடைய சகோதரிகள் கிண்டலடிப்பார்கள். நான் சொல்வேன், நல்ல வேளை மரங்களோடு போயிற்று. ஒவ்வொரு கிளை, இலை என்று ஆரம்பித்தால் என்ன ஆகும்? கோபிக்கு அது தெரிந்துவிட்டதுபோலும். அடுத்த முறை பார்த்தபோது தென்னை மரத்தின் ஒவ்வொரு வளையத்துக்கும் ஒரு கதையை அவிழ்க்க ஆரம்பித்தார். ஒரு மரம் பூக்களால் நிரம்பி இருந்தது. 'காட்டின் ஜ்வாலை' என்று பூக்களை வருணித்தார். தேனீக்கள் ரீங்கரித்தபடி பறந்து கொண்டிருந்தன. கோபி அதைப் பார்த்துச் சொன்னார்: 'ஹென்றி, நான் மட்டும் தேனியாக இருந்திருந்தால் எவ்வளவு அருமையாக இருந்திருக்கும். தேனீக்கள்... தேன் சுமந்து செல்லும் ஹெலிகாப்டர்கள்!'

வெறும் சாதுவான, சுவாரசியமான கதைகள் மட்டுமே என்று நினைக்க வேண்டாம். த்ரில்லர் கதைகளும் உண்டு. முன்பு எப்போதோ வந்து போன சிறுத்தையைப் பற்றி சொன்னார். சிறுத்தையா என்று அதிர்ந்து போனேன். ஆமாம். இதோ நீங்கள் நிற்கிறீர்களே, இந்த இடத்தில்தான்

நின்று கொண்டிருந்தது என்றார் சர்வ சாதாரணமாக. எனக்குத் தூக்கி வாரிப்போட்டது. அதோடு விடவில்லை. அது போலவே நல்ல பாம்புகளும் இங்குதான் சுற்றிக் கொண்டிருக்கும். ஆனால், யாரையும் ஒன்றும் செய்யாது என்றார். பாம்புகளுமா... எனக்கு பயத்தில் நாக்கு ஒட்டிக் கொண்டது. மென்று முழுங்கி அவையெல்லாம் நாம் வசிக்கும் இடத்துக்கு ஏன் வருகின்றன என்று நடுங்கியபடியே கேட்டேன். கோபி என் தோளில் ஆறுதலாகக் கையைப் போட்டபடியே சொன்னார்: 'நாம்தான் அவை வசிக்கும் இடத்துக்கு வந்திருக்கிறோம்.'

சைக்கிளை எடுத்துக்கொண்டு சுற்றுவோம். பக்கத்தில் இருக்கும் சிறிய ஊருக்குப் போனோம். அங்கு இருந்த கோயிலுக்கு போனோம். அர்ச்சகர் பிரசாதங்கள் கொடுத்தார். அவருடைய வீட்டுக்கு அழைத்துச் சென்று தேநீர் தந்து உபசரித்தார். வரும் வழியில் ஒரு சிறுவன் எங்கள் பின்னாலே ஒரு சைக்கிளில் வந்தான். எதற்கு எங்கள் பின்னால் வருகிறாய். ஓடிப் போ பையா என்று மனதுக்குள் நினைத்துக் கொண்டேன். சிறிது நேரம் கழித்துப் பார்த்தால் அவன் கோபியின் சைக்கிளை ஓட்டிக்கொண்டு என் முன்னால் உற்சாகமாகச் சிரித்த படியே போனான். கோபிக்கு என்ன ஆயிற்று... அவருடைய சைக்கிள் எப்படி சிறுவனுக்குக் கிடைத்தது என்று பதறியபடி முதலில் அந்தச் சிறுவனை வேகமாகச் சென்று பிடிக்க நினைத்தேன். பிறகு ஏதோ வித்தியாசமாகத் தோன்றவே திரும்பிப் பார்த்தால், கோபி அந்தச் சிறுவனின் குட்டி சைக்கிளில் அவனை விட சந்தோஷமாக வந்து கொண் டிருந்தார். என்ன நடந்திருக்கிறதென்றால், கோபிக்கு சின்ன சைக்கிள் ஓட்டிப் பார்க்க வேண்டும் என்று ஆசையாக இருந்திருக்கிறது. அந்தச் சிறுவனுக்கு பெரிய சைக்கிள் ஓட்ட வேண்டுமென்று ஆசையாக இருந் திருக்கிறது. ஐந்து நிமிடத்தில் டீல் பேசி முடித்துவிட்டிருக்கிறார்கள்!

கோபி பிற விவசாயிகளிடம் இருந்து பல விஷயங்களை ஆர்வத்துடன் கற்றுக்கொள்வார். அதைச் செய்து பார்த்து விளைவுகளை அவர்களிடம் பகிர்ந்துகொள்வார். கர்நாடகாவின் மூலை முடுக்குகளில் இருந்தெல் லாம் அவருடைய பண்ணையைப் பார்க்க ஆட்கள் வந்து போவதுண்டு. சுற்றி உள்ள விவசாயிகள் எல்லாம் நச்சு விவசாயத்தில் ஈடுபடும்போது ஒருவர் மட்டும் இயற்கை விவசாயத்தில் ஈடுபட்டால் எந்தப் பலனும் இருக்காது. எனவே, எல்லாரும் இதைத் தெரிந்து கொள்ளவேண்டும் என்று கோபி அனைவருக்கும் தன் அனுபவப் பாடங்களைச் சொல்லித் தருவார்.

அடுத்த நாள் அவருடைய நண்பர் சுனிலின் காபி பிளாண்டேஷனுக்குப் போனோம். சுனிலின் வீடு மிக அற்புதமாக இருந்தது. முழுவதும் மார்பிளால் இழைக்கப்பட்டிருந்தது. காபி கொட்டைகளைச் சுத்தம் செய்ய வேதிப் பொருள்கள் பயன்படுத்துவதையும் அந்த நீரை

ஓடையில் கலக்கவிடுவதையும் சுனில் சொல்லிக் கொண்டிருந்தார். கோபி தோட்டத்தில் வளர்ந்திருந்த செடிகளையும் அதில் தென்பட்ட வெள்ளைப் புள்ளிகளையும் பார்த்துக் கொண்டிருந்தார். அது அதிக பூச்சிக் கொல்லிகளைப் பயன்படுத்தியதால் வந்த விளைவு. கோபி இது பற்றி வருத்தத்துடன் ஒரு கட்டுரை எழுதியிருந்தார். காபி தோட்ட முதலாளிகள் பூச்சிக்கொல்லிகளால் தங்கள் நிலத்தையும் பயிர்களையும் மூழ்கடிக்கிறார்கள் என்று எழுதியிருந்தார். ஏதாவது ஒரு பகுதியில் மட்டும் வித்தியாசமாக ஏதாவது செய்து பார்த்தால் என்ன என்று சுனிலிடம் கோபி ஆலோசனை சொன்னார். செய்து பார்க்க வேண்டும் என்று சுனிலும் சொன்னார்.

வரும் வழியில் தென்னை மரங்களைப் பார்த்தபடியே வந்தேன். பெங்களூருவில் ஒரு இளநி எட்டு ரூபாய்க்கு விற்றது. மிகுந்த கலை அழகுடன் மேல் தோலை அருவாளால் சீவினார் வியாபாரி. தலைப் பகுதியில் லேசாக ஒரு வெட்டு. சிறிய துவாரம் விழுந்தது. ஸ்ட்ராவை அதில் வைத்துக் கொடுத்தார். குடித்து முடித்ததும் இளநியை வாங்கிக் கொண்டு அதில் ஒரு பக்கத்தில் ஒரு வெட்டு வெட்டினார். எதற்கு என்று புரியவில்லை. பிறகு இளநியை இரண்டாக வெட்டினார். முதலில் வெட்டிய சிறிய பாகத்தை ஸ்பூன் போல் பயன்படுத்தி வழுக்கையை வழித்து எடுத்து இளநியின் ஒரு பாதியில் போட்டு நீட்டினார். 'ஸ்பூன்' மூலம் எடுத்து சாப்பிடும்படிச் சொன்னார். இந்தியர்களைப் பார்த்து வியந்த பல தருணங்களில் அதுவும் ஒன்று. எளிமை... பசுமை... சமயோஜிதம்.

ஒரு ஹெலிகாப்டர் ஒரு மணி நேரம் பறந்தால் கிடைக்கும் பணத்தை வைத்து எவ்வளவு இளநி வாங்க முடியும் தெரியுமா? பத்தாயிரம். ஆனால், கோபி அதற்காக அந்த வர்த்தகத்தில் ஈடுபடவில்லை. அப்படி யானால் அவர் எதற்காக அதில் இறங்கியிருக்கிறார்?

அடிப்படையில் கோபி ஒரு விவசாயி. மனம் என்னும் பண்ணையில் பரிசோதனைகளை நடுகிறார். கற்பனை உரத்தைப் போடுகிறார். முளைத்துவரும் யோசனைகளை அறுவடை செய்கிறார். சந்தையில் அவற்றை விற்கிறார்.

அவை மலிவானவை என்று நீங்கள் நினைத்தால் மிகப் பெரிய தவறு செய்கிறீர்கள் என்று அர்த்தம். வேதிப் பொருள்களைப் பயன்படுத்தி நிலத்தை சுத்தமாகக் காட்சி தரும்படிச் செய்வது எளிது. அதனால்தான் இந்த உலகம் இவ்வளவு குழப்பங்கள் மலிந்ததாக இருக்கிறது. அதனால்தான் நான் கோபியின் கதையை எழுதியிருக்கிறேன்.

- ஹென்றி மிண்ட்ஸ்பெர்க்

நன்றியுரை

இந்த நூலை எழுதப் பலர் உதவி புரிந்திருக்கிறார்கள். ஆனால், என் சக தோழர் பிரத்யாஷா சிங்குக்கு விசேஷ நன்றிகள் சொல்லியாக வேண்டும். என் வாழ்க்கையில் நடந்தவற்றைச் சுமார் 260 மணி நேரத்துக்கு ஒலிநாடாவில் பதிவுசெய்து அவரிடம் தந்திருந்தேன். மாதக்கணக்கில் நிதானமாக எழுதி எடுத்த அவருடைய பொறுமைக்கு நன்றிகள் பல.

நினைவில் தோன்றியதையெல்லாம் அவ்வப்போது ஒலி நாடாவில் பேசியிருந்தேன். அதை எல்லாம் முறையாகத் தொகுத்து இந்த நூலை அழகாக எடிட் செய்து கொடுத்த எம்.கே. ஷங்கருக்கு மனப்பூர்வமான நன்றிகள். மிகவும் பரபரப்பான, தாறுமாறான என்னுடைய பணி களுக்கு இடையே என்னைச் சந்தித்து இந்த நூலை முழுமை பெறச் செய்திருக்கிறார். அவருக்கு எவ்வளவு நன்றிகள் சொன்னாலும் தகும்.

அடுத்ததாக என் அன்புக்குரிய செசிலியா... சுமார் 450 பக்கங்கள் கொண்ட இந்த நூலை ஆயிரம் தடவை திருத்தி எழுதியிருப்பேன். அதையெல்லாம் சிறிதும் மனம் கோணாமல் கணினியில் தட்டச்சு செய்துதந்தவர். இன்றும் எனக்குக் கணினியை இயக்கத் தெரியாது. செசிலியா மட்டும் இல்லையென்றால், இந்தக் கணினி உலகில் என் இடம் என்னவாக இருக்கும் என்று நினைத்துப் பார்க்கவே முடிய வில்லை.

நிர்ணயித்த காலக் கெடுவுக்குள் நூலைக் கொண்டுவரவும் பொருத்த மான புகைப்படங்களையும் தேவையான தகவல்களையும் சேகரிக்க உதவிய விஜயா மேனனுக்கும் உளமார்ந்த நன்றிகள்.